B08BRZCYMK_1

ಮೇಘವರ್ಷಿಣಿ

ಸಾಯಿಸುತೆ

ಸುಧಾ ಎಂಟರ್‌ಪ್ರೈಸಸ್

ನಂ. 761, 8ನೇ ಮುಖ್ಯರಸ್ತೆ, 3ನೇ ಬ್ಲಾಕ್,
ಕೋರಮಂಗಲ, ಬೆಂಗಳೂರು– 560 034

Meghavarshini (Kannada): a social novel written by Smt. Saisuthe;
Published by Sudha Enterprises, # 761, 8th Main, 3rd Block,
Koramangala, Bengaluru - 560 034.

ಮೊದಲನೆಯ ಮುದ್ರಣ	:	1987
ಎರಡನೆಯ ಮುದ್ರಣ	:	2003
ಮೂರನೆಯ ಮುದ್ರಣ	:	2010
ನಾಲ್ಕನೆಯ ಮುದ್ರಣ	:	2020
ಪುಟಗಳು	:	260
ಬೆಲೆ	:	ರೂ. 250
ಉಪಯೋಗಿಸಿದ ಕಾಗದ	:	70 ಜಿ.ಎಸ್.ಎಂ. ಮ್ಯಾಪ್‌ಲಿಥೋ
ಮುಖಪುಟ ವಿನ್ಯಾಸ	:	ಆರ್ಟ್‌ಫೋಕಸ್
ಹಕ್ಕುಗಳು	:	ಲೇಖಕಿಯವರದು

ಸಗಟು ಮಾರಾಟಗಾರರು
ವಸಂತ ಪ್ರಕಾಶನ
360, 10ನೇ 'ಬಿ' ಮುಖ್ಯರಸ್ತೆ, 3ನೇ ಬ್ಲಾಕ್,
ಜಯನಗರ, ಬೆಂಗಳೂರು – 560 011
ದೂರವಾಣಿ : 080-40917099 / **ಮೊ** : 7892106719
email : vasantha_prakashana@yahoo.com
website: www.vasanthaprakashana.com

ಅಕ್ಷರ ಜೋಡಣೆ :
ವಸಂತ ಪ್ರಕಾಶನ

ಮುದ್ರಣ :
ರೀಗಲ್ ಪ್ರಿಂಟ್ ಸರ್ವೀಸ್

ಮುನ್ನುಡಿ

ಆತ್ಮೀಯ ಓದುಗರಲ್ಲಿ,

ಈ ಕಾದಂಬರಿ ಮತ್ತೆ ಮರು ಮುದ್ರಣಗೊಂಡು ನಿಮ್ಮ ಮುಂದಿದೆ. ಈ ಮುದ್ರಣವನ್ನು ಕೂಡ ಸುಧಾ ಎಂಟರ್‌ಪ್ರೈಸಸ್‌ನ ಮಾಲೀಕರಾದ ಶ್ರೀ ಕೆ.ಎಸ್. ಮುರಳಿಯವರು ಅಚ್ಚುಕಟ್ಟಾಗಿ ನಿರ್ವಹಿಸಿದ್ದಾರೆ. ಅವರಿಗೆ ನನ್ನ ಹೃತ್ಪೂರ್ವಕ ಧನ್ಯವಾದಗಳು.

'ಮೇಘವರ್ಷಿಣಿ' ರಜತ ಪರದೆಯ ಮೇಲೆ ಮಿನುಗಲು ಸಿದ್ಧವಾಗಿದೆ.

– ಸಾಯಿಸುತೆ

"ಸಾಯಿಸದನ"
12, 2ನೇ ಮುಖ್ಯರಸ್ತೆ, 2ನೇ ಅಡ್ಡರಸ್ತೆ,
ಮಾರುತಿನಗರ, ಕೋಗಿಲೆ ಕ್ರಾಸ್, ಯಲಹಂಕ
ಓಲ್ಡ್ ಟೌನ್, ಬೆಂಗಳೂರು – 560064.
ದೂ: 080–28571361
Email: saisuthe1942@gmail.com

ನಮ್ಮಲ್ಲಿ ದೊರೆಯುವ ಸಾಯಿಸುತೆಯವರ ಇತರ ಕಾದಂಬರಿಗಳು

ಶ್ವೇತ ಗುಲಾಬಿ
ಮಿಡಿದ ಶ್ರುತಿ
ಮೇಘವರ್ಷಿಣಿ
ನವಚೈತ್ರ
ಪೂರ್ಣೋದಯ
ಅಪೂರ್ವ ಮೈತ್ರಿ
ನಿಶೆಯಿಂದ ಉಷೆಗೆ
ಸಪ್ತರಂಜನಿ
ವಸುಧೈವ ಕುಟುಂಬ
ಪ್ರೇಮಸಾಫಲ್ಯ
ಸದ್ಗೃಹಸ್ಥೆ
ಕಾರ್ತೀಕದ ಸಂಜೆ
ನಾ ನಿನ್ನ ಧ್ಯಾನದೊಳಿರಲು
ಸುಪ್ರಭಾತದ ಹೊಂಗನಸು
ಕರಗಿದ ಕಾರ್ಮೋಡ
ಹೃದಯ ರಾಗ
ಅಮೃತಸಿಂಧು
ಬಣ್ಣದ ಚುಂಬಕ
ಸ್ವರ್ಣ ಮಂದಿರ
ಶ್ರೀರಸ್ತು ಶುಭಮಸ್ತು
ಗಂಧರ್ವಗಿರಿ
ಶುಭಮಿಲನ
ಸಪ್ತಪದಿ
ಚೈತ್ರದ ಕೋಗಿಲೆ
ಬೆಳ್ಳಿದೋಣಿ
ವಿವಾಹ ಬಂಧನ
ಮಂಗಳ ದೀಪ
ಡಾ॥ ವಸುಧಾ
ಮುಂಜಾನೆಯ ಮುಂಬೆಳಕು
ಸೊಬಗಿನ ಪ್ರಿಯದರ್ಶಿನಿ
ರಾಗಬೃಂದಾವನ
ಬಿಳಿ ಮೋಡಗಳು
ಅನುಬಂಧದ ಕಾರಂಜಿ
ಮಿಂಚು
ನಾಟ್ಯಸುಧಾ
ಪಸರಿಸಿದ ಶ್ರೀಗಂಧ
ಬೆಳದಿಂಗಳ ಚೆಲುವೆ
ವರ್ಷಬಿಂದು
ಸಪ್ನ ಸಂಭ್ರಮ
ನನ್ನ ಭಾವ ನಿನ್ನ ರಾಗ
ಸುಮಧುರ ಭಾರತಿ
ಮೌನ ಆಲಾಪನ
ಮತ್ತೊಂದು ಬಾಡದ ಹೂ
ಶಿಶಿರದ ಇಂಚರ
ಮುಂಗಾರಿನ ಹುಡುಗಿ
ಸಾಮಗಾನ
ಕಡಲ ಮುತ್ತು
ಆಡಿಸಿದಳು ಜಗದೋದ್ಧಾರನಾ
ಪಂಚವಟಿ
ಶ್ಯಾನುಭೋಗರ ಮಗಳು
ಮೂಡಿ ಬಂದ ಶಶಿ
ಜನನೀ ಜನ್ಮಭೂಮಿ
ಬಿರಿದ ನೈದಿಲೆ
ಶರದೃತುವಿನ ಚಂದ್ರ
ಮೋಹನ ಮುರಳಿ ಕರೆಯಿತು
ಮುಗಿಲ ತಾರೆ
ಅಗ್ನಿದಿವ್ಯ
ಧವಳ ನಕ್ಷತ್ರ
ಕಲ್ಯಾಣಮಸ್ತು
ದಂತದ ಗೊಂಬೆ
ಸುಭಾಷಿಣಿ
ಮಮತೆಯ ಸಂಕೋಲೆ
ಮಂತ್ರಾಕ್ಷತೆ
ಸಪ್ತಧಾರೆ
ಹೇಮಂತದ ಸೊಗಸು
ಬೆಳಕಿನ ಹಣತೆ
ಗ್ರೀಷ್ಮದ ಸೊಬಗು
ಗ್ರೀಷ್ಮ ಋತು
ಪ್ರಿಯ ಸಖೀ
ಚಿರಬಾಂಧವ್ಯ
ಆಶಾಸೌರಭ
ಗಿರಿಧರ

ಅಶೋಕ ಮೆಹತಾ, ರಘುನಂದನ್ ಹೊರಗೆ ಬಂದಾಗ ಡ್ರೈವರ್ ಸೆಲ್ಯೂಟ್ ಹೊಡೆದು ಕಾರಿನ ಬಾಗಿಲು ತೆರೆದ. ಮೆಹತಾ, ರಘುನಂದನ್ ಅತ್ತ ನೋಡಿದವರೇ ಮುಂದೆ ಹತ್ತಿ ಡ್ರೈವರ್ ಸೀಟಿನಲ್ಲಿ ಕೂತರು. ಅವರ ಕೈ ಬೆರಳುಗಳು ನವಿರಾಗಿ ಆಡಿದವು ಸ್ಟೀರಿಂಗ್ ವ್ಹೀಲ್ ಮೇಲೆ.

"ನಾವು ಹೋಗ್ತೀವಿ. ನೀನು ಮನೆಗೆ ಹೋಗು" ಅರ್ಥ ಮಾಡಿಕೊಂಡವರಂತೆ ರಘುನಂದನ್ ಹೇಳಿದಾಗ ಡ್ರೈವರ್ ನಮ್ರನಾಗಿ ಎರಡ್ಹೆಜ್ಜೆ ಹಿಂದಕ್ಕೆ ಸರಿದ.

ರೋಡಿನ ಮೇಲೆ ಕಾರಿನ ಚಕ್ರಗಳು ಉರುಳತೊಡಗಿದವು. ಸದಾ ಹಸನ್ಮುಖವಾಗಿರುತ್ತಿದ್ದ ಮೆಹತಾ ಇಂದು ಅತ್ಯಂತ ಗಂಭೀರವಾಗಿದ್ದರು.

ರಘುನಂದನ್ ಕಣ್ಣುಗಳಲ್ಲಿ ಅಚ್ಚರಿ ಮಾತ್ರವಲ್ಲ ಆತಂಕವೂ ಇಣುಕಿತು.

"ಮೆಹತಾ....." ರಘುನಂದನ್ ಸ್ವರ ಅತ್ಯಂತ ನವಿರಾಗಿತ್ತು. ರೋಡಿನತ್ತ ಇದ್ದ ಮೆಹತಾ ನೋಟ ಒಂದು ಕ್ಷಣ ಇತ್ತ ಹರಿಯಿತು. "ಯೋಚ್ನೆ ಮಾಡ್ತಾ ಇದ್ದೆ. ನನ್ನ ನಿರೀಕ್ಷೆಗೂ ಮೀರಿ ಬೆಳೆದಿದ್ದೀ. ಐ ಆ್ಯಮ್ ವೆರಿ ಹ್ಯಾಪಿ. ಡ್ಯಾಡ್‌ಗೂ ಸಹ ನಿನ್ನ ಬಗ್ಗೆ ಹೆಮ್ಮೆ. ಪದೇ ಪದೇ ಬೇರೆಯವ್ರಿಗೆ ಬುದ್ಧಿ ಹೇಳೋ ಸಂದರ್ಭದಲ್ಲಿ ಅವ್ರ ಬಾಯಲ್ಲಿ ನಿನ್ನ ಹೆಸರೇ. ಯೂ ಆರ್ ಗ್ರೇಟ್" ಮನ ತುಂಬಿ ಹೇಳಿದರೂ, ಎಲ್ಲೋ ಅಪಸ್ವರದ ತಂತು ಪ್ರಶ್ನೆಯಾಗಿ ಮೂಡಿತು ರಘುನಂದನ್ ಮನಃಪಟಲದ ಮೇಲೆ.

"ಮೆಹತಾ, ನಿನ್ನ ಸ್ವರದಲ್ಲಿ ನಂಗೇನೋ ಬದಲಾವಣೆ ಕಾಣಿಸ್ತಾ ಇದೆ. ಅದು ಬರೀ ಭ್ರಮೆಯಾದ್ರೆ...... ಒಳ್ಳೇದು! ಎನೀ ಥಿಂಗ್ ರಾಂಗ್?" ರಘುನಂದನ್ ಎದೆಯ ಬಡಿತ ನಿಧಾನವಾಗಿ ಹೆಚ್ಚಿತು. ಆದರೆ ಮೆಹತಾ ತುಟಿಯಂಚಿನಲ್ಲಿ ಕಿರುನಗು ಮಿನುಗಿ ಮಾಯವಾಯಿತು.

"ನೆವರ್... ನಂದು ಕೂಡ ಭ್ರಮೆಯಾಗಿಯೇ ಉಳ್ದುಹೋಗಲಿ" ಮೆಹತಾ ಒಗಟಾಗಿ ಹೇಳಿ, ಕಾರಿನ ವೇಗ ಹೆಚ್ಚಿಸಿದರು.

ರಘುನಂದನ್ ಮುಖದ ಮೇಲಿನ ಗೆರೆಗಳು ಆಳವಾದವು. ಧುತ್ತೆಂದು ನೂರು ಪ್ರಶ್ನೆಗಳು ಒಮ್ಮೆಲೇ ಪ್ರತ್ಯಕ್ಷವಾದವು. ಬರೀ...... ಗಲಿಬಿಲಿ, ಟೆನ್‌ಷನ್.

ವಿಶಾಲವಾದ ಗೇಟನ್ನು ಕಾರು ಹೊಕ್ಕಾಗ ವಾಚ್‌ಮನ್ ಸೆಲ್ಯೂಟ್ ಹೊಡೆದು ಹಿಂದಕ್ಕೆ ನಿಂತ. ಅಡ್ಡಾಡುತ್ತಿದ್ದ ಅಲ್ಸೇಷಿಯನ್ ಕಾರಿನುದ್ದಕ್ಕೂ ನೆಗೆದು ತನ್ನ ಪ್ರೀತಿ, ಉತ್ಸಾಹ ವ್ಯಕ್ತಪಡಿಸಿತು.

"ಮೆಹತಾ, ನಿನ್ನ ಗುರುತು ನಮ್ಮ ಟೈಗರ್‌ಗೆ ಹತ್ತಿದೆ" ಉತ್ಸಾಹದಿಂದ ರಘುನಂದನ್ ಹೇಳಿದರು. ಯಾವ ಪ್ರತಿಕ್ರಿಯೆಯೂ ಮೆಹತಾನಿಂದ ಹೊರ ಬರಲಿಲ್ಲ.

ಮೌನವಾಗಿ ಇಳಿದ ಮೆಹತಾ ಟೈಗರ್‌ನ ಕುತ್ತಿಗೆ, ಬೆನ್ನ ಮೇಲೆ ಕೈ ಆಡಿಸಿ ಒಳ ನಡೆದರು. ರಘುನಂದನ್ ಕಾಲುಗಳು ಸ್ಥಬ್ಧವಾದವು.

ಮೆಹತಾ ವರ್ತನೆ ಅವರ ಪಾಲಿಗೆ ಸ್ವಲ್ಪ ವಿಸ್ಮಯವೇ. ಬಂದ ಮೆಹತಾ ಟೈಗರ್ ಜೊತೆ ಅರ್ಧ ಗಂಟೆ ಕಳೆದ ಮೇಲೇ ಒಳ ಬರುತ್ತಿದ್ದುದು. ವಿಪರೀತ ಪ್ರೀತಿ. ಆಮೇಲೆ ಗಂಟೆ ಕಳೆದರೂ ಅದರ ಗುಂಗು. ಇಂದು.... ಸ್ವಲ್ಪ ಡಿಫರೆಂಟಾಗಿ ನಡೆದುಕೊಂಡರು.

ಕುಷನ್ ಸೋಫಾ ಮೇಲೆ ಮೈ ಚೆಲ್ಲಿದ ಮೆಹತಾ ಮೇಲಕ್ಕೆ ವೀಕ್ಷಿಸಿದರು. ಮೇಲ್ಛಾವಣಿಯ ಚಿತ್ತಾರ ಅವರ ನೋಟವನ್ನು ಹಿಡಿದಿಟ್ಟಿತು. ಬೆಳಗುವ ಗೊಂಚಲು ದೀಪಗಳು ಸ್ವಪ್ನಲೋಕವನ್ನು ತಂದು ಮುಂದೆ ನಿಲ್ಲಿಸುವಂತಿತ್ತು. ವರ್ಣಗಳ ಜೋಡಣೆ ಹತ್ತಾರು ಕಲಾವಿದರು ದಿನಗಟ್ಟಲೆ ಚರ್ಚಿಸಿ ಒಮ್ಮತದಿಂದ ಒಡಮೂಡಿಸಿದಂತಿತ್ತು.

"ಸಾಬ್...." ಧ್ವನಿ ಬಂದ ಕಡೆ ನಿಧಾನವಾಗಿ ನೋಟವಿಳಿಸಿದರು ಮೆಹತಾ. ಸಮವಸ್ತ್ರದ ಆಳು. "ಏನೂ ಬೇಡ. ಊಟಕ್ಕೆ ರೆಡಿ ಮಾಡ್ಬಿಡು" ಅರ್ಥ ಮಾಡಿಕೊಂಡವರಂತೆ ಹೇಳಿದಾಗ ನಮ್ರತೆಯಿಂದ ಅವನು ಒಳಗೆ ಹೋದ.

ಮೆಹತಾ ಗಡ್ಡಕ್ಕೆ ಕೈ ಹಚ್ಚಿ ಕೂತರು. ಸ್ವಪ್ನದಲ್ಲಿ ಕಾಣುವಂಥ ಸೌಧವನ್ನು ಭೂಮಿಯ ಮೇಲೆ ನಿರ್ಮಿಸಿದಂತೆ ಗೆಳೆಯನನ್ನು ಅಪ್ಪಿಕೊಂಡು ಕುಣಿದಾಡಿಬಿಟ್ಟಿದ್ದರು. ಬರೀ ಅಂದಚೆಂದಕ್ಕೆ ಮಾತ್ರವಲ್ಲ, ಉತ್ತಮ ಕಲಾಭಿರುಚಿಯ ಮೇರುವಾಗಿತ್ತು.

"ಮೆಹತಾ...." ಎಂದು ಭುಜದ ಮೇಲೆ ಕೈ ಬಿದ್ದಾಗ ಇತ್ತ ನೋಟಹರಿಸಿದರು. ಗೆಲುವು, ಉತ್ಸಾಹ ತುಂಬಿಕೊಂಡು ರಘುನಂದನ್ ಮುಖವನ್ನು ನೇರವಾಗಿ ನೋಡಿದ. "ನನ್ನ ಫ್ರೆಂಡ್ಸ್ ಮುಖದ ಮೇಲಿನ ಗೆಲುವು ಯಾವಾಗ್ಲೂ ಮಾಸಕೂಡದು ಅಂತ್ಲೇ ನನ್ನ ಅಭಿಲಾಷೆ" ಮೃದುವಾಗಿ ಕೈ ಅದುಮಿ ಎದ್ದರು ಮೆಹತಾ.

ಏನೇನೂ ಅರ್ಥವಾಗಲಿಲ್ಲ ರಘುನಂದನನಿಗೆ, ಮೆಹತಾ ಒಗಟಾಗಿ ಮಾತನಾಡಿದ ಧಾಟಿ. ಎಂದೂ ವಹಿವಾಟಿನಲ್ಲಿ ಏರುಪೇರು–ಸಾಧ್ಯವೇ ಇಲ್ಲ. ಮುಲಾಜಿಲ್ಲದೆ ತಳ್ಳಿಹಾಕಿದರು.

ಊಟ ಮುಗಿಸಿ ಕೋಣೆಗೆ ಬಂದಾಗ ಮೆಹತಾರ ನೋಟ ಸೆಳೆದಿದ್ದು ಟೀಪಾಯಿ ಮೇಲಿದ್ದ ಅಭಿನಂದನ್ ಫೋಟೋ ಫ್ರೇಮ್. ಬಗ್ಗಿ ಕೈಗೆತ್ತಿಕೊಂಡರು. ಎದೆಯಲ್ಲಿ ಒಂದು ರೀತಿಯ ತಳಮಳ.

"ಅಭಿನಂದನ್ ವಿದ್ಯಾಭ್ಯಾಸ ಹೇಗೆ ಸಾಗಿದೆ?" ಫೋಟೋನ ಮೊದಲಿನ ಸ್ಥಾನದಲ್ಲಿರಿಸಿ ಕೂತು ಪ್ರಶ್ನಿಸಿದರು. ರಘುನಂದನ್ ಮುಖ ತಾವರೆಯಂತೆ ಅರಳಿತು.

"ಎಕ್ಸಲೆಂಟ್....."

ಮೆಹತಾ ಮತ್ತಷ್ಟು ಗಂಭೀರವಾದರು.

"ನಂದ ಹೇಗಿದ್ದಾಳೆ? ವೆಕೇಷನ್‌ನಲ್ಲಿ ಬಂದಿದ್ಲಾ?" ಔಪಚಾರಿಕ ಪ್ರಶ್ನೆಯಂತೆ ಈ ಮಾತು ಕಾಣಲಿಲ್ಲ ರಘುನಂದನ್‌ಗೆ. ತೀಕ್ಷ್ಣವಾಗಿ ಎಸೆದ ಬಾಣದಂತಿತ್ತು; ಕಸಿವಿಸಿಗೊಂಡರು.

"ಮೆಹತಾ, ನೀನು ಯಾಕೋ ಸರ್ಯಾಗಿಲ್ಲ! ನಿನ್ನ ಪ್ರಶ್ನೆ ಮಾತುಗಳಲ್ಲೆಲ್ಲ ನಂಗೆ ದ್ವಂದ್ವ ಕಾಣಿಸ್ತಾ ಇದೆ" ಅವರ ಸ್ವರದಲ್ಲಿ ಆತಂಕ ಹರಿದಾಡಿತು. ಮೆಹತಾ ಕೆಳ ತುಟಿಯನ್ನು ಹಲ್ಲಿನಡಿಯಲ್ಲಿ ಕಚ್ಚಿ ಹಿಡಿದರು.

"ನನ್ನ ಪ್ರಶ್ನೆಗೆ ಅದಲ್ಲ ಉತ್ತರ. ನಂದಿನಿ ವೆಕೇಷನ್‌ನಲ್ಲಿ ಬಂದಿದ್ಲಾ?" ಚೂಪಾದ ಮೊನೆಯಿಂದ ಇರಿದಂತಾಯಿತು ರಘುನಂದನ್‌ಗೆ.

ಈಗ ಇರೋ ಸ್ಥಿತಿಯಲ್ಲಿ ಮೆಹತಾನ ಬಿಟ್ಟು ಬೇರೆ ಯಾರೂ ಇಷ್ಟು ಸ್ವತಂತ್ರ ವಹಿಸಲು ಸಾಧ್ಯವಿಲ್ಲ.

"ಕಾಶ್ಮೀರಕ್ಕೆ ಹೋಗ್ತೀನೀಂತ ಹೇಳಿದ್ಲು. ಬಹುಶಃ ಹೋಗಿರಬಹುದ್ದು. ಅವ್ಳು ಅಭಿನಂದನ್‌ಗಿಂತ ಟ್ಯಾಲೆಂಟ್!" ರಘುನಂದನ್ ಸ್ವರದಲ್ಲಿ ಮೆಚ್ಚುಗೆ ಮೂಡಿತು. ಮೆಹತಾ ಭಾರವಾದ ನಿಟ್ಟುಸಿರನ್ನು ಪ್ರಯಾಸದಿಂದ ದಬ್ಬಿದರು.

ಬಾಗಿಲು ತೆರೆಯಿತು. ಆದರೆ ಮೆಹತಾ ನೋಟ ಅತ್ತ ಹರಿಯಲಿಲ್ಲ. ಗಾಢವಾದ ಯೋಚನೆಯಲ್ಲಿ ಮುಳುಗಿದ್ದರು.

"ಮೆಹತಾ ಹಾಲು ಕುಡೀತೀಯೋ? ಬೇರೆ ಏನಾದ್ರೂ ತರಿಸ್ಲಾ?" ಪ್ರಶ್ನೆಗೆ ಮೆಹತಾ ತುಟಿಯಂಚಿನಲ್ಲಿ ಮುಗುಳ್ನಗೆ ತೇಲಿತು.

"ನಿನ್ನೊಜತೆಯಲ್ಲಿ ಯಾವಾಗ್ಲೂ ಹಾಲೇ! ಅದೆಂದೂ ಬದಲಾಗೋಲ್ಲ. ನನ್ನ ಬದಲಾಗದ ಫ್ರೆಂಡ್‌ಗೋಸ್ಕರ ಇಷ್ಟಾದ್ರೂ.... ಇರಲಿ" ಬಗ್ಗಿ ಹಾಲಿನ ಲೋಟ ಕೈಗೆತ್ತಿಕೊಂಡ ಮೆಹತಾ. ತುಂಬು ಅಭಿಮಾನ, ಗೌರವ, ಆತ್ಮೀಯತೆ ತುಳುಕಿತು ರಘುನಂದನ್ ಕಣ್ಣುಗಳಲ್ಲಿ.

"ಐ ಆ್ಯಮ್ ವೆರಿ ಲಕ್ಕಿ" ಗೆಳೆಯನ ಕೈ ಹಿಡಿದು ಗದ್ಗದ ಕಂಠದಿಂದ ಹೇಳಿದ್ದರು ರಘುನಂದನ್. ಆದರೆ ಮೆಹತಾ ಕಣ್ಮುಂದೆ ಮಂಜು ಹರಿದಾಡಿತು. ದಾರಿ ಅಸ್ಪಷ್ಟ. ಬರೀ ಮಸುಕು ಮಸುಕು.

ಹಾಲು ಕುಡಿದಿಟ್ಟ ರಘುನಂದನ್ ಕಾಲಿಂಗ್ ಬೆಲ್ ಒತ್ತಿದ. ಸಮವಸ್ತ್ರದ ಆಳು ಬಂದು ತಲೆ ಕೆಳಗೆ ಹಾಕಿ ನಿಂತ.

"ಅಭಿನಂದನ್.... ಬಂದ್ನಾ?" ಗತ್ತಿನ ಸ್ವರದಲ್ಲಿ ರಘುನಂದನ್ ಪ್ರಶ್ನಿಸಿದ. ತುಸು ಮೇಲಕ್ಕೆ ನೋಟವೆತ್ತಿದ ಅವನು ವಿನಯದಿಂದ ಹೇಳಿದ. "ಆಗ಼್ೇನೇ.... ಬಂದ್ರು. ಓದ್ತಾ ಇದ್ದಾರೆ" ತೃಪ್ತಭಾವ ರಘುನಂದನ್ ಮುಖದ ಮೇಲೆ ಇಣುಕಿತು. ಕೆನ್ನೆಯುಜ್ಜಿದ ಮೆಹತಾ.

ಮಾಲೀಕರ ಕಣ್ಸನ್ನೆ ಅರಿತು ಹೊರಟ ಆಳನ್ನು ಮೆಹತಾ ಚಪ್ಪಾಳೆ ತಟ್ಟಿ ಇರುವಂತೆ ಹೇಳಿದರು.

"ಅಭಿನಂದನ್.... ಊಟ ಮಾಡಿದ್ನಾ?" ಪ್ರಶ್ನೆಗೆ ಯಾವುದೇ ಗಲಿಬಿಲಿ ಇಲ್ಲದ ಉತ್ತರ. "ಆಯ್ತು. ನಾನೇ ಹಾಲು ತಗೊಂಡ್ಹೋಗಿ ಕೊಟ್ಬಂದೆ."

"ಸ್ವಲ್ಪ ಅಡ್ಗೆಯವ್ರನ್ನ ಕಳ್ಸು."

ಅವನು ಹೊರಟಾಗ ರಘುನಂದನ್ ನಕ್ಕುಬಿಟ್ಟ. ಆ ತುಂಬುನಗೆ ಕೋಣೆಯಲ್ಲಿ ಮತ್ತಷ್ಟು ಹೊಳಪನ್ನು ಹರಡಿದಂತಾಯ್ತು.

"ಅರೆರೇ... ನೀನೇ ಇಂಟರೆಸ್ಟ್ ತಗೋಡಿರೋದು ತುಂಬ ಸಂತೋಷ. ನೀನು ಬರೋ ವಿಷ್ಯ ಮೊದ್ಲೇ ತಿಳ್ದಿದ್ರೆ ನಿರ್ಮಲಾಗೆ ತಿಳ್ಸಿ.... ಬರೋಕೆ ಹೇಳ್ತಾ ಇದ್ದೆ" ರಘುನಂದನ್ ಉತ್ಸಾಹದ ಮಾತುಗಳಿಂದ ಮೆಹತಾ ಒಂದು ತರಹ ನಕ್ಕರು. ತಣ್ಣೀರು ಎರಚಿದಂತಾಯಿತು ಅವರಿಗೆ.

ಬಾಗಿಲ ಬಳಿಯ ಸದ್ದು. ಮೆಹತಾ ಸರಿಯಾಗಿ ಕೂತರು.

"ಎಸ್... ಕಮಿನ್!" ಸ್ವರದಲ್ಲಿ ಗತ್ತಿತ್ತು. ಚಕಿತರಾದರು ರಘುನಂದನ್, "ಇವನಿಗೇನಾಗಿದೆ?"

ನಯ ವಿನಯದಿಂದ ಒಳಗೆ ಬಂದ ಅವರಿಬ್ಬರೂ ತಲೆ ಬಗ್ಗಿಸಿ ನಿಂತರು; ಮೆಹತಾ ಕಣ್ಣುಗಳಲ್ಲಿನ ತೀಕ್ಷ್ಣತೆ ಎದುರಿಸಲಾರದ ನಿಶ್ಶಕ್ತಿಯೋ ಎಂಬಂತೆ.

"ಏನು ನಿಮ್ಮ ಹೆಸರು?" ಮೆಹತಾ ಪ್ರಶ್ನೆಗೆ ಅವರಿಬ್ಬರಿಗೆ ದಿಗಿಲಾಗಿ ಪ್ರಯಾಸಪಡಬೇಕಾಯಿತು. "ನನ್ಹೆಸ್ರು ನರಸಿಂಹ, ಇವ್ನ ಹೆಸರು ಸಿಂಹ. ನಾನು ಹೈದರಾಬಾದ್‌ನವನು, ಅವ್ನು ಮಹಾರಾಷ್ಟ್ರದವನು" ತಾವಾಗಿ ದೀರ್ಘ ಉತ್ತರ ಕೊಟ್ಟಾಗ ಮೆಹತಾ ಸಣ್ಣಗೆ ನಕ್ಕರು.

"ಅಡ್ಗೆ ಚೆನ್ನಾಗಿ ಮಾಡ್ತೀರಿ. ನಾಳೆ ನಿಮ್ಗೆ ಹೊಸ ಸುದ್ದಿ. ಛೋಟಾ ಸಾಬ್ ಸಂಜೆ ತಿಂಡಿ ತಿಂದ್ರಾ? ಅಥ್ವಾ ಈಗ ಊಟ ಮಾಡಿದ್ರಾ?"

ಅವರಿಬ್ಬರು ತಲೆ ಹೊಗಳಿಕೆಯಿಂದ ಒಂದು ಕ್ಷಣ ಉದ್ವಿಗ್ನರಾಗದೆ ವಿವೇಕದಿಂದಲೇ ಉತ್ತರಿಸಿದರು.

"ಬಂದಿದ್ದು ಲೇಟು. ಊಟ ಮಾಡಿದ್ರು."

ಮೆಹತಾ ಮುಖ ಬಿಗಿದುಕೊಂಡಿತು. ಮನೆಯಲ್ಲಿನ ಪ್ರತಿಯೊಬ್ಬ ಆಳು, ಅಭಿನಂದನ್‌ನ ಕಾರಿನ ಬಗ್ಗೆ ಕೂಡ ಪ್ರಶ್ನಿಸಿ ಕೆಲಸದ ಬಗ್ಗೆ ವಿಚಾರಿಸಿದರು.

"ರಕ್ಕಾ.... ಬದ್ಮಾಷ್!" ಹಲ್ಲಿನಡಿಯಿಂದ ಮೆಹತಾ ಹೂಂಕರಿಸಿದರು. ರಘುನಂದನ್ ಹಣೆಯ ಮೇಲೆ ಬೆವರೊಡೆಯಿತು.

"ಏನು ಇದೆಲ್ಲ?" ರಘುನಂದನ್ ಪ್ರಶ್ನೆಗೆ ಉತ್ತರಿಸದೆ, ಮೆಹತಾ ಮೇಲೆದ್ದರು "ನನ್ನೊತೆ... ಬಾ."

ಮೆಟ್ಟಿಲಿಗೆ ಹಾಸಿದ್ದ ವೆಲ್ವೆಟ್ ಹಾಸಿನಲ್ಲಿ ರಭಸದಿಂದ ಇಬ್ಬರೂ ಕೆಳಗಿಳಿದು ಬಂದರು. ಇಡೀ ಬಂಗ್ಲೆಯಲ್ಲಿ ಕತ್ತಲು ತನ್ನ ಸಾಮ್ರಾಜ್ಯ ಸ್ಥಾಪಿಸಿದ್ದರೂ ಹೊರಗಿನ ದೀಪಗಳು ಉರಿಯುತ್ತಿದ್ದವು.

ಅಭಿನಂದನ್ ಕೋಣೆಯ ಬಳಿ ಬಂದು ಸದ್ದಾಗದಂತೆ ಬಾಗಿಲು ತಳ್ಳಿದರು. ಟೇಬಲ್ ಬಳಿಯ ಲ್ಯಾಂಪ್ ಮಾತ್ರ ತನ್ನ ಪ್ರಕಾಶ ಬೀರುತ್ತಿತ್ತು.

ಇಬ್ಬರೂ ಬಂಗ್ಲೆಯ ಒಂದು ಸುತ್ತು ಬಂದರು. ಅಭಿನಂದನ್ ಮನೆಗೆ ಬಂದ ಸುಳಿವು ಇರಲಿಲ್ಲ.

"ಈಗ ನಿಂಗೆ ಅರ್ಥವಾಗಿರಬೇಕಲ್ಲ?" ಗೆಳೆಯನ ಭುಜದ ಮೇಲೆ ಮೆಹತಾ ಕೈ ಹಾಕಿ. "ಇನ್‌ಡಿಸಿಪ್ಲೀನ್ ಷುಡ್ ನಾಟ್ ಬಿ ಎನ್‌ಕರೇಜ್ಡ್. ನಿಂಗೆ ಈಗ ಅರ್ಥವಾಗಿರಬಹುದ್ದು!" ಕಣ್ಣಲ್ಲಿ ಬೆಂಕಿ ಇತ್ತು.

ರಘುನಂದನ್ ಸ್ವರ ಉಡುಗಿದಂತಾಯಿತು. ನಿಂತ ನೆಲ ಬಿರಿದು ಇಡೀ ವ್ಯಕ್ತಿತ್ವವನ್ನೇ ನುಂಗಿ ಹಾಕಿದಂತಾಯಿತು. ಆ ಕ್ಷಣ ಏನೂ ತೋರಲಿಲ್ಲ.

ಇಬ್ಬರೂ ಕೋಣೆಗೆ ಹಿಂದಿರುಗಿದರು. ಮೆಹತಾ ಭುಜ ತಟ್ಟಿ ಹೇಳಿದರು.

"ಥಿಂಕ್ ಯುವರ್‌ಸೆಲ್ಫ್. ಬೇರೆಯವರನ್ನು ಪ್ರಶ್ನಿಸುವ ಮೊದ್ಲು, ನಿನ್ನ ನೀನು ಪ್ರಶ್ನಿಸಿಕೋ. ಗುಡ್‌ನೈಟ್."

ಮೆಹತಾ ಮಲಗಲು ಹೋದಾಗ ರಘುನಂದನ್ ಹಾಸಿಗೆಯ ಮೇಲೆ ಕುಸಿದರು. ಸ್ಪಷ್ಟವಾಗಿ ವಿಷಯ ಗೊತ್ತಿಲ್ಲದಿದ್ದರೂ ಯಾವುದೋ ಪ್ರಮಾದ ತಮ್ಮನ್ನ ಅಪ್ಪಲು ರಭಸದಿಂದ ಬರುತ್ತಿದೆಯೆಂಬ ಭಯ, ಅಪಾಯದ ಸೂಚನೆ ಅವನಿಗಾಯಿತು.

ತಂಪಿನ ಏರ್‌ಕಂಡೀಷನ್ಡ್ ಕೋಣೆ ಕೂಡ ಹಿತವೆನಿಸದೆ, ಎದ್ದು ಹೋಗಿ ಬಾಲ್ಕನಿಯಲ್ಲಿ ಕೂತರು.

ಬೆಳಗಿನಿಂದ ಸಂಜೆಯವರೆಗಿನ ಮೆಹತಾ ಅವರ ನಡತೆ, ಮನೆಯ ಎಲ್ಲಾ ಆಳುಕಾಳುಗಳ ಒಕ್ಕೊರಲಿನ ಸುಳ್ಳು – ಒಂದು ಕ್ಷಣ ಬೆವರುವಂತಾಯಿತು. ತಕ್ಷಣ ಒಳಗೆ ಬಂದು ಫೋನ್ ಎತ್ತಿಕೊಂಡು ಇಂಟರ್ ಕಾಮ್‌ನಲ್ಲಿ ಮಗನ ಕೋಣೆಗೆ ಸಂಪರ್ಕಿಸಿದರು.

"ಹಲೋ! ಡ್ಯಾಡ್.... ನಿದ್ದೆ ಬರ್ಲಿಲ್ವಾ?" ರಘುನಂದನ್ ಸ್ವರ ಉಡುಗಿದಂತಾಯಿತು. ತಬ್ಬಿಬ್ಬಾದರು. ಅವರ ಮನದ ಮೇಲೆ ಕವಿದಿದ್ದ ಕಾರ್ಮೋಡ ಕ್ಷಣ ಸರಿಯಿತು.

"ಸಾರಿ ಫಾರ್ ದಿ ಡಿಸ್ಟರ್ಬೆನ್ಸ್" ನಿಧಾನವಾಗಿ ಫೋನನ್ನು ಇಟ್ಟರು.

ಹಿಂದಿನಿಂದ ಬಂದ ಮೆಹತಾ ನಕ್ಕುಬಿಟ್ಟರು. ಈ ದುರ್ಬಲತೆಯ ನಡುವೆ ಪ್ರತಿಯೊಬ್ಬರೂ ಬಂಧಿಯೆಂದು ಅವರಿಗೆ ತಿಳಿಯಿತು.

"ಕಮಾನ್..." ತೋಳಿನಿಂದ ರಘುನಂದನ್‌ನ ಬಳಸಿ ಕೆಳಗೆ ಕರೆದುಕೊಂಡು ಬಂದವರೇ ಒಂದು ಕ್ಷಣ ನಿಂತು ಹೇಳಿದರು "ನಾನು ಬೆಳಿಗ್ಗೆ ಹೊರಡ್ತಾ ಇದ್ದೀನಿ. ಅಷ್ಟಿಗೆ ತೊಂದರೆಯಾದ್ರೂ ಪರ್ವಾಗಿಲ್ಲ. ಅಭಿನಂದನ್‌ನ ಕರ್ಕೊಂಡ್ಬಾ" ಮೆಹತಾ ಕೈ ಹಿಂದಕ್ಕೆ ತೆಗೆದು, ಯಾವುದೋ ಮಂತ್ರಶಕ್ತಿಗೆ ಒಳಗಾದವರಂತೆ ಆ ಕೋಣೆಯತ್ತ ನಡೆದರು. ಕೋಣೆ ಮೊದಲಿನ ಸ್ಥಿತಿಯಲ್ಲೇ ಇತ್ತು. ಅಭಿನಂದನ್ ಬಂದಿಲ್ಲ! ಹಾಗಾದರೆ ಮಾತನಾಡಿದವರು ಯಾರು? ಪ್ರಶ್ನೆ ಪ್ರಶ್ನೆಯಾಗಿಯೇ ಉಳಿಯಿತು.

ಹೊರಗೆ ಬಂದ ರಘುನಂದನ್ ಬೆಟ್ಟ ಹೊತ್ತವರಂತೆ ಕಂಡರು. ಮೆಹತಾ ಮುಖದಲ್ಲಿ ವಿಷಣ್ಣತೆ ಮಿನುಗಿತು.

ಇಬ್ಬರೂ ಡ್ರಾಯಿಂಗ್ ರೂಮಿನಲ್ಲಿ ಬಂದು ಕೂತರು. ವಿಷಯ ಪೂರ್ತಿ ಅರಿವಿಲ್ಲದ ರಘುನಂದನನ ತಲೆ, ಮನಸ್ಸು ಗೊಂದಲಮಯವಾಗಿತ್ತು. ಇಬ್ಬರ ನಡುವೆ ಭೀಕರ ನೀರವತೆ. ಒಂದೆರಡು ಬಾರಿ ಬಾಯಿ ತೆರೆಯಲು ರಘುನಂದನ್ ಪ್ರಯತ್ನಿಸಿದಾಗ ಸನ್ನೆಯಿಂದಲೇ ಸುಮ್ಮನಾಗಿಸಿದರು ಮೆಹತಾ.

ರಾತ್ರಿ ಮೂರರ ಸುಮಾರಿಗೆ ಕಾರೊಂದು ಬಂದು ನಿಂತ ಸದ್ದಾಯಿತು. ಥಟ್ಟನೆ ಎದ್ದ ಮೆಹತಾ ಕಿಟಕಿಯ ಬಳಿ ಹೋದರು. ರಘುನಂದನ್ ಕಣ್ಣ ಮುಂದಿನ ದೃಶ್ಯ ನಂಬಲಾರದೆ ಹೋದರು. ಅರೆ ಪ್ರಜ್ಞಾವಸ್ಥೆಯಲ್ಲಿ ತೂರಾಡುವ ಅಭಿನಂದನ್‌ನ ಇಳಿಸಿಕೊಳ್ಳುವ ಸಾಹಸ ಮಾಡುತ್ತಿದ್ದರು ಸಿಂಹ, ನರಸಿಂಹಲು. ವಾಚ್‌ಮನ್ ಮಿಕ್ಕವರದು ಸಹಾಯದ ಹಸ್ತ. ತಮ್ಮ ಕನಸಿನ ಮೇಘವರ್ಷಿಣಿ ಒಂದೇ ಕ್ಷಣದಲ್ಲಿ ಗಾಳಿಯಲ್ಲಿ ತೇಲಿ ಹೋದಂತಾಯಿತು.

"ಕಂಟ್ರೋಲ್ ಯುವರ್ ಸೆಲ್ಫ್" ರಘುನಂದನ್ ಭುಜ ತಟ್ಟಿದ. ಮೆಹತಾ ಭಾರವಾದ ಉಸಿರೆಳೆದು ದಬ್ಬಿದರು. "ವ್ಯಕ್ತಿಯಾಗಿ, ಇಂಡಸ್ಟ್ರೀ ಸಮಾಜದಲ್ಲಿ ದೊಡ್ಡ ಪ್ರತಿಷ್ಠೆ ಸಂಪಾದಿಸ್ದೇ. ಆದ್ರೆ..... ಮಕ್ಳು ವಿಷ್ಯದಲ್ಲಿ ಪೂರ್ತಿ ನಿರ್ಲಕ್ಷ್ಯನಾದೆ. ಮೇಘವರ್ಷಿಣಿ ಕಟ್ಟಿಸೋವಾಗ ಇದ್ದ ಆಸಕ್ತಿ, ಪಟ್ಟ ಬವಣೆಯ ಅರ್ಧ ಭಾಗದಷ್ಟು ಮಕ್ಳ ಬಗ್ಗೆ ತೋರಲಿಲ್ಲ. ಇನ್ನ ಮೇಘವರ್ಷಿಣಿಯ ಉಳಿವು ಅಳಿವು ಅವ್ರ ಕೈಯಲ್ಲಿ!"

ರಘುನಂದನ್ ತುಟಿ ಎರಡು ಮಾಡಲಿಲ್ಲ. ಮೆಹತಾ ಯೋಚಿಸಲು ಬಿಟ್ಟು ಹೋಗಿ ಮಲಗಿದರು. ಕನಸಿನ ಗೋಪುರ ಕುಸಿದಂತಾಯಿತು.

ಫೋನ್ ಎತ್ತಿಕೊಂಡು ಟ್ರಂಕಾಲ್ ಬುಕ್ ಮಾಡಿದರು. ನಿರ್ಮಲಾ ಅತ್ತಲಿಂದ ಸ್ವರವೆತ್ತಿದಾಗ, ಒಂದೇ ಮಾತಿನಲ್ಲಿ ಹೇಳಿದರು. "ಈಗಿನ ಸ್ಥಿತಿಯಲ್ಲಿ ನಾನೊಬ್ಬನೇ ಮ್ಯಾನೇಜ್ ಮಾಡ್ಲಾರೆ. ಫ್ಲೈಟ್ನಲ್ಲಿ ಹೊರಟ್ಬಾ!"

ಮತ್ತೇನಾದರೂ ನಿರ್ಮಲ ಕೇಳುವ ಮುನ್ನ ತಂತಿ ಕಡಿದರು. ಮತ್ತೆ ಫೋನ್ ಎಷ್ಟೇ ಸದ್ದು ಮಾಡಿದರೂ ಎತ್ತಲಿಲ್ಲ. ತಮ್ಮ ದಾಂಪತ್ಯ ಜೀವನದ ಇಷ್ಟು ಅವಧಿಯಲ್ಲಿ ಇಂದು ಅಧಿಕಾರದಿಂದ ಹೆಂಡತಿಗೆ ಆಜ್ಞಾಪಿಸಿದ್ದರು.

ಕಣ್ಣು ಮುಚ್ಚಿ ಮಲಗಿದರೂ ಅವರ ಬಳಿ ನಿದ್ದೆ ಸುಳಿಯಲಿಲ್ಲ. ಮೆಹತಾ ಕುಟುಂಬ ಕಣ್ಮುಂದೆ ನಿಂತಾಗ, ಅವರೆದೆ ಭಾರವಾಯಿತು.

ಬಡ ಕುಟುಂಬದಲ್ಲಿ ಹುಟ್ಟಿ ಪ್ರೌಢಶಾಲೆ ಮೆಟ್ಟಲು ಹತ್ತುವ ವೇಳೆಗೆ ಅನಾಥನಾದ ರಘುನಂದನ್ ಕೈ ಹಿಡಿದಿದ್ದ ಅಶೋಕ್ ಮೆಹತಾ, ಟಾಪ್ ಇಂಡಸ್ಟ್ರಿಯಲಿಸ್ಟ್ ಜಗದೀಶ್ ಮೆಹತಾ ಮೂರನೇ ಮಗ.

ಗೆಳೆಯನ ಮುಂದಿನ ಬಾಳಿಗೆ ಪೂರ್ತಿಯಾಗಿ ಆಸರೆಯಾಗಿ ನಿಂತವರು. ಬಿ.ಇ. ಮುಗಿಸಿದಾಗ ತಮ್ಮ ಕಂಪನಿಯಲ್ಲೇ ಉದ್ಯೋಗ ಕೊಟ್ಟವರು. ಸಣ್ಣ ಪುಟ್ಟ ಕಂಟ್ರ್ಯಾಕ್ಟ್‌ಗಳ ಮೂಲಕ ಸ್ವತಂತ್ರ ವೃತ್ತಿ ನಿರ್ವಹಿಸಲು ಅನುಕೂಲ ಮಾಡಿಕೊಟ್ಟಿದ್ದು ಮೆಹತಾ ಮುಕ್ತ ಮನಸ್ಸಿನಿಂದ.

ರಘುನಂದನ್ ಅದೃಷ್ಟ ತುಂಬ ಒಳ್ಳೆಯದಿತ್ತು. ಹಂತ ಹಂತವಾಗಿ ಬೆಳೆಯತೊಡಗಿದ. ಆದರೆ ಮೊದಲ ಹಂತದಲ್ಲಿನ ಸ್ಥಿತಿಯಲ್ಲಿದ್ದಾಗ ಮದುವೆಯಾದ ನಿರ್ಮಲಾ ಆಗಲೇ ಉದ್ಯೋಗದಲ್ಲಿದ್ದಳು.

"ನಿರ್ಮಲ, ನಿನ್ನ ಬುದ್ಧಿವಂತಿಕೆ, ಪ್ರತಿಭೆನ ಹತ್ತಿಕ್ಕೋಕೆ ನಂಗಿಷ್ಟವಿರಲಿಲ್ಲ. ನೀನು ಉದ್ಯೋಗದಲ್ಲೇ ಮುಂದುವರೀಬಹುದ್ದು" ತುಂಬು ಮನಸ್ಸಿನಿಂದ ಮಡದಿಗೆ ಹೇಳಿದ್ದರು.

ನಿರ್ಮಲಾಗೂ ತನ್ನ ವೃತ್ತಿ, ಕಂಪನಿಯ ಬಗ್ಗೆ ಅಧಿಕವಾದ ವ್ಯಾಮೋಹ. ಆ ಐದು ವರ್ಷಗಳ ದಾಂಪತ್ಯ ಜೀವನದಲ್ಲಿ ಹುಟ್ಟಿದವರು ಅಭಿನಂದನ್, ನಂದಿನಿ. ಹೆಚ್ಚು ಕಡಿಮೆ ಆಯಾಗಳ ಕೈಯಲ್ಲೇ ಬೆಳೆದರು. ಆ ವೇಳೆಗೆ ಮುಟ್ಟಬೇಕಾದ ಮಜಲನ್ನು ರಘುನಂದನ್ ಮುಟ್ಟಿದ್ದರು. ನಿರ್ಮಲಾ ಕೆಲಸ ಮಾಡುತ್ತಿದ್ದ ಕಂಪನಿಯನ್ನು ಅನಿವಾರ್ಯ ಕಾರಣಗಳಿಂದ ದೆಹಲಿಗೆ ವರ್ಗಾಯಿಸಲಾಯಿತು. ತೀರಾ ಅಂಟಿಕೊಂಡಿದ್ದ ನಿರ್ಮಲಾ ಮಕ್ಕಳ ಬಗ್ಗೆ ಯೋಚಿಸದೆ ದೆಹಲಿಗೆ ನಡೆದಿದ್ದರು. ಆಗಾಗ ಬಂದರೂ ಬರೀ ತಮ್ಮ ವೃತ್ತಿ, ಗಂಡನ ಏಳಿಗೆಯ ಅಮಲಿನಲ್ಲೇ ಇರುತ್ತಿದ್ದುದು, ಆಕೆ ಮಕ್ಕಳ ಬಗ್ಗೆ ಯೋಚಿಸಲಿಲ್ಲ. ಆಗಾಗ ವಿಚಾರಿಸುವುದು, ಹಣ ಪೂರೈಸುವುದು ಮಾತ್ರ ತಮ್ಮ ಕರ್ತವ್ಯವೆಂದು ತಿಳಿದರೋ, ಏನೋ! ಸಂಬಂಧಗಳು ನಿಕಟವಾಗಲೇ ಇಲ್ಲ.

ತಲೆಯಲ್ಲಿ ಹೊಕ್ಕ ವಿಷಯಗಳನ್ನು ವಿಶ್ಲೇಷಿಸುತ್ತ ಮಗ್ಗುಲಾದರು ರಘುನಂದನ್. ಕಣ್ಣುಗಳು ಭಗಭಗನೆ ಉರಿಯುತ್ತಿದ್ದವು.

"ನಿನ್ನ ಮೇಘವರ್ಷಿಣಿ ನಿಮ್ಮಂದೆ ಕುಸಿದು ಹುಡಿ ಹುಡಿಯಾಗಿ ಗಾಳಿಯಲ್ಲಿ ತೇಲಿ ಹೋಗುತ್ತೆ" ಮೆಹತಾ ಮಾತು. ಥಟ್ಟನೆ ಎದ್ದು ಕೂತರು ರಘುನಂದನ್. ಏರ್‌ಕಂಡೀಷನ್ಡ್ ಕೋಣೆಯಲ್ಲೂ ಅವರ ಮೈ ಬೆವರಿತು.

ಬದುಕಿನ ನೂರು ಕನಸುಗಳು ಅವತರಿಸಿವೆಯೆನ್ನುವಂತೆ ಮೇಘವರ್ಷಿಣಿ ರೂಪದಲ್ಲಿ ಭವ್ಯ ಬಂಗಲೆ ಕಟ್ಟಿಸಿದರು. ಸಿರಿವಂತರೆಲ್ಲ ಮೂಗಿನ ಮೇಲೆ ಬೆಟ್ಟಿಟ್ಟರು. ಅಪರೂಪದ ಸೌಧ ನೂರಾರು ಜನರ ಈರ್ಷ್ಯೆಯ ಕಣ್ಣೋಟವನ್ನೆದುರಿಸಬೇಕಾಯಿತು.

"ಸಾಬ್....ಚಾ...." ಬಾಗಿಲ ಹಿಂದಿನ ಸ್ವರ. ರಘುನಂದನ್ ಎದ್ದು ಕೂತರು. ಸಿಡಿಯುವ ತಲೆ, ಪಟಪಟ ಸೆಟೆಯುವ ಮೈಯಲ್ಲಿನ ನರಗಳು. "ಆವೋ...." ಮೈ ಮುರಿದರು.

ಸಿಂಹ ತಾನೇ ಚಾ ಬೆರೆಸಿಕೊಟ್ಟು ಅಲ್ಲೇ ನಿಂತ. ಅಡಿಯಿಂದ ಮುಡಿಯವರೆಗೂ ಅವನನ್ನು ನೋಡಿದರು. ರಘುನಂದನ್ ಕಣ್ಣುಗಳಲ್ಲಿ ಜುಗುಪ್ಸೆ ಇಣುಕಿತು. ಹೋಗುವಂತೆ ಸನ್ನೆ ಮಾಡಿದರು.

"ನೀನು ಮೇಲಕ್ಕೆ ಹೋದಾಗ ಹತ್ತು ಜನಕ್ಕೆ ಉಪಕಾರ ಮಾಡು. ಹಣ ಬಾಚಿಕೊಳ್ಳುವುದನ್ನು ಮಾತ್ರವಲ್ಲ. ಉತ್ತಮ ರೀತಿಯಲ್ಲಿ ಖರ್ಚು ಮಾಡುವುದನ್ನು ಕಲೀ. ಕೆಳಗಿನವರ ಬಗ್ಗೆ ಯಾವಾಗ್ಲೂ ಸಹೃದಯತೆಯಿಂದ ವರ್ತಿಸು" ಅಶೋಕ ಮೆಹತಾ ತಂದೆ ಹೇಳಿದ ಮಾತುಗಳು – ಎಂದೂ ರಘುನಂದನ್ ಮರೆಯುವುದು ಸಾಧ್ಯವಿರಲಿಲ್ಲ.

ಟೀ ಕಪ್‌ನ ತುಟಿಯ ಬಳಿಗೆ ಒಯ್ದವರು ಕೆಳಗಿಟ್ಟರು. ಅಭಿನಂದನ್ ಕಣ್ಮುಂದೆ ಸುಳಿದ. ತಂದೆ, ಮಕ್ಕಳ ಸಂಬಂಧ ಇಂಟರ್‌ಕಾಮ್‌ನೊಂದಿಗೆ ಮುಗಿದು ಹೋಗುತ್ತಿದ್ದರೂ, ಆಗಾಗ ಬಂದು ಎದುರು ನಿಲ್ಲುವ ಮಗನ ಬಗ್ಗೆ ಹೆಮ್ಮೆ, ಅಭಿಮಾನ.

"ನಿರ್ಮಲ, ನಮ್ಮ ಅಭಿನಂದನ್ ಹೇಗೆ ಬೆಳೆದಿದ್ದಾನೆ, ನೋಡಿದ್ಯಾ? ನಿನ್ನವೇ ಕಣ್ಣು, ಬಣ್ಣ ಅವನಿಗೆ. ನನಗಿಂತ ಎರಡಿಂಚು ಎತ್ತರ" ಎದೆಯುಬ್ಬಿಸಿ ಹೆಂಡತಿಯ ಮುಂದೆ ಹೇಳುತ್ತಿದ್ದರು.

"ಆದ್ರೂ.... ಅವ್ನು ಸ್ವಲ್ಪ ಒರಟು. ನಿಮ್ಮಷ್ಟು ಮೃದುವಲ್ಲ!" ನಿರ್ಮಲಾ ಹೇಳಿದಾಗ ರಘುನಂದನ್ ನಕ್ಕುಬಿಟ್ಟಿದ್ದರು.

"ಗಂಡು ಹಾಗೇ.... ಇರ್ಬೇಕು!" ಯಾವುದೋ ಅಮಲಿನಲ್ಲಿದ್ದಂತೆ ಹೇಳುತ್ತಿದ್ದರು ರಘುನಂದನ್.

ಥಟ್ಟನೆ ಮಾತುಗಳು ನಂದಿನಿಯ ಕಡೆ ಹೊರಳುತಿದ್ದವು.

"ಕೋರ್ಸ್ ಮುಗ್ದ ಕೂಡ್ಲೇ ಅವ್ಳಿಗೊಂದು ಮದ್ವೆ ಮಾಡ್ಬೇಕು. ಅವಳದ್ದೇ ಸೆಲೆಕ್ಷನ್.... ಆದ್ರೆ ಮತ್ತೂ ಒಳ್ಳೇದೇ. ಅವ್ಳು ತುಂಬ ಫ್ರಾಂಕ್" ನಿರ್ಮಲಾ ಮಗಳ ಬಗ್ಗೆ ಇಷ್ಟು ಮಾತಾಡಿದ್ದೇ ಹೆಚ್ಚು.

"ಗುಡ್ ಮಾರ್ನಿಂಗ್ ಫ್ರೆಂಡ್" ಮೆಹತಾ ಸ್ವರ. ಬಲವಂತವಾಗಿ ಮುಖದ ಮೇಲೆ ಗೆಲುವು ತಂದುಕೊಂಡರು ರಘುನಂದನ್ "ವೆರಿ ಗುಡ್ ಮಾರ್ನಿಂಗ್, ಇಷ್ಟು ಬೇಗ ಯಾಕೆ ಎದ್ದೆ?" ಮೆಹತಾ ಕಿರು ನಗೆ ನಕ್ಕರು.

ಹಿಂದೆಯೇ ಮತ್ತೆರಡು ಬಟ್ಟಲು ಟೀ ಬಂತು. ಇಬ್ಬರೂ ಕುಡಿದಿಟ್ಟರು. ಆಮೇಲಿನ ಮೌನಕ್ಕೆ ಮೆಹತಾನೇ ಮುಕ್ತಾಯ ಹಾಡಿದರು.

"ನಿನ್ನ ಬದ್ಕು, ಸ್ವಭಾವ, ನಡವಳಿಕೆ ನಿನ್ನನ್ನ ಇಷ್ಟು ಚಿಂತಿತನನ್ನಾಗಿ ಮಾಡಿದೆ. ಕುಡಿತ ಇಂದಿನ ಯುವ ಜನಾಂಗದ ಒಂದು ಫ್ಯಾಷನ್ ಆಗಿದೆ. ಆದರೆ ಕುಡಿದ ವ್ಯಕ್ತಿಯ ಗೌರವ, ಮನೆತನದ ಪ್ರತಿಷ್ಠೆ, ತನ್ನವರಿಗಾಗಲಿ, ಸುತ್ತಲಿನವರಿಗಾಗಲಿ, ನೋವನ್ನು ಉಂಟು ಮಾಡಿದಿದ್ದರೆ ಖಂಡಿತ ಅದೊಂದು ಸಮಸ್ಯೆಯಲ್ಲ, ಜಸ್ಟ್ ಎ ಹಾಬಿ. ಹೀ ಈಸ್ ಜಸ್ಟ್ ಅಕೇಷನಲ್ ಡ್ರಂಕಾರ್ಡ್. ಅವನಿಂದ ಸಮಾಜಕ್ಕಾಗಲಿ, ಅವನನ್ನ ನಂಬಿಕೊಂಡವರಿಗಾಗ್ಲಿ ತೊಂದರೆ ಇಲ್ಲ" ಎಂದವರೇ ರಘುನಂದನ್ ಮುಖ ದಿಟ್ಟಿಸಿದರು. ಗೆಲುವು ಕಳೆದುಕೊಂಡ ಮುಖದಲ್ಲಿ ಅಸಮಾಧಾನ ಕಾಣಿಸಿತು.

ಸಮಾಧಾನಿಸುವ ಗೋಜಿಗೇ ಹೋಗದೇ ಮುಂದುವರಿಸಿದರು.

"ಆಗಾಗ ನಾನೂ ಒಂದು ಪೆಗ್ ಹಾಕ್ತೀನಿ. ಆದ್ರೆ..... ಎಂದೂ ಮಾತಿನ ರೀತಿ, ವರ್ತನೆ, ಮನಸ್ಸಿನ ಮೇಲಿನ ಹತೋಟಿ ಕಳೆದುಕೊಂಡಿಲ್ಲ. ಆದ್ರಿಂದ ನಾನು ಅಲ್ಕೋಹಾಲಿಕ್ ಅಲ್ಲ. ಅಭಿನಂದನ್ ಇನ್ನೂ ವಿದ್ಯಾರ್ಥಿ. ರಾತ್ರಿಯ ಅವ್ನ ವರ್ತನೆ ನೋಡಿದೆಯಲ್ಲ."

ಆಕಾಶ ಕಳಚಿ ತಲೆಯ ಮೇಲೆ ಬಿದ್ದಂತೆ ಕೂತು ಬಿಟ್ಟರು ರಘುನಂದನ್, ಮಕ್ಕಳು ಎಂದು ಅವರಿಗೆ ಸಮಸ್ಯೆಯಾಗಿರಲಿಲ್ಲ.

ಕಣ್ಮುಂದೆ ತೇಲಿದ್ದು ಸ್ಥಿಮಿತ ಕಳೆದುಕೊಂಡ ಕುಡುಕ ಅಭಿನಂದನ್.

"ಓ..... ಐ ಕಾಂಟ್" ಮುಖ ಮುಚ್ಚಿ ಚೀರಿದರು. ಮೆಹತಾ ಮುಖ ಗಂಟಾಯಿತು. ಗಂಭೀರವಾಗಿ ರೇಗಿದರು.

"ಫೂಲಿಷ್ ಹಾಗೆ ಮಾತಾಡ್ಬೇಡ. ನಿಮ್ಮ ನಿರ್ಲಕ್ಷ್ಯ ಈ ರೀತಿ ದಾರಿ ಮಾಡಿ ಕೊಡ್ತು. ಇನ್ನಾದ್ರೂ ಎಚ್ಚರವಿರ್ಲಿ. ನಿರ್ಮಲಾಗೆ ಸ್ವಲ್ಪ ಗಟ್ಟಿಯಾಗಿ ಹೇಳು. ಅವಳದು ಅಪರಾಧ ಸ್ವಲ್ಪವೇನಲ್ಲ!"

ಥಟ್ಟನೆ ಎದ್ದ ಮೆಹತಾ ಹೊರಗೆ ಹೋದರು ರಘುನಂದನ್ ಅದೇ ಸ್ಥಿತಿಯಲ್ಲಿ ಕೂತಿದ್ದರು. ಸ್ನಾನ ಮುಗಿಸಿ ಉಡುಪು ತೊಟ್ಟು ಬಂದಾಗಲೂ ಬದಲಾಗಿರಲಿಲ್ಲ.

"ಡಿಯರ್ ಫ್ರೆಂಡ್.... ಇಂಡಸ್ಟ್ರಿ ದಟ್ಟವಾದ ಜಂಗಲ್ ಇದ್ದಂಗೆ. ಎಷ್ಟು ಎಚ್ಚರವಿದ್ರೂ ಸಾಲ್ದು. ಇಲ್ಲಿ ಸಾಧು ಪ್ರಾಣಿಗಳಿಗಿಂತ ವೈಲ್ಡ್ ಅನಿಮಲ್ಸ್ ಜಾಸ್ತಿ. ಬಗ್ಗು ಬಡಿಯೋಕೆ ಸಾಕಷ್ಟು ಭಾರಿ ತಲೆ ಕೆಡ್ಸಿಕೊಂಡಿರ್ತಾರೆ. ಅಂಥದಕ್ಕೆ ಅಭಿನಂದನ್ ಬಲಿನಾ?" ರಘುನಂದನ್ ನಿಧಾನವಾಗಿ ತಲೆಯೆತ್ತಿ ಮೆಹತಾ ಕಣ್ಣುಗಳ ದಿಟ್ಟಿಸಿದರು.

"ಇಟ್‌ಈಸ್ ಎ ಡಿಸೀಸ್. ಅಭಿನಂದನ್‌ನ ಗುಣಪಡಿಸೋಕೆ ಇಬ್ರೂ ಪ್ರಯತ್ನಪಡಿ. ಪ್ರೀತಿ, ನಿರ್ಮಲ ಅಂತಃಕರಣ, ದೃಢತೆಯಿಂದ ಆತನನ್ನ ಸರಿದಾರಿಗೆ ತರಬಲ್ಲಿರಿ" ಮೆಹತಾ ಭುಜತಟ್ಟಿ ಹೊರಟುಬಿಟ್ಟರು. ರಘುನಂದನ್ ವಿಪ್ಲವಕ್ಕೆ ಒಳಗಾದವರಂತೆ ಕೂತಿದ್ದರು. ಫೋನ್ ಸದ್ದಾದಾಗ ವಾಸ್ತವಕ್ಕೆ ಬಂದರು.

ಅತ್ತಲಿಂದ ಇಂಜಿನಿಯರ್ ಶೇಖರ್ ಒಂದೇ ಸಮ ಬಡಬಡಿಸಿದ.

ನಮ್ಗೆ ಕೊಟ್ಟ ಸಿಮೆಂಟ್ ಏನೇನೂ ಸಾಲೋಲ್ಲ. ನಾವು ರಿಸ್ಕ್ ತಗೊಳ್ಳೋ ಬದ್ಲು ಸಂಬಂಧಪಟ್ಟವರನ್ನು ನೋಡ್ಬೇಕು."

"ನಾನು..... ಬರ್ತೀನಿ" ಹತಾಶರಾದಂತೆ ಉಸುರಿ ಫೋನ್ ಇಟ್ಟರು.

ಸ್ನಾನ ಮುಗಿಸಿ ನೇರವಾಗಿ ಕೆಳಗಿಳಿದು ಬಂದರು. ಸುತ್ತಲೂ ಕಣ್ಣಾಡಿಸಿದರು. ಇನ್‌ಟೀರಿಯರ್ ಡೆಕೋರೇಷನ್‌ನಲ್ಲಿಯ ಶ್ರೀಮಂತಿಕೆ ಮಾತ್ರವಲ್ಲ, ಉತ್ತಮ ಕಲಾಭಿರುಚಿಯ ಬಗ್ಗೆ, ಎಷ್ಟೋ ರಾತ್ರಿ ಹಗಲುಗಳು ತಲೆ ಕೆಡಿಸಿಕೊಂಡಿದ್ದರು.

"ಬ್ರೇಕ್‌ಫಾಸ್ಟ್...." ಸಿಂಹ ಬಂದು ಎದುರು ನಿಂತ. ಕಣ್ಣು ಕೆಂಪಗೆ ಮಾಡದೇ ಅತ್ಯಂತ ಸಮಾಧಾನಚಿತ್ತದಿಂದ ನೋಡಿದರು. "ನಿನ್ನ, ನರಸಿಂಹನ ಬಟ್ಟೆ ಬರೆ ಪ್ಯಾಕ್ ಮಾಡ್ಕೊಳ್ಳಿ. ಇಂಜಿನಿಯರ್ ವೇಲು ಮನೆಯಲ್ಲಿ ಕೆಲ್ಸ. ಇನ್ನ ಐವತ್ತು ರೂ. ಸಂಬ್ಳ ಜಾಸ್ತಿ ಕೊಡೋಕೆ ಹೇಳ್ತೀನಿ."

ಸಿಂಹ ಮುಖ ಬಿಳಿಚಿಕೊಂಡಿತು. ಮುಖದಲ್ಲಿ ಅಲ್ಲಲ್ಲಿ ಬೆವರೊಡೆಯಿತು. ಏನೋ ಹೇಳಬೇಕೆಂದು ಪ್ರಯತ್ನಿಸಿದಾಗ ಮಾತನಾಡಬಾರದೆಂದರು.

"ಇನ್ನೊಂದ್ಮಾತು ಬೇಡ. ಬೆಳಗಿನ ಕೆಲ್ಸ ಮುಗ್ದಿದ್ರೆ ಹೊರಡೋ ತಯಾರಿ ಮಾಡಿ. ಆಫೀಸ್ ಹತ್ರ ಹೋದ್ರೆ...." ಎಂದವರೇ ಮೇಲೆದ್ದು ತಮ್ಮ ಕೋಣೆಗೆ ಹೋದರು.

ಒಂದಿಷ್ಟು ನೋಟಿನ ಕಂತೆ ಹಿಡಿದು ಬಂದರು.

"ತಗೊಂಡು ಇಟ್ಕೊಳ್ಳಿ. ಮಾಡಿದ ತಪ್ಪನ್ನು ಮತ್ತೆ ಮತ್ತೆ ಮಾಡ್ಬೇಡಿ ಅನ್ನ ತಿಂದ ಮನೆಗೆ ಒಳಿತು ಬಯಸೋದು ನಿಜ್ವಾದ ಮೌಲ್ಯ" ತೀರಾ ಗಂಭೀರವಾಗಿ ಹೇಳಿದರು.

ಸಿಂಹನ ಕಾಲುಗಳಲ್ಲಿ ನಡುಕ ಶುರುವಾಯಿತು. ಕಣ್ಣಂಚಿನಲ್ಲಿ ಪಶ್ಚಾತ್ತಾಪದ ನೀರು ಜಿನುಗುವ ಮುನ್ನ ನೋಟುಗಳನ್ನು ಹಿಡಿದ.

ಒಂದು ಫೋನ್‌ಗೆಲ್ಲ ರಘುನಂದನ್ ಸ್ತಬ್ಧರಾದರು. ಬಂದ ಟೈಗರ್ ಅತ್ತ ಕೂಡ ನೋಟ ಹೊರಳಿಸಲಿಲ್ಲ.

"ಜಾನ್, ಇದ್ನ ಹೊರ್ಗಡೆ ಕರ್ಕೊಂಡ್ಹೋಗು" ತುಸು ಒರಟಾಗಿ ಹೇಳಿದಾಗ ಜಾನ್ ಕಕ್ಕಾಬಿಕ್ಕಿಯಾದ. "ಅಚ್ಛಾ ಮಾಲೀಕ್" ಬಹಳ ಪ್ರಯಾಸದಿಂದ ಟೈಗರ್‌ನ ಹೊರಗೆ ಕರೆದೊಯ್ಯಬೇಕಾಯಿತು.

ಇಷ್ಟು ದಿನ ಅತ್ಯಂತ ಚೇತೋಹಾರಿಯಾಗಿದ್ದ ಬದುಕು ಇಂದು ಬಹಳ ನೀರಸವೆನಿಸಿತು. ಇಂದು ಮೊದಲ ಬಾರಿ ಅಪರಾಧ ಭಾವದ ಏಟಿಗೆ ಸಿಕ್ಕಿ ಜರ್ಜರಿತರಾಗಿದ್ದರು.

ಅಭಿನಂದನ್‌ಗೆ ಎಚ್ಚರವಾದಾಗ ಹನ್ನೊಂದರ ಸುಮಾರು. ಅರೆ ತೆರೆದ ಕಣ್ಣುಗಳಲ್ಲಿಯೇ ಬೆಲ್ ಒತ್ತಿದ.

"ಗುಡ್ ಮಾರ್ನಿಂಗ್ ಮೈ ಬಾಯ್" ತಂದೆಯ ಸ್ವರ ಅವನ ಕಿವಿಗೆ ಬಿದ್ದ ಕೂಡಲೇ ರಾತ್ರಿಯಲ್ಲಿದ್ದ ಅಮಲು ಪೂರ್ತಿಯಾಗಿ ಇಳಿದುಹೋಯಿತು. ಗಡಬಡಿಸಿಕೊಂಡು ಎದ್ದು ಕೂತ. "ಗುಡ್ ಮಾರ್ನಿಂಗ್ ಡ್ಯಾಡಿ...." ಸ್ವರ ಸರಾಗವಾಗಿ ಉರುಳದೆ ತೊದಲಿತು.

ಎದುರು ಸಿಕ್ಕಾಗ ಮಾತು. ಇಂಟರ್‌ಕಾಮ್‌ನಲ್ಲಿ ಸಂಭಾಷಣೆ ಮಧ್ಯೆ, ತೀರಾ ಅಗತ್ಯವಾದಾಗ ಮಾತ್ರ ಭೇಟಿ. ಇಷ್ಟೇ ತಂದೆ, ಮಕ್ಕಳ ನಡುವಿನ ವ್ಯವಹಾರ.

"ಇವತ್ತು ರಾತ್ರಿ ನಿಮ್ಮ ಮಮ್ಮಿ ಬರಬಹುದ್ದು!" ಅಲ್ಲೇ ಕೂತ ರಘುನಂದನ್ ಕೋಣೆಯಲ್ಲೆಲ್ಲ ನೋಟ ಹರಿಸಿದರು. ಬರೀ ಸುಖದ ಸುಪ್ಪತ್ತಿಗೆ ತುಂಬಿಕೊಂಡಿತ್ತು. ತಮ್ಮ ವಿದ್ಯಾರ್ಥಿ ಜೀವನದ ಸ್ಥಿತಿ ನೆನಪಾಗಿ ಅವರೆದೆ ಭಾರವಾಯಿತು.

"ಮೆಹತಾ ಅಂಕಲ್ ಬಂದಿದ್ರು" ದನಿಯೇರಿಸದೆ ಉಸುರಿದಾಗ ಅಭಿನಂದನ್ ಮುಖ ಉಜ್ಜಿ ಹಣೆಯ ಮೇಲಿನ ಕೂದಲನ್ನು ಹಿಂದಕ್ಕೆ ತಳ್ಳಿದ. "ಜಾನ್ ಬಂದ ಕೂಡ್ಲೇ, ಮಧ್ಯೆ ಯಾಕೆ ಬಂದು ಡಿಸ್ಟರ್ಬ್ ಮಾಡ್ಲೀಂತ ಸುಮ್ಮನಾದೆ!"

ಅವರೆದೆಯ ದಾವಾನಲದಿಂದ ಕಣ್ಮುಂದೆ ಹರಡಿಕೊಂಡಿದ್ದು ದಟ್ಟವಾದ ಮಂಜು.

"ಸ್ನಾನ ಮುಗ್ಸಿ ಬ್ರೇಕ್‌ಫಾಸ್ಟ್ ತಗೋ" ಎಂದು ಮೇಲಕ್ಕೆದ್ದರು.

ನೈಟ್ ಕೋಟಿನಲ್ಲಿಯೇ ಇದ್ದ ಅಭಿನಂದನ್ ಕಿಟಕಿಯ ಬಳಿ ನಿಂತು ಗಾಳಿಗೆ ಮುಖವನ್ನೊಡ್ಡಿದ! ಹಾಯೆನಿಸಿತು.

ಅನಂತರ ಬಂದ ಜಾನ್ ಟೀಯೊಂದಿಗೆ ಹೊಸ ವಿಷಯವನ್ನು ಅವನ ಮುಂದಿಟ್ಟ.

"ಸಿಂಹ, ನರಸಿಂಹಲುನ ಮಾಲೀಕ್ ಬೇರೆ ಕಡೆ ಕೆಲ್ಸಕ್ಕೆ ಕಳ್ಸಿದ್ರು. ಈಗಾಗ್ಲೇ ಬೇರೆಯವ್ರು ಬಂದಿದ್ದಾರೆ." ಇದನ್ನು ಕೇಳಿ ಮುಖ ಗಂಟಿಕ್ಕಿದ ಅಭಿನಂದನ್. ತೀರಾ ಕಹಿ ಸುದ್ದಿಯಾಯಿತು ಅವನಿಗೆ.

"ಯಾಕೆ? ಏನಾಯ್ತು?" ಒಂದೇ ಉಸಿರಿನಲ್ಲಿ ಪ್ರಶ್ನಿಸಿದಾಗ ಜಾನ್ ತಲೆಯಾಡಿಸಿ "ವಿಷ್ಯ ಗೊತ್ತಿಲ್ಲ, ಸಾಬ್ ಇನ್ನು ಮನೆಯಲ್ಲೇ ಇದ್ದಾರೆ."

ಅಭಿನಂದನ್ ಬೆಚ್ಚಿಬಿದ್ದ. ಮೇಘವರ್ಷಿಣಿ ಅರಮನೆಯಲ್ಲಿ ಒಂದು ಕಡೆ ನಡೆಯೋದು ಮತ್ತೊಂದು ಕಡೆಗೆ ತಿಳಿಯೋದೇ ಇಲ್ಲ. ಗೆಳೆಯರಿಗೆ ಎಷ್ಟೋ ಪಾರ್ಟಿಗಳನ್ನು ಕೊಟ್ಟಿದ್ದ ಇದೇ ಕೋಣೆಯಲ್ಲಿ. ಆದರೆ ಇದೆಲ್ಲ ಬೆಳಿಗ್ಗೆ ಹೊರಡುತ್ತಿರುವ ಅವರಿಗೇನೂ ಗೊತ್ತಾಗುತ್ತಿರಲಿಲ್ಲ.

ಜಾನ್ ಹೊರಗೆ ಹೋದಾಗ, ಟೀ ಕಪ್ ತುಟಿಗೆ ಹಚ್ಚಿದವನು ಮುಖ ಸಿಂಡರಿಸಿಕೊಂಡ.

"ಡ್ಯಾಮ್.....ಇಟ್...." ಕಪ್ ನೆಲದ ಅಂಚಿಗೆ ಮುತ್ತಿಟ್ಟಾಗ 'ಫಳ್' ಎಂದಿತು. ತಿರಸ್ಕಾರದಿಂದ ನೋಡಿದ.

ಬಾಟಲಿನ ದ್ರವ ಗ್ಲಾಸ್‌ಗೆ ಬಗ್ಗಿಸುವ ವೇಳೆಗೆ ಬಾಗಿಲ ಬಳಿ ನೆರಳು ಕಂಡ. ನಿಧಾನವಾಗಿ ನೋಟ ಆ ಕಡೆ ಹರಿಸಿದ.

"ವ್ಹಾಟ್.... ಡ್ಯಾಡ್?" ಅಭಿನಂದನ್ ಕೈಗಳು ಹಿಂದಕ್ಕೆ ಬಂದವು. ಒಳಗೆ ಬಂದ ರಘುನಂದನ್ ಬಳಿಯಲ್ಲಿಯೇ ಬಂದು ಕೂತರು. ಕೈನಿಂದ ಗ್ಲಾಸಿನ ಅಂಚನ್ನು ಸವರಿ ನೋಡಿದರು. ತನಗಿಂತ ಎತ್ತರ ನಿಂತ ಮಗ ಅನ್ನಿಸಿತು. ವಿವೇಕ ಎಚ್ಚರಿಸಿತು. ಸಹಜವಾಗಿ ಮುಗುಳ್ನಗಲು ಪ್ರಯತ್ನಿಸಿ ರೇಗಿದರು.

"ನಾವು ತಪ್ಪು ಮಾಡಿರಹುದ್ದು. ಆದರೆ ಈ ನೋವು ವಿಪರೀತ ಘೋರ! ಒಂದು" ಕ್ಷಣ ತನ್ನ ಸ್ಥಾನದಲ್ಲಿ ನಿಂತು ಯೋಚಿಸಿದರು. ಕೂರಲಾರದೆ ಎದ್ದು ಹೊರ ಬಂದರು.

ಕಾಫೀ, ಟೀ, ಹಾಲು ಅಲ್ಲ, ಸೂರ್ಯನನ್ನು ನೋಡುವ ಮುನ್ನ ಅವನಿಗೆ ಬೇಕಾದದ್ದು ಅಮಲು! ಇಡಿಯಾಗಿ ಪಾತಾಳಕ್ಕೆ ನೂಕಿದಂತಾಯಿತು ರಘುನಂದನ್‌ಗೆ.

ಕ್ಷಣಗಳ ಬಗ್ಗೆ ಕಾಳಜಿವಹಿಸುತ್ತಿದ್ದ ರಘುನಂದನ್‌ಗೆ ಇಂದು ಗಂಟೆಗಳು ಜಾರುತ್ತಿದ್ದರೂ ಏನೂ ಅನ್ನಿಸಲಿಲ್ಲ. ಅತ್ಯಂತ ಅಮೂಲ್ಯ, ಅಕ್ಕರೆಯ ಮೇಘವರ್ಷಿಣಿ ನೀರವತೆಯಿಂದ ತಮ್ಮನ್ನು ಪೂರ್ತಿ ಮುಳುಗಿಸಿಬಿಡಬಹುದೆಂದು ಹೆದರಿದರು.

ಹಾಲ್‌ನಲ್ಲೇ ಕೂತು ನಿಮಿಷ ಲೆಕ್ಕ ಹಾಕಿ ಫೋನ್ ಹಚ್ಚಿದರು. ಮನಮೋಹನ್ ಇಂಜಿನಿಯರಿಂಗ್ ಕಾಲೇಜಿನ ಪ್ರಿನ್ಸಿಪಾಲ್ ಹೇಳಿದ ವಿಷಯ ಕೇಳಿ ಅವರೆದೆಯೊಡೆದಂತಾಯಿತು. ಇಡೀ ವರ್ಷ ಅಭಿನಂದನ್ ಕಾಲೇಜಿನ ಕಡೆ ತಲೆ ಹಾಕಿರಲಿಲ್ಲ.

"ನಿರ್ಮಲ, ಹೇಗೂ ಅಭಿನಂದನದು ಫೈನಲ್ ಇಯರ್. ಪರೀಕ್ಷೆ ಮುಗ್ದ ಕೂಡಲೇ ಅವನನ್ನು ನನ್ನ ಸ್ಥಾನಕ್ಕೆ ಹಚ್ಚಿ ನಾನು ಬರೀ ಅಡ್ವೈಸರ್ ಆಗಿ ಉಳ್ದು ಬಿಡ್ಬೇಕು" ತಮ್ಮ ಮನದ ಆಸೆಯನ್ನು ಹೆಂಡತಿಯ ಮುಂದೆ ಉಸುರಿದ್ದರು. ಆದರೆ...... ವಿಧಿ ವಿಪರ್ಯಾಸದಿಂದ ನೊಂದರು.

"ಡ್ಯಾಡ್....." ಮಗನ ಧ್ವನಿಗೆ ತಲೆಯೆತ್ತಿ ಉದ್ದಕ್ಕೂ ನಿಂತ ಮಗನನ್ನು ಮೇಲಿಂದ ಕೆಳಗೆ ನೋಡಿದರು. ಪುನಃ ಪುನಃ ನೋಡಬೇಕೆನಿಸುವ ಕಟ್ಟುಮಸ್ತಾದ ದೇಹ, ಸುಂದರ ರೂಪ, "ಹೌ..... ಹ್ಯಾಂಡ್‌ಸಮ್" ಮನ ಅಭಿಮಾನದಿಂದ ಉದ್ಗರಿಸಿತು.

"ಸಿಂಹ, ನರಸಿಂಹಲುನ ಕೆಲ್ಸದಿಂದ ತೆಗ್ದುಹಾಕಿದ್ರಾ?" ಅಭಿನಂದನ್ ಅವರ್ನ ಅಸಮಾಧಾನದಲ್ಲಿ ಕೇಳಿದರೂ, ತುಟಿಯಂಚಿನಲ್ಲಿ ನಸುನಗು ಅರಳಿಸಿದರು.

"ನಿಂಗೇನೂ ತೊಂದರೆ ಅಗೋಲ್ಲ. ಬೇರೆ ಅಡ್ಗೆಯವ್ರನ್ನು ಏರ್ಪಾಟು ಮಾಡಿದ್ದೀನಿ" ಏರುಪೇರಿಲ್ಲದಂತೆ ನುಡಿದರು. ಕೇಳಿ ಅಭಿನಂದನ್ ಹೊರಗೆ ನಡೆದ.

ಅಚ್ಚುಮೆಚ್ಚಿನ ಡ್ರೈವರ್ ಜಾನ್ ಅವನ ಮುಂದೆ ಬಂದು ನಿಂತಾಗ, ಅಭಿನಂದನ್ ಮುಖ ಮೇಲಕ್ಕೆತ್ತಿ ಪ್ಯಾಂಟ್ ಜೇಬಿನಲ್ಲಿ ಕೈ ತುರುಕಿದ.

ಐದು ನಿಮಿಷದ ನಂತರ ಕಾರು ಹೊರಟಿದ್ದು ಕಂಡ ರಘುನಂದನ್ ಕಾರು ಹಿಂಬಾಲಿಸಿತು. ಹತ್ತಾರು ರೋಡುಗಳು ಸುತ್ತಿ ಅಮೃತ್ ಬಾರ್‌ನ ಮುಂದೆ ಕಾರು ನಿಂತಿದ್ದು ಕಂಡು, ರಘುನಂದನ್ ಕಾರನ್ನು ಹಿಂದಿರುಗಿಸಿದರು.

ಅವರ ಮೈಯಲ್ಲಿನ ಶಕ್ತಿಯುಡುಗಿದಂತಾಯಿತು. ಹತ್ತು ಲಕ್ಷ ತಮ್ಮ ವ್ಯವಹಾರದಲ್ಲಿ ನಷ್ಟವಾಗಿದ್ದರೂ ಅದನ್ನು ತಲೆಗೆ ಹಚ್ಚಿಕೊಳ್ಳಲು ಹೋಗುತ್ತಿರಲಿಲ್ಲ. ಆದರೆ.... ಅವರ ಅಂತಃಕರಣ, ಕನಸುಗಳು, ಪ್ರತಿಷ್ಠೆ, ಮಾತ್ರವಲ್ಲ ತೀರಾ ಅಮೂಲ್ಯವೆನಿಸಿದ ಭವ್ಯ ಮೇಘವರ್ಷಿಣಿ ಅವರ ಕಣ್ಮುಂದೆ ನುಚ್ಚುನೂರಾಗುವ ಸ್ಥಿತಿಗೆ ಭ್ರಾಂತರಾದರು.

ರಾತ್ರಿ ಫ್ಲೈಟ್‌ನಲ್ಲಿ ಹಿಂದಿರುಗಿದ ನಿರ್ಮಲ ತುಂಬ ಗಾಬರಿಯಾಗೇ ಇದ್ದರು. ಗಂಡನ ಇಳಿದು ಹೋದ ಮುಖ ಕಂಡ ಕೂಡಲೇ ಅವರೆದೆ ಬಡಿತ ನಿಂತಂತಾಯಿತು.

"ಯಾಕೆ ಹುಷಾರಿಲ್ವಾ? ಅಲ್ಲಿಂದ್ಲೇ ಒಳ್ಳೆ ಸ್ಪೆಷಲಿಸ್ಟ್ ಡಾಕ್ಟ್ರುಗಳ್ನ ಕರೆದು ತರ್ತಾ ಇದ್ದೆ" ಮಡದಿಯ ಧ್ವನಿಯಲ್ಲಿ ಗಾಬರಿ ಗೋಚರಿಸಿದಾಗ ದೀರ್ಘವಾದ ನಿಟ್ಟುಸಿರು ಬಿಟ್ಟರು ರಘುನಂದನ್.

"ಆರೋಗ್ಯ ಚೆನ್ನಾಗೇ ಇದೆ. ಡೋಂಟ್‌ವರಿ!" ಗೆಲುವಿನಂತೆ ಮಾತು ಹೊರಡಿಸುವ ಯತ್ನ ನಡೆಸಿದಾಗ ನಿರ್ಮಲಾ ಗಾಬರಿ ತಳ್ಳಿ ಹಾಕಿದರು. ಪಕ್ಕದಲ್ಲೇ ಕುಳಿತಿದ್ದು. "ಐ ಡೋಂಟ್ ಬಿಲೀವ್. ನೀವೆಂದೂ ಹೀಗೇ ಹಾಸಿಗೆಯ ಮೇಲೆ ಮಲಗಿದ್ದೇ ಕಂಡಿಲ್ಲ." ಎಂದು ಧೈರ್ಯ ತಂದುಕೊಂಡರು.

ರಘುನಂದನ್ ಹಗುರವಾಗಿ ನಕ್ಕುಬಿಟ್ಟರು.

"ಮೊದ್ಲು ಡ್ರೆಸ್ ಛೇಂಜ್ ಮಾಡು. ಊಟ ಮುಗ್ಸಿ ಆಮೇಲೆ ಮಾತಾಡೋಣ" ಹೆಂಡತಿಯ ಭುಜ ತಟ್ಟಿ ಎಬ್ಬಿಸಿದರು.

ಮನೆಯ ಬಗ್ಗೆ ಎಂದೂ ಹಚ್ಚಿಕೊಳ್ಳದ ನಿರ್ಮಲಾಗೆ ಅಡುಗೆಯವರ ಬದಲಾವಣೆ ಕೂಡ ಗೊತ್ತಾಗಲಿಲ್ಲ.

ಊಟದ ಮಧ್ಯೆ ಥಟ್ಟನೆ ನೆನಪಾದವರಂತೆ ಪ್ರಶ್ನಿಸಿದರು ನಿರ್ಮಲಾ.

"ಅಭಿನಂದನ್ ಎಲ್ಲಿ? ಅವನದ್ದು ಊಟ ಆಯ್ತಾ?" ಸಣ್ಣಗೆ ನಕ್ಕರು ರಘುನಂದನ್, "ಆಗಿರಬಹುದ್ದು! ಕೋಣೆಯಲ್ಲಿ ಇರ್ತಾನೆ."

ಮಾತು ನಿರ್ಮಲಾ ಕೆಲಸ ಮಾಡುತ್ತಿದ್ದ ಕಂಪನಿಯ ಕಡೆ ಹರಿದಾಗ ಪೂರ್ತಿ ಅಭಿನಂದನ್ ವಿಷಯಕ್ಕೆ ತೆರೆ ಬಿದ್ದಂತಾಯಿತು.

ಎಂದಿನ ಹೆಂಡತಿಯ ಉತ್ಸಾಹದ ಮಾತುಗಳಿಗೆ ಯಾವುದೇ ಪ್ರತಿಕ್ರಿಯೆ ತೋರಿಸದೇ ಹೂಂಗುಟ್ಟುತ್ತಿದ್ದರು ರಘುನಂದನ್.

ಬಹಳ ಹೊತ್ತಿನ ನಂತರ ಗಂಡನ ಅನ್ಯಮನಸ್ಕತೆ ನಿರ್ಮಲಾ ಗಮನಕ್ಕೆ ಬಂದಿದ್ದು, ಹತಾಶಳಾದ ಆಕೆ.

"ನಂಗ್ಯಾಕೋ ಅನುಮಾನ! ನೀವು ಸರ್‍ಯಾಗಿಲ್ಲ! ವ್ಯವಹಾರದಲ್ಲಿ ಏನಾದ್ರೂ ನಷ್ಟನಾ? ಮೇಘವರ್ಷಿಣಿ ಡೆಕೋರೇಷನ್‌ನಲ್ಲಿ ಏನಾದ್ರೂ ಲೋಪದಿಂದ ನಿಮ್ಮ ಮನಸ್ಸಿಗೆ ಕೆಡುಕಾಗಿದೆಯೇ?"

ಪ್ರಶ್ನೆಗಳಿಗೆ ಉತ್ತರಿಸುವ ಮುನ್ನ ಹೆಂಡತಿಯ ಕಣ್ಣಲ್ಲಿ ಕಣ್ಣಿಟ್ಟು ನೋಡಿದರು. ಹಾಸ್ಟೆಲ್‌ನಲ್ಲಿ ಓದುತ್ತಿರುವ ಮಗಳ ಬಗ್ಗೆಯಾಗಲಿ, ವಯಸ್ಸಿಗೆ ಬಂದ ಮಗನ ಬಗ್ಗೆಯಾಗಲಿ ಒಂದೂ ಪ್ರಶ್ನೆ ಕೇಳದ್ದರಿಂದ ದುಗುಡದಿಂದ ಅವರ ಮನ ನೊಂದಿತು.

ಮುಖ ಪಕ್ಕಕ್ಕೆ ತಿರುಗಿಸಿಕೊಂಡ ರಘುನಂದನ್, ಕಣ್ಮುಂದೆ ಹರಡಿಕೊಂಡಿದ್ದು ಬರೀ ಮಂಜು, ದೂರಕ್ಕೆ ನೋಟ ಹರಿಸಿದಷ್ಟೂ..... ಬರೀ ಮಂಜೇ.

"ನಿರ್ಮಲಾ, ನಮ್ಮಿಬ್ರ ಬದ್ಕು ಅಂದರೇನು?" ಹತಾಳ ಕಣ್ಣುಗಳಿಂದ ನಿಟ್ಟಿಸುತ್ತ ಹೆಂಡತಿಯನ್ನು ಪ್ರಶ್ನಿಸಿದರು. ಅರ್ಥವಾಗದ ಭಾವ ಆಕೆಯ ಕಣ್ಣುಗಳಲ್ಲಿ ಕಂಡಿತು. "ನಂಗೆ ಅರ್ಥವಾಗಿಲ್ಲ. ನಿಮ್ಮ ವೃತ್ತಿಯಲ್ಲಿ ಮೇರುವಿನೆತ್ತರ ಬೆಳವಣಿಗೆ ಸಾಧಿಸಿದ್ದೀರಿ, ಆದರೂ ಏನೋ ಗೊಂದಲ" ನಿರ್ಮಲ ಸ್ವರದಲ್ಲಿ ಅಭಿಮಾನ ತುಂಬಿ ನುಡಿದಳು.

ವಿಷಣ್ಣತೆಯ ನಗು ರಘುನಂದನ್ ತುಟಿಯಂಚಿನಲ್ಲಿ ತೇಲಿತು.

"ತೀರಾ ವ್ಯಾವಹಾರಿಕ. ಅವೆರಡೂ ಪ್ರತ್ಯೇಕ. ಆದ್ರೆ, ನಮ್ಮಿಬ್ಬರ ದಾಂಪತ್ಯ ಜೀವನದ ಹೆಜ್ಜೆ ಬಗ್ಗೆ ನೀನು ಯೋಚ್ನೆ ಮಾಡ್ಲೇ ಇಲ್ಲ. ನೀನು ತಾಯಿಯಾಗಿ, ಗೃಹಿಣಿಯಾಗಿ ಜೀವನದಲ್ಲಿ ನಿನ್ನ ಕರ್ತವ್ಯದ ಬಗ್ಗೆ ಸೋತೆ! ನನ್ನ ತಪ್ಪು ಕೂಡ ಕಡ್ಮೆಯಲ್ಲ!"

ನಿಂತ ನೆಲ ಬಿರಿದಂತಾಯಿತು ನಿರ್ಮಲಾಗೆ.

"ನೀವೇನು ಹೇಳ್ತಾ ಇರೋದು?!" ಆತಂಕದ ಸ್ವರ ಹೊರಟಿತ್ತು.

ರಘುನಂದನ್ ಪರಿಸ್ಥಿತಿಯನ್ನು ನೇರವಾಗಿ ಹೆಂಡತಿಯ ಮುಂದಿಟ್ಟರು.

"ಈಗ ನೀನೇ ಯೋಚ್ನೆ ಮಾಡು. ಅವ್ನ ಸ್ಥಿತಿಯನ್ನ ನೋಡ್ದಾಗ ಯಾರು ಬೇಕಾದ್ರೂ ಆಲ್ಕೋಹಾಲಿಕ್ ಅಂತಾರೆ."

"ಮಾಡ್ಬಹ್ದು. ನಿನ್ನ ಹುದ್ದೆ, ನನ್ನ ವೃತ್ತಿ, ಈ ಮೇಘವರ್ಷಿಣಿ...." ಮುಂದೆ ಮಾತನಾಡಲಾರದೆ ತಲೆಗೆ ಕೈಹೊತ್ತು ಕೂತುಬಿಟ್ಟರು ರಘುನಂದನ್.

ಫೈವ್‌ಸ್ಟಾರ್ ಕಲ್ಚರ್‌ನ ಕಂಡ ಹೆಣ್ಣು ನಿರ್ಮಲ. ಈಗಿನ ಬದುಕಿನಲ್ಲಿ ಸಾಮಾನ್ಯವಾಗಿರುವ ಕುಡಿತ ಆಕೆಗೆ ದೊಡ್ಡ ಸಮಸ್ಯೆಯಾಗಿ ಕಾಣಲಿಲ್ಲ.

"ಇದು ತಲೆಕೆಡ್ಸಿಕೊಳ್ಳುವಂಥ ವಿಷ್ಯನೇ ಅಲ್ಲ. ನಾನು ಅವನ್ಹತ್ರ ಮಾತಾಡ್ತೀನಿ. ನೀವು ನಿಶ್ಚಿಂತೆಯಾಗಿ ಇದ್ಬಿಡಿ. ಮೆಹತಾ ಯಾಕಿಷ್ಟು ನಿಮ್ಮ ತಲೆ ಕೆಡಿಸ್ದಾ?"

ಶಾಂತವಾಗಿ ನೋಡಿದರು ರಘುನಂದನ್ ಹೆಂಡತಿಯನ್ನ, ಒಂದು ರೀತಿಯ ದ್ವಂದ್ವ ಮನದಲ್ಲಿ. ಭಯಂಕರ ಅಸ್ಥಿರತೆಯ ಅಲೆಗಳ ಅಪ್ಪಳಿಸುವಿಕೆ ಮೆದುಳಿನಲ್ಲಿ.

"ನಿನ್ನ ರೀತಿಯಲ್ಲಿ ಸಮಸ್ಯೆ ನಿಜ್ವಾಗಿ ಸುಲಭ ರೀತಿಯಲ್ಲಿ ಪರಿಹಾರವಾದ್ರೆ...." ಅವರ ಸ್ವರದಲ್ಲಿ ಅನುಮಾನ ಇಣುಕಿತು. ಇಡೀ ಮನೆಯ ನೌಕರರೆಲ್ಲ ಅವನ ಕುಡಿತಕ್ಕೆ ಏನೂ ಮಾಡಲಾರದವರಾಗಿದ್ದರು.

ಎರಡು, ಮೂರು ದಿನ ಕಳೆಯುವ ವೇಳೆಗೆ ನಿರ್ಮಲಾಗೆ ಮನೆಯ ಪೂರ್ಣ ಪರಿಸ್ಥಿತಿ ಅರಿವಾಯಿತು. ಅಭಿನಂದನ್ ತಲೆ ತಗ್ಗಿಸಿ ತಾಯಿಯ ಮಾತುಗಳನ್ನು ಪೂರ್ಣವಾಗಿ ಕೇಳಿದರೂ ಅಲಕ್ಷ್ಯದಿಂದಿದ್ದ. ಅವನ ಬರುವ ಹೋಗುವಲ್ಲಿ ಯಾವುದೇ ಬದಲಾವಣೆ ಕಾಣಲಿಲ್ಲ ನಿರ್ಮಲ.

"ಮಗೂ, ನಿನ್ನ ಆರೋಗ್ಯ ಕೆಡುತ್ತೆ!" ಮಗ ಏಳುವುದನ್ನೇ ಕಾದು ಕೂತು ನಿರ್ಮಲಾ ಅವನ ನಡತೆಯ ಬಗ್ಗೆ ಎಚ್ಚರಿಸಿದರು. ಅಭಿನಂದನ್ ನಕ್ಕುಬಿಟ್ಟ.

"ಈಗ ನಾನು ಅಷ್ಟೆಲ್ಲ ತಲೆ ಕೆಡ್ಸಿಕೊಳ್ಳೋಕೆ ಆಗೋಲ್ಲ ಅಮ್ಮಾ. ಯೂ ಆರ್ ಟೂ ಲೇಟ್" ಬಾತ್‌ರೂಂಗೆ ಹೋಗಿ ಬಾಗಿಲು ಹಾಕಿಕೊಂಡ.

ನಿರ್ಮಲ ಅವನ ಮಾತಿಗೆ ದಿಗ್ಭ್ರಾಂತರಾದರು.

"ಅವ್ನು ಹೇಳಿದ್ದು ನಿಜ!" ಸ್ವರ ಬಂದತ್ತ ನಿರ್ಮಲ ತಿರುಗಿದರು. ರಘುನಂದನ್ ನಿಂತಿದ್ದರು. ಅವರು ಹತ್ತು ವರ್ಷ ವಯಸ್ಸು ಹೆಚ್ಚಾದವರಂತೆ ಕಂಡರು.

"ಈಗ ಅವ್ನು ನಮ್ಮ ಮಾತು ಕೇಳೋ ಸ್ಥಿತಿಯಲ್ಲಿಲ್ಲ. ಕಮಿನ್...." ಹೆಂಡತಿಯನ್ನು ಹೊರಗೆ ಕರೆದೊಯ್ದರು.

ಗಂಡ ಹೆಂಡತಿ ಬಹಳ ಹೊತ್ತು ಚರ್ಚಿಸಿ ಸಂಯಮದಿಂದ ನಿರ್ಧಾರಕ್ಕೆ ಬಂದರು.

"ನನ್ನ ರೆಸಿಗ್ನೇಷನ್ ಪತ್ರ ಕಳ್ಸಿಕೊಡ್ತೀನಿ!" ನಿರ್ಮಲ, ಎಂದಾಗ ರಘುನಂದನ್ ತನ್ನ ಕಿವಿಗಳನ್ನು ನಂಬದಾದರು. "ನೀನೇನು ಹೇಳ್ತಾ ಇರೋದು?" ಅವರ ಸ್ವರ ಕಂಪಿಸಿತು. ಮತ್ತಷ್ಟು ಗಂಭೀರವಾಯಿತು ನಿರ್ಮಲ ಮುಖ.

"ಮುಂದೆ ಉದ್ಯೋಗ ಮಾಡೋ ಇಚ್ಛೆ ನನಗೆ ಇಲ್ಲ. ನಾನು ನನ್ಮಗನನ್ನ ಉಳಿಸಿಕೊಳ್ಳಬೇಕಿದೆ. ನನ್ಮಗ್ನ ಬಾಳು ಕೂಡ ಹೂವು ಆಗ್ಬೇಕು." ಮಾತು ದುಃಖಿತವಾಯಿತು. ಸಣ್ಣಗೆ ಬಿಕ್ಕಿದರು.

"ನಿರ್ಮಲಾ...." ಹೆಂಡತಿಯನ್ನು ಬಳಸಿ ಅಪ್ಪಿಕೊಂಡರು. ಆ ಕ್ಷಣ ನಿರಂತರವಾಗಬಾರದೇ? ನಿರ್ಮಲ ಮನ ಹಂಬಲಿಸಿತು. "ನಾವು ತುಂಬ ಇಂಥ ಕ್ಷಣ ಕಳೆದುಕೊಂಡುಬಿಟ್ಟೆವು!" ಕಣ್ಣೀರು ಸುರಿಸಿದರು ಆಕೆ.

ಮತ್ತಷ್ಟು ಹೆಂಡತಿಯನ್ನು ತಮ್ಮ ಎದೆಗೆ ಒತ್ತಿಕೊಂಡರು ರಘುನಂದನ್.

"ಮುಂದೆ ಕಳ್ಕೊಳ್ಳೋದ್ಬೇಡ ಚಿನ್ನ" ಉದ್ವೇಗದಿಂದ ಹೆಂಡತಿಯ ಮುಖವನ್ನೆಲ್ಲ ಚುಂಬಿಸಿದರು. ಅವರ ಹೃದಯ – ಮನ ಆ ಕ್ಷಣ ರೆಕ್ಕೆಬಿಚ್ಚಿದ ಹಕ್ಕಿಯಂತಾದವು.

ಆ ರಾತ್ರಿ ಕೂಡ ಮೊದಲ ರಾತ್ರಿಗಿಂತ ಹೆಚ್ಚು ಸವಿಯೆನ್ನಿಸಿತು. ಎಂದೂ ಗಂಡನ ತೋಳ ತೆಕ್ಕೆಯಲ್ಲಿ ನಿರ್ಮಲ ಇಷ್ಟೊಂದು ಸುಖದಲ್ಲಿ ನರಳಿರಲಿಲ್ಲ.

* * * *

ಅಭಿನಂದನ್ ಚಡಪಡಿಸಲಾರಂಭಿಸಿದ! ಹಿಂದಿನ ದಿನ ಅವನಿಂದ ಚೆಕ್‌ಗೆ ಸಹಿ ಪಡೆದಿದ್ದ ನಿರ್ಮಲ ಹಣವನ್ನೆಲ್ಲ ತಮ್ಮ ಹೆಸರಿಗೆ ವರ್ಗಾಯಿಸಿಕೊಂಡಿದ್ದರು.

ಬ್ಯಾಂಕ್‌ನಿಂದ ಬಂದ ಅಭಿನಂದನ್ ಕಣ್ಣುಗಳು ಕೆಂಪಗಾಗಿದ್ದವು. ಉದ್ವೇಗದಿಂದ ಭುಸುಗುಟ್ಟುತ್ತಿದ್ದ.

"ಮಮ್ಮಿ, ನನ್ನ ಅಕೌಂಟ್‌ನಲ್ಲಿದ್ದ ಹಣವೆಲ್ಲ ಏನಾಯ್ತು?" ಸಹನೆ ಕಳೆದುಕೊಂಡು ರೇಗಿದ.

ನಿರ್ಮಲಾ ಮಗನ ಕೈ ಹಿಡಿದುಕೊಂಡರು. ತನ್ನ ಬಸಿರಲ್ಲೊಡೆದ ಚಿಗುರು ಸೊಂಪಾಗಿ ಬೆಳೆದಿದ್ದು ಈಗ ಅವನ ವರ್ತನೆ ನೋಡಿ ನೊಂದು, ಸಮಾಧಾನಿಸಿದರು– ಆಕೆಯ ಹೃದಯ ತಳಮಳಿಸಿತು.

"ನಾನು ಕೆಲ್ಸ ಬಿಟ್ಟೆ. ವೃತ್ತಿಯಲ್ಲಿ ಯಾವಾಗ್ಲೂ ಏರುಪೇರು ಇರುತ್ತೆ. ಕೆಲವೊಮ್ಮೆ ಹೊರಗಿನ ಪೈಪೋಟಿಯ ಮಧ್ಯೆ ನಷ್ಟನೂ ಅನುಭವಿಸ್ಬೇಕಾಗುತ್ತೆ. ನೀವೂ ಅದನ್ನ ಗ್ರಹಿಸಿ ಜವಾಬ್ದಾರಿಯಿಂದ ನಡೆದುಕೊಳ್ಳಬೇಕು!" ನಿಧಾನವಾಗಿ ನಿರ್ಮಲಾ ಹೇಳಲು ಹೊರಟಾಗ ಅಭಿನಂದನ್ ಹುಬ್ಬು ಗಂಟಿಕ್ಕಿದ.

"ಈ ಕಂಪನಿ ಮಾತುಗಳು ನಂಗೆ ಬೇಡ. ಆ ಲಾಭ ನಷ್ಟಗಳನ್ನು ಕಟ್ಟಿಕೊಂಡು ನಾನೇನ್ಮಾಡ್ಲಿ! ನಂಗೆ ಅದ್ರ ಬಗ್ಗೆ ಇಂಟರೆಸ್ಟ್ ಇಲ್ಲ!" ಅವನ ಮಾತಿನಲ್ಲಿ ಹರಿತವಾದ ಅಲಗಿನ ಚೂಪು ಇದ್ದಂತೆ ಅನ್ನಿಸಿತು.

ಆದರೆ ನಿರ್ಮಲ ಕಂಗೆಡಲಿಲ್ಲ.

"ನಿನ್ನ ಇಂಟರೆಸ್ಟ್ ಬರೀ ಕುಡಿತದಲ್ಲಿ ಅಂದ್ಕೊಂಡ್ಯಾ? ನಾಳೆ ನಿನ್ನ ಭವಿಷ್ಯದ ಗತಿಯೇನು? ನಿನ್ನ ತಂದೆ ಸಮಾಜದಲ್ಲಿ ಗಳಿಸಿದ ಸ್ಥಾನಮಾನಗಳು ಮಾತ್ರವಲ್ಲ. ಗಳಿಸಿದ ಸಿರಿ ಸಂಪತ್ತು ಕೂಡ ಕಳೆದುಕೊಂಡುಬಿಡ್ತೀಯಾ!" ಎನ್ನುತ್ತ ಮಗನ ಕೈ ಹಿಡಿದಾಗ ಕೊಡವಿಕೊಂಡ.

"ಡ್ರಾಪ್ ದಟ್ ಮ್ಯಾಟರ್. ಮೊದ್ಲು ನಂಗೆ ಹಣದ ವ್ಯವಸ್ಥೆ ಮಾಡು" ತೀರಾ ಒರಟುತನವಿತ್ತು ಅವನ ವರ್ತನೆಯಲ್ಲಿ. ಆದರೆ ಮತ್ತಷ್ಟು ದೃಢವಾಗಿ ನಿಂತರು ನಿರ್ಮಲ.

"ಸಾರಿ...... ಮೈ ಸನ್" ಅಲ್ಲಿಂದ ಕಾಲ್ತೆಗೆದರು. ಕೋಪದಿಂದ ಅವನೆದೆ ಹೊಗೆಯಾಡಿತು. ಹಲ್ಲುಗಳನ್ನು ಬಲವಾಗಿ ಕಚ್ಚಿ ಹಿಡಿದ "ಆಲ್... ರೋಗ್ಸ್...." ದನಿಯೇರಿಸಿ ಕೂಗಾಡಿದ. ಆದರೆ ಏನೂ ಆಗಲಾರದೆ ತೀರಾ ಸೋತ.

ಹೊರಗೆ ಬಂದ ಅಭಿನಂದನ್ ಕಾರಿನಲ್ಲಿ ಕೂತು ಹೊರಟ. ವೇಗವನ್ನು ಹೆಚ್ಚಿಸಿದ. ಗಾಬರಿಯಾದರು ನಿರ್ಮಲ. ಕಣ್ಣಂಚಿನ ನೀರು ಕೆನ್ನೆಯ ಮೇಲೆ ಜಾರಿತು.

'ಅಯ್ಯೋ ನನ್ಮಗನನ್ನು ಯಾರಾದ್ರೂ ಉಳಿಸಿಕೊಡಿ' ಅವರ ಹೃದಯ ವಿಲಿವಿಲಿ ಒದ್ದಾಡಿತು. ತಾಯಿ ಮೊರೆ ಕೇಳುವವರು ಯಾರು?

"ನಿರ್ಮಲಾ..." ಎಂದು ಭುಜದ ಮೇಲೆ ಕೈ ಇಟ್ಟಾಗ, ಹಿಂದಿರುಗಿ ಗಂಡನ ಎದೆಯ ಮೇಲೆ ತಲೆಯಿಟ್ಟರು.

"ಅಭಿನಂದನ್‌ನ ಹೇಗೆ ಉಳಿಸಿಕೊಳ್ಳೋದು? ಕುಡಿತಕ್ಕೆ ನನ್ನ ಮಗನನ್ನು ಬಲಿ ಕೊಡೋಲ್ಲ!" ತಾಯಿ ಹೃದಯದ ಆಕ್ರಂದನದಲ್ಲಿ ಕರಗಿ ನೀರಾದರು ರಘುನಂದನ್. ನಿಸ್ಸಹಾಯಕತೆ ಅವರನ್ನು ಆವರಿಸಿತು.

"ಡೋಂಟ್ ಟೇಕ್ ಇಟ್ ಸೀರಿಯಸ್‌ಲೀ, ಖಂಡಿತ ನಮ್ಮ ಅಭಿನಂದನ್ ಬದಲಾಗ್ತಾನೆ. ಆ ನಂಬಿಕೆ ನಂಗಿದೆ" ಮೇಲೆ ಮೇಲೆ ರಘುನಂದನ್ ಭರವಸೆಯ ಮಾತಾಡಿದರೂ, ನಿರಾಶೆ ಅವರೆದೆಯಲ್ಲಿ ಮಡುವುಗಟ್ಟಿ ನಿಂತಿತ್ತು.

ನೇರವಾಗಿ ಅಭಿನಂದನ್ ಹೋಗಿದ್ದು ವಡೀವೇಲು ಮನೆಗೆ. "ವಡೀವೇಲು ಮಹಾತ್ವಾಕಾಂಕ್ಷಿ. ಮೇಲಕ್ಕೆ ಬರೋದು ನಂಗೂ ಸಂತೋಷದ ವಿಷ್ಯವೇ. ಆದ್ರೆ ಹಂತ ಹಂತವಾಗಿ ಏರಬೇಕೆನ್ನೋ ಪ್ರಜ್ಞೆ ಇಲ್ಲ. ದುರಾಸೆಯ ಮನುಷ್ಯ" ಮೊದಲು ರಘುನಂದನ್ ಬಳಿ ಮುಖ್ಯ ಎಂಜಿನಿಯರ್ ಆಗಿದ್ದು ಈಗ ಸ್ವತಂತ್ರವಾಗಿ ಕಂಟ್ರಾಕ್ಟ್ ಮಾಡಿಸುತ್ತಿದ್ದ. ಪ್ರತಿಯೊಂದರಲ್ಲೂ ರಘುನಂದನ್‌ಗೆ ಪೈಪೋಟಿ. ಇಂಥದನ್ನು ಯಾರಾದರೂ ರಘುನಂದನ್ ಗಮನಕ್ಕೆ ತಂದರೆ ನಕ್ಕು ಬಿಡುತ್ತಿದ್ದರು.

"ಕಮಿನ್.... ಮೈ ಬಾಯ್" ಅಭಿನಂದನ್ ಬಂದುದನ್ನು ನೋಡಿ ವಡೀವೇಲು ತುಟಿಗಳ ನಡುವೆ ಸಿಗಾರ್ ಸಿಕ್ಕಿಸಿಯೇ ಸ್ವಾಗತಿಸಿದರು. ಅಭಿನಂದನ್ ಮುಖದ ಮೇಲಿನ ಬೇಸರ ಒಂದು ಹಂತದಲ್ಲಿ ಕರಗಿಹೋಯಿತು.

"ಹಲೋ...." ಎನ್ನುತ್ತ ಅಲ್ಲಿಯೇ ಕೂತ.

"ಯಾಕೋ ತುಂಬ ಡಲ್ಲಾಗಿ ಕಾಣ್ತೀಯಲ್ಲ! ಎನಿಥಿಂಗ್...... ರಾಂಗ್?" ಹುಬ್ಬು ಕುಣಿಸಿ ಪ್ರಶ್ನಿಸಿದರು.

"ನೆವರ್.... ರೇಖಾ ಎಲ್ಲಿ?" ಮೇಲಕ್ಕೆದ್ದ.

ಪ್ರಶ್ನಾರ್ಥಕವಾಗಿ ನೋಡಿದರು ವಡೀವೇಲು. ಕೈ ಕೆನ್ನೆಯ ಮೇಲಾಡಿತು.

ಜಾನ್ ಹಿಂದಿನ ದಿನ ಬಂದು ಹೇಳಿದ್ದ "ಮೇಘವರ್ಷಿಣಿಯಲ್ಲಿದ್ದ ಜನರೆಲ್ಲ ಬದಲಾಗಿದ್ದಾರೆ. ಈಗ ಸಿಂಹ, ನರಸಿಂಹಲು ಕೂಡ ಇಲ್ಲ."

ಅವರ ಮಿದುಳು ಚುರುಕಾಗಿ ಕೆಲಸ ಮಾಡಿತು. ಈ ಬದಲಾವಣೆಗೆ ಕಾರಣವೇನು? ರಘುನಂದನ್ ಮಗನ ಬಗ್ಗೆ ಕಾಳಜಿ ವಹಿಸಿದ್ದಾನೆಯೇ? ಮನದಲ್ಲಿ ಭಯಂಕರ ಗೊಂದಲವಿದ್ದರೂ ಹೊರಗೆ ಪ್ರಕಟಗೊಳಿಸದೆ, "ದಟ್ಸ್ ಆಲ್. ಏನಾದ್ರೂ ಮಾಡ್ಕೊಳ್ಳಿ. ನಿಂಗೆ ಕೆಲ್ಸ ಇಲ್ಲಾಂದ್ರೆ ನನ್ಹತ್ರ ಬಾ" ಎಂದರು.

ರೇಖಾಳನ್ನ ಅರಸಿಕೊಂಡು ಕೋಣೆಗೆ ಹೋದ ಅಭಿನಂದನ್. ತಮಿಳು ನಾವೆಲ್ ಹಿಡಿದು ಮಲಗಿದ್ದವಳು ತಕ್ಷಣ ಅವನತ್ತ ತಿರುಗಿದ್ದಳು.

"ಅರೆ.... ಯಾಕಿಷ್ಟು ಮಂಕಾಗಿದ್ದೀಯಾ?" ಆಕೆಯ ಪ್ರಶ್ನೆಗೆ ಉತ್ತರಿಸುವ ಆಸಕ್ತಿ ತೋರದೆ ಅಭಿನಂದನ್ ನೀರಸವಾಗಿ ಹೇಳಿದ, "ಇಡೀ ನನ್ನ ಚೇತನಕ್ಕೆ ಮಂಕು ಬಡಿದುಹೋಗಿದೆ. ಒಂದೆರಡು ಪೆಗ್ ಬೀಳದಿದ್ರೆ ಖಂಡಿತ ಚೇತರಿಸಿಕೊಳ್ಳಕ್ಕಾಗೋಲ್ಲ."

ನಕ್ಕು ಎದ್ದು ಹೋದಳು ರೇಖಾ. ಮಗಳ ಕಿವಿಯಲ್ಲಿ ಪಿಸುಗುಟ್ಟಿದ ವಡೀವೇಲು.

ಅಂದು ಮನಸ್ಸಿನ ಸ್ಥಿಮಿತತೆ ಪೂರ್ತಿಯಾಗಿ ಕಳೆದುಕೊಂಡೇ ಅಭಿನಂದನ್ ಮನೆ ಸೇರಿದ್ದು. ನಿರ್ಮಲಾ, ರಘುನಂದನ್ ಧೃತಿಗೆಟ್ಟರು. ಅವರ ಪ್ರಯತ್ನಗಳೆಲ್ಲ ವಿಫಲವಾದವು.

ಬಾರ್‌ಗಳಿಂದ ನೇರವಾಗಿ ಬಿಲ್‌ಗಳು ಆಫೀಸಿಗೆ ಬರಲಾರಂಭಿಸಿದವು. ಕುಸಿದು ಹೋಗುವ ಮರ್ಯಾದೆ, ಗೌರವದ ಬಗ್ಗೆ ಕಂಗೆಟ್ಟರು.

ಮೆಹತಾಗೆ ಟ್ರಂಕಾಲ್ ಮಾಡಿ ತಮ್ಮ ನಿಸ್ಸಹಾಯಕತೆ, ದುಗುಡವನ್ನು ತೋಡಿಕೊಂಡರು.

"ಹೇಗಾದ್ರೂ ನನ್ಮಗನನ್ನು ಉಳ್ಸಿಕೊಡು ಮೆಹತಾ. ಇಲ್ದಿದ್ರೆ..... ಮೆಹತಾ" ಅತ್ತಲಿಂದ ರೇಗಿದರು. "ಡೋಂಟ್ ಬಿ ಸಿಲ್ಲಿ. ಈಗೇನಾಯ್ತು.... ನಾನು ಬರ್ತೀನಿ."

"ನಿಮ್ಮ ಪ್ರಕಾರ ಮಾಡಿದ್ದು ದೊಡ್ಡ ತಪ್ಪು!" ನಿರ್ಮಲ ಪ್ರಾಮಾಣಿಕವಾಗಿ ತಮ್ಮ ತಪ್ಪು ಒಪ್ಪಿಕೊಂಡಂತಿತ್ತು.

ಬೀರುವಿನಲ್ಲಿದ್ದ ಮೇಘವರ್ಷಿಣಿಯ ಎಸ್ಟಿಮೇಟ್, ಫೈಲು ಅವರನ್ನು ಅಣಕಿಸಿತು. ಕಟ್ಟಡ ಶುರುವಾಗುವ ವರ್ಷದ ಮುನ್ನಿನಿಂದ ಡಿಸೈನ್, ಎಸ್ಟಿಮೇಟ್‌ನ ಬಗ್ಗೆ ಹತ್ತಾರು ಬಾರಿಯಲ್ಲ! ಹಲವಾರು ಬಾರಿಯಲ್ಲ. ನೂರು ಸಾರಿಯಾದರೂ ಚರ್ಚಿಸಿದ್ದರು ಅದರ ರೂಪುರೇಷೆಯ ಬಗ್ಗೆ. ಇಡೀ ನಗರದಲ್ಲಿ ಮೇಘವರ್ಷಿಣಿ ಎದ್ದು ಕಾಣಬೇಕು ಎಂಬುದೇ ಅವರ ಹಂಬಲವಾಗಿತ್ತು.

"ನಿರ್ಮಲ, ಈ ಮೇಘವರ್ಷಿಣಿ ಕಟ್ಟುವಾಗಿನ ಆಸಕ್ತಿ, ಉತ್ಸಾಹ, ಕಾಲವನ್ನು ತೊಡಗಿದಷ್ಟು ನನ್ನ ಮಗನ ಭವಿಷ್ಯಕ್ಕೆ ವಿನಿಯೋಗಿಸಲಿಲ್ಲ. ಛೇ! ಇದಕ್ಕೆ ಪ್ರಾಯಶ್ಚಿತ್ತವೇ ಇಲ್ಲ!" ಮರುಗಿದರು ರಘುನಂದನ್.

ಫೌಂಡೇಷನ್‌ಗೆ ಮುನ್ನ ಸಾಯಿಲ್ ಟೆಸ್ಟಿಂಗ್‌ನಿಂದ ಹಿಡಿದು ಕನ್‌ಸ್ಟ್ರಕ್ಷನ್ ಮೆಟೀರಿಯಲ್ಸ್‌ವರೆಗೂ ಪ್ರತಿಯೊಂದು ಹಂತದಲ್ಲೂ ತಮ್ಮ ಪೂರ್ಣ ಗಮನ ಹರಿಸಿದ್ದರು.

ಮೇಘವರ್ಷಿಣಿ ಕಟ್ಟಿ ಮುಗಿಸಿದ ಮೇಲೆ, ಎಷ್ಟೋ ಜನರ ಕಣ್ಣುಗಳಿಗೆ ದೊಡ್ಡವರಾಗಿ ಕಂಡರೂ ಕೆಲವರಂತೂ ಈರ್ಷ್ಯೆಯಿಂದ ಕುಡಿದು ಕುಡಿದು ಮತ್ತರಾಗಿ ಹೋದರು. ಅಂಥವರಲ್ಲಿ ವಡೀವೇಲು ಕೂಡ ಒಬ್ಬ.

"ಎಕ್ಸಲೆಂಟ್....ನ ಭೂತೋ ನ ಭವಿಷ್ಯತಿ....." ಎಂದು ತಲೆ ಕುಣಿಸಿ ಮೆಚ್ಚಿಗೆ ಸೂಚಿಸಿದ ವಡೀವೇಲು, ಕಡೆಯಲ್ಲಿ ಅಪಸ್ವರ ಹಾಡಿದ "ಬಿಸಿನೆಸ್ ಒಂಥ್ರು ಗ್ಯಾಂಬ್ಲಿಂಗ್. ಕೆಲವೊಮ್ಮೆ ನಮ್ಮ ವೃತ್ತಿಯಲ್ಲಿ ಲಾಭಕ್ಕಿಂತ ನಷ್ಟವೇ ಅಧಿಕ. ಕೋಟ್ಯಂತರ ರೂಪಾಯಿ ಮ್ಯಾನ್ಷನ್ಸ್‌ಗಳ ದೊಡ್ಡ ದೊಡ್ಡ ಕಂಟ್ರಾಕ್ಟ್‌ಗಳಲ್ಲಿ ದುರದೃಷ್ಟವಶಾತ್ ಸ್ವಲ್ಪ ನೆಲ ಕಚ್ಚಿದರೂ...." ಒಂದು ತರಹ ನಕ್ಕಿದ್ದ.

ಆಕಾಶದಲ್ಲಿ ಹಾರಾಡುತ್ತಿದ್ದ ಪಕ್ಷಿಯನ್ನು ನೆಲಕ್ಕೆ ಬಡಿದಂತಾಯಿತು ಅವರ ಸ್ಥಿತಿ. ಆದರೂ ದುರ್ಬಲತೆ ಪ್ರದರ್ಶಿಸಲಿಲ್ಲ. ಸಣ್ಣಗೆ ಆ ಸಮಯದಲ್ಲಿ ನಕ್ಕುಬಿಟ್ಟರೂ ತಮ್ಮ ವೃತ್ತಿಯಲ್ಲಿ ಮತ್ತಷ್ಟು ಆಸಕ್ತಿಯನ್ನು ವಹಿಸಿದರು.

ಎಂಟು ಕೋಟಿ ವೆಚ್ಚದ ಮೇಘವರ್ಷಿಣಿ ಇಡೀ ನಗರಕ್ಕೆ ಸುಂದರ ಹೂವಿನಂತೆ ಗೋಚರಿಸಿತು. ಅಂದು ಧನ್ಯತೆಯಿಂದ ಬೀಗಿದ ದಂಪತಿಗಳು ಇಂದು ನಿರಾಶೆಯಿಂದ ಕೈಚೆಲ್ಲಿದ್ದರು.

"ನನ್ನ ಪ್ರೀತಿಯ ಸುಂದರ ಸೌಧ, ಅಭಿನಂದನ್ ವಿನಃ ಮೇಘವರ್ಷಿಣಿಯಲ್ಲ. ಅವನನ್ನು ಉಳಿಸಿಕೊಳ್ಳುವಲ್ಲಿ ಇದನ್ನ ಕಳೆದುಕೊಂಡರೂ ಚಿಂತೆಯಿಲ್ಲ!" ಹೃದಯ ಗಟ್ಟಿ ಮಾಡಿಕೊಂಡು ಹೆಂಡತಿಯ ಮುಂದೆ ತೋಡಿಕೊಂಡಿದ್ದರು.

* * * *

ಯಾವುದೇ ಪರಿವೆಯಿಲ್ಲದೇ ಟ್ಯಾಕ್ಸಿ ಓಡುತ್ತಿತ್ತು. ಡ್ರೈವರ್ ಆಗಾಗ ಅತ್ತಿತ್ತ ನೋಡುತ್ತಿದ್ದ. ಹಿಂದೆ ಕೂತವ ಹೆಚ್ಚು ಕಡಿಮೆ ಅಮಲಿನಲ್ಲಿದ್ದ. ಸೀಟಿಗೆ ಪೂರ್ತಿ ಒರಗಿ ಕಣ್ಮುಚ್ಚಿದ್ದ.

ಡ್ರೈವರ್ ಹರಿಚಂದ್‌ಗೆ ಒಂದು ರೀತಿಯ ಗಾಬರಿ. ತನ್ನ ವೃತ್ತಿ ಜೀವನದಲ್ಲಿ ಎಂಥೆಂಥ ವ್ಯಕ್ತಿಗಳನ್ನು ಕಂಡಿದ್ದ. ಕೆಲವೊಮ್ಮೆ ಕಠಿಣ ಪರಿಸ್ಥಿತಿಗಳು ಎದುರಾದರೂ ಧೈರ್ಯ ಕಳೆದುಕೊಳ್ಳದ ಸಮರ್ಥಶಾಲಿ.

ಟ್ಯಾಕ್ಸಿ ವೇಗ ಹಂತ ಹಂತವಾಗಿ ಕಡಿಮೆ ಮಾಡಿದ. ರೋಡ್ ಒಂದು ಮಗ್ಗುಲಿಗೆ ನಿಂತಾಗ ಅಭಿನಂದನ್ ಕಣ್ತೆರೆದ. ಕಣ್ಣುಗಳಲ್ಲಿ ಬೇಸರ ತುಂಬಿತ್ತು.

ಯಾವ ದಿಕ್ಕಿಗೆ ಕಣ್ಣು ಹಾಯಿಸಿದರೂ ಪ್ರಕೃತಿಯ ರಮಣೀಯಂತೆ ಹಚ್ಚ ಹಸುರಿನ ಹೊದಿಕೆಯಲ್ಲಿ ಭೂದೇವಿ ನಿತ್ಯ ನೂತನೆ. ತಂಪಾದ ಗಾಳಿ. ಬದುಕು ಎಷ್ಟು ಸುಂದರವೆನಿಸುವಂಥ ಪರಿಸರ.

"ಸಾಬ್, ಸರ್ಯಾಗಿ ವಿಳಾಸ ತಿಳಿಸದಿದ್ರೆ ಮನೆ ಹುಡ್ಕೋದು ಇಂಥ ಸ್ಥಳಗಳಲ್ಲಿ ಕಷ್ಟ" ಹರಿಚಂದ್ ಸ್ವರದಲ್ಲಿ ದೈನ್ಯ ಇತ್ತು.

ಅಭಿನಂದನ್ ಹುಬ್ಬುಗಳು ಬೆಸೆದುಕೊಂಡವು. ಪ್ರಯಾಸದಿಂದ ಜೇಬಿನಿಂದ ಒಂದು ಚೀಟಿ ತೆಗೆದು ಮುಂದಿನ ಸೀಟಿನ ಮೇಲೆ ಹಾಕಿದ.

ಚೀಟಿ ಕೈಯಲ್ಲಿಹಿಡಿದ ಹರಿಚಂದ್ ಆತ್ಮೀಯತೆಯಿಂದ ಅಭಿನಂದನ್‌ನ ನೋಡಿದ. ಎದೆಯಲ್ಲಿ ಒಂದು ರೀತಿಯ ತಳಮಳ. ತನ್ನ ಮಗನಷ್ಟೇ ವಯಸ್ಸಿರಬೇಕು. ಸೈನ್ಯಕ್ಕೆ ಸೇರ್ಪಡೆಯಾದ ಅವನ ಬಗ್ಗೆ ವಿಪರೀತ ಹೆಮ್ಮೆ ಬಿಟ್ಟ, ಆದರೆ..... ಕುಡಿತಕ್ಕೆ ಬಲಿಯಾಗುವ ಸಾವಿರಾರು ಯುವಕರ ಬಗ್ಗೆ ಚಿಂತಿಸಿ.... ಭಾರವಾದ ನಿಟ್ಟುಸಿರು ಬಿಟ್ಟು.

ಚೀಟಿ ಬಿಚ್ಚಿ ನೋಡಿದ. ಹೆಸರು, ವಿಳಾಸ ಮಾತ್ರವಲ್ಲ. ಹೋಗುವ ದಾರಿ, ತಲುಪಬೇಕಾದ ಘಟ್ಟ ನಾಲ್ಕು ಕಡೆಯಿಂದಲೂ ಗೆರೆಗಳ ಮೂಲಕ ಡೈರೆಕ್ಷನ್ ತೋರಿಸಿತ್ತು. ಒಂದೆರಡು ನಿಮಿಷ ಕೂಲಂಕಷವಾಗಿ ಗಮನಿಸಿ ಮನಸ್ಸಿನಲ್ಲೇ ಲೆಕ್ಕ ಹಾಕಿದ.

"ಸಾಬ್, ಮೊದಲ್ನೇ ಬಾರಿನಾ ನೀವು ಬರ್ತಾ ಇರೋದು?" ನಮ್ರತೆಯಿಂದ ಪ್ರಶ್ನಿಸಿದಾಗ, ಅರೆತೆರೆದ ಕಣ್ಣುಗಳನ್ನು ಬಿಟ್ಟ ಅಭಿನಂದನ್, "ಪೈಸಾ ಬಿಟ್ಟು ನನ್ನನ್ನೇನೂ ಕೇಳ್ಬೇಡ. ಆ ವಿಳಾಸಕ್ಕೆ ನನ್ನ ತಲುಪಿಸಿದ್ರೆ ಸಾಕು" ಒರಟಾಗಿತ್ತು ಅವನ ಧ್ವನಿ.

"ಅಚ್ಛಾ...." ಹರಿಚಂದ್ ಕೈ ಗಡ್ಡದ ಮೇಲೊಮ್ಮೆ ಆಡಿತು. ಸ್ಟೀರಿಂಗ್ ವ್ಹೀಲ್ ಮೇಲಿದ್ದ ನೋಟವೆತ್ತಿ ಹಿಂದಕ್ಕೆ ಚೆಲ್ಲಿದ, 'ಬಡಾ..... ಹ್ಯಾಂಡ್‌ಸಮ್' ತನ್ನದೇ ಭಾಷೆಯಲ್ಲಿ ಹೇಳಿಕೊಂಡ. ಟ್ಯಾಕ್ಸಿ ಕದಲಿತು.

ಮಂದ ಗಮನೆಯಂತೆ ಸಾಗುತ್ತಿದ್ದ ಟ್ಯಾಕ್ಸಿ ತಿರುವಿಗೆ ಬರುವ ವೇಳೆಗೆ ವೇಗ ಹೆಚ್ಚಿತ್ತು.

ಒಂದು ಕಡೆ ಬ್ರೇಕ್ ಹಾಕಿ ಕಣ್ತೆರೆದಾಗ ಹಾಕಿ ಚಿಟ ಚಿಟ ಮಳೆ ಶುರುವಾಗಿತ್ತು. ಯುವತಿಯೊಬ್ಬಳು ಹರಿಚಂದ್ ಬಳಿ ಬಂದು ಬಗ್ಗಿ ಏನೋ ಮಾತನಾಡುತ್ತಿದ್ದಳು. ಸೂಟ್‌ಕೇಸ್, ಏರ್ ಬ್ಯಾಗು–ಸಣ್ಣ ಲಗೇಜ್. ಇದೆ ಮಳೆ ಬರುತ್ತಿದೆ, ಸ್ವಲ್ಪ ಅವಕಾಶ ಕೊಡಿ ಎನ್ನುತ್ತಿದ್ದಳು. ಮಳೆ ಹನಿಗಳು ಅವಳನ್ನು ನವಿರಾಗಿ ಮುತ್ತಿಕ್ಕಿ ಇಳಿಯತೊಡಗುತ್ತಿದ್ದವು.

"ಸಾಬ್...." ಡ್ರೈವರ್ ಹಿಂದಕ್ಕೆ ತಿರುಗಿದ. ಅಭಿನಂದನ್ ಮುಖ ಬಿಗಿದುಕೊಂಡಿತು. "ನೋ....ನೋ...." ಎಂದ. ಆ ಯುವತಿ ಪಕ್ಕ ಸರಿದು ಡ್ರೈವರ್‌ಗೆ ಹೋಗುವಂತೆ ಸನ್ನೆ ಮಾಡಿದಳು.

ಹರಿಚಂದ್‌ಗೆ ಇಡಿಯಾಗಿ ಆಕೆಯನ್ನು ಎತ್ತಿ ಹೊರಗೆಸೆಯಬೇಕೆನಿಸಿತು. ಆದರೆ ಪ್ರತಿಯೊಂದು ವ್ಯಕ್ತಿಗೂ ಅವರದೇ ಆದ ರೀತಿ ನೀತಿಗಳಿರುತ್ತದೆ.

"ಅಚ್ಛಾ ಸಾಬ್..... ಈ ಮಳೆ ಸಮಯದಲ್ಲಿ ಆ ಹೆಣ್ಣು ಮಗು ಎಲ್ಲಿ ಹೋಗ್ಬೇಕು? ಸೋಚ್ ನೇ ಕೀ ಬಾತ್ ಹೈ" ಟ್ಯಾಕ್ಸಿ ಮುಂದಕ್ಕೆ ಉರುಳಿತು.

ಅರ್ಧಗಂಟೆಯ ನಂತರ ಒಂದು ಮಗ್ಗುಲಿಗೆ ಟ್ಯಾಕ್ಸಿ ನಿಲ್ಲಿಸಿ ಹರಿಚಂದ್ ಇಳಿದ. ಚೀಟಿ ತೆಗದು ನೋಡಿ ಸುತ್ತಲೂ ನೋಟಹರಿಸಿದ. ಹಚ್ಚ ಹಸುರಿನ ನೆಲಹಾಸು ಮಧ್ಯೆ ಒಂದು ಪುಟ್ಟ ಸುಂದರ ಮನೆ.

"ಸಾಬ್.... ಮನೆ ಸಿಕ್ತು" ಸರ್ದಾರ್‌ಜೀಯ ಗೆಲುವಿನಲ್ಲೂ ಅವನು ನಿರ್ಲಿಪ್ತ "ಅಚ್ಛಾ....." ಓಲಾಡಿ ಇಳಿದ ಅಭಿನಂದನ್ ಒರಟಾಗಿ ಡೋರ್ ತಳ್ಳಿದ. ಹರಿಚಂದ್ ಮುಖ ಕೆಂಪಾಗಿ ಹುಬ್ಬುಗಳು ಬೆಸೆದುಕೊಂಡವು. "ಮಾಲೀಕ್, ಇದು ಯಂತ್ರಗಳಿಂದ ಆವೃತಗೊಂಡ ವಾಹನ ನಿಮ್ಮ ಪಾಲಿಗೆ. ಆದ್ರೆ ನನ್ನ ಇಡೀ ಕುಟುಂಬವನ್ನ ಪೋಷಿಸುತ್ತಿದೆ" ಪ್ರೀತಿ – ಅಭಿಮಾನದಿಂದ ತನ್ನ ಟ್ಯಾಕ್ಸಿಯನ್ನು ನೋಡಿದ. ತುಟಿಯ ಒಳಗೆ ಅಡಗಿಹೋದ ಮಾತುಗಳಿಗೆ ಸಂವೇದಿಸಿದಂತೆ ಟ್ಯಾಕ್ಸಿಯ ಹೊರ ಮೈಯನ್ನು ಪ್ರೀತಿಯಿಂದ ತಡವಿದ.

ಮನುಷ್ಯ ಮನುಷ್ಯರಲ್ಲಿನ ಸಂಬಂಧಗಳೇ ಅರ್ಥ ಕಳೆದುಕೊಳ್ಳುತ್ತಿರುವಾಗ ಹರಿಚಂದ್ ತನ್ನ ಮಟ್ಟಿಗೆ ನಿರ್ಲಿಪ್ತ.

ದೃಢವಾಗಿ ನಿಲ್ಲಲೇ ಅಭಿನಂದನ್ ಪ್ರಯಾಸ ಪಡಬೇಕಾಯಿತು. ಫ್ಲೈಟ್‌ನಿಂದ ಇಳಿದವನೇ ನಾಲ್ಕಾರು ಪೆಗ್ ಏರಿಸಿಯೇ ಟ್ಯಾಕ್ಸಿ ಹತ್ತಿದ್ದು.

ಹಚ್ಚ ಹಸುರಿನ ನಡುವೆ ನಡೆದು ಹೋಗಿ ಬಾಗಿಲು ತಟ್ಟಿದ. ಸಿಗರೇಟು ತುಟಿಗಳ ನಡುವೆ ಇಟ್ಟು ಲೈಟರ್ ಬೆಳಗುವ ವೇಳೆಗೆ ಬಾಗಿಲು ತೆರೆದುಕೊಂಡಿತು.

ಜಯಸಿಂಹ ಅಡಿಯಿಂದ ಮುಡಿಯವರೆಗೂ ದಿಟ್ಟಿಸಿದರು. ಒಂದು ವಿಧವಾದ ಮಾದಕತೆಯ ನಡುವೆ ಅಸಹನೆ, ಒರಟುತನ ವ್ಯಕ್ತವಾಗುತ್ತಿತ್ತು.

"ಆರ್ ಯೂ ಜಯಸಿಂಹ?" ಪ್ರಶ್ನೆಗೆ ಬೆಚ್ಚಿದರು. ಅವರ ಮುಖದ ಗೆರೆಗಳು ಆಳವಾದವು.

"ಎಸ್ ಸಾ..... ಮೈ ಬಾಯ್" ಥಟ್ಟನೆ ಹಿಂದಿರುಗಿ ಡ್ರೈವರ್‌ಗೆ ಸನ್ನೆ ಮಾಡಿದವನೇ ಅವರನ್ನು ಸವರಿಕೊಂಡೇ ಒಳಗೆ ಹೋದ.

ಜಯಸಿಂಹ ದಿಗ್ಭ್ರಾಂತರಾದರು.

"ಡ್ರೈವರ್ ಸಾಮಾನು ತಂದು ಇಲ್ಲಿಡು" ಕೂಗಿ ಹೇಳಿ ಬೆತ್ತದ ಛೇರಿನ ಮೆತ್ತೆಯ ಮೇಲೆ ಮೈ ಚೆಲ್ಲಿದ.

ಹೊರಗೆ ಬಂದ ಜಯಸಿಂಹ, ರೋಹಿಣಿ ಮುಖ ಮುಖ ನೋಡುತ್ತ ನಿಂತರು.

ತಂದಿಟ್ಟ ಸಾಮಾನಿನತ್ತ ಕೂಡ ನೋಟಹರಿಸದೆ ಡ್ರೈವರ್ ಕೈಯಲ್ಲಿ ನೂರರ ಹತ್ತು ನೋಟುಗಳನ್ನು ತುರುಕಿ ಭುಜ ತಟ್ಟಿದ.

"ಸೋ ಮೆನಿ ಥ್ಯಾಂಕ್ಸ್" ಉರಿಯುತ್ತಿದ್ದ ಸಿಗರೇಟನ್ನು ಹೊಸಲಿನಿಂದಾಚೆ ಎಸೆದ.

"ಹೂ ಆರ್ ಯೂ ಯಂಗ್ ಮ್ಯಾನ್?" ನವಿರಾಗಿ ಪ್ರಶ್ನಿಸಿದರು ಜಯಸಿಂಹ. ಮುಖ ಮೇಲೆತ್ತಿದ ಅಭಿನಂದನ್. ಅವರಿಗೆ ತಮ್ಮ ಕಡೆಯ ಮಗನ ನೆನಪಾಯಿತು. ತೀರಾ ಮೃದುವಾಯಿತು ಅವರ ಮನ.

"ವಿಳಾಸ ತಪ್ಪಿ ಇಲ್ಲಿಗೆ ಬಂದ್ರಾ? ಅಥ್ವಾ ನಿಮ್ಮದು ಏನು ಗುರುತಿಸಲಾರ್ದ ಸ್ಥಿತಿಯೋ?" ಎಂದಾಗ ತಲೆಕೊಡವಿಕೊಂಡು ಮೇಲಕ್ಕೆದ್ದ ಅಭಿನಂದನ್. ಸಾಮಾನುಗಳಲ್ಲಿನ ತನ್ನ ಪುಟ್ಟ ಬ್ಯಾಗ್‌ಗಾಗಿ ಅನ್ವೇಷಿಸಿದ.

"ಓ....." ಕೂದಲುಗಳನ್ನು ಕಿತ್ತ. ಅದರಲ್ಲಿ ಹಣ ಮಾತ್ರವಲ್ಲ, ಅವನ ತಂದೆ ಕೊಟ್ಟಿದ್ದ ಲೆಟರ್ ಕೂಡ ಇತ್ತು. ಯಾವ ಕ್ಷಣದಲ್ಲಿಯಾದರೂ ಇವರುಗಳು ಒದ್ದು ಹೊರಗೆ ಹಾಕಬಹುದು! ಅವನ ನಾಲಿಗೆಯಲ್ಲಿ ಪಸೆ ಆರಿತು. ಮುಖ ಮಂಕಾಯಿತು.

"ವಾಟ್... ಹ್ಯಾಪೆಂಡ್?" ಹುಬ್ಬೆತ್ತಿ ಪ್ರಶ್ನಿಸಿದರು.

"ಲಾಸ್ಟ್ ಮೈ ಪರ್ಸ್" ಸೋತ ಸ್ವರದಲ್ಲಿ ಉಸುರಿದ.

ಅಷ್ಟರಲ್ಲಿ ಒಳಗೆ ಬಂದ ಡ್ರೈವರ್ ಹರಿಚಂದ್ ಹ್ಯಾಂಡ್ ಬ್ಯಾಗ್ ಆ ಸಾಮಾನಿನ ಮೇಲಿಟ್ಟು ಹಿಂದಿರುಗಿದ. ಅಭಿನಂದನ್ ಒರಟಾಗಿ ಬ್ಯಾಗ್‌ನ ಜಿಪ್ ಎಳೆದು ಅದರಲ್ಲಿನ ಕವರನ್ನು ಜಯಸಿಂಹ ಅವರ ಕೈಗೆ ತೆಗೆದು ಕೊಟ್ಟ.

ಪತ್ರ ತೆರೆದ ಕೂಡಲೇ ಅವರ ಮುಖದ ಬಿಗುವು ಅಳಿಸಿಹೋಯಿತು. ತುಂಬು ಆತ್ಮೀಯತೆಯಿಂದ ಹೇಳಿದರು ಪತ್ನಿಗೆ ಪೂರ್ತಿ ಓದುವ ಮುನ್ನವೇ.

"ನಮ್ಮ ರಘುನಂದನ್ ಮಗ ಮೆಹತಾ ಪತ್ರ ಬರ್ದಿದ್ದಾನೆ" ಎಂದವರೇ ಹತ್ತಿರಕ್ಕೆ ಹೋಗಿ ಅಭಿನಂದನ್ ಕೈ ಕುಲುಕಿ ಪ್ರೀತಿಯಿಂದ ಮಾತಾಡಿಸಿದರು.

"ಬಹಳ ಸಂತೋಷ ನೀನು ಬಂದಿದ್ದು. ಮೊದ್ಲು ಬಟ್ಟೆ ಬದಲಾಯಿಸು. ಯೂ ನೀಡ್ ರೆಸ್ಟ್" ಭುಜ ತಟ್ಟಿದರು.

"ನೋ.... ನೋ...." ಮುಖ ಕಿವಿಚಿದ. ಕೈ ಕೈ ಬೆಸೆದು ಉಜ್ಜಿ ತೊದಲುತ್ತಾ ಹೇಳಿದ "ನಾನು ಎಲ್ಲಿರೋದು? ಇಲ್ಲಂತೂ ವಾಸಮಾಡೋಕಾಗೋಲ್ಲ. ನಾನು ಹಿಂದಿರುಗಿ ಬಿಡ್ತೀನಿ."

ಅವರ ಹೆಜ್ಜೆಗಳು ಬಲವಾಗಿ ನೆಲದಲ್ಲೂರಿ ನಿಂತವು. ಕಣ್ಣುಗಳು ಕಿರಿದಾಗಿ ಹುಬ್ಬುಗಳು ಬೆಸೆದುಕೊಂಡು ಹಣೆಯ ಮೇಲೆ ಆಳವಾದ ಗೆರೆಗಳು ಮೂಡಿದವು. ಆದರೂ ತುಟಿಯಂಚಿನಲ್ಲಿ ಕಿರುನಗು ಮಿನುಗಿತು.

"ನಿನ್ನ ವಯಸ್ಸಿನಲ್ಲಿ ಇಷ್ಟೊಂದು ಒರಟಾಗಿ ಹೇಳೋಕೆ ಸಾಧ್ಯವಾಗ್ಗಿದ್ರೂ ಒಂದು ತರಹ ಆಸೆಗಳಿದ್ದವು" ಎಂದವರೇ ದೀರ್ಘವಾದ ಉಸಿರು ದಬ್ಬಿ ಮತ್ತೆ ನುಡಿದರು, "ನಿನ್ನ ತಂದೆ, ಮೆಹತಾ ಇಲ್ಲಿಗೆ ಕಳಿಸಿರೋದು ಬಂದ ಕೂಡ್ಲೆ ಹಿಂದಿರುಗೋಕಲ್ಲ. ಇದೊಂದು ದಿನ ಸುಧಾರಿಸ್ಕೋ. ನಾಳೆ ಹೊತ್ಗೆ ಬೇರೆ ಏರ್ಪಾಡು ಮಾಡ್ತೀನಿ."

ಮತ್ತೆ ಕೂತ ಅಭಿನಂದನ್ ಛಾವಣಿಯತ್ತ ನೋಡಿದ. ಇಡೀ ಒಂದೂವರೆ ತಿಂಗಳು ಅವನ ಪಾಲಿಗೆ ತುಂಬ ಕಷ್ಟಕರವಾಗಿದ್ದವು. ಮೆಹತಾ ಕಣ್ಣೋಟ, ಬಿಗಿ ಮಾತು ಎಲ್ಲಾ ಕರಾರುವಾಕ್. 'ಅಬ್ಬ.....' ಅವನ ಮೈ ಬೆವರಿಟ್ಟಿತು.

"ನೀನು ಕುಡೀಕೂಡ್ದು. ಆಲ್ಕೋಹಾಲ್ ಎಂದೂ ಅಮೃತವಲ್ಲ, ವಿಷ" ಮೆಹತಾ ಒರಟಾಗಿ ಹೇಳುತ್ತಿದ್ದ ಮಾತುಗಳಿಂದ ಅವನ ತಲೆಯ ಮೇಲೆ ಸುತ್ತಿಗೆಯ ಪೆಟ್ಟುಗಳು ಬಿದ್ದಂತಾಗುತ್ತಿತ್ತು. ನಿಧಾನವಾಗಿ ಕಣ್ಮುಚ್ಚಿದ.

"ಅಭಿನಂದನ್...." ತೀರಾ ಸನಿಹದಲ್ಲಿ ಹೆಂಗಸಿನ ಸ್ವರ, ನಿಧಾನವಾಗಿ ಕಣ್ತೆರೆದ. ತನ್ನ ತಾಯಿಯಷ್ಟು ವಯಸ್ಸಿನ ಹೆಣ್ಣಿನ ಮುಖ "ಸ್ವಲ್ಪ ಕಾಫಿ ಕುಡಿ" ಪ್ರೀತಿ ಬೆರೆತ ನವಿರಾದ ಸ್ವರ. ಆದರೂ ಒರಟಾಗಿಯೇ ಹೇಳಿದ, "ಐ ಡೋಂಟ್ ವಾಂಟ್. ನಾನು ಕುಡ್ಯೋಲ್ಲ."

ತಕ್ಷಣ ಎದ್ದು ಹೊರಟವನನ್ನು ಬೆಪ್ಪಾಗಿ ನೋಡಿದರು. ಅಮೆರಿಕಾದಂಥ ದೇಶದಲ್ಲಿ ಬೆಳೆದ ತನ್ನ ಮಕ್ಕಳು ಕೂಡ ಇಷ್ಟು ಒರಟಾಗಿ ವರ್ತಿಸಿದ್ದು ರೋಹಿಣಿಗೆ ನೆನಪಾಗಲಿಲ್ಲ.

"ಪೂರ್.... ಬಾಯ್" ತುಟಿಗಳ ನಡುವೆ ತೂರಿ ಬಂತು.

ಕೋಣೆಯಿಂದ ಹೊರ ಬಂದ ಜಯಸಿಂಹ ಅತ್ತಿತ್ತ ನೋಡಿ ಹೆಂಡತಿಯ ಕೈಗೆ ಪತ್ರವನ್ನಿತ್ತರು.

"ಆಲ್ಕೋಹಾಲಿಕ್ ಹಾದಿಯಲ್ಲಿ ಈಚೆಗಂತೆ ಅಪ್ರಿಗೆ ವಿಷ್ಯ ತಿಳಿದಿದ್ದು. ಬೋರ್ಡಿಂಗ್‌ನಲ್ಲಿದ್ದಾಗಿಂದ ಕುಡ್ಯೋ ಅಭ್ಯಾಸ ಮಾಡ್ಕೊಂಡಿದ್ದಾನೆ. ಇವ್ನ ದುರ್ಬಲತೆನ ಇನ್ನೊಬ್ಬ ದುರುಪಯೋಗಪಡ್ಸಿಕೊಂಡು ಪೂರ್ತಿ ಆ ಚಟದಲ್ಲಿಯೇ ಮುಳುಗಿಸಿಬಿಟ್ಟಿದ್ದಾರೆ. ಈಗ...." ನಿಲ್ಲಿಸಿದರು.

ಅಷ್ಟರಲ್ಲಿ ಒಳಗೆ ಬಂದ ಅಭಿನಂದನ್ ಸಣ್ಣ ಕಿಟ್ ಬ್ಯಾಗ್ ಕೈಗೆತ್ತಿಕೊಂಡ.

"ನೀವು ಬೇರೆ ಏರ್ಪಾಡು ಮಾಡೋವರ್ಗೂ ನಾನು ಹೊರ್ಗಡೇನೇ ಇರ್ತೀನಿ" ನಡೆದುಬಿಟ್ಟ.

ರೋಹಿಣಿ ಮುಖದ ಮೇಲೆ ಆತಂಕದ ನೆರಳಾಡಿತು. ಯೋಚಿಸುವಂತಾದರು ಜಯಸಿಂಹ ಕೂಡ.

ರೋಹಿಣಿ ಪತ್ರವನ್ನು ಮಡಚಿ ಕವರಿನಲ್ಲಿ ಹಾಕಿಟ್ಟರು. ಅಮೆರಿಕಾದಲ್ಲಿನ ಶ್ರೀಮಂತ ಬದುಕನ್ನು ತಿರಸ್ಕರಿಸಿ ಸಂತೃಪ್ತ ಜೀವನಕ್ಕಾಗಿ ಭಾರತಕ್ಕೆ ಬಂದು ಈ ಸಸ್ಯಶ್ಯಾಮಲೆ ಪ್ರಕೃತಿಯೇ ನಡುವೆ ಮನೆ ನಿರ್ಮಿಸಿಕೊಂಡು ಸರಳ ಜೀವನ ನಡೆಸುತ್ತಿದ್ದರು.

"ಈಗೇನು ಮಾಡೋದು? ಮೆಹತಾನಿಂದ ನಾನು ಬಹಳಷ್ಟು ಉಪಕೃತನಾಗಿದ್ದೀನಿ. ರಘುನಂದನ್ ಕೂಡ ನನ್ನ ಡಿಯರೆಸ್ಟ್ ಫ್ರೆಂಡ್. ಅವ್ರ ನಂಬಿಕೆನಾ ನಾನು ಹೇಗೆ ಉಳ್ಸಿಕೊಳ್ಲಿ?" ಚಿಂತಿತ ಸ್ವರದಲ್ಲಿ ಹೇಳಿದರು ಜಯಸಿಂಹ.

ಇಬ್ಬರೂ ಯೋಚಿಸಿ ಒಂದು ನಿರ್ಧಾರಕ್ಕೆ ಬಂದರು.

"ಇದು ನಮ್ದೇ ಸಮಸ್ಯೆ. ಅದ್ನ ಬಿಡಿಸಬೇಕಾದ ಜನ ನಾವೇ ಅಂದ್ಕೊಂಡ್ರೆ ಕಷ್ಟವಾಗೋಲ್ಲ. ಇದೊಂದು..... ಇರಲಿ!" ಜಯಸಿಂಹ ಸ್ವರದಲ್ಲಿ ತುಸು ವಿಶ್ವಾಸವಿತ್ತು.

ರೋಹಿಣಿ ತಮ್ಮ ಜೊತೆ ಇದ್ದ ಕೆಲಸದ ಹುಡುಗನನ್ನು ಕರೆದು ಹೇಳಿದರು.

"ಸದ್ಯಕ್ಕೆ ಆ ಹುಡ್ಗನ ಜೊತೆ ಇರು. ಹೇಳಿದಂಗೆ ನಡ್ಕೋ."

ಪಂಚಾಕ್ಷರಿಯ ತೊಡೆಗಳಲ್ಲಿ ನಡುಕ ಶುರುವಾಯಿತು. ಅಭಿನಂದನ್ ಅವಿಧೇಯತೆ ಒರಟುತನವನ್ನು ಕಂಡಿದ್ದ.

"ನಂಗೆ ಭಯ ಕಣಮ್ಮ!" ಅವನ ಮಾತಿನಲ್ಲಿನ ಭೀತಿ ಕಂಡು ರೋಹಿಣಿ ಹಗುರವಾಗಿ ನಕ್ಕು, "ಅರೆ, ಇದೇನು ಹೀಗೇಳ್ತಿ! ದಟ್ಟ ಕಾಡುಗಳ ನಡುವೆ ಬೆಳೆಯೋ ಜನ, ಸಿಟಿ ಹುಡ್ಗನಿಗೆ ಹೆದ್ರಿಕೊಂಡ್ರೆ..... ಗತಿಯೇನು?"

ಪಂಚಾಕ್ಷರಿ ಗಂಭೀರನಾದ.

"ಕಾಡು ಪ್ರಾಣಿಗಳು ಅನಿವಾರ್ಯವಿಲ್ದೇ ಮನುಷ್ಯರ ತಂಟೆಗೆ ಬರೋಲ್ಲ. ಆದ್ರೆ... ಮನುಷ್ಯರು..... ಹಾಗಲ್ಲ!" ಅರ್ಥಗರ್ಭಿತವಾಗಿ ಹೇಳಿದಾಗ ಜಯಸಿಂಹ ರೇಗಿ,

"ಹುಚ್ಚು ಹುಡ್ಗ! ಅವ್ನು ನನ್ನ ಸ್ನೇಹಿತನ ಮಗ. ಡಾಕ್ಟ್ರ ಸಲಹೆಯಂತೆ ಕೆಲವು ದಿನ ಇಲ್ಲಿರೋಕೆ ಬಂದಿದ್ದಾನೆ."

ಪಂಚಾಕ್ಷರಿ ಇರುಸು ಮುರುಸಿನಿಂದಲೇ ಒಳಗೆ ನಡೆದ. ಕುಡಿಯುವ ಜನರ ಬಗ್ಗೆ ಅವನಿಗೆ ಒಳ್ಳೆ ಅಭಿಪ್ರಾಯವಿಲ್ಲ.

ಒಂದು ಮರದ ಕೆಳಗೆ ಕಾಲು ನೀಡಿ ಕೂತ ಅಭಿನಂದನ್, ನೋಟ ದಿಗಂತದ ಕಡೆಗೆ ಅರ್ಧ ಉರಿದ ಸಿಗರೇಟು ಬೆರಳುಗಳ ಮಧ್ಯೆ. ಸ್ವಚ್ಛಂದವಾಗಿ ಹಣೆಗೆ ಮುತ್ತಿಕ್ಕುತ್ತಿದ್ದವು ಕ್ರಾಪ್‌ನ ಮುಂಗೂದಲು.

"ಸಾಹೇಬ್ರೆ....." ಪಂಚಾಕ್ಷರಿಯದು ನಮ್ರ ಸ್ವರ. ಒಂದೆರಡು ಕ್ಷಣದ ನಂತರ ಅವನತ್ತ ನೋಟ ಹರಿಸಿದ ಅಭಿನಂದನ್. ತುಂಬು ಮಾದಕ ಕಣ್ಣುಗಳಲ್ಲಿ ಯಾವುದೇ ಭಾವ ವಿಕಾರವಿಲ್ಲ. "ಯಾರು ನೀನು?" ಹುಬ್ಬು ಗಂಟಿಕ್ಕಿ ಪ್ರಶ್ನಿಸಿದ. ನೀರವತೆಯ ನಡುವೆ ಮತ್ತೊಬ್ಬ ವ್ಯಕ್ತಿಯ ಪ್ರವೇಶದಿಂದ ಅವನ ಮನ ಚಿಂತಿತಗೊಂಡಿತ್ತು.

ಪಂಚಾಕ್ಷರಿಯ ನಾಲಗೆಯಲ್ಲಿನ ಪಸೆ ಇಂಗಿತು. ತಲೆ ಕರೆದುಕೊಂಡ. ಕೈಯಾಡಿಸಿದ, ಅತ್ತಿತ್ತ ನೋಟ ಹರಿಸಿದ, ಅಂಗೈ ಬಿಡಿಸಿ ನೋಡಿಕೊಂಡ.

"ಪೂರ್ ಬಾಯ್" ಅಭಿನಂದನ್ ಜೋರಾಗಿ ನಕ್ಕುಬಿಟ್ಟ. ಕ್ಷಣ ಬೆಪ್ಪಾದರೂ ಪಂಚಾಕ್ಷರಿಗೆ ಸ್ವಲ್ಪ ಹಗುರವಾಯಿತು.

"ಯಜಮಾನ್ರು.... ಕಳ್ಸಿದ್ರು" ಉಗುಳು ನುಂಗಿದ. ಅಭಿನಂದನ್ ಕಣ್ಣುಗಳು ಕಿರಿದಾಗಿ ತೀಕ್ಷ್ಣತೆ ತುಂಬಿ, ಸಿಗರೇಟು ಪಫ್ ಎಸೆದು ಪ್ರಶ್ನಿಸಿದ "ಜಯಸಿಂಹ......?" ಹೌದೆನ್ನುವಂತೆ ತಲೆಯಾಡಿಸಿದ ಪಂಚಾಕ್ಷರಿ.

"ಈ ಕಾಡಿನಲ್ಲಿ ಏನೇನಿದೆ?" ಬೇರೆಡೆ ಮುಖ ತಿರುಗಿಸಿ ಪ್ರಶ್ನಿಸಿದ. ಪಂಚಾಕ್ಷರಿಗೆ ಉತ್ತರಿಸುವುದು ಕಷ್ಟವೆನಿಸಿತು. ಥಟ್ಟನೆ ಅವನತ್ತ ತಿರುಗಿದ ಅಭಿನಂದನ್. "ಬ್ರಾಂದಿ, ವ್ಹಿಸ್ಕಿ, ಬಿಯರ್....." ಅವನು ಅಮಲಿನಲ್ಲಿ ಹೇಳುತ್ತ ನಡೆದಂತೆ, ಪಂಚಾಕ್ಷರಿ ತೊಡೆ ಸಂದಿನಲ್ಲಿ ನಡುಕ ಶುರುವಾಯಿತು. ಅವನ ಮುಖ ಬಿಳಿಚಿಕೊಂಡಿತು. ಅಭಿನಂದನ್ ಮುಖ ಮೇಲೆತ್ತಿ ಫಕಫಕನೇ ನಕ್ಕ.

ಒಮ್ಮೆಲೇ ನಗು ಅಡಗಿ ಹೋಯಿತು. ಅಭಿನಂದನ್ ತಲೆಯಲ್ಲಿ ವಿಚಿತ್ರ ಶಬ್ದಗಳು, ಸುತ್ತಲೂ ನೂರಾರು ಕ್ರೂರ ಮೃಗಗಳು. ಅವನ ಮುಖದಲ್ಲಿ ನೋವಿನ ವ್ಯಕ್ತತೆ ಜೊತೆಗೆ ಕ್ರೋಧ ಛಾಯೆ.

"ಈ ಜಾಗ ನಿಂಗೆ ತುಂಬ ಇಷ್ಟವಾಗಿರಬಹುದ್ದು! ಸಿಟಿಯ ಯಾಂತ್ರಿಕ ಬದ್ಕಿನ ಜನಕ್ಕೆ ಇಂಥ ಸ್ಥಳ ಸ್ವರ್ಗ!" ಸ್ವರ ಬಂದತ್ತ ತಿರುಗಿದ. ಜಯಸಿಂಹ ನಿಂತಿದ್ದರು. ಧರಿಸಿದ್ದ ಶುಭ್ರ ಬಟ್ಟೆಗಳಂತೆ ಅವರ ಮಾತು ಶುಭ್ರ ತೇಜಸ್ಸಿನಿಂದ ಹೊಮ್ಮಿತು.

ನಿಧಾನವಾಗಿ ಎದ್ದು ನಿಂತ, ಕತ್ತಲು ಮುಸುಕತೊಡಗಿದ ವಾತಾವರಣ.

"ಅಭಿನಂದನ್, ನೀನು ರಾತ್ರಿ ಕೂಡ ಇಲ್ಲೇ ಮಲ್ಗಬಹುದ್ದು! ಮನುಷ್ಯರಷ್ಟು ಕೆಟ್ಟವಲ್ಲ ಪ್ರಾಣಿಗಳು ಕೂಡ! ಅಂಥ ಭಯ ಕೂಡ ಇಲ್ಲ!" ಜಯಸಿಂಹ ಅತ್ಯಂತ ಪ್ರೀತಿಯಿಂದ ಹೇಳಿದಂತಿತ್ತು.

ಖಾಕಿ ಬಟ್ಟೆ ಧರಿಸಿ ಕೈಯಲ್ಲಿ ಕೋವಿ ಹಿಡಿದು ಬಂದವ ಬಾಪಯ್ಯ, ಪಂಚಾಕ್ಷರಿ ಸೇರಿ ಹೆಣೆದ ಉಯ್ಯಾಲೆ ಎರಡು ಮರಕ್ಕೂ ಸೇರಿಸಿ ಕಟ್ಟಿದರು. ಊಟದ ಕ್ಯಾರಿಯರ್ ಜೊತೆ ಬ್ರೆಡ್, ಜಾಮ್ ಕೂಡ ತಂದಿತ್ತರು. ಲಾಟೀನ್ ಟಾರ್ಚು ಜೊತೆ ಒಂದು ಪೆಟ್ರೋಮ್ಯಾಕ್ಸ್ ಕೂಡ ಬಾಪಯ್ಯ ಸಿದ್ಧಪಡಿಸಿದ್ದ. ಆದರೆ ಅಭಿನಂದನ್ ಯಾವುದೇ ಪ್ರತಿಕ್ರಿಯೆ ವ್ಯಕ್ತಪಡಿಸದೆ ನಿಂತೇ ಇದ್ದ. ಅವನ ಕುಡಿತ ಬಿಡಿಸಲು ಬೇರೊಂದು ಮಾರ್ಗ ಆರಿಸಿಕೊಂಡಿದ್ದರು.

"ಅಭಿನಂದನ್...." ಕರೆದಾಗ ಜಯಸಿಂಹ ಸ್ವರದಲ್ಲಿ ಪ್ರೀತಿಯ ಸಿಂಚನವಿದ್ದರೂ ಅಧಿಕಾರ ಅರಿವಾಗದಂತೆ ತಲೆ ಹಾಕಿತ್ತು. "ಬರೀ ಹೊಟ್ಟೆಯಲ್ಲಿ ಮಲಗೋದ್ಬೇಡ. ನಿನ್ನ ರುಚಿ, ಅಭಿರುಚಿಗಳ ಬಗ್ಗೆ ನಿಮ್ಮಪ್ಪ ಬರ್ದಿದ್ದಾನೆ. ನಾಳೆಯಿಂದ ಎಲ್ಲಾ ವ್ಯವಸ್ಥೆ ಮಾಡಲಾಗುತ್ತೆ. ಸದ್ಯಕ್ಕೆ ಸುಧಾರಿಸ್ಕೋ" ಅವನ ಭುಜದ ಮೇಲೆ ಕೈ ಹಾಕಿ ಹೇಳಿದರು. ಸೀಮಿತ ಬೆಳಕಿನಲ್ಲೂ ಅಭಿನಂದನ್ ತುಟಿಯಂಚಿನಲ್ಲಿ ತೇಲಿದ ಉದಾಸ ನಗೆ ಗಮನಿಸಿದರು.

"ನಾವು ತುಂಬ ತಪ್ಪು ಮಾಡಿದ್ದೀವಿ. ಹಣ, ಅಂತಸ್ತಿನ ಜೊತೆ ವೃತ್ತಿ ನಾವು, ಅಪ್ಪ, ಅಮ್ಮ ಅನ್ನೋದನ್ನೇ ಮರೆಸಿತು." ಪತ್ರದಲ್ಲಿ ತೋಡಿಕೊಂಡ ಎರಡು ವಾಕ್ಯಗಳು."

ದೀರ್ಘವಾಗಿ ಉಸಿರೆಳೆದು ದಬ್ಬಿದರು.

ಜಯಸಿಂಹ ಮನೆಗೆ ಬಂದಾಗ ಒಂಬತ್ತರ ಸುಮಾರು. ಒಳಗೆ ನೀರವತೆಯ ಬದಲು ಸಡಗರ, ಸಂಭ್ರಮವಿತ್ತು – ನಗು, ಮಾತು.

"ಸ್ವಲ್ಪ ಲೇಟಾಯ್ತು!" ಹೇಳಿಕೆಯೊಂದಿಗೇನೆ ಮನೆಯೊಳಗೆ ಅಡಿಯಿಟ್ಟರು. ಅವರ ಕಣ್ಣುಗಳು ಅರಳಿದವು.

"ಭೂಮಿಕಾ.... ಮೈ ಚೈಲ್ಡ್!" ಉದ್ಗರಿಸಿದರು.

"ಅಂಕಲ್..." ಓಡಿ ಬಂದು ಅವರ ಕಾಲು ಮುಟ್ಟಿ ನಮಸ್ಕರಿಸಿದಳು. ಪ್ರೀತಿಯಿಂದ ಅಪ್ಪಿಕೊಂಡರು.

"ಇಂಥ ಸಂಪ್ರದಾಯಗಳನ್ನು ಅಮೇರಿಕ ಜನ ಕಣ್ಣರಳಿಸಿ ನೋಡ್ತಾರೆ. ಹಾಸ್ಯ ಮಾಡೋಲ್ಲ, ಆದರೆ ಇಲ್ಲಿನ ಜನ ಪರಿಹಾಸ್ಯ ಮಾಡ್ಕೊಂಡು ನಗುವಷ್ಟು ವಿಚಾರವಂತರಾಗಿದ್ದಾರೆ" ಬೇಸರ ಬೆರೆಸಿಯೇ ಹೇಳಿದರು.

ಒಂದು ಕ್ಷಣ ಭೂಮಿಕಾ ಗಂಭೀರವಾದರೂ ತುಟಿ ಅರಳಿಸಿದಳು. ಬೆಳದಿಂಗಳನ್ನು ಕಂಡಂತಾಯಿತು ದಂಪತಿಗಳಿಗೆ.

ಆಮೇಲೆ ಅಭಿನಂದನ್‌ನ ಮರೆತವರಂತೆ ಅಲ್ಲಿನ ಎಷ್ಟೋ ವಿಷಯಗಳ ಬಗ್ಗೆ ಮಾತಾಡಿದರು.

"ಪ್ರಮೋದ್ ಏನ್ಹೇಳ್ತಾ?" ರೋಹಿಣಿಯವರ ಪ್ರಶ್ನೆಗೆ ಸಹಜವಾಗಿ ಉತ್ತರಿಸಿದಳು. "ಪ್ರಮೋದ್‌ಗೂ ಇಲ್ಲಿಗೆ ಬರೋ ಯೋಚ್ನೆ ಇದೆ. ಬಹುಶಃ ಇಷ್ಟರಲ್ಲೇ ಬರಬಹುದ್ದು."

ನ್ಯೂಯಾರ್ಕ್‌ನಲ್ಲಿ ಭೂಮಿಕಾಳ ತಂದೆಯದು ದೊಡ್ಡ ಹೆಸರು. ನುರಿತ ಸರ್ಜನ್. ಹೃದಯದ ಬಗ್ಗೆ ಅಪಾರ ಪರಿಣತಿ, ಪರಿಶ್ರಮ, ಸಾಧನೆ ಪಡೆದ ಕೆಲವರಲ್ಲಿ ಇವರೊಬ್ಬರು, ಅಂಥವರ ಮುದ್ದಿನ ಮಗಳು ಇವಳು.

ಥಟ್ಟನೆ ರೋಹಿಣಿ ಇಬ್ಬರನ್ನೂ ಇತ್ತ ಎಳೆದರು. ಜಯಸಿಂಹ ಕೂಡ ಅಭಿನಂದನ್ ವಿಷಯದತ್ತ ಹೊರಳಿದರು.

"ಅಭಿನಂದನ್ ಇಲ್ಲೇ ಇರೋಕೆ ಒಪ್ಪಿಕೊಂಡ್ನಾ?" ರೋಹಿಣಿಯವರ ಪ್ರಶ್ನೆಗೆ ತೀರಾ, ಕೆಳದನಿಯಲ್ಲಿ ಉತ್ತರಿಸಿದರು.

"ಹುಡ್ಗ ಒಳ್ಳೆಯವನೇ! ಅದೇ ರಘುನಂದನ್‌ನ ಪಡಿಯುಚ್ಚು ಆದರೆ ವ್ಹಿಸ್ಕಿ, ರಮ್, ಬ್ರಾಂದಿ, ಬಿಯರ್ ಜೊತೆ ಬಹಳ ದೂರ ಬಂದು ಬಿಟ್ಟಿದ್ದಾನೆ."

ನೀರಿಗೂ, ಆಲ್ಕೋಹಾಲಿಗೂ ವ್ಯತ್ಯಾಸವಿಲ್ಲದ ದೇಶದಲ್ಲಿ ಬೆಳೆದವಳು ಭೂಮಿಕಾ. ಮಾದಕ ವಸ್ತುಗಳ ಸೇವನೆಯ ಬಗ್ಗೆ ಮಗಳ ಎದುರು ಡಾ॥ ಶ್ರೀನಿವಾಸ್ ಬಹಳ ಗಂಭೀರವಾದ ಚಿಂತನೆಯನ್ನಿಡುತ್ತಿದ್ದರು.

ಥಟ್ಟನೆ ನೆನಪಾದಾಗ ಭೂಮಿಕಾಳ ಕಣ್ಣುಗಳು ಕಿರಿದಾದವು. ಗಲ್ಲಕ್ಕೆ ಕೈಹೊತ್ತು ಕುಳಿತಳು.

"ಅಮಲು ಖಂಡಿತ ವಿಷ. ಇಡೀ ಬದ್ಕನ್ನೇ ಹಾಳು ಮಾಡುತ್ತೆ. ಅದು ಪಕ್ಕದಲ್ಲಿದ್ದ ಶತ್ರುವಿನ ಹಾಗೆ. ಅದನ್ನ ದೂರವಿಟ್ಟೇ ಬದುಕೋದನ್ನ ಅಭ್ಯಾಸ ಮಾಡ್ಬೇಕು."

ನೆನಪಿನಿಂದ ಭೂಮಿಕಾ ಹೊರಕ್ಕೆ ಬಂದಳು.

"ಜಸ್ಟ್ ಎ ಕ್ಯೂರಿಯಾಸಿಟಿ. ಅಭಿನಂದನ್ ಯಾರು?" ನಿಧಾನವಾಗಿ ಪ್ರಶ್ನಿಸಿದಳು.

ರೋಹಿಣಿ ಎದ್ದು ಪತ್ರ ಹಿಡಿದು ಬಂದರು. ಒಂದೆರಡು ನಿಮಿಷ ಶೂನ್ಯ ನೆಲೆಸಿತು.

'ಸೇವ್ ಮೈ ಸನ್. ಮೇಘವರ್ಷಿಣಿನ ನಿಂಗೆ ಬಹುಮಾನವಾಗಿ ಕೊಟ್ಟು ಬಿಡ್ತೀನಿ' ಎರಡು ವಾಕ್ಯಗಳನ್ನು ಮತ್ತೆ ಮತ್ತೆ ಓದಿ ನೋಟವೆತ್ತಿದಳು. ಒಂದು ರೀತಿಯ ಕುತೂಹಲ ಅವಳ ಕಣ್ಣುಗಳಲ್ಲಿ.

"ಅರೆ, ವಿಚಿತ್ರ! ತಮ್ಮ ಪ್ರೀತಿ, ಅಂತಃಕರಣ ಒತ್ತಾಯ, ದೃಢತೆಯಿಂದ ಮಗನಿಗೆ ತಿಳಿಹೇಳಬಹುದಿತ್ತು. ಅಥ್ವಾ ಡಾಕ್ಟರ್-ಸೈಕಿಯಾಟ್ರಿಸ್ಟ್ ಸಹಾಯ ಪಡ್ಕೋಬೇಕಿತ್ತು!" ಪತ್ರವನ್ನು ಮಡಚಿ ಕವರಿಗೆ ತುಂಬಿದಳು.

"ಮೆಹತಾ ಈಸ್ ವೆರಿ ಇಂಟೆಲಿಜೆಂಟ್. ಪೂರ್ತಿ ವಿಷಯ ಅವನಿಂದ್ಲೇ ತಿಳೀಬೇಕು" ಗಂಭೀರವಾಗಿ ಹೇಳಿ ಎದ್ದರು ಜಯಸಿಂಹ.

ಮೂವರೂ ಊಟ ಮುಗಿಸಿ ಅದು ಇದೂ ಮಾತಾಡುತ್ತಲೇ ಮಲಗಿದರು.

ಡಾ॥ ಶ್ರೀನಿವಾಸ್ ಮತ್ತು ಜಯಸಿಂಹ ಒಳ್ಳೆಯ ಸ್ನೇಹಿತರು. ತಮ್ಮ ಜವಾಬ್ದಾರಿಯುತ ಟೆನ್ಷನ್ ನೌಕರಿಯಲ್ಲೂ ಅಷ್ಟಿಷ್ಟು ಉಳಿಸಿ ಒಂದು ಕನ್ನಡ ಸಂಘ ಕಟ್ಟಿ ಎಲ್ಲರನ್ನೂ ಕಲೆಹಾಕಿ ಕಾರ್ಯಕ್ರಮಗಳನ್ನು ನಡೆಸುತ್ತಿದ್ದುದು ಅವರ ಹೆಗ್ಗಳಿಕೆ. ಹಬ್ಬ, ಹರಿದಿನಗಳನ್ನು ಎರಡು ಕುಟುಂಬದವರೂ ಒಂದುಗೂಡಿ ಆಚರಿಸುತ್ತಿದ್ದರು.

ಮೂರು ಗಂಡು ಮಕ್ಕಳಲ್ಲಿ ಇಬ್ಬರು ವಿದ್ಯಾಭ್ಯಾಸ ಮುಗಿಸಿ ಮದುವೆಯಾಗುವ ವೇಳೆಗೆ ಜಯಸಿಂಹ ಅಲ್ಲಿನ ಬದುಕಿಗೆ ಬೇಸತ್ತು ಹೋದರು.

"ಗೌತಮ್, ನಾನು ಭಾರತಕ್ಕೆ ಹೊರಟು ಬಿಡ್ತೀನಿ. ಪುಟ್ಟ ಪರ್ಣಕುಟೀರದಂಥ ಮನೆ, ಸುತ್ತಲೂ ಕಾಡು. ಹಚ್ಚ ಹಸುರಿನ ನಡುವೆ ಉಳಿದ ದಿನಗಳನ್ನು ಕಳ್ದು ಬಿಡ್ತೀವಿ" ಎಂದಾಗ ಗೌತಮ್ ಹೌಹಾರಿದ.

ಮೂವರೂ ಧರಣಿ ಕೂತರು ಪಟ್ಟು ಹಿಡಿದರು. ಆದರೆ ಜಯಸಿಂಹ ಹೆಂಡತಿಯೊಂದಿಗೆ ಭಾರತಕ್ಕೆ ಬರುವ ನಿರ್ಧಾರ ಬದಲಾಯಿಸಲಿಲ್ಲ.

* * * *

ಅಭಿನಂದನ್‌ನನ್ನು ಬಹಳ ಪ್ರಯಾಸದಿಂದ ಇಲ್ಲಿಗೆ ಕಳುಹಿಸಿಕೊಟ್ಟ ಮೆಹತಾ ದೃಢವಾಗಿ ಹೇಳಿದ್ದರು.

"ನೀನು, ನಿರ್ಮಲ ಮೊದ್ಲು ಹೋಗಿ ನಂದಿನಿಯನ್ನು ನೋಡಿ, ಅಭಿನಂದನ್ ವಿಷ್ಯ ನಂಗೆ ಬಿಡಿ. ಪುರುಸೊತ್ತು ಆದ ಕೂಡ್ಲೇ.... ನಾನ್ಹೋಗಿ ನೋಡ್ತೀನಿ. ಬಿಲೀವ್ ಮಿ" ಮೃದುವಾಗಿ ಕೈ ಒತ್ತಿದರು.

ಮೌನವಾಗಿ ಇಬ್ಬರೂ ತಲೆಯಾಡಿಸಿದರು.

"ನಂಗ್ಯಾಕೋ ನಂದಿನಿಯ ಬಗ್ಗೇನೂ ಭಯ!" ನಿರ್ಮಲ ತಮ್ಮೆದೆಯ ಅಳಲನ್ನು ಗಂಡನ ಮುಂದೆ ತೋಡಿಕೊಂಡರು. ರಘುನಂದನ್ ಎದೆ ಹಾರಿತು, "ಛೇ! ಅಂಥದ್ದೇನೂ ಇಲ್ಲ!" ಮೇಲೆ ಒಣ ಸಮಾಧಾನದ ಮಾತಾಡಿದರು. ಎದೆ ಮಾತ್ರ ನಗಾರಿಯಂತಾಗಿತ್ತು.

ಪೂರ್ತಿ ವ್ಯವಹಾರನ ಮುಖ್ಯ ಇಂಜಿನಿಯರ್ ಕುಮಾರ್‌ಗೆ ಒಪ್ಪಿಸಿ ಹೆಂಡತಿಯೊಡನೆ ಹೊರಟರು ಬೆಂಗಳೂರಿಗೆ. ದಾರಿಯುದ್ದಕ್ಕೂ ಎಂತಹುದೋ ಕಳವಳ, ಆತಂಕ.

"ನಂದಿನಿ ವಿಷ್ಯದಲ್ಲಿ ನಾವು ಅಪರಾಧಿಗಳು!" ಫ್ಲೈಟ್‌ನಲ್ಲೇ ಕಣ್ಣೀರು ಹಾಕಿದರು ನಿರ್ಮಲಾ. ತಡಬಡಿಸಿದರು ಏನಾದರೂ ಹೇಳಲು ರಘುನಂದನ್, "ಅಂಥದ್ದೇನೂ ಇಲ್ಲ! ಈ ವರ್ಷ ಅವ್ಳ ಓದು ಹಾಳಾದ್ರೂ..... ಪರ್ವಾಗಿಲ್ಲ. ಅವ್ಳನ್ನ ದೂರ ಇರೋಕೆ ಬಿಡೋಲ್ಲ!" ಎಲ್ಲೋ ಗವಿಯಾಳದಿಂದ ಬಂದಂತಿತ್ತು ದನಿ.

ಈಗಾಗಲೇ ಲಾಡ್ಜ್ ಸುವಿಹಾರ್‌ನಲ್ಲಿ ರೂಮು ರಿಸರ್ವ್ ಆಗಿದ್ದುದರಿಂದ ನೇರವಾಗಿ ಟ್ಯಾಕ್ಸಿಯಲ್ಲಿ ಹೋಗಿ ಅಲ್ಲಿ ಇಳಿದರು.

ಫೋನ್ ಕೈಗೆತ್ತಿಕೊಂಡು ಹಾಸ್ಟೆಲ್‌ಗೆ ತಂತಿ ಹಚ್ಚಿದರು. ತಮ್ಮ ವಿಳಾಸ ಹೇಳಿ ನಂದಿನಿಯ ಬಗ್ಗೆ ವಿಚಾರಿಸಿದರು.

"ನಂದಿನಿ... ಅವ್ರು ಈಗ ಇಲ್ಲ!" ವಾರ್ಡನ್ ಹೇಳಿದಾಗ ಅವರ ಮುಖ ಮೈ ಬೆವರಲಾರಂಭಿಸಿತು. ಮೈಯಲ್ಲಿ ಸಣ್ಣಗೆ ಕಂಪನ. "ಇಲ್ಲ.... ಇಲ್ಲ.... ನಿಮ್ಮ ಹಾಸ್ಟೆಲ್‌ನಲ್ಲೇ ಇರೋದು," ಸಂಯಮ ಕಳೆದುಕೊಂಡು ಅರಚಿದರು. ಪಕ್ಕದಲ್ಲಿರುವವರಿಗೆ ಕೇಳಿಸುವಷ್ಟು ಅವರ ಎದೆ ಬಡಿತ ಏರಿತು.

ಆಮೇಲೆ ಅವರಿಗೆ ಸಿಕ್ಕ ಸುದ್ದಿ ನಂದಿನಿ. ಹಾಸ್ಟೆಲ್ ಬಿಟ್ಟು ಆಗಲೇ ಮೂರು ತಿಂಗಳಾಗಿತ್ತು. ಫೋನ್ ಕೈಗೆ ತಗೊಂಡ ಹೆಡ್ ವಾರ್ಡನ್ ಮುಖ ಮೂತಿ ನೋಡದೇ ದಬಾಯಿಸಿದರು.

"ನೀವು ಸ್ವಂತ ತಂದೇನಾ ಅಥ್ವಾ ಬಾದರಾಯಣ ಸಂಬಂಧವಾ? ಹಣ ಬಿಸಾಕಿದ್ರೆ.... ಹೇಗೋ ಇರ್ತಾರೆ ಅನ್ನೋ ನೆಗ್‌ಲೆಕ್ಟ್! ಐ ಹೇಟ್ ಇಟ್...." ಪೂರ್ತಿ ಕೇಳಿಸಿಕೊಳ್ಳುವ ಮುನ್ನವೇ ಫೋನ್ ಕೆಳಗಿಟ್ಟರು ರಘುನಂದನ್.

ತಲೆಯ ಮೇಲೆ ದೊಡ್ಡ ಸಿಡಿಲೆರಗಿದಂತೆ ಕೂತರು.

"ಈಗೇನು ಮಾಡೋದು? ನಂದಿನಿ ನಿಮ್ಗೆ ಯಾವಾಗ ಫೋನ್ ಮಾಡಿದ್ದು?" ನಿರ್ಮಲ ಬಹಳ ಹೊತ್ತಿನ ಮೇಲೆ ತಲೆಯೆತ್ತಿ ಪ್ರಶ್ನಿಸಿದರು. ನಿಧಾನವಾಗಿ ತಲೆಯಾಡಿಸಿದರು. "ನಂಗೆ ನೆನಪಿಲ್ಲ. ಅಂದು ಕಾರ್ಪೋರೇಷನ್‌ನವರು ಕಟ್ಟಿಸೋ ಮ್ಯಾನ್ಷನ್ಸ್‌ನ ಕಂಟ್ರಾಕ್ಟ್‌ನ ಅಗ್ರಿಮೆಂಟ್ ಗಲಾಟೆಯಲ್ಲಿದ್ದೆ."

ನಿರ್ಮಲ ಮಗಳ ಮುಖ ನೆನಪಿಗೆ ತಂದುಕೊಳ್ಳಲು ಪ್ರಯತ್ನಿಸಿದರು. ವರ್ಷದ ಹಿಂದೆ ನೋಡಿದ್ದು ಅರ್ಧ ಗಂಟೆ ಮಾತ್ರ ಎದುರು ಬದುರು ಕೂತರೂ ನಂದಿನಿ ಸ್ಟಾರ್ ಡಸ್ಟ್ ಹಿಡಿದು ಕೂತಿದ್ದರೆ ನಿರ್ಮಲ ಡೈರೆಕ್ಟರ್ಸ್ ಮೀಟಿಂಗ್ಸ್‌ಗಾಗಿ ಸಿದ್ಧವಾದ ಫೈಲನ್ನು ಕಡೆಯ ಬಾರಿ ನೋಡುತ್ತಿದ್ದರು.

"ಹೌ ಆರ್ ಯೂ ಮಮ್ಮಿ?" ಪುಟಗಳ ನಡುವೆ ನೋಟ ಹುದುಗಿಸಿ ಪ್ರಶ್ನಿಸಿದ್ದು ಬರೀ ಔಪಚಾರಿಕ. ಆಗ ಏನೂ ಅನ್ನಿಸಿರಲಿಲ್ಲ. ತಲೆಯೆತ್ತದೆ ಹೇಳಿದ್ದರು. "ಫೈನ್, ನೀನು ಹೇಗಿದ್ದೀ? ನಿನ್ನ ಅಕೌಂಟ್‌ಗೆ ಡ್ಯಾಡ್ ಸರಿಯಾಗಿ ಹಣ ಜಮಾ ಮಾಡ್ತಾ ಇದ್ದಾರಾ? ಅವ್ರಿಗೆ ಪ್ರೊಫೆಷನ್‌ಗೆ ವಿಸ್ತರಿಸೋ ಉತ್ಸಾಹದಲ್ಲಿ ಅಕಸ್ಮಾತ್ ಮರ್‍ಯೋದು ಉಂಟು."

ಆ ಮಾತುಗಳಿಗೆ ನಂದಿನಿ ಯಾವುದೇ ಪ್ರತಿಕ್ರಿಯೆ ವ್ಯಕ್ತಪಡಿಸದೆ ಗಾಳಿಯಲ್ಲಿ ಪುಟಗಳನ್ನು ಮಗಚುತ್ತ ಕೂತಿದ್ದು, ಎದ್ದು ಹೋಗಿದ್ದಳು.

ನಿರ್ಮಲ ಎದೆ ಭಾರವಾಯಿತು. ಬದುಕು, ಸಂಸಾರ, ಮಕ್ಕಳು ಮನೆಗಾಗಿ ಹೆಚ್ಚು ಒದ್ದಾಡಲಿಲ್ಲವೆನಿಸಿತು. ಬರೀ ಪ್ರೊಫೆಷನ್‌ಗೆ ಅಂಟಿಕೊಂಡಿದ್ದೇ ಆಗಿತ್ತು.

"ಈಗೇನ್ಮಾಡೋದು?" ನಿರ್ಮಲ ದನಿ ಕುಗ್ಗಿಸಿ ಕೇಳಿದರು. ಮುಖ ಮೇಲಕ್ಕೆತ್ತಿ ಉಸಿರು ದಬ್ಬಿದರು ರಘುನಂದನ್. "ಕಾಲೇಜಿಗೆ ಹೋದ್ರೆ.... ಗೊತ್ತಾಗುತ್ತೆ. ಹಾಸ್ಟೆಲ್ ಲೈಫ್ ಒಗ್ಗದೆ ಫ್ರೆಂಡ್ಸ್ ಕೋಣೆಯಲ್ಲಿರಬಹುದು!" ನಿಡಿದಾಗಿ ಕಾಲು ಚಾಚಿದರು.

"ಪ್ಲೀಸ್ ವಾರ್ಡನ್‌ಗೆ ಫೋನ್ ಮಾಡಿ ವಿಚಾರಿಸಿ" ಮಡದಿಯ ಸ್ವರದಲ್ಲಿದ್ದ ಆತುರ ಅರ್ಥಮಾಡಿಕೊಂಡು ಮತ್ತೆ ಫೋನ್ ಎತ್ತಿಕೊಂಡರು "ಸಾರಿ, ಈಗಿನ ಸ್ಟೂಡೆಂಟ್ಸ್ ಬಗ್ಗೆ ಯಾವ್ದೇ ನಿಖರತೆ ಕೊಡೋಕ್ಕಾಗೋಲ್ಲ. ಫ್ರೆಂಡ್ಸ್, ವಾಸ ಬದಲಾಯಿಸೋದು ಅವ್ರಿಗೆ ಬಟ್ಟೆ ಬದಲಾಯಿಸುವಷ್ಟು ಸುಲಭ. ತಕ್ಷಣ ವಿಚಾರಿಸಿ ನಿಮ್ಗೆ ಇನ್‌ಫಾರ್ಮೇಷನ್ ಕೊಡುತ್ತೀವಿ" ಅತ್ತ ಕಡೆ ಅಸಹನೆಯಿಂದ ಫೋನ್ ಇಟ್ಟಂತಿತ್ತು.

"ನಿರ್ಮಲ, ತೀರಾ ಸಾಮಾನ್ಯ ಸ್ಥಿತಿಯಲ್ಲಿ ಹುಟ್ಟಿ ಅನಿಶ್ಚಿಯತೆಯ ನಡುವೆ ಬೆಳ್ದು ಮೆಹತಾ ಅಂಥ ಗೆಳೆಯನಿಂದ ಒಂದು ನೆಲೆಗೆ ನಿಂತ ನಾನು ದೊಡ್ಡ ಸಾಧನೆ ಮಾಡ್ದೇಂತ ಹೆಮ್ಮೆಪಡ್ತಾ ಇದ್ದೆ. ಇಲ್ಲಿ ಗಳಿಕೆಗಿಂತ ನಾನು ಕಳ್ದುಕೊಂಡಿದ್ದೇ ಹೆಚ್ಚು!" ಫೋನ್ ಇಟ್ಟು ಹೋಗಿ ಮಲಗಿಬಿಟ್ಟರು ರಘುನಂದನ್.

ನಿರ್ಮಲ ಕಣ್ಣಂಚಿನಲ್ಲಿ ಜಾರಿದ ಕಂಬನಿ ಕೆನ್ನೆಯ ಮೇಲೆ ಉರುಳಿ ಧಾರೆಯಾಯಿತು. ಆಗ ನೆನಪಿಗೆ ಬಂದಿದ್ದು ಗೆಳತಿ.

ಎಂ.ಎ. ರ್‍ಯಾಂಕ್ ಗಿಟ್ಟಿಸಿ ಸದಾ ಮನೆ ಮಕ್ಕಳೂಂತ ಹೊರಗಿನ ಪ್ರಪಂಚವನ್ನೇ ಮರೆತ ಉಮಾನ ಹಂಗಿಸಿದಾಗ ನಗು ನಗುತ್ತ ಹೇಳುತ್ತಿದ್ದಳು.

"ಅವ್ರ ಬದ್ಕು ಅವ್ರದ್ದೇ. ವಿದ್ಯೆ ಕಲಿತ ನೀನು ಅದು ದುರುಪಯೋಗ ಆಗ್ಬಾರ್ದು. ನನ್ನ ಪ್ರತಿಭೆ ಮನೆಯಲ್ಲಿ ಕೊಳೆತು ಮಂಕಾಗ್ಬಾರದೂಂತ ತಾನೇ ಪ್ರೊಫೆಷನ್‌ಗೆ ಅಂಟಿಕೊಂಡಿರೋದು. ಅದು ನಿನ್ನ ವಾದ, ವಿಚಾರ, ಅದ್ರ ಬಗ್ಗೆ ಗೌರವವಿದ್ರೂ ನಾನು ಒಪ್ಪೋಲ್ಲ. ಬದ್ಕಿಗೆ ಪ್ರೀತಿ ನೀರಿದ್ದ ಹಾಗೆ. ವಾದ, ವಿಚಾರ ಎಲ್ಲಾ ಬೇಕು. ಅದ್ಕಿಂತ ಮುಖ್ಯವಾಗಿ ಪ್ರೀತಿ. ಅಂತಃಕರಣ ಒಂದು ರೀತಿಯ ಅರ್ಪಣಾಭಾವ ಬೇಕು. ಯೂ ಥಿಂಕ್ ಸೀರಿಯಸ್‌ಲೀ..." ಅಂದಿನ ಮಾತುಗಳು ನೆನಪಾಯಿತು. ಅಕ್ಕರೆಯ ಅಮ್ಮನ ಲಾಲನೆಯಲ್ಲಿ ಅವರುಗಳು ಸಮಾಜಕ್ಕೆ ಉತ್ತಮ ಕೊಡುಗೆಯಾಗಿರಬಹುದು.

ನಿರ್ಮಲಾ ಕುಸಿದರು.

"ಉಮಾ, ಇಲ್ಲಿ ನಾನು ಸೋತೆ. ನಿನ್ನ ವಿದ್ಯೆ, ಪ್ರತಿಭೆ ಖಂಡಿತ ನಷ್ಟವಾಗಿಲ್ಲ! ಅವೆರಡರ ಮಿಡಿತದಿಂದ ಉತ್ತಮ ಕಲಾಕೃತಿಗಳನ್ನೇ ನಿರ್ಮಾಣ ಮಾಡಿದ್ದೀಯ. ದೇಶಕ್ಕೆ, ಸಮಾಜಕ್ಕೆ ನಿನ್ನದು ದೊಡ್ಡ ಕೊಡುಗೆ" ಶಿಸ್ತು, ಪ್ರಾಮಾಣಿಕತೆ ಬೆಳೆಸಿಕೊಂಡ ಉಮಾಳ ವಿದ್ಯಾವಂತ ಮಕ್ಕಳನ್ನು ನೆನೆದು ತನ್ನ ಒಡಲುರಿಯನ್ನು ತಡೆಯಲಾರದೆ ಮೂಕವಾಗಿ ರೋದಿಸಿದರು.

ಎರಡು ದಿನ ಪ್ರಯತ್ನಪಟ್ಟ ಮೇಲೆಯೇ ನಂದಿನಿಯ ಕೋಣೆಯ ವಿಳಾಸ ಸಿಕ್ಕಿದ್ದು, ಉಸಿರು ಬಿಗಿ ಹಿಡಿದು ಅಲ್ಲಿಗೆ ಹೋದಾಗ ಬೀಗ.

ನಾಲ್ಕು ವಿಶಾಲವಾದ ಫ್ಲ್ಯಾಟ್‌ಗಳು. ವಿದ್ಯಾರ್ಥಿಗಳಿಗೆಂದೇ ಕಟ್ಟಿಸಿರಬೇಕು. ಮುಚ್ಚಿದ ಪಕ್ಕದ ಬಾಗಿಲನ್ನು ತಟ್ಟಿದರು ರಘುನಂದನ್.

ನಿಮಿಷಗಳ ನಂತರ ಬಾಗಿಲು ತೆರೆದುಕೊಂಡಿತು. ಹರೆಯದ ಯುವಕ ನಿಂತಿದ್ದ.

"ಯಾರು ಬೇಕಿತ್ತು?" ಅವನ ಸ್ವರದಲ್ಲಿ ವಿನಯವಿದ್ದರೂ, ದನಿಯೇಳಲಿಲ್ಲ ರಘುನಂದನ್‌ಗೆ. ಅರ್ಥಮಾಡಿಕೊಂಡ ನಿರ್ಮಲ ತಾವೇ ಹೇಳಿದರು. "ಈ ಮೂರನೇ ಫ್ಲ್ಯಾಟ್‌ನಲ್ಲಿರುವ ನಂದಿನಿ, ನಮ್ಮ ಮಗ್ಳು. ಅನ್ ಎಕ್ಸ್‌ಪೆಕ್ಟೆಡ್ ಆಗಿ ಬಂದಿದ್ದು, ನಾವು ಬರೋ ವಿಷ್ಯ ಅವ್ಳಿಗೆ ಗೊತ್ತಿರಲಿಲ್ಲ..."

ಸುಲಭವಾಗಿ ಅರ್ಥಮಾಡಿಕೊಂಡ ಸದಾಶಿವ. ಅವನ ಕೆನ್ನೆಯ ಮೇಲೆ ಕೈಯಾಡಿತು. ಎರಡ್ಹೆಜ್ಜೆ ಹಿಂದಕ್ಕೆ ಸರಿದ.

"ನಂಗೆ ಅಷ್ಟೇನೂ ಗೊತ್ತಿಲ್ಲ. ಫ್ಲ್ಯಾಟ್‌ಗೆ ಮೂರ್‍ನಾಲ್ಕು ಹುಡ್ಗೀರು ಬಂದು ಹೋಗ್ತಾ ಇರ್ತಾರೆ. ಬರೋ ಹೋಗೋ ಟೈಮಿಂಗ್ಸ್ ಕೂಡ ಹೇಳೋದು ಕಷ್ಟ" ಒಳ್ಗಡೆ ಬಂದು ಕೂತ.

"ಕಮಿನ್..... ಪ್ಲೀಸ್ ಕಮಿನ್" ವಿನಯದಿಂದ ಆಹ್ವಾನಿಸಿದ.

ಅಲ್ಲಿ ಕೂತು ಕಾಯುವುದು ಅನಿವಾರ್ಯವಾಗಿತ್ತು. ಮಗಳ ಮುಖ ನೋಡೋವರೆಗೂ ಅವರಿಗೆ ಊಟ, ತಿಂಡಿ ಬೇಡವಾಗಿತ್ತು. ಬಂಧಿಯಾಗಿದ್ದ ಅಂತಃಕರಣ ಈಗ ಮುಕ್ತವಾಗಿ ಚಡಪಡಿಸುತ್ತಿತ್ತು.

ಇಡೀ ಸಂಜೆ ಅವಳಿಗಾಗಿ ಕಾದರೂ ಸುಳಿವಿಲ್ಲ. ಸೂರ್ಯ ಮುಳುಗಲು ಮಳೆ ಶುರುವಾಯಿತು.

"ಇವ್ಳು ಯಾಕೆ ಬರ್ಲಿಲ್ಲ?" ರಘುನಂದನ್ ಸ್ವರದಲ್ಲಿ ಉದ್ವೇಗವಿತ್ತು. ಕಣ್ಣಂಚಿನಲ್ಲಿ ಆತಂಕ, ನಿಸ್ಸಹಾಯಕತೆಯ ಕಂಬನಿ "ಹೌ ಡಿಸ್ಗ್ರೇಸ್‌ಫುಲ್!" ಬಿಗಿದ ತುಟಿಗಳಿಂದ ತೂರಿ ಬಂತು.

ನಿರ್ಮಲ ತುಟಿ ಕಚ್ಚಿ ನುಂಗಿದರು ಮನದ ಧಾವಂತ, ಆತಂಕ, ಅಳಲನ್ನು.

ಸದಾಶಿವ ಕೈಯಲ್ಲಿನ ಪುಸ್ತಕ ಕೆಳಗಿಟ್ಟು ಮೇಲೆದ್ದ. ತೀರಾ ಕಂಗೆಟ್ಟ ಅವರ ಮುಖಗಳನ್ನು ನೋಡಿ ಅಯ್ಯೋ ಎನಿಸಿತು.

"ಹೊರಡೋ ವೇಳೆಗೆ ಮಳೆ ಬಂದಿದ್ದದ್ದು, ಹಾಗಾಗಿ ಎಲ್ಲೋ ನಿಂತಿದ್ದು ತಡವಾಗಿದೆ!" ಒಣ ಸಮಾಧಾನದ ಮಾತನ್ನ ಹೇಳಿದ.

ಈ ಫ್ಲ್ಯಾಟ್‌ನಲ್ಲಿ ಎರಡು ವರ್ಷದಿಂದ ಇರುತ್ತಿದ್ದು, ಹೆಚ್ಚಿಗೆ ತಲೆ ಕೆಡಿಸಿಕೊಳ್ಳದ ಮೌನಿ. ಒಮ್ಮೆ ಮೂರನೇ ಫ್ಲ್ಯಾಟ್‌ನಲ್ಲಿನ ಯುವತಿಯರೇ ಛೇಡಿಸಿದ್ದರು, ನಕ್ಕು ಸುಮ್ಮನಾಗಿದ್ದ.

"ಸ್ವಲ್ಪ ಕಾಫಿ ತಗೋತೀರಾ?" ಮೃದುವಾಗಿ ಕೇಳಿದ.

ನಿಧಾನವಾಗಿ ಅವನೆಡೆ ನೋಡಿದರು. ಬಹುಶಃ ಅಭಿನಂದನ್‌ಗಿಂತ ಒಂದೆರಡು ವರ್ಷಗಳು ದೊಡ್ಡವನಿರಬಹುದು. ಅಚ್ಚುಕಟ್ಟಾಗಿ ಬಾಚಿದ ಕ್ರಾಪ್, ಉಟ್ಟಿದ್ದಿದ್ದು ಧೋತಿ, ಮೇಲೆ ಚೌಕಳಿ ಷರಟು. ನಸುಗಪ್ಪು ಮುಖದಲ್ಲಿ ಕಣ್ಣುಗಳು ಹೆಚ್ಚಿನ ಆಕರ್ಷಣೆಯನ್ನು ಪಡೆದುಕೊಂಡಿದ್ದವು. ನೀಳವಾದ ಮೂಗಿನ ಕೆಳಗಿದ್ದ ಪುಟ್ಟ ಬಾಯಿ ಒಟ್ಟಿನಲ್ಲಿ ಸ್ಫುರದ್ರೂಪ.

"ಹೆಚ್ಚು ತೊಂದರೆ ಕೊಡಬೇಕಾಯ್ತು!" ಸಂಕೋಚ ರಘುನಂದನ್ ದನಿಯಲ್ಲಿ ತೋರಿದಾಗ "ನೋ..... ನೋ.... ತಾವು ದಯವಿಟ್ಟು ಹಾಗೆ ಹೇಳ್ಬೇಡಿ!" ಮೇಲಕ್ಕೆದ್ದ.

ಫ್ಲಾಸ್ಕ್‌ನಲ್ಲಿದ್ದ ಕಾಫಿಯನ್ನು ಎರಡು ಲೋಟಕ್ಕೆ ಬಗ್ಗಿಸಿ ಕೊಟ್ಟ.

ಸ್ವಲ್ಪ ವಾತಾವರಣ ಸಡಲಿಸಿತು. ರಘುನಂದನ್, ಸದಾಶಿವ ಬಗ್ಗೆ ವಿಚಾರಿಸಿದರು. ನಡುವೆ ನಂದಿನಿಯ ವಿಷಯ ತೂರಿದಾಗ ಅವನ ಕಣ್ಣುಗಳಲ್ಲಿ ಅಚ್ಚರಿ ಇಣುಕಿತು.

"ತಾವು ಮುಂಬಯಿಯಲ್ಲಿದ್ದು....." ಸದಾಶಿವ ಪೂರ್ತಿ ಮಾಡಲಿಲ್ಲ. ಅರ್ಥಮಾಡಿಕೊಂಡವರಂತೆ ಹೇಳಿದರು.

"ಅವ್ಳು ಬೆಂಗ್ಳೂರಿನಲ್ಲೇ ಓದೋಕೆ ಇಷ್ಟಪಟ್ಳು. ಇಲ್ಲಿ ಕೆಲವು ಒಳ್ಳೆಯ ಸ್ನೇಹಿತರಿದ್ದಾರೆ ನಂದಿನಿಗೆ" ಮಾತು ಹೊರ ಬಿದ್ದ ಮೇಲೆ ತುಟಿ ಕಚ್ಚಿಕೊಂಡರು. ಎಷ್ಟು ಸರಿ?

ಬೋರ್ಡಿಂಗ್‌ನಿಂದ ನೇರವಾಗಿ ಹಾಸ್ಟೆಲ್‌ಗೆ ಜಿಗಿದ ಮೇಲೆ ತಾವು ಹೇಳುವುದನ್ನು ನಿಲ್ಲಿಸಿ ಅವಳು ಹೇಳುವುದನ್ನು ಕೇಳಲು ತಯಾರಾದರು.

ರಜ ಬಂದಾಗ ಎಲ್ಲೆಲ್ಲೋ ಹೋಗುವ ವಿಷಯ ತಿಳಿಸುತ್ತಿದ್ದಳು. ವೆಕೇಷನ್‌ನಲ್ಲಿ ಕೂಡ ಮನೆಗೆ ಬರುತ್ತಿರಲಿಲ್ಲ.

"ನಂಗೆ ಅಲ್ಲಿಗೆ ಬರೋಕೆ ಬೇಜಾರು. ಮಮ್ಮಿ ಅಂತೂ ಇರೋಲ್ಲ. ನೀವು ಕೂಡ ಕಂಟ್ರಾಕ್ಟ್ ನೆವದಲ್ಲಿ ಮದ್ರಾಸ್, ಕಲ್ಕತ್ತಾ, ಮುಂಬಯಿ ಅಂಥ ಓಡಾಡ್ತೀರಿ. ವೈ ಷುಡ್ ಐ ಕಮ್?"

ಆ ಸಂದರ್ಭದಲ್ಲಿ ದೀರ್ಘವಾಗಿ, ಆಳವಾಗಿ ಯೋಚಿಸಿರಲಿಲ್ಲ. ಅದಲ್ಲದೆ ನಿರ್ಮಲ ಮಕ್ಕಳನ್ನು ಪೂರ್ತಿಯಾಗಿ ಹಚ್ಚಿಕೊಂಡಿರಲಿಲ್ಲ. ತಂದೆ, ಮಕ್ಕಳ ಸಂಬಂಧ ಸದಾ ಬಿಗಿಯಾಗಿ ಇರಲು ಕೊಂಡಿ ಆಗಬೇಕಿದ್ದ ತಾಯಿಯೇ ಕಳಚಿಕೊಂಡಿದ್ದರಿಂದ, ಅದೆಂದೂ ಬೆಸೆದುಕೊಂಡೇ ಇರಲಿಲ್ಲ.

ಮಳೆ ಒಂದೇ ಸಮ ಜೋರಾದಾಗ ಸದಾಶಿವ ಎದ್ದು ಹೋಗಿ ಅನ್ನಕ್ಕೆ ಇಟ್ಟು ಬಂದ. ನಿರ್ಮಲ ಕಣ್ಣಲ್ಲಿಯೇ ಗಂಡನಿಗೆ ಸನ್ನೆ ಮಾಡಿದಳು.

"ನಾವು.... ಬರ್ತೀವಿ" ಇಬ್ಬರು ಮೇಲಕ್ಕೆದ್ದರು. ಸದಾಶಿವ ಕಿಟಕಿ ತೆರೆದು ನೋಡಿದ. 'ಧೋ' ಎಂದು ಮಳೆ ಒಂದೇ ಸಮನೆ ಸುರಿಯುತ್ತಿತ್ತು. "ಇಟ್ ಈಸ್ ಹೆವೀಲಿ ರೈನಿಂಗ್. ಇಂಥ ಮಳೆಯಲ್ಲಿ ಹೊರ್ಗೆ ಹೋಗೋದು ಪ್ರಯಾಸ."

ಗಂಡ, ಹೆಂಡತಿ ಒಬ್ಬರ ಮುಖವನ್ನೊಬ್ಬರು ನೋಡಿಕೊಂಡರು.

"ಪರ್ವಾಗಿಲ್ಲ, ಹೇಗೂ ಟ್ಯಾಕ್ಸಿ ಇದೆ. ಬೆಳಿಗ್ಗೆ ಬರ್ತೀವಿ." ನಿರ್ಮಲ ತಮ್ಮ ಹ್ಯಾಂಡ್‌ಬ್ಯಾಗ್ ಕೈಗೆತ್ತಿಕೊಂಡರು. ಸದಾಶಿವ ಅನುಮಾನಿಸಿದ. "ಹೊರ್ಗೆ ವಿಪರೀತ ಮಳೆ ಇದೆ. ಟ್ಯಾಕ್ಸಿನ ಬೇರೆ ಕಡೆ ಪಾರ್ಕ್ ಮಾಡಿರಬಹ್ದು!"

ರಘುನಂದನ್ ಒಂದು ಕ್ಷಣ ಯೋಚಿಸಿದರು.

"ಅವ್ಳ ಕೆಲವು ಫ್ರೆಂಡ್ಸ್‌ಗೆ ತಿಳಿಸಿದ್ವಿ. ನಂದಿನಿ ಏನಾದ್ರೂ ಲಾಡ್ಜ್‌ನಲ್ಲಿ ವೈಟ್ ಮಾಡ್ತಾ ಇರ್ಬಹ್ದು!" ತೋಚಿದ್ದು ಹೇಳಿದರು.

"ಹಾಗಾದ್ರೆ ನಿಮ್ಮನ್ನ ಟ್ಯಾಕ್ಸಿವರ್ಗೂ ಬಿಡ್ತೀನಿ" ಕೊಡೆಯೆತ್ತಿಕೊಂಡು ಬಾಗಿಲು ತೆರೆದವನೇ ನಾಲ್ಕೈಜ್ಜೆ ಇಟ್ಟು ಒಮ್ಮೆಲೇ ಹಿಂದಕ್ಕೆ ಬಂದ "ಹಾರಿಬಲ್...." ರಭಸದಿಂದ ಮಳೆ ಒಳಗೆಲ್ಲ ಎರಚತೊಡಗಿತು.

"ಇಟ್ಸ್ ಟೂ ಕೋಲ್ಡ್" ನಿರ್ಮಲ ನಿಂತಲ್ಲೇ ನಡುಗಿದರು. ರಘುನಂದನ್ ಭಯಂಕರವಾಗಿ ಸುರಿಯುವ ಮಳೆಯಲ್ಲಿ ಹೊರಗೆ ಹೆಜ್ಜೆಯಿಡಲು ಅಂಜಿದರು. "ಓ.... ಎಂಥ ಕೆಲ್ಸವಾಯ್ತು!" ನಿಸ್ಸಹಾಯಕತೆ ಅವರ ದನಿಯಲ್ಲಿ ತೇಲಿದಾಗ, ತಾನೇ ಬಾಗಿಲು ಹಾಕಿದ ಸದಾಶಿವ.

"ತಮಗೆ ಸ್ವಲ್ಪ ಅನನುಕೂಲವಾಗ್ಬಹ್ದು. ಆದ್ರೂ.... ತಾವುಗಳು ದೊಡ್ಡ ಮನಸ್ಸು ಮಾಡಿ ಇಲ್ಲೇ ಉಳಿಯಬಹುದು" ಮಾತು ಕೇಳಿ ಗೋಣಾಡಿಸಿದರು ರಘುನಂದನ್.

ನಿರ್ಮಲ, ರಘುನಂದನ್ ಮೌನವಾಗಿ ಕೂತಾಗ ಸದಾಶಿವ ಒಳಗೆ ಹೋದ. ಕ್ಯಾರಿಯರ್‌ನಲ್ಲಿ ಸಾಕಷ್ಟು ಹುಳಿ ಇತ್ತು. ಸ್ಟವ್ ಮೇಲೆ ಅಕ್ಕಿ ತೊಳೆದಿಟ್ಟ.

"ನಿರ್ಮಲಾ...." ಬಾವಿಯಾಳದಿಂದ ಬಂದಂತಿತ್ತು ರಘುನಂದನ್ ಸ್ವರ. "ಎರ್ಡು ದಿನ ಸ್ವಲ್ಪ ಹೆಚ್ಚು ಕಡ್ಮೆ ಉಪವಾಸವೇ" ನಿರ್ಮಲ ತಲೆಯೆತ್ತಿ ಗಂಡನ ಕಣ್ಣಲ್ಲಿ ನೋಟ ನೆಟ್ಟರು. ಇಂದಿನಷ್ಟು ಎಂದೂ ಅವರ ನೋಟ ಆಳವಾಗಿರಲಿಲ್ಲ. ಥಟ್ಟನೆ ಕಣ್ಣಂಚಿನ ಕಂಬನಿ ಕೆನ್ನೆಯ ಮೇಲೆ ಜಿನುಗಿತು. ಬಗ್ಗಿ ತೋರುಬೆರಳಿನಿಂದೊರೆಸಿದರು ರಘುನಂದನ್.

"ತೀರಾ ಕಂಗೆಟ್ಟ ಸ್ಥಿತಿಯಲ್ಲಿರೋ ನನಗೆ ನಿನ್ನ ಕಣ್ಣೀರು ನೋಡೋ ಶಕ್ತಿಯಿಲ್ಲ. ನಂಗಿಂತ ನೀನು ದೃಢಮನಸ್ಕಳು" ಹೆಂಡತಿಯ ಕೈ ಹಿಡಿದು ತುಟಿಗೊತ್ತಿಕೊಂಡರು. ವಿಷಣ್ಣತೆ ಹಾದು ಹೋಯಿತು ನಿರ್ಮಲ ಮುಖದ ಮೇಲೆ.

"ಶೂರ್! ಸರ್ಟನ್ಲಿ! ಹಾಲು ಕುಡಿಯೋ ಹಸುಳೆಗಳ್ನ ನಿಶ್ಚಿಂತೆಯಾಗಿ ಆಯಾ ಕೈಗೆ ಒಪ್ಪಿಸೋದು ನನ್ನಂಥ ಹೆಣ್ಣಿನಿಂದ್ಲೇ ಸಾಧ್ಯ!" ನಿರ್ಮಲ ಸ್ವರದಲ್ಲಿ ಪಶ್ಚಾತ್ತಾಪದ ದಳ್ಳುರಿ ಇತ್ತು.

ರಘುನಂದನ್ ಕಿಟಕಿಯ ಬಳಿ ಹೋಗಿ ನಿಂತರು. ಅರ್ಧ ಭಾಗ ತೆರೆದಿದ್ದ ಕಿಟಕಿಯಿಂದ ಗಾಳಿ, ಎರಚು ಹನಿಗಳು ಸಿಡಿಯುತ್ತಲೇ ಇದ್ದವು.

"ಸರ್, ನಿಮ್ಗೆ ಅಭ್ಯಂತರವಿಲ್ದಿದ್ರೆ ಬಿಸಿಯಾಗಿ ಅನ್ನ ಮಾಡಿದ್ದೀನಿ. ಊಟ ಮಾಡ್ಬಹ್ದು" ಸದಾಶಿವ ಮಾತಿಗೆ ಹಿಂದಿರುಗಿದರು. ಹೊಟ್ಟೆಯಲ್ಲಿ ಭಯಂಕರ ಹಸಿವಿತ್ತು. ನಿರ್ಮಲ ಕಡೆ ನೋಡಿದರು.

"ಹೇಗೂ ಸಾಕಷ್ಟು ತೊಂದರೆ ಕೊಟ್ಟಿದ್ದೀವಿ ಊಟ ಮಾಡೇ ಬಿಡೋಣ" ಎಂದಾಗ ಕಣ್ಣಲ್ಲಿಯೇ ಸಮ್ಮತಿ ಸೂಚಿಸಿದರು ನಿರ್ಮಲ.

ಸದಾಶಿವ ಮುಖ ಸಂಭ್ರಮಗೊಂಡಿತು.

ಎರಡು ತಟ್ಟೆ ಹಾಕಿ ಬಡಿಸಿದ. ಉಪ್ಪು, ಉಪ್ಪಿನಕಾಯಿ, ಕಾಸಿದ ತುಪ್ಪ, ಎಲ್ಲಾ ಕಾಳು ಬೆರಸಿ ಮಾಡಿದ ಹುಳಿ.

"ನಮ್ತುಂದೆ ಬಂದಿದ್ರು. ಅವ್ರೇ ಹುಳಿ ತಂದಿದ್ದು. ನಂಗೆ ಇಷ್ಟಾಂತ ನಮ್ಮಮ್ಮ ಮಾಡಿ ಕಳ್ಸಿದ್ದಾರೆ" ಹೆಮ್ಮೆ, ಅಭಿಮಾನದಿಂದ ಸದಾಶಿವ, ಹೇಳಿದಾಗ ಮಂಕು ಕವಿದಂತಿದ್ದ ನಿರ್ಮಲ ಎದೆ ತಲ್ಲಣಿಸಿತು.

"ನಂದಿನಿ, ಅಭಿನಂದನ್‌ಗೆ ಏನು ಇಷ್ಟ?" ಯಾರಾದರೂ ಈ ಪ್ರಶ್ನೆ ಕೇಳಿದರೆ ಅವರು ಖಂಡಿತ ಉತ್ತರಿಸಲಾರರು. ಮಂಜಾದ ಕಣ್ಣುಗಳ ಮೇಲೆ ಕೈಯಾಡಿಸಿಕೊಂಡರು.

ಊಟ ಮುಗಿದ ಮೇಲೆ ಸದಾಶಿವ ತನ್ನ ಹಳ್ಳಿ, ತಾಯ್ತುಂದೆ, ತನ್ನ ಓದಿನ ಬಗ್ಗೆ ಮುಕ್ತವಾಗಿ ಹೇಳಿಕೊಂಡ.

"ನನ್ನ ತಾಯಿ ತುಂಬ ಸೆಂಟಿಮೆಂಟಲ್. ತನ್ನ ಮಗನ ವಿದ್ಯೆ, ಆಯುಸ್ಸು, ಆರೋಗ್ಯಕ್ಕಾಗಿ ನೂರೊಂದು ದೇವರಿಗೆ ಅಡ್ಡ ಬಿಳ್ತಾರೆ. ವಾರಕ್ಕೊಮ್ಮೆಯಾದ್ರೂ ನನ್ನ ನೋಡ್ಬೇಕು. ಅಕಸ್ಮಾತ್ ಭಾನುವಾರ ಬೆಳಿಗ್ಗೆ ನಾನು ಹೋಗ್ದೆ ಇದ್ರೆ ಸೋಮವಾರ ಬೆಳಿಗ್ಗೆ ಅವ್ರು ಹಾಜರು!" ತುಂಬು ಅಭಿಮಾನ, ಅಕ್ಕರೆ ಇತ್ತು ಅವನ ಮಾತಿನಲ್ಲಿ.

ಸಣ್ಣ ಮುಳ್ಳಿನಲ್ಲಿ ಚುಚ್ಚಿದಂಥ ವೇದನೆ ಎದೆಯಲ್ಲಿ ನಿರ್ಮಲಗೆ. ಎಂದಾದರೂ ಮಕ್ಕಳಿಗಾಗಿ ತಾವು ಧಾವಂತಪಟ್ಟಿದ್ದುಂಟೇ? ಆ ಮೀಟಿಂಗ್, ಈ ಫೈಲು, ಕಂಪನಿ ಮಾರ್ಕೆಟಿಂಗ್ ವಿಭಾಗದ ಪ್ರೋಗ್ರೆಸ್. ಅವರುಗಳು ತನ್ನ ಬಗ್ಗೆ ಆಡುವ ಮೆಚ್ಚಿನ ನುಡಿಗಳು ಇವುಗಳ ಜಗತ್ತಿನೊಳಗೆ ಮುಳುಗಿರುತ್ತಿದ್ದವು.

"ಮಳೆ ನಿಂತ ಹಾಗೆ ಇದೆ. ನಾವು ಹೊರಡ್ತೀವಿ. ಇಷ್ಟೊಂದು ಇಂಟಿಮೇಟಾಗಿ ನಡ್ಸಿಕೊಂಡೋರು ಕಡ್ಮೆ! ಈ ರಾತ್ರಿನ ನಾವು ಮರ್ಯೋಕ್ಕಾಗೋಲ್ಲ. ವಿಷ್ಯ ತಿಳ್ಸಿ ನಮ್ಮೆ ನಂದಿನಿನ ಕಳ್ಸಿ ಕೊಡೋ ಜವಾಬ್ದಾರಿ ಹೊತ್ತುಕೊಳ್ಳಿ" ಎನ್ನುತ್ತ ಸದಾಶಿವನ ಎರಡೂ ಕೈ ಹಿಡಿದುಕೊಂಡರು ರಘುನಂದನ್.

"ನೀವು ನಿಶ್ಚಿಂತೆಯಾಗಿರಿ. ನಂದಿನಿಯವರನ್ನ ನೋಡಿ ನಾನೇ ನಿಮ್ಮ ಲಾಡ್ಜ್‌ಗೆ ಕರ್ಕೊಂಡ್ಬರ್ತೀನಿ. ಒಂದು ಸ್ಲಿಪ್ ಕೊಟ್ಟಿಡಿ" ಸದಾಶಿವನ ಸನ್ನಡತೆಗೆ ದಂಪತಿಗಳು ಬೆರಗಾದರು.

ಸಣ್ಣನೆಯ ತುಂತುರಿನಲ್ಲಿಯೇ ಸದಾಶಿವ ಅವರನ್ನು ಟ್ಯಾಕ್ಸಿ ಹತ್ತಿಸಿ ಹಿಂದಿರುಗಬೇಕೆನ್ನುವ ವೇಳೆಗೆ ಹಿಂದೆನೇ ಒಂದು ಕಾರು ಬಂದು ನಿಂತಿತು.

ಮೂವರು ಇಳಿದರು. ಒಂದೇ ವಯಸ್ಸಿನ ಯುವತಿಯರು, ಮೂವರದೂ ಬಾಬ್ ಮಾಡಿಸಿದ ಕೂದಲು. ಯಾರಿರಬಹುದು..... ನಂದಿನಿ? ತಾನಾಗಿ ಗುರುತಿಸುವ ಸ್ಥಿತಿಯಲ್ಲಂತೂ ಅವನಿರಲಿಲ್ಲ.

ಮೇಲೆ ಹತ್ತಿ ಹೋಗುವವರೆಗೂ ನಿಂತಿದ್ದ ಕಾರು ಮುಂದೇನೆ ವೇಗವಾಗಿ ಹಾದುಹೋಯಿತು. ಕೆಳತುಟಿಯನ್ನು ಹಲ್ಲಿನಡಿಯಲ್ಲಿ ಕಚ್ಚಿಹಿಡಿದ.

ರಘುನಂದನ್, ನಿರ್ಮಲ ಅವರ ಕೆಳಗಿಟ್ಟ ಮುಖ ನೆನಪಾದಾಗ ಖಿನ್ನನಾದ. 'ಛೇ...' ನಿಧಾನವಾಗಿ ಮೆಟ್ಟಿಲೇರತೊಡಗಿದ. ಇವನು ಮೊದಲನೇ ಫ್ಲ್ಯಾಟ್ ತಲುಪುವ ವೇಳೆಗೆ ಕದ ಹಾಕಿತ್ತು.

ಬೆರಳಿನಿಂದ ಸಣ್ಣಗೆ ಸದ್ದು ಮಾಡಿದ.

"ಯಾರದು?" ಒಳಗಿನಿಂದ ಒರಟು ಸ್ವರದಲ್ಲಿ ಪ್ರಶ್ನೆ.

"ಮೂರನೇ ಫ್ಲ್ಯಾಟ್‌ನಲ್ಲಿ ನನ್ನ ವಾಸ. ನಂದಿನಿಯವರ ತಾಯ್ತಂದೆ ಹುಡುಕ್ಕೊಂಡು ಬಂದಿದ್ರು...." ಪೂರ್ತಿ ಹೇಳುವ ಮುನ್ನವೇ ಮುಖಕ್ಕೆ ಅಪ್ಪಳಿಸಿದಂತೆ ಹೇಳಿದಳು, "ಡೋಂಟ್ ಡಿಸ್ಟರ್ಬ್ ಮಿ, ನೀವ್ಹೋಗಿ ಮಲ್ಗಿಕೊಳ್ಳಿ. ಇಲ್ದಿದ್ರೆ ಪೊಲೀಸ್‌ಗೆ ಫೋನ್ ಮಾಡ್ಬೇಕಾಗುತ್ತೆ."

ಮುಖ ಕೆಳಗೆ ಹಾಕಿದ ಸದಾಶಿವ. ನಿಧಾನವಾಗಿ ತನ್ನ ಫ್ಲ್ಯಾಟ್‌ನ ಕಡೆ ಹೆಜ್ಜೆಗಳನ್ನು ಎತ್ತಿಟ್ಟ. ಒಂದೊಂದು ಹೆಜ್ಜೆಯೂ ಭಾರವೆನಿಸಿತು.

"ಇತ್ತೀಚಿನ ಬದ್ಕಿನಲ್ಲಿ ಒಳಿತು – ಕೆಡಕುಗಳ ಅಂತರ ಬಹಳಷ್ಟು ಕಡ್ಮೆಯಾಗ್ತಾ ಇದೆ. ಜೀವನದ ಮೌಲ್ಯಗಳು ಅಪಹಾಸ್ಯಕ್ಕೆ ಗುರಿಯಾಗಿವೆ. ಇಂಥ ಸ್ಥಿತಿಯಲ್ಲಿ ನಾವು ಬದ್ಕಿದ್ರೂ.... ಅದ್ರ ವಿರುದ್ಧ ಹೋರಾಡಬೇಕು" ಡಿಗ್ರಿ ಮುಗಿಸಿ ಊರಿನಲ್ಲಿ ಸ್ವಂತ ವ್ಯವಸಾಯ ಮಾಡುತ್ತಿದ್ದ ಅವನ ತಂದೆ ಹೇಳುತ್ತಿದ್ದ ಮಾತುಗಳು.

ಸದಾಶಿವನ ತುಟಿಯಂಚಿನಲ್ಲಿ ವಿಷಣ್ಣತೆಯ ನಗು ಮಿನುಗಿತು. ಎಂದೂ ಅರ್ಥವಾಗದ ವಿದ್ಯಾರ್ಥಿನಿಯರು ಅವರುಗಳೆಲ್ಲ ಅವನ ಪಾಲಿಗೆ.

ನಿಮಿಷಗಳನ್ನು ಲೆಕ್ಕ ಹಾಕಿಯೇ ಬೆಳಗು ಮಾಡಿದ. ಸ್ನಾನ ಮುಗಿಸಿ ಕೋಣೆ ಬಾಗಿಲಿಗೆ ಬೀಗ ಜಡಿದು ಅವರ ಫ್ಲ್ಯಾಟಿನತ್ತ ನಡೆದ. ಒಂದೆರಡು ನಿಮಿಷ ಬಾಗಿಲಿನ ಬಳಿ ನಿಂತ. ಎದ್ದ ಸದ್ದಿಲ್ಲ.

ಕಾಲಿಂಗ್ ಬೆಲ್ ಒತ್ತಿದ. ಆಮೇಲೆ ಬಾಗಿಲ ಮೇಲೆ ಬೆರಳಿನಿಂದ ಶಬ್ದ ಮಾಡಿದ.

"ಸ್ವಲ್ಪ ಬಾಗಿಲು ತೆಗೆಯಿರಿ. ಅರ್ಜೆಂಟಾಗಿ ನಂದಿನಿಯವ್ರನ್ನ ನೋಡ್ಬೇಕು" ಕಿಟಕಿ ತೆಗೆದು ತಲೆಯಿಟ್ಟ ಲಲನೆಗೆ ಹೇಳಿಗೆ. "ಛಿ!....." ಮುಖ ಸಿಂಡರಿಸಿದರೂ, ಬಾಗಿಲು ತೆಗೆದುಕೊಂಡಿತು. ಸಂಕೋಚ ಮೆಟ್ಟಿ ಒಳಗಡಿ ಇಟ್ಟ.

"ನಂದಿನಿಯ ಫಾದರ್, ಮದರ್ ಬಂದಿದ್ದಾರೆ. ಅರ್ಧ ರಾತ್ರಿವರ್ಗೂ ನನ್ನ ಫ್ಲ್ಯಾಟ್‌ನಲ್ಲೇ ಕಾದಿದ್ರು. ನಾನು ಅರ್ಜೆಂಟಾಗಿ ನಂದಿನಿಯವ್ರನ್ನ ನೋಡ್ಬೇಕಲ್ಲ....." ನಿಂತೇ ಸದಾಶಿವ ಹೇಳಿದಾಗ ಬೇಸರದ ಮುಖದ ಮೇಲೆ ಅಸ್ತವ್ಯಸ್ತವಾಗಿರುವ ಕೂದಲನ್ನು ಹಿಂದಕ್ಕೆ ತಳ್ಳಿದಳು ಮಾಧವಿ.

"ಟೆರಿಬಲ್! ಅವ್ಳನ ಈಗ್ಲಂತೂ ಎಚ್ಚರಿಸೋದು ಸಾಧ್ಯವಿಲ್ಲ. ಹತ್ತರ ಮೇಲೆ ಬನ್ನಿ. ಅಷ್ಟೊತ್ತಿಗೆ ಸರಿ ಹೋಗ್ತಾಳೆ!" ಸ್ವಲ್ಪ ಅಸಹನೆ ಇತ್ತು ಸ್ವರದಲ್ಲಿ.

"ನೀವು ವಿಷ್ಯ ತಿಳ್ಸಿ ಮಿಸ್. ಖಂಡಿತ ಏಳ್ತಾರೆ." ಮಾಧವಿ ಸೊಟ್ಟಗೆ ನಕ್ಕು ಕೋಣೆಯತ್ತ ನಡೆದಳು.

ಮಾಧವಿ ಬೇಸರದ ಮುಖ ಮಾಡೇ ಹೊರಗೆ ಬಂದಳು.

"ಮಿಸ್ಟರ್, ನೀವು ಯಾಕೆ ರಿಸ್ಕ್ ತಗೋತೀರಾ? ಅಗತ್ಯವಿದ್ದವ್ರು ಬಂದು ನೋಡ್ತಾರೆ!" ಟವೆಲು ಹಿಡಿದು ಬಾತ್‌ರೂಮಿನತ್ತ ನಡೆದಾಗ ಸದಾಶಿವ ಹೊರಗೆ ಬಂದ. ಹಿಂದಿನಿಂದ ಬಾಗಿಲು ಸದ್ದಿನೊಂದಿಗೆ ಮುಚ್ಚಿಕೊಂಡಿತು. ಅವನ ಹುಬ್ಬುಗಳೇರಿ ಕೆಳಗೆ ಇಳಿದವು.

ಅವರ ಲಾಡ್ಜ್‌ಗೆ ಫೋನ್ ಮಾಡಿ ಇರೋ ವಿಷಯ ತಿಳಿಸಿ ಹಿಂದಿರುಗಿದ. ನೋಟ ಅತ್ತ ಹರಿದಾಗ ಬಾಗಿಲು ಮುಚ್ಚಿ ಇತ್ತು.

ಸ್ನಾನ ಕೂಡ ಮಾಡದೆ ಗೊತ್ತುಪಡಿಸಿದ ಟ್ಯಾಕ್ಸಿಯಲ್ಲಿ ಬಂದಿಳಿದರು. ನಿರ್ಮಲ, ರಘುನಂದನ್ ಜೀವನ ಕೈಯಲ್ಲಿಡಿದು ನಂದಿನಿಯ ಆ ಫ್ಲ್ಯಾಟ್‌ನ ಬಾಗಿಲ ಮುಂದೆ ಹೋಗಿ ನಿಂತರು.

ಝುಳುಝುಳು ನಗೆ ಕೇಳಿ ಬಂತು. ಸ್ವಲ್ಪ ಬಿಳುಪೇರಿದ ಅವರ ಮುಖದಲ್ಲಿ ರಕ್ತ ಸಂಚಾರವಾಯಿತು. ನಿರ್ಮಲ ಎದೆಯ ಮೇಲೆ ಕೈಯಿಟ್ಟುಕೊಂಡು ಭಾರವಾದ ಉಸಿರು ದಬ್ಬಿದರು.

"ಥ್ಯಾಂಕ್ ಗಾಡ್!" ಮೇಲುಸಿರಿನೊಂದಿಗೆ ಸ್ವರ ದಬ್ಬಿದರು. ಆದರೆ ರಘುನಂದನ್ ಮೈ ಮೃದುವಾಗಿ ಕಂಪಿಸಿತು. "ದೇವರ ದಯೆ.... ಇರಲಿ" ಮೇಲೆ ನೋಡಿ ತಲೆ ತಗ್ಗಿಸಿದರು.

ಎರಡು ಸಲ ಕಾಲಿಂಗ್ ಬೆಲ್ ಒತ್ತಿದ ಮೇಲೇನೇ ಫ್ಲ್ಯಾಟ್ ಬಾಗಿಲು ತೆರೆದುಕೊಂಡಿದ್ದು. ನೋಡಿದ ಮಾಧವಿ ಮುಖ ಗಂಟ್ಹಾಕಿದಳು.

"ಎಲ್ಲಾ ಅಪ್‌ಸೆಟ್!" ಅವಳ ಸ್ವರದಲ್ಲಿ ಬೇಸರದ ಛಾಯೆ. "ನಿಮ್ಮ ಮಗ್ಳು ಆ ಕೋಣೆಯಲ್ಲಿ ಇದ್ದಾಳೆ" ಎಂದವಳೇ ಕೂದಲನ್ನ ಬ್ರಷ್ ಮಾಡುತ್ತಿದ್ದ ರಂಜನಾ ಕಡೆ ತಿರುಗಿದಳು.

ನಿರ್ಮಲ, ರಘುನಂದನ್‌ರ ಮುಖದ ರಕ್ತ ಹಿಂಗಿತು. ಮಾತನಾಡಲಾರದ ಸ್ಥಿತಿ. ತಲೆ ತಗ್ಗಿಸಿ ಆ ಕೋಣೆಯತ್ತ ನಡೆದರು.

ಮೂರು ಮಂಚಗಳು ಸೊಳ್ಳೆ ಪರದೆಯಿಂದ ಆವೃತವಾಗಿದ್ದವು. ಅವರುಗಳ ಎದೆ ಬಡಿತ ಏರಿತು.

"ನಂದಿನಿ..... ನಂದಿನಿ......" ನಿರ್ಮಲ ಸ್ವರ ತುಸು ಮೆತ್ತಗಾಗಿತ್ತು. ಯಾವುದೇ ಪ್ರತಿಕ್ರಿಯೆ ಇಲ್ಲ. ಮಂಚದ ಸನಿಹಕ್ಕೆ ಹೋಗಿ ನಿಂತು ಪರದೆ ಸರಿಸಿದರು.

ನೋಡಿದ ನಂದಿನಿ ಮುಖದಲ್ಲಿ ಮಗುವಿನ ಮುಗ್ಧತೆ ಇದ್ದರೂ ಅಸ್ತವ್ಯಸ್ತವಾಗಿ ಮಲಗಿದ್ದಳು.

"ನಂದೂ.... ನಂದೂ...." ತೋಳುಹಿಡಿದು ಅಲುಗಾಡಿಸಿದ ನಿರ್ಮಲ ಕಣ್ಣುಗಳಲ್ಲಿ ಭಯ ಆವರಿಸಿತು. "ಈ ನಿದ್ದೆ......." ಕೈ ನಂದಿನಿಯ ತೋಳ ಮೇಲೆ ಇತ್ತು. ರಘುನಂದನ್ ಅತ್ತ ತಿರುಗಿಸಿದಳು. "ನಂಗೆ ಇದು ನಿದ್ದೆ ಅನ್ನಿಸೋಲ್ಲ. ಡ್ರಗ್ಸ್

ಸ್ಲೀಪ್ ಇದ್ದ ಹಾಗಿದೆ" ಆಕೆಯ ಸ್ವರ ಕಂಪಿಸಿತು. ರಘುನಂದನ್ ಹಣೆಯ ಬೆವರನ್ನು ಕರ್ಚಿಫ್‌ನಿಂದೊತ್ತಿಕೊಂಡರು. ಮೈಯಲ್ಲಿ ಒಂದು ರೀತಿಯ ನಿಶ್ಯಕ್ತತೆ, ಗೋಡೆಗೊರಗಿ ನಿಂತರು.

"ಎದ್ಳಾ..... ನಿಮ್ಮ ಮಗ್ಳು?" ಮಾಧವಿ ಒದ್ದೆ ಮುಖದಲ್ಲಿ ಒಳಗೆ ಬಂದಳು. ಅವಳ ಕಣ್ಣುಗಳಲ್ಲಿ ಕಿಡಿ ಇತ್ತು "ಷಿ ಈಸ್ ಅನ್‌ಲಕ್ಕೀ" ಖಾರವಾಗಿ ಕುಟುಕಿ ಮಂಚದ ಬಳಿ ಹೋದಳು.

"ನಂದು ಎಚ್ಚರ ಮಾಡ್ಕೋ. ಪ್ಲೀಸ್ ಎಚ್ಚರ ಮಾಡ್ಕೋ. ಯಾರು ಬಂದಿದ್ದಾರೆ ನೋಡು!" ಒಂದೇ ಸಮ ಅವಳ ತೋಳುಹಿಡಿದು ನಿರ್ಮಲ ಎಚ್ಚರಿಸತೊಡಗಿದಳು.

"ಪ್ಲೀಸ್ ಬಿಟ್ಟು ಬಿಡಮ್ಮ. ನಂಗೆ ತುಂಬ ನಿದ್ದೆ" ಮತ್ತಿನಲ್ಲೇ ಕೊಸರಿದಳು. ಇತ್ತ ತಿರುಗಿದ ಮಾಧವಿ ಒರಟಾಗಿ ಹೇಳಿದಳು. "ಸ್ವಲ್ಪ ಹೊತ್ತು ಹೊರ್ಗಡೆ ಕೂತಿರಿ. ಎಬ್ಬಿಸ್ಕೊಂಡ್ಬರ್ತೀನಿ."

ಪೆಚ್ಚು, ನಿರಾಶೆ ಹೊತ್ತ ಮುಖಗಳ ಜೊತೆ ಭಾರವಾದ ಎದೆಯನ್ನು ಹೊತ್ತು ಹೊರಗೆ ಬಂದು ಕೂತರು. ರಂಜನಾ ಏನೆಂದು ತಿರುಗಿ ನೋಡದೆ ಕೋಣೆಯೊಳಕ್ಕೆ ಹೋದಳು.

"ಸ್ವಲ್ಪ ಹೊರ್ಗೆ ಹೋಗೋಣ. ರಿಲ್ಯಾಕ್ಸ್ ಮಾಡ್ಕೋ. ಈಗ ನಮ್ಗೆ ಗಟ್ಟಿ ಎದೆ ಬೇಕು" ಹೆಂಡತಿಯ ಕೈ ಹಿಡಿದು ಮೃದುವಾಗಿ ಅದುಮಿದಾಗ ನಿರ್ಮಲ ಬಾಯಿಗೆ ಕೈ ಹಿಡಿದು ಬಿಕ್ಕಿದರು.

ನಿಬ್ಬೆರಗಾದರು ರಘುನಂದನ್. ಕಂಪನಿಯಲ್ಲಿ ನಿರ್ಮಲದು ದೊಡ್ಡ ಹೆಸರು. ಎಂದೂ ಹಿಂದೆಗೆಯದ ಸ್ವಭಾವ. ಪ್ರತಿಯಿಂದನ್ನೂ ಫೇಸ್ ಮಾಡಬೇಕೆನ್ನೋ ಛಲ. ಈಗೇನಾಯ್ತು....? ಎಬ್ಬಿಸಿಕೊಂಡು ಹೊರಗೆ ನಡೆದರು.

ನಿರ್ಮಲ ಅತ್ತು ತಾವೇ ಸಮಾಧಾನ ಮಾಡಿಕೊಂಡರು. ಕಂಪನಿಯ ಕೆಲಸದ ಮೇಲೆ ನಾಲ್ಕಾರು ಬಾರಿ ಬೆಂಗಳೂರಿಗೆ ಬಂದಿದ್ದರೂ ಒಮ್ಮೆ ಕೂಡ ಮಗಳನ್ನು ಭೇಟಿ ಮಾಡಿರಲಿಲ್ಲ.

"ಬೆಂಗಳೂರಿಗೆ ಹೋಗಿದ್ದೆ. ಅಲ್ಲಿನ ಹವಾ ತುಂಬ ಒಳ್ಳೇದು" ಎಂದಾಗ ಹುಬ್ಬು ಬೆಸೆದು ರಘುನಂದನ್ ಪ್ರಶ್ನಿಸಿದ್ದರು. "ನಂದುನಾ ಭೇಟಿ ಆಗಿದ್ಯಾ, ಅದ್ಕೇ ಅವ್ಳು ಬೆಂಗ್ಳೂರನ್ನ ಇಷ್ಟಪಡೋದು."

"ಸಾರಿ, ನಂಗೆ ಆಗ್ಲೇ ಇಲ್ಲ. ಬರೀ ಟೆನ್ಷನ್. ಹೋದ ನಿಮಿಷದಿಂದ ಫ್ಲೈಟ್ ಹತ್ತೋವರ್ಗೂ ಒಂದು ನಿಮಿಷ ಪುರುಸೊತ್ತಿಲ್ಲ!"

ರಘುನಂದನ್ ಸಪ್ಪಗಾದರೇ ವಿನಃ ಪ್ರಶ್ನಿಸಲು ಹೋಗಿರಲಿಲ್ಲ. ಆಮೇಲೆ ಮರೆತೇಬಿಟ್ಟಿದ್ದರು.

ಹೊರಗೆ ನಿಂತಿದ್ದವರನ್ನು ಸದಾಶಿವ ತನ್ನ ಫ್ಲ್ಯಾಟ್‌ಗೆ ಕರೆದೊಯ್ದು ಕಾಫಿ ಕೊಟ್ಟ. ಬೇರೆಡೆ ಮಾತು, ಮನಸ್ಸು ಹೊರಳಿಸುವುದು ಇಬ್ಬರಿಗೂ ಬೇಕಿತ್ತು.

"ಈ ಫ್ಲ್ಯಾಟ್‌ಗೆ ಎಷ್ಟು ಬಾಡ್ಗೆ? ಒಬ್ರೇ ಇದ್ದೀರಲ್ಲ" ಕಾಫಿ ಕಪ್ ಕೈಯಲ್ಲಿ ಹಿಡಿದೇ ಕೇಳಿದರು. ವಿವೇಕಾನಂದರ ಫೋಟೋಗೆ ಹೂ ಸಿಕ್ಕಿಸುತ್ತಿದ್ದ ಸದಾಶಿವ ಕತ್ತು ತಿರುಗಿಸಿ, "ಎರಡು ಸಾವಿರದ ಆರುನೂರು. ಬೇರೆ ದೊಡ್ಡ ಸಿಟಿಗಳಷ್ಟೇ ಕಾಸ್ಟ್ಲಿ ಲಿವಿಂಗ್. ಬೇರೆ ದಾರಿ ಇಲ್ಲ. ಆಗಾಗ ನಮ್ಮ ಮನೆಯವ್ರು ಬಂದು ಉಳೀತಾರೆ. ಬೇರೆಯವ್ರಿಗೆ ತೊಂದರೆ. ಅದ್ಕೇ ಆ ಬಗ್ಗೆ ಯೋಚ್ಸಿಲ್ಲ."

ಮೂರು ಅಂತಸ್ತಿನ ಕಟ್ಟಡ. ಬಹುಶಃ ಸಣ್ಣ ಉದ್ಯೋಗಸ್ಥ, ವಿದ್ಯಾರ್ಥಿಗಳಿಗೆಂದೇ ಕಟ್ಟಿಸಿರಬೇಕು. ಇರುವುದರಲ್ಲಿ ಅಚ್ಚುಕಟ್ಟಾಗಿತ್ತು.

ಕಾಲು ಗಂಟೆಯ ನಂತರ ಸಣ್ಣ ಹುಡುಗ ಬಂದು ಕರೆದ.

"ನೀವೇನಾ ನಂದಿನಿಯವ್ರ ತಂದೆ? ಬರ್ಬೇಕಂತೆ" ಅವನ ದಾಕ್ಷೀಕಕ್ಕೆ ಬೆರಗಾದರು. "ಪರ್ವಾಗಿಲ್ಲ ಚುರುಕಾಗಿದ್ದಾನೆ" ಸದಾಶಿವ ನಸುನಕ್ಕು ನುಡಿದ. "ಅದ್ಕೇ ನಮ್ದೇ ತಪ್ಪು. ಅವರಿಲ್ದೇ ನಮ್ಮ ದಿನಗಳು ಉರುಳೋಲ್ಲ ಅನ್ನೋಮಟ್ಟಿನ ದೌರ್ಬಲ್ಯ ಬೆಳೆಸ್ಕೊಂಡ್ರೆ ಬದ್ಕಿಗೆ ಅವ್ರು ಅನಿವಾರ್ಯವಾಗಿ ಬಿಡ್ತಾರೆ. ಅದೇ ಇಂಥ ಬೆಳವಣಿಗೆಗೆ ಕಾರಣ" ಅರ್ಥಗರ್ಭಿತವಾಗಿದ್ದವು ಅವನ ಮಾತುಗಳು.

ತೀರಾ ಸಂಕೋಚದಿಂದಲೇ ಬಂದರು. ನಂದಿನಿ ಸೋಫಾ ಬೆನ್ನಿಗೆ ಒರಗಿ ಕಣ್ಮುಚ್ಚಿದಳು. ಒಂದು ರೀತಿಯ ಮಂಪರು ಅವಳನ್ನು ಅಪ್ಪಿತ್ತು.

"ನಂದು...." ಕರೆದಾಗ ಪ್ರಯಾಸದಿಂದ ಕಣ್ತೆರೆದಳು. ರೆಪ್ಪೆಗಳು ಭಾರ, ಮತ್ತಷ್ಟು ಮಲಗಬೇಕೆಂಬ ಹಂಬಲ ಹೋಗಿರಲಿಲ್ಲ.

"ಯಾವಾಗ್ಬಂದ್ರಿ?" ಸರಿಯಾಗಿ ಕೂಡಲು ಪ್ರಯತ್ನಿಸಿದವಳು. ಥಟ್ಟನೆ ಎದ್ದು ಬಾತ್‌ರೂಂಗೆ ಹೋದಳು. ಮುಖಕ್ಕೆ ಚೆನ್ನಾಗಿ ತಣ್ಣೀರು ಎರಚಿಕೊಂಡಳು. 'ಏನು ಇಬ್ರೂ ಒಟ್ಟಿಗೆ ಬಂದಿದ್ದೀರಿ?" ಪ್ರಶ್ನಿಸಿದರೂ ತಲೆ ಕೆಡಿಸಿಕೊಳ್ಳಲು ಹೋಗಲಿಲ್ಲ.

ಟವೆಲಿನಿಂದ ಮುಖವನ್ನೊತ್ತಿ ಬಂದು ಅವರ ಎದುರು ಕೂತಳು ನಿರ್ಮಲ ಕಣ್ನೋಟ ಅವಳ ಅಡಿಯಿಂದ ಮುಡಿಯವರೆಗೂ ಹರಿದಾಡಿತು.

"ಡ್ರೆಸ್ ಛೇಂಜ್ ಮಾಡ್ಕೊಂಡ್ಬಾ. ಲಾಡ್ಜ್‌ಗೆ ಹೋಗೋಣ" ಒತ್ತಿ ಹೇಳಿದರು ರಘುನಂದನ್.

ಆದರೆ ಅವಳ ಮುಖದ ಮೇಲೇನೂ ಉತ್ಸಾಹ ಮೂಡಲಿಲ್ಲ. ಪ್ರೀತಿಗಾಗಿ ಹಂಬಲಿಸಿ ಅವಳೆಂದೋ ನಿರಾಶೆಗೊಂಡಿದ್ದಳು.

"ಸಂಜೆ ಬಂದ್ರಾಗೋಲ್ವಾ, ಪಪ್ಪ?" ಮಗಳು ಪ್ರಶ್ನಿಸಿದಾಗ ಸಣ್ಣಗೆ ನಕ್ಕರು. "ಬೇಡ, ಈಗ್ಲೇ ಹೋಗೋಣ" ಅರೆ ಮನಸ್ಸಿನ ಒತ್ತಡ ಏರಿಕೆಗೆ ನಂದಿನಿ ಎದ್ದಳು.

"ಯಾವಾಗ್ಬಂದಿದ್ದು?" ಮಾಧವಿ ಬಂದು ಕೂತಳು. ಆ ಹೆಣ್ಣಿನ ಕಣ್ಣುಗಳಲ್ಲಿನ ಮೊನಚಿಗೆ ನಿರ್ಮಲ ಅಳುಕಿದರು. ರಘುನಂದನ್ ಉತ್ತರಿಸಿದರು. "ಆಗ್ಲೇ ಮೂರು ದಿನವಾಯ್ತು. ಹಾಸ್ಟೆಲ್‌ನಲ್ಲಿದ್ದ ನಂದಿನಿ ವಾಸ ಬದಲಾಯಿಸಿದ್ದು ಇಲ್ಗೆ ಬಂದ್ಮೇಲೇ ಗೊತ್ತಾಗಿದ್ದು. ಹುಡುಕಲು ಸ್ವಲ್ಪ ಪ್ರಯಾಸವೇ ಆಯಿತು" ಸ್ವಲ್ಪ ಆಕ್ಷೇಪಣೆ ಅವರ ಮಾತಿನಲ್ಲಿದ್ದದ್ದು ಮಾಧವಿಯ ಅರಿವಿಗೆ ಬಂತು. ವಿಷಣ್ಣತೆಯ ನಗು ನಕ್ಕಳು.

"ನಂದಿನಿ ನಿಮ್ಮ ಸ್ವಂತ ಮಗ್ಳಾ?" ಚಾಟಿಯೆತ್ತಿ ರಪ್ಪನೇ ಬೀಸಿದಂತಾಯಿತು. ನಿರ್ಮಲ ಮುಖ ಕೆಂಪಾಯಿತು. ತುಟಿಗಳು ಕಂಪಿಸಿದವು. "ಇಂಥ ಪ್ರಶ್ನೆ ಅಗತ್ಯವಿಲ್ಲ!"

"ಡೋಂಟ್ ಎಕ್ಸೈಟ್, ಮೇಡಮ್. ಯಾಕೆ ಅಷ್ಟೊಂದು ಉದ್ವೇಗ? ಸಾಧಾರಣ ಪ್ರಶ್ನೆ. ನಂದಿಯನ್ನ ವರ್ಷಗಟ್ಟಲೇ ಬಲ್ಲವರಿಗೆ ಚೆನ್ನಾಗಿ ಅರ್ಥವಾದೀತು. ನೀವು ಉತ್ತರಿಸದಿದ್ರೆ ಖಂಡಿತ ಪ್ರಶ್ನೆಯಾಗೇ ಉಳಿಯುತ್ತೆ ಅಷ್ಟೇ" ಸರಕ್ಕನೆ ಎದ್ದು ಹೋದಳು.

"ಬನ್ನಿ ಹೋಗೋಣ. ಎಲ್ಲಾದ್ರೂ ಹಾಳಾಗ್ಲಿ" ಎಂದು ನಿರ್ಮಲ ಎದ್ದಾಗ ರಘುನಂದನ್ ಕೈ ಹಿಡಿದು ಮೃದುವಾಗಿ ಅಮುಕಿದರು. "ಹ್ಯಾವ್ ಎ ಲಿಟಲ್ ಪೇಷನ್ಸ್. ನಂದಿನಿ ನಿನ್ನ ಕರುಳು ಬಳ್ಳಿ. ತಾಳ್ಮೆ ಕಳ್ದುಕೊಳ್ಳಬೇಡ" ನಿರ್ಮಲ ಹತಾಶರಾದವರಂತೆ ಕೂತರು.

ನಂದಿನಿ ಹತ್ತು ನಿಮಿಷಗಳ ನಂತರ ಬಂದಳು. ಸುಂದರವಾಗಿ ಬಿರಿದ ಹೂವಿನಂತೆ ಕಂಡಳು. ಅಚ್ಚ ಹಾಲು ಬಿಳುಪಿನ ಷಿಫಾನ್ ಸೀರೆಯುಟ್ಟಿದ್ದಳು. ಸಣ್ಣ ಸಣ್ಣ ಪ್ರಿಂಟೆಡ್ ಹೂ ಬಹಳ ಚೆನ್ನಾಗಿ ಕಾಣುತ್ತಿತ್ತು.

"ತುಂಬ ಮುದ್ದಾಗಿ ಕಾಣ್ತೀಯ!" ತಂದೆಯ ಮೆಚ್ಚುಗೆಯ ಮಾತಾಡಿದರು. ಕಣ್ಣರಳಿಸಿದಳು ನಂದಿನಿ. ವಿಸ್ಮಯ ಅರಳಿತು ಅದರಲ್ಲಿ. "ಥ್ಯಾಂಕ್ಯೂ.... ಪಪ್ಪಾ" ಎರಡ್ಹೆಜ್ಜೆ ಮುಂದೆ ಬಂದಳು.

ನಿರ್ಮಲ ತಲೆ ತಗ್ಗಿಸಿ ಹೊರ ನಡೆದರು. ಅವರೆದೆಯಲ್ಲಿ ಅವಲಕ್ಕಿ ಭತ್ತ ಕುಟ್ಟುವಂಥ ಸದ್ದು. ತಲೆಯಲ್ಲಿ ಅಂದೋಲನ.

"ನಾನು ಕೆಲಸಕ್ಕೆ ಹಿಂದಿರುಗಿಬಿಡಲೇ? ಮೊದಲಿನಂತೆ ಇದ್ದುಬಿಡುವುದು, ಈ ಒದ್ದಾಟವೇಕೆ? ಆ ಬದುಕಿಗೆ ಅಂಟಿಕೊಂಡು ಬಿಡುವುದು!" ನಿರ್ಮಲ ಮನ ಹತ್ತಾರು ರೀತಿಯಲ್ಲಿ ಯೋಚಿಸಿ ಕಂಗೆಟ್ಟಿತು.

ಲಾಡ್ಜ್‌ಗೆ ಬರುವವರೆಗೂ ತುಟಿ ಬಿಚ್ಚದೆ ಕೂತರು ನಿರ್ಮಲ. ರಘುನಂದನ್ ಮಗಳ ಬಳಿ ಅಲ್ಪ ಸ್ವಲ್ಪ ಮಾತಾಡಿದರೂ ಒಂದು ರೀತಿಯ ಕಿರಿಕಿರಿ.

"ಪಪ್ಪಾ, ಅದೇನು ಇಬ್ರೂ ಬಂದಿದ್ದೀರಾ? ನಿಮ್ಮ ಪ್ರೊಫೆಷನ್ ಎಲ್ಲಿವರ್ಗೂ ವಿಸ್ತರಿಸಿದ್ದೀರಾ? ಅಥ್ವಾ ಮಮ್ಮಿ ಆಫೀಸ್‌ನ ಇಲ್ಲಿಗೆ ಟ್ರಾನ್ಸ್‌ಫರ್ ಮಾಡಿದ್ದಾರಾ?" ಮಾತು ಸಡಲಿಸದೆ ಕೇಳಿದಾಗ ರಘುನಂದನ್ ಬರೀ ನಗುವ ಪ್ರಯತ್ನ ಮಾಡಿದರು.

"ಯಾಕೆ ನಿನ್ನ ನೋಡೋಕೆ ಬರಬಾರ್ದಾ?" ಬಿರುಸಾಗಿ ಕೇಳಿದರು. ಕಿಲಕಿಲನೆ ನಕ್ಕುಬಿಟ್ಟಳು ನಂದಿನಿ. "ಐ ಕಾಂಟ್ ಬಿಲೀವ್ ಮಮ್ಮಿ. ಎಂದೂ ನನ್ನನ್ನು ನೋಡುವ ಸಲುವಾಗಿ ಬಂದಿದ್ದೇ ನೆನಪಿಲ್ಲ. ಅಥ್ವಾ ನನ್ನ ನೆನಪಿನ ಶಕ್ತಿ ಏನಾದ್ರೂ ಕೈ ಕೊಟ್ಟಿದ್ಯಾ!" ಅಪ್ಪ ಅಮ್ಮ ಅನ್ನಿಸಿಕೊಂಡವರಿಗೆ ಈ ನೇರ ನುಡಿಗಳನ್ನು ಅರಗಿಸಿಕೊಳ್ಳುವುದೇ ಕಷ್ಟವಾಯಿತು. ಎದೆಯ ಮೇಲೆ ಬಂಡೆಯೇರಿಸಿದಂತೆ ಆಯಿತು.

ರಘುನಂದನ್ ಫೋನ್ ಅತ್ತ ನಡೆದರು. ನಿರ್ಮಲ ಮಂಚದ ಕಟ್ಟಿಗೆ ಒರಗಿದರು. ನಂದಿನಿ ಮುಖದ ಮುಂದೆ ಅಲ್ಲಿದ್ದ ಒಂದು ಪತ್ರಿಕೆಯನ್ನು ತೆಗೆದು ಹಿಡಿದಳು.

"ಬ್ರೇಕ್‌ಫಾಸ್ಟ್‌ಗೆ ಏನ್ಹೇಳ್ಲಿ? ಫೋನ್ ಹಿಡಿದೇ ರಘುನಂದನ್ ಪ್ರಶ್ನಿಸಿದರು. ನಂದಿನಿ ಮುಖದ ಮುಂದಿನ ಪತ್ರಿಕೆ ಸರಿಸದೆ ಹೇಳಿದಳು "ಏನಾದ್ರೂ..... ಆಯ್ತು! ಬೆಂಗ್ಳೂರಿನ ಎಲ್ಲಾ ಹೋಟೆಲ್ ತಿಂಡಿ ತಿಂದು ಅಭ್ಯಾಸವಿದೆ!" ಎಂದ್ಹೇಳಿ ಇನ್ನಷ್ಟು ಪತ್ರಿಕೆಯ ಕಡೆ ದೃಷ್ಟಿ ನೆಡಲು ಪ್ರಯತ್ನಿಸಿದಳು.

ತಿಂಡಿ ಬಂತು. ಬೆಣ್ಣೆ ಮಸಾಲೆಯಲ್ಲಿ ಅರ್ಧ ಮಾತ್ರ ತಿಂದವಳು ಸಿಂಕ್‌ನಲ್ಲಿ ಹೋಗಿ ಕೈ ತೊಳೆದಳು ನಂದಿನಿ. ರಘುನಂದನ್ ಹುಬ್ಬೇರಿಸಿದರು.

"ಏನಿದು?" ಅವರ ಮುಖ ಬಿಗಿಯಿತು.

"ನಂಗ್ಯಾಕೋ ಸೇರ್ತಾ ಇಲ್ಲ ಪಪ್ಪ. ನೀವು ತಗೊಳ್ಳಿ, ಹೀಗೇ ಅಭ್ಯಾಸವಾಗಿ ಹೋಗಿದೆ" ಟವೆಲ್‌ಗೆ ಕೈಯೊತ್ತಿ ಪತ್ರಿಕೆ ಹಿಡಿದು ಹೊರಗೆ ಕಾರಿಡಾರ್‌ನಲ್ಲಿ ಬಂದು ನಿಂತಳು.

ಬರುವ, ಹೋಗುವ ಜನರನ್ನು ನೋಡಿದಳು. ಬದುಕಿನ ಬಗ್ಗೆ ಅರ್ಥ ಕಳೆದುಕೊಳ್ಳುವತ್ತ ಧಾವಿಸಿದ್ದಳು. ತನ್ನಲ್ಲಿ ತಾನೇ ನಕ್ಕು ಪತ್ರಿಕೆಯ ಪುಟಗಳನ್ನು ನಿರಾಸಕ್ತಿಯಿಂದ ಮೊಗಚಿದಳು.

"ನಂದು, ಕಾಫಿ ತಗೋ ಬಾ" ಕೇಳಿಸಿದರೂ ಕೇಳದಂತೆ ನಿಂತಳು. 'ಅರೆ ಹೊಸ ಬಗೆ! ನನ್ನಿಂದ ಅವರಿಗಾಗೋ ಉಪಯೋಗವೇನು? ತಾನೇನು ದೊಡ್ಡ ಬಿಸಿನೆಸ್ ಮ್ಯಾಗ್ನೆಟ್ ಅಲ್ಲ. ತನ್ನಿಂದ ತಮ್ಮ ಕಂಪನಿಗೆ ಲಾಭ ನಿರೀಕ್ಷಿಸೋಕೆ ನಿರ್ಮಲ ದೇವಿಯವ್ರೇ.' ಅವಳ ತುಟಿಯಂಚಿನಲ್ಲಿ ನೋವು ಬೆರೆತ ವ್ಯಂಗ್ಯದ ನಗು ಮಿನುಗಿತು.

"ಹಲೋ.... ಬೇಬಿ...." ಮೆಹತಾ ಧ್ವನಿ. ಅವಳ ಕಣ್ಣಲ್ಲಿ ಮಿಂಚ್ಹೊಡೆಯಿತು. "ಹಲೋ.... ಅಂಕಲ್" ಅವಳ ಮಾತಿನಲ್ಲಿ ಉತ್ಸಾಹವಿತ್ತು.

"ಹೇಗಿದ್ದೀಯಾ? ಈ ಸಲ ತುಂಬ ಸಣ್ಣಗಾಗಿದ್ದೀಯಲ್ಲ! ಮೆಡಿಕಲ್‌ನಲ್ಲಿ ಇದು ಫಸ್ಟ್ ಲೆಸನ್ನಾ?" ಮುಗುಳ್ನಗುತ್ತ ಅವಳ ಭುಜದ ಮೇಲೆ ಕೈಯಾಡಿಸಿದರು.

ತಮ್ಮ ಎಷ್ಟೇ ಕೆಲಸದ ಒತ್ತಡವಿರಲಿ ನಂದಿನಿಯನ್ನು ಕರೆಸಿ ಅಥವಾ ತಾವಾಗಿ ಹುಡುಕಿಕೊಂಡು ಹೋಗಿ ಒಂದು ಐದು ನಿಮಿಷಗಳಾದರೂ ಅವಳ ಬಗ್ಗೆ ವಿಚಾರಿಸಿಯೇ ಹೊರಡುತ್ತಿದ್ದುದು. ಮರುಳುಗಾಡಿನಲ್ಲಿ ಮೆಹತಾ ಅವಳ ಪಾಲಿಗೆ ಓಯಸಿಸ್.

ಮೆಹತಾ ಅವಳನ್ನ ಬಳಸಿಯೇ ಒಳಗೆ ಬಂದರು. ನಿರ್ಮಲ, ರಘುನಂದನ್ ಕಣ್ಣುಗಳಲ್ಲಿ ಅಚ್ಚರಿ ಇಣುಕಿತು.

"ಪ್ರಶ್ನೆ, ಕುತೂಹಲ ಬೇಡ. ಇಲ್ಲಿ ನನಗೆ ಬೇಕಾದವ್ರ ಮದ್ವೆ ಇತ್ತು. ಅದಕ್ಕಾಗೇ ಬೆಂಗ್ಳೂರಿಗೆ ಬಂದಿದ್ದು" ಎನ್ನುತ್ತಲೇ ಕೂತು ಅರೆ ತಣ್ಣಗಾದ ಕಾಫಿ ಕಪ್ ಎತ್ತಿಕೊಂಡರು.

ಮತ್ತೆ ಕೈಯಲ್ಲಿನ ಪತ್ರಿಕೆ ಮೊಗಚುತ್ತ ಕೂತಳು ನಂದಿನಿ. ಮೆಹತಾ ವಾರೆಗಣ್ಣಿಂದ ನೋಡಿದರು. ನಿರ್ಲಿಪ್ತತೆ ಮುಖದ ಮೇಲಿತ್ತು.

"ನಂದು, ನಿನ್ನ ಬಟ್ಟೆ ಬರೆ ಪ್ಯಾಕ್ ಮಾಡ್ಕೊ. ಇನ್ನ ಬೆಂಗ್ಳೂರಿಗೆ ಬರೋದೂಂದ್ರೆ ಒಂಟಿಯಾಗಲ್ಲ" ಕಣ್ಣು ಹಾರಿಸಿ ಕಪ್ ಟೀಪಾಯಿ ಮೇಲಿಟ್ಟಾಗ ಗಾಬರಿಯಿಂದ ಅವರತ್ತ ನೋಡಿದಳು.

ಮೆಹತಾ ಮುಖದಲ್ಲಿ ನೆರಿಗೆಗಳು ಮೂಡಿ ಮಾಯವಾದವು.

"ಅಂಕಲ್...." ಬಾಯ್ತೆರೆದಳು.

"ನಿನ್ನ ಆರೋಗ್ಯ ಸರಿಯಿಲ್ಲ. ಅದ್ಕೇ ಸೂಕ್ತವಾದ ಚಿಕಿತ್ಸೆ ಬೇಕು. ನಮ್ಹುಡ್ಗೀ ಆಗ್ದಿದ್ರೂ ಪರ್ವಾಗಿಲ್ಲ. ರೋಗಿಯಾಗಿ ಆಸ್ಪತ್ರೆ ಸೇರ್ಬಾರ್ದು" ಕಡ್ಡಿ ಎರಡು ತುಂಡು ಮಾಡಿದಂತೆ ಹೇಳಿದರು.

ಮೆಹತಾರವರ ತೀಕ್ಷ್ಣ ಕಣ್ನೋಟ ಎದುರಿಸಲಾರದೆ ತಲೆ ತಗ್ಗಿಸಿದಳು. ನೋಟ ಉಗುರಿಗೆ ಹಚ್ಚಿದ ಬಣ್ಣದ ಕಡೆ ನೆಟ್ಟಿತು. ಮುಖ ಬೆವರತೊಡಗಿತು.

"ಬಂದೆ...." ಎದ್ದು ಬಾತ್‌ರೂಂಗೆ ಹೋಗಿ ಬಾಗಿಲು ಹಾಕಿಕೊಂಡಳು. ಮೆಹತಾ ದೀರ್ಘವಾಗಿ ಉಸಿರು ದಬ್ಬಿದರು.

"ಒಳ್ಳೆ ಮಾತಿನಿಂದ ನಂದಿನಿನ ಕರ್ಕೊಂಡ್ಹೋಗಿ. ಅವಳು ಇಲ್ಲೇ ಇದ್ರೆ ಬಹಳ ಅಪಾಯ!" ಮೆಹತಾ ಅಪಾಯದ ಸೂಚನೆ ನೀಡಿದರು. "ಯೂ ಅಂಡರ್‌ಸ್ಟಾಂಡ್..." ನೇರವಾಗಿ ರಘುನಂದನ್ ಕಡೆ ತಿರುಗಿ ಹೇಳಿದರು.

"ಐ ಡೋಂಟ್ ಲೈಕ್ ಇಟ್. ಛೇ! ನಾನು ಇಂಥ ಸ್ವಭಾವ ಇಷ್ಟಪಡೋಲ್ಲ. ಇದು ತುಂಬ ಡೇಂಜರ್. ಇದ್ರಿಂದ ನೀನು ತುಂಬ ಸಫರ್ ಮಾಡ್ಬೇಕಾಗುತ್ತೆ. ಟೈಂ ಒನ್ಸ್ ಲಾಸ್ಟ್ ನೆವರ್ ಬಿ ರೀಗೆಯನ್ಡ್. ಅರ್ಥಮಾಡ್ಕೋ" ಮೆಹತಾ ರಘುನಂದನ್‌ನ ಎರಡೂ ಕೈಗಳನ್ನು ತಮ್ಮ ಕೈಗಳಲ್ಲಿ ತಗೊಂಡು ಮೃದುವಾಗಿ ಅಮುಕಿದರು, ರಘುನಂದನ್ ಧೈರ್ಯಗೆಟ್ಟು 'ಘುಸ್' ಎಂದ ಮನಕ್ಕೆ ಗಾಳಿ ತುಂಬುವಂತೆ. ರಘುನಂದನ್ ಎದೆ ತುಂಬಿ ಹಾಗೆ ಕೂತುಬಿಟ್ಟರು.

'ಭೋಡ್ ಜಾವ್! ಇನ್‌ಫೀಯಾರಿಟಿ ಕಾಂಪ್ಲೆಕ್ಸ್ ಒಳ್ಳೇದಲ್ಲ. ಬಡತನದಲ್ಲಿ ಹುಟ್ಟಿರಬಹುದು. ಅದಕ್ಕಾಗಿ ಕೀಳರಿಮೆ ನಿಂಗಿರೋ ಟ್ಯಾಲೆಂಟ್‌ನಿಂದ ಎತ್ತರಕ್ಕೆ' ಬಹು ಎತ್ತರಕ್ಕೆ ಏರ್ಬಹ್ದು. ನೀನು, ಆತ್ಮವಿಶ್ವಾಸ ಬೆಳೆಸ್ಕೋ. ಮಿಕ್ಕಿದ್ದೆಲ್ಲ ನಂಗಿರ್ಲಿ" ಈ

ಮಾತುಗಳನ್ನ ಮೆಹತಾ ಹೇಳಿ ವರ್ಷಗಳು ಉರುಳಿದರೂ ಅವರ ಮನದ ಮೇಲೆ ಇಂದೂ ಮೂಡಿದಂತಿತ್ತು.

"ಮೆಹತಾ...." ಎಂದು ಹೇಳಿ ಎರಡೂ ಕೈ ಹಿಡಿದು ಕಣ್ಣಿಗೊತ್ತಿಕೊಂಡರು. ಮೆಹತಾ ಭುಜ ತಟ್ಟಿದರು. "ಬಾಪ್ ನಿನ್ನ ಮೇಲಿಟ್ಟಿರೋ ವಿಶ್ವಾಸ ಅಗಾಧ. ನಿನ್ನ ಏರಿಕೆ ಕಂಡು ಸಂತೋಷಪಡೋದರಲ್ಲಿ ಅವ್ರು ಮೊದಲಿಗರು. ಅದ್ನ ಹಾಗೇ ಉಳಿಸ್ಕೋ. ಜಾರೋ ಅವಕಾಶ ನಿನ್ನ ಜೀವನದಲ್ಲಿ ಬರಲೇಬಾರ್ದು!" ದೃಢವಾಗಿ ಒತ್ತಿ ಹೇಳಿದರು.

ಬಾತ್‌ರೂಂನಿಂದ ಬಂದ ನಂದಿನಿ ಬಿಗುವಾಗಿ ಕೂತಳು. ಅವಳಿಗೆ ಹೋಗಲು ಇಷ್ಟವಾಗಲಿಲ್ಲ. ಈಗಲೇ ಬೆಂಗಾಡಾಗಿರುವ ಬದುಕು ಮತ್ತಷ್ಟು ಕಠಿಣವಾಗುವುದು ಅವಳಿಗೆ ಬೇಕಿಲ್ಲ.

"ಅಂಕಲ್... ಒನ್ ಮಿನಿಟ್" ಎಂದು ಆಕೆ ಎದ್ದು ನಿಂತಾಗ, ಮೆಹತಾ ಹುಬ್ಬೇರಿಸಿ "ವ್ಹಾಟ್..." ಅವರ ಕಣ್ಣುಗಳು ಕಿರಿದಾಗಿ ನೋಟ ಮೊನಚಾಯಿತು. ಹೇಳಬೇಕೆಂದುಕೊಂಡ ಮಾತುಗಳನ್ನು ತುಟಿಗಳು ಬಿಗಿ ಹಿಡಿದು ಹಿಂದಕ್ಕೆ ತಳ್ಳುತ್ತಿದ್ದವು. ನಕ್ಕು ಎದ್ದರು.

"ಕಮಿನ್....." ರೆಟ್ಟೆ ಹಿಡಿದು ಹೊರಗೆ ಕರೆದೊಯ್ದರು. ಅವಳ ಮೈ ಲಘುವಾಗಿ ಕಂಪಿಸುತ್ತಿತ್ತು.

"ಯಾಕೆ ನಂದು? ನಿಂಗೆ ಅವ್ರ ಜೊತೆ ಹೋಗೋಕೆ ಇಷ್ಟವಿಲ್ವಾ?" ನಂದಿನಿ ಉಗುಳು ನುಂಗಿದಳು. ಅವಳ ತಲೆ ತಗ್ಗಿತ್ತು. "ಎಲ್ಲಾ ಹಾಳಾಗುತ್ತೇ!" ಎಂದಳು ತಗ್ಗಿದ ಸ್ವರದಲ್ಲಿ. ಹುಬ್ಬು ಕುಣಿಸಿ ಮುಗುಳ್ನಕ್ಕರು ಮೆಹತಾ.

"ಎಲ್ಲಾ ಹಾಳಾದ್ರೂ ಪರ್ವಾಗಿಲ್ಲ.... ನೀನು ಉಳೀಬೇಕು. ವಿದ್ಯಾವಂತ, ವಿಚಾರವಂತ ಒಂದು ಹೆಣ್ಣು 'ಡ್ರಗ್ ಅಡಿಕ್ಷನ್'ಗೆ ಬಲಿಯಾಗ್ಬಾರ್ದು. ಸಮಾಜದ ಋಣ, ದೇಶದ ಋಣ, ನಿನ್ಮೇಲಿದೆ. ಅದ್ನ ಜವಾಬ್ದಾರಿಯುತವಾಗಿ ತೀರ್ಸೋದು ನಿನ್ನ ಹೊಣೆ. ಯೂ ಮಸ್ಟ್ ಅಬ್‌ಸ್ಟೇನ್ ಫ್ರಮ್ ಡ್ರಗ್ಸ್. ಇಲ್ಲಿದ್ರೆ ಪೂರ್ತಿ ಅದಕ್ಕೆ ಬಲಿಯಾಗಿ ನಿನ್ನ ಜೀವನ ಆದಷ್ಟು ಬೇಗ ನೆನಪಾಗಿ ಉಳೀತದೆ ಅಷ್ಟೇ."

ನಂದಿನಿ ಮುಖವೆತ್ತಲಾರದೇ ಹೋದಳು. ಹಿಂದೆ ಒಮ್ಮೆ ಮೆಹತಾ ಹಾಸ್ಟೆಲ್‌ಗೆ ಹುಡುಕಿಕೊಂಡು ಬಂದಿದ್ದಾಗ ವಾರ್ಡನ್ ತಿಳಿಸಿ ವಾರ್ನ್ ಮಾಡಿದ್ದು ಮಾತ್ರವಲ್ಲ. ಮಕ್ಕಳ ತಾಯಿ ತಂದೆ ಎನಿಸಿಕೊಂಡ ಜನರ ಬಗ್ಗೆ ಹಗುರವಾಗಿ ಮಾತಾಡಿದ್ದರು.

"ಹಣ ಬಿಸಾಕಿದ್ರೆ ಮುಗ್ದು ಹೋಯ್ತೂಂತ ತಿಳ್ದಿದ್ದಾರೆ ಆ ಜನ. ಎರ್ಡು ವೆಕೇಷನ್‌ನಿಂದ ಆ ಹುಡ್ಗೀ ಪೋಷಕರಲ್ಲಿಗೆ ಹೋಗಿಲ್ಲ. ಅವ್ರಿಗೆ ಪ್ರಜ್ಞೆ ಬೇಡ್ವಾ! ಒಮ್ಮೆಯಾದ್ರೂ ಇಲ್ಲಿಗೆ ಬಂದಿದ್ದಾರಾ? ಛೀ.....!" ಕನ್ನಡಕದ ಹಿಂದಿನ ಕಣ್ಣುಗಳಲ್ಲಿ ಮೂಡಿತ್ತು ತಿರಸ್ಕಾರ.

"ಕೆಲವು ದಿನ ಅಷ್ಟೇ ಬೇಬಿ. ನೀನಾಗಿ ಸುಧಾರಿಸ್ಬಿಟ್ರೆ.... ಬೇಗ ಇಲ್ಲಿಗೆ ಕಳ್ಸಿಕೊಡೋ ಏರ್ಪಾಟು ಮಾಡೋಣ" ಅರ್ಥಗರ್ಭಿತವಾಗಿ ಹೇಳಿ ಎದ್ದೇಳು, ಹೊರಡು ಎಂದು ಅವಳ ಭುಜ ತಟ್ಟಿದರು ಮೆಹತಾ.

* * * *

ಮೇಘವರ್ಷಿಣಿಗೆ ನಂದಿನಿ ಬಂದಾಗ ರಾತ್ರಿ ಒಂಬತ್ತು, ಹೊರ ಭಾಗಕ್ಕೆ ನೂತನವಾಗಿ ನಿರ್ಮಿತ ಅರಮನೆಯಂತೆ ಕಂಡಿತು. ಪ್ರಥಮ ಬಾರಿ ಇದನ್ನು ಅವಳು ನೋಡುತ್ತಿರುವುದು, ಆದರೂ ಅವಳ ಮುಖದಲ್ಲಿ ಉತ್ಸಾಹ ಇಣುಕಲಿಲ್ಲ.

"ಹೇಗೆ ಅನ್ನಿಸ್ತು?" ಒಳಗೆ ಬಂದ ಕೂಡಲೇ ರಘುನಂದನ್ ಗೆಲುವಿನಲ್ಲಿ ಪ್ರಶ್ನಿಸಿದರು. ಉತ್ಸಾಹವೇನೂ ಮೂಡಲಿಲ್ಲ ನಂದಿನಿಯ ಮುಖದ ಮೇಲೆ. "ಚೆನ್ನಾಗಿದೆ." ಅವಳ ನಿರುತ್ಸಾಹದ ದನಿಗೆ ಅವರ ಗೆಲುವು ಬೆಲೂನ್‌ನಂತೆ 'ಘುಸ್' ಎಂದಿತು. ನೆಲಕ್ಕೆ ಹಾಸಿದ್ದ, ಸಾವಿರಾರು ರೂಪಾಯಿ ಚೆಲ್ಲಿ ತಂದಿದ್ದ ಮೃದು ರತ್ನಗಂಬಳಿಗಳು ಆಕೆಗೆ ಕೇಕೆ ಹಾಕಿದಂತೆ ಕಂಡವು.

"ಅಯ್ಯೋ...." ಆಕ್ರಂದಿಸಿತು ಅವರ ಮನ.

ಕೋಣೆಗೆ ಬಂದ ನಂದಿನಿ ಒಮ್ಮೆಲೇ ದಿಗ್ಭ್ರಮೆಗೊಂಡಂತೆ ನಿಂತಳು. ಚಿತ್ತಾಕರ್ಷಕ ಪೈಂಟಿಂಗ್ಸ್. ಸುಂದರ ಕೆತ್ತನೆಯ ಬಾದಾಮಿ ಆಕಾರದ ಮಂಚ ಅದಕ್ಕೆ ಇಳಿಬಿದ್ದ ಗುಲಾಬಿ ವರ್ಣದ ಪರದೆ. ಮಂಚದ ಸುಂದರ ಕೆತ್ತನೆ ಅವಳ ಮನವನ್ನು ಮೃದುವಾಗಿ ತಟ್ಟಿದ್ದು ಮಾತ್ರವಲ್ಲ ಆಕರ್ಷಿಸಿತು. ತಕ್ಷಣ ತಣ್ಣಗೆ ಮೈ ಮರೆತಳು.

"ನಂದು..." ಕರೆಯುತ್ತಾ ಹಿಂದಿನಿಂದ ಬಂದರು ನಿರ್ಮಲ. ಈ ಸ್ಥಿತಿ ಅವಳಿಗೆ ಹೊಸದು! ನಾಟಕೀಯವಾಗಿ ಕಂಡಿತು, "ಏನು ಮಮ್ಮಿ?" ಹಿಂದಕ್ಕೆ ತಿರುಗದೆ ಪ್ರಶ್ನಿಸಿದಳು.

"ಈ ಕೋಣೆ ನಿನ್ದೇ! ಎಲ್ಲಾ ಅನುಕೂಲ ಇಲ್ಲೇ ಇದೆ, ಸ್ಟೀರಿಯೋ, ಟಿ.ವಿ. ಹಾಕಿಸೋಕೆ ಹೇಳಿದ್ದೀನಿ."

ನಿಂತ ನಿಲುವಿನಲ್ಲಿಯೇ ಒಂದು ಅಡಿ ಕೆಳಗಿಳಿದಂತಾಯಿತು ನಂದಿನಿಗೆ. 'ಇದು ಬರೀ ಚಿನ್ನದ ಪಂಜರ!' ಮನಸ್ಸಿಗೆ ಅನ್ನಿಸಿ ಬೆಚ್ಚಿದಳು ನಂದಿನಿ.

"ನಾನೇನು ಇಲ್ಲೇ ಇರ್ಬೇಕಾ! ನಾಲ್ಕು ದಿನ ಹೇಗೋ ಆಗುತ್ತೇ. ನಂಗೆ ಸ್ಟೀರಿಯೋ, ಟಿ.ವಿ. ಒಂದೂ ಬೇಡ" ಥಟ್ಟನೆ ತಿರುಗಿ ಉದ್ವೇಗದಿಂದ ಹೇಳಿದಳು. ಅವಳ ಕಣ್ಣು ಗುಡ್ಡೆಗಳು ವಿಚಿತ್ರವಾಗಿ ತಿರುಗಿದವು. ನಿರ್ಮಲ ಕಣ್ಣುಗಳು ಕಿರಿದಾಗಿ ಅದರಡಿ ಗೆರೆಗಳು ಮೂಡಿ ಕಪ್ಪು ದಟ್ಟವಾಯಿತು.

"ನೀನೇನು ಕುಡೀತೀಯ?" ಬೇರೆಡೆ ತಿರುಗಿಸಿದರು ಮಾತನ್ನು "ಏನಾದ್ರೂ ಪರ್ವಾಗಿಲ್ಲ" ಮುಂದಕ್ಕೆ ಹೋದಳು. ಅವಳ ಸೆರಗು ಹಾರಿತು.

ಹೊರಗೆ ಬಂದ ನಿರ್ಮಲ ತಲೆಯ ಮೇಲೆ ಕೈಹೊತ್ತು ಕೂತುಬಿಟ್ಟರು. ಸಂಸಾರ ಕಟ್ಟಿಕೊಂಡಿದ್ದರೂ ಒಂದು ರೀತಿಯಾಗಿ ಅಂಟಿಯೂ ಅಂಟದಂತೆ ಹೊರಗಿನ ಬದುಕಿನಲ್ಲಿ ಬೆರೆತು ಹೋಗಿ ಮಕ್ಕಳ ವಾತ್ಸಲ್ಯದಿಂದ ದೂರವಾದ ಕೊರತೆಯಿಂದ ನೊಂದರು.

ಕಣ್ಮುಂದಿನ ಕಡಲೆ ಗಾತ್ರದ ಸಮಸ್ಯೆ ಭೀಮಕಾಯದಂತೆ ಬೆಳೆದು ಅವರ ದೃಢತೆಯ ಬೇರನ್ನೇ ಬಲವಾಗಿ ಅಲುಗಾಡಿಸುತ್ತಿತ್ತು.

"ನಿರ್ಮಲ....." ರಘುನಂದನ್ ಧ್ವನಿಯಲ್ಲಿ ಆತಂಕವಿತ್ತು. ಮೆಲ್ಲನೆ ಮುಖ ಮೇಲೆತ್ತಿದರು. ಕಣ್ಣಾಲಿಗಳು ತುಂಬಿದ್ದವು. "ಕಳೆದುಕೊಂಡಿದ್ದು, ಕಳೆದು ಹೋದದ್ದು, ಮತ್ತೆ ಸಂಪಾದಿಸಲಾರೆವು," ಇದು ಕಹಿಯಾದರೂ ಸತ್ಯವೆಂದು ಒಪ್ಪಿಕೊಳ್ಳುವುದು ರಘುನಂದನ್‌ಗೆ ಇಷ್ಟವಾಗಲಿಲ್ಲ. ಇಂಥ ಚಿಂತನೆ ಬಹಳ ಅಪಾಯಕರ!

"ಛೇ! ಈ ತರಹ ಯಾಕೆ ಯೋಚ್ನೆ ಮಾಡ್ತೀಯ! ಅವರಿಬ್ರೂ ನಮ್ಮ ಮಕ್ಳು ಅಲ್ವಾ! ರಕ್ತ ಸಂಬಂಧ, ಅಂತಃಕರಣ, ಅನುಬಂಧ ಪ್ರಕೃತಿದತ್ತವಾದದ್ದು. ನೀನು ತಲೆ ಕೆಡಿಸ್ಕೋಬೇಡ" ಹೆಂಡತಿಯ ಕೈ ಹಿಡಿದು ಸಮಾಧಾನ ಮಾಡಿದರು. ಆದರೂ ಅವರೆದೆಯಲ್ಲಿ ಆತಂಕದ ಅಲೆಗಳು ಎದ್ದು ಒತ್ತುತ್ತಿದ್ದವು.

ನಂದಿನಿಗೆ ಬಂಧನದಲ್ಲಿಟ್ಟ ಅನುಭವ, ಮುಜುಗರ, ಶಿವಪ್ರಸಾದ್ ಮುಖ ಕಣ್ಮುಂದೆ ತೇಲಿತು. ಅಲೆ ಅಲೆಯಾಗಿ ಗಾಳಿಗೆ ತೂರಾಡುವ ತುಂಬು ಗೂದಲು ಕೈ ಬೀಸಿದಂತಾಯಿತು.

"ಫ್ಲರ್ಟ್ ಮಾಡೋಕೆ, ರೋಮಾನ್ಸ್ ನಡ್ಸೋಕೆ ಕಾಲೇಜುಗಳೇ ಒಳ್ಳೇ ತಾಣ ಅಂದ್ಕೊಂಡಿದ್ದಾರೆ. ಐ ಹೇಟ್ ದೆಮ್" ಕಣ್ಣು ಕೆಂಪಗೆ ಮಾಡಿ ಮುಖಕ್ಕೆ ಹೊಡೆದಂತೆ ಹೇಳಿದ್ದ.

"ನೋ..... ನೋ....." ಬೆವೆತುಬಿಟ್ಟಳು. ಎರಡೂ ಕೈಗಳಲ್ಲಿ ಮುಖ ಮುಚ್ಚಿಕೊಂಡು ಬಿಕ್ಕಿದಳು. 'ನಾನು ತಪ್ಪು ಮಾಡ್ದೇ' ಆ ಆತ್ಮೀಯತೆ ಸೂಸುವ ಕಣ್ಣುಗಳು, ಪದೇ ಪದೇ ಮುಖಕ್ಕೆ ಮುತ್ತಿಡುತ್ತಿದ್ದ ನೇರವಾದ ನೋಟ ನನ್ನನ್ನು ಮೋಸ ಮಾಡಿತು.

ಚುಚ್ಚಿ ಚುಚ್ಚಿ ಕೊಲ್ಲುವ ನೆನಪುಗಳಿಂದ ಅವಳು ಹೊರಬರಬೇಕಿತ್ತು. ಅತ್ತಿತ್ತ ನೋಟಹರಿಸಿದಳು.

"ಬಾಯಿ ಸಾಹೇಬ್....." ಬಾಗಿಲು ತಳ್ಳಿಕೊಂಡು ಸಮವಸ್ತ್ರದ ಆಳು ಒಳಗೆ ಬಂದ. ಪ್ರಶ್ನಾರ್ಥಕವಾಗಿ ನೋಡಿದಳು. "ಊಟ...." ಅವನ ಸ್ವರದಲ್ಲಿ ನಮ್ರತೆ ಇತ್ತು.

"ನಾನು.... ಬರ್ತೀನಿ" ನಂದಿನಿ ಎಂದಾಗ "ಅಚ್ಛಾ...." ಎಂದವನು ಅರ್ಥ ಮಾಡಿಕೊಳ್ಳಲಾರದೆ ಹಿಂದಿರುಗಿದ. ಜೇಡರ ಬಲೆಯಿಂದ ಬಿಡಿಸಿಕೊಂಡಂತೆ ಹೊರಗೆ ಬಂದಳು. ಚಿತ್ತಾರದ ಮೇಲು ಛಾವಣಿಗೆ ಗೊಂಚಲು ದೀಪಗಳ ಅಲಂಕಾರದ ಕಡೆಗೆ ಅವಳ ನೋಟ ಹರಿಯಿತು. ಅವಳ ಹುಬ್ಬೇರಿತು. ಮಕ್ಕಳ ಬಗ್ಗೆ ಅಲ್ಪಸ್ವಲ್ಪ ಕಾಳಜಿ ವಹಿಸಿದ ತಂದೆ ಇದನ್ನು ಹೇಗೆ ಕಟ್ಟಿಸಿರಬಹುದು? ಅಸೂಯೆಯ ಹೊಗೆಯಾಡಿತು.

"ನಂದಿನಿ....." ರಘುನಂದನ್ ಪ್ರೀತಿಯಿಂದ ಕರೆದು, ಅವಳ ಭುಜದ ಮೇಲೆ ಕೈ ಹಾಕಿದರು. ಮೆಲ್ಲಗೆ ನೋಡಿದಳು. ಮೇಘವರ್ಷಿಣಿಯ ಬಗ್ಗೆ ಮೆಚ್ಚುಗೆಯ ಮಾತುಗಳನ್ನು ಆಡಬಹುದೆಂದು ನಿರೀಕ್ಷಿಸಿದ ಅವರಿಗೆ ತವಕ ಹೆಚ್ಚಿತು.

"ನಂಗೆ ಇಲ್ಲಿರೋಕಾಗೋಲ್ಲ ಪಪ್ಪ. ನಾನು ಬೆಂಗ್ಳೂರಿಗೆ ಹೋಗ್ಬಿಡ್ತೀನಿ. ಉಸಿರು ಕಟ್ಟೋ ವಾತಾವರಣದಲ್ಲಿದ್ರೆ ಹುಚ್ಚು ಹಿಡಿಯುತ್ತೆ!"

"ನಾವು ತಪ್ಪು ಮಾಡಿರಬಹ್ದು. ನಮ್ಮ ಬದ್ಕಿಗೆ ಅರ್ಥ ಬೇಕು. ಘೋರವಾದ ಶಿಕ್ಷೆ ವಿಧಿಸೋದ್ಬೇಡ!" ಧ್ವನಿ ಅವರ ಗದ್ಗದವಾದಾಗ, ಗಾಬರಿಯಾದಳು ನಂದಿನಿ.

"ಪಪ್ಪ, ಯಾಕೆ ಇಷ್ಟೊಂದು ಎಕ್ಸೈಟ್ ಆಗ್ತಾಇದ್ದೀರಾ! ನಿಮ್ಮ ಕನಸುಗಳೆಲ್ಲ ನನಸಾಗಿದೆ. ವೃತ್ತಿಯಲ್ಲಿ ನೀವು ಅಂದುಕೊಂಡ ಹಂತ ತಲುಪಿದ್ದೀರಾ! ಹಲವರ ಕಣ್ಣಲ್ಲಿ ಕಿಚ್ಚೆಬ್ಬಿಸುವಂಥ ನಿಮ್ಮ ಮಹಾತ್ವಾಕಾಂಕ್ಷೆಯ ಮೇಘವರ್ಷಿಣಿಯನ್ನ ಕಟ್ಟಿಸಿದ್ದೀರಾ! ಸಾವಿರಾರು ಮಂದಿ ಅದೃಷ್ಟವಂತರಲ್ಲಿ ನೀವು ಮೊದಲಿಗರು! ಅಂಥಾದ್ದರಲ್ಲಿ ನನ್ನ ಬಗೆಗಿನ ನಿಮ್ಮ ಮಾತುಗಳಿಗೆ ಅರ್ಥವೇನು?" ಬಹಳ ದೀರ್ಘವಾಗಿ ಮಾತನಾಡಲು ಸಿಕ್ಕ ಅವಕಾಶವನ್ನು ಇಂದು ಉಪಯೋಗಿಸಿಕೊಂಡಿದ್ದಳು. ಅದರಲ್ಲಿ ಕೂಡ ಒಂದು ರೀತಿಯ ನಿರ್ಲಿಪ್ತ ಭಾವ ಕಾಣಿಸಿತು.

ಎಂಜಿನಿಯರ್ ರಾಮಸ್ವಾಮಿ ಬಂದು ರಘುನಂದನ್ ಸಿಟ್ಟಿಂಗ್ ರೂಮಿನ ಕಡೆ ಹೋದಾಗ ನಂದಿನಿ ಬಂದು ಪೋರ್ಟಿಕೋದಲ್ಲಿ ನಿಂತಳು.

ಮನೆಯ ಅಂದಕ್ಕೆ ಅನುಗುಣವಾಗಿ ಕಾಂಪೌಂಡ್‌ನಲ್ಲಿ ಇಕ್ಕಡೆ, ಮುಂದೆ ಬೆಳೆಸಿದ್ದ ತೋಟ ತನ್ನದೇ ಆದ ವೈಶಿಷ್ಟ್ಯ ಬೆಳೆಸಿಕೊಂಡಿತ್ತು.

ಗುಲಾಬಿ ಹೂಗಳು ತಮ್ಮಲ್ಲಿ ತಾವೇ ಸ್ಪರ್ಧೆ ನಡೆಸುತ್ತಿದ್ದವು. ಹತ್ತು ಹೆಜ್ಜೆ ಮುಂದೆ ನಡೆದು ಹೋದಳು. ಗುಲಾಬಿಗಳ ಅರಳಿದ ಚೆಲುವು ಅವಳನ್ನು ಹಿಡಿದು ನಿಲ್ಲಿಸಿತು.

ತಂಗಾಳಿಯ ಮಧ್ಯೆಯೂ ಅವಳ ಬೇಯುತ್ತಿದ್ದ ಹೃದಯ ತಂಪಾಗಲಿಲ್ಲ. ಕೊಳದ ಬಳಿ ಕೂತು ನೀರೆರೆಯುತ್ತಿದ್ದ ನೀರೆಯನ್ನು ನೋಡಿದಳು.

"ಪಪ್ಪ, ನಿಮ್ಮ ಆಸೆ, ಆಕಾಂಕ್ಷೆಗಳಿಗೆ ಒಂದು ಮಿತಿ ನಿರ್ಮಿಸಿಕೊಂಡ್ಬಿಟ್ರಿ. ನಮಗೆ ತೋರಬೇಕಾದ ಪ್ರೀತಿ, ಪ್ರೇಮ ಅಕ್ಕರೆ ಬೇರೆಡೆ ಸೋರಿಹೋಯ್ತು. ನಾವುಗಳು ಪರದೇಶಿಗಳು ಆದ್ವಿ." ಮೊಣಕಾಲಿನ ಮೇಲೆ ಗದ್ದವನ್ನೂರಿ ಕಣ್ಣೀರು ಸುರಿಸಿದಳು.

ಸ್ವಲ್ಪ ಬುದ್ಧಿ ಬಂದಾಗ ಅವಳಿದ್ದಿದ್ದು ಬೋರ್ಡಿಂಗ್‌ನಲ್ಲಿ. ಆಗಾಗ ತಮ್ಮ ಮಕ್ಕಳನ್ನು ನೋಡಲು ಬರುವ ಅವರವರ ಅಪ್ಪ, ಅಮ್ಮಂದಿರನ್ನು ನೋಡಿದಾಗ ಎಂತಹುದೋ ಮಧುರಭಾವ. ಅವ್ಯಕ್ತವಾದ ಬಯಕೆ.

ಕರಾರಾಗಿ ಬರುತ್ತಿದ್ದ ಹಣವೊಂದನ್ನು ಬಿಟ್ಟರೆ ನಂದಿಯನ್ನು ಅಕ್ಕರೆ, ಪ್ರೀತಿಯಿಂದ ನೋಡಲು ನಿರ್ಮಲ, ರಘುನಂದನ್ ಎಂದೂ ಓಡಿ ಬಂದಿರಲಿಲ್ಲ. ವೆಕೇಷನ್‌ನಲ್ಲಿ ನೋಡಲು ಆಳುಗಳ ಮಧ್ಯೆಯೇ ಉಳಿಯಬೇಕು. ಮನೆಗೆ ಬಂದಾಗಲೂ ಎಂದೋ ಅಪರೂಪಕ್ಕೆ ನಿರ್ಮಲ ಬಂದರೂ ಅವಸರವಸರವಾಗೇ ಇರುತ್ತಿದ್ದರು.

"ಹಲೋ, ಹೇಗಿದ್ದೀ?" ಹಲವು ಅರ್ಜೆಂಟ್‌ಗಳ ನಡುವೆ ಕೇಳುತ್ತಿದ್ದದ್ದು. ಮಂಕಾಗಿ ಎದ್ದು ಹೋಗುತ್ತಿದ್ದಳು. ಇನ್ನು ರಘುನಂದನ್ ದಿನ ಪೂರ್ತಿ ಹೊರಗೆ ಓಡಾಡುತ್ತಿದ್ದರು. ಮಗಳನ್ನು ಪ್ರೀತಿಸುವಷ್ಟು ಪುರುಸೊತ್ತು ಇತ್ತೋ ಇಲ್ಲವೋ! ಸಿಕ್ಕಾಗ ಒಂದು ಮುಗುಳ್ನಗೆ.

"ಹಣಕ್ಕೆ ತಾಪತ್ರಯ ಪಟ್ಕೋಬೇಡ. ನಾನು ಸಿಕ್ಕದಿದ್ರೂ ಕ್ಯಾಷಿಯರ್‌ಗೆ ಫೋನ್ ಮಾಡಿ ತರಿಸ್ಕೋ" ಎಂದು ಹೊರಟಾಗ ತಂದೆಯೆಂಬ ಜವಾಬ್ದಾರಿ ಹೊತ್ತ ರಘುನಂದನ್ ಹೇಳುತ್ತಿದ್ದುದು ಇಷ್ಟೇ.

ಮುಖ ಮೇಲೆತ್ತಿ ಸಣ್ಣಗೆ ನಕ್ಕಳು. ವ್ಯಥೆಯ ನೆರಳಿತ್ತು. ಕತ್ತಲು ತನ್ನ ಚಾದರನ್ನು ಹೊದೆಯಲು ಸಿದ್ಧವಿತ್ತು. ತಣ್ಣಗೆ ಬೀಸಿ ಬಂದ ಗಾಳಿಗೆ ಅವಳ ಸೆರಗಿನ ಜೊತೆ ಮುಂಗುರುಳು ಹಾರಾಡಿತು.

"ಅಯ್ಯೋ ನಂಗೆ ಈ ಬದ್ಕಿನಿಂದ ಬಿಡುಗಡೆ ಬೇಕು. ಪ್ರೀತಿ ಕಾಣದ ದುರ್ದೈವಿ. ಎಲ್ಲೆಲ್ಲೂ ನಮ್ಮನ್ನು ಹಿಂಬಾಲಿಸೋದು ನಿರಾಶೆ" ಮಾಧವಿಯ ಮಡಿಲಲ್ಲಿ ಮುಖವಿಟ್ಟು ಬಿಕ್ಕಿದಾಗ ಬೆನ್ನು ಸವರಿದ್ದಳು. ಮಾತ್ರೆ ನುಂಗಿಸಿ ಜೋಗುಳ ಹಾಡಿದ್ದಳು. ಮಾಧವಿಯ ಜೊತೆಗಿದ್ದ ದಿನಗಳ ಚಿಂತನೆ ಮರುಕಳಿಸಿತು.

ಮುಂದೆ ಅದೇ ಮಾರಕವಾಗುತ್ತದೆಯೆಂದು ಮಾಧವಿ ನಂಬಿರಲಿಲ್ಲ. ಅವಳಿಗೆ ಗಾಬರಿಯಾಗುವ ಮಟ್ಟಕ್ಕೆ ಹೋಗಿದ್ದಳು.

"ಛಿ! ಇದು ಚಟವಾಗುತ್ತೇಂತ ನಾನು ತಿಳ್ಕೊಂಡಿರ್ಲಿಲ್ಲ!" ಕನಲಿದಾಗ ಅವಳ ಕೈ ಹಿಡಿದು ಕಂಬನಿ ಸುರಿಸಿದಳು.

"ಪ್ಲೀಸ್, ಕೋಪ ಮಾಡ್ಕೋಬೇಡ್ವೇ! ನಂಗೆ ಅಮ್ಮ, ಅಪ್ಪನ ಪ್ರೀತಿ ಬೇಕು ಕಣೇ. ಅವ್ರು...." ನಂದಿನಿ ಬಿಕ್ಕುವಲ್ಲಿ ಅವಳ ಮಾತುಗಳು ಅಡಗಿಹೋದಾಗ, ಮಾಧವಿಯ ಕಣ್ಮುಂದೆ ಮಬ್ಬು ಹರಡಿಕೊಳ್ಳುತ್ತಿತ್ತು.

"ನಾನು ಅವ್ರಿಗೆ ಛೀಮಾರಿ ಮಾಡಿ ಪತ್ರ ಬರೀಲಾ?" ಎಂದಾಗ ಅವಳ ತೋಳಿಗೆ ಮುಖ ಉಜ್ಜಿ ಕೆಂಪುಹತ್ತಿದ ಕಣ್ಣೋಟವನ್ನು ಶೂನ್ಯದಲ್ಲಿ ನೆಟ್ಟು ಭಾರವಾದ ದನಿಯಲ್ಲಿ ಉಸುರಿದಳು. "ನೋ.... ಆಮೇಲೆ ಬರೀ ನಾಟ್ಕದ ಮಧ್ಯೆ ಕೃತಕ ಪಾತ್ರಧಾರಿಯಾಗ್ಬೇಕಾಗುತ್ತೆ. ಈಗಿನದಕ್ಕಿಂತ ಹೆಚ್ಚು ಭಯಂಕರ!

ಥಟ್ಟನೆ ಅಭಿನಂದನ್‌ನ ಜ್ಞಾಪಿಸಿಕೊಳ್ಳುತ್ತಿದ್ದಳು.

"ನಂಗೆ ಒಬ್ಬ ಅಣ್ಣ ಇದ್ದಾನೆ. ನಂಗೆ ಅದು ಮರ್ತು ಹೋದಷ್ಟು ಹಳೆಯದಾಗಿರೋವಾಗ ನಿಂಗೆ ಹೇಗೆ ಗೊತ್ತಾಗೋಕೆ ಸಾಧ್ಯ! ಸ್ಮಾರ್ಟಾಗಿರೋ ಯುವಕನನ್ನು ಕಂಡಾಗಲೆಲ್ಲ ನಂಗೆ ಅವ್ನ ನೆನಪು. ನನ್ನ ಸ್ಥಿತಿಗಿಂತ ಅವ್ನು ಕೂಡ ಭಿನ್ನವಾಗಿರೋಕೆ ಸಾಧ್ಯವಾಗಿರೋಲ್ಲ" ಗದ್ಗದ ಕಂಠದಲ್ಲಿ ನುಡಿದಾಗ ಮಾಧವಿ ನಿಂತಲ್ಲಿಯೇ ಕಲ್ಲಾಗುತ್ತಿದ್ದಳು.

"ಅವ್ರು.... ಹಾಳಾಗ್ಲಿ....." ಮಾಧವಿ ಆಕೆಯ ಬಾಯನ್ನು ಬೆರಳುಗಳಿಂದ ಮುಚ್ಚಿದಳು. "ಡ್ರಾಪ್ ದ ಮ್ಯಾಟರ್, ನಮ್ಗೆ ಈಗ ಉತ್ಸಾಹವಿಲ್ಲ. ಬರೀ ನಿರಾಸಕ್ತಿ, ನಿರಾಶೆ ಅವ್ರ ಬಗ್ಗೆ ನನ್ನ ಹೃದಯನ ಕಲ್ಲಾಗಿಸಿದೆ."

* * * *

ಪೂರ್ತಿ ಕತ್ತಲು ಮುಸುಕಿದಾಗ ಕೂತಲ್ಲಿಂದ ನಂದಿನಿ ಎದ್ದಳು. ಝಗ ಝಗಿಸುವ ವಿದ್ಯುತ್ ದೀಪಗಳಿಂದ ಬೆಳಗುವ ಮೇಘವರ್ಷಿಣಿ ಕಿನ್ನರ ಲೋಕವನ್ನೇ ಸೃಷ್ಟಿಸಿದಂತಿತ್ತು.

"ಪಪ್ಪ, ನೀವು ಮೇಘವರ್ಷಿಣಿ ಕಟ್ಟೋದರಲ್ಲಿ ತೋರ್‍ಸಿದ ಉತ್ಸಾಹ, ಆಸಕ್ತಿ, ಪ್ರೀತಿ ನಮ್ಮಲ್ಲಿ ಇಣುಕಲಿಲ್ಲ. ನಿನ್ನ ಮೇಘವರ್ಷಿಣಿಯಷ್ಟೇ ಸುಂದರವಾಗಬಹುದಾದ ನಮ್ಮ ಬದ್ಕು ಹಾಳಾಯ್ತು!" ಮಾತನ್ನು ತನ್ನಲ್ಲೇ ಒತ್ತರಿಸಿಕೊಂಡು, ತುಮುಲ ಹತ್ತಿಕ್ಕಲಾರದೆ ಕಂಬನಿ ಸುರಿಸಿದಳು.

"ಹಲೋ...." ಅಪರಿಚಿತ ಸ್ವರವಾದರೂ ಸೊಗಸೆನಿಸಿತು. ಥಟ್ಟನೆ ಧ್ವನಿ ಬಂದತ್ತ ಮುಖ ತಿರುಗಿಸಿದಳು. ಬಿಗಿದ ಅವಳ ಹುಬ್ಬುಗಳು ನಿಧಾನವಾಗಿ ಸಡಲಿಸಿದವು. ತುಟಿಗಳು ಮೆಲ್ಲನೆ ಉಸುರಿದವು "ಹಲೋ...."

"ನಾನು ವಡೀವೇಲು ಮಗ್ಳು, ಅಭಿನಂದನ್ ಕ್ಲೋಸ್ ಫ್ರೆಂಡ್. ನಿಮ್ಮ ಪಪ್ಪಗೆ ನಮ್ತಂದೆ ತುಂಬ ಬೇಕಾದವ್ರು" ಒಮ್ಮೆಲೇ ತುಂಬು ಕೊಡದ ನೀರನ್ನು ಸುರಿದಂತೆ ಹೇಳಿದಳು ರೇಖಾ. ನಂದಿನಿಯ ತುಟಿಗಳ ಮೇಲೆ ನಗು ಅರಳಿತು.

"ತುಂಬ ಸಂತೋಷ. ನೀವಾಗಿ ಬಂದು ಪರಿಚಯ ಮಾಡ್ಕೊಂಡ್ರಿ. ನಮ್ಮ ಅಭಿನಂದನ್ ನಿಮ್ಗೆ ತುಂಬ ಬೇಕಾದವ್ರು ಇರ್ಬೇಕು!" ಘೊಳ್ಳನೆ ನಕ್ಕಳು ರೇಖಾ. ಕೆನ್ನೆಗಳೇನೂ ಕೆಂಪೇರಲಿಲ್ಲ. "ನೀವು ತುಂಬ ಇಂಟೆಲಿಜೆಂಟ್, ಚೆನ್ನಾಗಿ ಗೆಸ್ ಮಾಡಿದ್ರಿ. ನಾವಿಬ್ರೂ..... ತುಂಬ...... ತುಂಬ..... ಸ್ನೇಹಿತರು" ಎಂದ ರೇಖಾ ಒಂದು ತರಹ ನಕ್ಕಳು. ಕಣ್ಣು ಗುಡ್ಡೆಗಳು ಒಂದು ಸುತ್ತು ತಿರುಗಿ ನಿಂತವು. ಥಟ್ಟನೆ ಪೆಚ್ಚಾದಳು.

ಅರಳು ಬಿರಿದಂತೆ ನಕ್ಕುಬಿಟ್ಟಳು ನಂದಿನಿ. ಆದರೆ ಅವಳ ಮನ ಸಂಶಯಿಸಿತು. 'ಈ ಹೆಣ್ಣಿನಲ್ಲಿ ಅವನೇನು ಕಂಡ? ಲವ್ ಈಸ್ ಬ್ಲೈಂಡ್' ಉತ್ತರ ಸಿಕ್ಕಾಗ ತಲೆ ಬಿಸಿ ಮಾಡಿಕೊಳ್ಳಲು ಹೋಗಲಿಲ್ಲ.

ಬಹಳ ಬೇಗ ತನ್ನ ಮಾತುಗಳಿಂದ ರೇಖಾ ಕಟ್ಟಿ ಹಾಕಿದಳು ನಂದಿನಿಯನ್ನು. ಇಬ್ಬರೂ ಮಾತುಗಳನ್ನಾಡುತ್ತಾ ಬಂದು ಬಂಗ್ಲೆ ತಲುಪಿದರು. ನಿಯಾನ್ ದೀಪಗಳು ಚಿತ್ರಿಸಿದ ಮೇಘವರ್ಷಿಣಿ ಹೆಸರು ಹತ್ತಾರು ಮೈಲಿಗಳವರೆಗೂ ತನ್ನ ಶೋಭೆಯನ್ನು ಚೆಲ್ಲುತ್ತಿತ್ತು.

"ಬನ್ನಿ...." ನಂದಿನಿಯ ಆಹ್ವಾನ, ರೇಖಾಳ ಮನ ಅನುಮಾನಿಸಿತು. ಪಾದಗಳು ಕದಲದೆ ನಿಂತವು. "ನಿಮ್ಮ ಮಮ್ಮಿ ಕೆಲ್ಸ ಬಿಟ್ರಂತೆ, ಹೌದಾ?"

ನಂದಿನಿ ಕಣ್ಣುಗಳಲ್ಲಿ ವಿಸ್ಮಯ ಇಣುಕಿತು. ಜೊತೆಗೆ ಕರೆತಂದ ನಿರ್ಮಲ ಇಲ್ಲೇ ಉಳಿದಿದ್ದರು. ಒಮ್ಮೆ ಕೂಡ ತಮ್ಮ ಕಂಪನಿ, ಕೆಲಸದ ಸುದ್ದಿ ಎತ್ತಿರಲಿಲ್ಲ.

"ನಿಮ್ಗೆ ಯಾರು ಹೇಳಿದ್ರು?" ಮನದ ತುಮುಲ ಹತ್ತಿಕ್ಕುತ್ತ ಬಂದ ಪ್ರಶ್ನೆಯನ್ನು ಅತ್ತ ತಿರುಗಿಸಿದಳು. ಮುಖ ಮೇಲೆತ್ತಿ ನಕ್ಕಳು ರೇಖಾ. ನಂದಿನಿ ಕೇಳೇಬಿಟ್ಟಳು. "ಯಾಕೆ

ನಕ್ಕಿರಿ? ಬಹುಶಃ ನಗು ನಗ್ತಾ ಇರೋದು ನಿಮ್ಮ ಸ್ವಭಾವ ಇರ್ಬಹುದ್ದು!" ಇದನ್ನು ಹೇಳಿ ರೇಖಾ ತಲೆಯಾಡಿಸಿದಳು.

"ಬನ್ನಿ, ಒಳ್ಗಡೆ. ಆ ವಿಷ್ಯ ನಮ್ಮ ಮಮ್ಮಿಯಿಂದ್ಲೇ ತಿಳೀಬಹುದ್ದು. ನಮ್ಮ ತಂದೆಗೆ ನಿಮ್ಮ ಡ್ಯಾಡಿ ತುಂಬ ಬೇಕಾದವ್ರು ಅಂದ್ರಿ. ನಿಮ್ಗೆ ಸ್ಪೆಷಲ್ ಇನ್‌ಫಾರ್ಮೇಷನ್ ಬಂದಿರ್ಬಹುದ್ದು!"

"ನೋ.... ನೋ.... ಬೈ ದಿ ಬೈ ಮಾತಿನ ಸಂದರ್ಭದಲ್ಲಿ ಕೇಳ್ದೆ. ಕೆಲವು ವಿಷ್ಯಗಳು ಆತ್ಮೀಯರಿಗೂ ತಿಳಿಸದಷ್ಟು ಸೀಕ್ರೆಟ್!" ಬಲವಂತಕ್ಕೆ ಪದಗಳು ಹೊರಬೀಳುವಂತೆ ಕಂಡಿತು, ನಂದಿನಿ ಹುಬ್ಬೇರಿಸಿದಳು.

ಬಲವಂತಕ್ಕೆ ತಳ್ಳಿಸಿಕೊಂಡವಳಂತೆ ರೇಖಾ ಒಳಗೆ ಬಂದರೂ, ಕಾಲ್ಗೇಟ್ ಅಡ್ವರ್‌ಟೈಸ್‌ಮೆಂಟ್‌ನಂತೆ ಎಲ್ಲ ಹಲ್ಲುಗಳು ಬಿಟ್ಟು ಮುಖದಲ್ಲಿ ಆತ್ಮೀಯತೆ ಚೆಲ್ಲುತ್ತ ಎರಡೂ ಕೈ ಜೋಡಿಸಿದಳು.

"ನಮಸ್ತೆ ಆಂಟೀ" ಎಂದಾಗ, ಬಿಗಿದ ನಿರ್ಮಲ ಮುಖ ಸಡಿಲಗೊಳ್ಳಲಿಲ್ಲ. "ನಮಸ್ತೆ, ಹೇಗಿದ್ದೀಯಾ?" ಅವರ ಕೈಬೆರಳುಗಳು ತೊಡೆಯ ಮೇಲಿದ್ದ ಪತ್ರಿಕೆಯನ್ನು ನವಿರಾಗಿ ಸವರಿ, ನೋಡಿದರು.

ತಮ್ಮ ವೃತ್ತಿಪರ ಮಾತುಗಳನ್ನು ಹೆಂಡತಿಯ ಮುಂದೆ ಹೇಳುವಾಗ ವಡೀವೇಲು ಹೆಸರು ಬರುತ್ತಲೇ ಇತ್ತು. ಇನ್ನು ಅಭಿನಂದನ್ ವಿಷಯ ಬಂದಾಗ ವಡೀವೇಲು, ರೇಖಾ ವಹಿಸಿದ ಪಾತ್ರಗಳು ಎಂಥವುಗಳೆಂದು ಅವರಿಗೆ ಗೊತ್ತಾಗಿತ್ತು.

ಅವಳ ಮುಖ ಕಂಡ ಕೂಡಲೇ ನಿರ್ಮಲಗೆ ಮೈಯೆಲ್ಲ ಉರಿ, ಕತ್ತುಹಿಡಿದು ದಬ್ಬಿಸಬೇಕೆಂಬ ಆಕ್ರೋಶ.

ನಿರ್ಮಲ ಕೂಡ ರೇಖಾಳನ್ನ ನೋಡಿದ್ದು ಕೆಲವು ಬಾರಿ. ವಡೀವೇಲು ಇಲ್ಲಿ ಕೆಲಸವನ್ನ ಬಿಟ್ಟು ಹೋಗಿದ್ದರೂ ಎಲ್ಲದರಲ್ಲೂ ಪ್ರತ್ಯಕ್ಷವಾಗಿಯೋ ಪರೋಕ್ಷವಾಗಿಯೋ ಕೈ ಹಾಕುವುದನ್ನು ನಿಲ್ಲಿಸಿರಲಿಲ್ಲ.

"ಏನು ತಗೋತೀಯ?" ಬಂದ ಅಡುಗೆಯವನತ್ತ ನೋಡಿ ನಿರ್ಮಲ ಪ್ರಶ್ನಿಸಿದಾಗ ರೇಖಾಳ ಗಂಟಲಲ್ಲಿ ಏನೋ ಉರುಳಿದಂತಾಯಿತು. "ಹಾಟ್ ಡ್ರಿಂಕ್ಸ್.... ಏನಾದ್ರೂ..... ಪರ್ವಾಗಿಲ್ಲ" ಈಗ ನಿರ್ಮಲ ಬದಲು ನಂದಿನಿಯೇ ಗಮನಿಸಿದಳು.

"ಸ್ಟ್ರಾಂಗ್ ಕಾಫಿ.... ಈ ವೆದರ್‌ಗೆ ಅದೇ ಹಿತ!"

ಮೂವರು ಹೆಣ್ಣುಗಳು ಕಲೆತರೂ ಮಾತಿಗೆ ಬರ. ನಿರ್ಮಲ ಅವರಿಗೆ ಮಾತಾಡುವ ಇಚ್ಛೆ ಇಲ್ಲ. ರೇಖಾ ಹೇಗೆ ಮಾತನಾಡಬೇಕೆಂದು ತಲೆ ಕೆಡಿಸಿಕೊಳ್ಳುತ್ತಿದ್ದಳು. ನಂದಿನಿ ಮುಖದ ಮುಂದೆ ಪತ್ರಿಕೆ ಹಿಡಿದಳು.

"ಬರ್ತೀನಿ....." ಕುಡಿದು ಟೀಪಾಯಿ ಮೇಲೆ ಕಪ್ ಇಟ್ಟ ಕೂಡಲೇ ಎದ್ದಳು ರೇಖಾ. ಆಸಕ್ತಿ, ಅನಾಸಕ್ತಿ, ಯಾವುದೂ ತೋರಿಸದೆ ನಂದಿನಿ ಕೈಯೆತ್ತಿ, "ಓ.ಕೆ., ಎಂದಾದ್ರೂ..... ಬನ್ನಿ."

ರೇಖಾ ಹಲ್ಮುಡಿಯನ್ನು ಕಚ್ಚಿ ಹಿಡಿದಳು. ಅಭಿನಂದನ್ ಬಗ್ಗೆ ತಿಳಿಯಬೇಕಂತಲೇ ಬಂದಿದ್ದಳು. ಆದರೆ.... ಹೈ ಹೀಲ್ಡ್ ಚಪ್ಪಲಿ ಶಬ್ದ ಮಾಡುತ್ತ ನಡೆದಳು. ಬೆನ್ನ ಹಿಂದೆ ಎರಡು ಕಣ್ಣುಗಳು ತನ್ನನ್ನು ನಿಟ್ಟಿಸುತ್ತಿವೆಯೆಂದು ಅರಿವಾಗಿತ್ತು ಅವಳಿಗೆ.

ವಡೀವೇಲು ಮಗಳ ಬಳಿ ಹೇಳುತ್ತಿದ್ದರು.

"ಎಂಥ ಮೆರೆತ! ಇವ್ನ ತಾತನಂಥ ಕಂಟ್ರಾಕ್ಟರ್ಸ್ ಇದ್ದಾರೆ. ಎಲ್ಲಿ ನೋಡಿದ್ರೂ.... ಇವ್ನ ಹೆಸರೇ! ಕೋಟ್ಯಧಿಪತಿಗಳಾದ ಜನಕ್ಕೆ ಇಲ್ದ ಮೇಘವರ್ಷಿಣಿಯಂಥ ಮನೆ! ಇವ್ನ ಸೊಕ್ಕು ಮುರಿಯಲೇಬೇಕು. ಸ್ವಲ್ಪ ದುರ್ಬಲತೆ ಕಂಡುಬರಲೀ.... ಪಾತಾಳಕ್ಕೆ ಹಾಕಿ ತುಳಿದುಬಿಡ್ತೀನಿ!" ಆಗ ಅವರ ಕಣ್ಣುಗಳಲ್ಲಿ ಅಸೂಯೆಯ ದಾವಾನಲ ಉಕ್ಕುತ್ತಿತ್ತು. ಆದರೂ ಇಂದು, ಕೂಡ ರಘುನಂದನ್ ಮುಂದೆ ಆತ್ಮೀಯತೆಯ ನಾಟಕ.

ಕೈಯಲ್ಲಿದ್ದ ಪತ್ರಿಕೆ ಕೆಳಕ್ಕೆ ಹಾಕಿ ಮೇಲೆದ್ದಾಗ ನಿರ್ಮಲ ಕೈ ಹಿಡಿದು, "ಕೂತ್ಕೋ. ಕೋಣೆಯಲ್ಲಿ ಹೋಗಿ ಏನ್ಮಾಡ್ತೀ?" ತಾಯ ಕೈಯ ಸ್ಪರ್ಶ ಅವಳಿಗೇನೂ ಹಿತವಾಗಲಿಲ್ಲ. ಮೃದುವಾಗಿ ಕೊಡವಿಕೊಂಡು ಏಟುತಿಂದಂತೆ ನಿರ್ಮಲ ಮನ ಮಿಲಿ ಮಿಲಿ ಒದ್ದಾಡಿತು.

"ಸ್ವಲ್ಪ ಅಭಿನಂದನ್ ಕೋಣೇನ ನೋಡ್ತೀನಿ" ನಿರುತ್ಸಾಹದ ಸ್ವರ, ಇಲ್ಲಿ ಕೂಡಲು ಇಷ್ಟವಿಲ್ಲವೆಂದು ಒತ್ತಿ ಹೇಳಿದಂತಾಯಿತು. ನಿರ್ಮಲ ಮುಖದಲ್ಲಿ ಕುತೂಹಲದ ಗೆರೆಗಳು ಮೂಡಿದವು.

"ಸ್ವಲ್ಪ ಪೇಷನ್ಸ್ ಇರಲಿ ನಿರ್ಮಲ. ಮಕ್ಳಿಗೋಸ್ಕರ ಇಷ್ಟಾದ್ರೂ ಮಾಡು. ಹೊರ್ಗೆ ನಿಂಗೆ ಹೊಗಳಿಕೆ ಪ್ರೊಮೋಷನ್, ಇನ್‌ಕ್ರಿಮೆಂಟ್ – ಎಲ್ಲಾ ಸಿಗ್ಬಹ್ದು. ಇಲ್ಲಿ ಅದ್ಕಿಂತ ಅಮೂಲ್ಯವಾದ ತೃಪ್ತಿ ಸಿಗುತ್ತೆ. ಈಗಾಗ್ಲೇ ಮಾದಕ ವಸ್ತುಗಳ ಜಾಡಿನಲ್ಲಿ ಹೊರಟಿರೋ ನಂದಿನಿ ಪುನಃ ಅದ್ಕೇ ಖಂಡಿತ ಬಲಿಯಾಗೋದ್ಬೇಡ. ಒಂಟಿಯಾಗಿ ಬಿಡ್ಬೇಡ. ಪ್ರೀತಿಯಿಂದ ನೋಡ್ಕೋ. ಅವ್ಳು ನಿನ್ನಲ್ಲಿ ಮನಬಿಚ್ಚಿ ಮಾತಾಡೋ ಹಾಗೆ ಮಾಡು. ಎಲ್ಲಾ ಸರಿ ಹೋಗುತ್ತೆ" ಮೆಹತಾ ಒತ್ತಿ ಹೇಳಿದ್ದರು.

ನಿರ್ಮಲ ಎದೆ ಭಾರವಾಗಿ ಕಣ್ಣಂಚಿನಲ್ಲಿ ಕಂಬನಿ ತುಂಬಿಕೊಂಡಿತು. ಒಂದು ಕ್ಷಣ ಬಂಧಿಯಾದ ಅನುಭವ. ಏಕಾಂತದ ತಳಮಳ.

"ಬೇಡ ಬೇಡ, ಈ ಉಸಿರುಗಟ್ಟೋ ಸ್ಥಿತಿಯಲ್ಲಿ ಬದುಕಲು ನಂಗಿಷ್ಟವಿಲ್ಲ" ಮನ ಹೊರಳಿ ಹೊರಳಿ ನರಳಿತು.

ಮುಖ ಪಕ್ಕಕ್ಕೆ ತಿರುಗಿಸಿ ಕಣ್ಣೀರು ಮಿಡಿದರು. ಎಷ್ಟೋ ಹೊತ್ತು ಅದೇ ಸ್ಥಿತಿಯಲ್ಲಿ ಕೂತಿದ್ದರು.

ಒರಟು ಕೈ ಕೆನ್ನೆಯ ಮೇಲಾಡಿದಾಗ ಬೆಚ್ಚಿದ್ದರು. ನಿಂತಿದ್ದ ರಘುನಂದನ್ ನಸುನಕ್ಕರು.

"ಏನು ಮಗ್ನ ಯೋಚನೇನಾ? ಎರಡು ದಿನ ಬಿಟ್ಟು ನಾವೇ ಹೋಗ್ಬರೋಣ. ಆ ವಾತಾವರಣದಲ್ಲಿ ಅವ್ಳ ಪೂರ್ತಿ ಬೇರೇನೇ ಆಗ್ತಾನೆ. ಆಗ ಹೆಮ್ಮೆಯಿಂದ ಮೇಘವರ್ಷಿಣಿಗೆ ಕರ್ಕೊಂಡ್ಬರ್ತೀನಿ" ಬಳಲಿಕೆಯ ಸ್ವರದಲ್ಲಿ ಉಲ್ಲಾಸವಿತ್ತು. ಕವಿದ ನಿರಾಶೆಯ ಕಾರ್ಮೋಡ ಒಮ್ಮೆಲೇ ಪರಾರಿ!

"ಶೂರ್.... ಡೆಫನೆಟ್ಲೀ.... ಆ ದಿನ ಮಾತ್ರ ಬೇಗ್ಬರ್ಲೀ" ಹೆಂಡತಿಯ ಕಣ್ಣುಗಳಲ್ಲಿ ಕನಸುಗಳು ಮೂಡಿದವು. ರಘುನಂದನ್ ನೋಟ ಅತ್ತಿತ್ತ ಅಲುಗಾಡಲಿಲ್ಲ. ರೆಪ್ಪೆಗಳು ನಿಶ್ಚಲವಾದವು.

"ಅರೆ, ಹೊಸಬರನ್ನ ನೋಡ್ದ ಹಾಗೆ ನೋಡ್ತೀರಲ್ಲ!" ಆ ಕೆನ್ನೆಗಳಲ್ಲಿ ಸಂತಸದ ರಂಗು ಮೂಡಿದಾಗ ರಘುನಂದನ್ ಕೈ ಮುಂದಾಯಿತು. "ಈ ಕ್ಷಣ ಶಾಶ್ವತವಾಗಿಬಿಡ್ಲೀಂತ ಅನ್ನಿಸುತ್ತೆ ನಿಮ್ಮು" ಕಣ್ಣುಗಳಲ್ಲಿ ರಸಿಕತೆ ಕುಣಿಯಿತು. ಬಿಸಿಯಾಯಿತು ನಿರ್ಮಲ ದೇಹ.

"ಉಸ್ ಸಾರಿ.... ಸುಮ್ಮನೆ. ನಂದು ಇಲ್ಲೇ ಇದ್ದಾಳೆ, ಅಭಿನಂದನ್ ಕೋಣೆ ನೋಡ್ಬರ್ತೀನಂದ್ಲು."

ಆ ಕ್ಷಣದಲ್ಲಿ ಹತ್ತು ವರ್ಷ ಚಿಕ್ಕವರಾದ ಅನುಭವವಾಯಿತು ರಘುನಂದನ್‌ಗೆ.

ಒಟ್ಟಾಗಿ ಇಬ್ಬರೂ ಮುಂದಿನ ಗಾರ್ಡನ್‌ಗೆ ಬಂದರು. ಕ್ರೋಟನ್ ಗುಲಾಬಿ, ಕಡಿಮೆ ವೇಳೆಯಲ್ಲಿ ಬೆಳೆದು ನಿಂತ ಗಿಡಗಳ ನೋಟ, ಅವುಗಳಿಂದ ಬೀಸಿ ಬರುತ್ತಿರುವ ತಂಗಾಳಿ ಹಾಯೆನಿಸಿತು.

"ನಂದಿನಿ ಬೆಂಗ್ಳೂರಿಗೆ ಹೋಗ್ತೀನಿ ಅಂದ್ಲು. ಸದ್ಯಕ್ಕೆ ಅವ್ಳನ್ನ ಹೋಗೋಕೆ ಬಿಡ್ಬಾರ್ದು. ಅವ್ಳ ಸಾಮಾನುಗಳನ್ನೆಲ್ಲ ಚೆನ್ನಾಗಿ ಚೆಕ್ ಮಾಡ್ದೇ ತಾನೇ?" ರಘುನಂದನ್ ಪ್ರಶ್ನಿಸಿದಾಗ, ನಿರ್ಮಲ ಗಂಭೀರವಾದರು.

"ನಂಗೆ ಅನುಮಾನ! ಮಲಗೋವಾಗ ಕೋಣೆ ಬಾಗ್ಲು ಹಾಕ್ಕೊಂಡು ಬಿಡ್ತಾಳೆ. ಬೆಳಿಗ್ಗೆ ಹೊರ್ಗೆ ಬರೋದೇ ನಿಧಾನ. ಹತ್ತಾರು ಬಾರಿ ಕೂಗಿದ್ರೂ ಬಾಗಿಲು ತಟ್ಟಿದರೂ 'ಓ' ಅನ್ನೋಲ್ಲ. ಇಲ್ಲಿ ಎದುರಿನಲ್ಲಿದ್ದಾಳೆ, ಅಷ್ಟೇ" ಮಾತಿನಲ್ಲಿ ನಿರಾಶೆ ಚಿಮ್ಮಿದಾಗ ರಘುನಂದನ್ ಬೆಚ್ಚಿದರು.

ಹೊರಗಿನ ಕೆಲಸಗಳಲ್ಲಿ ತೀರಾ ಅನಾಸಕ್ತಿ ತೋರುವುದು ವೃತ್ತಿಜೀವನಕ್ಕೆ ಬಲವಾದ ಪೆಟ್ಟು. ಆದರೂ ಸಾಕಷ್ಟು ಹೊತ್ತು ಮನೆಯಲ್ಲಿರುವ ಪ್ರಯತ್ನ ಮಾಡುತ್ತಿದ್ದರು. ತಂದೆಯೆಂಬ ಅಧಿಕಾರ ಮಾತಿನಲ್ಲಿ ಇಣುಕಬೇಕೆಂದಾಗ ಕಾಂಪ್ಲೆಕ್ಸ್‌ಗೆ ಬಲಿಯಾಗಿ ಬಿಡುತ್ತಿದ್ದರು. ಮಾತು, ಸ್ವರ, ಭಾವನೆಗಳು ಒಳಗೆ ಹೂತುಹೋಗುತ್ತಿದ್ದವು.

"ಹಾಗೆ ಆಗ್ಬಾರ್ದು. ನೀನು ಅವ್ಳ ಬಳಿ ಕೂತು ಬುದ್ಧಿ ಹೇಳು. ನಿಂಗೆ ಆ ಅಧಿಕಾರ ಇದೆ" ಗಿಡದ ಮೈ ತಡವುತ್ತ ಹೇಳಿದರು. ಬಗ್ಗಿ ನಿರ್ಮಲ ಬಿದ್ದಿದ್ದ ಹೂಮಾಲೆಯನ್ನು ಹೆಕ್ಕಿಕೊಂಡರು.

"ನಾನು ಆ ಅಧಿಕಾರನ ಕಳ್ದುಕೊಂಡಿದ್ದೀನಿ. ಸ್ನೇಹ, ಸಲಿಗೆ, ಸಂಬಂಧ ಯಾವತ್ತೂ ಬೆಳೀಲಿಲ್ಲ. ಅವ್ಳ ಕಣ್ಣಲ್ಲಿ ಇಣುಕುವ ಉದಾಸೀನ ನನ್ನನ್ನ ನೂರು ಅಡಿಗಳಷ್ಟು ಹೊರ್ಗೆ ಇಡುತ್ತೆ. ಹೇಗೆ.... ಹೇಳ್ಲಿ?" ಆಕೆಯ ಸ್ವರ ಕಂಪಿಸಿತು.

"ಐ ಅಂಡರ್‌ಸ್ಟ್ಯಾಂಡ್ ಯುವರ್ ಫೀಲಿಂಗ್ಸ್" ಗಡ್ಡದ ಮೇಲೆ ಅವರ ಕೈಯಾಡಿತು. ಮುಖ ಮೇಲೆತ್ತಿದರು. ತುಂಬು ಬೆಳದಿಂಗಳು. "ನಂಗೂ ಅರ್ಥವಾಗ್ತಾ ಇಲ್ಲ. ವಿ ಆರ್ ಅನ್‌ಲಕ್ಕಿ" ಅರಿವಾಗದಂತೆ ತಮ್ಮ ಬಾಯಿಂದ ಹೊರಬಿದ್ದ ಮಾತಿಗಾಗಿ ಪಶ್ಚಾತ್ತಾಪಪಟ್ಟರು. "ಮೆಂಟಲ್ ಡಿಪ್ರೆಷನ್, ಯಾಕೋ ಏನು ಬೇಡವಾಗಿಬಿಡುತ್ತೆ, ಒಂದೊಂದ್ಸಲ. ಅದ್ರೆ ಬದ್ಕನ್ನ ಮಕ್ಕಳೊಡನೆ ಸುಂದರವಾಗಿ ರೂಪಿಸಿಕೊಳ್ಳೋದು ಕೂಡ ಶ್ರೇಷ್ಠವಾದ ಕಲೆ."

ಏನೇನೋ ಮಾತಾಡುತ್ತ ಸುತ್ತಾಡಿದರು. ವೃತ್ತಿ, ಹಣ ಬಿಟ್ಟು ಜವಾಬ್ದಾರಿ ಅರಿತ ಸಾಮಾನ್ಯ ದಂಪತಿಗಳಂತೆ ತಮ್ಮ ಮಕ್ಕಳ ಬಗ್ಗೆ ಮಾತಾಡಿದರು.

"ನಂದುಗೆ ಮದ್ವೆ ಮಾಡಿದ್ರೂ-ಇಲ್ಲೇ ಇಟ್ಕೋಬೇಕು. ಡಾಕ್ಟ್ರನ್ನ ಹುಡ್ಕಿದ್ರೆ ಒಳ್ಳೇದು." ನಿರ್ಮಲ ಹೇಳಿದಾಗ, ರಘುನಂದನ್ ಆ ವಿಷಯವನ್ನು ತಳ್ಳಿಹಾಕಿದರು.

"ನಂಗೇನೋ ಒಬ್ಬ ಸಾಹಿತಿನ ಹುಡ್ಕಬೇಕೆನಿಸಿದೆ. ಈ ಪರಿಸರ, ನಮ್ಮಗ್ಳು, ನನ್ನ ಬದ್ಕು ಅವ್ನ ಬರವಣಿಗೆಗೆ ಸ್ಫೂರ್ತಿಯಾಗಬೇಕು. ತೀರಾ ಸಂಕಷ್ಟದಲ್ಲಿ ಬದ್ಕಿ, ಸ್ವಪ್ರತಿಭೆ, ಕಷ್ಟದಿಂದ ಮೇಲಕ್ಕೆ ಬಂದು ವೃತ್ತಿಗೆ ಹೇಗೆ ಅಂಟಿಕೋತಾನೆ, ಇಂದು ಕೈಯಲ್ಲಿ ಗಳಿಸಿಕೊಂಡಂತೆ, ಇನ್ನೊಂದು ಕಡೆ ಕಳೆದುಕೊಳ್ಳೋ ಸೂಕ್ಷ್ಮ ಸತ್ಯನ ಬಿಡ್ಸಿ ಇಡ್ಬೇಕು."

ಪಕಪಕನೆ ನಕ್ಕುಬಿಟ್ಟರು ನಿರ್ಮಲ. ಆ ನಗುವಿನಿಂದ ಇಬ್ಬರಲ್ಲೂ ಒಂದು ಸುಂದರ ಸ್ಪಂದನ ಮಿಡಿಯಿತು.

"ತುಂಬ ಸೆಲ್ಫಿಷ್...." ನಸು ಮುನಿಸು ನಿರ್ಮಲ ಮುಖದಲ್ಲಿ ಇಣುಕಿತು. "ಅಂತೂ ನಿಮ್ಮ ಬದ್ಕು ಕತೆ, ಕಾದಂಬರಿಯಾಗಬೇಕನ್ನೋ ಆಸೆ!"

ರಘುನಂದನ್ ಮುಖದ ಮೇಲೂ ನಸುನಗು ಎರಚಾಡಿತು. ಮೂತಿ ಚಾಚಿ ಹೆಂಡತಿಯನ್ನು ಹತ್ತಿರಕ್ಕೆ ಎಳೆದುಕೊಂಡರು.

"ನಿಮ್ಮ...." ತುಟಿಗೆ ತುಟಿ ಬೆರೆಸಿದರು.

ತೋಳ ತೆಕ್ಕೆಯಲ್ಲಿ ಎಲ್ಲಾ ಮರೆತಂತೆ ಕಳೆದ ಕ್ಷಣಗಳು ಅಮೂಲ್ಯವೆನಿಸಿತು. ಅವರ ಮೈ ಮನಗಳು ನೆಮ್ಮದಿಯ ಆಕಾಶದಲ್ಲಿ ತೇಲಾಡಿದವು. ಈ ಬದುಕು ನೂರು ವರ್ಷವಾದರೂ ಇರಲಿಯೆಂದು ಹಂಬಲಿಸಿತೇನೋ, ಅವರ ಮನಗಳು!

* * * *

ಗುಡ್ಡದ ಮೇಲೆ ಭವ್ಯ ಬಂಗಲೆ ಅಭಿನಂದನ್‌ನ ವಾಸಕ್ಕೆ. ಸುಮಾರು ಎಂಟು ತಿಂಗಳ ಹಿಂದೆ ಮುಚ್ಚಿಕೊಂಡಿದ್ದ ಕಿಟಕಿ ಬಾಗಿಲುಗಳು ತೆರೆದುಕೊಂಡು ನೀರವತೆಗೆ ಮುಕ್ತಾಯವನ್ನು ಹಾಡಿತ್ತು.

"ಹೇಗಿದೆ ಮನೆ?" ಜಯಸಿಂಹ ಹುಬ್ಬೆತ್ತಿ ಪ್ರಶ್ನಿಸಿದಾಗ ಅಭಿನಂದನ್ ನಕ್ಕುಬಿಟ್ಟ. "ವಂಡರ್‌ಫುಲ್..... ನಂಗೆ ಬೇಕಾಗಿರೋದು ಮೇಘವರ್ಷಿಣಿಯಂಥಾದ್ದಲ್ಲ. ನೆಮ್ದಿ ನೀಡೋ ಜಾಗ." ಭಾವೋದ್ವೇಗದ ಅವನ ಮಾತುಗಳು, ಸುಲಭವಾಗಿ ಅರಗಿಸಿಕೊಳ್ಳಲು ಪ್ರಯತ್ನಪಟ್ಟರು.

"ಓ.ಕೆ., ಮೈ ಬಾಯ್. ಶಾಂತಿ ನೆಮ್ದಿ ಅರಸಿಕೊಂಡೇ ನಾನು ಅಮೇರಿಕಾದಿಂದ ಇಲ್ಲಿಗೆ ಬಂದಿದ್ದು. ಸಮಾಜ, ಶ್ರೀಮಂತಿಕೆ, ವ್ಯಕ್ತಿಗಳು ನೀಡದ ಪೀಸ್‌ಫುಲ್‌ನ ಖಂಡಿತ ಪ್ರಕೃತಿ ನೀಡುತ್ತೆ" ಭುಜ ತಟ್ಟಿ ಹೊರಗೆ ಹೋದರು.

ಅಭಿನಂದನ್ ಹಿಂದಕ್ಕೆ ಒರಗಿದ. ಅವನ ಕಾಲುಗಳು ಸೋಫಾ ಮೇಲೆ ಆಸೀನವಾದವು. ತುಟಿಗಳ ನಡುವೆ ಸಿಗರೇಟು ಇಟ್ಟು ಲೈಟರ್ ಸೋಕಿಸಿದ.

ರೇಖಾ ಕಣ್ಮುಂದೆ ತೇಲಿದಳು. ಅವಳದು ಮಾದಕ ಚೆಲುವು.

"ಪೇರೆಂಟ್ಸ್ ಯಾಕೆ ಹೇಟ್ ಮಾಡ್ತಾರೋ! ಇದ್ರಲ್ಲಿ ಸಿಕ್ಕೋ ಮಜಾ ಯಾವುದರಲ್ಲೂ ಸಿಕ್ಕೋಲ್ಲ! ಪೂರ್ ಪೀಪಲ್...." ಲೊಚಗುಟ್ಟಿ ಹೇಳಿದ್ದ ಆಕೆಯ ಮಾತನ್ನು ಗುಣಿಗುಣಿಸುತ್ತಾ, "ಅವ್ರು ದುಡಿದಿದ್ದು ನಾವು ಎಂಜಾಯ್ ಮಾಡೋಕೆ" ಸಿಗರೇಟು ಎಸೆದು ಎದ್ದು ನಿಂತ. ಇದೆಲ್ಲ ಅವಳ ಪಾಠ.

ಪಂಚಾಕ್ಷರಿ ತಲೆ ಹಾಕಿ ವಾಪಸ್ಸು ಹೋದ; ಬರುವಂತೆ ಸನ್ನೆ ಮಾಡಿದ. ಅವನ ಹಿಂಜರಿಕೆ ಕಡಿಮೆಯಾಗಿತ್ತು.

"ಮಿಸ್ಟರ್ ಜಯಸಿಂಹ, ಫಾರಿನ್ ಡ್ರಿಂಕ್ಸ್ ಏನಾದ್ರೂ ಇಟ್ಟಿದ್ಯಾ?" ಎಂದು ಕೇಳಿದಾಗ ಪಂಚಾಕ್ಷರಿ ಸ್ವರ ಉಡುಗಿ ಮುಖ ಬಿಳಿಚಿಕೊಂಡಿತು.

"ಅವ್ರು ಕುಡ್ಯೋಲ್ಲ. ದೊಡ್ಡ ಜನ" ಅವನ ಮಾತಿನಲ್ಲಿ ಹೇಳಿ ಜಯಸಿಂಹ ಅವರ ಬಗ್ಗೆ ಗೌರವ ತಾಳಿದ, ಅಭಿಮಾನವಿತ್ತು. "ಕುಡಿಯೋ ಜನನ ಕಂಡ್ರೆ ನಂಗೂ ಭಯನೇ!" ಅಭಿನಂದನ್ ಮುಂದಕ್ಕೆ ಬಂದು ಅವನ ಕಾಲರ್‌ಪಟ್ಟಿ ಹಿಡಿದ. ಪಂಚಾಕ್ಷರಿಗೆ ದಿಕ್ಕು ತೋಚದಂತಾಯಿತು.

"ಯಾಕೆ ಭಯ?" ನವಿರಾಗಿತ್ತು ಅಭಿನಂದನ್ ಧ್ವನಿ. ಕೈ ಹಿಂದಕ್ಕೆ ಬಂತು. ಪಂಚಾಕ್ಷರಿ ಕಾಲರ್ ಸರಿಪಡಿಸಿಕೊಂಡು "ಇನ್ನೊಂದು ದಿನ ಆ ವಿಷ್ಯ ಹೇಳ್ತೀನಿ ಸರ್" ಕೋಣೆಯಿಂದ ಹೊರಗೆ ಹೋದ.

ಪಂಚಾಕ್ಷರಿ ಬಂದಾಗ ರೋಹಿಣಿ ವಿಮನಸ್ಕರಾಗಿ ಕೂತಿದ್ದರು. ತುಟಿಯವರೆಗೂ ಬಂದ ಮಾತುಗಳನ್ನು ನುಂಗಿದ.

"ಆರಾಮಾಗಿದ್ದಾನಾ, ಆ ಹುಡ್ಗ?" ರೋಹಿಣಿಯ ಸ್ವರದಲ್ಲಿ ವ್ಯಥೆಯ ನೆರಳಾಡಿತು. ಪಂಚಾಕ್ಷರಿ ಹೆಗಲ ಮೇಲಿನ ಟವೆಲು ಕೊಡವಿ ಮತ್ತೆ ಹಾಕಿಕೊಂಡು "ಬೇಷಕ್ಕಾಗಿದ್ದಾರೆ!"

ಹಿಂದಿನಿಂದ ಬಂದ ಜಯಸಿಂಹ ಸ್ವರ ಬಿಗಿದು ರೇಗಿದರು.

"ನೀನು ಇಲ್ಯಾಕೆ ಬಂದೆ? ಸದ್ಯಕ್ಕೆ ನಿಂಗೆ ಅಲ್ಲೇ ಕೆಲ್ಸಾಂತ ಹೇಳಿಲ್ವಾ! ಮೊದ್ಲು ಹೋಗು."

ಪಂಚಾಕ್ಷರಿ ಥಟ್ಟನೆ ಕೂತುಬಿಟ್ಟ. ಮುಖದ ಮೇಲೆ ಮೊಂಡುತನವಿತ್ತು. ತುಟಿ ಬಿಗಿದು ತಲೆಯಾಡಿಸಿದ.

"ನಾನು ಹೋಗೋಲ್ಲ!" ಅವನ ಸ್ವರದಲ್ಲಿ ದೃಢತೆ ಇತ್ತು.

"ಒಂದ್ನಾಲ್ಕು ದಿನ ಅಷ್ಟೇ. ಬೇರೆ ಏರ್ಪಾಟು ಮಾಡ್ತೀನಿ. ನನ್ನ ಆತ್ಮೀಯ ಸ್ನೇಹಿತನ ಮಗ. ಆರೋಗ್ಯ ಸುಧಾರಿಸಿಕೊಳ್ಳೋಕೆ ಇಲ್ಲಿಗೆ ಬಂದಿರೋದು. ಸರ್ಯಾಗಿ ನೋಡಿಕೊಳ್ಳೋದು ನಮ್ಮ ಕರ್ತವ್ಯ" ತಿಳಿ ಹೇಳುವ ಪ್ರಯತ್ನ ಮಾಡಿದರು.

"ಅವ್ರು ಈ ಪಾಟಿ ಕುಡಿದ್ರೆ.... ಆರೋಗ್ಯ ಸುಧಾರಿಸೋ ಬದ್ಲು ಇನ್ನಷ್ಟು ಹದಗೆಡುತ್ತೆ" ಒಂದೇ ಮಾತಿನಲ್ಲಿ ಪಂಚಾಕ್ಷರಿ ಸ್ಪಷ್ಟ ಚಿತ್ರ ಬಿಡಿಸಿದ.

"ಹಾಗೇನೂ ಇಲ್ಲ. ಈಗಿನ ಕಾಲ್ದ ಹುಡುಗರಿಗೆ ಇದೊಂದು ಮೋಜು" ಎನ್ನುವ ವೇಳೆಗೆ ಭೂಮಿಕಾ ಕೈಯಲ್ಲಿ ಪುಸ್ತಕ ಹಿಡಿದು ಬಂದಳು. "ವಂಡರ್‌ಫುಲ್, ಅಂಕಲ್. ಪ್ರಕೃತಿ ಮೈ ಮರೆತು ಇಲ್ಲೇ ಉಳ್ದುಬಿಟ್ಟಿದ್ದಾಳೆ. ನಿಮ್ಮ ಆಯ್ಕೆ ಎಕ್ಸಲೆಂಟ್!" ಕಣ್ಮುಚ್ಚಿ ತೆಗೆದು ತನ್ಮಯತೆಯಿಂದ ಹೇಳಿದಳು.

"ಗುಡ್, ನಿನ್ನ ಪ್ರೋಗ್ರಾಂ ಕ್ಯಾನ್ಸಲ್ ಮಾಡಿ ಇಲ್ಲೇ ಉಳ್ದುಬಿಡು" ಅಕ್ಕರೆಯಿಂದ ರೋಹಿಣಿ ಹೇಳಿದಾಗ, ಮುತ್ತುಗಳಂತೆ ನಕ್ಕ ಅವಳ ದಂತ ಪಂಕ್ತಿ ಹೊಳೆಯಿತು. ಸಹಜ ಸೌಂದರ್ಯಕ್ಕೆ ಇನ್ನೊಂದು ಹೆಸರು ಭೂಮಿಕಾ.

"ಅದೆಲ್ಲ ಅಂಕಲ್‌ಗೆ ಬಿಟ್ಟಿದ್ದೀನಿ" ಕೈಯಲ್ಲಿನ ಪುಸ್ತಕವನ್ನ ಸವರಿದಳು. ಜಯಸಿಂಹ ಕಣ್ಣಲ್ಲಿ ಮೆಚ್ಚು ಮೂಡಿತು. "ಅಪರೂಪದ ಹುಡ್ಗಿ!" ಉದ್ಗರಿಸಿದರು.

ಸಂಜೆ ಆರಾದರೂ ಪಂಚಾಕ್ಷರಿ ಹೋಗಲು ಒಪ್ಪಲಿಲ್ಲ. ರೋಹಿಣಿ ಒಂದೇ ಧೋರಣೆಯಲ್ಲಿ ಹೇಳಿದರು.

"ನಂಗೆ ಏನೇನೂ ಅರ್ಥವಾಗಿಲ್ಲ! ಇಲ್ಲಿ ಬಂದ ಮಾತ್ರಕ್ಕೆ ಆ ಹುಡ್ಗ ಕುಡ್ಯೋದು ಕಮ್ಮಿ ಮಾಡ್ತಾನಾ! ಒಂಟಿತನ, ಕೆಲ್ಸವಿಲ್ಲ. ಕೈ ತುಂಬ ಹಣವಿದೆ; ಆರಾಮವಾಗಿ ಕುಡೀತಾನೆ!"

"ಹಾಗಲ್ಲ!" ಕೆನ್ನೆಯುಜ್ಜಿದರು.

"ನಾನು ಹೋಗ್ತೀನಿ" ಪಂಚಾಕ್ಷರಿ ಮೇಲಕ್ಕೆದ್ದ.

ಪೂರ್ತಿ ವಿಷಯವನ್ನು ಭೂಮಿಕಾ ಮುಂದೆ ಬಿಡಿಸಿಟ್ಟಾಗ ಟ್ಯಾಕ್ಸಿಯ ಹಿಂದಿನ ಸೀಟಿನಲ್ಲಿದ್ದ ಅರೆ ಅಮಲಿನ ಯುವಕನ ನೆನಪಾಯಿತು ಅವಳಿಗೆ. ಅಂಗೈ ಅಗಲದ ಹಣೆ. ನೀಳವಾದ ಮೂಗು, ಬಿಲ್ಲಿನಂತಹ ಹುಬ್ಬುಗಳು. ಇಡೀ ವ್ಯಕ್ತಿತ್ವದ ಕ್ರಿಯಾಶೀಲತೆ ಅಮಲು ನುಂಗಿ ಹಾಕಿದಂತಿತ್ತು. ಏನೇ ಹೇಳಿದರೂ ಪೂರ್ತಿ ವಿಷಯ ಮುಚ್ಚಿ ಹೋಗಿದೆಯೆನಿಸಿತು.

"ಅಂಕಲ್, ಒಂದ್ಮಾತು!" ಗದ್ದಕ್ಕೆ ಕೈಯೂರಿ, ಥಟ್ಟನೆ ಛೇರಿನ ಬೆನ್ನಿನಿಂದ ಮುಂದಕ್ಕೆ ಬಂದು, "ನಾನು ಅಮೇರಿಕಾದಲ್ಲಿ ಹುಟ್ಟಿ ಬೆಳೆದ್ರೂ.... ಪೂರ್ಣವಾಗಿ ಅಲ್ಲದಿದ್ದರೂ ಅಲ್ಪಸ್ವಲ್ಪವಾದರೂ ಭಾರತೀಯ ಸಂಸ್ಕೃತಿಯ ಅರಿವಿದೆ. ಅಮ್ಮ ಸಂಜೆ ಮನೆಗೆ ಬರ್ದಿದ್ರೆ.... ಅಮೇರಿಕಾದಲ್ಲಿದ್ರೂ ಥೇಟ್ ಭಾರತೀಯ ತಾಯಿಯಂತೆ ಆತಂಕದಿಂದ ಬಾಗ್ಲು ಬಳಿ ನಿಲ್ತಾ ಇದ್ಳು" ಅವಳ ಮುಖದ ಮೇಲೆ ಮಂದಹಾಸ ಮಿನುಗಿತು. ಅದರಲ್ಲಿ ತಮ್ಮ ಕಡೆಯ ಮಗನ ಭವಿಷ್ಯದ ಹೊಂಗನಸನ್ನು ಕಂಡರು ರೋಹಿಣಿ.

ಜಯಸಿಂಹ ಮೇಲಕ್ಕೆದ್ದರು.

"ಅಂಕಲ್ ಒಂದು ಸುತ್ತು ತಿರ್‍ಗಾಟ" ತೊಡೆಯ ಮೇಲಿದ್ದ ಪುಸ್ತಕವನ್ನು ಟೀಪಾಯಿ ಮೇಲಿರಿಸಿ, ರೋಹಿಣಿ ಕಡೆ ನೋಡಿದಳು.

"ಬಂದಾಗ್ನಿಂದ ಮನೆಯಲ್ಲಿದ್ದಿದ್ದಕ್ಕಿಂತ ಹೊರ್‍ಗೆ ಇದ್ದಿದ್ದೇ ಹೆಚ್ಚು" ನಸು ಮುನಿಸಿನಿಂದ ರೇಗಿದರು.

ಹೂ ಬಿರಿದಂತೆ ನಕ್ಕಳು ಭೂಮಿಕಾ. ಸದಾ ಪ್ರಕೃತಿ ಚಿತ್ತಾರದ ಕನಸು, ಪೂರ್ತಿ ತನ್ಮಯತೆ ಅವಳಿಗೊಂದು ಸಿದ್ಧಿ. ಕ್ಯಾಮೆರಾ ಹಿಡಿದರೂ, ಪುಸ್ತಕ ತಗೊಂಡರೂ ಸ್ವರವೆತ್ತಿದರೂ ಪೂರ್ತಿ ತನ್ಮಯಳಾಗಿಬಿಡುತ್ತಿದ್ದಳು.

ಇಬ್ಬರು ಹೊರಗೆ ಬಂದಾಗ ಕಾಡಯ್ಯ ಬಾಳೆಯ ಗೊನೆ ಹಿಡಿದು ಕಾಣಿಸಿಕೊಂಡ. ವಿನಯ, ವಿನಮ್ರತೆ, ದೈನ್ಯ ಅವನ ಮುಖದ ಮೇಲಿತ್ತು.

"ಇದೊಂದು ಈ ದೇಶದ ದುರಂತ!" ನಿಟ್ಟುಸಿರಿನ ನಡುವೆ ಹೇಳಿದರು.

"ಅಂಕಲ್ ಏನಾದ್ರೂ ಮಾತಾಡ್ಬೇಕಲ್ಲ" ಅನುಮಾನಿಸಿ ತಕ್ಷಣ ಹೇಳಿದಳು. ಅಭಿನಂದನ್ ವಿಷ್ಯ ನಂಗೆ ಏನೇನೂ ಅರ್ಥವಾಗ್ಲಿಲ್ಲ!" ಮರದ ಬೊಡ್ಡೆಗೆ ಒರಗಿ ಚಿಲಿಪಿಲಿ ಗುಟ್ಟಿತ್ತ ಗೂಡು ಸೇರುತ್ತಿರುವ ಹಕ್ಕಿಗಳತ್ತಲೇ ಲಕ್ಷ್ಯವಿಟ್ಟು ಹೇಳಿದಳು.

"ನಾನು ಹೇಳ್ತೀನಿ!" ಥಟ್ಟನೆ ಸ್ವರ ಬಂದತ್ತ ತಿರುಗಿದರು, ಮೆಹತಾ..... ಎದೆಯಾಳದ ಬೆಚ್ಚನೆಯ ಸ್ನೇಹ ಅವಳ ಮೈನ ನರನಾಡಿಗಳಲ್ಲಿ ಹರಿದಾಡಿತು.

"ಮೆಹತಾ...." ಸ್ವರ ಕಂಪಿಸಿತು. ಕ್ಷಣದಲ್ಲಿ ಒಬ್ಬರ ಆಲಿಂಗನದಲ್ಲಿ ಒಬ್ಬರಿದ್ದರು. "ಮೈ ಡಿಯರ್ ಸಿಂಹ" ಪ್ರೀತಿಯಿಂದ ಉದ್ಗರಿಸಿದರು.

ಒಂದು ಅಪೂರ್ವವಾದ, ಆಪ್ಯಾಯಮಾನವಾದದ್ದನ್ನು ನೋಡಿದಂತೆ ಕಣ್ಣರಳಿಸಿ ನಿಂತಳು.

ಎಕ್ಸ್‌ಕ್ಯೂಜ್ ಮೀ, ನೀವುಗಳು ಮಾತಾಡ್ತಿರಿ. ನಾನು ಸ್ವಲ್ಪ ತಿರುಗಾಡಿ ಬರ್ತೀನಿ" ಎಂದು ಎರಡ್ಹೆಜ್ಜೆ ಮುಂದಿಟ್ಟವಳನ್ನು ಮೆಹತಾ ಸ್ವರ ತಡೆಯಿತು. "ನೋ.... ಪ್ಲೀಜ್ ಸ್ಟೇ."

ಮೆಹತಾ ದೀರ್ಘವಾಗಿ, ಅತ್ಯಂತ ಆಳವಾಗಿ, ಗಾಢವಾಗಿ ಅವಳ ಇಡೀ ವ್ಯಕ್ತಿತ್ವವನ್ನು ತಮ್ಮ ನೋಟದಲ್ಲಿ ಅಳೆದುಬಿಡುವಂತೆ ನೋಡಿದರು.

"ಭೂಮಿಕಾ ನನ್ನ ಸ್ನೇಹಿತನ ಮಗ್ಳು. ಭಾರತ ನೋಡೋ ಆಸೆಯಿಂದ ಬಂದಿದ್ದಾಳೆ. ಇಲ್ಲಿನ ಅಪೂರ್ವ ಪ್ರಾಕೃತಿಕ ಚಿತ್ರಗಳನ್ನ ಅವ್ಳ ಕ್ಯಾಮೆರಾದಲ್ಲಿ ಸೆರೆಹಿಡೀಬೇಕಂತೆ" ಪರಿಚಯಿಸಿದಾಗ ಎರಡೂ ಕೈ ಜೋಡಿಸಿದಳು. ಬುದ್ಧಿಮತ್ತೆಯಿಂದ ಕಾಣಿಸಿದ ಅವಳ ಕಣ್ಣುಗಳು ಕಾವ್ಯಮಯವಾಗಿ ಕಂಡವು.

"ಗುಡ್...." ನೋಟ ಇಷ್ಟೊಂದು ಅಲುಗಿಸದೆ ಮೆಹತಾ ಹೇಳಿದ್ದರು. "ಆ ಏರ್ಪಾಟೆಲ್ಲ ನಂದೇ ಇರ್ಲಿ. ಇಷ್ಟೊಂದು ಒಳ್ಳೆಯ ಉದ್ದೇಶ ಇಟ್ಕೊಂಡು ತಾಯ್ನಾಡಿಗೆ ಬಂದ ಹೆಣ್ಣು...." ಮೆಚ್ಚು ಮೂಡಿತು ಅವರ ಕಣ್ಣುಗಳಲ್ಲಿ.

ಬೇರೆ ಬೇರೆ ವಿಷಯಗಳನ್ನು ಮಾತನಾಡುತ್ತ ಹಿಂದಿರುಗುವ ವೇಳೆಗೆ ಪೂರ್ತಿ ಕತ್ತಲಾಯಿತು. ಬಾಗಿಲ ಬಳಿ ಕೂತಿದ್ದ ಕಾಡಯ್ಯ ಎದ್ದಾಗ ಅವನ ಭುಜದ ಮೇಲೆ ಕೈ ಹಾಕಿ ಒಳಗೆ ಕರೆದೊಯ್ದರು ಜಯಸಿಂಹ.

"ನಾನು ನಿಂಗೆ ಎಷ್ಟು ಸಲ ಹೇಳಿಲ್ಲ! ಬಾಗಿಲಲ್ಲಿ ಕೂಡೋದು ಒಳ್ಳೇ ಲಕ್ಷಣವಲ್ಲ. ಮನುಷ್ಯನಿಂದ ಮನುಷ್ಯನನ್ನು ದೂರ ಮಾಡೋ ಜಾತಿ, ಪಂಥ, ಮತ, ಮಾನವೀಯ ಮೌಲ್ಯಗಳಿಗೆ ಬೆಂಕಿ ಹಚ್ಚಿಬಿಡುತ್ತೆ."

ಕಾಡಯ್ಯ ನೋಟ ಕೆಳಗೆ ಬಂದಿತು. ಇದೇ ಅರ್ಥ ಬರುವ ಮಾತುಗಳನ್ನು ಸಾಕಷ್ಟು ಬಾರಿ ಹೇಳಿದ್ದರು. ಎಷ್ಟು ಅರ್ಥವಾಗಿದೆಯೋ ಬಿಟ್ಟಿದೆಯೋ, ಅಂತೂ ಅವನ ನಡವಳಿಕೆಯಲ್ಲಿ ಯಾವುದೇ ಬದಲಾವಣೆ ಇಲ್ಲ.

ಮೆಹತಾ ಒರಗುಛೇರ್ ಮೇಲೆ ಕೂತು ಕಣ್ಮುಚ್ಚಿದರು. ಈ ಪರಿಸರ, ಇಲ್ಲಿನ ಶಾಂತಿ ಮನಸ್ಸಿಗೆ ತೀರಾ ಹಾಯೆನಿಸಿತು. ಮೆಲ್ಲಗೆ ಕಣ್ಣು ತೆರೆದರು.

"ಸಿಂಹ, ನಂಗೂ ಇಲ್ಲೇ ಉಳಿದುಬಿಡೋಣಾಂತ ಅನ್ನಿಸುತ್ತೆ. ಆದ್ರೆ.... ಖಂಡಿತ ಸಾಧ್ಯವಾಗೋಲ್ಲ. ನನ್ನ, ಬೀಬಿ, ಬಾಬೀಯಷ್ಟು ಸಿಂಪಲ್ ಅಲ್ಲ" ಛೇರ್‌ನ ಬೆನ್ನು ಬಿಟ್ಟು ಮುಂದಕ್ಕೆ ಬಂದರು. ನಸುನಕ್ಕರು ಜಯಸಿಂಹ.

"ರಘುನಂದನ್, ಅವ್ನ ಫ್ಯಾಮಿಲಿ ಹೇಗಿದೆ?" ಜಯಸಿಂಹ ಎದುರಿನಲ್ಲೇ ಕೂತು ಪ್ರಶ್ನಿಸಿದಾಗ ಮೆಹತಾ ಕಣ್ಣುಗಳು ಕಿರಿದಾಗಿ ಹುಬ್ಬು ಬೆಸೆದುಕೊಂಡವು. ಕಣ್ಣಲ್ಲಿ ವಿಪರೀತ ತೀಕ್ಷ್ಣತೆ ಕಂಡಿತು. ಪ್ರೊಫೆಷನಲ್‌ನಲ್ಲಿ "ಸೂಪರ್ಬ್.... ಆದ್ರೆ...." ಒಂದೆರಡು

ನಿಮಿಷ ಸುಮ್ಮನೆ ಕೂತುಬಿಟ್ಟರು. ಕಣ್ಮುಂದೆ ಬಿಚ್ಚಿಕೊಂಡಿದ್ದು ಸುಂದರ ಮೇಘವರ್ಷಿಣಿ. ಉದ್ಯಾನವನದ ಕಾರಂಜಿಯನಲ್ಲಿ ಚಿಮ್ಮುವ ಜಲ, ಥಟ್ಟನೆ ತಲೆ ಕೊಡವಿಕೊಂಡರು.

"ವೈಯಕ್ತಿಕ ವಿಷ್ಯಗಳ ಬಗ್ಗೆ ಸ್ವಲ್ಪ ಉದಾಸೀನ ಮಾಡ್ದ. ಅದ್ಕೇ ಈ ಗಂಭೀರ ಪರಿಸ್ಥಿತಿ. ಹೇಗಿದ್ದಾನೆ, ಅಭಿನಂದನ್?" ಥಟ್ಟನೆ ಮಾತು ಬದಲಾಯಿಸಿ ಪ್ರಶ್ನಿಸಿದರು.

"ಅಲ್ಲಿ ಫ್ರೆಂಡ್ಸ್ ಜೊತೆ ಕುಡೀತಾ ಇದ್ದನೇನೋ, ಇಲ್ಲಿ ಒಬ್ನೇ ಕುಡೀತಾನೆ. ಅವ್ನ ಲಗೇಜ್‌ನಲ್ಲಿದ್ದುದೆಲ್ಲ! ಹೇಗೆ ಹುಡ್ಗನ್ನ ಸುಧಾರಿಸೋದು?" ಗದ್ದಕ್ಕೆ ಕೈ ಹಚ್ಚಿದರು ಜಯಸಿಂಹ.

ಕೂತ ಭೂಮಿಕಾ ಇಬ್ಬರ ಮುಖದ ಭಾವನೆಗಳನ್ನು ಅಳೆಯತೊಡಗಿದಳು.

"ಒನ್ ಮಿನಿಟ್...." ಮೆಹತಾ ಎದ್ದು ಹೊರಗೆ ಹೋಗಿ ಸಿಗರೇಟು ಹಚ್ಚಿದರು. ಜಯಸಿಂಹ ತಾವು ಎದ್ದು ಹೋಗಿ ಹೊರಗೆ ನಿಂತರು. "ಡೋಂಟ್ ಮೈಂಡ್. ಈ ಹಾಬಿಗಳೆಲ್ಲ ಅಕೇಷನಲ್ ಅಷ್ಟೇ. ಮಿದುಳಿಗೆ ಸ್ವಲ್ಪ ಕೆಲಸ ಕೊಟ್ಟಾಗ...." ಬೆರಳುಗಳ ನಡುವೆ ಇದ್ದ ಸಿಗರೇಟಿನತ್ತ ನೋಡಿದರು.

"ಮೇಲಕ್ಕೆ ಹೊಗೆಯಾಡದೇನೆ ಒಳ್ಗೆ ಮನುಷ್ಯನನ್ನು ಸುಟ್ಟು ಭಸ್ಮ ಮಾಡಿಬಿಡುತ್ತೇ" ತಿರಸ್ಕಾರದಿಂದ ಸಿಗರೇಟು ದೂರಕ್ಕೆಸೆದು, ಜಯಸಿಂಹ ಅವಳ ಬಳಿ ಬಂದು ತೋಳು ಹಿಡಿದರು. "ಆದ್ರೆ ನಾವು ಸಾಮಾನ್ಯ ಮನುಷ್ಯರು. ಇವೆಲ್ಲ ನಮ್ಮೊಂದಿಗೆ ಅಂಟಿಕೊಂಡೇ ಇರುತ್ತೇ. ಊಟ ಮುಗ್ಸಿ ಮಾತಾಡೋಣ."

ಪಂಚಾಕ್ಷರಿ ಇಲ್ಲದ ಪ್ರಯುಕ್ತ, ರೋಹಿಣಿಯವರ ಜೊತೆ ಭೂಮಿಕಾ ಕೂಡ ಅಡುಗೆ ಮನೆ ಸೇರಿದ್ದಳು.

"ದೊಡ್ಡ ಆಶ್ಚರ್ಯ...." ಎಂದಾಗ ರಘುನಂದನ್ ಹುಬ್ಬೇರಿಸಿದರು. "ಯಾವ್ದು? ಅಭಿನಂದನ್ ಕುಡ್ಯೊಕೇ ಶುರು ಮಾಡಿರೋದಾ?" ಅಲ್ಲವೆನ್ನುವಂತೆ ತಲೆಯಾಡಿಸಿದರು.

"ಅಮೇರಿಕಾದಿಂದ ಬಂದ ಹೆಣ್ಣು ಭೂಮಿಕಾ ಇಷ್ಟು ಸರಳವಾಗಿರೋದು!"

"ನಂಗೇನೂ ಹಾಗೆ ಅನ್ನಿಸೋಲ್ಲ. ಅಲ್ಲಿ ಉಳಿದರು ಅವ್ಳ ತಾಯ್ತಂದೆಯರು ಶುದ್ಧ ಭಾರತೀಯರು. ಈ ಸಂತತಿ, ಭಾರತದ ಬಗೆಗಿನ ವಾತ್ಸಲ್ಯ ರಕ್ತಗತವಾಗಿ ಬಂದಿದ್ದು."

ತಲೆ ಬಗ್ಗಿಸಿ ಕೇಳಿದ ಮೆಹತಾ ನಿಧಾನವಾಗಿ ತಲೆಯೆತ್ತಿದರು. ಆ ವಿಷಯಕ್ಕೆ ತೆರೆ ಬಿದ್ದು ಅಭಿನಂದನ್ ಬಗ್ಗೆ ಯೋಚಿಸತೊಡಗಿದ್ದರು. ಇದು ಅವರ ಸ್ವಭಾವ ಅಥವಾ ಅವರು ಬೆಳೆಸಿಕೊಂಡ ಮನೋಧರ್ಮ.

ಊಟ ಮುಗಿದ ಕೂಡಲೇ ನೇರವಾಗಿ ವಿಷಯಕ್ಕೆ ಬಂದರು.

"ಈ ಪರಿಸರದಲ್ಲಿ ಅಭಿನಂದನ್ ಹೊಸ ವ್ಯಕ್ತಿ ಆಗ್ಬೇಕು!" ತಕ್ಷಣ ರೋಹಿಣಿ ಬಾಯಿ ಹಾಕಿದರು. "ಹೇಗೆ ಸಾಧ್ಯ? ಆ ಹುಡ್ಗ ನಮ್ಮನೆಯಲ್ಲಿ ಇರೋಕೆ ಒಪ್ಪೋಲ್ಲ. ಆ ಬಂಗ್ಲೇಯಲ್ಲಿ ಒಂಟಿ. ಹಾಯಾಗಿ ಕೂತು ಕುಡೀತಾನೆ."

ಮೆಹತಾ ಬಾಯಿಗೆ ಬೀಗ ಬಿತ್ತು. ಹಣೆಯಲ್ಲಿ ಗೆರೆಗಳು ಮೂಡಿ ಆಳವಾದವು. ಚಿಂತಿತ ವದನದ ಮೇಲೆ ವಿಷಣ್ಣತೆ ಮೂಡಿತು.

"ಅವ್ನಿಗೆ ತಿಳಿ ಹೇಳಿ ಹತೋಟಿಯಲ್ಲಿ ಇಟ್ಕೋಬಹುದು. ಅಥ್ವಾ ಯಾವುದಾದ್ರೂ ನರ್ಸಿಂಗ್‌ಹೋಂಗೆ ಸೇರ್ಸಬೇಕು. ಕಡೆಯದಾಗಿ ಸೈಕಿಯಾಟ್ರಿಸ್ಟ್‌ನ ಕಾಣೋದು" ರೋಹಿಣಿ ಹೇಳಿದಾಗ ತಲೆಯಾಡಿಸಿಬಿಟ್ಟರು ಮೆಹತಾ.

"ಆ ಪ್ರಯತ್ನಗಳು ಬರೀ ಪ್ರಯತ್ನಗಳೇ. ಪ್ರೀತಿ, ಅಭಿಮಾನ, ವಾತ್ಸಲ್ಯದ ಸಸಿ ನೆಡದ ತಾಯ್ತಂದೆಯರ ಬಗ್ಗೆ ಉದಾಸೀನ, ಅಲಕ್ಷ್ಯ. ಇನ್ನ ಅವ್ರ ಮಾತಿಗೆ ಎಲ್ಲಿ ಬೆಲೆ ಕೊಡ್ತಾನೆ? ಅದಲ್ಲದೇ ಅಪರಾಧ ಭಾವದಿಂದ ಕಂಗೆಡುತ್ತಿರುವ ಅವ್ರು ತಮ್ಮ ಮಾತು, ಕೃತಿ ಎಲ್ಲಿ ನಟನೆಯಾಗಿ ಬಿಡುತ್ತೋ ಅಂತ ಹೆದರ್ತಾರೆ" ಚಾಚಿದ್ದ ಕಾಲನ್ನು ಹಿಂದಕ್ಕೆ ಎಳೆದುಕೊಂಡು ಮುಖ ಉಜ್ಜಿದರು. ಸಿಗರೇಟ್ ಕೇಸ್ ಕೆಳಗೆ ಬಿತ್ತು. ಬಗ್ಗಿ ಹೆಕ್ಕಿಕೊಂಡರು.

"ರಘು ಬುದ್ಧಿವಂತ, ಹಾರ್ಡ್ ವರ್ಕರ್. ಸದಾ ಹಗ್ಲು ರಾತ್ರಿ ತಲೆ ಕೆಡಿಸ್ಕೋತಾನೆ. ನಿರ್ಮಲ ಸ್ವಲ್ಪ ಗಮನ ಕೊಟ್ಟಿದ್ರೂ ಅಭಿನಂದನ್ ಅಕೇಷನಲ್ ಡ್ರಿಂಕರ್ ಆಗ್ತಾ ಇದ್ದ. ಆಗ ಸಮಸ್ಯೆ ಇಷ್ಟು ಪ್ರಬಲವಾಗ್ತಾ ಇರ್ತಿಲ್ಲ. ಅಷ್ಟಲ್ಲದೆ ಆ ವಡೀವೇಲು ಮಗ, ಮಗಳ ಪ್ರೋತ್ಸಾಹ. ಕುಡೀಬೇಡಾಂತ ನಿರ್ಬಂಧಿಸೋವ್ರಿಗಿಂತ, ಕುಡಿ ಅಂತ ಉತ್ಸಾಹ ತುಂಬೋವ್ರೇ ಒಳ್ಳೆಯವ್ರು ಮಾತ್ರವಲ್ಲ. ಆತ್ಮೀಯವಾಗಿಬಿಡ್ತಾರೆ. ಬರೀ ಗೊಂದಲ!" ಕಹಿ ಮುಖ ಮಾಡಿ ತಲೆ ಕೊಡವಿದರು.

ರೋಹಿಣಿ, ಜಯಸಿಂಹ ಸುಮ್ಮನೆ ಕೂತರು. ಮೆಹತಾ ಅವನ ಉದ್ದಗಲಗಳ ಅಭಿಮಾನ, ಪ್ರೀತಿ, ಗೌರವಕ್ಕೆ ಪಾತ್ರರಾದ ವ್ಯಕ್ತಿ. ರಘುನಂದನ್ ಮಾತ್ರವಲ್ಲ, ಅವರಿಗೂ ಮೇಲಕ್ಕೆ ಬರಲು ಮೆಹತಾ ಮತ್ತು ಅವರ ಕುಟುಂಬದವರೇ ಕಾರಣ.

"ಈಗೇನು ಮಾಡೋಣ?" ದೃಢವಾಗಿಯೇ ಪ್ರಶ್ನಿಸಿದರು. ಥಟ್ಟನೆ ಭೂಮಿಕಾ ಬಾಯಿ ಹಾಕಿದಳು.

"ವೆರಿ ಸಿಂಪಲ್. ಕುಡೀಬಾರ್ದು ಅನ್ನೋ ಮನಸ್ಸು ಅವ್ರ ಎದೆಯಾಳದಲ್ಲಿ ಗಟ್ಟಿಯಾಗ್ಬೇಕು. ಬದ್ಕಿನ ಬಗ್ಗೆ ಉತ್ಸಾಹ ಹುಟ್ಬೇಕು. ಇಲ್ದಿದ್ರೆ ಯಾವ್ದೇ ಪ್ರಯೋಜನವಾಗೋಲ್ಲ. ಆತನನ್ನು ಕಠಿಣತೆ ಅಥ್ವಾ ಬೇರೆ ರೀತಿಯಲ್ಲಿ ಒತ್ತಾಯಿಸಿದರೂ ಕದ್ದು ಕುಡೀಬಹ್ದು. ಅಥ್ವಾ ಆ ಅಮಲಿಗೋಸ್ಕರ ದೂರ ಓಡಿ ಹೋಗ್ಬಹ್ದು."

ಮೆಹತಾ ಮುಖದಲ್ಲಿನ ಸುಕ್ಕಿನ ಆಳಗಳು ಕಮ್ಮಿಯಾದವು. ಉತ್ಸಾಹ ತುಂಬಿ ಬಂತು.

"ದಟ್ಸ್-ರೈಟ್. ರಘು ತನ್ನ ಮಗನಿಗೋಸ್ಕರ ತೀವ್ರ ಆಕಾಂಕ್ಷೆಯಿಂದ ಕಟ್ಟಿಸಿದ ಮೇಘವರ್ಷಿಣಿಯನ್ನ ಬೇಕಿದ್ರೂ ಕೊಟ್ಟುಬಿಡ್ತಾನಂತೆ" ಅವರ ಕಣ್ಣುಗಳು ಮಿನುಗಿದವು.

"ಭೂಮಿಕಾ, ದಯವಿಟ್ಟು ಅಭಿನಂದನ್ ಬಗ್ಗೆ ಆ ಶ್ರಮ ನೀನು ತಗೋ. ಇಡೀ ಒಂದು ಕುಟುಂಬ ಉಳಿಸಿದ ಸಂತೃಪ್ತಿ ಸಿಕ್ಕುತ್ತೆ!" ಎಂದಾಗ ಭೂಮಿಕಾ ಕ್ಷಣ ತಬ್ಬಿಬ್ಬಾದರೂ ಅವಳ ಕಣ್ಣಲ್ಲಿ ದೃಢತೆ ಮಿನುಗಿತು.

"ಓ.ಕೆ., ಅಂಕಲ್, ಬಿಲೀವ್ ಮೀ, ಇನ್ನ ನೀವು ಅಭಿನಂದನ್ ಬಗ್ಗೆ ಯೋಚ್ಸೋದ್ಬೇಡ" ಅವಳ ಸ್ವರದಲ್ಲಿ ನಿರ್ಧಾರವಿತ್ತು.

ಮರಳುಗಾಡಿನಲ್ಲಿ ಸುಂದರ ಮರಗಿಡಗಳನ್ನು ಕಂಡಂತಾಯಿತು ಮೆಹತಾಗೆ, ಕಣ್ಣರಳಿಸಿದರು.

ಸೊಂಪಾಗಿ ಬೆಳೆದ ಮೈಕಟ್ಟು, ಶುಭ್ರ ಛಾಯೆ, ಎತ್ತರದ ನಿಲುವು. ಸುಂದರ ಕಣ್ಣುಗಳಲ್ಲಿ ಜಗತ್ತನ್ನು ಕಾವ್ಯವಾಗಿರಿಸುವ ತವಕ. ಭಾರತೀಯ ಕನ್ಯೆಗೆ ಅಮೆರಿಕಾದ ಸೊಬಗು, ಶ್ರೀಮಂತಿಕೆ.

ರೋಹಿಣಿಯವರ ಮುಖ ಒಂದು ತರಹ ಆಯಿತು. ಅದರಲ್ಲಿ ಅಸಮಾಧಾನ ಸ್ಪಷ್ಟ.

"ಇದು ಏನೇನೂ ಸರಿಯಲ್ಲ. ಇಂಥ ರೆಸ್ಪಾನ್ಸಿಬಿಲಿಟೀಸ್ ಹೊರ್ಸೋದ್ಬೇಡ. ಅವ್ರು ಇಲ್ಲಿಗೆ ಬಂದ ಉದ್ದೇಶವೇ ಬೇರೆ. ನಾವೆಲ್ಲ ಸುಧಾರಿಸ್ತೀವಿ" ಆಕೆಯ ಸ್ವರದಲ್ಲಿದ್ದ ಆತಂಕ, ಆಕ್ಷೇಪಣೆ ಮೆಹತಾಗೆ ಅರ್ಥವಾಯಿತು. ಸಣ್ಣಗೆ ಅವರ ತುಟಿಯಂಚಿನಲ್ಲಿ ನಗು ಮಿನುಗಿತು. ಆದರೆ ಬಾಯಿ ತೆರೆಯುವ ಮುನ್ನ ಜಯಸಿಂಹ ಏನು ಹೇಳುವುದೂ ಬೇಡವೆಂದು ಸನ್ನೆ ಮಾಡಿದರು.

"ಏನೋ ಒಂದು ಆಗುತ್ತೆ. ಸದ್ಯಕ್ಕೆ ಮಲಗೋ ಯೋಚ್ನೆ ಮಾಡೋಣ" ಮೇಲಕ್ಕೆದ್ದರು.

ಮೆಹತಾ ಮಲಗಿದ್ದರೂ ಕಣ್ಮುಚ್ಚಕ್ಕಾಗಲಿಲ್ಲ ಮನ ನೂರೆಂಟು ಬಗೆ ಯೋಚಿಸುತ್ತಿತ್ತು.

"ಸಾಧ್ಯವಿಲ್ಲ ಮೆಹತಾ! ಸಾಧ್ಯವಿಲ್ಲ ಮೆಹತಾ! ಅವನನ್ನ ಹೇಗೆ ಸುಧಾರಿಸೋದೂಂತ ಅರ್ಥವಾಗ್ತಾ ಇಲ್ಲ! ಭಯಂಕರ ದಾಂಧಲೆ, ಪಾರ್ಟಿ, ಕುಡಿತ! ಹೇಗೆ ಸಂಭಾಳಿಸೋದು? ಪ್ರತಿಯೊಂದಕ್ಕೂ ವಿರೋಧಿಸ್ತಾನೆ. ಬಲವಂತವಾಗಿ ಏನಾದ್ರೂ ಸಾಧಿಸೋಕೆ ಹೋಗಿ...." ನಿರ್ಮಲ ಕಣ್ಣುಗಳಲ್ಲಿ ಭಯ. "ಆಪರೇಷನ್ ಸಕ್ಸೆಸ್, ಬಟ್ ಪೇಷಂಟ್ ಡೆಡ್....." ಕಂಪಿಸುವ ತುಟಿಗಳು. ಪದಗಳನ್ನು ಒದರಿದರು.

"ನಂಗೆ ಏನೇನೂ ಅರ್ಥವಾಗ್ತಾ ಇಲ್ಲ. ವಡೀವೇಲು, ರೇಖಾ, ಅವ್ನ ಮಗ ಇವ್ನಿಗೆ ಅತ್ಯಂತ ಆತ್ಮೀಯರು. ನಂಗೇನೂ ಆ ಬಗ್ಗೆ ಬೇಸರವಿಲ್ಲ. ಆದ್ರೆ...." ಮುಖ ಪಕ್ಕಕ್ಕೆ ತಿರುಗಿಸಿ ಕಣ್ಣೀರು ಮಿಡಿದಿದ್ದರು ರಘುನಂದನ್.

ನಿದ್ದೆ ಹತ್ತಿರ ಸುಳಿಯದಾದಾ ಮೆಲ್ಲಗೆ ಎದ್ದು ಕೂತರು. ಸಿಗರೇಟ್ ಕೇಸು ಹತ್ತಿರವಿದ್ದರೂ ಹಚ್ಚುವ ಮನಸ್ಸಾಗಲಿಲ್ಲ.

"ಪುರಾಣಗಳ ಪರ್ಣಕುಟೀರದ ನೆನಪಾಗುತ್ತೆ. ಋಷಿ ದಂಪತಿಗಳಂಥ ಬದ್ಕು" ಗೌರವಭಾವ ಮೂಡಿತು ಮನದಲ್ಲಿ. ಬೆರಳುಗಳು ನಿಧಾನವಾಗಿ ಸಿಗರೇಟು ಕೇಸನ್ನು ಸವರಿ ಹಿಂದಕ್ಕಿಟ್ಟವು.

"ಭೂಮಿಕಾ ನಮ್ಮ ಮೂರನೇ ಭಾವೀ ಸೊಸೆ. ಮಗ್ಳು ಮೇಲಿನಕ್ಕಿಂತ ಪ್ರೀತಿ, ಪ್ರೇಮ ಮಾತ್ರವಲ್ಲ ಸೊಸೆಯಾಗುವವಳು ಅನ್ನೋ ಗೌರವ ಕೂಡ. ಅದ್ಕೇ ರೋಹಿಣಿ ಒಪ್ತಾ ಇಲ್ಲ." ಹೆಂಡತಿಯ ಮಾತುಗಳ ಹಿನ್ನೆಲೆಯನ್ನು ವಿಶ್ಲೇಷಿಸಿದ್ದರು. "ಯೂ ಡೋಂಟ್ ವರೀ. ಅಭಿನಂದನ್‌ನ ಪೂರ್ತಿ ರೆಸ್ಪಾನ್ಸಿಬಿಲಿಟಿ ನಂಗಿರ್ಲಿ" ಕೈ ಹಿಡಿದು ಜಯಸಿಂಹ ಮೃದುವಾಗಿ ಅಮುಕಿದ್ದರು ಭರವಸೆಯ ರೂಪದಲ್ಲಿ. ಆ ಕ್ಷಣದಲ್ಲಿ ಮೆಹತಾ ತುಟಿ ಎರಡು ಮಾಡಿರಲಿಲ್ಲ.

ಸೆಕೆಯೆನಿಸಿತು. ಮೆಹತಾ ಹೋಗಿ ಕಿಟಕಿಯ ಬಳಿ ನಿಂತರು. ಸುತ್ತ ಮರ, ಗಿಡಗಳಿಂದ ರೊಯ್ಯನೆ ಬೀಸಿ ಬರುವ ತಂಗಾಳಿ. ಮೈ ಒಮ್ಮೊಮ್ಮೆ ಗದ ಗುಟ್ಟಿದರೂ ಹಾಯೆನಿಸಿತು.

"ಸದಾ ಏರ್‌ಕಂಡೀಷನ್ಡ್ ಕೋಣೆಗಳಲ್ಲಿ ಇರೋ ಜನ ಪ್ರಕೃತಿ ನೀಡೋ ಇಂಥ ಕೊಡುಗೆಗಳಿಂದ ಹೇಗೆ ವಂಚಿತರಾಗಿಬಿಡ್ತಾರೆ!"

ಮತ್ತೆ ಬಂದು ಮಲಗಿದರು. ನಿಮಿಷಗಳನ್ನು ಪ್ರಯಾಸದಿಂದ ದೂಡಿಯೇ ಬೆಳಕು ಮಾಡಿದರು. ಕೋಣೆಯಿಂದ ಹೊರಗೆ ಬಂದಾಗ ಮೊದಲು ಅವರ ಕಣ್ಣಿಗೆ ಬಿದ್ದಿದ್ದು ಭೂಮಿಕಾ.

"ಗುಡ್ ಮಾರ್ನಿಂಗ್, ಅಂಕಲ್" ಆ ಸ್ವರದಲ್ಲಿನ ಮೃದು ಮಾಧುರ್ಯಕ್ಕೆ ಬೆರಗಾದರು. "ಗುಡ್ ಮಾರ್ನಿಂಗ್" ತುಟಿಯ ಮೇಲೆ ನಗುವನ್ನರಳಿಸಿದರು.

ಇಬ್ಬರೂ ಕೂಡಿಯೇ ಹೊರಗೆ ಬಂದರು. ಕುಳಿರ್ಗಾಳಿ ಬೆಚ್ಚನೆಯ ಉಡುಪುಗಳಲ್ಲೂ ನಡುಗಿಸುತ್ತಿತ್ತು. ಅದರ ಪರಿವೆಯೇ ಇಲ್ಲದವರಂತೆ ಹೆಜ್ಜೆ ಹಾಕತೊಡಗಿದರು.

"ಎಲ್ಲಿಂದ ಮೊದ್ಲ ಪ್ರೋಗ್ರಾಂ?" ಪ್ರಶ್ನಿಸಿದರು.

"ಸದ್ಯಕ್ಕೆ ಒಂದ್ತಿಂಗ್ಳು ಎಲ್ಲೂ ಹೋಗೋಲ್ಲ. ಈ ಪರಿಸರ, ವಾತಾವರಣ ನಂಗೆ ತುಂಬ ಹಿಡಿಸಿದೆ" ವೀಣೆಯ ಮೇಲೆ ನವಿರಾಗಿ ಬೆರಳಾಡಿಸಿದಂತೆ.

"ಮುಂಬಯಿ, ದೆಹಲಿ ಕೂಡ ನಿನ್ನ ಪ್ರೋಗ್ರಾಂನಲ್ಲಿದೆ, ತಾನೇ!" ಛೇಡಿಸುವಂತೆ ಕೇಳಿದಾಗ ನಕ್ಕುಬಿಟ್ಟಳು. "ಷೂರ್! ಬಹುಶಃ.... ಕಡೆಯಲ್ಲಿ ಅಂದ್ರೆ ಇಲ್ಲಿಂದ ಹಿಂದಿರುಗುವ ಮೊದ್ಲು."

"ಓ.ಕೆ..... ಒಂದ್ಮಾತು. ಕಾರು, ಡ್ರೈವರ್, ಗೈಡ್ ಎಲ್ಲಾ ಒದಗಿಸೋ ಬಾಧ್ಯತೆ ನಂದು. ಆರಾಮಾಗಿ ಸುತ್ತಾಡು. ಎತ್ತರದ ಬದ್ಕು ಒಂದು ರೀತಿಯಲ್ಲಿ ಜಂಗಲ್‌ನಲ್ಲಿ ವಾಸ ಮಾಡೋ ಜನರ ರೀತೀನೇ. ಅವ್ರಿಗಿಂತ ಒಂದ್ಹೆಜ್ಜೆ ನಮ್ದು ಮುಂದು. ರೆಸ್ಪಾನ್ಸಿಬಿಲಿಟಿ, ಪ್ರೆಸ್ಟೀಜ್ ಮಧ್ಯದ ಬದ್ಕು....." ಮುಖ ಮೇಲೆತ್ತಿ ಒಂದು ತರಹ ನಕ್ಕರು.

ಒಳಜೇಬಿನಲ್ಲಿದ್ದ ಸಿಗರೇಟು ಕೇಸ್ ಹೊರಗೆ ಬಂತು. ಮೇಲೆಸೆದು ಹಿಡಿದರು.

"ವಿತ್ ಪರ್ಮಿಷನ್" ಅವಳತ್ತ ನೋಡಿದರು. "ವಿತ್ ಗ್ರೇಟ್ ಪ್ಲೆಷರ್" ಎಂದ ಭೂಮಿಕಾ ಶಾಲನ್ನು ಮಡಚಿ ಕೈ ಮೇಲೆ ಹಾಕಿಕೊಂಡಳು. ಬಿಚ್ಚುಕೂದಲು ಅಡೆತಡೆಯಿಲ್ಲದೆ ಸ್ವತಂತ್ರವಾಗಿ ಗಾಳಿಗೆ ಹಾರಾಡುತ್ತಿತ್ತು.

ಬಹಳ ಮಾತಾಡಿದರು. ಮೆಹತಾ ಸ್ವಂತ ಸಮಸ್ಯೆಗಳ ಬಗ್ಗೆ ಚಕಾರವೆತ್ತದಿದ್ದರೂ ಬರೀ ಅಭಿನಂದನ್ ಬಗ್ಗೆಯೇ ಮಾತಾಡುತ್ತಿದ್ದರು.

"ಅವ್ನು ಸ್ವಭಾವತಃ ಒಳ್ಳೆ ಹುಡ್ಗ. ಕುಡಿತ ಅವ್ನಿಗೆ ಬಿಡಿಸಿಕೊಳ್ಳಲಾರದಂಥ ನಂಟು. ಇದು ವಾಸಿಯಾಗಲಾರದ ಡಿಸೀಸ್ ಅಲ್ಲ. ಆದ್ರೆ ಪೇಷೆಂಟ್ ಕೋ ಆಪರೇಟ್ ಮಾಡದಿದ್ರೆ..... ಯಾವ್ದೂ ವಾಸಿಯಾಗೋಲ್ಲ. ಒಂದು ರೀತಿಯ ಭಯ ನನ್ನ ಆವರಿಸಿದೆ. ಆಲ್ಕೋಹಾಲಿಕ್ ಆಗಿದ್ದ ನನ್ನ ಗೆಳೆಯ ಬಿಗಿ ಕಟ್ಟುಪಾಡುಗಳನ್ನು ತಾಳಲಾರ್ದೇ ಆತ್ಮಹತ್ಯೆ ಮಾಡ್ಕೊಂಡ. ಈ ವಿಷ್ಯ ರಘುನಂದನ್‌ಗೂ ಗೊತ್ತು." ಅವರ ಗಂಭೀರ ಸ್ವರದಲ್ಲಿ ಆತಂಕವೂ ಇತ್ತು.

ಅರ್ಧ ಉರಿದ ಸಿಗರೇಟು ಒಂದೆಡೆ ಬಿತ್ತು. ಚಪ್ಪಲಿ ಕಾಲಿನಿಂದ ಹೊಸಕಿದರು.

"ಬಹಳ ಎತ್ತರಕ್ಕೆ ಬೆಳೆದ ಗೆಳೆಯನ ಬಗ್ಗೆ ನಂಗೆ ಅಪಾರ ಪ್ರೀತಿ, ಅಭಿಮಾನ, ತೂಗಾಡುವ ಹಾದಿಯಲ್ಲಿರುವ ಅವ್ನು ಯಾವ ಕ್ಷಣದಲ್ಲಿಯಾದ್ರೂ ಕೆಳ್ಗೆ ಬೀಳ್ಬಹ್ದು! ಅದ್ನ ನಾನು ಖಂಡಿತ ಸಹಿಸ್ಲಾರೆ! ಹಾಗೆ ಆಗಕೂಡ್ದು. ಅವ್ನು ಅಭಿಮಾನದಿಂದ ಕಟ್ಟಿಸಿದ ಮೇಘವರ್ಷಿಣಿಯಲ್ಲಿ ಸದಾ ಎಲ್ಲರೂ ಕೂಡಿ ನಗುತ್ತಿರಬೇಕು." ದೃಢತೆಗೆ ಮೀರಿದ ಕಳಕಳಿ ಇತ್ತು. ಆ ಕ್ಷಣದಲ್ಲಿ ಅವರ ಕಣ್ಣುಗಳಲ್ಲಿ ಮಿನುಗಿದ್ದು ಛಲ. ಭೂಮಿಕಾಳ ಕಣ್ಣುಗಳು ಹರ್ಷಭರಿತವಾದವು.

"ನನ್ನ ಜೀವ್ನದಲ್ಲಿ ಕಂಡ ಅಪರೂಪದ ವ್ಯಕ್ತಿ ನೀವು, ಅಂಕಲ್. ಫ್ರೆಂಡ್‌ಗೋಸ್ಕರ ನಿಮ್ಮಷ್ಟು ತುಡಿಯೋಂಥ ವ್ಯಕ್ತಿಗಳು ನಿಜ್ವಾಗಿ ಅಪರೂಪ. ನಾನು ಈ ವಿಷ್ಯದಲ್ಲಿ ನಿಮ್ಗೆ ಕೋ-ಆಪರೇಟ್ ಮಾಡ್ತೀನಿ.

"ಥ್ಯಾಂಕ್ಯೂ..... ಥ್ಯಾಂಕ್ಯೂ..... ಐ ಮಸ್ಟ್ ಹ್ಯಾವ್ ಯುವರ್ ಫುಲ್ ಕೋ-ಆಪರೇಷನ್" ಆ ಕ್ಷಣದಲ್ಲಿ ಎಲ್ಲಾ ಚದುರಿ, ಅಭಿನಂದನ್ ಮಾತ್ರ ಮುಖ್ಯವಾಗಿ ಹೋದ. ಮೆಹತಾಗೆ ಅವನ ಮೇಲೆ ವಿಪರೀತ ನಂಬಿಕೆ.

ರೋಹಿಣಿಗೆ ಸ್ವಲ್ಪ ಅಸಮಾಧಾನವಿದ್ದರೂ ಜಯಸಿಂಹ ಹಗುರವಾಗಿ ಉಸಿರಾಡಿದರು. ಭೂಮಿಕಾಳನ್ನು ಅವರು ಚೆನ್ನಾಗಿ ಬಲ್ಲರು. ತುಂಬು ಗಾಂಭೀರ್ಯ, ವ್ಯಕ್ತಿತ್ವದಲ್ಲಿ ಜಾಣತನದ ಸೊಬಗು.

"ಸಿಂಪಲ್.... ಜೀನಿಯಸ್" ಅವಳ ಬಹುಮುಖ ಪ್ರತಿಭೆಯನ್ನು ನೋಡಿದವರು ಉದ್ಗರಿಸುತ್ತಿದ್ದರು; ಅಷ್ಟೇ ಧೈರ್ಯವಂತೆ.

ಮೆಹತಾ, ಜಯಸಿಂಹ ಗುಡ್ಡ ಹತ್ತತೊಡಗಿದರು. ಪ್ರಕೃತಿಯ ರಮ್ಯ ತಾಣ. ಅದನ್ನು ಆಯ್ಕೆ ಮಾಡಿದವರ ಅಭಿರುಚಿ ಮೇಲ್ಮಟ್ಟದಾಗಿತ್ತು.

"ವಂಡರ್‌ಫುಲ್!" ಮೆಹತಾ ನಿಂತು ಉದ್ಗರಿಸಿದರು.

"ಸ್ವಲ್ಪ ಹೆಚ್ಚು ಕಡ್ಮೇ ಖಾಲಿಯಾಗೇ ಇರುತ್ತೆ. ಅವ್ರಿಗೆ ಹಣದ ಅಗತ್ಯ ಕೂಡ ಇದ್ದಂತೆ ಕಾಣೋಲ್ಲ." ಅತ್ತಿತ್ತ ನೋಟಹರಿಸಿ ತೋರುಬೆರಳು ಚಾಚಿದರು. "ಸದ್ಯಕ್ಕೆ ಆ ಮನೆಯವ್ರ ಕೈಯಲ್ಲಿ ಬೀಗದ ಕೈ. ವಾರಕ್ಕೊಮ್ಮೆ ಕ್ಲೀನ್ ಮಾಡಿಸ್ತಾರೆ. ಅಂತೂ ಅವರೇನೂ ಇಲ್ಲಿ ಉಳಿಯೋಲ್ಲ."

ಹಿಂದಿನಿಂದ ಬಂದ ಭೂಮಿಕಾ ಅಲ್ಲೇ ನಿಂತಳು. ಬೀಸಿ ಬರುತ್ತಿದ್ದ ಗಾಳಿಗೆ ಅವಳ ಸೆರಗು ಗಾಳಿಪಟದಂತೆ ಮೇಲಕ್ಕೆ ಹಾರುತ್ತಿತ್ತು. ಹಿಡಿದಿಡುವ ಪ್ರಯತ್ನ ಮಾಡುತ್ತಿದ್ದಳು.

ಇವರುಗಳು ಬಂಗ್ಲೆಯ ಬಳಿ ಬಂದಾಗ ಕಾಡಯ್ಯ ಹೊರಗಿನ ಆವರಣ ತೊಳೆಯುತ್ತಿದ್ದರೆ, ಪಂಚಾಕ್ಷರಿ ನಿಂತು ದೂರಕ್ಕೆ ದೃಷ್ಟಿ ಹಾಯಿಸಿದ್ದ.

"ಪಂಚಾಕ್ಷರಿ..." ಕರೆದಾಗ ತಕ್ಷಣ ಚಲನೆಗೊಂಡ. ಅವನು ತುಟಿ ತೆರೆಯುವ ಮುನ್ನ ಜಯಸಿಂಹ ಪ್ರಶ್ನಿಸಿದರು. "ಅಭಿನಂದನ್ ಎದ್ದಿದ್ದಾನಾ?" ಅವನು ಉತ್ತರಿಸುವ ಬದಲು ನೋಟ ಕೆಳಗೆ ಹಾಕಿದ.

ಮೆಹತಾ ಮುಂದಕ್ಕೆ ಹೆಜ್ಜೆ ಹಾಕಿದರು. ಜಯಸಿಂಹ ಅಲ್ಲೇ ನಿಂತಾಗ ಭೂಮಿಕಾ ಹಿಂಬಾಲಿಸಿದಳು.

ಪೀಠೋಪಕರಣಗಳಿಂದ ಸುಸಜ್ಜಿತಗೊಂಡಿತ್ತು. ಮೆಹತಾ ಅಲ್ಲೇ ಕೂತರು. ಭೂಮಿಕಾ ಸುತ್ತಲೂ ನೋಟಹರಿಸಿದಳು.

"ತುಂಬ ದೊಡ್ಡದೇ ಇದೆ!" ಅವಳ ಅರಳುಗಣ್ಣುಗಳು ಮತ್ತಷ್ಟು ಅಗಲವಾದವು. ಮೆಹತಾ ತುಟಿಯಂಚಿನಲ್ಲಿ ನಕ್ಕರು.

ಮೆಹತಾ ತಲೆ ಭಾರವಾಯಿತು. ಹೆಂಡತಿ, ಮಕ್ಕಳು, ಸಂಸಾರದ ವಿಷಯದಲ್ಲಿ ಅವರು ಅದೃಷ್ಟವಂತರು. ತಾತ ಸುನೀಲ್ ಮೆಹತಾರ ಮುಂದೆ ನಿಲ್ಲಲು ಈಗಲೂ ಮೊಮ್ಮಕ್ಕಳು ಮಾತ್ರವಲ್ಲ ಮಕ್ಕಳು ಕೂಡ ನಡುಗುತ್ತಿದ್ದರು.

ಆದರೆ ಪ್ರೀತಿ, ಪ್ರೇಮ, ಅಂತಃಕರಣವನ್ನು ಅವರಿಂದಲೇ ಕಲಿಯಬೇಕು.

ಪಂಚಾಕ್ಷರಿ ಎರಡು ಸಲ ಕೋಣೆಗೆ ಹೋಗಿ ಬಂದ ಮೇಲೆ ಅಭಿನಂದನ್ ಹೊರಗೆ ಬಂದ. ಮತ್ತಿನಿಂದ ತೂಗುವ ರೆಪ್ಪೆಗಳು, ಒದ್ದೆಯಾದ ಮುಖ, ಅದಕ್ಕಂಟಿದ ಮುಂಗೂದಲು.

"ಹಲೋ... ಅಂಕಲ್" ಒಂದು ಕ್ಷಣ ಅವನ ಮೈ ಬ್ಯಾಲೆನ್ಸ್ ತಪ್ಪುವಂತಾಯಿತು. ಹುಬ್ಬೇರಿಸಿ ತುಂಬು ಹಸನ್ಮುಖತೆಯಲ್ಲಿ, "ಹಲೋ.... ಮೈ ಬಾಯ್! ಹೌ ಆರ್ ಯೂ?"

"ಫೈನ್...." ಎದುರಿನಲ್ಲೇ ಕೂತ.

ಅಷ್ಟಕ್ಕೆ ಮಾತುಗಳೆಲ್ಲ ಮುಗಿದ ಅನುಭವ. ಮೆಹತಾ ಅವನನ್ನು ಪಾದದಿಂದ ನೆತ್ತಿಯವರೆಗೂ ನೋಡಿ. ಅವ್ಯಕ್ತ ಸಂಕಟ, ತಳಮಳ ತಾಳಲಾರದಾದರು.

"ಯಾವಾಗ್ಬಂದ್ರಿ?" ಅತ್ತಿತ್ತ ನೋಡಿದ. ನಿಂತಿದ್ದ ಪಂಚಾಕ್ಷರಿ ಅಡುಗೆ ಮನೆಗೆ ಹೋದ. ಅರ್ಥಮಾಡಿಕೊಂಡು ಮೆಹತಾ ಸಣ್ಣಗೆ ನಕ್ಕರು. "ಏನೂ ಬೇಡ. ಎಲ್ಲ ಮುಗ್ಸಿಕೊಂಡೇ ಬಂದಿದ್ದು" ಎಂದವರು ಗಡ್ಡಕ್ಕೆ ಕೈಯಾಡಿಸಿ ಮೌನವಾಗಿ ಕೂತ ಭೂಮಿಕಾಳತ್ತ ನೋಟಹರಿಸಿ ಪರಿಚಯಿಸಿದರು.

"ಸದ್ಯಕ್ಕೆ ಇಲ್ಲೇ ಇರ್ತಾರೆ. ನಿಂಗೆ ಒಳ್ಳೆ ಕಂಪನಿ. ಮೊದಲ ಬಾರಿ ಅವ್ರು ಭಾರತಕ್ಕೆ ಬರ್ತಾ ಇರೋದ್ರಿಂದ.... ನಾವು ಸ್ವಲ್ಪ ಗೈಡ್ ಮಾಡ್ಬೇಕಾಗುತ್ತೇ." ಎಂದವರೇ ಅಭಿನಂದನ್ ಪಕ್ಕದಲ್ಲಿ ಹೋಗಿ ಕೂತು ಭುಜದ ಮೇಲೆ ಕೈ ಹಾಕಿದರು.

"ಈಗ್ಬಂದೆ...." ಹೇಳಿ ಥಟ್ಟನೆ ಎದ್ದು ಬಾತ್‌ರೂಂಗೆ ಹೋದ. ತಣ್ಣೀರಿನ ಷವರ್ ಕೆಳಗೆ ನಿಂತ. ಎಷ್ಟೋ ಹೊತ್ತು ಹಾಗೆಯೇ ನಿಂತಿದ್ದ. ಮೆಹತಾನ ಕಂಡರೇ ಮಾನಸಿಕವಾಗಿ ಹೆದರುತ್ತಿದ್ದ.

ಪಂಚಾಕ್ಷರಿ ದೊಡ್ಡದಾಗಿ ಹೇಳಿಕೊಂಡ.

"ನೀವು ಕರ್ಕೊಂಡ್ಹೋಗೋಕೆ ಬಂದಿದ್ದೀರಾ? ಕಂಪನಿ ಸೇಕ್ ಕುಡೀಂತ ರಾತ್ರಿ ನಂಗೆ ಹಿಡ್ದುಬಿಟ್ಟಿದ್ದಾರೆ. ನಾನಂತೂ ಇನ್ನು ಇರೋಲ್ಲ. ಹೊರಟೆ...."

ತಕ್ಷಣ ಕಣ್ಮರೆಯಾದ. ಅವನು ಹೋದತ್ತಲೇ ನೋಡಿದ ಮೆಹತಾ ಭಾರವಾದ ಉಸಿರನ್ನು ದಬ್ಬಿದರು.

"ಈ ಸ್ಥಿತಿಯಲ್ಲಿ ಸುಧಾರ್ಸಬೇಕಾದ್ರೆ ನಂಬಿಕೆ, ವಿಶ್ವಾಸ ಮಾತ್ರವಲ್ಲ, ಆ ವ್ಯಕ್ತಿ ಬಗ್ಗೆ ಸಹಾನುಭೂತಿ ಬೇಕು." ಹಣೆಗೆ ಕೈಯೊತ್ತಿ ತೋಡಿಕೊಂಡರು.

ಮೌನವಾಗಿ ಕೂತಳು ಭೂಮಿಕಾ. ಇಲ್ಲಿಗೆ ಬಂದ ಉದ್ದೇಶವೇನು? ಅಂದು ಕಾರಿನಲ್ಲಿ ಕೂತಿದ್ದ ಅಭಿನಂದನ್ ಚಿತ್ರ ಕಣ್ಮುಂದೆ ತೇಲಿತು. "ನೋ.... ನೋ....." ಅರೆ ಕಣ್ಣು ಮುಚ್ಚಿ ಹೇಳಿದ್ದ. ಮರೆಯಲಾರದಂತೆ ಮೂಡಿ ಹೋಗಿತ್ತು ಆ ಚಿತ್ರ ಅವಳ ಮನದ ಮೇಲೆ.

"ನೀವು ಯೋಚ್ನೇ ಮಾಡ್ಬೇಕಾದ್ದೇನೂ ಇಲ್ಲ. ನನ್ನ ಪ್ರಯತ್ನದ ಬಗ್ಗೆ ನನಗೆ ನಂಬ್ಕೇ ಇದೆ." ಭೂಮಿಕಾ ನುಡಿದಾಗ ಅವರೆದೆಯಲ್ಲಿ ಅನುಮಾನದ ತೆರೆಗಳೆದ್ದವು.

"ಭೂಮಿಕಾ ನನ್ನ ಭಾವೀ ಸೊಸೆ" ಆಸೆಯ ಕಂಗಳಲ್ಲಿ ನುಡಿದಿದ್ದರು ರೋಹಿಣಿ. ಸ್ವಲ್ಪ ಹಿಂಜರಿದರು ಮೆಹತಾ.

"ಬೇಡ ಭೂಮಿಕಾ, ನನ್ಜೊತೆ ಅವನನ್ನು ದೆಹಲಿಗೆ ಕರ್ಕೊಂಡ್ಹೋಗ್ತೀನಿ. ನನ್ನ ಹತೋಟಿಯಲ್ಲಿ...." ಮಾತು ಪೂರ್ತಿಯಾಗುವ ಮುನ್ನ ಅಭಿನಂದನ್ ಬಂದಿದ್ದರಿಂದ ಮುಂದೆ ಹೇಳಲು ಹೋಗಲಿಲ್ಲ.

ಈಗ ತೀರಾ ವಿಭಿನ್ನವಾಗಿ ಕಂಡ ಅಭಿನಂದನ್, ಪುಟ್ಟ ಬಾಯಿಯ ಮೇಲೆ ಅಚ್ಚುಕಟ್ಟಾಗಿ ಕೂತ ಮೀಸೆಗಳು, ಉರುಟಾದ ಮುಖ, ಬಿಗಿದ ಹುಬ್ಬುಗಳು, ಕಣ್ಣುಗಳಲ್ಲಿನ ತೀಕ್ಷ್ಣತೆ ಪುರುಷಸಿಂಹವನ್ನು ಕಂಡಂತಾಯಿತು ಭೂಮಿಕಾಳಿಗೆ. ಅವನ ಬಗ್ಗೆ ಸಹಾನುಭೂತಿ ಮೂಡಿತು.

"ಅಂಕಲ್, ಒಬ್ರೇ.... ಬಂದ್ರಾ?" ನೇರವಾದ ಪ್ರಶ್ನೆ. ಅಳುಕಿನ ಛಾಯೆ ಇರಲಿಲ್ಲ. "ಸದ್ಯಕ್ಕೆ ಬಂದಿದ್ದು ಒಬ್ನೆ. ಆದ್ರೆ.... ಈ ಪರಿಸರ ನೋಡಿದ್ಮೇಲೆ ಎಲ್ಲರನ್ನೂ ಕರ್ಕೊಂಡ್ಬರಬೇಕೆನಿಸಿದೆ. ನಿಂಗೆ ಇಲ್ಲಿನ ಹವಾ ಹೇಗೆನಿಸಿದೆ?"

ಒಂದು ತರಹ ನಕ್ಕ. ಆ ನಗುವಿನಲ್ಲಿದ್ದಿದ್ದೇನು? ನಿರಾಶೆ, ಜುಗುಪ್ಸೆಯ ಸ್ವಲ್ಪ ಅಂಶ.

ಪಂಚಾಕ್ಷರಿ ಕಾಫಿ ತಂದಿಟ್ಟ.

"ಪ್ಲೀಸ್ ಟೇಕ್ ಇಟ್" ವಿನಯದಿಂದ ಹೇಳಿದರೂ ಒರಟಿನ ಛಾಯೆ ಆಳದಲ್ಲಿತ್ತು. ಕಪ್‌ಗೆ ಕೈ ಹಚ್ಚಿದ ಭೂಮಿಕಾ ಮೆಲ್ಲಗೆ ನುಡಿದಳು "ಥ್ಯಾಂಕ್ಯೂ" ಒಂದು ಕ್ಷಣ ಅವಳ ಮೇಲೆ ನೆಟ್ಟ ನೋಟ ಗಲಿಬಿಲಿಗೊಂಡಿತು. ನೆನಪು.... ಸ್ಪಷ್ಟವಾಗದು. ಗಂಭೀರವಾಗಿದ್ದುಬಿಟ್ಟ.

ಕಪ್ ಕೆಳಗಿಟ್ಟ ಭೂಮಿಕಾ ಹೊರಗೆ ಹೋದಳು.

"ಅಭಿನಂದನ್...." ಮೆಹತಾರ ಧ್ವನಿ ಅಮಲಿನಿಂದ ಹೊರತರುವಷ್ಟು ಬಲಯುತವಾಗಿತ್ತು. ಅವನ ನೋಟ ಮೆಹತಾರ ದೃಢ ನೋಟವನ್ನು ಎದುರಿಸಲಾರದೆ ಕೆಳಗೆ ತೂಗಿತು. "ಏನು ಅಂಕಲ್?" ಅರಿವಾಗದಂಥ ಕಂಪನ ಅವನ ಸ್ವರದಲ್ಲಿ.

ಥಟ್ಟನೆ ಏನನ್ನೂ ಪ್ರಶ್ನಿಸಬಾರದೆಂಬ ನಿರ್ಧಾರಕ್ಕೆ ಬಂದವರು ಎದ್ದರು.

ಪುನಃ ಬಂದು ನೋಡ್ತೀನಿ. ಹೊಸ ಅಭಿನಂದನ್‌ನ ಕರ್ಕೊಂಡ್ಬರ್ತೀನೀಂತ ರಘುನಂದನ್, ನಿರ್ಮಲಾಗೆ ಹೇಳಿ ಬಂದಿದ್ದೀನಿ. ಪ್ಲೀಸ್ ಥಿಂಕ್ ಇಟ್" ಭುಜ ತಟ್ಟಿದರು.

"ಭೂಮಿಕಾ ಇಲ್ಲಿ ಇರೋದ್ರಿಂದ ನಿಂಗೇನೂ ತೊಂದರೆ ಇಲ್ವಲ್ಲ!" ನೇರವಾಗಿ ಪ್ರಶ್ನಿಸಿ ಅವನ ಪ್ರತಿಕ್ರಿಯೆಗೆ ಕಾಯದೆ ತಾವೇ ಹೇಳಿದರು; "ವಿಶಾಲವಾಗಿದೆ. ಆರ್ಟಿಸ್ಟ್ ಮೂಡಿ ಜನ ಅವ್ರು. ಸ್ವತಃ ತಮ್ಮ ಕಲೆಯಲ್ಲೇ ಮುಳುಗಿಹೋಗ್ತಾರೆ."

ಆದರೂ ಅಭಿನಂದನ್ ಕಣ್ಣುಗಳಲ್ಲಿ ಅಸಮಾಧಾನ ಹೊಗೆಯಾಡಿತು ಒಡನೆ ತಳ್ಳಿ ಹಾಕಿದ. ಮಿದುಳು ಸ್ವಲ್ಪ ಸ್ವಲ್ಪ ಕೂಡ ಗೋಜಲಾಗುವುದು ಅವನಿಗಿಷ್ಟವಿಲ್ಲ.

"ಬೈ ಆಲ್ ಮೀನ್ಸ್.... ನಂಗೇನೂ ತೊಂದರೆ ಇಲ್ಲ!" ಅರೆ ಮನಸ್ಸಿನ ಒಪ್ಪಿಗೆಯೆಂದು ಅರ್ಥವಾಯಿತು ಮೆಹತಾಗೆ. ಕೈಯನ್ನು ಮುಷ್ಟಿ ಮಾಡಿ ಬಿಚ್ಚಿ ನೋಡಿ ನಕ್ಕರು. ಬದುಕು ಕೂಡ ಇಷ್ಟೇಯೆನಿಸಿತು.

ಭೂಮಿಕಾ ಹಿಂದೆ ಉಳಿದರು ಜಯಸಿಂಹ, ಅಭಿನಂದನ್, ಮೆಹತಾ ಜೊತೆ ಕೆಳಗಿಳಿದು ಬಂದರು.

"ಜಸ್ಟ್ ಎ ಮಿನಿಟ್. ಪಂಚಾಕ್ಷರಿಗೆ ಏನೋ ಹೇಳ್ಬೇಕು" ಕೈಯೆತ್ತಿ ಹೇಳಿ ಹಿಂದಕ್ಕೆ ಹೆಜ್ಜೆ ಹಾಕಿದಾಗ ಮೆಹತಾ ಅಲ್ಲಿಯೇ ನಿಂತರು.

"ನಿನ್ನ ಮಮ್ಮಿ ಪಪ್ಪನ ಬಗ್ಗೆ ವಿಚಾರಿಸೋಲ್ವಾ?" ಚಾಟಿಯಿಂದ ಬಿಗಿದಂತಾಯಿತು. ಆದರೆ ಅಭಿನಂದನ್ ಕೊರಡಾಗಿದ್ದ, "ಮರ್ತೇ ಹೋಗಿದ್ದಾರೆ?!" ಭಾವಸ್ಪಂದನವಿಲ್ಲದ ಮಂಜಿನಂಥ ಸ್ವರ.

ಮುಖ ಮೇಲೆತ್ತಿ ಮೆಹತಾ ದೀರ್ಘವಾಗಿ ಉಸಿರೆಳೆದು ದಬ್ಬಿದರು. ಬಹು ದೂರದವರೆಗೂ ಮಬ್ಬು ಹರಡಿಕೊಂಡ ಅನುಭವ.

"ನಂದಿನಿ ಕೂಡ ಮುಂಬಯಿನಲ್ಲೇ ಇದ್ದಾಳೆ?!" ಎಂದಾಗ ಅವನ ನೆನಪು ಹಿಂದೆ ಹಿಂದಕ್ಕೆ ಓಡಿತು. 'ನಂದು.... ನಂದಿನಿ.... ನಂದಾ' ಎದೆಯಾಳದ ಉಸುರಿನಲ್ಲಿ ಮೂಡಿದ ಹೆಸರುಗಳು.

"ಓ.ಕೆ., ಮೈ ಬಾಯ್, ಐ ಕ್ಯಾನ್ ಅಂಡರ್‌ಸ್ಟ್ಯಾಂಡ್ ಯುವರ್ ಫೀಲಿಂಗ್ಸ್. ಬಟ್.... ನಿನ್ನ ಬಗ್ಗೆ ಯೋಚ್ಸು. ಸುಂದರ ಕಾವ್ಯದಂಥ ಬದ್ಕು ಯಾಕೆ ಹಾಳಾಗ್ಬೇಕು? ಸ್ವಲ್ಪ ಅರ್ಥ ಮಾಡ್ಕೋ..... ಅಭಿನಂದನ್" ಅವನ ಕೈಯನ್ನು ತಮ್ಮ ಕೈಯೊಳಗೆ ತಗೊಂಡು ಮೃದುವಾಗಿ ಅಮುಕಿ ವಿಶ್ವಾಸ ವ್ಯಕ್ತಪಡಿಸಿದರು.

"ನನ್ನ ಮಿದುಳು ಸ್ವಲ್ಪ ಸ್ವಲ್ಪ ವಿಷಯಗಳಿಗೂ ಘಾಸಿಗೊಳ್ಳುತ್ತೆ. ನಂಗೆ ಯೋಚ್ನೆ ಮಾಡೋಕೆ ಇಷ್ಟವಿಲ್ಲ!" ಉರುಳಿ ಉರುಳಿ ಬಂದ ಪದಗಳನ್ನು ಕೆದಕಿ ನೋಡಿದರು ಮೆಹತಾ.

"ನಾನಿನ್ನು ಎಷ್ಟು ದಿನ ಇಲ್ಲಿರಬೇಕು?" ಥಟ್ಟನೆ ಎಸೆದ ಪ್ರಶ್ನೆಗೆ ದಿಗ್ಭ್ರಾಂತರಾದರು, 'ಏನಾಗಿದೆ ಇವನಿಗೆ? ಯಾವುದಕ್ಕೂ ಕೋ ಆಪರೇಟ್ ಮಾಡೋಲ್ಲ' ಕಣ್ಮುಂದೆ ಮೂಡಿದ ಚಿತ್ರವೇ ಬೇರೆ. ಅವರ ಕೈಯಲ್ಲಿದ್ದ ಅವನ ಕೈ ಬಿಡುಗಡೆ ಬಯಸಿದಾಗ ಮೆಲ್ಲಗೆ ಬಿಟ್ಟರು.

"ನನ್ನ ಮನಸ್ಸಿನ ಉದ್ದೇಶ ಈಡೇರುವ, ಆ ದಿನ ಬೇಗ ಬರಲಿ. ಮೇಘವರ್ಷಿಣಿ ಸಂಭ್ರಮಗೊಂಡು ನಿನ್ನನ್ನು ಸ್ವಾಗತಿಸೋಕೆ ಎದುರು ನೋಡ್ತಾ ಇದ್ದಾಳೆ."

ಪ್ರತಿಕ್ರಿಯೆಗೆ ಕಾಯದೆ ದಾಪುಗಾಲು ಹಾಕುತ್ತ ನಡೆದರು. ಅತೃಪ್ತ ಆಕ್ರೋಶದಿಂದ ಅವರ ಮೈ ಕುದಿಯುತ್ತಿತ್ತು. ಪ್ರಜ್ಞಾವಂತರಾಗಬೇಕಿದ್ದ ಯುವ ಜನ ಎತ್ತ? ಯಾವ ಮೌಲ್ಯಗಳಿಗಾಗಿ ಅವರ ಬದುಕು?

ಮಿದುಳು ಯೋಚಿಸಿ ಯೋಚಿಸಿ ದಣಿಯಿತು.

* * * *

ಮಾಧವಿ ಡಾ॥ ಶಿವಪ್ರಸಾದ್ ಮನೆ ಹುಡುಕಿಕೊಂಡು ಬಂದಾಗ ಐದರ ಸುಮಾರು. ಬುಟ್ಟಿ ಹತ್ತಿ ಮುಂದೆ ಹಾಕಿಕೊಂಡು ಬಿಡಿಸುತ್ತಿದ್ದ ಹಿರಿಯ ಹೆಂಗಸು ತೆರೆದ ಬಾಗಿಲಿನಿಂದ ಇಣುಕಿದ ಹೆಣ್ಣಿನತ್ತ ನೋಡಿದರು.

"ಶಿವಪ್ರಸಾದ್ ಇದ್ದಾರಾ?" ಅವಳ ಮುಖದ ಮೇಲೆ ಬೆವರೊಡೆಯಿತು. ಕರ್ಚಿಫ್‌ನಿಂದೊತ್ತಿದಳು. "ಇದ್ದಾನೆ, ಬಾಮ್ಮ" ಢವಗುಟ್ಟುವ ಎದೆಯನ್ನು ಕೈಯಲ್ಲಿ ಹಿಡಿದೇ ಒಳಗಡಿಯಿಟ್ಟಳು.

"ನಾನು ಅವ್ರ ಸ್ಟೂಡೆಂಟ್. ಸ್ವಲ್ಪ ನೋಡ್ಬೇಕಾಗಿತ್ತು" ಸೆರಗೆಳೆದು ಹೊದ್ದು ಹೇಳಿದಳು.

ತುಂಬ ಫ್ರಾಂಕ್, ಬೋಲ್ಡ್ ಎಂದು ಹೆಸರಾದ ಮಾಧವಿಗೂ ಶಿವಪ್ರಸಾದ್ ಎಂದರೆ ಒಂದು ರೀತಿಯ ಎದೆಯ ಬಡಿತ. ಪ್ರಾಕ್ಟಿಕಲ್ಸ್‌ನಲ್ಲಿರಲಿ, ಪಾಠ ಮಾಡುತ್ತಿರಲಿ ಅವರದೇ ಪ್ರತ್ಯೇಕ ಛಾಪು. ಗಡುಸು ಮುಖದಲ್ಲೂ ಆತ್ಮೀಯ ಕಣ್ಣುಗಳು ಬೇರೆಯವರಿಗೆ ಒಳ್ಳೆಯ ಭಾವನೆಗಳನ್ನು ಉಕ್ಕಿಸಲು ಸಹಾಯಕವಾಗುತ್ತಿದ್ದವು.

"ಕೂತ್ಕೋಮ್ಮ...... ಬರ್ತಾನೆ" ಆಕೆ ಎದ್ದು ಒಳಗೆ ನಡೆದಾಗ ಮಾಧವಿ ಅಳುಕುತ್ತಲೇ ಅಲ್ಲಿದ್ದ ಮರದ ಛೇರ್ ಮೇಲೆ ಕೂತಳು.

ಸಾಧಾರಣ ಮನೆ. ಶ್ರೀಮಂತಿಕೆಯ ಕುರುಹುಗಳೇನೂ ಇಲ್ಲದಿದ್ದರೂ ಅನುಕೂಲವಾದ ಸಂಸಾರವೆಂದುಕೊಂಡಳು.

ಅತ್ತಿತ್ತ ನೋಡಿ ಪೇಪರ್ ಕೈಗೆತ್ತಿಗೊಂಡಾಗ ಪೇಪರ್ ವೆಯ್ಟ್ ಜಾರಿ ಉರುಳಿತು.

"ಹಲೋ..." ಮಾಮೂಲಿ ಸ್ವರ. ಮುಖ ಮೇಲೆತ್ತಿ ಪ್ರಯತ್ನಪೂರ್ವಕವಾಗಿ ನಕ್ಕಳು. "ನಮಸ್ತೆ..... ಸರ್" ನೂಕಿದಂತೆ ಎದ್ದು ನಿಂತಿದ್ದಳು.

"ಕೂತ್ಕೊಳ್ಳಿ....." ಎಂದವನು ಅಲ್ಲೇ ಕೂತ. ಅಸ್ತವ್ಯಸ್ತವಾದ ಕೂದಲನ್ನು ಹಿಂದಕ್ಕೆ ನೂಕಿ ಪ್ರಶ್ನಿಸಿದ. "ಏನು ತಗೋತೀರಾ?"

"ಏನೂ ಬೇಡ ಸರ್" ಬಾವಿಯಾಳದಿಂದ ಬಂದಂತಿತ್ತು ಅವಳ ಧ್ವನಿ. ಶಿವಪ್ರಸಾದ್ ಹುಬ್ಬುಗಳು ಬೆಸೆದುಕೊಂಡು ಕಣ್ಣಲ್ಲಿ ಆಶ್ಚರ್ಯ ಇಣುಕಿತು. ಕೆಳತುಟಿಯನ್ನು ನಾಲಿಗೆಯಿಂದ ಸವರಿ ಸಣ್ಣಗೆ ನಕ್ಕ.

"ಯೂ ಆರ್ ಮೈ ಗೆಸ್ಟ್. ಬಹುಶಃ ನಾನು ನಿಮ್ಮನ್ನು ಇನ್ವೈಟ್ ಮಾಡ್ದೇ ಇರ್ಬಹ್ದು...." ಎಂದವನು ಮೇಲಕ್ಕೆದ್ದ.

"ಎಕ್ಸ್‌ಕ್ಯೂಜ್ ಮಿ, ಸರ್, ಐ ಹ್ಯಾವ್ ಡಿಸ್ಟರ್ಬ್ಡ್ ಯೂ" ಸಂಕೋಚವಿತ್ತು ಅವಳ ಸ್ವರದಲ್ಲಿ.

"ನೋ..... ನೋ.... ಹಾಗೇನೂ ಇಲ್ಲ" ಒಳಕ್ಕೆ ಹೋದ.

ಎರಡು ತಟ್ಟೆಯಲ್ಲಿ ಹುರಿಗಾಳು ಹಿಡಿದು ಬಂದ. ಅವಳ ಮುಂದಿಟ್ಟರು. ಮಾಧವಿಗೆ ಹೇಗೆ ಬಂದ ವಿಷಯ ತಿಳಿಸುವುದು ಎಂದು ಚಿಂತೆಗೀಡಾದಳು.

"ನೀವು ತಿಂತಾ ಮಾತಾಡ್ಬಹ್ದು" ಸರಳವಾಗಿ ಹೇಳಿದ. ಮಾಧವಿ ಮುಖ ಬಿಳಿಚಿಕೊಂಡಿತು. ಅತ್ತಿತ್ತ ಅವಳ ನೋಟ ಹರಿದಾಡಿತು. "ನಿಮ್ಹತ್ರ ಸ್ವಲ್ಪ ಪರ್ಸನಲ್ ಆಗಿ ಮಾತಾಡ್ಬೇಕಿತ್ತು" ಸಣ್ಣ ದನಿಯಲ್ಲಿ ಹೇಳಿದಾಗ ಪ್ರಸಾದ್ ಹುಬ್ಬು ಗಂಟಿಕ್ಕಿದ. "ವ್ವಾಟ್....." ಗಡುಸು ಸ್ವರಕ್ಕೆ ಅವಳ ಜಂಘಾ ಬಲವೇ ಉಡುಗಿಹೋಯಿತು.

"ಮೊದ್ಲು ತಗೊಳ್ಳಿ" ಸ್ವರ ಬದಲಿಸಿ ನಯವಾಗೇ ಹೇಳಿದ. ಏಕೆ ಬಂದಿರಬೇಕು ಈ ಹೆಣ್ಣು? ತೀರಾ ಧೈರ್ಯದ ವಿದ್ಯಾರ್ಥಿನಿ ಬೆವರುವುಕೆ? ಅವನಿಗೆ ಅರ್ಥವಾಗಲಿಲ್ಲ.

"ವಾಟ್ ಈಸ್ ಯುವರ್ ಪ್ರಾಬ್ಲಮ್? ಏನು ವಿಷ್ಯ? ಫ್ರಾಂಕಾಗಿ ಹೇಳಿ" ಹಿಂದಕ್ಕೆ ಒರಗಿದ.

ತಾನು ಮಾತನಾಡಲಾರೆನೆನಿಸಿ ಪರ್ಸನ ಜಿಪ್ ಎಳೆದು ಒಂದು ಕವರ್ ಅವನ ಮುಂದಿಟ್ಟಳು.

"ಏನಿದು?" ಮುಖ ಬಿಗಿದೇ ಪ್ರಶ್ನಿಸಿದ.

"ತಾವು ಸ್ವಲ್ಪ ಪೇಷನ್ಸ್‌ನಿಂದ ಓದಿ. ನಂದಿನಿ ತಂದೆ ನಿಮ್ಮ ಅಭಿಪ್ರಾಯಕ್ಕಾಗಿ ಕಾಯ್ತಾ ಇದ್ದಾರೆ. ಖಂಡಿತ ನೀವು ಮಾತ್ರ ಅವ್ರಿಗೆ ಹೆಲ್ಪ್ ಮಾಡಬಲ್ಲಿರಿ" ಒಂದೇ ಉಸುರಿಗೆ ಹೇಳಿ ಹೋಗಿಬಿಟ್ಟಳು.

ಶಿವಪ್ರಸಾದ್‌ಗೆ ಆಶ್ಚರ್ಯ ಬೆರೆತ ಬೇಸರ. ಒಂದೆರಡು ಬಾರಿ ರೇಗಿಸಿಕೊಂಡಿದ್ದಳು ನಂದಿನಿ. ಸ್ವಲ್ಪ ಆತ್ಮೀಯತೆ, ಸಲಿಗೆಯಿಂದ ವರ್ತಿಸಿದ್ದರೆ ಪ್ರೀತಿ, ಪ್ರೇಮವೆಂದು ಕನಸುಗಳನ್ನು ಕಟ್ಟೋ ಹೆಣ್ಣುಗಳ ಬಗ್ಗೆ ಅವನಿಗೆ ಬೇಸರ.

ಕವರನ್ನು ಕೈಯಲ್ಲಿಹಿಡಿದು ಸವರಿದ ಹರಿದು ಎಸೆದುಬಿಡಲೇ? ಯೋಚಿಸಿದ. ಬೇಡವೆನಿಸಿತು. ಅಷ್ಟು ಮಹತ್ವ ಕೊಡುವ ಅಗತ್ಯವಿಲ್ಲವೆಂದುಕೊಂಡು ಟೀಪಾಯಿಯಲ್ಲಿಟ್ಟ.

"ಯಾರಪ್ಪ ಅದು?" ಹತ್ತಿಯನ್ನು ಬುಟ್ಟಿಗೆ ತುಂಬಿಸುತ್ತ ಪ್ರಶ್ನಿಸಿದರು ಕಾಮಾಕ್ಷಮ್ಮ "ಒಬ್ಬ ಸ್ಟೂಡೆಂಟ್ ಅಷ್ಟು ಮಾತ್ರ ಗೊತ್ತು. ಬರೀ ವೇಷ ಭೂಷಣಗಳಲ್ಲಿ ಬದಲಾಗೋ ಪ್ರಯತ್ನ ಮಾಡ್ತಾರೆ" ಕೈ ಜಾಡಿಸಿ ಮೇಲಕ್ಕೆದ್ದ.

ಟೀಪಾಯಿ ಮೇಲಿದ್ದ ಕವರ್ ಅಣಕಿಸಿತು. ಅತ್ತಿತ್ತ ತಿರುಗಿಸಿ ನೋಡಿದ. ಗಮ್ ಹಚ್ಚಿ ಅಂಟಿಸಿದ್ದರು. ಯಾವುದೇ ವಿಳಾಸ, ಹೆಸರು ಇರಲಿಲ್ಲ.

'ವಿಚಿತ್ರ ಜನ! ಮಕ್ಕಳನ್ನ ಏಕೆ ಅರ್ಥಮಾಡಿಕೊಳ್ಳುವುದಿಲ್ಲ' ಎನ್ನುತ್ತ ಕೈಯಲ್ಲಿ ಕವರನ್ನು ಹಿಡಿದು ಕೋಣೆಯ ಕಡೆ ಹೋದ.

ಬಹಳ ನಿಧಾನವಾಗಿ ಓದಿದ. ಅವನ ತುಟಿಯಂಚಿನಲ್ಲಿ ಕಿರುನಗು ಮೂಡಿತು. ಮಡಚಿಟ್ಟ.

ಸ್ವಲ್ಪ ವಿವರಣೆಯೊಂದಿಗೆ ಪತ್ರ ಮುಗಿಸಿದ್ದಳು ಮಾಧವಿ. 'ನಿಮ್ಮ ಒಬ್ಬರ ಪ್ರೀತಿಯನ್ನ ಮಾತ್ರ ನಂದಾ ಒಪ್ಪಿಕೊಳ್ಳಬಹುದು. ದಯವಿಟ್ಟು ಅರ್ಥಮಾಡಿಕೊಳ್ಳಿ.'

ಅವನ ಕಣ್ಮುಂದೆ ನಂದಾ ವ್ಯಕ್ತಿತ್ವ ತೇಲಿತು. ಒಮ್ಮೊಮ್ಮೆ ನಿಸ್ತೇಜವಾಗಿದ್ದ ಅವಳ ಕಣ್ಣುಗಳು, ಮತ್ತೊಮ್ಮೆ ಜಗತ್ತಿನ ಸಂತೋಷವನ್ನೆಲ್ಲ ತುಂಬಿಕೊಂಡಂತೆ.

ಒಮ್ಮೆ ಕಾರಿಡಾರ್‌ನಲ್ಲಿ ನಿಂತು ಮುಸಿ, ಮುಸಿ ನಗು, ಪಿಸಿ ಪಿಸಿ ಹರಟೆಯಲ್ಲಿ ತೊಡಗಿದ್ದನ್ನು ಒಂದೆರಡು ಬಾರಿ ನೋಡಿ ಶಿವಪ್ರಸಾದ್ ರೇಗಿದ್ದ.

"ಯಾಕೆ ಬರ್ತೀರಾ ಮೆಡಿಕಲ್‌ಗೆ? ಈ ಪ್ರೊಫೆಷನ್‌ಗೆ ಇರಬೇಕಾದ ಸೀರಿಯಸ್‌ನೆಸ್, ರೆಸ್ಪಾನ್ಸಿಬಿಲಿಟಿ, ಡೆಡಿಕೇಷನ್ ಯಾವ್ದೂ ಇಲ್ಲ. ನಿಮ್ಮಂಥವ್ರಿಗಲ್ಲ ಇದು."

ತನ್ನೆಡೆಗೆ ದುರುಗಟ್ಟಿಕೊಂಡು ನೋಡುತ್ತ ಹೇಳಿದ ಶಿವಪ್ರಸಾದ್ ನೋಟದಿಂದ ತನ್ನ ನೋಟ ತಪ್ಪಿಸಿಕೊಂಡರೂ ಅವಮಾನ, ನಾಚಿಕೆಯಿಂದ ನಂದಿನಿ ಮುಖ ಪಕ್ಕಕ್ಕೆ ತಿರುಗಿಸಿಕೊಂಡು ಕರ್ಚಿಫ್‌ನಿಂದ ಕಣ್ಣೀರನ್ನ ತೊಡೆದುಕೊಂಡಳು. ಶಿವಪ್ರಸಾದ್ ಅದನ್ನು ಗಮನಿಸಿದ.

ಅವಮಾನಿಸಬೇಕೆಂಬ ಉದ್ದೇಶವಿಲ್ಲದಿದ್ದರೂ ಸ್ವಲ್ಪವಾದರೂ ತಿದ್ದಿಕೊಳ್ಳಲಿ ಎನ್ನುವುದು ಅವನ ದೃಷ್ಟಿಯಾಗಿತ್ತು.

ನೆನಪು ದಟ್ಟವಾದಾಗ ಆ ಲೆಟರ್ ತೆಗೆದು ಡ್ರಾಯರ್‌ನಲ್ಲಿ ಹಾಕಿ ಮೇಲೆದ್ದ. ಈ ತರಹ ಕನಸು ಕಾಣುವ ಹುಡುಗಿಯರ ಬಗ್ಗೆ ಅವನಿಗೆ ಬೇಸರವಿತ್ತು. ಈಗ ನಂದಾ ಬಗ್ಗೆ ಅವನಿಗೆ ಕೋಪವೇ ಬಂತು.

'ಸಿಲ್ಲಿ ಗರ್ಲ್.' ಎದ್ದು ಹೊರಗೆ ಬಂದ.

"ತಟ್ಟೆ ಹಾಕ್ಲಾ? ನಿಮ್ಮಣ್ಣ ಯಾಕೋ ಇಷ್ಟೊತ್ತಾದ್ರೂ ಬರ್ಲಿಲ್ಲ" ಕಾಮಾಕ್ಷಮ್ಮ ವರಾಂಡಕ್ಕೆ ಬಂದರು.

"ಬೇಡಮ್ಮ ಎದೆಯ ಮೇಲೆ ಕೈ ಕಟ್ಟಿ ರಸ್ತೆಯುದ್ದಕ್ಕೂ ನೋಟಹರಿಸಿದರು." "ಅಣ್ಣಾ ಬರ್ತಾ ಇದ್ದಾರೆ. ತಟ್ಟೆ ಹಾಕ್ಬಿಡು."

ನಾಲ್ಕು ಹೆಜ್ಜೆ ಹಿಂದಕ್ಕೆ ಬಂದು ಕಾಮಾಕ್ಷಮ್ಮ ಅಲ್ಲೇ ನಿಂತು ಕತ್ತು ತಿರುಗಿಸಿದರು.

"ಇನ್ನೊಂದ್ಮಾತು ಬೇಡ, ಶಿವು. ಈ ವೈಶಾಖದಲ್ಲಿ ನಿನ್ನ ಮದ್ವೆ ಮಾಡ್ಲೇಬೇಕು. ಹುಡುಗಿ ಕಡೆಯಿಂದ ಪತ್ರ ಬಂದಿದೆ. ನಾವು ಆದಷ್ಟು ಬೇಗ ಜವಾಬ್ದಾರಿ ಕಳ್ಕೊಂಡು ಆರಾಮಾಗಿರೋದ್ಬೇಡ್ವಾ!" ತಾಯಿಯ ಮಾತಿಗೆ ನಕ್ಕುಬಿಟ್ಟ.

"ಎಲ್ಲ ಅಪ್ಪ ಅಮ್ಮಂದ್ರು ಹೆಣ್ಣು ಮಕ್ಳ ಬಗ್ಗೆ ಈ ಮಾತು ಹೇಳ್ತಾರೆ!" ತಕ್ಷಣ ಮಗನ ಮಾತಿಗೆ ರೇಗಿಕೊಂಡರು ಕಾಮಾಕ್ಷಮ್ಮ. "ಹೌದೌದು! ಹೆಣ್ಣು ಗಂಡು ಬೇರೆ ಬೇರೇಂತ ತಾರತಮ್ಯವೇಕೆ? ಇಬ್ರೂ ಒಂದೇ, ಇಷ್ಟು ದಿನ ಸುಮ್ಮನಿದ್ದುದೇ ಹೆಚ್ಚು."

ಶಿವಪ್ರಸಾದ್ ಮನದಲ್ಲೇ ನಕ್ಕು ಸುಮ್ಮನಾದ. ಮಗನ ಮದುವೆ ಇಷ್ಟು ದಿನ ತಡೆದಿದ್ದುದಕ್ಕೆ ಕಾರಣವಿತ್ತು. ಮಗಳ ಮದುವೆ ಮಾಡದೆ ಆ ಯೋಚನೆ ಮಾಡುವ ಹಾಗಿರಲಿಲ್ಲ. ಈಗ ಇದ್ದೊಬ್ಬ ಮಗಳ ಮದುವೆಯೂ ಮುಗಿದಿತ್ತು.

"ತಟ್ಟೆ ಹಾಕಿದ್ಯಾ?" ಎನ್ನುತ್ತಲೇ ಒಳಗೆ ಬಂದರು ಶ್ರೀನಿವಾಸಮೂರ್ತಿಗಳು. ಮಗನತ್ತ ನೋಡಿ, "ಅರೆ, ಅದೇನು ಅಷ್ಟು ಗಂಭೀರವಾಗಿ ಯೋಚಿಸ್ತಾ ಇದ್ದೀಯಾ" ಕೇಳಿದರು.

"ಏನಿಲ್ಲ!" ಒಳಗೆ ನಡೆದ.

ಶಿವಪ್ರಸಾದ್ ರಾತ್ರಿ ಮತ್ತೆರಡು ಬಾರಿ ಆ ಪತ್ರ ಓದಿ ತೆಗೆದಿಟ್ಟ. 'ಏನರ್ಥ.....?' ಮನ ಪ್ರಶ್ನಿಸಿತು. ಮಿದುಳಿನಲ್ಲಿ ಬರೀ ಗೊಂದಲ. ಉತ್ತರ ಹೇಳಲು ಸಮರ್ಥವಾಗಲಿಲ್ಲ.

ಕಾಲೇಜು ಓದುತ್ತಿದ್ದ ದಿನಗಳಲ್ಲಿಯಾಗಲಿ, ವೃತ್ತಿಗೆ ಸೇರ್ಪಡೆಯಾದ ಮೇಲೆಯಾಗಲಿ ಇತಿ, ಮಿತಿಗಳ ನಡುವೆಯೇ ಇದ್ದ. ಕಂಡ ಹೆಣ್ಣುಗಳ ಬಗ್ಗೆ ಕನಸು ಕಾಣುವುದು ಅವನ ಸ್ವಭಾವವಲ್ಲ. ಬಹುಶಃ ನಂದಿನಿಯೊಡನೆ ನಾಲ್ಕು ಮಾತು ಹೆಚ್ಚಾಗಿ ಆಡಿರಬಹುದು, ಬೇಸರದಿಂದ ಮೂದಲಿಸಿರಬಹುದು. ಆದರೆ ಮಾಧವಿ, ಮಿಕ್ಕ ವಿದ್ಯಾರ್ಥಿಯನಿಯರಂತೆ ಮಿಂಚಿನ ಕಣ್ಣೋಟದಿಂದ ತನ್ನನ್ನು ನೋಡಿದ ಅರಿವಿದ್ದರೂ, ಮುಲಾಜಿಲ್ಲದೆ ರೇಗಿದ್ದ. ಅದನ್ನು ಇವನು ಸುಲಭವಾಗಿ ಮರೆತು ಹೋಗಿದ್ದರೂ ನಂದಿನಿಯ ಹೃದಯದಲ್ಲಿ ಹಚ್ಚ ಹಸಿರು.

ಬೆಳಿಗ್ಗೆ ಎದ್ದ ಕೂಡಲೇ ಟೇಬಲ್ ಮೇಲಿದ್ದ ಕವರ್ ಅವನನ್ನು ಎಚ್ಚರಿಸಿತು.

"ಓ.ಕೆ. ಬೈ ಆಲ್ ಮೀನ್ಸ್. ಫ್ರಾಂಕಾಗಿ ಅವ್ರಿಗೆ ಇರೋ ವಿಷ್ಯ ತಿಳ್ಸೋದು" ಅಂದುಕೊಳ್ಳುತ್ತ ಕವರನ್ನೆತ್ತಿ ನೋಡಿ ಡ್ರಾಯರ್‌ನಲ್ಲಿ ಹಿಂದಕ್ಕೆ ಹಾಕಿದ ಎರಡು ಪತ್ರದಿಂದ ಗೊಂದಲಕ್ಕೀಡಾದ.

ಬೇಗ ಬೇಗನೆ ಸ್ನಾನ, ತಿಂಡಿ ಮುಗಿಸಿ ಹೊರ ಬಿದ್ದಾಗ ಒಂಬತ್ತು. ನಿಮಗಾಗಿ ಹನ್ನೊಂದು ಗಂಟೆಯವರೆಗೂ ಕಾಯುತ್ತಿರುತ್ತಾರೆ. ಪತ್ರದಲ್ಲಿದ್ದ ಒಕ್ಕಣೆ.

"ಪ್ರಸಾದ್, ಹುಡ್ಗಿ ಹೇಗೂ ನಿಂಗೂ ಒಪ್ಗೆ! ನಮ್ಗೇನೂ ವರದಕ್ಷಿಣೆ, ವರೋಪಚಾರ ಬೇಡ. ಅದ್ರಿಂದ ಎಲ್ಲಾ ಮಾತುಕತೆ ಮುಗಿದಂಗೆ" ಮೂರ್ತಿಗಳು ಹೇಳಿದಾಗ ನಾಲಿಗೆ ಹೊರಳಲು ಪ್ರಯಾಸಪಡಬೇಕಾಯಿತು.

"ಸ್ವಲ್ಪ ಅರ್ಜೆಂಟ್ ಕೆಲ್ಸ ಇದೆ. ಬೇಗ ಬರ್ತೀನಿ. ಮಾತಾಡೋಣ" ಬಲವಂತವಾಗಿ ಉಗುಳು ನುಂಗಿದ ಆ ಶಿವಪ್ರಸಾದ್‌ನ ಮೇಲಕ್ಕೂ ಕೆಳಕ್ಕೂ ನೋಡಿದರು ಅವರು. "ಹಾಗೇ ಮಾಡು. ಮದ್ವೆ ವಿಷ್ಯದಲ್ಲಿ ನಾನೇನು ಒತ್ತಾಯಹೇರಲಾರೆ. ಸಿಂಪತಿಗೋಸ್ಕರ ಮದ್ವೆ ಆಗೋದ್ಬೇಡ" ಕಡ್ಡಿ ಮುರಿದಂತೆ ಹೇಳಿದರು. ಮನದಲ್ಲೇ ನಕ್ಕ.

ಹೋಟೆಲ್ ಸುಪ್ರಭಾತ ತಲುಪಿದಾಗ ಉದ್ದಕ್ಕೂ ಕಣ್ಣು ಹಾಯಿಸಿ ಲಾಡ್ಜಿಂಗ್‌ನತ್ತ ನಡೆದ. ಗುರುತು ಹಾಕಿದ್ದ ಚೀಟಿಯನ್ನು ತೆಗೆದು ರೂಮು ನಂಬರ್ ದೃಢಪಡಿಸಿಕೊಂಡ.

ಶಿವಪ್ರಸಾದ್‌ನ ನೋಡಿದ ಕೂಡಲೇ ರಘುನಂದನ್ ಕಲ್ಪನೆಯೆಲ್ಲ ತಲೆ ಕೆಳಗಾಯಿತು. ಅವರ ಮನದಲ್ಲಿದ್ದ ಚಿತ್ರ ಸುಟ್ಟು ಹೋಯಿತು.

ಥಟ್ಟನೆ ನಿಂತ ಶಿವಪ್ರಸಾದ್. ಮಾಧವಿ ತನ್ನನ್ನು ಫೂಲ್ ಮಾಡಲು ಯತ್ನಿಸಿದ್ದಾಳೆಯೇ? ಒಂದ್ಹೆಜ್ಜೆ ಮುಂದೆ ಎತ್ತಿಡುವುದು ಅವನಿಂದಾಗಲಿಲ್ಲ.

"ಎಕ್ಸ್‌ಕ್ಯೂಜ್ ಮೀ. ತಾವೇ ಶಿವಪ್ರಸಾದ್?" ರಘುನಂದನ್ ಹತ್ತು ಹೆಜ್ಜೆ ಮುಂದಕ್ಕೆ ಬಂದು ಕೇಳಿದಾಗ ಕೈ ಚಾಚಿ "ಹೌದು, ಗ್ಲ್ಯಾಡ್ ಟು ಮೀಟ್ ಯೂ."

ರಘುನಂದನ್ ಅತ್ಯಂತ ಆದರದಿಂದ ಒಳಗೆ ಕರೆದೊಯ್ದರು. ಟಿ.ವಿ. ಫೋನ್, ಏರ್ ಕಂಡಿಷನರ್‌ನಿಂದ ಸುಸಜ್ಜಿತಗೊಂಡ ಕೋಣೆ.

"ಪ್ಲೀಸ್ ಬಿ ಸೀಟೆಡ್' ವಿನಯವಿತ್ತು ರಘುನಂದನ್ ಸ್ವರದಲ್ಲಿ. ಆದರೆ ಮುಖದಲ್ಲಿ ಅವ್ಯಕ್ತವಾದ ನೋವಿನ ಛಾಯೆ. "ಏನು ತಗೋತೀರಾ?" ಬೇಡವೆನ್ನಲಾಗಲಿಲ್ಲ ಶಿವಪ್ರಸಾದ್‌ಗೆ.

"ಬೆಳಗಿನ ಉಪಾಹಾರ ಆಗಿದೆ. ಬಟ್.....ನಿಮ್ಮಿಷ್ಟ" ಟೀಪಾಯಿ ಮೇಲೆ ಇದ್ದ ಪತ್ರಿಕೆಗಳತ್ತ ನೋಟಹರಿಸಿದ.

ರಘುನಂದನ್ ಫೋನ್ ಮಾಡಿ ಬಂದು ಕೂತರು. ವಾರೆಗಣ್ಣಿಂದ ಅವರನ್ನು ಗಮನಿಸಿದ, ಏರ್‌ಕಂಡೀಷನರ್ ಕೆಲಸ ಮಾಡುತ್ತಿದ್ದರೂ ಒಂದೆರಡು ಬಾರಿ ಮುಖದ ಮೇಲೆ ಕರ್ಚಿಫ್ ಆಡಿಸಿದರು.

ತಂದಿಟ್ಟ ಸಮೋಸಾ, ಟೀ ಮುಗಿಸಿದ ಹೆಚ್ಚು ಉಪಚಾರ ಹೇಳಿಸಿಕೊಳ್ಳದೆ.

"ಏನು ವಿಷ್ಯ?" ಕಪ್ ಖಾಲಿ ಮಾಡಿ ಟೀಪಾಯಿ ಮೇಲಿಟ್ಟ. "ನೆನ್ನೆ ಸಂಜೆ ಮಾಧವಿ ಬಂದಿದ್ರು. ನಿಮ್ಮನ್ನು ಭೇಟಿ ಮಾಡಬೇಕನ್ನೋ ಇಚ್ಛೆ ಅವ್ರೇ ತಿಳ್ಸಿದ್ದು."

ರಘುನಂದನ್ ಸ್ವರ ಉಡುಗಿಹೋಯಿತು. ಮುಖ ತಗ್ಗಿಸಿ ಕೂತರು. ಶಿವಪ್ರಸಾದ್ ಸ್ವಭಾವದ ಬಗ್ಗೆ ಮಾಧವಿ ತಿಳಿಸಿದ್ದಳು.

"ಬರೀ ನಂದಿನಿ ಕನಸುಗಳು, ಕಲ್ಪನೆಗಳು ಅಷ್ಟೆ. ಬದ್ಕಿನ ಬಗ್ಗೆ ವಿಶಿಷ್ಟ ಕಾಳಜಿ ಇರಿಸಿಕೊಂಡಿರುವ ತೂಕವಾದ ವ್ಯಕ್ತಿ. ಅವ್ರಿಗೆ ವಿಷ್ಯ ತಿಳಿದ್ರೆ ಆಶ್ಚರ್ಯವಾಗ್ಬಹುದು. ಇಲ್ಲಿ ಸಿಂಪತಿ ಪ್ರೇಮವಾಗ್ಬೇಕಷ್ಟೇ!"

"ಆರ್ ಯೂ ಫ್ರೀ? ನಿಮ್ಹತ್ರ ತುಂಬನೇ ಮಾತಾಡ್ಬೇಕು. ಇಲ್ದಿದ್ರೆ ಮಗ್ಳ ಜೊತೆ ನನ್ನನ್ನೂ ಹುಚ್ಚನ ಸ್ಥಾನಕ್ಕೆ ಸೇರ್ಸಿಬಿಡ್ತೀರಿ!" ಬಲವಂತದ ನಗೆಯೊಂದಿಗೆ ಹೇಳಿದರು ರಘುನಂದನ್.

ವಾಚ್ ಕಡೆ ನೋಡಿದ ಶಿವಪ್ರಸಾದ್ ಸರಿಯಾಗಿ ಕೂತ.

"ಆಲ್‌ರೈಟ್. ಅದೇನೂಂತ ಹೇಳ್ಬಹುದು. ಆದ್ರೆ ನೀವು ಒಂದು ವಿಷ್ಯ ತಿಳ್ಕೊಳ್ಳೋದು ಒಳ್ಳೆಯದು. ನಂದಿನಿ ಕೂಡ ನಂಗೆ ಇತರ ವಿದ್ಯಾರ್ಥಿಯರಂತೆ!" ದೃಢವಾಗಿತ್ತು ಅವನ ಸ್ವರ. ಬೆಚ್ಚಿದ ರಘುನಂದನ್ ಚೇತರಿಸಿಕೊಳ್ಳಲು ನಿಮಿಷಗಳೇ ಬೇಕಾಯಿತು.

ನೋಟ ತಗ್ಗಿಸಿ ಪತ್ರಿಕೆ ನೋಡುತ್ತಿದ್ದ ಶಿವಪ್ರಸಾದ್‌ನ ದಿಟ್ಟಿಸಿದರು. ತಲೆಯ ಮೇಲೆ ಒತ್ತುಕೂದಲು. ಅದಕ್ಕೆ ವಿಪರೀತ ಗಮನ ಕೊಡದಿದ್ದರಿಂದ ಒಂದು ರೀತಿಯ ಸ್ವತಂತ್ರ ಪಡೆದುಕೊಂಡಿತ್ತು. ಜೇನು ಕಂಗಳಲ್ಲಿ ದೃಢತೆ ಇತ್ತು. ನಸುಕಪ್ಪು, ಬಿಳುಪು ಬೆರೆತ ಮೈ ಬಣ್ಣ, ನೀಳ ನಾಸಿಕ, ತುಂಬು ತುಟಿಗಳ ಮೇಲಣ ಮೀಸೆ. ಹರವಾದ ಎದೆ, ತೀರಾ ಎತ್ತರವಲ್ಲದ ಮೈಕಟ್ಟು. ಹತ್ತು ಜನರ ಮಧ್ಯೆ ನಿಲ್ಲಿಸಿದರೆ ತನ್ನ ವ್ಯಕ್ತಿತ್ವದಿಂದ ಪ್ರತ್ಯೇಕತೆ ಕಾಯ್ದುಕೊಳ್ಳುವಂತಹವನು.

ಸೊಂಪಾದ ನಂದಿನಿಯ ನೆನಪಾಯಿತು. ಅವಳು ಇಷ್ಟಪಟ್ಟರೆ ಶಿವಪ್ರಸಾದ್‌ಗಿಂತ ಎರಡುಪಟ್ಟು ಚೆಲುವನನ್ನ ಮಾತ್ರವಲ್ಲ, ವಿದೇಶದಲ್ಲಿ ಒಂದೆರಡು ಡಿಗ್ರಿಗಳನ್ನು ಸಂಪಾದಿಸಿದಂಥ ವ್ಯಕ್ತಿಯನ್ನು ಅವಳಿಗಾಗಿ ಆಯ್ಕೆ ಮಾಡಬಲ್ಲವರಾಗಿದ್ದರು. ಆದರೆ.....

ಕೈಯಲ್ಲಿನ ಪತ್ರಿಕೆ ಮಡಚಿಟ್ಟು ಪೂರ್ತಿ ಹಿಂದಕ್ಕೆ ಒರಗಿ ಕೂತ. 'ತಾವು ವಿಷಯಕ್ಕೆ ಬನ್ನಿ. ಇನ್ನು ಕಾಯಲು ಸಾಧ್ಯವಿಲ್ಲ' ಎಂದು ಹೇಳುವಂತಿತ್ತು.

"ನನ್ಹೆಸ್ರು ರಘುನಂದನ್ ಅಂತ. ನಂಗೆ ನಂದಿನಿ ಒಬ್ಬ ಮಗಳು ಮಾತ್ರವಲ್ಲ ಮಗ ಕೂಡ ಇದ್ದಾನೆ...." ಈ ಧಾಟಿಯಲ್ಲಿ ಆರಂಭಿಸಿ ಹತ್ತು ನಿಮಿಷದಲ್ಲಿ ಎಲ್ಲಾ ಹೇಳಿ ಮುಗಿಸಿದ್ದರು.

"ಇದ್ರಲ್ಲಿ ನಂದೇನೂ ತಪ್ಪಿಲ್ಲ. ನಾನು ಎಂದೂ ಆ ದೃಷ್ಟಿಯಿಂದ ನಂದಿನಿಯನ್ನು ನೋಡಿಲ್ಲ. ಆದ್ರೆ.... ಒಂದೆರಡು ಬಾರಿ ಖಾರವಾಗಿ ಗದರಿದ್ದುಂಟು. ನಂಗೆ ಡಾಕ್ಟ್ರು ಪ್ರೊಫೆಷನ್ ಬಗ್ಗೆ ಇರುವ ಗೌರವ ಅಭಿಮಾನಗಳು ಕಾರಣವಾಗಿರಬೇಕಷ್ಟೇ."

ಈಗ ಅವನ ಮಾತುಗಳನ್ನು ಅರಗಿಸಿಕೊಳ್ಳುವಷ್ಟು ಅವರು ಸಮರ್ಥರಾಗಿದ್ದರು.

"ದಯವಿಟ್ಟು ತಪ್ಪು ತಿಳ್ಕೋಬಾರ್ದು. ನಿಮ್ಗೆ ಮದ್ವೆ ಆಗಿಲ್ಲ ಅನ್ನೋ ವಿಷ್ಯ ತಿಳ್ದೇ ಪ್ರಸ್ತಾಪಕ್ಕೆ ಬಂದಿದ್ದು. ನಾನು ಹೆಣ್ಣು ಹೆತ್ತ ತಂದೆಯಾಗಿ ನಿಮ್ಮನ್ನ ಕೇಳ್ತಾ ಇದ್ದೀನಿ. ನನ್ಮಗ್ಳುನ್ನ ನೀವು ನೋಡಿದ್ದೀರಿ. ತಮ್ಮ ಒಪ್ಗೆ ಸಿಕ್ಕರೇ.... ನಿಮ್ಮ ಮನೆಗೆ ಬಂದು ನಿಮ್ಮ ತಾಯ್ತಂದೆಯರ್ನ ಭೇಟಿ ಮಾಡ್ತೀನಿ."

ಕೆನ್ನೆಯುಜ್ಜಿದ ಶಿವಪ್ರಸಾದ್ ಜಾತಿ, ಮತ, ಆಸ್ತಿ, ಅಂತಸ್ತಿನ ಬಗ್ಗೆ ತಲೆ ಕೆಡಿಸಿಕೊಳ್ಳಲು ಸಿದ್ಧವಿಲ್ಲ. ಅವನನ್ನು ಬಲ್ಲ ತಾಯ್ತಂದೆಯವರಿಂದ ಕೂಡ ಅಂತಹ ವಿರೋಧ ಬರುವುದಿಲ್ಲವೆಂಬ ನಂಬಿಕೆ.

'ನಂಗೆ ಯೋಚ್ನೆ ಮಾಡೋಕೆ ಅವಕಾಶ ಕೊಡಿ" ಎಂದು ಶಿವಪ್ರಸಾದ್ ಮೇಲಕ್ಕೆದ್ದ. ಥಟ್ಟನೆ ಅವನೆರಡೂ ಕೈಗಳನ್ನು ಹಿಡಿದುಕೊಂಡ ರಘುನಂದನ್, "ಸ್ವಲ್ಪ ಅರ್ಥ ಮಾಡ್ಕೊಳ್ಳಿ. ಅವ್ಳು ಪೂರ್ತಿ ಡ್ರಗ್ ಅಡಿಕ್ಟ್ ಅಲ್ಲ. ಆ ಮಾರ್ಗದಲ್ಲಿದ್ದಾಳಷ್ಟೆ. ನೀವೊಬ್ರೇ ಬಚಾವ್ ಮಾಡಬಲ್ಲಿರಿ." "ನಾಳೆವರ್ಗೂ ನಂಗೆ ಅವಕಾಶ ಕೊಡಿ." ಅವನ ಕೈಗಳನ್ನು ಬಿಟ್ಟರು.

ನೇರವಾಗಿ ಮನೆಗೆ ಬಂದವನೇ ಊಟ ಕೂಡ ಮಾಡದೆ ಮಲಗಿಬಿಟ್ಟ. ಸಮಸ್ಯೆ ಅನ್ನೋ ಹೊರೆ ಹೊತ್ತಂತೆ ಚಡಪಡಿಸಿದ.

ಕನಸುಗಣ್ಣಿನ ಹೆಣ್ಣು ತನಗೆ ಸಂಗಾತಿಯಾಗಲು ಎಷ್ಟು ಸರಿ? ಇವರ ಅನಿಸಿಕೆಗಳು ತಿರುವು ಮುರುವಾಗುವ ಸಾಧ್ಯತೆ ಯಾಕಿರಬಾರದು? ಇಂಥ ಪ್ರೇಮ, ಪ್ರೀತಿಯ ಬೆಲೆಯೆಷ್ಟು? ಯೋಚಿಸಿ ಶಿವಪ್ರಸಾದ್ ತಲೆಕೆಡಿಸಿಕೊಂಡ.

"ಶಿವು...." ಬಾಗಿಲ ಬಳಿ ಬಂದು ಕರೆದರು ಕಾಮಾಕ್ಷಮ್ಮ. ಥಟ್ಟನೆ ಎದ್ದು ಕೂತ. "ಬೆಳಗಿನ ತಿಂಡಿನೇ ಅರಗಿಲ್ಲ. ಹೊರ್ಗೆ ಸ್ವಲ್ಪ ಆಯ್ತು. ಮತ್ತೆ ಹೊಟ್ಟೆಗೆ ತೊಂದರೆ ಕೊಡೋದ್ಬೇಡ" ಅರ್ಥಗರ್ಭಿತವಾಗಿ ಹೇಳಿದ.

ಈಕೆ ಒಳಗೆ ಬಂದು ಕೂತರು. ಕಣ್ಣಲ್ಲಿ ಸಂಭ್ರಮವಿತ್ತು.

"ಆತ ಬಂದಿದ್ರು. ಒಪ್ಗೇ ತಿಳಿಸಿ ಆಯ್ತು. ನಿನ್ನ ಕೇಳೇ ದಿನ ನಿಶ್ಚಯಿಸೋದೂಂತ ತೀರ್ಮಾನ. ನಿಮ್ಮಣ್ಣ ಸರಳವಾಗಿ ಮದ್ವೆ ಮಾಡೀಂದ್ರು. ಆದ್ರೆ ಅವರಿಗೆ ಅದ್ಧೂರಿಯಾಗಿ ಮದ್ವೆ ಮಾಡೋ ಇಚ್ಛೆ.

ಪೂರ್ತಿ ಮಂಚದ ಕಟ್ಟಿಗೆ ಒರಗಿ ಕೂತ. ಮಿದುಳಿನಲ್ಲಿ ವಿಪರೀತ ಗೊಂದಲ. ಈಗಾಗಲೇ ಅಪ್ಪ, ಅಮ್ಮ ತೋರಿಸಿದ ಹೆಣ್ಣನ್ನು ನೋಡಿ ಒಪ್ಪಿಕೊಂಡಿದ್ದ. ಮಧ್ಯೆ ಇಂಥದೊಂದು ಸಮಸ್ಯೆ ಎದುರಾಗುತ್ತದೆ ಎಂಬ ಕಲ್ಪನೆಯಾದರೂ ಅವನಿಗೆ ಹೇಗೆ ಬರುತ್ತೆ?

"ಸದ್ಯಕ್ಕೆ ಇನ್ನೊಂದ್ತಿಗ್ಲು ಮದ್ವೆ ಪ್ರಸ್ತಾಪಕ್ಕೆ ತೆರೆ ಎಳ್ದು ಬಿಡೋಣ" ಎಂದ ಕೂಡಲೇ ಕಾಮಾಕ್ಷಮ್ಮ ಗಾಬರಿಯಾದರು. "ಏನಪ್ಪ ವಿಷ್ಯ?"

"ಅಂಥದ್ದೇನೂ ಇಲ್ಲ. ಒಂದು ಕಾನ್ಫರೆನ್ಸ್ ಇದೆ. ಬಂದ್ಮೇಲೆ ತೀರ್ಮಾನ ಮಾಡೋಣಾಂತ" ಎಂದು ತಲೆ ಕರೆದುಕೊಂಡ.

ಬಾಗಿಲಲ್ಲಿ ಇಣುಕಿದ ಮೂರ್ತಿಗಳು ಹಿಂದಕ್ಕೆ ಹೋದರು. ಹೆಂಡತಿಯ ಆತುರಕ್ಕೆ ಮಗನನ್ನು ಅವರು ಬಲವಂತಪಡಿಸಲಾರರು.

ಗಂಡ ಬಟ್ಟೆ ಬದಲಾಯಿಸುವ ವೇಳೆಗೆ ಕಾಮಾಕ್ಷಮ್ಮ ಅಲ್ಲಿ ತಲೆ ಹಾಕಿದರು. ತ್ಯಾಗರಾಜರ ಕೀರ್ತನೆ ಗುನುಗುನಿಸುತ್ತಿದ್ದವರಿಗೆ ಹೆಂಡತಿ ಬಂದಿದ್ದು ಗೊತ್ತಾಗಲೇ ಇಲ್ಲವೆನ್ನುವಂತೆ ನಟಿಸಿದರು.

"ಕೇಳದ್ರಾ.... ನಿಮ್ಮ ಮಗ್ನ ಮಾತ್ನ?" ಎಂದು ಹೇಳಿದಾಗ, ಹೆಂಡತಿಯತ್ತ ತಲೆ ತಿರುಗಿಸಿದರು. "ಏನಂದ? ನನ್ಗಿಂತ ಅವ್ನ ಮಾತು ನಿನ್ಗೆ ಇಷ್ಟ" ಎಂದವರೇ ತ್ಯಾಗರಾಜರ ಕೀರ್ತನೆಯ ಕಡೆ ಗಮನಹರಿಸಿದರು.

"ನಿಮ್ಮ ಸಂಗೀತ ಕಾರ್ಯಕ್ರಮ ಸಂಜೆ ಇಟ್ಕೊಳ್ಳಿ. ಈಗ ಸ್ವಲ್ಪ ನನ್ಮಾತ್ಕೇಳಿ. ಭಾವೀ ಬೀಗರಿಗೆ ಒಪ್ಗೇ ತಿಳ್ಸಿ ಬೆಳಿಗ್ಗೆನೇ ಆಯಿತಲ್ಲ. ಈಗ್ಯಾಕೋ ತಮ್ಮ ಮಗ ರಾಗ ಎಳೀತಾ ಇದ್ದಾನೆ! ಅವ್ನಿಗೆ ತಲೆ ನರೆತ ಮೇಲೆ ಮದ್ವೆ ಆಗೋ ಯೋಚ್ನೆ!" ಅಸಮಾಧಾನದ ಸ್ವರದಲ್ಲಿ ಕಾಮಾಕ್ಷಮ್ಮ ನುಡಿದರು.

ನಕ್ಕುಬಿಟ್ಟರು ಮೂರ್ತಿಗಳು.

"ಅದು ಪಕ್ವವಾದ ವಯಸ್ಸು ಕಣೇ. ಹೆಚ್ಚು ಕಡ್ಮೆ ಆಗೋಲ್ಲ" ಮೂರ್ತಿ ಎಂದಾಗ, ಮುಖ ಗಂಟುಹಾಕ್ಕೊಂಡು ಆಕೆ ಎದ್ದು ಹೋದರು.

ಹಿಂದೆನೇ ಶಿವಪ್ರಸಾದ್ ಬಂದ. ಅವನ ಮನದ ತುಮುಲ ಮುಖದ ಮೇಲೆ ಸ್ಪಷ್ಟವಾಗಿತ್ತು.

"ಆಯ್ತು, ಅದಾಕ್ಯಾಕೆ ತಲೆ ಕೆಡಿಸ್ಕೋತೀಯ!" ಎಂದಾಗ ಏನೋ ಹೇಳಲು ಹೊರಟವನನ್ನು ಕೈಯೆತ್ತಿ ತಡೆದರು. "ಕಮ್ ಟು ಪಾಯಿಂಟ್. ಸುತ್ತು ಬಳಸು ಮಾತೇಕೆ. ನೀನು ಕಾನ್ಫರೆನ್ಸ್ ಮುಗ್ಸಿಕೊಂಡ್ಬಾ. ಆಮೇಲೆ ಮಾತಾಡೋಣ" ಅಲ್ಲಿಗೆ ಮುಕ್ತಾಯ ಹಾಡಿದರು.

ತಂದೆಯ ಜೊತೆ ಊಟ ಮುಗಿಸಿ ಮಂಚದ ಮೇಲೆ ಅಡ್ಡಾದ. ತಲೆಯಲ್ಲಿ ಗುಂಗೆ ಹುಳದ ಕೊರೆತ. ರಘುನಂದನ್‌ಗೆ ಏನು ಹೇಳುವುದು?

'ನೀವು ಇಂಥ ವಿಷ್ಯಗಳ ಬಗ್ಗೆ ತಲೆ ಕೆಡಿಸ್ಕೋಬೇಡಿ. ಕೆಲವು ಹುಡುಗಿಯರ ಪ್ರೀತಿ, ಪ್ರೇಮದ ಕಲ್ಪನೆಗಳನ್ನು ನಂಬೋದು ಕಷ್ಟ.....' ಮುಂದಕ್ಕೆ ಏನು ಹೇಳಬಹುದು ಎಂದು ಯೋಚಿಸತೊಡಗಿದ.

'ಎಲ್ಲಾ ಹೆಣ್ಣೇ ವಿನಾಕಾರಣ ಪ್ರಶಾಂತವಾಗಿದ್ದ ನನ್ನ ಮನಸ್ಸಿಗೆ ಕಲ್ಲೆಸೆದೆಯಲ್ಲ' ಎಂದುಕೊಳ್ಳುತ್ತಲೇ ಮಗ್ಗುಲಾದ.

ತಕ್ಷಣ ನಂದಿನಿ ಕಣ್ಮುಂದೆ ಸುಳಿದಳು. ಆಕೆಯ ಕಣ್ಣುಗಳಲ್ಲಿ ಪ್ರೇಮಮಯಿ ನೋಟದ ನಿವೇದನೆ ಇತ್ತೆನಿಸಿತು. ಎದ್ದು ಕೂತ.

ಮುಖ ತೊಳೆದು ಉಡುಪು ತೊಟ್ಟು ಒಳ ಡ್ರಾಯರ್‌ನಲ್ಲಿದ್ದ ಕವರೆಳೆದ. ಚೀಟಿಯ ಕೆಳ ಮಗ್ಗುಲಲ್ಲಿ ಮಾಧವಿಯ ವಿಳಾಸವಿತ್ತು. ಇಡೀ ಕವರನ್ನು ಜೇಬಿನಲ್ಲಿಟ್ಟುಕೊಂಡು ಹೊರಗೆ ನಡೆದ.

"ಅಮ್ಮ, ಸ್ವಲ್ಪ ಯಾರನ್ನೋ ನೋಡೋದಿದೆ. ನೋಡ್ಬರ್ತೀನಿ" ತಾಯಿಯ ಪ್ರತಿಕ್ರಿಯೆಗೆ ಕಾಯದೆ, ಬಾಗಿಲನ್ನು ಮುಂದಕ್ಕೆಳೆದುಕೊಂಡು ಹೊರಟ.

ವಿಳಾಸ ಹುಡುಕುವುದೇನೂ ಕಷ್ಟವಾಗಲಿಲ್ಲ. ಒಂದು ಕ್ಷಣ ಸಂಕೋಚ ಬಾಧಿಸಿದರೂ ತಳ್ಳಿ ಹಾಕಿದ.

ಬಾಗಿಲ ಮೇಲೆ ಬೆರಳಿನಿಂದ ಕುಟ್ಟಿದ.

"ಡ್ಯಾಮ್ ಇಟ್..... ಸರ್ರ್ಯಾಗಿ ಬುದ್ಧಿ ಹೇಳ್ಲಿಲ್ಲಾಂದ್ರೆ ಕೇಳಿ" ಮಾತಿನ ಹಿಂದೇನೆ ಬಾಗಿಲು ತೆರೆದುಕೊಂಡಿತು. ರಂಜನಾ ಮುಖದ ಕೆಂಪು ಬಿಳುಪಿಗೆ ತಿರುಗಿತು. ಶಿವಪ್ರಸಾದ್‌ರನ್ನು ನೋಡಿ "ಸಾರಿ ಸರ್...." ಹಿಂದೆ ಸರಿದಳು.

"ಆಲ್ ರೈಟ್, ಮಾಧವಿ ಇದ್ದಾರಾ? ಧ್ವನಿ ಕೇಳಿ ದಢಾರನೆ ಮಾಧವಿ ಎದ್ದು ಬಂದಳು.

"ಕಮಿನ್.... ಸರ್" ಬಲವಂತವಾಗಿ ಉಗುಳು ನುಂಗಿದಳು. ಎಲ್ಲಾ ಒಂದು ಕ್ಷಣದಲ್ಲಿ ನಾಪತ್ತೆ. ಕುಷನ್ ಸೋಫಾ ಮೇಲೆ ಕೂತು ಸುತ್ತಲೂ ಕಣ್ಣಾಡಿಸಿದ.

ವಿ.ಸಿ.ಆರ್. ಒಂದೆಡೆಯಾದರೆ, ಸ್ಟೀರಿಯೋ ಮತ್ತೊಂದೆಡೆ. ಸೋಫಾಗಳ ಮೇಲೆಲ್ಲ ಪುಸ್ತಕ, ಪತ್ರಿಕೆಗಳು ಹರಿದಾಡಿದ್ದವು. ಒರಗು ದಿಂಬುಗಳು ಅಸ್ತವ್ಯಸ್ತವಾಗಿ ಬಿದ್ದಿದ್ದವು. ಟೀಪಾಯಿ ಮೇಲೆ ಗಾಜಿನ ತಟ್ಟೆ, ಸಾಸರ್. ಈ ಪರಿಸರದಲ್ಲಿದ್ದ.... ನಂದಿನಿ.... ಮುಜುಗರಗೊಂಡಿತು ಮನ.

"ಎಕ್ಸ್‌ಕ್ಯೂಜ್....ಮಿ....ಸರ್. ಇವತ್ತು ಕೆಲ್ಸದ ಹುಡ್ಗ ಬಂದಿದ್ದ.... ಅಲ್ಲ..... ಬರ್ಲಿಲ್ಲ" ಮ್ಯಾಕ್ಸಿಯಲ್ಲಿದ್ದ ಮಾಧವಿ ಸೀರೆ ಉಟ್ಟು ಪ್ರತ್ಯಕ್ಷಳಾಗಿದ್ದಳು.

"ವಿದ್ಯಾರ್ಥಿ, ವಿದ್ಯಾರ್ಥಿನಿಯರಲ್ಲಿ ಯಾವ್ದೇ ಭೇದಭಾವವಿಲ್ಲ ಅನ್ನೋದ್ನ ಕೆಲವು ವಿಷ್ಯಗಳಲ್ಲಿಯಾದ್ರೂ ಸಾಬೀತು ಮಾಡಿದ್ದೀರಿ! ಸ್ವಲ್ಪ ನಿಮ್ಹತ್ರ ಮಾತಾಡ್ಬೇಕು. ಹೊರ್ಗಡೆ ಹೋಗೋಣ ಬನ್ನಿ" ಮೇಲಕ್ಕೆದ್ದ.

"ಜಸ್ಟ್ ಎ ಮಿನಿಟ್" ಮಾಧವಿ ಒಳಗೆ ಓಡಿದಳು. ಹಿಂದಿನಿಂದ ಬಂದ ರಂಜನಾ ವಿವಿಧ ನಮೂನೆಯ ನಾಲ್ಕಾರು ಪ್ಯಾಕೆಟ್ ಬಿಸ್ಕತ್ ಟ್ರೇನಲ್ಲಿ ತಂದಿದ್ದಳು. "ಪ್ಲೀಸ್, ನೀವು ತಗೊಂಡ್ರೆ ನಮ್ಗೆ ಸಂತೋಷ" ನೋಟ ನೆಲದಲ್ಲಿ ನೆಟ್ಟು ಹೇಳಿದಳು. ಅವನ ತುಟಿಯಂಚಿನಲ್ಲಿ ಕಿರುನಗು ಮೂಡಿತು. ಆರಾಮವಾಗಿ ಕೂತ.

"ಈಗ ವೆಕೇಷನ್ ಅಲ್ವಾ, ಯಾಕೆ ಯಾರೂ ಊರುಗಳಿಗೆ ಹೋಗಿಲ್ಲ?" ಬಿಸ್ಕತ್ ಕೈಗೆತ್ತಿಕೊಂಡ.

"ನಾವೆಲ್ಲ ಬೇರೆ ಕಡೆ ಟ್ರಿಪ್ ಹೋಗ್ಬೇಕೂಂತ ನಿಶ್ಚಯಿಸಿದ್ದೀವಿ. ಆದ್ರೆ.... ನಂದಿನಿ ಫಾದರ್ ಮೇಘವರ್ಷಿಣಿಗೆ ಆಹ್ವಾನಿಸಿದ್ದಾರೆ. ನಾಲ್ಕು ದಿನ ಬಿಟ್ಟು ಹೋಗ್ತೀವಿ."

'ಮೇಘವರ್ಷಿಣಿ, ಮೇಘವರ್ಷಿಣಿ' ಮೆಲುಕು ಹಾಕಿದ. ಸುಂದರವಾದ ಹೆಸರು. ಆದರೆ ಅದರ ಬಗ್ಗೆ ವಿಚಾರಿಸಲಾಗಲಿ ಅಥವಾ ವಿಶ್ಲೇಷಿಸಲಾಗಲಿ ಹೋಗಲಿಲ್ಲ.

ಮೂವರು ಬಂದು ನಿಂತರು. ಇಡೀ ಕಾಲೇಜಿನಲ್ಲೇ 'ಸ್ಟ್ರಿಕ್ಟ್' ಎಂಬ ಹೆಸರು ಸಂಪಾದಿಸಿಕೊಂಡಿದ್ದರೂ ಒಮ್ಮೊಮ್ಮೆ ತೋರುವ ಆತ್ಮೀಯತೆಯಿಂದ ಎಲ್ಲರಿಗೂ ಬೇಕಾದವರಾಗಿ, ಅಚ್ಚುಮೆಚ್ಚಿನ ಪ್ರೊಫೆಸರ್ ಆಗಿಹೋಗಿದ್ದ ಶಿವಪ್ರಸಾದ್.

"ಎಲ್ಲಾ ತಗೊಳ್ಳಿ. ಇಷ್ಟಂತೂ ತಿನ್ನೋದು ಸಾಧ್ಯವಿಲ್ಲ" ಎಂದರೂ, ಯಾರೂ ಕೈ ಹಚ್ಚಲಿಲ್ಲ. ಎರಡು ಬಿಸ್ಕತ್ ನಡುವೆ ಟೀ ಕುಡಿದು ಎದ್ದ.

"ಹೋಗೋಣ್ವಾ?" ಮಾಧವಿಯತ್ತ ನೋಡಿದ. ಪಕ್ಕದಲ್ಲಿ ನಿಂತಿದ್ದ ಅವಳ ಗೆಳತಿ ಮಾಧವಿಯ ತೋಳನ್ನು ಜಿಗುಟಿದ್ದು ನೋಡಿದರೂ ನೋಡದಂತಿದ್ದುಬಿಟ್ಟ.

"ಬೆಸ್ಟ್ ಆಫ್ ಲಕ್, ಯು ಆರ್ ಲಕ್ಕೀ. ಹ್ಯಾವ್ ಎ ನೈಸ್ ಟೈಮ್" ಹಿಂದಿನಿಂದ ಕೇಳಿಬಂದಾಗ ನಿಟ್ಟುಸಿರು ದಬ್ಬಿದ.

ಒಂದಷ್ಟು ದೂರ ನಡೆದಾಗ ನಿಂತು ಮಾಧವಿಯತ್ತ ನೋಡಿದ.

"ಇನ್ನಷ್ಟು ದೂರ ನಡೆಯಲು ಸಾಧ್ಯವೇ?" ಲಘುವಾದ ಹಾಸ್ಯವಿತ್ತು ಅವನ ಸ್ವರದಲ್ಲಿ. ಕೆಂಪು ಕೆಂಪಾದಳು ಮಾಧವಿ. "ನಡೀತೀನಿ" ಎಂದಾಗ ಹೆಜ್ಜೆಗಳನ್ನು ಮುಂದಿಟ್ಟ.

ಸಿಂಹಗಾಂಭೀರ್ಯದ ಶಿವಪ್ರಸಾದ್‌ನ ನೋಟ ಅವಳಿಗೆ ತುಂಬ ಇಷ್ಟವಾಯಿತು. ಬಹುಶಃ ಅವಳು ತಿನ್ನೋ ಚಾಕಲೇಟ್, ಆಗಾಗ ರುಚಿ ನೋಡೋ ವ್ಹಿಸ್ಕಿ, ಅಪರೂಪಕ್ಕೊಮ್ಮೆ ನುಂಗುವ ಮಾತ್ರೆ ಎಲ್ಲಕ್ಕಿಂತ ಇಷ್ಟವಾಯಿತು ಅವನ ನೋಟ. ಆ ನೋಟದಡಿಯಲ್ಲೇ ಇದ್ದು ಬಿಡುವ ಆಸೆಯಾಯಿತು.

"ಛೇ....." ತಲೆಯ ಮೇಲೊಂದು ಮೊಟಕಿಕೊಂಡಳು. ಶಿವಪ್ರಸಾದ್ ಅದನ್ನು ಗಮನಿಸಲಿಲ್ಲ.

ಅಲ್ಲೇ ಪಾರ್ಕಿನ ಒಂದು ಮೂಲೆಯಲ್ಲಿನ ಕಲ್ಲು ಬೆಂಚಿನ ಮೇಲೆ ಕೂತರು. ಒಪ್ಪವಾಗಿದ್ದ ಅವನ ಕ್ರಾಪ್‌ನ ಮುಂಗೂದಲು ತಂಗಾಳಿಗೆ ಚದುರಿ ಹಾರಾಡತೊಡಗಿತು.

"ಇವತ್ತು ಬೆಳಿಗ್ಗೆ ನಂದಿನಿ ತಂದೇನ ಭೇಟಿ ಮಾಡಿದ್ದೆ" ಮುಂದಿನ ಮಾತಿಗಾಗಿ ಉಸಿರು ಬಿಗಿಹಿಡಿದು ಕಾದಳು. "ಈ ಹುಚ್ಚಾಟಗಳಿಗೆ ಅರ್ಥವೇನು? ಅದ್ರ ಒಳ ವಿವರಣೆ ನಿಮ್ಮಿಂದ್ಲೇ ಸಿಕ್ಕಬೇಕು! ಡ್ರಗ್ಸ್ ತಗೊಳ್ಳೋದು ಎಂದಿನಿಂದ ಪ್ರಾರಂಭ ಮಾಡಿದ್ದು, ಈಗ ಯಾವ ಹಂತದಲ್ಲಿದೆ?"

ಸ್ವಲ್ಪ ಹೊತ್ತು ಮೌನವಾಗಿ ಕೂತಳು ಮಾಧವಿ. ಅವಳಿಗೆ ತಿಳಿದ ಮಟ್ಟಿಗೆ ನಂದಿನಿ ತುಂಬ ಒಳ್ಳೇ ಹುಡುಗಿ; ಆದರೆ ತೀರಾ ಭಾವುಕಳು.

"ಬರೀ ಬೋರ್ಡಿಂಗ್ ಸ್ಕೂಲ್‌ನಲ್ಲೇ ಬೆಳೆದ ಅವ್ಳುಗೆ ಬೇರೆಯವರ ಅಪ್ಪ, ಅಮ್ಮಂದಿರ ಪ್ರೀತಿ ಕಂಡಾಗ ತುಂಬ ಭಾವುಕಳಾಗಿಬಿಡ್ತಾ ಇದ್ಳು. ಎದೆಯಾಳದ ನಿರಾಶೆ ಅವಳನ್ನ ಪೂರ್ತಿ ಮುಳುಗಿಸಿಬಿಡುವಷ್ಟು ಸಮರ್ಥವಾಗ್ತ ಇತ್ತು. ಹಗಲೆಲ್ಲ ಕಣ್ಣೀರು ಮಿಡಿಯೋ ಅವ್ಳ ಬಗ್ಗೆ. ನಂಗೆ ವಿಪರೀತ ಅನುಕಂಪ. ಹಾಸ್ಟೆಲ್‌ನಿಂದ ನನ್ನ ರೂಮಿಗೆ ಅವಳನ್ನ ಶಿಫ್ಟ್ ಮಾಡ್ದೇ...." ಎಂದವಳೇ ತಲೆ ತಗ್ಗಿಸಿ ಕೂತುಬಿಟ್ಟಳು. ಮಾಧವಿಯ ಎದೆ ಭಾರವಾಗಿ ಗಂಟಲುಬ್ಬಿತು.

"ರಾತ್ರಿ ವೇಳೆ ಅಪ್ಪ, ಅಮ್ಮಂದಿರನ್ನ ನೆನಸ್ಕೊಂಡು ಸಂಕಟಪಡೋಳು. ಕೆಲವೊಮ್ಮೆ ಅವ್ಳಿಗೆ ಒಪ್ಪದ ರೋಷ. ಕೋಪದಿಂದ ಕೂಗಾಡುತ್ತಿದ್ದಳು. ಐ ಹೇಟ್ ದಟ್ ಪೀಪಲ್ ಎಂದು ಬಿಕ್ಕುತ್ತಿದ್ದಳು." ಆಕೆಯ ಮಾತನ್ನು ಕೇಳುತ್ತಿದ್ದ ಶಿವಪ್ರಸಾದ್ ಬಗ್ಗಿ ಕಾಲ ಬಳಿಯಲ್ಲಿನ ಹುಲ್ಲಿನ ಗರಿಕೆ ಕಿತ್ತುಕೊಂಡ.

"ಆಮೇಲೆ ಕೆಲವು ದಿನ ಹುರುಪು ತುಂಬಿಕೊಂಡ್ಳು. ಆದ್ರೆ ನೀವು ಗದರಿದ ದಿನ ಇಡೀ ಪ್ರಪಂಚ ತಲೆ ಕೆಳಗಾದಂತೆ..... ಅಂದೇ ಒಂದು ಮಾತ್ರೆ ಅವಳ ಕೈಯಲ್ಲಿಟ್ಟಿದ್ದು" ಕೇಳಿ ಥಟ್ಟನೆ ಅವಳ ಕಡೆ ಆಶ್ಚರ್ಯದಿಂದ ನೋಡಿದ.

"ಬಹಳ ತಪ್ಪು ಮಾಡಿದ್ರಿ, ಮಾಧವಿ. ಬದ್ಕು ಬಗ್ಗೆ ಈ ತರಹ ಮನೋಭಾವ ಒಳ್ಳೇದಲ್ಲ. ಕುಡಿತಕ್ಕಿಂತ ಮಾದಕ ವಸ್ತು ತನ್ನ ಪ್ರಭಾವ ಬಹಳ ಬೇಗ ಬೀರಬಲ್ಲದು, ಮಾತ್ರವಲ್ಲ ಆ ವ್ಯಕ್ತಿಯ ಆ ತನಕ್ಕೆ ಬೇಗ ಗೋರಿ ತೋಡುತ್ತೆ!" ಅವನ ಸ್ವರ ಕಂಪಿಸಿತು.

ವಾಚ್ ಕಡೆ ನೋಡಿದ. ನಾಲ್ಕನ್ನು ದಾಟಿ ಮುಂದಕ್ಕೆ ದೌಡಾಯಿಸಿತ್ತು ದೊಡ್ಡ ಮುಳ್ಳು. ಇಂದಿನ ಬಿಸಿಲು ಕೂಡ ಎಂದಿನ ಪ್ರಖರತೆಯಿಂದ ಮುಕ್ತವಾಗಿ ವಾತಾವರಣದಲ್ಲಿ ಮಬ್ಬು ಆವರಿಸಿಕೊಂಡಿತ್ತು.

"ಸರ್, ಈಗೇನು ಮಾಡೋದು? ಅವ್ಳು ಅದಕ್ಕೆ ಬಲಿಯಾಗೋದ್ಬೇಡ. ಅವ್ಳು ಪ್ರೀತಿಸಿದ, ವಿಶ್ವಾಸವಿಟ್ಟ ವ್ಯಕ್ತಿ ಮಾತ್ರ ಪಾರು ಮಾಡಬಲ್ಲ ಅವಳನ್ನ ನೀವು ಪ್ರೀತಿಸ್ದೇ ಇರ್ಬಹ್ದು. ಆದ್ರೆ ಮಾನವೀಯ ದೃಷ್ಟಿಯಿಂದಲಾದ್ರೂ.... ನೋಡಿ" ಅವಳು ಮಿಡಿದ ಕಂಬನಿಗೆ ಪೂರ್ತಿ ಕರಗಿದ.

"ಬದ್ಕೇ ವಿಚಿತ್ರ, ಮಾಧವಿ! ಮಾಧವಿ, ಎಷ್ಟೇ ಪ್ರಯತ್ನಪಟ್ಟರೂ ಕೆಲವಕ್ಕೆ ಕಾರಣಗಳನ್ನು ಹುಡುಕೋಕಾಗೋಲ್ಲ!" ಅವನಿಂದ ಬಂದ ಮಾತುಗಳಿಗೆ ಮಾಧವಿ ಚಕಿತಳಾದರೂ ಕಣ್ಣಂಚಿನಲ್ಲಿ ಹರ್ಷದ ಬಿಂದುಗಳಿದ್ದವು. ಹೊರಡುವ ಮುನ್ನ ಅಡ್ಡಗೋಡೆಯ ಮೇಲೆ ದೀಪವಿಟ್ಟಂತೆ ಅರೆ ಮನಸ್ಸಿನಿಂದಲೇ ಹೇಳಿದ.

"ನಾನು ಬೆಳಿಗ್ಗೆ ರಘುನಂದನ್ ಭೇಟಿ ಮಾಡ್ತೀನಿ."

ಮಾಧವಿಯ ಮುಖ ಅರಳಿತು. ಶಿವಪ್ರಸಾದ್ ದೃಢ ಮನಸ್ಕರು. ವಿವೇಚನೆಯಿಲ್ಲದೆ ಮುಂದಕ್ಕೆ ಹೆಜ್ಜೆ ಎತ್ತಿಡಲಾರರು ಮತ್ತು ಇಟ್ಟ ಹೆಜ್ಜೆಯಿಂದ ಹಿಂತೆಗೆಯಲಾರರು. ಅವಳ ಮನ ದೃಢೀಕರಿಸಿತು.

"ನಿಮ್ಮನ್ನ ರೂಮು ತಲುಪಿಸಿ ಹೋಗ್ತೀನಿ" ಎಂದ ಅವನ ಕೈಗಳು ಪ್ಯಾಂಟಿನ ಜೇಬಿನೊಳಕ್ಕೆ ಇಳಿಯಿತು. ಮಾಧವಿ "ನಿಮ್ಗೆ ಆ ತೊಂದರೆ ಬೇಡ. "ಆದ್ರೆ...." ಸಂಕೋಚದಿಂದ ಅವಳ ಮುಖ, ರಂಗೇರಿದ ಕೆನ್ನೆಗಳನ್ನು ನೋಡಿದ.

"ಏನಿಲ್ಲ..... ಬಿಡಿ" ಎಂದು ಸರಸರನೆ ಸರಿದುಹೋದಳು. 'ವಿಚಿತ್ರ ಹುಡ್ಗಿ' ಎಂದುಕೊಂಡ.

ಮನೆಗೆ ಬಂದ ಶಿವಪ್ರಸಾದ್ ಕೂಡಲೇ ಬಟ್ಟೆ ಬದಲಾಯಿಸಿ ವರಾಂಡದಲ್ಲಿ ಬಂದು ಕೂತ. ತಲೆ ಪಟಪಟನೆ ಸಿಡಿಯುತ್ತಿತ್ತು.

"ನಮಸ್ಕಾರ, ಅಮ್ಮ ಒಳಗಡೆ ಇದ್ದಾರೆ" ಬಂದವರನ್ನು ಸ್ವಾಗತಿಸಿ, ಅವರಿಂದ ಪಾರಾಗುವುದನ್ನು ಚಿಂತಿಸಿದರು.

ಗೋಪಾಲಕೃಷ್ಣನ್ ಅಲ್ಲಿಯೇ ಕೂತರು. ಮೈಯೆಲ್ಲ ಪರಚಿಕೊಂಡಂತಾಯಿತು. ಕೆಮ್ಮಿ ಗಂಟಲು ಸರಿಮಾಡಿಕೊಂಡ; ಷರಟಿನ ಮೇಲಿನ ಗುಂಡಿ ಹಾಕಿದ.

"ಅಣ್ಣನೂ ಇರ್ಬೇಕು. ಒಳಗಡೆ ಬನ್ನಿ" ಮೇಲಕ್ಕೆದ್ದಾಗ ಅವರ ಕೈ ಹಿಡಿದುಕೊಂಡು 'ಏನು ವಿಷ್ಯ' ಶಿವಪ್ರಸಾದ್ "ನಿಮ್ಮಲ್ಲೇ ಮಾತಾಡ್ಬೇಕೂಂತ ಬಂದಿದ್ದು!" ಧಸಕ್ಕನೆ ಕೂತ.

"ದಿನ ನಿಶ್ಚಯ ಬಿಟ್ಟು ಎಲ್ಲಾ ತೀರ್ಮಾನವಾಗಿತ್ತು. ನಿಮ್ತಂದೆ ಮಧ್ಯಾಹ್ನ ಫೋನ್ ಮಾಡಿ ಸುದ್ದಿ ತಿಳಿಸಿದ್ರು. ಅದ್ಕೇ.... ಬಂದೆ" ಅವನ ಗಂಟಲಲ್ಲಿ ಪಸೆ ಆರಿತು.

"ಹೇಗಿದ್ದಾಳೋ.... ಹುಡ್ಗಿ?" ಎಂದಾಗ ಕಾಮಾಕ್ಷಮ್ಮ ಖುಷಿಯಿಂದ ತಲೆಯಾಡಿಸಿ, "ನಂದೇನೂ ಅಭ್ಯಂತರವಿಲ್ಲ." ಅಂದದ್ದನ್ನು ನೆನಸಿಕೊಂಡ. ಒಬ್ಬ ಸುಶಿಕ್ಷಿತ, ಸಭ್ಯ ವ್ಯಕ್ತಿಯ ನಡತೆಯಲ್ಲಿ ಆ ಹೆಣ್ಣಿನ ನೋವಿನ ಮುಖ ಅವನ ಕಣ್ಮುಂದೆ ತೇಲಿತು.

"ದಯವಿಟ್ಟು ಕ್ಷಮ್ಸಿ. ನಂಗೆ ಒಂದು ಹದಿನೈದು ದಿನ ಅವಕಾಶ ಕೊಡಿ. ಅಥ್ವಾ ಬೇರೆ ಗಂಡು ಸಿಕ್ರೆ ಮದ್ವೆ ನಿಶ್ಚಯ ಮಾಡ್ಕೊಳ್ಳಿ. ಪರಿಸ್ಥಿತಿಯ ಒತ್ತಡದಿಂದ ಈ ಮಾತುಗಳನ್ನ ಹೇಳಬೇಕಾಯ್ತು" ಎಂದವನೇ ಒಳಗೆ ಹೋಗಿಬಿಟ್ಟ.

ಗೋಪಾಲಕೃಷ್ಣನ್‌ರ ಮೈಯಲ್ಲಿ ಶಕ್ತಿಯೇ ಇಂಗಿದಂತಾಯಿತು. ಕೂತವರು ಅತ್ತಿತ್ತ ಅಲುಗಾಡಲಿಲ್ಲ.

"ಇಲ್ಲೇ ಕೂತುಬಿಟ್ಟಿದ್ದೀರಲ್ಲ. ಒಳ್ಗಡೆ ಬನ್ನಿ" ಎಂದು ಕಾಮಾಕ್ಷಮ್ಮ ಬಾಗಿಲಿಗೆ ಬಂದರು. ನಿಸ್ತೇಜ ಕಣ್ಣುಗಳನ್ನು ಮೇಲೆತ್ತಿದರು ಗೋಪಾಲಕೃಷ್ಣನ್, "ನಿಮ್ಮ ಮಗ ಒಂದು ಶಾಕ್ ಕೊಟ್ರು. ಆ ಚೇತರಿಕೆಯಲ್ಲೇ ಇನ್ನೂ ಕುಳಿತಿದ್ದೀನಿ, ನಾನು" ಅವರ ಜೇಬಿನಲ್ಲಿದ್ದ ಕರ್ಚೀಫ್ ಕೈಗೆ ತೆಗೆದು ಮುಖದ ಬೆವರನ್ನೊತ್ತಿದರು.

"ನಾನು ಕನ್ನಡ ಅಧ್ಯಾಪಕ ಇರ್ಬಹ್ದು. ಮಗ್ಳ ಮದ್ವೆ ಅಷ್ಟೇನು ಕಳಪೆಯಿಂದ ಮಾಡೋಲ್ಲ. ಅಷ್ಟಿಷ್ಟು ತಾತ ಮುತ್ತಾತನ ಸಂಪಾದ್ನೆ ಇದೆ. ತಮ್ಮ ಮಗ್ನ ಯೋಗ್ಯತೆಗೆ ತಕ್ಕಷ್ಟು ದೊಡ್ಡಲ್ದೇ ಇದ್ರೂ..... ಅಲ್ಪಸ್ವಲ್ಪ ಕೊಟ್ಟು ಮದ್ವೆ ಮಾಡ್ತೀನಿ. ಮತ್ತೆ ಹೆಚ್ಗೇ..... ಏನಾದ್ರೂ ಬೇಕಾದ್ರೆ ವಿಚಾರ್ಸಿ. ದಯವಿಟ್ಟು ಅಡ್ಡಗೋಡೆಯ ಮೇಲೆ ದೀಪವಿಡುವಂಥ ಮಾತುಗಳು ಮಾತ್ರ ಬೇಡ" ಗೋಪಾಕೃಷ್ಣನ್ ಅವರು ಎರಡೂ ಕೈ ಜೋಡಿಸಿದರು.

ರೂಮಿನಲ್ಲಿ ಕೂತ ಶಿವಪ್ರಸಾದ್ ಮಾತು ಕೇಳಿ ಮುಖ ಹಿಂಡಿದ. ಇಂಥ ಪರಿಸ್ಥಿತಿಗೆ ತಂದ ನಂದಿನಿಯ ಬಗ್ಗೆ ರೇಗಿಕೊಂಡ.

ಒಳಗೆ ಬಂದು "ಅವ್ರಿಗೆ ಏನಾದ್ರೂ ಹೇಳು" ಕಾಮಾಕ್ಷಮ್ಮ ಬಂದು ನಿಂತರು. ಶಿವಪ್ರಸಾದ್‌ನ ಹಣೆಯ ಮೇಲಿನ ಕೈ ಕೆಳಗಿಳಿದು ಕುರ್ಚಿ ಹಿಡಿಯನ್ನು ಹಿಡಿಯಿತು. "ಆಗ್ಲೇ ಹೇಳಿದ್ದೀನಿ, ಸದ್ಯಕ್ಕೆ ಮತ್ತೇನೂ ಹೇಳೋದಿಲ್ಲ" ಕಡ್ಡಿ ಮುರಿದಂತೆ ಹೇಳಿದ.

ಗೋಪಾಲಕೃಷ್ಣನ್ ಒಳಗೆ ಬಂದರು. ತೊಟ್ಟು ರಕ್ತವಿಲ್ಲದಂತೆ ಅವರ ಮುಖ ಬಿಳಿಚಿಕೊಂಡಿತ್ತು. ಅಪರಾಧ ಮನೋಭಾವದಿಂದ ಅವನ ಮುಖ ತಗ್ಗಿತು.

"ಈಗಾಗ್ಲೇ ಆ ಹುಡ್ಗಿ ಕನಸು ಕಾಣ್ತಾ ಇದ್ದಾಳೆ. ದಯವಿಟ್ಟು ಆಘಾತವಾಗುತ್ತೆ. ಇನ್ನಾರು ತಿಂಗ್ಳು ಮದ್ವೆ ತಡವಾದ್ರೂ ಪರ್ವಾಗಿಲ್ಲ, ತಾವು 'ಹ್ಞೂ' ಅನ್ನಿ" ಅವರ ಸ್ವರದಲ್ಲಿನ ದೈನ್ಯ ಅವನನ್ನು ಇಂಚು ಇಂಚಾಗಿ ಸುಡತೊಡಗಿತು. ಕೆಳತುಟಿ ಕಚ್ಚಿ ಮನದ ತುಮುಲ ಅದುಮಿದ.

ಮಬ್ಬು ಬೆಳಕಿನಲ್ಲಿ ನಂದಿನಿ, ಕುಮುದ ಕಣ್ಣ ಮುಂದೆ ಮಿನುಗಿದರು. ಯಾರು ಹೆಚ್ಚು, ಯಾರು ಕಡಿಮೆ? ಬ್ಯಾಲೆನ್ಸ್ ಹಿಡಿಯಲಾರದೆ ಸೋತ ಶಿವಪ್ರಸಾದ್.

"ಸ್ವಲ್ಪ ಅರ್ಥ ಮಾಡ್ಕೊಳ್ಳಿ" ಎಂದವನು ನಿಲ್ಲಿಸಿದ. ಶಿವಪ್ರಸಾದ್‌ನ ಮನ ಗಹಗಹಿಸಿತು. 'ಅವರಿಗೆ ಅರ್ಥವಾಗದು. ಹೇಳಿ ಏನೂ ಪ್ರಯೋಜನವಿಲ್ಲ. ಪ್ರತಿಯೊಂದಕ್ಕೂ ರೀಸನ್ ಇರುತ್ತೆ. ಆದ್ರೆ..... ನೀನು ತಿಳ್ಕೊಳ್ಳೋ ದೃಷ್ಟಿಯಲ್ಲಿಲ್ಲ. ಎಕ್ಸ್‌ಕ್ಯೂಜ್ ಮೀ" ಹೊರಗೆದ್ದು ಹೋದ.

ಗೋಪಾಲಕೃಷ್ಣನ್, ಕಾಮಾಕ್ಷಮ್ಮನವರ ಕಡೆ ನೋಡಿದರು. ಆಕೆ ನೋಟ ಬೇರೆಡೆ ತಿರುಗಿಸಿದರು. ಗೋಪಾಲಕೃಷ್ಣನ್ ಪ್ರಯಾಸದಿಂದ ಮೇಲಕ್ಕೆದ್ದರು.

"ಹದಿನೈದು ದಿನ ಕಾಯ್ತೀನಿ. ನೀವೂ ಹೆಣ್ಣು ಹೆತ್ತವರು" ಮುಖದ ಮೇಲಿನ ಬೆವರನ್ನ ತೊಡೆದುಕೊಳ್ಳುತ್ತ ಅವರು ಹೊರಗೆ ಅಡಿಯಿಟ್ಟರು. ಕಾಮಾಕ್ಷಮ್ಮನ ಎದೆಯ ಮೇಲೆ ಬಂಡೆಯೇರಿದಂತಾಯಿತು. ಮಿಲ ಮಿಲ ಒದ್ದಾಡಿದರು.

"ಖಂಡಿತ ಹಾಗೇನೂ ಇಲ್ಲ. ನಮ್ಮ ಶಿವಪ್ರಸಾದ್ ನೂರರಲ್ಲಿ ಒಬ್ಬ. ಯಾಕೋ, ಏನೋ ಹೇಳಿದ್ದಾನೆ ಅಷ್ಟೇ" ಅವರ ಕಿವಿಗಳು ಕೇಳಿಸಿಕೊಂಡರೂ ಯಾವುದೇ ಪ್ರತಿಕ್ರಿಯೆ ವ್ಯಕ್ತವಾಗಲಿಲ್ಲ.

ಹಿತ್ತಲಲ್ಲಿದ್ದ ಶಿವಪ್ರಸಾದ್ ಒಳಗೆ ಬಂದ. ತಾಯಿಯತ್ತ ನೋಡಲಾರದಷ್ಟು ಅಪರಾಧ ಭಾವ.

ಕುಮುದಳನ್ನು ಮನಃಪೂರ್ತಿಯಾಗೇ ಒಪ್ಪಿಕೊಂಡಿದ್ದ. ಅಪ್ಪ, ಅಮ್ಮ ನೋಡಿದ ಸಂಬಂಧ ಅನ್ನೋ ನಿಶ್ಚಿಂತೆ ಬೇರೆ. ಆದರೆ ಈಗ ಬೀಸಿದ್ದು ಬಿರುಗಾಳಿ. ಯಾರು ಕೊಚ್ಚಿಕೊಂಡು ಹೋದರೂ ತಾನು ದೃಢವಾಗಿ ನಿಲ್ಲಬಲ್ಲೆನೆಂಬ ಭರವಸೆ.

ಮೆಡಿಕಲ್ ಜರ್ನಲ್ಸ್ ನೋಡಿದ ಗಂಟೆಗಟ್ಟಲೆ. ತಾನು ಒಂದೇ ಮಾತಿನಲ್ಲಿ ತಳ್ಳಿ ಹಾಕಬಹುದಾಗಿತ್ತು ರಘುನಂದನ್ ಮಾತುಗಳನ್ನು. ಆದರೆ ತನ್ನನ್ನು ಹಿಡಿದಿಟ್ಟಿದ್ದು ಯಾವುದು? ನಂದಿನಿಯ ಕಣ್ಣುಗಳಲ್ಲಿನ ಮುಗ್ಧತೆಯೋ ಅಥವಾ ಅವಳ ಪ್ರೇಮದ ಅಮಲೋ? ರಘುನಂದನ್ ಬೇಡಿಕೆಯೋ? ಸದ್ಯಕ್ಕಂತೂ ಉತ್ತರ ಸಿಗಲಾರದೆ ಹೋಯಿತು.

ಮುಚ್ಚಿದ ಬಾಗಿಲಿನ ಮೇಲೆ ಟಕ ಟಕ ಬೆರಳಿನಿಂದ ಕುಟ್ಟಿದ ಸದ್ದು ಕೇಳಿಸಿತು.

"ಯಾರು?" ಮ್ಯಾಗಜೀನ್ ಮಡಚಿ ಪಕ್ಕಕ್ಕಿಟ್ಟ.

"ನಾನು ಕುಮುದ" ಮಾತು ಕೇಳಿ ಗಾಬರಿಯಿಂದ ಮೇಲಕ್ಕೆದ್ದ. ಚುರುಕು ಕಣ್ಣಿನ ಲಜ್ಜೆಯ ಲಲನೆ ಇಲ್ಲಿಯವರೆಗೂ ಬರುವ ಸಾಹಸ ಮಾಡಿದ್ದಳು. "ಬನ್ನಿ, ಒಳಗಡೆ" ಎಂದವನು ತಾನೇ ಎದ್ದು ಹೋಗಿ ಬಾಗಿಲು ತೆರೆದ.

ಕೆಂಪುಹತ್ತಿದ ಕಣ್ಣು, ಗಲ್ಲಗಳು ಅದಕ್ಕೆ ಸಾಕ್ಷಿ. ಇನ್ನೂ ಕಣ್ಣಂಚಿನಲ್ಲಿ ಕಂಬನಿ ಜಿನುಗುತ್ತಿತ್ತು. ಆಕೆಯನ್ನು ನೋಡಿ ಅವನ ಬಾಯಿಂದ ಸ್ವರ ಹೊರಡದಾಯಿತು.

"ಕೂತ್ಕೊಳ್ಳಿ...." ಹೊಸಿಲು ದಾಟಿ ತಾನೇ ಛೇರ್‌ನತ್ತ ಹೊರಟ ಶಿವಪ್ರಸಾದ್. ಪೆಟ್ಟು ತಿಂದಂತೆ ಹೃದಯ ಗೋಳಿಡುತ್ತಿತ್ತು!

ಕಾಮಾಕ್ಷಮ್ಮ ಇಣುಕಿದರೂ ನೋಡದಂತಿದ್ದುಬಿಟ್ಟರು.

"ನನ್ನ ಹೃದಯಕ್ಕೆ ಚೂರಿ ಹಾಕ್ಬಿಟ್ರಿ" ಎರಡು ಕೈಯಲ್ಲೂ ಮುಖ ಮುಚ್ಚಿ ಅಳತೊಡಗಿದಳು. ಅವನ ಮುಖ ಬಿಗಿಯಿತು. "ಸ್ಟಾಪ್ ಇಟ್. ಯಾಕೆ ಅಳ್ತಾ ಇದ್ದೀರಿ? ಇಷ್ಟು ವಿಪರೀತ ಒಳ್ಳೇದಲ್ಲ, ರಿಲ್ಯಾಕ್ಸ್....." ಸ್ವಲ್ಪ ಒರಟಾಗಿಯೇ ಹೇಳಿದ.

ಬಿಕ್ಕುವುದು ನಿಂತು ಕಣ್ಣು – ಮೂಗು ಒರಿಸಿಕೊಂಡಳು. ಶಿವಪ್ರಸಾದ್ ಒಂದು ನಿರ್ಧಾರಕ್ಕೆ ಬಂದಂತೆ ಹೇಳಿದ.

"ನಾನು ನೀವು ಲವ್ ಮಾಡಿಲ್ಲ. ಗಿಡ, ಮರ, ಹೋಟೆಲ್, ಪಿಕ್‌ನಿಕ್ ಅಂತ ನಿಮ್ಮನ್ನ ಸುತ್ತಿಸಿಲ್ಲ. ಸಂಪ್ರದಾಯ ವಾತಾವರಣದಲ್ಲೇ ನನ್ನ, ನಿಮ್ಮ ಭೇಟಿ. ಇಂಥ ಸಂದರ್ಭಗಳು ಹತ್ತಾರು ಬಂದಿರ್ಬಹ್ದು. ಅಳು, ಒತ್ತಡ, ಒತ್ತಾಯ ಯಾವುದೂ ಸಂಬಂಧವನ್ನು ಗಟ್ಟಿ ಮಾಡೋಲ್ಲ. ಮತ್ತಷ್ಟು ಹದಗೆಡ್ಸುತ್ವೆ. ನಿಮ್ಮ ತಂದೆಯವ್ರಿಗೆ ಹೇಳ್ದ ಮಾತೇ ಕೊನೇದು! ಹ್ಯಾವ್ ಯೂ ಬೀನ್ ಚೀಟೆಡ್? ಇಲ್ಲಿ ಮೋಸದ ಪ್ರಶ್ನೇನೇ ಬರೋಲ್ಲ. ಕೆಲವು ಮೌಲ್ಯಗಳಿಗೆ ಅರಿವಾಗದಂತೆ ಬದ್ಧನಾಗಬೇಕಾಗುತ್ತೆ!"

ಹೇಳುವುದು ಮುಗಿಯಿತು ಎನ್ನುವಂತೆ ಎದ್ದು ಹೋದ. ಕಾಮಾಕ್ಷಮ್ಮ ಹೊರಗೆ ಬಂದರು. ಅವರಿಬ್ಬರ ಮಾತುಗಳಿಗೆ ಕಿವುಡನಾಗಿದ್ದ.

"ಯಾವುದು ಮೌಲ್ಯ? ಯಾವ್ದು ಅಪಮೌಲ್ಯ?" ತಮ್ಮ ಮೂಗಿನ ನೇರಕ್ಕೆ ರೂಪಿತವಾದದ್ದೇ? ನೈತಿಕತೆ ಅಟ್ಟಹಾಸಗೈದಿತು.

ರಾತ್ರಿ ಊಟಕ್ಕೆ ಕೂತಾಗಲೂ 'ಬೇಕು, ಬೇಡ' ಇಷ್ಟರಲ್ಲೇ ಊಟ ಮುಗಿಸಿ ಎದ್ದ. ಕೆಲವು ವಿಷಯಗಳಲ್ಲಿ ವೈಯಕ್ತಿಕ ನಿರ್ಧಾರಗಳೇ ಇಲ್ಲದಿದ್ದರೆ, ಆಕೆ ತುಟಿಯವರೆಗೂ ಬಂದ ಮಾತುಗಳನ್ನು ನುಂಗಿಕೊಂಡರು. ಹೆಣ್ಣುಗಳಲ್ಲೂ ಅವರ ನೋಟ, ಮಾತು ಎಲ್ಲಾ ಇತಿ–ಮಿತಿ. ಬಿಗಿದ ಮುಖ, ಗಂಭೀರವಾದ ಕಣ್ಣುಗಳು. ಪ್ರೇಮಿಸಲು ಹೆಣ್ಣಿನ ಹೃದಯಗಳು ಹಿಂದೆಗೆದಿರಬಹುದು. ಆದರೂ ಯಾವುದೇ 'ಲವ್ ಅಫೇರ್' ಪ್ರಕರಣ ಅವನ ಜೀವನದಲ್ಲಿ ಬಂದಿರಲಿಲ್ಲ. ಆದರೆ ಈಗ ತೊಡಕಿನಲ್ಲಿ ಸಿಕ್ಕಿಸಿದ್ದು ನಂದಿನಿಯೇ.

ಬೆಳಿಗ್ಗೆ ಎದ್ದ ಕೂಡಲೇ ಸ್ನಾನ, ಕಾಫಿ ಮುಗಿಸಿ ಬಟ್ಟೆ ಹಾಕಿಕೊಂಡ.

"ಎಲ್ಲಿಗಾದ್ರೂ ಹೊರಟ್ಟಿದ್ದೀಯಾ?" ಕಾಮಾಕ್ಷಮ್ಮ ತಲೆಗೂದಲೊರೆಸುತ್ತಿದ್ದ ಒದ್ದೆ ಟವೆಲ್‌ಹಿಡಿದು ಬಂದರು. ಪರ್ಸ್ ಜೇಬಿಗೆ ಹಾಕುತ್ತ ಹೇಳಿದ. 'ಒಬ್ರುನ ಭೇಟಿಯಾಗ್ಬೇಕಾಗಿದೆ ಬೇಗ ಬರ್ತೀನಿ."

"ಬರೋವಾಗ ಒಂದಿಷ್ಟು ನಿಂಬೆಹಣ್ಣು ಕೊತ್ತಂಬರಿ ಸೊಪ್ಪು ಹಿಡ್ದು ಬಾ. ಒಂದಿಷ್ಟು ಹೆಸರು ಬೇಳೆ ನೆನಸಿದ್ದೀನಿ." ಆಯಿತು ಎನ್ನುವಂತೆ ತಲೆಯಾಡಿಸಿ ಚಪ್ಪಲಿ

ಮೆಟ್ಟಿ"ಬರ್ತೀನಿ..." ಎಂದು ಮುಂದೆ ನಡೆದ. ಮರೆಯಾಗುವವರೆಗೂ ಕಾಮಾಕ್ಷಮ್ಮ ನೋಡುತ್ತಲೇ ನಿಂತರು.

ಇವನು ಹೋದಾಗ ಕಾರಿಡಾರ್‌ನಲ್ಲಿ ಅಡ್ಡಾಡುತ್ತಿದ್ದರು ರಘುನಂದನ್. ಕೈಕುಲುಕಿ ಆತ್ಮೀಯತೆಯಿಂದ ಬರಮಾಡಿಕೊಂಡರು.

"ಇನ್ನು ಹತ್ತು ನಿಮಿಷ ನೋಡಿ ನಾನೇ ನಿಮ್ಮ ಮನೆಗೆ ಬರೋನಿದ್ದೆ. ಒಂದು ಸುಂದರ, ಸಭ್ಯ, ಸುಸಂಸ್ಕೃತ ಸಂಸಾರ ನೋಡಿದಂಗೆ ಆಗ್ತಾ ಇತ್ತು" ಅವರು ಹೇಳಿದಾಗ ಅವನ ಮುಖದ ಮೇಲೆ ಮಂದಹಾಸ ತೇಲಿತು.

"ಈಗ್ಲೂ ಅವಕಾಶವಿದೆ. ನನ್ನ ನಿರ್ಧಾರ ತಿಳ್ಸೋ ಮುನ್ನ ನೀವು ನನ್ನ ಕೆಲವು ವಿಷ್ಯಗಳ್ನ ತಿಳ್ಕೋಬೇಕು." ಸಂತೋಷದಿಂದ ಸಮ್ಮತಿಸಿದರು.

"ನನ್ನ ಕುಟುಂಬದ ಪರಿಸರನ ನೀವು ಅವಲೋಕಿಸಬೇಕು. ತಾವು ಬೇಗ ಸಿದ್ಧವಾದ್ರೆ.... ನಮ್ತಂದೆಯವರನ್ನ ಭೇಟಿ ಮಾಡ್ಬಹ್ದು. ಸದ್ಯಕ್ಕೆ ಯಾವ್ದೇ ಪ್ರಸ್ತಾಪ ಅವ್ರ ಬಳಿ ಬೇಡ."

ಆಳವಾದ ವ್ಯಕ್ತಿತ್ವ ರಘುನಂದನ್‌ಗೆ ಮೆಚ್ಚುಗೆಯಾಯಿತು. ತಮ್ಮ ಮಗಳ ಜೀವನ ಶಿವಪ್ರಸಾದ್ ಕೈಯಲ್ಲಿ ಭದ್ರ, ಬಿಗಿ ಶೈಲಿಯಲ್ಲಿ ಒಂದು ಸುಂದರ ಕಾದಂಬರಿಯಾಗಿ ರೂಪಿಸಬಲ್ಲ ನಂದಿನಿಯ ಬದುಕನ್ನು.

"ಮಾಧವಿಯಿಂದ ನಿಮ್ಮ ಬಗ್ಗೆ ತಿಳಿದಾಗ ತನ್ನ ಕಲ್ಪನೆ ರೂಪಿಸಿದ್ದ ಶಿವಪ್ರಸಾದ್ ಬೇರೆ. ಕಣ್ಣುಗಳ ಚಂಚಲತೆ, ಮುಖದಲ್ಲಿ ಮಾದಕತೆ, ತೀರಾ ತೆಳುವಾದ ಆಕಾರ, ಅಸ್ತವ್ಯಸ್ತ ತಲೆಗೂದಲು, ನಿಮಿಷಕ್ಕೊಮ್ಮೆ ಲೈಟರ್ ಬೆಳಗಿಸುವ ವ್ಯಕ್ತಿತ್ವವ... ಆದ್ರೆ..... ನನ್ನ ಮಗ್ಳ ಆಯ್ಕೆ ತುಂಬ ಅಮೂಲ್ಯ!" ರಘುನಂದನ್ ಸ್ವರದಲ್ಲಿ ಮೆಚ್ಚಿಗೆಯ ಮಾತುಗಳನ್ನಾಡಿದರು. ಅದರಲ್ಲಿ ಕೊಚ್ಚಿಹೋಗಲಿಲ್ಲ ಶಿವಪ್ರಸಾದ್; ದೃಢವಾಗಿ ನಿಂತ.

ಇಂಥ ಹೊಗಳಿಕೆ ಅವನಿಗಿಷ್ಟವಿಲ್ಲವೆಂಬಂತೆ ಅವನ ಕಣ್ಣುಗಳು ಹೇಳಿದಾಗ ರಘುನಂದನ್ ಉತ್ಸಾಹ ಕುಗ್ಗಿತು.

"ಬನ್ನಿ ಹೋಗೋಣ" ಕೂತವನು ಎದ್ದ.

"ಜಸ್ಟ್ ಎ ಮಿನಿಟ್..... ಬ್ರೇಕ್‌ಫಾಸ್ಟ್ ನಿಮ್ಮ ಜೊತೆಯಲ್ಲಿ ತಗೋಳೋಣಾಂತ ಕಾದಿದ್ದೆ" ಫೋನ್ ಕೈಗೆತ್ತಿಕೊಂಡರು. ಕೂತು ಪತ್ರಿಕೆಯೆತ್ತಿಕೊಂಡ ಶಿವಪ್ರಸಾದ್.

ಪುಸ್ತಕ, ಪೇಪರ್, ಪತ್ರಿಕೆಗಳು ನಮ್ಮನ್ನು ಎಂಥ ಸಂಕಟ ಸಮಯದಲ್ಲೂ ಪಾರುಮಾಡುತ್ವೆ. ಇಷ್ಟವಿಲ್ಲದವರು ಬಂದು ಕೂತಾಗ, ಕೊರೆಯುವ ಜನ ಬೈಠಕ್ ಹಾಕಿದಾಗ, ಮುಖದ ಮುಂದೊಂದು ಪತ್ರಿಕೆ ಹಿಡಿದರೆ ಸಾಕು ಎಂದು ಹೈಸ್ಕೂಲ್ ವಿದ್ಯಾರ್ಥಿಯಾಗಿದ್ದಾಗ ಕನ್ನಡ ಪಂಡಿತ ಬಸವರಾಜು ಅವರು ಹೇಳುತ್ತಿದ್ದ ಮಾತುಗಳು ನೆನಪಾಯಿತು.

ಇಡ್ಲಿ, ಸಾಂಬಾರ್, ವಡೆಯ ಹಿಂದೇನೇ ಬೆಣ್ಣೆ ಮಸಾಲೆ ಬಂತು. ಶಿವಪ್ರಸಾದ್ ಕೂಡ ಯಾವುದೇ ಬಿಗುವು ತೋರದೆ ತಿಂದ.

"ತುಂಬಾ ಹಳೇ ನೆನಪು. ದೋಸೆ ಅಂದ್ರೆ ನಂಗೆ ಪಂಚಪ್ರಾಣ. ಕೈಯಲ್ಲಿ ಕಾಸಿಲ್ಲ. ಈಗಿನ ಹಾಗೆ ಗ್ರೈಂಡರ್ ಪದ್ಧತಿ ಇರ್ಲಿಲ್ಲ. ಒಂದು ಸಣ್ಣ ಹೋಟೆಲ್‌ನಲ್ಲಿ ದಿನ ಅಕ್ಕಿ ರುಬ್ಬಿ ದೋಸೆ ತಿಂತಾ ಇದ್ದೆ" ಎಂದವರೇ ದೋಸೆಯನ್ನು ಬಾಯಿಗಿಟ್ಟರು. ಹಳೆಯ ದಿನಗಳು ನೆನಪಾದಾಗ ತುಂಬ ಭಾವುಕರಾಗಿಬಿಡುತ್ತಿದ್ದರು.

ಶಿವಪ್ರಸಾದ್ ಲೋಟ ನೀರು ಕುಡಿದಿಟ್ಟು ಸಿಂಕ್‌ನಲ್ಲಿ ಕೈ ತೊಳೆಯಲು ಹೋದ.

ರಿಸರ್ವ್ಡ್, ಸ್ಟ್ರಿಕ್ಟ್ ಎಂದು ಹೆಸರು ಪಡೆದಿದ್ದ ಶಿವಪ್ರಸಾದ್ ಹೊಂದಿಕೊಳ್ಳುವುದು ಕಷ್ಟ. ಆದರೂ ಆತ್ಮೀಯತೆಯ ನಗು, ಸ್ನೇಹಸಿಂಚನದ ಮಾತು ಎಂಥವರಲ್ಲಿಯಾದರೂ ವಿಶ್ವಾಸ ಮೂಡಿಸಿಬಿಟ್ಟರೂ ಇವನು ಹೊರಗಿನವನ ಹಾಗೆಯೇ ಉಳಿದುಬಿಡುತ್ತಿದ್ದ.

ರಘುನಂದನ್‌ರನ್ನು ಮನೆಗೆ ಕರೆತಂದಾಗ ಮೂರ್ತಿಗಳು ಇರಲಿಲ್ಲ. ಕಾಮಾಕ್ಷಮ್ಮ ಅಚ್ಚರಿಯಿಂದ ಸ್ವಾಗತಿಸಿ ಉಪಚರಿಸಿದರು.

"ಈಗ ಎಲ್ಲೋ ಹೋದ್ರು. ಇನ್ನ ಊಟದ ಹೊತ್ತಿಗೇನು ಬರೋದು" ಒಂದು ಲೋಟ ಕಾಫಿ ತಂದಿಟ್ಟು ಕಾಮಾಕ್ಷಮ್ಮ ಹೇಳಿದಾಗ, ರಘುನಂದನ್ ಲೋಟ ಕೈಗೆತ್ತಿಕೊಂಡರು. "ಪರ್ವಾಗಿಲ್ಲ, ಇನ್ನೊಮ್ಮೆ ಬರ್ತೀನಿ."

ತಮ್ಮ ಮನೆಯ ಪರಿಚಯವನ್ನು ಸೂಕ್ಷ್ಮವಾಗಿ ಮಾಡಿಕೊಟ್ಟ.

"ಸೂಟು, ಬೂಟು, ಟೈನೊಂದಿಗೆ ಮಿರುಗುವ ಷೂ ತೊಟ್ಟು ಬರೋ ಡಾ॥ ಶಿವಪ್ರಸಾದ್, ಸಿನಿಮಾ ಹೀರೋನಂತೆ ದೊಡ್ಡ ಇಂಡಸ್ಟ್ರಿಯಲಿಸ್ಟ್ ಮಗ, ಅಥ್ವಾ ಎಸ್ಟೇಟ್ ಭಾಗಸ್ಥ, ಅಥ್ವಾ ಓನರ್ ಅಂತ ನಿಮ್ಮ ಹುಡ್ಗಿ ತಿಳಿದಿರಬಹುದು. ಆಮೇಲೆ ಎಲ್ಲಾ ಭ್ರಮನಿರಸನವಾದೀತು" ದೃಢಮಾತುಗಳಿಂದ ಸ್ಪಷ್ಟ ಚಿತ್ರ ಅವರ ಮುಂದೆ ಬಿಡಿಸಿಟ್ಟ.

ರಘುನಂದನ್‌ಗೆ ಸ್ವರ ಹೊರಡಿಸುವುದೇ ಕಷ್ಟವಾಯಿತು. ಈ ಧೋರಣೆಯಲ್ಲಿ ಅವರು ಯೋಚಿಸಿರಲಿಲ್ಲ.

"ಸದಾ ನೀವುಗಳು ಜೊತೆಯಲ್ಲಿರಿ. ಪ್ರೀತಿ, ವಿಶ್ವಾಸದ ಬದ್ಕು ತುಂಬಿ. ಆಗ ಮನಸ್ಸಿನ ಒತ್ತಡ ಕಮ್ಮಿ ಆಗುತ್ತೆ. ನಿಮ್ಮ ಆಕೆಯ ಮಗ್ಳು ಸರಿ ಹೋಗುತ್ತಾಳೆ!"

ಈ ಸಂದರ್ಭದಲ್ಲಿ ಸಿದ್ಧತೆಗಾಗಿ ಅವರು ಬಂದಿರಲಿಲ್ಲ. ಅವರಿಗೇನು ಶಿವಪ್ರಸಾದ್ ಅಂಥ ಗಂಡಿಗೆ ಕೊಟ್ಟು ಮದುವೆ ಮಾಡಲು ಅಭ್ಯಂತರವಿಲ್ಲ. ಆದರೆ ಮದುವೆಯಾದ ಮೇಲಿನ ಭ್ರಮನಿರಸನ..... ಯೋಚಿಸಿ ಅವರ ಮೈಯಲ್ಲಿನ ಶಕ್ತಿ ಉಡುಗಿದಂತಾಯಿತು. ಸುಮ್ಮನೆ ಕೂತುಬಿಟ್ಟರು.

"ಇದು ಜಗತ್ತಿನ ಒಂದು ದೊಡ್ಡ ಸಮಸ್ಯೆನೇ ಆಗಿದೆ. ತಾವು ಪ್ರಯತ್ನಪಡಿ. ಬೆಸ್ಟ್ ಆಫ್ ಲಕ್. ಒಳ್ಳೆ ವಿದ್ಯಾರ್ಥಿನಿಯಾಗಿ ನಂದಿನಿ ಬರಲಿ."

ರಘುನಂದನ್ ಟ್ಯಾಕ್ಸಿಯವರೆಗೂ ಬಂದು ಬೀಳ್ಕೊಟ್ಟ, ಸದಾ ಚುರುಕು, ಉತ್ಸಾಹ ತುಂಬಿಕೊಂಡಿರುತ್ತಿದ್ದ ವ್ಯಕ್ತಿ ಈಗ ಪೂರ್ತಿ ಮಂಕಾಗಿ ಬಿಟ್ಟಿದ್ದರು.

* * * *

ಸ್ನಾನ ಮುಗಿಸಿ ಭೂಮಿಕಾ ಅಡುಗೆ ಮನೆಗೆ ಬಂದಾಗ ಪಂಚಾಕ್ಷರಿ ಬ್ರೆಡ್ ಕತ್ತರಿಸುತ್ತಿದ್ದ. ತರಕಾರಿಗೆ ಹಾಕಿದ ಮಸಾಲೆ ಕುದಿಯುವ ವಾಸನೆ.

"ಗುಡ್ ಮಾರ್ನಿಂಗ್ ಪಂಚಾಕ್ಷರಿ" ಎಂದ ಕೂಡಲೇ ಅವನ ಕೈಯಲ್ಲಿನ ಚಾಕು ಸ್ಥಭ್ಧವಾಯಿತು. "ಅರೆ, ಈ ಕೆಲ್ಸ ನಾನ್ಮಾಡ್ತೀನಿ" ಚಾಕು ಅವಳ ಕೈಗೆ ತೆಗೆದುಕೊಂಡಾಗ, ಬೇಯುತ್ತಿದ್ದ ತರಕಾರಿ ಮಸಾಲೆಗೆ ಉಪ್ಪು ಹಾಕಿ ಸ್ಪೂನ್‌ನಿಂದ ಕೆದಕಿದ.

"ಅಲ್ಲಿ ಎಂಥ ಅಡ್ಗೆ ಮಾಡ್ತಾರೆ?" ಕುತೂಹಲ ಹತ್ತಿಕ್ಕಲಾರದೆ ಪಂಚಾಕ್ಷರಿ ಪ್ರಶ್ನಿಸಿದಾಗ ಅವಳ ತುಟಿಗಳ ಮೇಲೆ ನಗುವಿನ ಸಿಂಚನವಾಯಿತು. "ಸಾಕಷ್ಟು ವ್ಯತ್ಯಾಸ ಇದೆ. ಆದ್ರೆ ಮನೆಯಲ್ಲಿ ನಮ್ಮಮ್ಮ ಮಾಡೋ ಅಡ್ಗೆ ಇಲ್ಲಿನ ತರಹವೇ. ಅದೇ ನಮ್ಗೂ ಇಷ್ಟ. ಬೇರೆ ಕಡೆ ಹೋದಾಗ ಅಲ್ಲಿನ ತಿಂಡಿ, ತಿನಿಸು ತಿಂದು ಅಭ್ಯಾಸವಿದ್ದರೂ ಮನೆಗೆ ನಿಷಿದ್ಧ." ಪಂಚಾಕ್ಷರಿಗೆ ಖುಷಿ ಮಾತ್ರವಲ್ಲ, ಅಭಿಮಾನವೂ ಆಯಿತು.

"ಎಷ್ಟೊತ್ತಿಗೆ ಏಳ್ತಾರೆ ಅಭಿನಂದನ್?" ಅತ್ತಿತ್ತ ನೋಡಿದ. ಹಣೆ ಘಟ್ಟಿಸಿಕೊಂಡು ನುಡಿದ, "ಯಾವಾಗ್ಲೋ.... ಎಚ್ಚರವಾದಾಗ."

'ನಮ್ಮ ಬಡ ಜನರು ಬೆಳಗಿನಿಂದ ಸಂಜೆಯವರ್ಗೂ ದುಡಿದು ಅರೆ ಹೊಟ್ಟೆ, ನಿರಾಶೆ, ಸಾಲಗಾರರ ಕಾಟ ತಾಳಲಾರ್ದೇ ಕುಡೀತಾರೆ. ಈ ಜನಕ್ಕೆ ಏನಾಗಿದೆ?' ಅವನ ಕಣ್ನೋಟ ಅತ್ತಿತ್ತ ಹರಿದಾಡಿತು. ತೀರಾ ಗಂಭೀರವಾದಳು ಭೂಮಿಕಾ.

ಬ್ರೆಡ್ ಸ್ಲೀವ್ಸ್ ಒಂದು ಪ್ಲೇಟಿಗೆ ಜೋಡಿಸಿ ಹೊರಗೆ ಬಂದಳು. ತೆರೆದ ಕಿಟಕಿಗಳಿಂದ ಒಳಗೆ ಪ್ರವೇಶಿಸಿದ ಸೂರ್ಯ ರಶ್ಮಿ ಹೊನ್ನ ಬಣ್ಣ ಸಿಂಪಡಿಸಿದಂತಿತ್ತು.

"ನಿಮ್ಮ ಬ್ರೇಕ್‌ಫಾಸ್ಟ್ ಕೋಣೆಗೆ ತಂದಿಡ್ಲಾ?" ಬಂದ ಪಂಚಾಕ್ಷರಿ ಕೇಳಿದ. ನೆರಿಗೆಗಳಿಗೆ ಹತ್ತಿದ ಧೂಳನ್ನು ಬಗ್ಗಿ ಕೊಡವಿ, "ಬೇಡ, ಆಮೇಲೆ ತಗೋತೀನಿ" ಹೊರಗೆ ಬಂದಳು.

ಹಚ್ಚ ಹಸುರಿನ ಸುತ್ತಲ ಪರಿಸರ ಚೇತೋಹಾರಿ. ಯಾವ ಕೋನದಿಂದ ನೋಡಿದರೂ, ನಿಸರ್ಗದ ಚೆಲುವು ಸಮೃದ್ಧ. ಮೈ ಮರೆತು ನಿಂತಳು ಏರುತ್ತಿರುವ ಬಿಸಿಲಿನಲ್ಲಿ.

ರೋಹಿಣಿ ತೀವ್ರ ಅಸಮಾಧಾನದಿಂದಲೇ ಹೇಳಿದ್ದರು.

"ಇದೆಲ್ಲ ಚೆನ್ನಲ್ಲ! ನಮ್ಮ ಕೈಯಲ್ಲಾದದ್ದು ನಾವು ಮಾಡೋಣ. ಆ ಹುಡ್ಗಿ ಆ ಬಂಗ್ಲೆಯಲ್ಲಿರೋದ್ಬೇಡ. ಅಪ್ಪ, ಅಮ್ಮನ ಮಾತು ಕೇಳದೋನು ಬೇರೆಯವ್ರ ಮಾತು ಕೇಳ್ತಾನಾ" ಅಂದವರು ಭೂಮಿಕಾಳತ್ತ ತಿರುಗಿದ್ದರು. "ನಿಂಗ್ಯಾಕೆ ಈ

ತಲೆನೋವು! ಪ್ರೋಗ್ರಾಂ ಪ್ರಕಾರ ಓಡಾಡು. ನಿನ್ನಿಂದ ಸಾಕಷ್ಟು ನಿರೀಕ್ಷಿಸಿರೋ ನಮ್ಗೆ ನಿರಾಶೆಯಾಗೋದ್ಬೇಡ!"

ಆದರೆ ಭೂಮಿಕಾಳ ನಿರ್ಧಾರ ಅಚಲವಾಗಿತ್ತು. ಒಂದು ರೀತಿಯ ಛಾಲೆಂಜ್ ಅವಳಿಗೆ. ತನ್ನಸಾಮಾನು ಪ್ಯಾಕ್ ಮಾಡಿಸಿ ಕಾಡಯ್ಯನ ಕೈಯಲ್ಲಿ ಕಳುಹಿಸಿದ್ದಳು ಬಂಗ್ಲೆಗೆ.

"ಕೆಲವು ವೇಳೆ ಪೇರೆಂಟ್ಸ್ ಕಂಟ್ರೋಲ್ ಮಾಡ್ಲಾಗ್ದಂಥ ಸಂದರ್ಭದಲ್ಲಿ ಒಳ್ಳೆಯ ಸ್ನೇಹಿತ ಆ ಕೆಲ್ಸ ಮಾಡ್ಬಹ್ದು. ಇದು ಪ್ರಾಯೋಗಿಕವಾಗಿ ಒಂದು ಯತ್ನ!" ಎಂದರೂ ರೋಹಿಣಿಯವರಿಗೇನೂ ಹಿಡಿಸಿರಲಿಲ್ಲ.

ಅಭಿನಂದನ್‌ಗೆ ಎಚ್ಚರವಾದಾಗ ಹನ್ನೊಂದು ಗಂಟೆ. ಮೈಮುರಿದು ಎದ್ದು ಕೂತ. ಉಳಿದಿದ್ದ ಒಂದೆರಡು ಪೆಗ್ ಮಾತ್ರ ಹಾಕಿದ್ದ.

"ಪಂಚಾಕ್ಷರಿ...." ಎಂದು ಕರೆದು ಕಾಲಿಂಗ್ ಬೆಲ್ ಸದ್ದು ಮಾಡಿದ. ನಾಲ್ಕು ನಿಮಿಷದ ತರುವಾಯ ಟೀ ಹಿಡಿದು ಒಳಗೆ ಬಂದಿದ್ದು ಭೂಮಿಕಾ. ಒಂದು ರೀತಿಯ ಹಿಂದೆಗೆತ "ಓ.. ಸಾರಿ, ನೀವ್ಯಾಕೆ ತಂದ್ರಿ?" ಒಂದು ತರಹ ಮುಖ ಮಾಡಿದ ಅಭಿನಂದನ್. ತಾನು ಬಂದಿದ್ದು ಅವನಿಗೆ ಇಷ್ಟವಾಗಲಿಲ್ಲವೆಂದರಿತಳು.

"ಪಂಚಾಕ್ಷರಿ ಮನೆಗೆ ಹೋಗಿದ್ದಾನೆ. ನಿಮ್ಗೆ ಡಿಸ್ಟರ್ಬ್ ಆಯಿತೂಂದ್ರೊಂದ್ರೆ ಕ್ಷಮಿಸಿ" ಎಂದು ಹೋಗಿದ್ದಳು.

"ಡ್ಯಾಮ್ ಇಟ್....." ದಿಂಬು, ಹೊದ್ದಿಕೆ ದೂರಕ್ಕೆ ಎಸೆದ. "ಛೇ! ಎಂಥ ಕೆಲ್ಸವಾಯ್ತು!" ಅತ್ತಿಂದಿತ್ತ ಇತ್ತಿಂದತ್ತ ಓಡಾಡಿದ.

"ಸಿಂಪಲ್, ಜೀನಿಯಸ್." ಅವಳ ಬಗ್ಗೆ ಮೆಹತಾ ಹೇಳಿದ್ದರು. ಮುಷ್ಟಿ ಮಾಡಿ ಹಾಸಿಗೆಯ ಮೇಲೆ ಗುದ್ದಿದ."ಬ್ಲಡೀ ಈಡಿಯಟ್" ಒದರಿದ.

ಯಾರು? ಏನು? ಯಾಕೆ? ಸುಮ್ಮನೆ ಚಡಪಡಿಸಿದ. ಅವನಲ್ಲಿನ ಒಳ್ಳೆಯ ಸಹೃದಯತೆ ಇದಕ್ಕೊಂದು ಮಾದರಿ.

ಷವರ್ ಕೆಳಗೆ ನಿಂತು ಅರ್ಧಗಂಟೆ ಸ್ನಾನ ಮಾಡಿ ಬಂದ. ಸುಸ್ತಾದರೂ ರಾತ್ರಿಯ ಅಮಲು ಪೂರ್ತಿಯಾಗಿ ಇಳಿದು ಲವಲವಿಕೆ ತುಂಬಿಕೊಂಡಿತು.

ತಣ್ಣಗಾದ ಟೀ ಅವನನ್ನ ಅಣಕಿಸಿತು. ಚೆಲ್ಲಲು ಸಿಂಕ್‌ನ ಬಳಿಗೆ ಒಯ್ದವನು ಹಿಂದಕ್ಕೆ ತಂದು ಕೂತು ಕುಡಿದ. ಈಗ ನೆನಪಾದದ್ದು ರೇಖಾ. ಕಳಕಳಿ, ಪ್ರೀತಿ, ಜೇನು ಸುರಿಸುವ ಮಾತುಗಳು ಸಿಕ್ಕಿದ್ದು ಅವಳಿಂದಲೇ. ಅದೊಂದು ಮಧುರ ಅನುಭವ.

"ನಿನ್ನ ತುಟಿಗೆ ವ್ಹಿಸ್ಕಿಗ್ಲಾಸ್ ಇಡೋಂಥವ್ಳು ಹೆಣ್ಣಲ್ಲ, ರಾಕ್ಷಸಿ! ನಿನ್ನ ಗೋರಿ ಅವ್ಳು ಸಿದ್ಧ ಮಾಡ್ತಾಳೆ. ದಿಸ್ ಈಸ್ ಸಿಂಪಲ್. ನಿಂಗ್ಯಾಕೆ ಅರ್ಥವಾಗೋಲ್ಲ!" ಮುಖ ಬಿಗಿದು ಮೆಹತಾ ರೇಗಿದ್ದರು.

"ಅಂಕಲ್....." ಮುಖ ಹಿಂಡಿದ್ದ.

"ನಿಂಗೆ ಅಷ್ಟು ಕುಡಿಯಲೇಬೇಕೂಂದರೆ ಮನೆಯಲ್ಲೇ ಕುಡಿ. ಅಂಥ ಸ್ನೇಹಿತರ ಅಗತ್ಯವಿಲ್ಲ" ಅಬ್ಬರಿಸಿದರು.

ಮೆಹತಾ ಆ ಸಂಸಾರದಲ್ಲಿ ತಮ್ಮದೇ ಆದ ವೈಶಿಷ್ಟ್ಯ ಕಾಯ್ದುಕೊಂಡಿದ್ದರು. ರಘುನಂದನ್ ಎದುರು ಒಂದು ಗೆರೆಹಾಕಿ ದಾಟಬೇಡವೆಂದರೆ ಅದರತ್ತ ನೋಡದೆಯೇ ಹಿಂದಿರುಗಿಬಿಡುವಷ್ಟು ನಂಬಿಕೆ.

ಖಾಲಿಯಾದ ಕಪ್ ಕೆಳಗಿಳಿಯಿತು. ಒದ್ದೆಯ ಟವೆಲನ್ನು ಎಸೆದು ಹೊರಬಂದ. ಸೋಫಾ ಮೇಲೆ ಕೂತ ಭೂಮಿಕಾ ಏನೋ ಗುರುತು ಹಾಕಿಕೊಳ್ಳುತ್ತಿದ್ದಳು. ಹಿಂದಕ್ಕೆ ಬಂದು ಕೂತ.

"ಅಮ್ಮ, ನಿಮ್ಮನ್ನ ಅಲ್ಲೇ ಬರೋದಿಕ್ಕೆ ಹೇಳಿದ್ದಾರೆ" ಪಂಚಾಕ್ಷರಿ ಒಂದು ಡಬ್ಬಿ ಕೈಯಲ್ಲಿಹಿಡಿದು ಹೇಳಿದ. ಕೈಯಲ್ಲಿನ ಪುಸ್ತಕ ತೆಗೆದಿಟ್ಟು ಮೇಲಕ್ಕೆದ್ದಳು." ನಿಮ್ಮ ಮುಂಬಯಿ ಬಾಬುನ ಬ್ರೇಕ್‌ಫಾಸ್ಟ್‌ಗೆ ಬರೋದಿಕ್ಕೇಳು."

ಪಂಚಾಕ್ಷರಿ ಬಂದು ಹೇಳಿದ ಕೂಡಲೇ ಸಣ್ಣಗೆ ರೇಗಿದ.

"ಅಂಥ ಫಾರ್ಮಾಲಿಟೀಸ್ ಏನ್ಬೇಡ. ನನ್ನ ತಿಂಡಿ, ಊಟ ನನ್ನ ಕೋಣೆಗೆ ತಂದ್ಬಿಡು. ಅವರ್ದು ಅವ್ರ ಕೋಣೆಗೆ ಒಯ್ದು ಇಟ್ಟಿಡು. ನಿಂಗೇ ಈಸಿ ಆಗುತ್ತೆ." ಬಗ್ಗಿ ಶೂಗೆ ಲೇಸ್ ಕಟ್ಟಿದ.

ಮುಖ ಹುಳ್ಳ ಹುಳ್ಳಗೆ ಮಾಡಿದ ಪಂಚಾಕ್ಷರಿ.

"ಅವ್ರು ನಿಮಗೋಸ್ಕರ ಕಾದಿದ್ರು. ಈಗ ಹೋಗಿ ಆ ಮಾತು ಹೇಳಿದ್ರೆ...." ಎಂದ ಕೂಡಲೇ ಅವನ ಮುಖ ಬಿಗಿಯಿತು. ಹಲ್ಲುಗಳನ್ನು ಕಚ್ಚಿ ಹಿಡಿದ.

"ನಂಗೇನೂ ಬೇಡ. ನಾನು ಸ್ವಲ್ಪ ಹೊರ್ಗಡೆ ಹೋಗ್ತೀನಿ. ಅಲ್ಲೇ ಏನಾದ್ರೂ ಆಗುತ್ತೆ" ಎಂದವನೇ ಕರ್ಚಿಫ್ ಜೇಬಿಗೆ ಸೇರಿಸಿದ. "ಮಧ್ಯಾಹ್ನದ ಊಟಕ್ಕೂ ನಂಗೆ ಕಾಯೋದ್ಬೇಡ. ನಿಂಗೆ ಏನಾದ್ರೂ ಕೆಲ್ಸವಿದ್ರೆ ಕೆಳ್ಗಡೆ ಹೋಗು."

"ಪಂಚಾಕ್ಷರಿ......" ಕೋಣೆಯ ಬಾಗಿಲಿಗೆ ಬಂದಳು ಭೂಮಿಕಾ. ಒಂದು ಕ್ಷಣ ಅವನ ನೋಟ ಬೆರೆಯಿತು. "ಹಲೋ...." ಎಂದ. ಈಗ ತೀರಾ ಬೇರೆಯಾಗಿ ಕಂಡ. ಬಿಳಿಯ ಪ್ಯಾಂಟ್, ಧರಿಸಿದ್ದ ಚೌಕಳಿ ಷರಟು, ಸೊಂಟಕ್ಕೆ ಬೆಲ್ಟ್. ಅಭಿನಂದನ್‌ನ ಆ ಎತ್ತರದ ದೃಢ ಮೈಕಟ್ಟಿಗೆ ಶೋಭಿಸುತ್ತಿತ್ತು. ಕಣ್ಣುಗಳಲ್ಲಿನ ಅಮಲು ಮಾಯವಾಗಿ ಸ್ಫಟಿಕದ ಮಣಿಗಳಂತೆ ಇದ್ದವು ಕಣ್ಣಿನ ಗೋಲಿಗಳು. ಮೀಸೆಯಡಿಯ ತುಂಬು ತುಟಿ ಗಂಭೀರತೆಗೆ ಸವಾಲ್ ಎಸೆದಂತೆ ಕಂಡವು.

"ಸ್ವಲ್ಪ ಶಾಪಿಂಗ್ ಇತ್ತು. ಬೇಗ ಬ್ರೇಕ್‌ಫಾಸ್ಟ್ ಮುಗಿಸೋಣ. ನಿಮ್ಗೇನೂ ತೊಂದರೆ ಇಲ್ಲ ತಾನೆ!" ನವಿರಾದ ಸ್ವರಕ್ಕೆ ಒರಟಾಗಿ ಉತ್ತರಿಸಲು ಇಚ್ಛಿಸಲಿಲ್ಲ.

"ಬೈ ಆಲ್ ಮೀನ್ಸ್...." ಬೇಸರ, ಕೋಪ, ಮುಜುಗರದಿಂದಲೇ ಅವಳ ಜೊತೆ ಹೊರಟ.

ಸದಾ ವ್ಹಿಸ್ಕಿ ಬಾಟಲ್ ಹಿಡಿದು ತೂರಾಡುವ ವ್ಯಕ್ತಿಗಿಂತ ಭಿನ್ನವಾಗಿ ಕಂಡ, ಇಂದು ಅಭಿನಂದನ್ ಪಂಚಾಕ್ಷರಿಗೆ.

ಬರೀ ಎರಡು ಬ್ರೆಡ್ ಸ್ಲೈಸ್ ತಿಂದು ಟೀ ಕುಡಿದು ಎದ್ದ. ಅವನು ತಂದಿದ್ದ ಬಾಟಲುಗಳ ಸ್ಟಾಕ್ ಮುಗಿದಿತ್ತು. ಅವನ ಮನ ಚಡಪಡಿಸುತ್ತಿತ್ತು. ಕುಡಿಯದ ಜನ ಹೇಗೆ ವೇಳೆ ಕಳೆಯಬಹುದು? ಅವನ ಪಾಲಿಗೆ ಆಶ್ಚರ್ಯದ ಸಂಗತಿಯಾಗಿ ಕಂಡಿತು.

ಥ್ಯಾಂಕ್ಯೂ ಮೇಡಮ್.... ನಂಗೆ ಸ್ವಲ್ಪ ಕೆಲ್ಸ ಇದೆ" ಮೇಲಕ್ಕೆದ್ದು ನಡೆದ. ಅಂದು ಟ್ಯಾಕ್ಸಿಯಲ್ಲಿ ನೋಡಿದ ಅರೆ ಅಮಲಿನ ಅಭಿನಂದನ್ ನೆನಪಾದ. ಅವಳ ಕೈಯಲ್ಲಿನ ಪೂರಿ ತುಂಡು ಕೆಳಗೆ ಬಿತ್ತು.

ಇಷ್ಟು ಸಿಟ್ಟಾಗಿ ಹೋದ ವ್ಯಕ್ತಿ ಬರುವಾಗ ಹೇಗಿರಬಹುದು? ಭಿನ್ನಚಿತ್ರ ಅವಳ ಕಣ್ಮುಂದೆ ತೇಲಿತು. ಕೈ ತೊಳೆದು ಹೊರಗೆ ಬಂದಳು. ನೋಟುಗಳನ್ನು ಎಣಿಸದೆಯೇ ಜೇಬಿಗೆ ಸೇರಿಸುತ್ತ ಅಭಿನಂದನ್ ಹೊರಗೆ ಬಂದ.

"ಇಲ್ಲಿ ಟ್ಯಾಕ್ಸಿ ಎಲ್ಲಾದ್ರೂ ಸಿಕ್ಕುತ್ತಾ?" ಪ್ರಶ್ನಿಸಿದಾಗ ಕೈಯಾಡಿಸಿದ "ಗೊತ್ತಿಲ್ಲ. ಬಂದಾಗ್ನಿಂದ ಇಂದೇ ಹೊರ್ಗಡೆ ಹೋಗ್ತಾ ಇರೋದು. ಬೈ....." ಹೊರಟೇ ಬಿಟ್ಟ.

ಪರ್ಸ್ ಕೈಯಲ್ಲಿಹಿಡಿದು ನಿಧಾನವಾಗಿ ಗುಡ್ಡವನ್ನಿಳಿದಳು. ಅಭಿನಂದನ್ ಅಂಥ ನೂರಾರು ಸಾವಿರಾರು ಯುವ ಜನರ ಪ್ರತಿಭೆ, ಕ್ರಿಯಾಶೀಲತೆಗೆ ನಷ್ಟವನ್ನುಂಟು ಮಾಡುವ ಕುಡಿತ ತೀರಾ ಗಂಡಾಂತರಕಾರಿಯೆನಿಸಿತು.

ರೋಡಿಗೆ ಬಂದು ನಿಂತಳು. ಆ ಕಡೆ ನಿಂತು ಕಾಯುತ್ತಿದ್ದ ಅಭಿನಂದನ್‌ಗೆ ಕೈ ಬೀಸಿದಳು. ಅರೆ ಮನಸ್ಸಿನಿಂದಲೇ ಇತ್ತ ಬಂದ.

"ಅರೆ ನೀವೇನು?" ಅವನ ಪ್ಯಾಂಟ್ ಜೇಬಿನಲ್ಲಿದ್ದ ಕೈಗಳು ಹೊರಗೆ ಬಂದವು. "ಸ್ವಲ್ಪ ಪರ್ಚೇಸಿಂಗ್ ಇತ್ತು" ಅವನ ಕೈ ಕತ್ತಿನ ಮೇಲಾಡಿತು.

"ಇನ್ನು ಎಷ್ಟು ದಿನ ಇರ್ತೀರಿ ಇಲ್ಲಿ?" ಅರ್ಥವಾಗಲು ಅವಳಿಗೆ ಕಷ್ಟವಾಗಲಿಲ್ಲ.

"ಕೆಲವು ದಿನ ಮಾತ್ರ, ನಾಲ್ಕು ತಿಂಗಳಿನ ಒಳ್ಗೆ ಅಮೇರಿಕಾಗೆ ವಾಪ್ಸು ಹೋಗ್ಬೇಕು" ಸರಳವಾಗಿ ಬಿಡಿಸಿಟ್ಟವಳು ಅವನೆದೆಗೆ ತಂತು ಮೀಟಿದಳು.

"ನೀವು ಎಷ್ಟು ದಿನ ಇರ್ತೀರಿ?"

ಆ ಪ್ರಶ್ನೆಗೆ ಉತ್ತರಿಸುವುದು ಮಾತ್ರವಲ್ಲ, ಅವನೇ ಆ ಪ್ರಶ್ನೆಯನ್ನ ಹಾಕಿಕೊಳ್ಳಲಾರ.

"ಬಹುಶಃ ಗೊತ್ತಿಲ್ಲ!" ಥಟ್ಟನೆ ಬಂತು ಅವನ ತುಟಿ ದಾಟಿ. "ಯಾಕೆ ಬಂದ್ರಿ ಭಾರತಕ್ಕೆ? ಇಲ್ಲೇನಿದೆ?" ಕಣ್ಣುಗಳು ಕಿರಿದಾಗಿ ಸ್ವರದಲ್ಲಿ ಬೇಸರ ಮೂಡಿತು.

"ಇನ್ನೊಂದಿನ ನಿಮ್ಮ ಪ್ರಶ್ನೆಗಳಿಗೆ ಉತ್ತರಿಸ್ತೀನಿ!" ಹಾದಿಯುದ್ದಕ್ಕೂ ನೋಟಹರಿಸಿ ವಾಚ್ ಕಡೆ ನೋಡಿದಳು. "ಬಸ್ಸು ಬಗ್ಗೆ ವಿಚಾರ್ಸಿ ಬಂದಿದ್ರೆ...... ಚೆನ್ನಿತ್ತು. ಯಾವ ಟೈಮಿಂಗ್ಸೋ ಏನೋ?"

ನಿಂತು ನಿಂತು ಸಾಕಾಗಿ ಇಬ್ಬರೂ ಮರದ ಕೆಳಗೆ ಕೂತರು. ಸಿಗರೇಟು ಹಚ್ಚಲು ಸಂಕೋಚಿಸಿದ. ಎರಡು ಸಲ ಕೈಗೆ ಬಂದ ಲೈಟರ್ ಹಿಂದಕ್ಕೆ ಹೋಯಿತು. ತಳಮಳ, ಧಾವಂತ. ಅವನ ತಲೆಯ ನರಗಳು ಸಿಡಿಯತೊಡಗಿದವು.

ಆಕಾಶದಲ್ಲಿ ಮೋಡಗಳು ತುಂಬಿಕೊಂಡು ಬೆಳಕು ಮಂಕಾಯಿತು. ಸದಾ ವರುಣನ ಕೃಪೆಗೆ ಒಳಗಾದ ಪ್ರದೇಶ. ಹಚ್ಚ ಹಸಿರನ್ನ ಆಲಂಗಿಸಲು ಯಾವ ಕ್ಷಣದಲ್ಲಿಯಾದರೂ ಧಾವಿಸಬಹುದು.

"ಅಂಥ ಅರ್ಜೆಂಟೇನು, ಇಲ್ದಿದ್ರೆ ವಾಪ್ಸು ಹೋಗೋಣ. ಅಂಕಲ್, ನಾಳೆ ಕಾರೋ ಅಥ್ವಾ ಟ್ಯಾಕ್ಸಿನೋ ಅರೇಂಜ್ ಮಾಡಿಕೊಡ್ತಾರೆ!" ಸೀರೆಯ ಅಂಚನ್ನು ಕೊಡಹುತ್ತ ಮೇಲೆದ್ದಳು. ಕೈಗೆ ಸಿಕ್ಕ ಸಣ್ಣ ಕಲ್ಲನ್ನು ಎತ್ತಿ ದೂರಕ್ಕೆಸೆದ.

"ರೈಟೋ.....!" ಅರೆ ಮನಸ್ಸಿನಿಂದಲೇ ಹಿಂದಕ್ಕೆ ಹೆಜ್ಜೆ ಹಾಕತೊಡಗಿದ. ಪರ್ಸ್ ಜಿಪ್ ತೆಗೆದ ಭೂಮಿಕಾ ಒಂದು ಪೆನ್ ಹೊರಗೆ ತೆಗೆದಳು. "ಇದು ನೀವು ಇಟ್ಕೊಳ್ಳಿ. ನಮ್ಮಿಬ್ರ ಪರಿಚಯದ ನೆನಪಾಗಿರ್ಲಿ" ಮೊದಲು ಸಂಕೋಚಿಸಿದರೂ ಕೈ ನೀಡಿ ತಗೊಂಡ. ಅವನು ಪೆನ್ನು, ಪುಸ್ತಕ ಇಂಥ ಸಾಮಗ್ರಿಗಳನ್ನು ಮುಟ್ಟಿನೋಡಿ ಸಾಕಷ್ಟು ದಿನಗಳು ಉರುಳಿಹೋಗಿದ್ದವು.

"ಥ್ಯಾಂಕ್ಸ್...." ಎಂದು ಕಣ್ಮುಂದೆ ಹಿಡಿದು ನೋಡಿದ. "ಬ್ಯೂಟಿಫುಲ್, ತುಂಬ ಚೆನ್ನಾಗಿದೆ" ಕ್ಯಾಪ್ ತೆಗೆದು ನೋಡಿ ಮುಚ್ಚಿದ.

ಗುಡ್ಡದ ತಳಕ್ಕೆ ಬಂದಾಗ ಭೂಮಿಕಾ ನಿಂತಳು. ಆಗಾಗ್ಗೆ ಅವನ ಮುಖವನ್ನು ನೋಡಿದಳು. ಮುಜುಗರ, ಸಿಡುಕುತನದ ಛಾಯೆ ದಟ್ಟವಾಗತೊಡಗಿತು.

ಗುಡ್ಡ, ಸುತ್ತಲ ಪ್ರಕೃತಿ, ಸುಂದರವಾದ ಬಂಗ್ಲೆ ಕುಡಿಯೋಕೆ ಒಳ್ಳೆ ತಾಣ!" ಅವನದೇ ರೀತಿಯಲ್ಲಿ ವಿಶ್ಲೇಷಿಸಿದ್ದ.

'ಎದ್ದ ಕೂಡ್ಲೇ ಕುಡೀತಾರೆ. ಅದ್ಯಾವ ಸೀಮೆ ಜನನೋ, ದುಡ್ಡಿದೆಯೆಂದ್ರೆ.... ಈಪಾಟಿ ಕುಡ್ಯೋದಾ! ಹಣವಿದ್ರೆ ಹೊಟ್ಟೆಗಿಲ್ದ ಜನಕ್ಕೆ ಕೊಡ್ಬಾರ್ದಾ!' ಪಂಚಾಕ್ಷರಿಯ ಮಾತುಗಳು ನೆನಪಾದವು. "ನಾಲ್ಕು ಬಡಿದು ಬುದ್ಧಿ ಹೇಳೋಕಾಗೋಲ್ವಾ, ಅಪ್ಪ ಅಮ್ಮ ಅನ್ನಿಸಿಕೊಂಡ ಜನಕ್ಕೆ!

ಪಂಚಾಕ್ಷರಿಯನ್ನು ತೀರಾ ಆಳೆಂಬ ಕಟ್ಟುನಿಟ್ಟಿನಲ್ಲಿ ನೋಡಲು ಸಾಧ್ಯವಿರಲಿಲ್ಲ. ಹೊಲ, ಗದ್ದೆ, ತೋಟ, ತುಕಡಿ ಇದ್ದ ಜನ ಅವನ ಮನೆಯವರು. ಆದರೆ ಜಯಸಿಂಹ ಬಂದ ಹೊಸದರಲ್ಲಿ ತಾನೇ ಬಂದು ನಿಂತಿದ್ದ.

"ಅಂಥ ದೊಡ್ಡ ದೇಶ ಬಿಟ್ಟು ಬಂದು ಇಲ್ಲಿ ನೆಲೆಸಿರೋ ಜನಕ್ಕೆ ಒತ್ತಾಸೆಯಾಗಿರೋದ್ಬೇಡ್ವಾ! ಚೆನ್ನಾಗಿ ನೋಡ್ಕೋತೀನಿ" ಒಂದು ಸಹೃದಯ ಮನಸ್ಸಿನ ಒಳದನಿ ಎದ್ದಿತು.

"ಅಂಕಲ್‌ಗೆ ವಿಷ್ಯ ತಿಳಿಸೋಣ್ವಾ! ನಾಳೆಗಾದ್ರೂ ಏನಾದ್ರೂ ಅರೇಂಜ್ ಮಾಡ್ತಾರೆ." ಹೇಳಿದಾಗ ಅಭಿನಂದನ್ ಬೇಸರದ ಮುಖ ಮಾಡಿದ. "ನೀವು ತಿಳ್ಸಿ ಬನ್ನಿ. ನಾನು ಹೋಗ್ತೀನಿ" ಎಂದು ಗುಡ್ಡದ ಕಡೆ ಹೆಜ್ಜೆ ಹಾಕಿದ. ಅವನ ಮನಸ್ಸಿನ ತಾಕಲಾಟ ಅವಳಿಗೆ ಅರ್ಥವಾಯಿತು.

ಮೇಲಿಂದ ಪಟಪಟನೆಂದು ಶುರುವಾದ ಮಳೆ ಒಂದೇ ಸಲ ರಭಸವಾಯಿತು. ಗುಡ್ಡ ಹತ್ತುತ್ತಿದ್ದ ಅಭಿನಂದನ್ ನಿಂತು ಹಿಂದಿರುಗಿದ. ಒಂದೂವರೆ ಫರ್ಲಾಂಗ್ ಆದರೂ ನಡೆಯಬೇಕು ಜಯಸಿಂಹನ ಮನೆಗೆ.

"ಭೂಮಿಕಾ..... ರಿಟರ್ನ್" ಎಂದು ದಢದಢನೆ ಇಳಿದು ಬಂದ. ಮುಖಕ್ಕೆ ಅಡ್ಡಲಾಗಿ ಭೂಮಿಕಾ ಪರ್ಸ್ ಹಿಡಿದು ಇಡೀ ಮೈಯನ್ನ ಮಳೆಗೆ ಒಪ್ಪಿಸಿದ್ದಳು. ಮುಂದಕ್ಕೆ ಹೆಜ್ಜೆ ಇಡುವುದು ಸಾಧ್ಯವಾಗದಂತಹ ಮಳೆ ಅವಳಿಗೆ ಹೊಸದಾಗಿತ್ತು.

"ಭೂಮಿಕಾ, ಈ ಕಡೆ ಬನ್ನಿ" ಅವಳ ಕೈ ಹಿಡಿದು ಮರದ ಬಳಿಗೆ ಒಯ್ದ. ಭೂಮಿಕಾ ಮುಕ್ಕಾಲು ತೊಯ್ದಿದ್ದಳು. "ಸೋ ಸಾರಿ..... ಇಷ್ಟೊತ್ತಿಗೆ ಬಂಗ್ಲೆನಾದ್ರೂ..... ತಲುಪಿರ್‍ತಾ ಇದ್ವಿ" ಕರ್ಚಿಫ್‌ಗಾಗಿ ಪ್ಯಾಂಟ್ ಜೇಬಿನೊಳಗೆ ಕೈ ತುರುಕಿದ, ನೋಟಿನ ಕಂತೆಯೇ ಅದರ ಜೊತೆ ಬಂದು ಕೆಳಗೆ ಉದುರಿದವು.

"ಓ ಮೈ ಗಾಡ್...." ಬಗ್ಗಿ ಹೆಕ್ಕಿಕೊಂಡಳು. ತನ್ನ ಪರ್ಸ್‌ನೊಳಕ್ಕೆ ತುರುಕಿ "ತಗೊಳ್ಳಿ, ನಿಮ್ಮ ನೋಟುಗಳನ್ನ ತಗೊಂಡ್ಮೇಲೆ ನಂಗೆ ಹಿಂದಿರುಗಿಸಿ" ಅಭಿನಂದನ್ ಕೈ ಮುಂದಕ್ಕೆ ಬರಲಿಲ್ಲ.

"ಆಮೇಲೆ ನೀವೇ ಕೊಡ್ಬಹ್ದು!" ಬೇರೆಡೆ ನೋಟಹರಿಸಿ ನಿಂತ.

ಇಡೀ ಒಂದು ಗಂಟೆ ಸುರಿದ ಮಳೆ ನಿಧಾನವಾಯಿತೇ ವಿನಃ ಪೂರ್ತಿ ನಿಲ್ಲಲಿಲ್ಲ.

"ಹೇಗೂ ಮುಕ್ಕಾಲು ನೆಂದಿರೋದ್ರಿಂದ.... ಇನ್ನ ಸ್ವಲ್ಪ ನೆನೆಯೋಕೆ ಹಿಂಜರಿಯೋದ್ಬೇಡ, ಹೋಗ್ಬಿಡೋಣ" ಎಂದ ಅಭಿನಂದನ್ ಮುಂದಕ್ಕೆ ನಡೆದ.

ಜೋರು ಮಳೆ ತುಂತುರಾಗಿ ಮಾರ್ಪಟ್ಟಿತ್ತು. ಚಳಿ, ಗಾಳಿ, ತುಂತುರು ಮಳೆಯ ನಡುವೆಯೂ ವಿಚಿತ್ರ ಮಾತ್ರವಲ್ಲ ಅವ್ಯಕ್ತವಾದ ಆನಂದ ಅವಳಿಗೆ. ಇವರಿಬ್ಬರೂ ಬರುವದನ್ನು ನೋಡಿ ಬಾಲ್ಕನಿಯಲ್ಲಿ ನಿಂತಿದ್ದ ರೋಹಿಣಿಯವರ ಮುಖ ಗಡಿಗೆ ಗಾತ್ರವಾಯಿತು.

"ಎಷ್ಟೊಂದು ನೆಂದಿದ್ದೀರಾ!" ಜಯಸಿಂಹ ಅಂದಾಗ, ಭೂಮಿಕಾ ಕೂದಲಲ್ಲಿದ್ದ ಹರಿಯುವ ನೀರನ್ನು ಹಿಂದಕ್ಕೆ ತಳ್ಳಿದಳು. "ಬಸ್ಸಿಗೆ ಹೊರಟಿದ್ವಿ" ಎಂದು ಅಭಿನಂದನ್ ತನ್ನ ಕೋಣೆಗೆ ನಡೆದ.

"ನೋಡಿ, ಇದೆಲ್ಲ ಸ್ವಲ್ಪನೂ ಸರಿಯಲ್ಲ. ನಂಗೆ ಆ ಹುಡ್ಗಿಯ ಬಗ್ಗೆ ಪೂರ್ತಿ ನಂಬ್ಕೆ ಇದೆ. ಆದ್ರೆ ಅಭಿನಂದನ್ ಕುಡಿದ ಮನಃಸ್ಥಿತಿ. ಏನಾದ್ರೂ ಹೆಚ್ಚು ಕಡ್ಮೆಯಾದ್ರೆ ಗತಿಯೇನು? ನಾಳೆ ಪ್ರಮೋದ್‌ಗೆ ಏನಂತ ಮುಖ ತೋರ್ಸೋದು!" ಭೂಮಿಕಾ ಒಳಗೆ ಹೋದ ಮೇಲೆ ರೋಹಿಣಿ ಕಣ್ಣು ಕೆಂಪಗೆ ಮಾಡಿ ನುಡಿದರು.

"ಸುಮ್ನೆ ತಲೆ ಬಿಸಿ ಮಾಡ್ಕೋಬೇಡ. ದಾರಿ ತಪ್ಪಿ ಸಹವಾಸದಿಂದ ಕುಡ್ಯೋದು ಕಲಿತಿರಬಹುದಷ್ಟೇ. ಅವ್ನು ರಘುನಂದನ್ ಮಗ. ಸಜ್ಜನ, ಸಭ್ಯ ವ್ಯಕ್ತಿ!" ಜಯಸಿಂಹ ತಣ್ಣಗೆ ಹೇಳಿದರು.

ರೋಹಿಣಿಯ ಮನದ ತಲ್ಲಣ ತಣ್ಣಗಾಗದಿದ್ದರೂ ಮೇಲ್ಮುಖಕ್ಕೆ ಮೌನವಾದರು. ಒಂದು ರೀತಿಯ ಖಿನ್ನತೆ ಅವರನ್ನು ಆವರಿಸಿತು.

ಮಳೆಯನ್ನು ದಿಟ್ಟಿಸುತ್ತಿದ್ದ ಜಯಸಿಂಹ ಅವರ ಮುಖ ಗಂಭೀರವಾಯಿತು. ಗತ ಜೀವನಕ್ಕೆ ಇಣುಕಿದರು.

"ಮೆಹತಾ ಇಲ್ಲಿಗೆ ಕಳ್ಸಿದ ಉದ್ದೇಶ ಒಂದೇ. ಹಂಬಲಿಕೆಯ ಮಧ್ಯೆ ಹತಾಶನಾದ ಅಭಿನಂದನ್‌ಗೆ ತಾಯ್ತಂದೆಯರ ಪ್ರೀತಿ ನಮ್ಮಿಂದ ಸಿಗ್ಲಿ. ಆಗ ಅವನ ಮನ ಬದಲಾಯಿಸಬಹ್ದೂಂತ. ಆ ನಂಬ್ಕೆ ನಾವು ಉಳಿಸಿಕೊಳ್ಳಬೇಕಿದೆ" ಶೂನ್ಯದ ಕಡೆ ನೋಟ ಬೀರಿ ಅರ್ಥಗರ್ಭಿತವಾಗಿ ಹೇಳಿದರು.

"ತಟ್ಟೆ ಹಾಕಿದ್ದೀನಿ" ಪಂಚಾಕ್ಷರಿ ಬಂದು ನಿಂತ. "ಓ.ಕೆ., ಬಡ್ಸಿಬಿಡು. ಅಲ್ಲಿ ಮಾಡಿದ ಅಡ್ಗೆ ಯೋಚ್ನೆ, ಆಮೇಲೆ ಮಾಡೋಣ" ಎಂದು ಒಳಗೆ ನಡೆದರು.

ಬಿಚ್ಚು ಗೂದಲನ್ನು ಟವೆಲಿನಿಂದೊರೆಸುತ್ತ ಬಂದ ಭೂಮಿಕಾ ಶ್ವೇತಾಂಬರಿಯಂತೆ ಕಂಡಳು. ಪ್ರಮೋದ್‌ನ ಅವಳ ಪಕ್ಕ ನಿಲ್ಲಿಸಿ ಕಲ್ಪಿಸಿಕೊಂಡ ರೋಹಿಣಿಯವರ ಮುಖ ಮುದಗೊಂಡಿತು.

"ಚೆನ್ನಾಗಿ ಒರ್‍ಸು. ಥಟ್ಟನೆ ನೆಗಡಿಯಾದ್ರೆ ಕಷ್ಟ" ತಾವೇ ಅವಳ ಕೂದಲನ್ನೊರೆಸಿದರು.

"ಮುಂಬಯಿ ಬಾಬು ಆಮೇಲೆ ಊಟ ಮಾಡ್ತಾರಂತೆ. ನೀವೆಲ್ಲ ಮಾಡಿ" ಪಂಚಾಕ್ಷರಿ ಹೇಳಿದಾಗ, ಜಯಸಿಂಹ ರೇಗಿದರು. "ನೀನು ಬಡ್ಸು. ನಾನು ಕರ್ಕೊಂಡ್ಬರ್ತೀನಿ." ಭೂಮಿಕಾ ನೇರವಾಗಿ ಅತ್ತಲೇ ನೋಡಿದಳು.

"ಹೇಗೆ, ಅಭಿನಂದನ್?" ರೋಹಿಣಿ ಪ್ರಶ್ನಿಸಿಯೇ ಬಿಟ್ಟರು. ಭೂಮಿಕಾಗೆ ತಕ್ಷಣ ಏನು ಹೇಳಬೇಕೆಂದು ಗೊತ್ತಾಗಲಿಲ್ಲ. ಆದರೂ "ನೈಸ್.... ಜಂಟಲ್‌ಮನ್."

ಬಲವಂತಕ್ಕೆ ದೂಡಿಸಿಕೊಂಡವನಂತೆ ಬಂದರೂ ಅಭಿನಂದನ್ ಊಟ ಮಾಡಿದ್ದು ತೀರಾ ಕಡಿಮೆ; ಬರೀ ಎಲ್ಲಾ ಪಕ್ಕಪಕ್ಕಕ್ಕೆ ಸರಿಸಿಯೇ ಎದ್ದ.

"ಪಂಚಾಕ್ಷರಿ, ಅಭಿನಂದನ್ ಊಟದ ಬಗ್ಗೆ ವಿಚಾರಿಸ್ಕೋ. ನಿನ್ನ ಅಡ್ಗೆ ಊಟ ರುಚಿಸಿದಂಗೆ ಕಾಣ್ಲಿಲ್ಲ!" ಎನ್ನುತ್ತ ನೀರು ಕುಡಿದು ಎದ್ದರು. ಅಷ್ಟೊತ್ತಿಗೆ ಕೋಣೆ ಸೇರಿ ಚಿಲಕ ಹಾಕಿಕೊಂಡಿದ್ದ ಅಭಿನಂದನ್.

ಅಭಿನಂದನ್ ಒಬ್ಬನನ್ನು ಬಿಟ್ಟು ಎಲ್ಲರೂ ಹೊರಗೆ ನಿಂತರು. ಬಿಸಿಲು, ಮಳೆಯ ಕಣ್ಣು ಮುಚ್ಚಾಲೆ.

ಗಿಡ ಮರಗಳ ಮೇಲೆ ಹನಿ ಹನಿಯಾಗಿ ನಿಂತ ಮಳೆ ಹನಿಗಳಿಗೆ ರವಿಯ ಹೊಂಬಿಸಿಲ ಆಭರಣ. ಅತ್ಯಂತ ಚೇತೋಹಾರಿಯಾಗಿ ಕಾಣಿಸಿತು.

"ಹೊರಟುಬಿಡೋಣ. ಕಾಡಯ್ಯನ ಊಟ ಇನ್ನೂ ಆಗಿಲ್ಲ" ಜಯಸಿಂಹ ಗುಡ್ಡ ಇಳಿಯತೊಡಗಿದಾಗ ರೋಹಿಣಿ ಅರೆ ಮನಸ್ಸಿನಿಂದಲೇ ಹಿಂಬಾಲಿಸಿದರು.

ಭೂಮಿಕಾ ಬಾಗಿಲು ತಳ್ಳಿಕೊಂಡು ಒಳಗೆ ಕಾಲು ಇಟ್ಟಾಗ, ಕೊಠಡಿ ಸಿಗರೇಟಿನ ಹೊಗೆಯಿಂದ ಆವರಿಸಿಕೊಂಡಿತ್ತು. ಅರೆ ಕೂತಂತೆ ಸೋಫಾಗೆ ಒರಗಿದ್ದ. ಬೆರಳುಗಳ ಮಧ್ಯೆ ಅರ್ಧ ಉರಿದ ಸಿಗರೇಟು; ಬದುಕಿನ ಬಗ್ಗೆ ನಿರ್ಲಕ್ಷ್ಯಭಾವ ಕಾಣಿಸಿತ್ತು.

ಭೂಮಿಕಾ ತುಟಿ ಕಚ್ಚಿ ನಿಂತಳು.

"ಮಿಸ್ಟರ್ ಅಭಿನಂದನ್" ತಕ್ಷಣ ಟೀಪಾಯಿ ಮೇಲಿದ್ದ ಅವನ ಕಾಲುಗಳನ್ನು ಕೆಳಗಿಳಿಸಿದ. ಸಿಗರೇಟು ತುಂಡನ್ನು ಆ್ಯಷ್‌ಟ್ರೇನಲ್ಲಿ ಅದುಮಿ ಸರಿಯಾಗಿ ಕೂತ. "ವ್ಹಾಟ್?" ಅವನ ಕಣ್ಣುಗಳು ಕಿರಿದಾಗಿ ರೆಪ್ಪೆಯ ಕೆಳಗೆ ಗೆರೆಗಳು ಮೂಡಿದಂತೆ ಕೇಳಿದ.

"ಯುವರ್.... ಮನಿ" ಎಂದು ಟೀಪಾಯಿ ಮೇಲಿಟ್ಟಳು. "ಪ್ಲೀಸ್ ಬಿ ಸೀಟೆಡ್" ಸ್ವಲ್ಪ ಲವಲವಿಕೆ ಮೂಡಿದ ಧ್ವನಿ. ಅವನ ಮುಖದ ಮೇಲೆ ಕಿರುನಗೆ. ಕಿಟಕಿಯಿಂದ ತೂರಿದ ಗಾಳಿಗೆ ನೋಟುಗಳು ಹರಡಿಕೊಂಡವು. ಕಿರುಗಣ್ಣಿನಿಂದ ನೋಡಿ ಸುಮ್ಮನಾದ.

"ಈ ವ್ಯಕ್ತಿಗೆ ಹಣದ ಬೆಲೆ ಗೊತ್ತಿಲ್ಲ" ತಾನೇ ಹೆಕ್ಕಿಕೊಳ್ಳಲು ಬಗ್ಗಿದಾಗ "ಸಾರಿ, ನಿಮ್ಗೆ ತೊಂದ್ರೆ ಯಾಕೆ? ಆ ಕೆಲ್ಸ ನಾನೇ ಮಾಡ್ತೀನಿ" ನೋಟುಗಳನ್ನು ಹೆಕ್ಕಿ ಅಲಮಾರಿನ ಡ್ರಾಯರ್‌ಗೆ ಹಾಕಿದ.

"ಒಬ್ರೇ ಕೂತು ಏನ್ಮಾಡ್ತೀರಾ! ಬನ್ನಿ ಹೊರ್ಗಡೆ ಹೋಗೋಣ" ಭೂಮಿಕಾ ಹೇಳಿದಾಗ ಅವನ ಮುಖದಲ್ಲಿ ಸೋಲು ಇಣುಕಿತು. "ನನ್ಗೆ ಇಷ್ಟವಿಲ್ಲ" ಮತ್ತೆ ಸೋಫಾಗೆ ಒರಗಿ ಕಣ್ಮುಚ್ಚಿದ. ಲೈಟರ್ ಕೈಗೆ ಬಂತು ಮತ್ತೆ ಸಿಗರೇಟಿನ ಪಾಳಿ. ಚಿಂತಿತಳಾದಳು. ಪರಸ್ಪರ ಸ್ವಲ್ಪ ವಿಶ್ವಾಸ, ಸ್ನೇಹ ಮೂಡದ ಹೊರತು ಯಾವುದೇ ವಿಷಯಕ್ಕೆ ಕೈ ಹಾಕುವುದು ಒಳ್ಳೆಯದಲ್ಲವೆಂದು ಅವಳಿಗೆ ಅನ್ನಿಸಿತು.

ಗುಡ್ಡದ ಬದಿಗೆ ನಿಂತು ದೂರಕ್ಕೆ ಕಣ್ಣು ಹಾಯಿಸಿದಳು. ಅಭಿನಂದನ್ ಹೋಗುತ್ತಿರುವುದು ಅವಳಿಗೆ ಕಂಡಿತು. ಮುಖ ಮೇಲೆತ್ತಿ ನೋಡಿದಳು. ದಟ್ಟ ಮೋಡಗಳು. ಯಾವ ಕ್ಷಣದಲ್ಲಿಯಾದರೂ ಸುರಿಯಬಹುದು.

"ಪೂರ್ತಿ ನಿರಾಶನಾಗಿಬಿಟ್ಟಿದ್ದಾನೆ ಅವ್ನ ತಂದೆ. ಇವ್ನ ಬದ್ಕಿನ ಮೇಲೆ ನಿಂತಿದೆ ಇಡೀ ಕುಟುಂಬದ ಸಾವು – ಬದ್ಕು!" ಮೆಹತಾ ವೇದನೆಯಿಂದ ಆಡಿದ ಮಾತುಗಳು ಅವಳ ಎದೆಯಲ್ಲಿ ಸ್ಪಂದಿಸಿದ ಅನುಭವ.

"ಅಮ್ಮ, ಸ್ವಲ್ಪ ಮನೆ ಕಡೆ ಹೋಗ್ಬರ್ತೀನಿ" ಪಂಚಾಕ್ಷರಿ ಹೆಗಲ ಮೇಲಿನ ಟವೆಲ್ ಕೊಡವುತ್ತ ನಿಂತು ಹೇಳಿದ. "ಹೋಗ್ಬಾ....." ತಣ್ಣಗೆ ಹೇಳಿದಳು. ಆದರೆ ಅವಳ ನೋಟ ಅತ್ತಿತ್ತ ಅಲುಗಾಡಲಿಲ್ಲ. ಮರೆಯಾಗುವ ಮುನ್ನ ಅಭಿನಂದನ್ ಬಿಂದುವಿನಂತೆ ಕಂಡ.

ಸಮಸ್ಯೆಯ ಮಧ್ಯೆ ನಿಂತಿದ್ದಳು. ಇಷ್ಟೊಂದು ಒರಟುತನ ಬೆಳೆಸ್ಕೊಂಡ ಅಭಿನಂದನ್‌ನ ಸುಧಾರಣೆ ಹೇಗೆ? ಜಯಸಿಂಹರ ಮುಂದೆ ತುಟಿ ಬಿಚ್ಚಿ ಮಾತಾಡದಿದ್ದರೂ ಅವನ ಕಣ್ಣುಗಳಲ್ಲಿ ಅಸಹನೆ ಎದ್ದು ಕಾಣುತ್ತಿತ್ತು. ಇಲ್ಲಿ ಸ್ವಲ್ಪ ಅಸಮಾಧಾನವಾಗುವಂಥ ಘಟನೆ ನಡೆದರೂ ಅಭಿನಂದನ್ ಹೊರಟುಬಿಡುವಂಥ ವ್ಯಕ್ತಿ.

"ಲಿಬರ್ಟಿ, ಹಣ ಇಲ್ದಿದ್ರೆ.... ನಾವು ಇನ್ನೊಂದು ಚಿತ್ರ ಕಲ್ಪಿಸಿಕೊಳ್ಳಬೇಕಾಗುತ್ತೆ!" ಮುಖ ಹಿಂಡಿ ಹೇಳಿದ್ದರು ಮೆಹತಾ. "ಅವ್ನು ದೃಢಚಿತ್ತನಾಗ್ದೇ ನಾವೇನೂ ಮಾಡೋ ಪರಿಸ್ಥಿತಿಯಿಲ್ಲ. ಡಾಕ್ಟರ್, ಸೈಕಿಯಾಟ್ರಿಸ್ಟ್, ಟ್ರೀಟ್‌ಮೆಂಟ್ ಪ್ರತಿಯೊಂದನ್ನು ರೆಫ್ಯೂಸ್ ಮಾಡ್ತಾನೆ. ಕೆಲವೊಮ್ಮೆ ತೀರಾ ಒರಟ. ಡೋಂಟ್ ಫರ್ಗೆಟ್ ಎಬೌಟ್ ಇಟ್" ಕೈ ಹಿಡಿದು ಮೆಹತಾ ಹೇಳಿದ್ದರು.

ಒಳಗೆ ಬಂದಳು ಭೂಮಿಕಾ. ಗಾಳಿಗೆ ಕಿಟಕಿಯ ಪರದೆಗಳು ತೆರೆಗಳಂತೆ ಏಳುತ್ತಿದ್ದವು. ಯಾವ ಕೋನದಿಂದ ನೋಡಿದರೂ ಪ್ರಕೃತಿ ಶೃಂಗಾರಗೊಂಡ ವಧುವಿನಂತೆ ತೋರಿತು.

ಟೀಪಾಯಿ ಮೇಲಿಟ್ಟ ಪುಸ್ತಕವನ್ನೆತ್ತಿಕೊಂಡಳು. ಮಲೆನಾಡಿನ ಪ್ರಕೃತಿ ಸೌಂದರ್ಯದ ಬಗ್ಗೆ ಅಮೇರಿಕನ್ ಭಾರತೀಯ ಬರೆದ ಪುಸ್ತಕ. ಒಂದೆರಡು ಪುಟ ತಿರುವಿದಳು. ನಾಲ್ಕಾರು ಬಾರಿ ಓದಿದ್ದು, ಮನದಲ್ಲಿ ದಟ್ಟವಾಗಿತ್ತು.

ಯಾವುದೇ ಪುಸ್ತಕ, ಸಂಗೀತ ಇದರ ಬಗ್ಗೆ ಅಲ್ಪಸ್ವಲ್ಪ ಆಸಕ್ತಿಯೂ ಅಭಿನಂದನ್‌ಗೆ ಇಲ್ಲ. ಸಾಕಷ್ಟು ಪುಸ್ತಕ, ಪತ್ರಿಕೆಗಳನ್ನು ಟೀಪಾಯಿ ಮೇಲೆ ಹಾಕಿದ್ದಳು. ಆದರೆ ಅವನು ಕಣ್ಣೆತ್ತಿ ಕೂಡ ನೋಡಿರಲಿಲ್ಲ. ಉತ್ತಮ ಅಭಿರುಚಿಯುಳ್ಳ ಸ್ಟೀರಿಯೋ ಅತ್ತಲೂ ನೋಡಲಾರ.

ಆಕಾಶ ಬರೀ ಮೋಡಗಳಿಂದ ಆವೃತವಾಗಿದ್ದು ಮಳೆ ಸುರಿಯಲು ಸಿದ್ಧವಾಯಿತು. ಕಿಟಕಿಯ ಬಳಿ ನಿಂತಳು. ಹೊರ ಹೋಗಿದ್ದ ಅಭಿನಂದನ್ ರೋಡ್ ಕೂಡ ಮುಟ್ಟಿರಲಾರ. ಈ ಮಳೆಯಲ್ಲಿ ಕೆಸರು, ಜೌಗು ಪ್ರದೇಶದಲ್ಲಿ ಕಾಲಿಡಲೇ ಕಷ್ಟ.

ಬಾಲ್ಕನಿಯಲ್ಲಿ ನಿಂತು ಸುರಿಯುವ ಮಳೆಯನ್ನೇ ನೋಡತೊಡಗಿದಳು. ಪ್ರಕೃತಿಯ ಆಟ, ಅಟ್ಟಹಾಸ ಎಲ್ಲವೂ ರೋಮಾಂಚಕಾರಿ.

"ಇಟ್ಸ್ ಎ ಪ್ಯಾರಡೈಸ್ ಆನ್ ಅರ್ತ್" ಭಾರತದ ಬಗ್ಗೆ ತಂದೆಯಾಡುತ್ತಿದ್ದ ಮೆಚ್ಚುಗೆಯ ನುಡಿ. ಜಗತ್ತಿನಲ್ಲೇ ಅವರ ಪಾಲಿಗೆ ಭಾರತ ಸ್ವರ್ಗತುಲ್ಯವಾದದ್ದು ಅವಳಿಗೆ ನೆನಪಾಯಿತು.

ಆಕಾಶ ಪೂರ್ತಿ ಮಂಕಾಗಿ ಎಲ್ಲೆಡೆ ಕತ್ತಲೆ ಪಸರಿಸತೊಡಗಿತು. ಆತಂಕದಿಂದ ಅವಳ ಕಣ್ಣು ಗುಡ್ಡೆಗಳು ಹೊಯ್ದಾಡತೊಡದವು.

ಮಳೆಯಲ್ಲಿ ನೆಂದು ಬಂದ ಅಭಿನಂದನ್ ಪೂರ್ತಿ ಕಂಗೆಟ್ಟಿದ್ದ. ಮಳೆಯ ಹೊಡೆತ ಅವನನ್ನು ತಬ್ಬಿಬ್ಬು ಮಾಡಿತ್ತು.

"ಓ ಮೈಗಾಡ್! ಮೊದ್ಲು ಬಟ್ಟೆ ಬದಲಾಯ್ಸಿ" ಅವಳ ಸ್ವರದಲ್ಲಿ ಆತಂಕವಿತ್ತು. ಬಟ್ಟೆ ಬದಲಾಯಿಸಿ ಸುಸ್ತಾಗಿ ಮಲಗಿಬಿಟ್ಟ.

"ಈ ಕಾಫಿ ಕುಡೀರಿ. ಇಂಥ ಸ್ಥಿತಿಯಲ್ಲಿ ಒಳ್ಳೆಯದು" ಎಂದು ಅಲ್ಲಿಯೇ ಕೂತಳು.

ಅವಳತ್ತ ನೋಡದೆಯೇ ಬಟ್ಟಲನ್ನು ಕೈಗೆತ್ತಿಕೊಂಡ. ಗದಗುಟ್ಟುವ ನಾಲಿಗೆಗೆ ಕಾಫಿಯ ಬೆಚ್ಚನೆಯ ಹಿತವಾದ ಸ್ಪರ್ಶ.

"ಮೆನಿ ಮೆನಿ ಥ್ಯಾಂಕ್ಸ್, ಭೂಮಿಕಾ. ಇಂಥ ಮಳೆಯಲ್ಲಿ ನೆಂದ ಅನುಭವ ಒಂದೇ ದಿನದಲ್ಲಿ ಎರಡು ಬಾರಿ!"

ಇಡೀ ದಿನ ಗ್ಲಾಸ್ ಮುಟ್ಟಿರಲಿಲ್ಲ. ಎಷ್ಟೋ ವರ್ಷಗಳ ನಿಯಮ ತಪ್ಪಿದಂತಾಯಿತು. ಚಡಪಡಿಕೆ, ಒಂದು ರೀತಿಯ ತುಮುಲ. ಎದುರು ಕೂತ ಭೂಮಿಕಾ ಅವನ ಮುಖದ ಭಾವನೆಗಳನ್ನು ದಿಟ್ಟಿಸುತ್ತಿದ್ದಳು.

ಎರಡೂ ಕೈಯ ಬೆರಳುಗಳನ್ನು ಬೆಸೆದು ಮುಖಕ್ಕೆ ಅಡ್ಡಲಾಗಿಟ್ಟು ಪೂರ್ತಿ ಸೋಫಾಗೆ ಒರಗಿ ಕಣ್ಮುಚ್ಚಿದ್ದ.

"ಇನ್ನೊಂದು ಕಪ್ ಕಾಫಿ ತಂದ್ಕೊಡ್ಲಾ?" ಬೇಡವೆನ್ನುವಂತೆ ಕೈಯಾಡಿಸಿ ಅಭಿನಂದನ್ ಎದ್ದು ಹೋದ ಕತ್ತಲೆಯ ನಡುವೆ. ಹೊರಗೆ ಮಳೆಯ ಸದ್ದಿನ ವಿನಃ ಪೂರ್ತಿ ನೀರವತೆ.

ಲೈಟರ್ ಹಚ್ಚಿ ಸಿಗರೇಟ್ ಉರಿಸಿ ಕಿಟಕಿಯ ಬಳಿ ಹೋಗಿ ನಿಂತ. ಬೆಚ್ಚನೆಯ ವೆಲ್ವೆಟ್ ಹೌಸ್ ಕೋಟಿನಲ್ಲಿ ಶಾರೀರ ಹುದುಗಿದ್ದರೂ ಹೊರಗಿನ ಕುಳಿರ್ಗಾಳಿಗೆ ಮೈ ಗದಗುಟ್ಟುತ್ತಿತ್ತು.

ಆಗಾಗ ಕಾಣಸಿಗುತ್ತಿದ್ದ ತಂದೆ, ಮೇಘವರ್ಷಿಣಿ ಕಟ್ಟಲು ಪ್ರಾರಂಭಿಸಿದ ಮೇಲೆ ವಾರಕ್ಕೊಮ್ಮೆಯೂ ಸಿಗುತ್ತಿರಲಿಲ್ಲ.

ಒಮ್ಮೆ ಅವರಿಗಾಗಿ ಕಾದು ಕೂತಿದ್ದ.

"ಹಲೋ, ಡ್ಯಾಡ್...." ಎಂದಾಗ ಕೈಯೆತ್ತಿ ನಕ್ಕರೂ, ಅವರು ಕರೆತಂದ ಎಂಜಿನಿಯರ್, ಮೇಸ್ತ್ರಿಯೊಂದಿಗೆ ಪೂರ್ತಿ ಸಂಭಾಷಣೆಯಲ್ಲಿ ಮಗ್ನರಾದರು. "ಏನಾದ್ರೂ ಬೇಕಾದ್ರೆ ಕ್ಯಾಷಿಯರ್‌ನ ಮೀಟ್ ಮಾಡು" ಇದಿಷ್ಟು ಹೇಳಿದಾಗ ಅವನ ಮೈನ ರಕ್ತ ಕುದಿದಿತ್ತು.

"ನಿಮ್ತಂದೆ ಮಕ್ಳಿಗೆ ಹಣ ಸಪ್ಲೈ ಮಾಡೋ ಯಂತ್ರ, ಹಣ ಮುಖ್ಯವೇ ವಿನಃ ಆ ವ್ಯಕ್ತಿಗೆ ಮಕ್ಕು ಮರಿ ಬೇಡ. ಲಕ್ಷಗಳನ್ನು ದುಡಿದಿಟ್ಟರೂ ಆ ವ್ಯಕ್ತಿಗೆ ಹೆಂಡತಿಯನ್ನು

ಕೆಲ್ಸಕ್ಕೆ ಕಳಿಸೋ ಆಸೆ. ಮತ್ತಷ್ಟು ದುಡಿಮೆ, ಬರಿ ಹಣದ ಅಮಲು" ವಡೀವೇಲು ಅಂದಾಗ ಮುಖ ಬಿಗಿದು ಎದ್ದು ಬಂದಿದ್ದ. ಅವನೆದೆಯ ಬೆಂಕಿ ಮತ್ತಷ್ಟು ಪ್ರಜ್ವಲಿಸಿತ್ತು. ಬಾರ್‌ಗೆ ಹೋಗಿ ಬಾಟಲು ಮೇಲೆ ಬಾಟಲು ಖಾಲಿ ಮಾಡಿದ್ದ.

ಅರ್ಧ ಉರಿದ ಸಿಗರೇಟನ್ನು ಹೊರಗೆಸೆದ. ಕತ್ತಲು, ಮಳೆಯ ನಡುವೆ ಆದರೆ ಅಸ್ತಿತ್ವವೇ ಮುಳುಗಿ ಹೋದಂತಾಗುತ್ತಿತ್ತು.

"ನಿಮ್ಮ ಕೋಣೆಯಲ್ಲಿ ಕ್ಯಾಂಡಲ್ ಇಡ್ಲಾ?" ಅವಳ ಸ್ವರಕ್ಕೆ ಹಿಂದಿರುಗಿದ. ಅವನ ನೋಟ ಅಚಲವಾಯಿತು. ಕ್ಯಾಂಡಲ್ ಬೆಳಕಿನಲ್ಲಿ ಸುರ ಸುಂದರಿಯಂತೆ ಕಂಡಳು. ಹಾಲು ಬಿಳುಪು ಬಣ್ಣಕ್ಕೆ, ಮಂದ ಬೆಳಕಿನ ಹೊಳಪು, ಆಕರ್ಷಕ ಜೇನು ಕಂಗಳು, ಮುದ್ದಾದ ತುಟಿಗಳು. ಪ್ರಯಾಸ ಪಟ್ಟರೂ ನೋಟ ಅವನಿಂದ ಕೀಳಲಾಗಲಿಲ್ಲ.

"ಆಗ್ಲೇ ಮರ್ತೇಬಿಟ್ರಾ, ಮೈ ಗಾಡ್" ಎದೆಯ ಮೇಲೆ ಕೈಯಿಟ್ಟುಕೊಂಡಳು. ಕ್ಯಾಂಡಲ್ ಸ್ಟೂಲ್‌ನ ಅಂಚಿನ ಮೇಲೆ ನಿಂತಿತ್ತು "ಸಾರಿ...." ಅರೆ ನಕ್ಕ.

ಭೂಮಿಕಾಳನ್ನು ಹತ್ತಾರು ಬಾರಿ ನೋಡಿದ. ನೇರವಾಗಿ ನೋಡದೇ ತಾನಾಗಿ ಮುಖ ತಪ್ಪಿಸುತ್ತಿದ್ದ. ಈಗ ತಾನು ನೋಡಿದ ಮುಖದ ವಿಶೇಷವೇನು?

"ಪಂಚಾಕ್ಷರಿ ಈ ಮಳೆಯಲ್ಲಿ ಬರೋದು ಕಷ್ಟ. ಅಡ್ಗೆ ಬಿಸಿ ಮಾಡ್ಲಾ? ನೀವು ಮಧ್ಯಾಹ್ನ ಕೂಡ ಊಟ ಮಾಡ್ಲಿಲ್ಲ" ಭೂಮಿಕಾ ಎಂದ ಕೂಡಲೇ, ಅವನ ನಾಲಿಗೆ ತೊಡರಿತು "ನೋ.... ನೋ..... ಬೇಡ...... ಬೇಡ..... ಆಮೇಲೆ ಎಲ್ಲಾ ಆಗುತ್ತೆ."

ಅರ್ಥ ಮಾಡಿಕೊಳ್ಳುವುದು ಅವಳಿಗೆ ಕಷ್ಟವಾಗಲಿಲ್ಲ. ನಿಧಾನವಾಗಿ ಎದ್ದು ಹೊರಗೆ ಬಂದಳು. ಅವನ ಇಂದಿನ ಕುಡಿಯದ ಈ ಕ್ಷಣದ ಮನಸ್ಥಿತಿಯನ್ನು ಮನದಲ್ಲೇ ವಿಶ್ಲೇಷಿಸತೊಡಗಿದಳು.

'ತಾನು ಕುಡಿಯಲೇಬೇಕು ಎಂದು ನಿರ್ಧರಿಸುವ ವ್ಯಕ್ತಿ ಬಲವಂತವಾಗಿ ತಡೆದುಕೊಳ್ಳುವ ಪ್ರಸಂಗ ಬಂದಾಗ ಅವನು ಹುಚ್ಚನಾಗುತ್ತಾನೆ. ವಿವೇಕ ತಾನಾಗಿ ಜಾರುತ್ತೆ' ಇವು ಅನುಭವಸ್ಥರು ಹೇಳುವ ಮಾತಾದರೂ ಅಭಿನಂದನ್ ಸ್ವಭಾವದಲ್ಲಿ ಅಂತಹ ಮಾರ್ಪಾಟುಗಳು ಕಾಣದಿದ್ದರೂ ಒಳಗಿನ ತುಮುಲ ಹತ್ತಿಕ್ಕುವಷ್ಟು ಸಮಚಿತ್ತತೆ ಅವನಲ್ಲಿದೆಯೆನಿಸಿತು. ಅವಳ ಮುಖದಲ್ಲಿ ಅರುಣರಾಗ ಮೂಡಿತು.

ನಾಲ್ಕು ಸಿಗರೇಟು ಸೇದಿ ಎಸೆದ ಅಭಿನಂದನ್. ಹೊಟ್ಟೆಯಲ್ಲಿ ಸಂಕಟ ಶುರುವಾಯಿತು. ಭಯಂಕರ ಹೊಟ್ಟೆ ಹಸಿವಿನ ಅನುಭವ. ಗಾಜಿನ ಹೂಜಿಯಲ್ಲಿದ್ದ ನೀರನ್ನು ಲೋಟಕ್ಕೆ ಬಗ್ಗಿಸಿ ಕುಡಿದ. ಸಾಧ್ಯವಿಲ್ಲವೆನಿಸಿತು, ಹೊರಗೆದ್ದು ಬಂದ.

ಶ್ರೀಮಂತ ಬೋರ್ಡಿಂಗ್, ರಿಚ್ ಹಾಸ್ಟೆಲ್ ಲೈಫ್, ಮನೆಯಲ್ಲಿ ಕೂಡ ಕೈಗೊಬ್ಬ, ಕಾಲಿಗೊಬ್ಬ ಆಳು. ಅಡುಗೆ ಮನೆ ಹೀಗಿರಬಹುದೆಂಬ ಕಲ್ಪನೆಯೇ ಇರಲಿಲ್ಲ.

ಆ ಬಂಗ್ಲೆಯಲ್ಲಿ ಅಡುಗೆ ಮನೆಗಾಗಿ ಹುಡುಕಿದ. ಮುಚ್ಚಿಟ್ಟ ಪಾತ್ರೆಗಳನ್ನೆಲ್ಲ ತಡಕಿದ. ಕ್ಯಾಂಡಲ್ ಹಿಡಿದರೂ ಎಡವಿದ.

'ಬ್ಲಡಿ....ಈಡಿಯಟ್.....' ಪಂಚಾಕ್ಷರಿಯನ್ನು ಮನದಲ್ಲೇ ಶಪಿಸಿದ. ಕರಗಿದ ಕ್ಯಾಂಡಲ್ ಮೇಣ ಬಿಸಿಯಾಗಿ ಕೈ ಸೋಕಿದಾಗ ಕೈಯಲ್ಲಿನ ಪಾತ್ರೆ ಕೆಳಗೆ ಬಿತ್ತು.

ಓದುತ್ತಿದ್ದ ಭೂಮಿಕಾ ಕೋಣೆಯಿಂದ ಶಬ್ದ ಕೇಳಿ ಹೊರಗೆ ಬಂದಳು. ಅವನ ಸ್ಥಿತಿ ನೋಡಿ ನಗು ಬಂದರೂ ನಗಲಿಲ್ಲ.

"ಇದೆಲ್ಲ ಸ್ವಲ್ಪ ಕಷ್ಟದ್ದೇ" ಎಂದು ಕೈಯಲ್ಲಿನ ಟಾರ್ಚ್ ಅವನ ಕೈಗೆ ಕೊಟ್ಟು ಕೆಳಗೆ ಬಿದ್ದ ಕ್ಯಾಂಡಲ್ ಒಂದೆಡೆ ಇರಿಸಿದಳು.

"ಸ್ವಲ್ಪ ಹೆಲ್ಪ್ ಮಾಡಿ, ನಾನೆಲ್ಲ ಮಾಡ್ತೀನಿ."

ಬಡಿಸಿಟ್ಟಾಗ ಬೆರಳನ್ನುಜ್ಜುತ್ತಿದ್ದ ಅಭಿನಂದನ್ ಸ್ಪೂನ್ ಕೈಗೆತ್ತಿಕೊಂಡ. ಮತ್ತೆ ಕೆಳಗಿಟ್ಟ.

ತಣ್ಣನೆ ಕೊರೆಯುವ ಚಪಾತಿ ಬಾಯಿಗಿಟ್ಟಾಗ ಮೊದಲು ಮುಖ ಸಿಂಡರಿಸಿಕೊಂಡರೂ ತಿಂದು ಮುಗಿಸಿದ. ಅನ್ನ, ಸಾರು ಜೊತೆ ಕೊನೆಯಲ್ಲಿ ಬೆಣ್ಣೆ ಹಚ್ಚಿದ ಎರಡು ಬ್ರೆಡ್‌ಸ್ಲೈಸ್ ತಿಂದ. ಹೊಟ್ಟೆ ಶಾಂತವಾದರೂ ಅದರ ಪ್ರಭಾವದ ಅರಿವುಂಟಾಯಿತು.

"ಹೇಗೆ ಅನ್ನಿಸುತ್ತೆ ಈ ವಾತಾವರಣ?" ಒದ್ದೆಯಾದ ಕೈಯನ್ನು ಹ್ಯಾಂಡ್ ಟವೆಲಿನಿಂದೊತ್ತುತ್ತ ಕೇಳಿದ. ಸ್ವರದಲ್ಲಿ ಸ್ವಲ್ಪ ಉತ್ಸಾಹ ತುಂಬಿ ಬಂದಿತ್ತು. ಮಜ್ಜಿಗೆ ಕುಡಿದಿಟ್ಟ ಲೋಟ ಬದಿಗಿರಿಸಿದಳು. "ಇಟ್ಸ್ ಎ ಪ್ಯಾರಡೈಸ್ ಆನ್ ಅರ್ತ್, ಭೂಮಿ ಮೇಲೆ ಸ್ವರ್ಗ ಇರೋದು ಅನ್ನೋದಾದ್ರೆ ಅದು ಭಾರತ ಅಂತ ನನ್ತಂದೆ ಹೇಳ್ತಾ ಇದ್ರು, ಬಹಳಷ್ಟು ನಿಜ!"

ಅಭಿನಂದನ್ ದೀರ್ಘವಾಗಿ ಉಸಿರೆಳೆದು ದಬ್ಬಿದ.

"ನಂಗೇನೋ ಹಾಗೆ ಅನ್ನಿಸೋಲ್ಲ! ನಿಮ್ತಂದೆ ತೀರಾ ಹುಟ್ಟಿದ ಮಣ್ಣಿನ ಅಭಿಮಾನದಿಂದ ಆ ಮಾತು ಹೇಳಿರಬೇಕು!" ಮೃದುವಾಗಿ ನಿರಾಕರಿಸಿದಳು. "ಸಾರೇ ಜಹಾಂಸೇ ಅಚ್ಛಾ.... ಅವರದು ಅಭಿಮಾನ ಆದ್ರೆ ದುರಭಿಮಾನವಲ್ಲ!" ಅವನ ತುಂಟಿಯಂಚಿನಲ್ಲಿ ವಿಷಣ್ಣತೆ ನಗು ಇಣುಕಿ ಮಾಸಿ ಹೋಯಿತು.

ಮೌನವಾಗಿ ಎದ್ದು ಹೋದ. ತೀರಾ ಎಳೆಯ ವಯಸ್ಸಿನಲ್ಲೇ ಅವನ ಮೃದು ಮನಕ್ಕೆ ನಿರಾಶೆಯಾಗಿರಬೇಕು.

"ಅದ್ನ ವೃತ್ತಿಯಲ್ಲಿ ರಘುನಂದನ್ ವಿರೋಧಿಗಳು ಬಳಸಿಕೊಂಡರು." ಮೆಹತಾ ಆಳವಾಗಿ ಯೋಚಿಸಿ ವಿಶ್ಲೇಷಿಸಿದ್ದರು. "ಇನ್ನೊಂದು ವಿಷ್ಯ. ಬೇಟೆಗೆ ಅವಕಾಶ ಕಾಯೋ ಜನರ ಕೈಯಲ್ಲಿ ಅಭಿನಂದನ್ ಸಿಗ್ಬಾರ್ದೂಂತ. ಇಷ್ಟು ದೂರ ಅವನನ್ನು ಕಳ್ಸೋ ಏರ್ಪಾಟು ಮಾಡಿದ್ದು. ಅದು ಕೂಡ...." ಮಧ್ಯೆ ನಿಲ್ಲಿಸಿ, "ಇಲ್ಲಿ ಅವ್ನ ಲಿಬರ್ಟಿಗೆ ಯಾವ ಅಡ್ಡಿಗಳೂ ಇಲ್ವೆಂದ್ಮೇಲೇ ಅವ್ನು ಒಪ್ಪಿದ್ದು" ಎಂದು ತಾವಾಗಿ ಮೆಹತಾ ಹೇಳಿದ ಮಾತುಗಳು.

ಏಕಾಏಕಿಯಾಗಿ ಕುಡಿಯತೊಡಗಿ ಬಾಟಲುಗಳು ಅವಳೆದುರು ಉರುಳಾಡಿದವು. ಅಭಿನಂದನ್ ಅಂಥ ಸುಂದರ, ಸಮಚಿತ್ತ ವ್ಯಕ್ತಿ ಕೈಯಲ್ಲಿ ಬಾಟಲು ಹಿಡಿದು ಅರೆ ಪ್ರಜ್ಞಾವಸ್ಥೆಯಿಂದ ತೂರಾಡುವುದು ಜೀವನದ ಅಂತಿಮ ಅಂತಿಮವಾಗಿರುವಂಥ ಘಟ್ಟ.

ಇವರನ್ನು ನೋಡಿ ಅವಳ ಮುಖ ಬೆವರಿಟ್ಟಿತು. ಇಂಥ ಸ್ಥಿತಿಯ ದರ್ಶನ ಅವಳಿಗೆಂದಿಗೂ ಬಂದಿರಲಿಲ್ಲ. ದೃಢಚಿತ್ತದ, ಬುದ್ಧಿಮತ್ತೆಯ ಅವಳು ಕೂಡ ತೀರಾ ಭಾವುಕಳಾಗಿಬಿಟ್ಟಳು.

'ಬೇಡ ಬೇಡ..... ಅಭಿನಂದನ್' ಎನ್ನುತ್ತಾ ಉಸಿರು ಹಿಡಿದಂತಾಗಿ ಎರಡು ಕೈಯಲ್ಲೂ ಮುಖ ಹಿಡಿದುಕೊಂಡು ಕೂತುಬಿಟ್ಟಳು.

ಬೆಳಕು ಹರಿಯುವ ಮುನ್ನವೇ ಕಾಡಯ್ಯ ಗುಡ್ಡವೇರಿ ಬಂದಿದ್ದ. ಹೊರಗೆ ಬಂದ ಪಂಚಾಕ್ಷರಿ ಅವನ ನೋಡಿ ಗದರಿಕೊಂಡ.

"ಬೆಳಗಾಗುತ್ತೇ ಸವಾರಿ! ಬರೀ ಓಡಾಟವೇ ಆಗೋಯ್ತು! ಅಮ್ಮಾವ್ರಿಗೆ ಕೂಡರವಷ್ಟೂ ನಿನ್ನ ಸಹಾಯ ಇಲ್ಲ!"

ಕಾಡಯ್ಯ ಕತ್ತು ತುರಿಸುತ್ತ ನಿಂತ. ದಿಕ್ಕು ದೆಸೆ ಇಲ್ಲದೆ ಪರದೇಶಿಯಾಗಿದ್ದ ಅವನೊಬ್ಬ. ಅಲ್ಲಿ ಇಲ್ಲಿ ಕೂಲಿನಾಲಿ ಮಾಡ್ಕೊಂಡು ದಿನಗಳನ್ನು ದೂಡುತ್ತಿದ್ದ. ಅಂಥವನಿಗೆ ಜಯಸಿಂಹ ಬಂದ ಮೇಲೆ ಅವನಿಗೊಂದು, ಶಾಶ್ವತ ನೆಲೆ ಕೊಡಿಸಿದರು.

ಮನೆ ಸುತ್ತ ತೋಟ ಮಾಡಿದ. ಸಾಗರ, ಶಿವಮೊಗ್ಗ, ತೀರ್ಥಹಳ್ಳಿಯಂಥ ದೂರದ ಊರುಗಳಿಗೂ ಹೋಗಿ ಬಂದಿದ್ದ. ಜಯಸಿಂಹ ದಂಪತಿಗಳೊಂದಿಗೆ, ಯಾವುದೇ ವಿಶೇಷಗಳಿಲ್ಲದೆ ನಿರ್ಲಿಪ್ತವಾಗಿರುವ ಅವನ ಬದುಕಿನಲ್ಲೂ ವೈವಿಧ್ಯ ಕಾಣಿಸಿಕೊಂಡಿತ್ತು.

"ಅದೆಲ್ಲ ಇರಲಿ. ಅಮ್ಮಾವರನ್ನು ಬರೋದಿಕ್ಕೆ ಹೇಳಿದ್ದಾರೆ, ದೊಡ್ಡಮ್ಮಾವ್ರು." ಪಂಚಾಕ್ಷರಿ ಟವೆಲು ಕೊಡವಿ ಭುಜದ ಮೇಲೆ ಹಾಕ್ಕೊಂಡ. "ಈಗೆಲ್ಲಿ ಬರ್ತಾರೆ!" ಎಂದು ಒಳಗೆ ಹೋದ.

ಕಣ್ಣು ಕಣ್ಣು ಬಿಟ್ಟ ಕಾಡಯ್ಯ. ತಾನು ಗುಡ್ಡದ ಮೇಲಿನ ಗೆಸ್ಟ್‌ಹೌಸ್‌ಗೆ ಹೋಗೋಲ್ಲವೆಂದು ಅತ್ತಿದ್ದ, ಪಂಚಾಕ್ಷರಿ ಬಂದರೂ ಅರ್ಧ ಗಂಟೆಯ ಮೇಲೆ ಇರುತ್ತಾ ಇರಲಿಲ್ಲ.

"ಇಡೀ ಕೆಲ್ಸ ನಾನೇ ಮಾಡ್ಬೇಕು!" ಎಂದು ಅವಸರಿಸುತ್ತಿದ್ದ. ಆದರೆ..... ಅದೆಲ್ಲ!

ಭೂಮಿಕಾ ಮುಂದೆ ಕೂತು ಅಮೇರಿಕಾದ ಅನುಭವಗಳನ್ನು ಕೇಳಲು ಇಷ್ಟ. ಆಗಾಗ ಹಾಡಿದಾಗ ಕಿವಿಗಳನ್ನು ನಿಮಿರಿಸಿ ಕೂರುತ್ತಿದ್ದ. ಕ್ಯಾಮೆರಾ ಹಿಡಿದು ಹೊರಟರೆ ಅವಳ ಹಿಂದೆ ಹೋಗಿ ಫೋಟೋ ತೆಗೆಸಿಕೊಳ್ಳುತ್ತಿದ್ದ.

ಹಿಂದಿನ ದಿನ ಒಂದೆರಡು ಪ್ರೇಕ್ಷಣೀಯ ಸ್ಥಳಗಳನ್ನು ಗುರುತು ಹಾಕಿ ಬಲವಂತದಿಂದ ಅಭಿನಂದನ್‌ನ ಒಪ್ಪಿಸಿದ್ದಳು.

"ನಂಗೆ ಇಂಟರೆಸ್ಟ್ ಇಲ್ಲ!" ಎಂದಿದ್ದ.

"ಐ ಕಾಂಟ್ ಬಿಲೀವ್, ಬಹುಶಃ ಈ ಸುತ್ತಮುತ್ತಲೂ ನೀವು ನೋಡಿಲ್ಲ. ನನ್ನೆಲ್ಲಕ್ಕೆ ಸಹಕಾರ ನೀಡಿ" ಎಂದಾಗ, ಆಡಲು ಮಾತುಗಳು ಸಿಗದೇ ಅಭಿನಂದನ್ ಮುಖ ಒಂದು ತರಹ ಮಾಡಿದ. "ನಿಮ್ಗೆ ಆ ಪ್ರದೇಶ ಹಿಡಿಸದಿದ್ದರೆ ನೋ ಮೋರ್ ವಿಸಿಟ್ಸ್.... ಓ.ಕೆ.?"

ನೋಟ ಕೆಳಗೆ ಹಾಕಿ ಒಪ್ಪಿಗೆ ಸೂಚಿಸಿದ್ದ.

"ಅಮ್ಮ ಹೇಳಿ ಕಳ್ಸಿದ್ದಾರೆ" ಎಂದು ಪಂಚಾಕ್ಷರಿ ಇಣುಕಿ ಹೋದಾಗ, ಅಚ್ಚರಿ ಅವಳ ಕಣ್ಣುಗಳಲ್ಲಿ ಇಣುಕಿತು. "ಯಾರು?" ಹೊರಗೆ ಬಂದಾಗ ಕಾಡಯ್ಯ ನಿಂತಿದ್ದ.

"ಅರೆ, ನಿಂತೇ ಇದ್ದೀಯಲ್ಲ, ಕೂತ್ಕೋ" ಎನ್ನುವ ವೇಳೆಗೆ ಅಭಿನಂದನ್ ಹೊರಗೆ ಬಂದಿದ್ದ. ರಾತ್ರಿ ಎರಡು ಪೆಗ್ ಮಾತ್ರ ಹಾಕಿದ್ದ. ಬೆಳಿಗ್ಗೆ ಭೂಮಿಕಾಳ ಜೊತೆ ಹೊರಡುವ ಮಾತನ್ನು ಉಳಿಸಿಕೊಳ್ಳಬೇಕಿತ್ತು. ಆದರೂ ಅವನ ಕಣ್ಣಂಚಿನಲ್ಲಿ ಮತ್ತು ಇತ್ತು.

"ಓ.ಕೆ. ಮೇಡಮ್" ಎಂದ ಹುಬ್ಬೆತ್ತಿ. "ಥ್ಯಾಂಕ್ಯೂ, ಇನ್ನು ಹತ್ತು ನಿಮಿಷದಲ್ಲಿ ಪೂರ್ತಿ ರೆಡಿಯಾಗ್ಬಿಡ್ಬೇಕು" ನಗುವ ತುಟಿಗಳ ನಡುವಿನಿಂದ ಹಾದು ಬಂದ ಸ್ವರ ಅತ್ಯಂತ ಸಿಹಿಯಾಗಿತ್ತು. ಅವನ ಮೈ ರೋಮಗಳು ನಿಮಿರಿ ನಿಂತವು.

ಭುಜ ಹಾರಿಸಿ ಒಳಗೆ ಹೋದ ಅಭಿನಂದನ್. ಬೇಗ ಸ್ನಾನ ಮುಗಿಸಿ ಬಟ್ಟೆ ತೊಟ್ಟು ಹೊರಗೆ ಬಂದ. ಪಕ್ಕಕ್ಕೆ ಎತ್ತಿ ಬಾಚಿದ ಕ್ರಾಪ್ ಮಿರ ಮಿರ ಮಿನುಗುತ್ತಿತ್ತು. ತೊಟ್ಟ ಬಟ್ಟೆ ಅವನ ಶರೀರಕ್ಕೆ ಮುತ್ತಿಟ್ಟಂತಿತ್ತು.

ಕ್ಯಾಮೆರಾಗೆ ಫಿಲಂ ತುಂಬುತ್ತಿದ್ದವಳು ತಲೆಯೆತ್ತಿ ನೋಡಿದಳು. ಅವಳ ಕಣ್ಣುಗಳು ಮಿನುಗಿದವು.

"ಬೇಗ ಬ್ರೇಕ್‌ಫಾಸ್ಟ್ ಮುಗ್ಸಿಬಿಡೋಣ" ಡೈನಿಂಗ್ ಹಾಲ್‌ನತ್ತ ನಡೆದಳು. ಮತ್ತೆ ಹಿಂದಕ್ಕೆ ಬಂದಾಗ ಕಾಡಯ್ಯ, ಪಂಚಾಕ್ಷರಿಯ ಜೊತೆ ಮಾತನಾಡುತ್ತ ನಿಂತಿದ್ದ.

"ಸಂಜೆ ಬರ್ತೀನೀಂತ ಆಂಟಿಗೆ ಹೇಳು" ಅಭಿನಂದನ್ ಮಾತಿಗೆ ಕಾಡಯ್ಯನ ಮುಖ ಮತ್ತಷ್ಟು ಚಿಕ್ಕದಾದರೂ, "ಜೊತೆಯಲ್ಲಿ ಕರ್ಕೊಂಡ್ಬಾಂದ್ರು. ಯಾರೂ ತಿಂಡಿ ತಿನ್ದೇ ನಿಮಗೋಸ್ಕರ ಕಾಯ್ತಾ ಇದ್ದಾರೆ" ಎಂದ.

"ಓ.ಕೆ., ಮಾರಾಯ! ಈಗಂತೂ ಬರೋದಿಕ್ಕಾಗೋಲ್ಲ. ನೀನು ಹೇಳು, ಅವ್ರು ಅರ್ಥ ಮಾಡ್ಕೋತಾರೆ" ಕೂದಲನ್ನು ಹಿಂದಕ್ಕೆ ದೂಡುತ್ತ ಒಳಗೆ ಬಂದಳು.

ಟೇಬಲ್ ಮೇಲೆ ತಾಳ ಹಾಕುತ್ತಿದ್ದ ಅಭಿನಂದನ್ ಕೈ ಬೆರಳುಗಳು ಸ್ತಬ್ಧವಾದವು. ತಿಂಡಿ ತಟ್ಟೆಯನ್ನು ಹತ್ತಿರಕ್ಕೆಳೆದುಕೊಂಡ.

ಎರಡೆರಡು ಸಮೋಸಾ, ವೆಜಿಟೆಬಲ್ ಕಟ್‌ಲೆಟ್ ತಿಂದು ಹೊರಗೆ ಬಂದರು. ಪಂಚಾಕ್ಷರಿ ಒಂದು ಬ್ಯಾಗ್ ಮತ್ತು ಫ್ಲಾಸ್ಕ್ ಸಿದ್ಧ ಮಾಡಿಟ್ಟಿದ್ದ.

"ಇದ್ನ ಹೋರೋಕೆ ಒಂದು ಜನ ಬೇಕಲ್ಲ. "ನಾನೇ ಬಂದ್ಬಿಡ್ತೀನಿ" ಪಂಚಾಕ್ಷರಿ ಸ್ವರದಲ್ಲಿ ಉತ್ಸಾಹವಿತ್ತು. "ಆದ್ರೆ, ಈ ಬಟ್ಟೆಯಲ್ಲಿ ಅಲ್ಲ" ರೆಟ್ಟೆ ಹಿಡಿದು ಎಳೆದೊಯ್ದ ಅಭಿನಂದನ್. ಮಂದಹಾಸ ಮೂಡಿತು ಅವಳ ಮುಖದ ಮೇಲೆ.

ಹ್ಯಾಂಗರ್‌ನಲ್ಲಿದ್ದ ಷರ್ಟು, ಪ್ಯಾಂಟ್, ಸ್ವೆಟರ್ ಅವನತ್ತ ಹಾಕಿದ ಅಭಿನಂದನ್. ಆ ಕಣ್ಣುಗಳನ್ನು ದಿಟ್ಟಿಸಿದ ಪಂಚಾಕ್ಷರಿ. ತಿರಸ್ಕಾರವಾಗಲಿ, ಒರಟುತನವಾಗಲಿ ಆತನಲ್ಲಿ ಇರಲಿಲ್ಲ. ಮತ್ತಿನ ಛಾಯೆ ಕೂಡ ಮಾಯ.

"ಬೇಡ, ನಮ್ಮಂಥ ಕೆಲ್ಸ ಮಾಡೋ ಜನಕ್ಯಾಕೆ ಇಂಥ ಬೆಲೆ ಬಾಳೋ ಬಟ್ಟೆಗಳು" ಪಂಚಾಕ್ಷರಿಯ ಸ್ವರದಲ್ಲಿ ಸಂಕೋಚವಿತ್ತು. ಮುಖದಲ್ಲಿ ಹಿಂಜರಿಕೆಯ ಛಾಯೆ.

"ಸುಮ್ನೆ ಹಾಕ್ಕೋ" ಹೇಳಿ ಅಭಿನಂದನ್ ಹೊರಗೆ ಹೋದ.

ಅಭಿನಂದನ್ ಹೊರಗೆ ಬಂದಾಗ, ಕ್ಯಾಮೆರಾವನ್ನು ಕಣ್ಣಿಗೆ ಹಿಡಿದ ಭೂಮಿಕಾ ಸುತ್ತಲೂ ನೋಡುತ್ತಿದ್ದಳು.

"ಬ್ಯೂಟಿಫುಲ್..... ಮಾರ್ವೆಲಸ್......" ಉದ್ಗರಿಸಿದಳು. ಬೇರೆಡೆ ನೋಟ ತೂರಿದ ಅಭಿನಂದನ್. "ಸ್ವಲ್ಪ ನೋಡಿ....." ಅವನ ಮುಂದೆ ಹಿಡಿದಳು. 'ಇಂಟರೆಸ್ಟ್ ಇಲ್ಲ' ಮನ ಹೇಳುತ್ತಿದ್ದರೂ ತುಟಿಗಳು ಹೊರ ಹಾಕಲಿಲ್ಲ. "ಒಂದು ಸುತ್ತು ನೋಡಿ, ಇಂಟರೆಸ್ಟ್ ಬರುತ್ತೆ" ಅವನ ಮನ ಅರಿತಂತೆ ನುಡಿದಳು.

ಸುಮಾರು ಆರಡಿ ಎತ್ತರದ ದೃಢಕಾಯ ಅಭಿನಂದನ್ ಉಡುಪುಗಳನ್ನು ಪಂಚಾಕ್ಷರಿ ತೊಟ್ಟು ಹೊರಗೆ ಬಂದಾಗ ವಿಚಿತ್ರ ವೇಷದಲ್ಲಿ ಕಾಣುತ್ತಿದ್ದ.

"ನಂಗೆ ಚೆನ್ನಾಗಿಲ್ಲ ಮುಂಬಯಿ ಬಾಬು" ನಾಚಿದ ಅವನ ನೋಟ ನೆಲದಲ್ಲಾಡಿತು. ಅಭಿನಂದನ್ ಕೈ ಜೇಬಿನಲ್ಲಿಳಿಯಿತು. ಒಂದೆರಡು ನೋಟುಗಳು ಹೊರಗೆ ಬಂದಾಗ ಅವನ ಕೈಹಿಡಿದು ಅದರಲ್ಲಿಟ್ಟ. "ಬೇರೆ ಬಟ್ಟೆ ಹೊಲಿಸ್ಕೊಂಡ್ಬಾ. ನೀನು ಅಮ್ಮಾವ್ರಿಗೆ ಗೈಡ್ ಮಾಡ್ಬೇಕಾಗುತ್ತೆ." ಬ್ಯಾಗ್, ಫ್ಲಾಸ್ಕ್ ಎತ್ತಿಕೊಂಡು ಮುಂದಕ್ಕೆ ನಡೆದ. ಕೈಯಾಡಿಸಿ ಹಿಂಬಾಲಿಸಿದಳು ಭೂಮಿಕಾ.

ಗುಡ್ಡ ಇಳಿದ ಮೇಲೆ ನಿಂತ. ಈಗ ಸ್ವಲ್ಪ ಚುರುಕು ಬಿಸಿಲಿನ ಅನುಭವವಾದರೂ ಬಿಸಿಲು ಮೋಡಗಳ ಜೊತೆ ಕಣ್ಣಾ ಮುಚ್ಚಾಲೆಯಾಡುತ್ತಿತ್ತು.

"ಯಾವ್ಕಡೆ ನಿಮ್ಮ ಪ್ರೋಗ್ರಾಂ?" ಎಂದಾಗ ತುಟಿ ಕಚ್ಚಿ ನಿಂತಳು. ನಿಂತು ಸುತ್ತಲೂ ಕಣ್ಣರಳಿಸಿದಳು. ನಸುನಕ್ಕ ಅಭಿನಂದನ್.

ಸುತ್ತಲೂ ಪ್ರಕೃತಿಯ ರಮ್ಯತೆಯಿಂದ ಬೀಗುವ ಈ ಸ್ಥಳ ಎತ್ತ ಕಡೆಯೂ ಚೇತೋಹಾರಿ.

"ಈ ಕಡೆ...." ಮೊದಲು ಮುಜುಗರದಿಂದ ಕಾಲೆತ್ತಿಟ್ಟರೂ ಅರ್ಥವಾದಾಗ ಆಕರ್ಷಣೆ.

ದಾರಿಯುದ್ದಕ್ಕೂ ಅಲ್ಲಲ್ಲಿ ನಿಂತು ಕ್ಯಾಮೆರಾ ಕ್ಲಿಕ್ ಮಾಡುತ್ತಿದ್ದ ಭೂಮಿಕಾ ದಟ್ಟ ಹಸಿರು ಮರಗಳ ಪ್ರಶಾಂತ ನೆರಳಿನುದ್ದ ನೋಡುತ್ತಾ ಕೂತಳು.

"ಬಹುಶಃ ಈ ದಿನ ನಿಮ್ಮ ನೆನಪಿನಲ್ಲಿ ಉಳ್ದುಹೋಗುತ್ತೆ!" ಅರ್ಥಗರ್ಭಿತವಾಗಿ ಹೇಳಿ ಅವನ ಕೈಯಲ್ಲಿದ್ದ ಬ್ಯಾಗ್ ತೆಗೆದುಕೊಂಡಳು. ಫ್ಲಾಸ್ಕ್ ಅಲ್ಲೇ ಇಟ್ಟ ಅಭಿನಂದನ್ ಮರಗಳ ನಡುವೆ ಮರೆಯಾದ.

ಬ್ಯಾಗ್‌ನಲ್ಲಿ ಮಡಚಿಟ್ಟಿದ್ದ ಸಣ್ಣ ಕಾರ್ಪೆಟ್‌ಅನ್ನು ಹಾಸಿದಳು. ಬಿಚ್ಚುಗೂದಲು ಕತ್ತಿನ ಬೆವರಿಗೆ ಅಂಟಿ ಮುಜುಗರವೆನಿಸಿತು. ಎಲ್ಲಾ ಕೂದಲು ಸೇರಿಸಿ ಮುಡಿಯಲ್ಲಿಹಿಡಿದಳು. ಇವಕ್ಕೆ ಸ್ವಲ್ಪ ಸ್ವತಂತ್ರ ಮೊಟಕು ಮಾಡುವುದು ಒಳ್ಳೆಯದೆನಿಸಿತು. ಬಿಗಿಯಾಗಿ ಜಡೆ ಹೆಣೆದಳು. ತುಂಡು ಕತ್ತಿನ ಮೇಲೆ ಬಿತ್ತು.

ಕರ್ಚೀಫ್‌ನಿಂದ ಮುಖದ ಬೆವರು ತೊಡೆದಳು. ಬಿಸಿಲಿನ ಪ್ರಖರತೆಗೂ ಜಗ್ಗದೆ ನಗುತ್ತಿರುವ ಹೂ ಅದು, ತಂಗಾಳಿಯಲ್ಲಿ ಹರಡುತ್ತಿರುವ ಸೌರಭದಿಂದ ಅವಳ ಮನದ ಚೇತನ ಉಕ್ಕಿ ಉಕ್ಕಿ ಹರಿಯಿತು.

ಹತ್ತು ನಿಮಿಷಗಳ ನಂತರ ಅಭಿನಂದನ್ ಬಂದ. ಒದ್ದೆಯಾದ ಮುಖದ ಮೇಲೆ ಅವನ ಕರ್ಚೀಫ್ ಆಡಿಸಿದ.

"ಒಂದ್ನಿಮಿಷ.... ಬನ್ನಿ" ಉತ್ಸಾಹ ಅವನ ಮುಖದ ಮೇಲೆ ಪುಟಿಯುತ್ತಿತ್ತು. ಭೂಮಿಕಾಳ ಮನದ ಅಲೆಗಳು ಸಂತೋಷದಿಂದ ಆಡಿ ಕುಣಿದವು.

ಸುಮಾರು ಹತ್ತು ಅಡಿ ಅಂತರದಲ್ಲಿ ಒಂದು ಮಿನಿ ಜಲಪಾತ. ಸ್ಫಟಿಕ ಸದೃಶವಾದ ನೀರು ಹರಿಯುತ್ತಿತ್ತು. ಬೊಗಸೆಯಲ್ಲಿ ತುಂಬಿ ತುಂಬಿ ಮುಖದ ಮೇಲೆ ಎರಚಿಕೊಂಡಳು.

"ನಿಸರ್ಗದ ಹತ್ತಿರ ಇರುವಾಗ ಆಗುವ ಅನುಭವವನ್ನು ವ್ಯಕ್ತ ಮಾಡಲು ಕವಿ, ಸಾಹಿತಿಯೋ ಬೇಕು!" ತನ್ಮಯತೆಯಿಂದ ಆಕೆ ಹೇಳಿದಳು. ಜುಳು ಜುಳು ಹರಿಯುವ ನೀರನ್ನು ನೋಡುತ್ತ ನಿಂತ ಅಭಿನಂದನ್.

ಅವನ ಮನದಲ್ಲಿನ ಅವ್ಯಕ್ತವಾದ ಆನಂದ ವರ್ಣಿಸಲಾರದಾದ.

ಥಟ್ಟನೆ ಏನೋ ನೆನಪಿಸಿಕೊಂಡವಳಂತೆ ಅವನತ್ತ ತಿರುಗಿದಳು. ಸುಂದರ ಗ್ರೀಕ್ ದೇವತೆಯಂತೆ ಕಂಡ. ಅವನಲ್ಲಿ ಅಪರೂಪದ ಚೈತನ್ಯ ಕಂಡು ಬೆರಗಾದಳು.

"ಮಿಸ್ಟರ್ ಅಭಿನಂದನ್.... ಒಂದ್ಸಲ ಫೋಕಸ್ ಮಾಡ್ತೀನಿ." ಹರಿಯುವ ನೀರಿನಲ್ಲಿದ್ದ ಅವಳ ಪಾದಗಳು ಹಿಂದಕ್ಕೆ ಬಂದವು. "ಜಸ್ಟ್ ಎ ಮಿನಿಟ್. ಹಾಗೇ.... ಇರೀ... ಬಂದ್ಬಿಡ್ತೀನಿ" ಹಿಂದಕ್ಕೆ ಓಡಿದಳು.

ಆಕೆಯ ಓಡುವ ಆ ಭಂಗಿ ಅವನಿಗೆ ಹರಿಣಿಯನ್ನು ನೆನಪು ಮಾಡಿತು. ನೋಡಿದ್ದ ಎಲ್ಲಾ ಲಲನೆಯರು ಅವನ ನೆನಪಿನಂಗಳದಲ್ಲಿ ಹಾದುಹೋದರು. ಅಂಥವರಲ್ಲಿ ರೇಖಾ ಕೂಡ ಬಹಳ ಹೊತ್ತು ಉಳಿಯಲಿಲ್ಲ. ಕಣ್ಣಿನಾಳಕ್ಕೆ ಬಂದವಳು ಭೂಮಿಕಾ. ಆಕೆಯನ್ನು ಹೃದಯದಾಳಕ್ಕೆ ಇಳಿಸಿಕೊಂಡನು.

ತಕ್ಷಣ ಏನೋ ಮುಖದಲ್ಲಿ ಅವ್ಯಕ್ತ ನೋವು. ಮನ ನರಳಿ ನರಳಿ ಅತ್ತಾಗ ಅವನ ಮಿದುಳಿನ ನರಗಳು ಪಟಪಟ ಎನ್ನತೊಡಗಿದವು. ಮಿದುಳಿನಲ್ಲಿನ ಹಿಂಸೆ ಸಹಿಸಲಾಗಲಿಲ್ಲ; ಮುಖ ಮೇಲೆತ್ತಿ ಕೈಯನ್ನು ಕಣ್ಣಿಗೆ ಅಡ್ಡವಾಗಿಹಿಡಿದು ಚಡಪಡಿಸಿದ.

"ಅಭಿನಂದನ್...." ಆ ಒಂದು ಸ್ವರ ಕೇಳಿ ಅವನ ನೂರು ನೋವನ್ನು ತೊಡೆದು ಹಾಕಲು ಸಮರ್ಥವಾಯಿತು. ಸ್ವರ ಬಂದತ್ತ ತಿರುಗಿದ. "ಸ್ವಲ್ಪ ಹಿಂದಕ್ಕೆ ಹೋಗಿ. ಫುಲ್ ಕವರ್ ಮಾಡ್ಬೇಕು" ಕ್ಯಾಮೆರಾ ಅವಳ ಕೈಯಲ್ಲಿತ್ತು. ಲೆನ್ಸ್ ಸರಿ ಮಾಡುವತ್ತ ಅವಳ ಲಕ್ಷ್ಯ.

ಒಂದಲ್ಲ ನಾಲ್ಕು ಫೋಟೋಗಳನ್ನು ತೆಗೆದಳು. ನಿರಾಸಕ್ತಿಯಿಂದ ಇದ್ದವನು ಥಟ್ಟನೆ ಕೇಳಿದ, "ಈ ಫೋಟೋಗಳ್ನ ಏನ್ಮಾಡ್ತೀರಾ?"

ಥಟ್ಟನೆ ತಲೆಯೆತ್ತಿದಳು. ನೀವು ಇಷ್ಟಪಟ್ರೆ.... ಒಂದೆರಡು ತಗೋಬಹ್ದು. ಇಲ್ದಿದ್ರೆ ನನ್ನ ಆಲ್ಬಮ್ಸ್‌ನಲ್ಲಿರುತ್ತೆ. ಕೇಳಿ ಸುಮ್ಮನೆ ತಲೆಯಾಡಿಸಿ ಮುಂದಕ್ಕೆ ನಡೆದ.

"ಯಾಕೆ ಪ್ರಶ್ನಿಸಿದ?" ಅವಳ ಮನ ಜಿಜ್ಞಾಸೆಗೆ ಒಳಗಾಯಿತು.

ತೀರಾ ಗಂಭೀರವಾದ ಅಭಿನಂದನ್. ತನ್ನವರು ಎಂಬ ಅಭಿಮಾನ ಯಾರ ಮೇಲೆ ಮೂಡಿಲ್ಲದಿದ್ದರೂ ಅಪರೂಪಕ್ಕೆ ಬಂದು ಅತ್ಯಂತ ಕಾಳಜಿ ವಹಿಸುತ್ತಿರುವ ಮೆಹತಾನ ಕಂಡು ಅವನಿಗಿಷ್ಟವಾಯಿತು. ಅವರ ಬುದ್ಧಿವಾದ, ಅವರ ಮಾತುಗಳನ್ನು ಪೂರ್ತಿ ಉದಾಸೀನ ಮಾಡದಿದ್ದರೂ ಕೆಲವು ಕಾಲ ಮನಸ್ಸಿನಲ್ಲಿ ಹಿಡಿದಿಡುವಷ್ಟು ಸಹಕರಿಸುತ್ತಿತ್ತು.

ಬೋರ್ಡಿಂಗ್‌ನಲ್ಲಿದ್ದಾಗ ರಜೆ ಸಮಯಗಳಲ್ಲೂ ಕರೆದೊಯ್ಯಲು ಮನೆಯಿಂದ ಯಾರೂ ಬಾರದೆ ಕಾತರ, ಆಸೆ, ಆಕಾಂಕ್ಷೆಗಳು ಕಣ್ಣಲ್ಲಿ ಸುಳಿಯುತ್ತಿದ್ದುದು ನೆನಪಾಯಿತು.

ಒಮ್ಮೆ ಪತ್ರ ಬರೆದಾಗ ಜಾನ್ ಬಂದು ಕರೆದೊಯ್ದಿದ್ದ. ಅಲ್ಲೂ ಕೂಡ ಸ್ಥಿತಿ ಭಿನ್ನವಾಗಿರಲಿಲ್ಲ. ದೆಹಲಿಯಲ್ಲಿ ಕಟ್ಟುತ್ತಿರುವ ಮ್ಯಾನ್ಷನ್ಸ್‌ಗಳ ಬಗ್ಗೆ ಹೆಚ್ಚು ಕಾಳಜಿವಹಿಸಲು ರಘುನಂದನ್ ಅಲ್ಲೇ ಇರುತ್ತಿದ್ದರು. ಇನ್ನು ತಾಯಿ.... ಅವರ ಕೆಲಸ, ಕಂಪನಿಯ ವ್ಯವಹಾರಗಳಿಗೆ ಪೂರ್ತಿಯಾಗಿ ತಮ್ಮನ್ನು ತೆತ್ತುಕೊಂಡಿದ್ದೂ ನಮ್ಮನ್ನು ಕಾಣುವ ಕಾತರ ತಂದುಕೊಳ್ಳಲಿಲ್ಲ.

ಇದನ್ನು ಸ್ಮರಿಸಿ, ಬಿಕ್ಕಿ ಬಿಕ್ಕಿ ಮಂಡಿಯ ಮಧ್ಯೆ ತಲೆ ಇಟ್ಟು ಮಾನಸಿಕ ಕ್ಷೋಭೆ, ದಿಕ್ಕೆಟ್ಟ ಸ್ಥಿತಿಯಲ್ಲಿ ನೆಮ್ಮದಿಯಾಗಿರಲು ಮದ್ಯಪಾನ ಸ್ನೇಹಿತನಾಗಿಸಿದ.

"ಏನೋ ಗಂಭೀರವಾಗಿ ಯೋಚಿಸ್ತಾ ಇದ್ದೀರಿ!" ಎನ್ನುತ್ತಾ ಬ್ಯಾಗ್‌ನಲ್ಲಿದ್ದ ಸ್ಟೀಲ್ ಬಾಕ್ಸ್‌ಅನ್ನು ಹೊರಗೆ ತೆರೆದಿಟ್ಟಳು. "ನೋ..... ನೋ.... ನಾನು ಆ ಜಾಯಮಾನಕ್ಕೆ ಸೇರಿದವನೇ ಅಲ್ಲ." ಸಣ್ಣಗೆ ಅವನ ತುಟಿಯಂಚಿನಲ್ಲಿ ಒರಟಿನ ಛಾಯೆ ಹೊಮ್ಮಿತು.

ಪಂಚಾಕ್ಷರಿ ಕಟ್ಟಿ ಕೊಟ್ಟಿದ್ದ ಹುಳಿಯನ್ನ, ಮೊಸರನ್ನದ ಜೊತೆ, ಬಿಸ್ಕತ್, ಕೇಕ್ ಕೂಡ ತಿಂದರು. ಬರೀ ಮಾತೆಲ್ಲ ನಿಸರ್ಗದ ಬಗ್ಗೆಯೇ. ಆಮೆ ಚಿಪ್ಪಿನಲ್ಲಿ ಮುದುರಿಕೊಳ್ಳುವಂತೆ ತನ್ನ ಒಳತೋಟಿಯನ್ನು ಹತ್ತಿಕ್ಕಿಕೊಳ್ಳುತ್ತಿದ್ದ.

"ಆ ದಿನ ನೀವು ನಡೆದೇ ಬಂದ್ರಾ?" ತಗ್ಗಿದ ಸ್ವರದಲ್ಲಿ ಪ್ರಶ್ನಿಸಿದಾಗ, ಮುಖ ಮೇಲೆತ್ತಿದಳು. ಅವಳ ಕಣ್ಣುಗಳಲ್ಲಿ ಅಚ್ಚರಿ. ಆಗ ಇದ್ದ ಅವನ ಸ್ಥಿತಿಯನ್ನು ನೆನಪಿಸಿಕೊಂಡಳು. "ಎ ವಂಡರ್‌ಫುಲ್ ಮೆಮೊರಿ. ನೀವು ಆ ಸ್ಥಿತಿಯಲ್ಲೂ ನನ್ನ ನೆನಪಿನಲ್ಲಿಟ್ಕೊಂಡಿದ್ದೀರಿ." ಎಂದಾಗ ಕೈ ಎತ್ತಿ ತಳ್ಳಿದ. ಆದರೆ ಬೆಸೆದುಕೊಂಡ ಅವನ ಹುಬ್ಬುಗಳು ಮೊದಲ ಸ್ಥಿತಿಗೆ ಬರಲು ಕ್ಷಣಗಳು ಬೇಕಾದವು. "ಥ್ಯಾಂಕ್ಯೂ ಫಾರ್ ಯುವರ್ ಕಮೆಂಟ್ಸ್" ಎಂದವನೇ ವಾಚ್‌ನತ್ತ ನೋಡಿದ; ಮೂರರ ಸಮೀಪ. ಪ್ಯಾಂಟ್ ಕೊಡವಿ ಮೇಲಕ್ಕೆದ್ದ.

"ಹೋಗೋಣ, ಬಹುಶಃ ನಿಮಗೋಸ್ಕರ ಜಯಸಿಂಹ ಮತ್ತು ಮಿಸೆಸ್ ಜಯಸಿಂಹ ವೆಯ್ಟ್ ಮಾಡ್ತಾ ಇರ್ಬಹುದ್ದು." ಕ್ಯಾಮೆರಾವೊಂದನ್ನು ಅವಳ ವಶಕ್ಕೆ ಬಿಟ್ಟು ಮಿಕ್ಕೆಲ್ಲ ತಾನೇ ಎತ್ತಿಕೊಂಡ.

ದಾರಿಯುದ್ದಕ್ಕೂ ಭೂಮಿಕಾ ತನ್ನ ಓದು, ತಾಯ್ತಂದೆ, ತಮ್ಮ ಪುಟ್ಟ ಪರಿವಾರ ಎಲ್ಲಾ ವಿಷಯಗಳನ್ನು ಹೇಳಿದರೂ. ಅವನು ತುಟಿಕ್ ಪಿಟಿಕ್ ಎನ್ನಲಿಲ್ಲ.

ಮಧ್ಯದಲ್ಲಿಯೇ ಕಾಡಯ್ಯ ಎದುರಾಗಿ, "ಕರೀತಾರೆ" ಎಂದ ವಿನಮ್ರನಾಗಿ. ನಾಲಿಗೆಯನ್ನು ತುಟಿಯ ಮೇಲಾಡಿಸಿದ ಅಭಿನಂದನ್ ಬೇರೆಡೆ ನೋಡಿದ. "ಏನ್ಮಾಡ್ತೀರಾ?" ಅವಳತ್ತ ತಿರುಗದೆಯೇ ಕೇಳಿದ.

"ನೀವು ಬನ್ನಿ" ಎಂದ ಕೂಡಲೇ ಬ್ಯಾಗ್, ಫ್ಲಾಸ್ಕ್ ಎಲ್ಲಾ ಕಾಡಯ್ಯನ ಕೈಗೆ ಕೊಟ್ಟ. "ನೋ.... ನಾನು ಬರೋಲ್ಲ!" ಒರಟಿನ ಉತ್ತರ ನೀಡಿದ.

"ಸೀಯೂ ಎಗೇನ್" ತಿರುಗಿ ಕೂಡ ನೋಡದೇ ಹೊರಟುಬಿಟ್ಟ. ತುಟಿ ಕಚ್ಚಿದಳು. ಮೆಹತಾ ಒಬ್ಬರನ್ನು ಬಿಟ್ಟು ಯಾರನ್ನೂ ವಿಶ್ವಾಸಕ್ಕೆ ತೆಗೆದುಕೊಳ್ಳುವವನಲ್ಲ ಎಂಬ ಸಂಶಯ ಮೂಡಿತು.

"ಏನು ವಿಶೇಷ?" ಕಾಡಯ್ಯನತ್ತ ತಿರುಗಿದಾಗ ಪ್ರಮೋದ್ ಕಂಡ. "ಹಲೋ ಪ್ರಮೋದ್" ಎಂದು ಹೇಳಿ ಸಂತೋಷದಿಂದ ಕೈಯೆತ್ತಿದಳು. ಅವನ ಹುಬ್ಬುಗಳು ಮತ್ತಷ್ಟು ಗಂಟಾದವ "ಹಲೋ..." ಸ್ವರದಲ್ಲಿ ನೀರಸವಿತ್ತು.

ಕಾಡಯ್ಯ ತಾನು ಬಂದ ಕೆಲಸ ಮುಗಿಯಿತು ಎನ್ನುವಂತೆ ತನ್ನ ಪಾಡಿಗೆ ತಾನು ಹೋದ.

"ವ್ಹಾಟ್ ಎ ಸರ್ಪ್ರೈಸ್. ನೀವು ಬರೋ ವಿಷ್ಯನೇ ಗೊತ್ತಿರಲಿಲ್ಲ. ಅಂಕಲ್ ಕೂಡ ಆ ಪ್ರಸ್ತಾಪ ಮಾಡಲಿಲ್ವಲ್ಲ? ಹೇಗಿದ್ದಾರೆ ಅಮ್ಮ, ಅಣ್ಣ, ಮಿಕ್ಕವರು?" ತೀಕ್ಷ್ಣವಾಗಿ ಅವಳತ್ತ ನೋಡಿದ.

"ಎಲ್ಲಾ ಚೆನ್ನಾಗಿದ್ದಾರೆ. ನಂಗೂ ಇಲ್ಲಿ ಸರ್‌ಪ್ರೈಸ್?!" ಅವಳ ಸ್ವರದಲ್ಲಿ ಕಠಿಣತೆ ತೋರಿತು. "ಏನಂಥ ವಿಷ್ಯ?" ಅವಳ ಕೈ ಬೆರಳುಗಳು ಕ್ಯಾಮೆರಾದ ಮೇಲಾಡಿದವು.

ಮಾತನಾಡಲು ಪ್ರಮೋದ್‌ಗೆ ಉತ್ಸಾಹವಿಲ್ಲವೆಂದು ತಿಳಿದ ಮೇಲೆ ಸುಮ್ಮನಾದಳು. ಪಟಪಟ ಮಾತಾಡುತ್ತಿದ್ದ ಪ್ರಮೋದ್‌ಗೆ ಏನಾಗಿದೆ?

ಮನೆ ತಲುಪುವವರೆಗೂ ಇಬ್ಬರೂ ಮಾತಾಡಲಿಲ್ಲ. ಜಯಸಿಂಹ ಮಾಮೂಲಿನಂತಿದ್ದರೂ ರೋಹಿಣಿಯವರು ಒಂದು ತರಹ ಇದ್ದಂತೆ ಕಂಡರು. ಇದು ಭ್ರಮೆಯೋ? ಥಟ್ಟನೆ ನೆನಪಿಸಿಕೊಂಡಳು.

"ಆಂಟಿ ತುಂಬ ಸಪ್ಪಗಾಗಿ ಬಿಟ್ಟಿದ್ದಾರೆ. ದೂರದ ಅಮೇರಿಕಾದಲ್ಲಿರೋ ಮಕ್ಕ ಬಗ್ಗೆ ಹಂಬಲ!" ನಗೆಯಾಡಿದಳು.

"ನಿಶ್ಚಯಿಸ್ಕೊಂಡೇ ಇಲ್ಲಿಗೆ ಬಂದಿದ್ದು. ಅಂಥ ಹಂಬಲಿಕೆಯೇನೂ ಇಲ್ಲ!" ರೋಹಿಣಿ ಸ್ವರ ಸೊರಗಿದಂತೆ ಕಂಡಿತು. ಅರ್ಥವಾಗಲಿಲ್ಲ, ಮೌನವಾಗಿ ಕೂತಳು. ಕ್ಯಾಮೆರಾ ಪ್ರಮೋದ್ ಕೈ ಸೇರಿತು.

"ಹೇಗಿತ್ತು ಪಿಕ್‌ನಿಕ್?" ಥಟ್ಟನೆ ತುಟಿಯ ಮೇಲೆ ನಗು ಅರಳಿಸಿದಳು. "ವಂಡರ್‌ಫುಲ್.... ಸಮೃದ್ಧ. ಕಣ್ಣು ಹಾಯಿಸಿದ ಕಡೆಯೆಲ್ಲ ಹಚ್ಚ ಹಸುರಿನ ವರ್ಣಮಯ ವಿನ್ಯಾಸ" ಸಹಜವಾಗಿ ಹೇಳಿದಳು.

ತಿಂಡಿ, ಹಣ್ಣು ತಂದಿಟ್ಟಾಗ ಬರೀ ಟೀ ಮಾತ್ರ ಕುಡಿದಳು. ಎಲ್ಲ ಮೌನವಾಗಿ ಕೂತಾಗ ಮೇಲಕ್ಕೆದ್ದಳು.

"ಇಲ್ಲಿನ ಮಳೆಯ ಬಗ್ಗೆ ಗೊತ್ತಾಗೋಲ್ಲ. ಯಾವ ಕ್ಷಣದಲ್ಲಿಯಾದ್ರೂ ಬರಬಹ್ದು. ನಾನ್ಹೋಗ್ತೀನಿ" ಮೇಲಕ್ಕೆದ್ದಳು.

ಪ್ರಮೋದ್‌ನ ಕಣ್ಣುಗಳಲ್ಲಿ ಕಿಡಿಗಳು ಉದುರಿದವು. ಮುಖ ಬಿಗಿದು ಕೂತ.

ಮತ್ತೆ ತಾನೇ ಕೂತು, ಜಯಸಿಂಹ ಅವರತ್ತ ತಿರುಗಿ, "ಅಂಕಲ್, ಅಭಿನಂದನ್‌ಗೆ ಒಳ್ಳೆ ದೃಢ ಚಿತ್ತವಿದೆ" ಎಂದ ಕೂಡಲೇ ಜಯಸಿಂಹ ಅವರ ಮುಖದ ಮೇಲೆ ಉತ್ಸಾಹ ಅರಳಿತು. "ಪ್ರೋಗ್ರೆಸ್...." ತಕ್ಷಣ ಅವಳ ಕಣ್ಣುಗಳಲ್ಲಿ ಭಾವನೆಗಳು ದಟ್ಟವಾದವು. ಕೆಳತುಟಿಯನ್ನು ನಾಲಿಗೆಯಿಂದ ಸವರಿದಳು. "ಸಾಮಾನ್ಯ ವಸ್ತುಗಳ ಬಗ್ಗೇನೂ ಅವ್ರಿಗೆ ಆಸಕ್ತಿ! ಆದ್ರೆ.... ಬಲವಂತವಾಗಿ ಬೆಳೆಸ್ಕೊಂಡ ನಿರಾಸಕ್ತಿ! ಪ್ರತಿಯೊಂದಕ್ಕೂ ಇಂಟರೆಸ್ಟ್ ಇಲ್ಲ. ಇದು ಬಾಯಿ ಪಾಠವಾದಂತಿದೆ." ಥಟ್ಟನೆ ಪ್ರಮೋದ್ ಎದ್ದು ಹೊರಗೆ ಹೋದ.

ಆ ವಿಷಯವನ್ನು ಮಾತನಾಡುತ್ತ ಕೂತರು.

ಗುಡ್ಡವೇರಿ ಮೇಲಕ್ಕೆ ಬಂದಾಗ ಅಭಿನಂದನ್ ಮೈಯಲ್ಲಿ ವಿಪರೀತ ಬಳಲಿಕೆ. ಅಲ್ಲೇ ಗಾಳಿಗೆ ಮೈಯೊಡ್ಡಿ ನಿಂತ.

"ಪಂಚಾಕ್ಷರಿ...." ಒಂದೇ ಕೂಗಿಗೆ ಓಡಿ ಬಂದ. "ಬಾಲ್ಕನಿಯಲ್ಲೇ ಕೂತ್ಕೋತೀನಿ...." ಎಂದ ಕೂಡಲೇ ವರಾಂಡದಲ್ಲಿನ ಛೇರ್‌ಗಳನ್ನು ತಂದು ಬಾಲ್ಕನಿಯಲ್ಲಿ ಹಾಕಿ ಸಣ್ಣ ಟೀಪಾಯಿ ತಂದಿಟ್ಟ.

ಬಟ್ಟೆ ಬದಲಾಯಿಸಿ ವೆಲ್ವೆಟ್ ಹೌಸ್ ಕೋಟು ತೊಟ್ಟು ಬೀರುವಿನಿಂದ ವ್ಹಿಸ್ಕಿ ಬಾಟಲು ಹಿಡಿದು ಬಂದ. ಕುಡಿಯುತ್ತಲೇ ಕೂತ. ಪಂಚಾಕ್ಷರಿ ಹೊರಕ್ಕೂ ಒಳಕ್ಕೂ ಓಡಾಡಿದ.

"ಪಂಚಾಕ್ಷರಿ, ಹೋಗಿ ಅಮ್ಮಾವ್ರನ್ನ ಕರ್ಕೊಂಡ್ಬಾ. ಕತ್ತಲಲ್ಲಿ ಒಬ್ರೇ ಬರೋದು ಕಷ್ಟ" ತೊದಲಿದ. ಪಂಚಾಕ್ಷರಿ ಒಳಗೆ ಎದ್ದು ಹೋದ.

ಪಂಚಾಕ್ಷರಿಯ ಕಣ್ಣುಗಳಲ್ಲಿ ನೀರಾಡಿತು. ಹೆಗಲ ಮೇಲಿನ ವಸ್ತ್ರದಿಂದ ತೊಡೆದುಕೊಂಡ. ಮಂಡಿಯ ಮೇಲೆ ಕೈಯಿಟ್ಟು ಬಿಕ್ಕಿ ಬಿಕ್ಕಿ ಅತ್ತುಬಿಟ್ಟ.

ಮುಂದಿನ ಬಾಗಿಲು ಲಾಕ್ ಮಾಡಿಕೊಂಡು ಸರಸರ ಕೆಳಗಿಳಿದು ಬಂದ.

ಹೊರಡಲು ಎದ್ದಾಗ, ಭೂಮಿಕಾಳನ್ನು ರೋಹಿಣಿಯವರು ಆಕ್ಷೇಪಿಸಿದ್ದರು.

"ಮತ್ತೆ ಈಗ ಯಾಕೆ ಹೋಗ್ತೀಯಾ! ಬೆಳಿಗ್ಗೆ ಹೋದರಾಯ್ತು. ಬಂದ ಕೂಡ್ಲೇ ಪ್ರಮೋದ್ ಬೇಜಾರು ಮಾಡ್ಕೊಂಡ."

ಭೂಮಿಕಾ ಪ್ರಮೋದ್‌ನತ್ತ ತಿರುಗಿದಳು. ಇದು ಹೊಸ ಬಗೆಯೆನಿಸಿತು. ಎರಡು ಕುಟುಂಬಗಳಲ್ಲೂ ಸ್ನೇಹಕ್ಕೆ ಮೀರಿದ ಆತ್ಮೀಯತೆ ಇತ್ತು. ಅದನ್ನು ಮತ್ತಷ್ಟು ಬಿಗಿ ಮಾಡುವ ಆಸಕ್ತಿಯೂ ಇತ್ತು ಎಲ್ಲರಿಗೂ.

ಸದಾ ನಗುನಗುತ್ತ ಮಾತಾಡುತ್ತಿದ್ದ ಪ್ರಮೋದ್‌ಗೆ ಏನಾಗಿದೆ? ಅವಳಿಗಂತೂ ಅರ್ಥೈಸಿಕೊಳ್ಳುವುದು ಕಷ್ಟವಾಯಿತು.

"ಇಲ್ಲ ಆಂಟಿ, ಅಭಿನಂದನ್ ಊಟ ಮಾಡದೇನೆ ಮಲ್ಗಿಬಿಡ್ತಾನೆ. ದಾಕ್ಷಿಣ್ಯ, ಸಂಕೋಚಕ್ಕೆ ತಟ್ಟೆಯ ಮುಂದೆ ಬಂದು ಕೂಡ್ತಾನೆ!" ಅವಳ ಸ್ವರದಲ್ಲಿನ ಕಳಕಳಿ ಪ್ರಮೋದ್ ಅಪಾರ್ಥ ಮಾಡಿಕೊಂಡ.

"ನೀನು ಭಾರತಕ್ಕೆ ಬಂದ ಉದ್ದೇಶವೇ ಬೇರೆ. ಆ ಅಭಿನಂದನ್‌ನ ಕಟ್ಟಿಕೊಂಡು ನೀನೇನು ಮಾಡ್ತೀಯಾ? ಸಂಬಂಧಪಡದ ವಿಷ್ಯದ ಬಗ್ಗೆ ಆಸಕ್ತಿಯೇಕೆ?" ಪ್ರಮೋದ್ ಸಿಡಿದ.

ಎದ್ದ ಭೂಮಿಕಾ ಥಟ್ಟನೆ ಕೂತಳು.

"ಅಂಕಲ್, ವಿಷ್ಯನ ಸ್ವಲ್ಪ ಅರ್ಥವಾಗೋ ಹಾಗೆ ಪ್ರಮೋದ್‌ಗೆ ವಿವರಿಸಿ" ಎಂದು ಹೇಳಿ ಹೊರಟೇಬಿಟ್ಟಳು.

"ಏನಾಗಿದೆ ನಿಂಗೆ? ಯೂ ಆರ್ ಎ ಫೂಲ್" ರೇಗಿದರು. ಪ್ರಮೋದ್ ಮೈಯೆಲ್ಲಾ ಉರಿಯಿತು. "ನಿಮ್ಮ ಸ್ನೇಹಕ್ಕೆ ಬೇರೆ ರೀತಿಯಲ್ಲಿ ಕೃತಜ್ಞತೆ ಸಲ್ಲಿಸಬೇಕಿತ್ತು. ಆ ರಿಸ್ಕ್ ನಂದು. ಅದ್ನ ಯಾಕೆ ಅವ್ಳ ತಲೆಗೆ ಕಟ್ಟಿದ್ರಿ!" ವಾದಿಸಿದ.

"ಸ್ವಲ್ಪ ಅರ್ಥಮಾಡ್ಕೋ!" ಅವನಿಗೆ ಹೇಳುವುದಕ್ಕೆ ಹೋಗಿ ಸೋತರು. ಪ್ರಮೋದ್‌ಗೆ ಅರ್ಥಮಾಡಿಕೊಳ್ಳಲು ಇಷ್ಟವಾಗದೆ, "ನಂಗೇನೂ ಹೇಳ್ಬೇಡಿ. ಇದೆಲ್ಲ ನಂಗಿಷ್ಟವಿಲ್ಲ!"

ದಿಗ್ಭ್ರಾಂತರಾದರು ಜಯಸಿಂಹ. ಎಂದೂ ಪ್ರಮೋದ್ ಈ ರೀತಿ ವರ್ತಿಸಿದ್ದು ಕಂಡಿರಲಿಲ್ಲ.

"ಯೂ ಷುಡ್ ಹ್ಯಾವ್ ಲಿಟಲ್ ಪೇಷನ್ಸ್. ಮೆಹತಾ ತನ್ನಿಂದ ಸಹಾಯ ಪಟ್ಟು ಉನ್ನತ ಸ್ಥಿತಿಗೆ ಬಂದ ಸ್ನೇಹಿತನಿಗಾಗಿ ತಗೊಂಡ ರಿಸ್ಕ್ ಅಗಾಧ. ಎಲ್ಲಾದ್ರೂ ನಮ್ಮ ಪಾಲು ಇರ್ಲಿ. ಹೇಗೋ ಇದ್ವಗ್ರೂ ಸ್ವಂತಕ್ಕಾಗಿ ಬದ್ಕಿದ್ದು ಆಯ್ತು" ತಂದೆಯ ಈ ಮಾತುಗಳಿಗೆ ಪ್ರಮೋದ್ ಪೂರ್ತಿ ಸಮಾಧಾನ ಕಳೆದುಕೊಂಡ.

"ಓ.ಕೆ... ಅದು ನಿಮ್ಮ ಮಟ್ಟಿಗೆ ಇಟ್ಕೊಳ್ಳಿ. ಸದ್ಯಕ್ಕೆ ಅದರಲ್ಲಿ ಭೂಮಿಕಾನ ಎಳೆಯೋದ್ಬೇಡ. ಅವ್ಳ ತಾಯ್ತಂದೆ ಭೂಮಿಕಾನ ಭಾರತಕ್ಕೆ ಕಳ್ಸಿದ ಉದ್ದೇಶವೇ ಬೇರೆ. ಅಷ್ಟಕ್ಕಾಗಿ ನಿಮ್ಮ ಸಹಕಾರ ಅಷ್ಟೇ" ಪ್ರಮೋದ ನಿಷ್ಠೂರ ನುಡಿಗಳನ್ನು ಆಡಿದಾಗ, ಜಯಸಿಂಹ ಕೂತಲ್ಲಿಯೇ ಕಲ್ಲಾದರು. ಮಗನ ಸಣ್ಣತನದ ಬಗ್ಗೆ ರೋಸಿದರು.

ಅಲ್ಲಿರಲಾರದೆ ಎದ್ದು ಹೊರಗೆ ಬಂದರು. ತೀರಾ ಮಬ್ಬು ಮಬ್ಬಾಯಿತು ಕಣ್ಣು ಮುಂದಿನದೆಲ್ಲ. ಶಾಂತ ಬದುಕನ್ನರಸಿಕೊಂಡು ಇಲ್ಲಿಗೆ ಬಂದಿದ್ದರು. ಈ ಪರಿಸರ, ಸುತ್ತಲಿನ ಸರಳ ಜನರ ಮಧ್ಯದ ಒಡನಾಟದಿಂದ ಸ್ವರ್ಗಕ್ಕೆ ಕಾಲಿಟ್ಟಂತೆ ಸಂತೋಷಿಸಿದ್ದರು. ಆದರೆ..... ಆದದ್ದೇನು?

ಎದುರಾದ ಪಂಚಾಕ್ಷರಿಯ ಜೊತೆ ಬಂಗ್ಲೆಗೆ ಬಂದಾಗ ಅಭಿನಂದನ್ ಆಗಲೇ ಕೋಣೆ ಸೇರಿಬಿಟ್ಟಿದ್ದ. ಬಾಟಲು ಗ್ಲಾಸ್‌ಗಳೆಲ್ಲ ಟೀಪಾಯಿಯ ಮೇಲೆ ಇದ್ದವು. ಅವುಗಳನ್ನು ಕಂಡ ಭೂಮಿಕಾ ಬಲವಂತವಾಗಿ ಉಗುಳು ನುಂಗಿದಳು.

"ಊಟ ಮಾಡಿದ್ರಾ?" ಎಂದು ಕೇಳಿದಾಗ, ಪಂಚಾಕ್ಷರಿ ತಲೆ ತಗ್ಗಿಸಿ ಇಲ್ಲವೆಂದ. "ನಂಗೆ ಸಂಕ್ಟ ಈ ಮನುಷ್ಯನ್ನ ಕಂಡ್ರೆ. ನಮ್ಮೂರಿನ ಭಟ್ಟರ ಮಗ ಕುಡಿದು ಕುಡಿದು ಸತ್ತುಹೋದ." ಕಣ್ಣೀರು ಮಿಡಿದ.

ಸಂಬಂಧವಿಲ್ಲದ ವ್ಯಕ್ತಿಗಾಗಿ ಕಂಬನಿ ಮಿಡಿಯುವುದು ಮನುಷ್ಯ ಮನುಷ್ಯರಲ್ಲಿನ ಸಂಬಂಧ. ಅದಕ್ಕೆ ಯಾವುದೇ ಕೊಂಡಿಯ – ಬೆಸುಗೆಯ ಅಗತ್ಯವಿರಲಿಲ್ಲ.

"ಹಾಗೇನೂ ಆಗೋಲ್ಲ. ಈಗ ಎಲ್ಲಾ ಕುಡೀತಾರೆ. ಕುಡಿದೇ ಇದ್ದೋರು ಸಾಯ್ತಾರೆ1" ಒಳಗೆ ಹೋದಳು.

ಮೆಲ್ಲಗೆ ಅಭಿನಂದನ್ ಕೋಣೆಯ ಬಾಗಿಲು ತಳ್ಳಿದಳು. ಬೋರಲಾಗಿ ಮಲಗಿದ್ದ. ಫ್ಯಾನ್‌ನ ಗಾಳಿಗೆ ಕ್ರಾಪ್‌ನ ಕೂದಲು ಅಸ್ತವ್ಯಸ್ತವಾಗಿ ಹಾರಾಡುತ್ತಿತ್ತು.

"ಅಭಿನಂದನ್.... ನಿಮ್ಮಂಥವ್ರ ಕ್ರಿಯಾಶಕ್ತಿ ಈ ರೀತಿ ಹಾಳಾಗ್ಬಾರ್ದು" ಅವಳ ಮನ ಮರುಗಿತು.

ಈ ಬಂಗ್ಲೆಯ ಲೈಟುಗಳನ್ನೆಲ್ಲ ಆರಿಸಿ ಬಂದು ಪೋರ್ಟಿಕೋದಲ್ಲಿ ಕೂತಳು. ಪಂಚಾಕ್ಷರಿ ಬಂದು, "ನಿಮ್ಮ ಊಟ" ಅವನತ್ತ ತಿರುಗದೆಯೇ ಹೇಳಿದಳು "ಬೇಡ, ನೀನು ಮಾಡ್ಬಿಡು" ಅತ್ತಿತ್ತ ಅಲುಗಲಿಲ್ಲ. ಪಂಚಾಕ್ಷರಿ ನಿಂತೇ ಇದ್ದ.

"ಬಿಸಿಯಾಗಿ ಮಾಡಿದ್ದೆ" ಎಂದು ತಲೆ ಕೆರೆದುಕೊಂಡಾಗ, ಮುಗುಳ್ನಕ್ಕು ತಣ್ಣಗೆ ಹೇಳಿದಳು, "ಚಿಂತೆಯಿಲ್ಲ. ಆರಾಮವಾಗಿ ಊಟ ಮಾಡು."

ಪಂಚಾಕ್ಷರಿ ಒಲ್ಲದ ಮನಸ್ಸಿನಿಂದಲೇ ಒಳಗೆ ಹೋದ. ನಾಲ್ಕು ತುತ್ತು ತಿಂದ ಶಾಸ್ತ್ರ ಮಾಡಿ ಹೊರಗೆದ್ದು ಬಂದ.

"ಈ ಬಂಗ್ಲೆ ಯಾಕೆ ಕಟ್ಸಿದ್ರು?" ಕುತೂಹಲಕ್ಕಾಗಿ ಅವನ ಮುಂದೆ ಪ್ರಶ್ನೆ ಇಟ್ಟಾಗ ಅವನಿಗೆ ರೆಕ್ಕೆ ಮೂಡಿದಂತಾಯಿತು. "ಬಂಗ್ಲೆ ಕಟ್ಟಿ ಆಗ್ಲೇ ಹದಿನೈದು ವರ್ಷಗಳು ಕಳ್ದುಹೋಗಿರ್ಬೇಕು. ಆ ಜನ ಸುತ್ತಾಡಿ ಸುತ್ತಾಡಿ ಈ ಜಾಗ ಆರ್ಸಿದ್ರು. ಆದ್ರೆ ಕಾಯಮ್ಮಾಗಿ ಉಳೀದಿದ್ರೂ ಆಗಾಗ ಬಂದು ತಿಂಗ್ಳು, ಹದಿನೈದು ದಿನ ಉಳ್ದು ಹೋಗ್ತಾ ಇದ್ರು. ಈಚೆಗೆ ಬಂದಿಲ್ಲ. ಬೀಗದ ಕೈ ಶಾಮಭಟ್ಟ ಅವ್ರ ಕೈಯಲ್ಲಿದೆ. ಇದಕ್ಕಾಗಿ ಯಜಮಾನ್ರು ಸಾಕಷ್ಟು ತೊಂದರೆಎ ತಗೊಂಡ್ರು."

ಮೆಹತಾ, ಜಯಸಿಂಹ, ರೋಹಿಣಿಯವರ ಮುಖಗಳು ಅವಳ ಕಣ್ಮುಂದೆ ಸುಳಿದವು. ಪ್ರಾಮಾಣಿಕ ಕಳಕಳಿಯ ವ್ಯಕ್ತಿಗಳು.

"ಅಂಕಲ್...." ಜಯಸಿಂಹ ಮುಖ ನೋಡಿದ ಕೂಡಲೇ ಎದ್ದು ನಿಂತಳು. ಮೌನವದನರಾಗಿದ್ದರು. ತುಟಿಗಳ ಮೇಲೆ ಇಣುಕಿದ್ದು ಬಲವಂತದ ನಗೆ. ಯಾಕೆ? ಅವಳ ಮಿದುಳಿನಲ್ಲಿ ಗೊಂದಲ ಸೃಷ್ಟಿಯಾಯಿತು. "ಸುಮ್ನೆ ಬಂದೆ" ಅಲ್ಲೇ ಛೇರ್ ಎಳೆದು ಕೂತರು. ಅತ್ತಿತ್ತ ಅವರ ನೋಟವಾಡಿತು. "ಅಭಿನಂದನ್ ಎಲ್ಲಿ?" ನೋಟವೆತ್ತಿ ಇಳಿಸಿದಳು. "ಮಲ್ಗಿದ್ದಾರೆ" ಬೆಚ್ಚನೆಯ ಉಸಿರು ಅವರನ್ನು ಸೋಕಿತು.

"ಪ್ರಮೋದ್ ಬೇಜಾರ್ಮಾಡ್ಕೊಂಡಿದ್ದಾನೆ! ಈ ರಿಸ್ಕ್‌ನಲ್ಲಿ ನಿನ್ನನ್ನ ಸಿಕ್ಕಿಸಿದ ಬಗ್ಗೆ ಅವ್ನಿಗೆ ಕೋಪವಿದೆ." ಭಾರವಾದ ಸ್ವರದಲ್ಲಿ ಹೇಳಿದಾಗ, ಹಗುರವಾಗಿ ನಕ್ಕುಬಿಟ್ಟಳು.

"ಪ್ರಮೋದ್ ಮಿಸ್‌ಅಂಡರ್‌ಸ್ಟ್ಯಾಂಡ್ ಮಾಡ್ಕೊಂಡಿದ್ದಾನೆ. ಇದೊಂದು ಪ್ರಾಯೋಗಿಕ, ನಂಗೆ ತುಂಬ ಇಂಟರೆಸ್ಟ್, ಅಭಿನಂದನ್ ಹೊಸ ಮನುಷ್ಯನಾಗಿ ಮೇಘವರ್ಷಿಣಿಗೆ ಹಿಂದಿರುಗಲೇಬೇಕು. ಖಂಡಿತ ಇದು ಸಾಧ್ಯ!" ಎಂದಳು ಭೂಮಿಕಾ. ಅವಳ ಸ್ವರದಲ್ಲಿನ ದೃಢತೆಗೆ ಬೆರಗಾದರು. ಕಣ್ಣುಗಳಲ್ಲಿ ಮೆಚ್ಚುಗೆ ಮೂಡಿತು.

"ಗುಡ್..... ಆ ದಿನ ಬೇಗ ಬರಲಿ. ಬೆಸ್ಟ್ ಆಫ್ ಲಕ್" ಮನಃಪೂರ್ತಿಯಾಗಿ ಶುಭ ಹಾರೈಸಿದರು. ಭುಜ ತಟ್ಟಿ ಎದ್ದು ನಿಂತಾಗ ತಡೆದಳು. "ಬೇಡಿ ಅಂಕಲ್, ಈಗ ಹೋಗೋದ್ಬೇಡ. ತಾಯಿ ಮಗ ಮುಕ್ತವಾಗಿ ಮಾತಾಡ್ಕೊಳ್ಳಿ. ಹೇಗೂ ಕಾಡಯ್ಯ ಇದ್ದಾನೆ."

ಪಂಚಾಕ್ಷರಿ ಎದ್ದು ಹೋಗಿ ತುಂಬಿದ ಲೋಟಗಳಲ್ಲಿ ಹಾಲು ತಂದಿಟ್ಟ. ತುಟಿಗೆ ಸೋಕಿಸುವುದಕ್ಕೆ ಮುನ್ನ ನುಡಿದರು ಮೆಚ್ಚುಗೆಯಿಂದ.

"ಅಪ್ಪ, ಅಮ್ಮನ ಎರಕ. ಬರೀ ರೂಪದಲ್ಲಿ ಮಾತ್ರವಲ್ಲ ಗುಣದಲ್ಲಿ ಕೂಡ ಅವ್ರ ಭಾರತದ ಪ್ರೇಮ. ಭಾಷಾಭಿಮಾನ, ಸಂಸ್ಕೃತಿಯ ಮೇಲಿನ ಗೌರವ ನಿನ್ನನ್ನು ಅಚ್ಚ ಭಾರತೀಯಳನ್ನಾಗಿಸಿದ್ದರೂ, ಬೆಳೆದ ವಾತಾವರಣದ ಉತ್ತಮ ಗುಣಗಳು ಹೊನ್ನಿನ ಮೆರುಗನ್ನು ಕೊಟ್ಟಿದೆ."

ಭೂಮಿಕಾಳ ಮುಖ ಕೆಂಪಗಾಯಿತು. ಇದು ಅವಳ ಪಾಲಿಗೆ ಜಾಸ್ತಿಯೇ. ಅಪರೂಪದ ತಾಯ್ತಂದೆಯರ ಅಕ್ಕರೆಯ ಮಗಳು.

"ಅಣ್ಣನಿಗೆ ವಿಷ್ಯನ ಪೂರ್ತಿ ವಿವರಿಸಿ ಪತ್ರ ಬರ್ದಿದ್ದೆ. ಪ್ರಮೋದ್ ಅದ್ರ ಬಗ್ಗೆ ಏನೂ ಹೇಳಲಿಲ್ಲ" ಅವಳ ಸ್ವರದಲ್ಲಿ ತವಕವಿತ್ತು.

"ಎರ್ಡು ಪತ್ರ, ಒಂದಿಷ್ಟು ಲಗೇಜ್ ತಂದಿದ್ದಾನೆ. ತಕ್ಷಣ ನಿನ್ನ ನೋಡ್ಲಿಲ್ವಲ್ಲ ಅನ್ನೋ ಸಿಟ್ಟಿಗೆ ಅದೆಲ್ಲ ಹಾಗೇ ಇದೆ. ಅವ್ನೇ ಕೊಡ್ಲಿ" ಈಗ ಅರ್ಥಮಾಡಿಕೊಂಡು ನಕ್ಕಳು.

"ಒಪ್ಪಿಕೊಂಡಿದ್ದಕ್ಕೆ ರಾತ್ರಿ ಆದಷ್ಟು ಕಮ್ಮಿ ಕುಡ್ದು ಮಲ್ಗಿದ್ದ. ಪ್ರೋಗ್ರಾಂ ಕ್ಯಾನ್ಸಲ್ ಆಗಿದ್ರೆ ಇಡೀ ದಿನ ಕುಡೀತಾ ಇದ್ದ. ಪ್ರಕೃತಿ ಮನುಷ್ಯನ ಸಂತೋಷ, ರಂಜನೆಗಾಗಿ ನಿರ್ಮಿಸಿದ ಯಾವುದರ ಬಗ್ಗೇನೂ ಅಭಿನಂದನ್ ಕುತೂಹಲ, ಆಸಕ್ತಿ ಇಲ್ಲ. ಸ್ವಲ್ಪ ಇತ್ತ ಒಲಿದರೆ ಕುಡಿತ ಕಮ್ಮಿ ಆಗುತ್ತೆ. ಬದ್ಕಿನ ಆಳ, ಅಗಲಗಳ ನೇರ ಪರಿಚಯವಾಗುತ್ತೆ. ಆಗ ನನ್ನ ಕೆಲ್ಸ ಸುಲಭವಾಗುತ್ತೆ. ಅದಕ್ಕೋಸ್ಕರನೇ ಕಾಡಯ್ಯ ಬಂದು ಕರೆದ ಕೂಡ್ಲೇ ಬರ್ಲಿಲ್ಲ. ನಾನೇ ಪ್ರಮೋದ್‌ಗೆ ಈ ವಿಷ್ಯ ಹೇಳ್ತೀನಿ."

ಪಂಚಾಕ್ಷರಿ ಇಲ್ಲಿ ಬರೀ ಶ್ರೋತೃವಾಗಿದ್ದರೂ ಆಗಾಗ ತೂಕಡಿಸುತ್ತಿದ್ದ.

"ಪಂಚಾಕ್ಷರಿ, ಹೋಗಿ ಮಲಕ್ಕೋ" ಭುಜ ತಟ್ಟಿ ಎಬ್ಬಿಸಿದರು ಜಯಸಿಂಹ. "ಮುಂದಿನ ಬಾಗ್ಲು ಹಾಕೇ ಮಲ್ಗಬೇಕು" ಅವನ ಪ್ರಜ್ಞೆಗೆ ಮೆಚ್ಚಿ ಭುಜ ತಟ್ಟಿದರು.

ಶಾಂತವಾಗಿ ನಿದ್ದೆ ಹೋದಳು ಭೂಮಿಕಾ.

ಬೆಳಿಗ್ಗೆ ಎಚ್ಚರಾವಾಗೋ ವೇಳೆಗೆ ಬಿಸಿಲು ಚೆನ್ನಾಗಿ ಏರಿತ್ತು. ಮೈ ಕೈ ಭಾರವೆನಿಸಿದರೂ ಎದ್ದು ಬಂದಳು. ಟೀ ಕುಡಿಯುತ್ತ ಕೂತಿದ್ದ ಅಭಿನಂದನ್ ನಸುನಕ್ಕ.

"ಗುಡ್ ಮಾರ್ನಿಂಗ್ ಮೇಡಮ್."

"ಗುಡ್ ಮಾರ್ನಿಂಗ್ ಮಿಸ್ಟರ್ ಅಭಿನಂದನ್" ಕೂದಲನ್ನು ಬೆರಳುಗಳಿಂದ ಸರಿಮಾಡಿಕೊಳ್ಳುತ್ತ ಹೇಳಿದಳು. ಅವರ ಕೈಯಲ್ಲಿನ ಟೀ ಕಪ್ ಕೆಳಗಿಳಿಯಿತು. "ಆಗ್ಲೇ ಹೆಸರು ದೊಡ್ಡದು, ಅದ್ಕೆ ಮಿಸ್ಟರ್ ಬೇರೆ ಸೇರ್ಪಡೆ. ಕರೆಯೋರಿಗಷ್ಟೇ ಇಲ್ಲ, ಕೇಳೋರಿಗೂ ಕಿರಿಕಿರಿ" ಕೇಳಿ ನಕ್ಕುಬಿಟ್ಟಳು ಭೂಮಿಕಾ. ಮುತ್ತಿನಂತೆ ಹೊಳೆದ ಅವಳ ದಂತಪಂಕ್ತಿಯನ್ನು ನೋಡಿದ. ಹೆಚ್ಚು ಸ್ನೇಹಮಯವಾಗಿ ಕಂಡ ಎಂದಿಗಿಂತ.

"ಸ್ವಲ್ಪ ಪರ್ಚೇಸಿಂಗ್ ಇದೆ" ಕೈಯಲ್ಲಿದ್ದ ವಾಚ್ ಕಡೆ ನೋಡಿ ಎದ್ದ. ತುಟಿ ಕಚ್ಚಿದಳು ಭೂಮಿಕಾ. ಒಮ್ಮೆ ಪೂರ್ತಿ ಕುಡಿದು ತೂರಾಡುತ್ತ ಟ್ಯಾಕ್ಸಿಯಲ್ಲಿ ಬಂದಿದ್ದ. "ನೋ ಅಬ್‌ಜೆಕ್ಷನ್..... ಐ ವಿಲ್ ಕಮ್. ಫಿಲಮ್ ಸ್ವಲ್ಪ ಡೆವಲಪ್ ಮಾಡೋಕೆ ಕೊಡ್ಬೇಕು" ಎಂದು ಹೇಳಿದಳು.

ಒಂದು ನಿಮಿಷ ಸುಮ್ಮನಿದ್ದವನು, "ಆಲ್ ರೈಟ್...." ಎಂದ.

ಅಭಿನಂದನ್ ರೆಡಿಯಾಗುವ ವೇಳೆಗೆ ಕೋಣೆಯಿಂದ ಹೊರಗೆ ಬಂದಳು. ತಿಳಿ ಗುಲಾಬಿ ಬಣ್ಣದ ಷಿಫಾನ್ ಸೀರೆ, ಅದಕ್ಕೊಪ್ಪುವ ಬ್ಲೌಸ್. ಹುಬ್ಬುಗಳ ನಡುವೆ ಸ್ವಲ್ಪ ಮೇಲ್ಭಾಗದಲ್ಲಿ ಬೊಟ್ಟು. ಸರಳವಾದ ಮೇಕಪ್. ತುಂಬುಗೂದಲಿಗೆ ಇಂದು ಕ್ಲಿಪ್ ಹಾಕಿದ್ದಳು.

"ಯಾರೂ ನಂಬೋಲ್ಲ....." ಎಂದವನು ಕೂತು ಪಾದಗಳಿಗೆ ಸಾಕ್ಸ್ ಏರಿಸಿ ಬೂಟುಗಳನ್ನು ಹತ್ತಿರಕ್ಕೆಳೆದುಕೊಂಡ. "ನೀವು ಅಮೆರಿಕಾದಲ್ಲಿ ಇದ್ದೋರು, ಅಲ್ಲಿಂದ ಬಂದವ್ರು. ಮತ್ತೆ ಅಲ್ಲಿಗೆ ಹಿಂದಿರುಗೋ ಜನ...." ಕೈಯೆತ್ತಿದಳು. "ಅಮೆರಿಕಾ ಭೂಮಿ ಮೇಲೆ ಇರೋದು ಅಲ್ಪಸ್ವಲ್ಪ ಬದಲಾವಣೆಗಳಷ್ಟೇ, ಆದ್ರೂ ನಾನು ಭಾರತೀಯಳು. ನನ್ನಲ್ಲಿ ಅಂಥ ವಿರೋಧಾಭಾಸದ ಬದಲಾವಣೆ?" ಅವಳ ತುಟಿಯಂಚಿನಲ್ಲಿ ಅರ್ಥವಾಗದ ಭಾವವೊಂದು ಮಿನುಗಿ ಹಿಂಗಿತು.

ಲೇಸ್ ಕಟ್ಟಿ ಮೇಲಕ್ಕೆದ್ದ. ಮತ್ತೊಮ್ಮೆ ವಾಚ್ ನೋಡಿದ.

"ಪಂಚಾಕ್ಷರಿ" ಒಂದೇ ಉಸಿರಿಗೆ ಓಡಿ ಬಂದ.

"ನಿಂಗೇನು ಬೇಕು?" ಅವನು ಕೆಳಕ್ಕೂ ಮೇಲಕ್ಕೂ ನೋಡಿದ. "ನಂಗೇನು ಬೇಕು!" ಕತ್ತು ತುರಿಸಿದ.

ಅಭಿನಂದನ್‌ದು ಮುಕ್ತ ಮನಸ್ಸೆಂದು ಅವನಿಗೆ ಗೊತ್ತು. ಅನುಮಾನದ ಕಣ್ಣುಗಳಲ್ಲಿ ನೋಡುವುದು ಅವನಂಥವನಿಂದ ಸಾಧ್ಯವಿಲ್ಲ. ಒರಟು; ಗದರುವಿಕೆಯಲ್ಲಿ ಅವನ ತುಂಬು ವೇದನೆಯ ಮನಸ್ಸು ವ್ಯಕ್ತವಾಗುತ್ತಿತ್ತು. ಇದೆಲ್ಲ ತಿಳಿದಿದ್ದು ನಿಧಾನವಾಗಿಯೇ.

ಹತ್ತಿರದ ಬ್ಯಾಂಕ್ ಚೆಕ್‌ಬುಕ್, ಪಾಸ್‌ಬುಕ್‌ಅನ್ನು ಅವನ ವಶಕ್ಕೆ ಕೊಟ್ಟು ಹೋಗಿದ್ದರೂ ಮೆಹತಾ ಹಣ ಅವನ ಪಾಲಿಗೆ ಸದಾ ಹರಿಯುವ ಜಲ. ಅದಕ್ಕೆ ಆ ಜಲ ಎತ್ತಲಿಂದ ಬರುತ್ತಿದೆ? ಅದರ ಹಿಂದೆ ಎಷ್ಟು ವ್ಯಕ್ತಿಗಳಿದ್ದಾರೆ? ಎಷ್ಟು ಜನರ ಸಾಧನೆ, ಪರಿಶ್ರಮವಿದೆ? ಎನ್ನುವ ವಿಷಯ ಸ್ವಲ್ಪ ವಿವೇಚನೆಗೆ ಬಂದಿದ್ದರೆ ಅವನ ಸ್ವಾಭಿಮಾನ ಹೆಡೆಯೆತ್ತುತ್ತಿತ್ತೇನೋ!

"ಬೇಗ ಹೇಳು! ಪಂಚಾಕ್ಷರಿ ತಲೆ ಕೆಳಗೆ ಹಾಕಿದ. ಅವನತ್ತ ನಡೆದ ಅಭಿನಂದನ್ ಅವನ ಭುಜಗಳ ಮೇಲೆ ಕೈಯೂರಿದ. ಎದೆಯೊತ್ತಿ ಗಂಟಲುಬ್ಬಿತು. ಮಾತನಾಡದಾದ. ನಿಮ್ಮಂಥವ್ರನ್ನ ಕಂಡರೆ ನಂಗೆ ಪ್ರೇಮ!" ಬಲವಾಗಿದ್ದ ಒಡ್ಡನ್ನೊಡೆದು ಸಣ್ಣಗೆ ಪ್ರವಹಿಸಿದಂತಿತ್ತು ಅವನ ಎದೆಯಾಳದ ನೋವು.

ಭೂಮಿಕಾ ಬೆಣ್ಣೆಯಂತಾದಳು.

"ಹೋಗೋಣ...." ಅವನ ಪಾದಗಳು ಹೊರಬಾಗಿಲಿನತ್ತ ಧಾವಿಸಿದಾಗ ಪಂಚಾಕ್ಷರಿ ಕಂಬನಿ ತೊಡೆದುಕೊಂಡ, "ಅಯ್ಯೋ... ಭಗವಂತ."

ಗುಡ್ಡ ಇಳಿದು ಬರುತ್ತಿರುವಾಗ ಅತ್ತಲಿಂದ ಬರುತ್ತಿದ್ದ ಪ್ರಮೋದ್ ಕಂಡ. ನೋಡದವನಂತೆ ಸರಿದು ಮರಗಳ ನಡುವೆ ಕರಗಿಹೋದ. ಅವಳ ಕಾಲುಗಳು ತಡವರಿಸಿದವು.

ಬಸ್ ಹಿಡಿದು ಬಂದು ಫಿಲಂನ ಲ್ಯಾಬ್‌ಗೆ ಕೊಟ್ಟು ಹೊರ ಬಂದರು.

"ನನ್ನ ಕೆಲ್ಸ ಬಹುಮಟ್ಟಿಗೆ ಮುಗಿದಂತೆ" ಎಂದಾಗ, ಮುಗುಳ್ನಕ್ಕು, "ಬಹುಶಃ ಶುರುವಾಗಿದೆ ಅಷ್ಟೇ."

ಕ್ಯಾಮೆರಾ, ಒಂದು ಟೇಪ್‌ರೆಕಾರ್ಡರ್ ವಿತ್ ಸ್ಟೀರಿಯೋ ಮುಂತಾದವನ್ನು ಕೊಂಡಾಗ ಅವಳೆದೆಯ ಮೇಲಿನ ಅರ್ಧ ಭಾರ ಇಳಿದಂತಾಯಿತು. ಇವುಗಳ ಮೇಲಿನ ಆಸಕ್ತಿ ಸ್ವಲ್ಪವಾದರೂ ಬದುಕಿನ ಸಂಕೀರ್ಣತೆಯನ್ನು ಗುರುತಿಸಲು ಅನುವಾಗುತ್ತೆ.

ಒಂದು ಹೋಟೆಲ್‌ನಲ್ಲಿ ಊಟ ಮುಗಿಸಿ ಟ್ಯಾಕ್ಸಿ ಹಿಡಿದರು. ಲ್ಯಾಬ್‌ಗೆ ಬಂದು ಫೋಟೋಗಳನ್ನು ಪಡೆದು ಹತ್ತಿದರು. ಭೂಮಿಕಾ ಮತ್ತೊಮ್ಮೆ ಬಿಡಿಸಿ ನೋಡುವ ಗೋಜಿಗೆ ಹೋಗಲಿಲ್ಲ.

ಬಂಗ್ಲೆ ತಲುಪುವ ವೇಳೆಗೆ ಕತ್ತಲಾಗಿತ್ತು. ಇಬ್ಬರೂ ಹೊತ್ತು ತಂದಿದ್ದರು. ಪಂಚಾಕ್ಷರಿ ಕಣ್ಣರಳಿಸಿದ.

"ಇಷ್ಟೆಲ್ಲ...." ಕೇಳಿದಾಗ, ನಕ್ಕುಬಿಟ್ಟ ಅಭಿನಂದನ್. "ಗುಡ್ಡದ ಮೇಲಿನ ಈ ಬಂಗ್ಲೆಯ ಏಕಾಂತ ಜೀವ್ನ ನಿಂಗೆ ಸ್ವಲ್ಪ ಛೇಂಜ್ ಇರಲೀಂತ."

ಪಂಚಾಕ್ಷರಿ ತಲೆ ಕೆರೆದುಕೊಂಡು ಒಳಗೆ ಹೋದ. ಭೂಮಿಕಾ ಅಲ್ಲೇ ಕೂತಳು. ಒಂದೊಂದಾಗಿ ಫೋಟೋಗಳನ್ನು ತೆಗೆದು ನೋಡಿದಳು.

"ವಂಡರ್‌ಫುಲ್.... ಎಷ್ಟು ಸ್ಮಾರ್ಟಾಗಿ ಒಳ್ಳೆ ಹಿಂದಿ ಫಿಲಂ ಸ್ಟಾರ್ ಥರ ಕಾಣಿಸ್ತೀರಾ!" ಎಂದು ಅಭಿನಂದನ್ ಸಹಜವಾಗಿ ಹೊಗಳಿದಳು. ಆದರೆ ಒಬ್ಬ ಯುವತಿ ಸುಂದರ ಯುವಕನನ್ನು ಹೊಗಳಿದಾಗ ಹುಚ್ಚೆದ್ದು ಕುಣಿಯುವಂತೆ ಅವನ ಮನ ಕುಣಿಯದಿದ್ದರೂ ಶೃತಿ ಮೀಟಿದ ಅನುಭವವಾಯಿತು.

"ಅಮೇರಿಕಾದಲ್ಲಿದ್ದೂ ಭಾರತದ ಎಲ್ಲಾ ವಿಷ್ಯಗಳ ಬಗ್ಗೇನೂ ಮಾತಾಡ್ತೀರಲ್ಲ!" ಹುಬ್ಬೆತ್ತಿ ಹೇಳಿದಾಗ, ಸಣ್ಣಗೆ ನಕ್ಕಳು. "ಆ ವಿಷ್ಯ ಇನ್ನೊಮ್ಮೆ ಮಾತಾಡೋಣ. ಈ ಪೋಟೋಗಳನ್ನೆಲ್ಲ ಒಮ್ಮೆ ನೋಡಿ" ಎಂದು ಅವನ ಮುಂದೆ ಹಾಕಿ ಎದ್ದು ಹೋದಳು. ಬಣ್ಣದ ಪೋಟೋಗಳು, ನುರಿತ ಪೋಟೋಗ್ರಾಫರ್‌ನಂತೆ ವಿವಿಧ ಕೋನಗಳಿಂದ ಪ್ರಕೃತಿಯನ್ನು ಸೆರೆ ಹಿಡಿದಿದ್ದಳು.

ತನ್ನ ಪೋಟೋ ಮುಖದ ಮುಂದೆ ಹಿಡಿದುಕೊಂಡ. ಅಚ್ಚರಿಯಿಂದ ಹುಬ್ಬೇರಿಸಿದ. 'ಒಳ್ಳೆ ಹಿಂದಿ ಫಿಲಂ ಸ್ಟಾರ್ ತರಹ ಕಾಣ್ತೀರಾ' ಮೆಚ್ಚು ನುಡಿ ಆತನಲ್ಲೂ ಪ್ರತಿಧ್ವನಿಸಿತು. ಅನಂತರ ಹೋಗಿ ಹಾಸಿಗೆಯ ಮೇಲೆ ಉರುಳಿಕೊಂಡ. ಬಾಗಿಲಲ್ಲಿ ನೆರಳಾಡಿತು.

"ಯೆಸ್...." ಎರಡೂ ಕೈ ಬೆರಳುಗಳನ್ನು ಬೆಸೆದು ತಲೆಯ ಹಿಂದೆ ಇಟ್ಟುಕೊಂಡ. ನೋಟ ಛಾವಣಿಯತ್ತ ಇತ್ತು.

"ಮೊದ್ಲು ಊಟ ಮಾಡಿ...." ಪಂಚಾಕ್ಷರಿ ಹೇಳಿದಾಗ ಅಭಿನಂದನ್ ಮಗ್ಗುಲಾಗಿ. "ನಂಗೇನೂ ಬೇಡ. ನೀವು ಊಟ ಮಾಡಿ. ಮತ್ತೆ ಡಿಸ್ಟರ್ಬ್ ಮಾಡೋಕೆ ಬರ್ಬೇಡ" ಎದ್ದು ಪ್ಯಾಕೆಟ್‌ನಲ್ಲಿದ್ದ ಬಾಟಲು ಹೊರ ತೆಗೆದ.

"ಇನ್ನು ಅಮ್ಮಾವ್ರು ಊಟ ಮಾಡೋಲ್ಲ!" ಅರಿವಾಗದಂತೆ ಅವಳತ್ತ ತಿರುಗಿ ನಕ್ಕುಬಿಟ್ಟ. "ಹಸಿವಾಗ್ದೇ ಇರೋದು ನಿನ್ನ ಹೊಟ್ಟೆಗೆ. ಅವ್ರ ಊಟಕ್ಕೂ ಇದಕ್ಕೂ ಸಂಬಂಧವಿಲ್ಲ." ಪಂಚಾಕ್ಷರಿ ಅತ್ತಿತ್ತ ಅಲುಗಾಡದೆ, "ಅವ್ರು ಖಂಡಿತ ಊಟ ಮಾಡೋಲ್ಲ." ಬಾಟಲು ಟೀಪಾಯಿ ಮೇಲಿಟ್ಟು ಮೇಲಕ್ಕೆದ್ದ. ಅವನ ಕಣ್ಣುಗಳು ಕಿರಿದಾಗಿ ಅದರಂಚಿನಲ್ಲಿ ಗೆರೆಗಳು ಮೂಡಿತು.

"ನೆನ್ನೆ ರಾತ್ರಿ ಕೂಡ ಉಪವಾಸ ಮಲ್ಗಿದ್ರು." ಪಂಚಾಕ್ಷರಿಯ ಸ್ವರದಲ್ಲಿ ಆಕ್ಷೇಪಣೆ ಇತ್ತು. "ಅದ್ಕೆ ನಾನು ಹೊಣೆ ಅಲ್ಲ. ಬಾಗ್ಲು ಮುಚ್ಕೊಂಡ್ಹೋಗು. ಮತ್ತೆ ಬಂದು ತೊಂದರೆ ಕೊಡ್ಬೇಡ" ನಿರ್ದಾಕ್ಷಿಣ್ಯವಾಗಿ ಅಭಿನಂದನ್ ಹೇಳಿದಾಗ, ಪಂಚಾಕ್ಷರಿ ಸೋತ ಮುಖ ಹಾಕಿಕೊಂಡು ಹೊರಗೆ ಹೋದ.

ಅಭಿನಂದನ್ ಕಿಟಕಿಯ ಬಳಿ ಹೋಗಿ ನಿಂತ, ಸರಳುಗಳನ್ನು ಹಿಡಿದ ಕೈಗಳು ಬಿಗಿಯಾದವು. ಮಾನಸಿಕ ಒತ್ತಡದಿಂದ ಚಡಪಡಿಸಿದ.

ಹಾಸ್ಟೆಲ್‌ನಲ್ಲಿದ್ದ ದಿನಗಳಲ್ಲಿ ವೆಕೇಷನ್ ಬಂದಾಗ ಕೂಡ ಒಟ್ಟಿಗೆ ಊಟ ಮಾಡುವ ಪರಿಪಾಠವಿರಲಿಲ್ಲ. ಅಪರೂಪಕ್ಕೊಮ್ಮೆ ತಾಯಿಯ ಮುಂದೆ ಹೋಗಿ ನಿಲ್ಲುತ್ತಿದ್ದ.

"ಯಾಕ್ಬಂದೆ? ಹೋಗಿ ಊಟ ಮಾಡೋ" ತಲೆಯೆತ್ತದೇ ಅಂದಿದ್ದರೂ. "ನಂಗೆ ಊಟ ಬೇಡ ಪಟ್ಟು ಹಿಡಿದು ಹೇಳಿದ್ದ. "ದಟ್ಸ್ ಆಲ್..." ಅಷ್ಟಕ್ಕೆ ಮುಗಿಸಿದ್ದ. ನೆನಪುಗಳು ಅವನನ್ನು ಕಾಡಿದವು.

ಹೊರಗೆ ಬಂದ, ತುಂಬು ನೀರವತೆ, ಭೂಮಿಕಾಳ ಕೋಣೆಯ ಕಡೆ ನಡೆದ. ಬೆರಳಿನಿಂದ ಒರಟಾಗಿಯೇ ತಟ್ಟಿದ. ಮುಚ್ಚಿದ್ದ ಬಾಗಿಲು ಸ್ವಲ್ಪ ಹಿಂದಕ್ಕೆ ಸರಿಯಿತು.

ಒಳಕ್ಕೆ ಅಡಿಯಿಟ್ಟವನು ನಿಂತ. ಪ್ರಥಮ ಬಾರಿ ಆ ಕೋಣೆಯಲ್ಲಿ ಕಾಲಿಟ್ಟಿದ್ದು, ಹಾಸಿಗೆಯ ಮೇಲೆ ಅರೆ ಮಲಗಿದಂತಿದ್ದ ಭೂಮಿಕಾ ಕೈಯಲ್ಲಿ ಪುಸ್ತಕವಿತ್ತು. ಮುಖದ ಮೇಲೆ ತುಂಬು ತಲ್ಲೀನತೆ. ಅರೆ ನಿಮಿಷ ಮೌನ ಆವರಿಸಿತು. "ಮೇಡಮ್... ಊಟಕ್ಕೆ ಬರಬಹುದಲ್ಲ!" ಅಭಿನಂದನ್ ಸ್ವರದಲ್ಲಿ ಸಲಿಗೆ ಇತ್ತು. ಸರಿಯಾಗಿ ಎದ್ದು ಕೂತಳು ಭೂಮಿಕಾ. "ನೀವು ಉಪವಾಸ ಮಲ್ಗಿ ನನ್ನ ಹಸಿವಿನಿಂದ ಕೊಳೆ ಹಾಕ್ಬಿಟ್ರಿ. ಬಹುಶಃ ಪಂಚಾಕ್ಷರಿ ಕೂಡ ಊಟ ಮಾಡಿರಲಾರ!" ಎಂದು ಕೂದಲನ್ನು ಎಡಗೈನಿಂದ ಹಿಂದಕ್ಕೆ ತಳ್ಳಿ ಬಲಗೈನಲ್ಲಿದ್ದ ಪುಸ್ತಕವನ್ನು ಟೀಪಾಯಿ ಮೇಲಿಟ್ಟಳು.

ಬಿಳಿಯ ನೈಟಿಯಲ್ಲಿ ಅತ್ಯಂತ ಸರಳವಾಗಿ ಮಾತ್ರವಲ್ಲ, ಸುಂದರವಾಗಿ ಕಂಡಳು.

"ಈಗ್ಬನ್ನಿ" ಹಿಂದಿನ ದಿನಕ್ಕೆ ಸಂಬಂಧಪಟ್ಟ ಮಾತುಗಳನ್ನು ನುಂಗಿದ. ಹುಬ್ಬೆತ್ತಿ ಕೇಳಿದಳು, "ನನ್ನ ಫೋಟೋಗ್ರಫಿ ಬಗ್ಗೆ ನಿಮ್ಮ ಅಭಿಪ್ರಾಯವೇನು?"

ಅಭಿನಂದನ್ ತಲೆ ಕೊಡವಿದ.

"ಸದ್ಯಕ್ಕೆ ನಿಮ್ಮ ಪ್ರಶ್ನೆಗೆ ಉತ್ತರ ಸಿಗಲಾರ್ದು. ಪಂಚಾಕ್ಷರಿ, ಕಾಡಯ್ಯ ಕೂಡ ಕೆಲವು ವಿಷ್ಯಗಳಲ್ಲಿ ನಂಗಿಂತ ಬುದ್ಧಿವಂತ್ರು!" ಅವನ ಸ್ವರದಲ್ಲಿ ವಿಷಾದ ಛಾಯೆ ಇಣುಕಿತು. ಇಷ್ಟು ಮಾತ್ರವಾದರೂ ಅವನ ಮನಬಿಚ್ಚಿಕೊಳ್ಳುತ್ತಿರುವುದು ಶುಭ ಸೂಚನೆಯೆಂದು ಕೊಂಡಳು.

"ಊಟ ಮಾಡೋಣ" ಆ ಮಾತುಗಳಿಗೆ ತೆರೆಹಾಕಿ ಹೊರಗೆದ್ದು ಬಂದಳು, ಪುಸ್ತಕ ಕೈಗೆತ್ತಿಕೊಂಡ ಅಭಿನಂದನ್ ರಾಜಾಜಿಯವರ ರಾಮಾಯಣ ಮತ್ತೆ ಅದೇ ಸ್ಥಾನದಲ್ಲಿಟ್ಟು ಹೊರ ಬಂದ.

ಪಂಚಾಕ್ಷರಿ ಬಡಿಸಿಟ್ಟಿದ್ದನ್ನು ಇಬ್ಬರು ಊಟ ಮಾಡಿದರು. ಮಿಡಿಉಪ್ಪಿನಕಾಯಿನ್ನು ಎರಡು ಸಲ ಹಾಕಿಸಿಕೊಂಡು ಭೂಮಿಕಾ ಚಪ್ಪರಿಸಿದಳು.

"ನಮ್ಮ ಅಜ್ಜಿ ಬದುಕಿದ್ದ ಕಾಲದಲ್ಲಿ ಉಪ್ಪಿನಕಾಯಿ ಇಲ್ಲಿಂದ ಪಾರ್ಸೆಲ್ ಆಗಿ ಅಲ್ಲಿಗೆ ಬರ್ತಾ ಇತ್ತಂತೆ. ಅದೆಲ್ಲ ಈಗ ಬರೀ ನೆನಪು" ಎಂದಳು ಮೊಸರನ್ನದಲ್ಲಿ ಕೈಯಾಡಿಸುತ್ತ. ಊಟಕ್ಕೆ ಕೂತಾಗ ಯಾವುದೋ ವ್ಯಕ್ತಿ ಅವನ ನೆನಪಿನಲ್ಲಿ ದಟ್ಟವಾಗುವ ನೋವು ಕಾಣಿಸಿತು. ಅದು ಕೂಡ ಲಕ್. ಕೆಲವರಿಗೆ ಆ ಅದೃಷ್ಟ ಕೂಡ ಇರೋಲ್ಲ!" ಎದ್ದು ಹೋದ. ಕಲಸಿದ ಅನ್ನ ಅವನ ತಟ್ಟೆಯಲ್ಲಿ ಹಾಗೆಯೇ ಉಳಿಯಿತು.

ಹೊರಗೆ ಬಂದು ಸಿಗರೇಟ್, ಹಚ್ಚಿದ. ಮೋಡಗಳಿಂದ ಅಲ್ಪ ಸ್ವಲ್ಪ ವಿಮುಕ್ತಗೊಂಡ ಆಕಾಶ ಶುಭ್ರವಾಗಿತ್ತು. ಮುಖ ಮೇಲೆತ್ತಿ ನೋಡಿದ. ಮಲ್ಲಿಗೆ ಚೆಲ್ಲಾಡಿದಂತೆ ನಕ್ಷತ್ರ ಸಮೂಹ ಆಕರ್ಷಣೆಯಿಂದ ಅವನ ನೋಟವನ್ನು ಹಿಡಿದಿಟ್ಟವು.

ಬೆರಳಿನ ಮಧ್ಯೆ ಇದ್ದ ಸಿಗರೇಟ್ ಸುಟ್ಟಾಗ ದೂರಕ್ಕೆ ಎಸೆದ. ಮೊದಲ ಬಾರಿ ಈ ಬಂಗ್ಲೆ, ಗುಡ್ಡ, ಪರಿಸರದ ಬಗ್ಗೆ ಯೋಚಿಸಿದ.

"ಅಭಿನಂದನ್ ಆ ಫೋಟೋಗಳ್ನ ಎಲ್ಲಿಟ್ರಿ?" ಭೂಮಿಕಾ ಹೊರಗೆ ಬಂದು ಕೇಳಿದಳು. ನೇರವಾಗಿ ನೋಡಿ ಹೇಳಿದ. "ಅಂತೂ ಕೋಣೆಯಲ್ಲಿ ಎಲ್ಲೋ ಒಂದ್ಕಡೆ ಇದೆ." ಹಿಂದಿರುಗಿದ ಭೂಮಿಕಾ ಹತ್ತು ನಿಮಿಷಗಳ ನಂತರ ಹೊರ ಬಂದಳು.

"ಇದು ನಿಮ್ಗೆ!" ಕಟ್ಟಿನ ಫೋಟೋ ಫ್ರೇಮ್ ಅವನ ಮುಂದೆ ಹಿಡಿದಳು. "ಆ ದಿನ ಪೆನ್, ಈ ದಿನ ಫೋಟೋ ಫ್ರೇಮ್.... ಬರೀ ನಿಮ್ಮ ಕೊಡುಗೆಗಳೇ ಆಯ್ತು. ಇದ್ವರ್ಗೂ ನಾನೇನೂ ಕೊಡ್ಲೇ ಇಲ್ಲ" ಅದನ್ನು ಕೇಳಿ ಅವಳ ತುಟಿಗಳು ಬಿರಿದವು.

"ಬಹು ಅಮೂಲ್ಯವಾದದ್ದನ್ನೇ ನಾನು ನಿಮ್ಮಿಂದ ಪಡ್ಕೋತೀನಿ. ಆ ದಿನ ನೀವು ಮಾತ್ರ ಇಲ್ಲ ಅನ್ಬಾರ್ದು."

"ಷೂರ್.... ಆ ಬಗ್ಗೆ ನಿಮ್ಗೆ ಅನುಮಾನ ಬೇಡ'." ಅವಳ ಪ್ರಜ್ವಲಿಸುತ್ತಿರುವ ಕಣ್ಣುಗಳನ್ನೇ ನೋಡುತ್ತ ಹೇಳಿದ. ಆದರೆ ಥಟ್ಟನೆ ಅವನ ಮುಖದ ಭಾವಗಳು ಬದಲಾಯಿತು!" "ಎಕ್ಸ್‌ಕ್ಯೂಜ್.... ಮಿ, ಗುಡ್‌ನೈಟ್" ಕಾಲೆಳೆಯುತ್ತ ಒಳಗೆ ಹೋದ. ಒಂದ್ಹತ್ತು ನಿಮಿಷ ಅಲುಗಾಡಲಿಲ್ಲ ಭೂಮಿಕಾ. ಒಮ್ಮೊಮ್ಮೆ ನೋವುಂಡ ದುಂಬಿಗಳಂತೆ ಕಾಣುವ ಅವನ ನೇತ್ರದ್ವಯಗಳನ್ನು ನೆನಪು ಮಾಡಿಕೊಂಡಳು.

ನಿಧಾನವಾಗಿ ಎದ್ದು ಬಂದು ಮಲಗಿದಳು. ಥಟ್ಟನೆ ಎದ್ದು ಕೂತಳು.

"ಪಂಚಾಕ್ಷರಿ....." ಹಾಲ್‌ನಲ್ಲಿ ಮಲಗಿದ್ದವನು. ಕೋಣೆಯ ಬಾಗಿಲಿಗೆ ಬಂದ. "ಇವತ್ತು ಯಾರಾದ್ರೂ ಬಂದಿದ್ರಾ?" ಕೇಳಿದಳು. ತಲೆಯಾಡಿಸಿದ, "ನಾನೇ ಹೋಗ್ಬೇಕೆಂದ್ಕೊಂಡೆ. ಸ್ವಲ್ಪ ಸಾಮಾನು ಕೊಡಬೇಕು" ತಲೆ ತಗ್ಗಿಸಿದ. ಹೋಗುವಂತೆ ಸನ್ನೆ ಮಾಡಿ ಹೊದ್ದಿಕೆಯನ್ನು ಎದೆಯವರೆಗೂ ಎಳೆದುಕೊಂಡಳು.

* * * *

ಸ್ನಾನ ಮುಗಿಸಿದ ಅಭಿನಂದನ್ ಬಂಗ್ಲೆ ಪೂರ್ತಿ ಅರಸಿ ಬಂದ. ಎಲ್ಲೆಡೆ ನಿರ್ಜನವಾದ ಅನುಭವ.

"ಪಂಚಾಕ್ಷರಿ...." ಸ್ವರವೇರಿಸಿ ಕೂಗಿದ. ಅವನ ಅವುಡುಗಳು ಬಿಗಿದುಕೊಂಡವು, ಐದು ನಿಮಿಷದ ತರುವಾಯ ಬಂದು ನಿಂತ, ಮೂಗು, ಮುಖ ಕೆಂಪಗಾಗಿ ಕಣ್ಣಲ್ಲಿ ನೀರು ತುಂಬಿಕೊಂಡಿತ್ತು. "ಈರುಳ್ಳಿ ಹೆಚ್ತಾ ಇದ್ದೆ" ಕೈಯಲ್ಲಿನ ಈರುಳ್ಳಿಯತ್ತ ನೋಟ ಹರಿಸಿದ. ತುಟಿ ಬಿಗಿದು ಪ್ರಶ್ನೆಯನ್ನು ನುಂಗಿಕೊಂಡ. ಕಣ್ಸನ್ನೆಯಲ್ಲೇ ಹೇಳಿದ.

ಕೋಣೆಗೆ ಬಂದಾಗ ಅಭಿನಂದನ್‌ಗೆ ಪೂರ್ತಿ ಸೋತುಹೋದ ಅನುಭವವಾಯಿತು.

'ಪ್ರೀತಿ, ಪ್ರೇಮ, ಅಂತಃಕರಣ ಮಾತ್ರವಲ್ಲ, ಇತರ ಮನುಷ್ಯರರಂತೆ ತನಗೂ ಭಾವನೆಗಳಿವೆ' ಹುಚ್ಚೆದ್ದ ಪ್ರತೀಕಾರ ಗಹಗಹಿಸತೊಡಗಿತು.

"ಅಭಿನಂದನ್..." ನರಕದತ್ತ ವಾಲಿದವನನ್ನು ಅನಾಯಾಸವಾಗಿ ಮೇಲಕ್ಕೆಳೆದು ತಂದಂತಾಯಿತು. ಬಿಗಿದ ಮುಖ ನಿಧಾನವಾಗಿ ಅರಳಿತು. ಬೆನ್ನಾಗಿ ನಿಂತಿದ್ದವನು ತಿರುಗಿದ. "ನಿಂತು ತಪಸ್ಸು ಮಾಡ್ತಾ ಇದ್ರಾ?" ಸಣ್ಣಗೆ ನಕ್ಕು ಪ್ರಶ್ನಿಸಿದಳು. "ಇನ್ನ ಆದ್ರ ಅಗತ್ಯವಿಲ್ಲ" ಕೆನ್ನೆಯುಜ್ಜಿ ಅವಳತ್ತ ನಡೆದು ಬಂದ. ಅವನ ಹುಬ್ಬುಗಳು ಬೆಸೆದುಕೊಂಡವು. "ಅರೆರೇ, ಯಾಕೆ ಒಂದು ತರಹ ಇದ್ದೀರಿ?" ಗಂಟಲಲ್ಲಿ ಸಿಕ್ಕಿಕೊಂಡ ಉಗುಳನ್ನು ಬಲವಂತದಿಂದ ನುಂಗಿದಳು.

"ಏನಿಲ್ಲ, ನಿಮ್ಮನ್ನ ಬ್ರೇಕ್‌ಫಾಸ್ಟ್‌ಗೆ ಅಲ್ಲೇ ಕರ್ಕೊಂಡ್ಬಾ ಅಂದಿದ್ದಾರೆ, ಅಂಕಲ್" ಎಂದ ತಕ್ಷಣ ನಾಲ್ಕು ಹೆಜ್ಜೆ ಹಿಂದಕ್ಕೆ ಸರಿದು, "ಸಾರಿ ಭೂಮಿಕಾ ನಂಗೆ ಅಲ್ಲಿ ಬರೋಕೂ ಇಷ್ಟವಿಲ್ಲ. ಯೂ ಕೆನ್ ಗೋ" ಒರಟಾಗಿ ಹೇಳಿದ!

ಭೂಮಿಕಾ ಹೊರಗೆ ಬಂದಳು. ಜಯಸಿಂಹ ಇಂದು ತಮ್ಮ ಅಸಹಾಯಕತೆಯನ್ನು ಅವಳ ಮುಂದಿಟ್ಟಿದ್ದರು.

"ಪ್ರಮೋದ್ ಬೆಂಕಿ ಆಗಿದ್ದಾನೆ. ಸದ್ಯಕ್ಕೆ ನಿನ್ನ ವಾಸ ಬಂಗ್ಲೆಯಿಂದ ಮನೆಗೆ ಬದಲಾಯ್ತು" ಅವರ ಕಣ್ಣಿನಾಳದಲ್ಲಿ ನೋಟ ನೆಟ್ಟು ಹೇಳಿದ್ದಳು.

"ನೀವು ಈ ರೀತಿ ಹೇಳೋದು ನಂಗೆ ಆಶ್ಚರ್ಯ. ಇಡೀ ದಿನ ಕೂತು ಕುಡಿಯುತ್ತಿದ್ದ ಅಭಿನಂದನ್....." ಉಗುಳು ನುಂಗುತ್ತಾ..... "ಈಗ ಎಷ್ಟೋ ಕಡ್ಮೆ ಮಾಡಿದ್ದಾರೆ. ಸ್ವಲ್ಪ ಸ್ನೇಹ ಮಾಡಿದ ಕೂಡ್ಲೇ ಬೇರನ್ನ ಅನಾಯಾಸ ಕಿತ್ತುಹಾಕ್ಬಹ್ದು. ಮತ್ತೆಂದೂ ಅಭಿನಂದನ್ ಅಂಥ ವ್ಯಕ್ತಿಯಲ್ಲಿ ಕುಡಿತದ ಮೊಳಕೆಯೊಡೆಯಲು ಸಾಧ್ಯವಿಲ್ಲ. ಅದ್ಕೆ ಪ್ರಮೋದ್ ಯಾಕೆ ಬೆಂಕಿ ಆಗ್ಬೇಕು? ಇಲ್ಲಿ ನಾವು ನೋಡುವುದು ಅಭಿನಂದನ್ ಜೀವನದ ಪ್ರಶ್ನೆ ಅಲ್ಲವೇ!

ಮಧ್ಯ ರೋಹಿಣಿ ನುಸುಳಿದ್ದರು.

"ನೀನು ಜಾಣೆ.... ಅರ್ಥಮಾಡಿಕೊಳ್ಳಬಲ್ಲೆ. ಈ ವಿಷ್ಯದಲ್ಲಿ ಹಟ ಬೇಡ" ನಿರ್ದಾಕ್ಷಿಣ್ಯವಾಗಿ ತಳ್ಳಿಹಾಕಿದರು.

"ಎಕ್ಸ್‌ಕ್ಯೂಜ್ ಮಿ, ಆಂಟೀ, ಈ ವಿಷ್ಯದಲ್ಲಿ ನಂಗೆ ಲಿಬರ್ಟಿ ಬೇಕು" ಎಂದಾಗ ಬರೀ ಅವರ ಕಣ್ಣು ಕೆಂಪಾಯಿತೇ ವಿನಃ ಇನ್ನೊಂದು ಮಾತು ಆಡಲಿಲ್ಲ.

ಆಮೇಲೆ ಜಯಸಿಂಹ ಹೊರಗೆ ಬಂದು ಸಮಾಧಾನ ಹೇಳಿದರು. ಪ್ರಮೋದ್ ಎರಡು ಕವರ್ ಎಂದು ಮುಂದೆ ಎಸೆದು ಹೋದ. ಅವನ ನಡತೆಯ ಬಗ್ಗೆ ಬೇಸತ್ತಳು.

"ನಂಗೆ ಏನೇನೂ ಅರ್ಥವಾಗ್ಲಿಲ್ಲ. ಪ್ರಮೋದ್‌ನಿಂದ ಮತ್ತಷ್ಟು ಸಹಕಾರ ಸಿಗ್ಬಹ್ದೂಂತ ಅಂದ್ಕೊಂಡಿದ್ದೆ" ತಂದು ಹೇಳಿ ಕವರ್‌ಗಳನ್ನು ಕೈಗೆತ್ತಿಕೊಂಡಳು.

"ಅದು ಪ್ರೀತಿಯ ಇನ್ನೊಂದು ಮುಖ" ಭರವಸೆಯ ಮಾತಾಡಿದರೂ ಅವನ ಮನ ಪ್ರಸನ್ನವಾಗಲಿಲ್ಲ.

"ಹೋಗ್ಲಿ ಬಿಡಿ, ಅಂಕಲ್, ಸಣ್ಣ ವಿಷ್ಯಗಳನ್ನೆಲ್ಲ ಯಾಕೆ ತಲೆಗೆ ಹಚ್ಕೋಬೇಕು!"

ಜಯಸಿಂಹ ಪ್ರಯತ್ನಪೂರ್ವಕವಾಗಿ ಅವಳನ್ನು ಒಲಿಸಿಕೊಂಡರು. ಸಂದಿಗ್ಧ ಸ್ಥಿತಿ ಅವರದು. ಮುಖ್ಯವಾಗಿ ಅಭಿನಂದನ್ ಈಗ ತಲೆಯ ನೋವಾಗಿ ಪರಿಣಮಿಸಿದ್ದ. ಪ್ರಮೋದ್‌ನ ಸಿಡಿಮಿಡಿ ಶಾಂತವಾಗಿದ್ದ ಸರೋವರಕ್ಕೆ ಕಲ್ಲೆಸೆದಂತಾಗಿತ್ತು.

"ನಾನು ಬದುಕಿನ ಕೊನೆ ದಿನಗಳನ್ನ ಅತ್ಯಂತ ಶಾಂತಿ, ಸಂತೋಷವಾಗಿ ಕಳೆಯಬೇಕೆಂದುಕೊಂಡಿದ್ದೆ. ಆದ್ರೆ ಇಲ್ಲಿ ಆದದ್ದೇ ಬೇರೆ" ನಿಡುಸುಯ್ದಾಗ ಅವಳು ಗಾಬರಿಯಾಗಿದ್ದಳು. ಆತಂಕ ಅವಳ ಕಣ್ಣುಗಳಲ್ಲಿ ಮಿನುಗಿತು.

"ನೀವೇನು... ಹೇಳ್ತಾ ಇದ್ದೀರಿ!" ಎಂದು ಅವಳ ಭುಜದ ಮೇಲೆ ಕೈಯಿಟ್ಟರು. "ಇವೆಲ್ಲ ಎಷ್ಟು ಬೇಗ ಮುಗಿದರೇ ಅಷ್ಟು ಒಳ್ಳೇದು. ದೇಹದ ಶಕ್ತಿ ಕುಗ್ಗುವ ಮೊದ್ಲು ಇಡೀ ಭಾರತ ಸುತ್ತಿ ಬರ್ಬೇಕು." ವಿಶೇಷವಾದ ಅರ್ಥ ಮಿನುಗಿತು ಅವರ ಮಾತುಗಳಲ್ಲಿ. ಮೌನವಾಗಿ ತಲೆ ಕೆಳಗೆ ಹಾಕಿದ್ದಳು.

"ಪ್ರಮೋದ್ ಪರಿಚಯ ಅಭಿನಂದನ್‌ಗೆ ಮಾಡಿಕೊಡೋದು ಒಳ್ಳೇದು. ಇವನ್ಯಾಕೋ ಬಂಡೆ ಆಗಿದ್ದಾನೆ. ಅವನನ್ನು ಕರ್ಕೊಂಡ್ಬಾ. ಇಲ್ಲೇ ಬ್ರೇಕ್‌ಫಾಸ್ಟ್ ಸಿದ್ಧತೆ ಆಗಿದೆ" ಆಳವಾದುದನ್ನು ಏನೋ ತಮ್ಮಲ್ಲಿ ಹುದುಗಿಸಿಕೊಂಡು ನವಿರಾಗಿ ಹೇಳಿ ಕಳುಹಿಸಿದ್ದರು.

ಫೋನ್ ಸದ್ದಾದಾಗ ಇಬ್ಬರೂ ಬಂದರು. ತಕ್ಷಣ ಭೂಮಿಕಾ ನಾಲ್ಕು ಹೆಜ್ಜೆ ಹಿಂದಕ್ಕೆ ಹೋದಾಗ ಅಭಿನಂದನ್, ಫೋನ್ ಮುಟ್ಟದೇ ಬಂದು ಸೋಫಾ ಮೇಲೆ ಕೂತ. ತಾನೇ ಹೋಗಿ ಕೈಗೆತ್ತಿಕೊಂಡಳು.

"ಹಲೋ..." ಎಂದವಳು. "ಜಸ್ಟ್ ಎ ಮಿನಿಟ್" ಎನ್ನುತ್ತ ಅವನತ್ತ ತಿರುಗಿದಳು. "ಇಟ್ ಈಸ್ ಫಾರ್ ಯೂ" ಎಂದಾಗ ಅಭಿನಂದನ್ ಎದ್ದು ಬಂದ.

"ಹಲೋ, ಅಭಿನಂದನ್ ಸ್ಪೀಕಿಂಗ್..." ಫೋನ್ ಕೈಯಲ್ಲಿಹಿಡಿದು ಹೇಳಿದ. "ನಾನು ರಘುನಂದನ್, ಹೇಗಿದ್ದೀಯಾ?" ಅವನ ಮುಖದಲ್ಲಿ ಒರಟುತನ ಮಿನುಗಿತು. "ಓ.ಕೆ, ನೀವು ಹೇಗಿದ್ದೀರಿ?" ತಂದೆಯನ್ನು ವಿಚಾರಿಸುವ ಅಂತಃಕರಣವಿರಲಿಲ್ಲ ಆ ಸ್ವರದಲ್ಲಿ. ಪರಿಚಿತರ ನಡುವಿನ ಮಾತುಕತೆಯ ಧಾಟಿ.

"ಎಲ್ಲಾ ಚೆನ್ನಾಗಿದ್ದೀವಿ. ನಿನ್ನ ಮಮ್ಮಿ ಕೂಡ ಬಂದಿದ್ದಾರೆ. ಏನಾದ್ರೂ ಮಾತಾಡ್ತೀಯಾ?

"ಬೇಡ!" ಅವನ ಸ್ವರದಲ್ಲಿ ಇಣುಕಿತು ಉದಾಸೀನತೆ. "ನಾವೇ ಅಲ್ಲಿಗೆ ಬರ್ತಾ ಇದ್ದೀವಿ." ದೈನ್ಯದ ದನಿಯಲ್ಲಿ ಹೇಳಿದಾಗ, ಮತ್ತೊಂದು ಮಾತು ಬೇಡವೆಂದು ಫೋನ್ ಕೆಳಗಿಟ್ಟು ಇತ್ತ ತಿರುಗಿದಾಗ, ಮುಖದ ಮುಂದೆ ಹಳೆಯ ವೀಕ್ಲಿ ಹಿಡಿದಿದ್ದಳು.

"ನೀವು ಹೋಗಿರ್ಲಿಲ್ವಾ?" ಅವನ ಪ್ರಶ್ನೆಗೆ ಉತ್ತರಿಸುವ ತೊಂದರೆಯನ್ನು ತೆಗೆದುಕೊಳ್ಳಲಿಲ್ಲ ಭೂಮಿಕಾ. ಸಲುಗೆಯಿಂದ ಅವಳ ಕೈಯಲ್ಲಿನ ವೀಕ್ಲಿ ಕಿತ್ತುಕೊಂಡ. ಆ ಚೆಂದದ ಮುಖದಲ್ಲಿ ಅವನಿಗೆ ಕಂಡಿದ್ದು ಬೇಸರ.

"ಏಳೀ.... ಹೋಗೋಣ" ಮೇಲಕ್ಕೆದ್ದ. ಅವಳ ಕಣ್ಣುಗಳಲ್ಲಿ ಅಚ್ಚರಿ ಇಣುಕಿತು.

ಆ ಒರಟುತನದ ಹಿಂದೆ ಮೃದುವಾದ, ಬೆಣ್ಣೆಯಂಥ ಹೃದಯವಿದೆಯೆನಿಸಿತು. ಆದರೆ ಬಿಗಿದು ಕೂತಳೇ ವಿನಃ ಮೇಲಕ್ಕೇಳಲಿಲ್ಲ.

"ಎಕ್ಸ್‌ಕ್ಯೂಜ್ ಮಿ ಭೂಮಿಕಾ. ಸದಾ ಝುಳು ಝುಳು ಹರಿಯುವ ಝುರಿ ಸ್ತಬ್ಧವಾಗುವುದು ನಂಗಿಷ್ಟವಿಲ್ಲ. ಅದರ ನಿರಂತರ ಹರಿಯುವಿಕೆ ಸುತ್ತಲ ಪರಿಸರಕ್ಕೆ ಚೇತನ" ಅವನ ಬಾಯಿಂದ ಬಂದ ಕಾವ್ಯಮಯ ಭಾಷೆಗೆ ಬೆರಗಾದಳು.

"ಥ್ಯಾಂಕ್ಯೂ..." ಮೇಲಕ್ಕೆದ್ದಳು.

ಇಬ್ಬರು ನಿಧಾನವಾಗಿ ಗುಡ್ಡವಿಳಿದು ಬಂದರು. ಅವನ ಜೀವನದಲ್ಲಿ ಎಷ್ಟೋ ಜನ ಸ್ನೇಹಿತರು ಬಂದು ಹೋಗಿದ್ದರು. ಆದರೆ ಭೂಮಿಕಾಳಂಥ ಆತ್ಮೀಯ ವ್ಯಕ್ತಿ ಸಿಕ್ಕಿರಲಿಲ್ಲ... ಥಟ್ಟನೆ ರೇಖಾಳ ನೆನಪಾಯಿತು. ಸದಾ ಮತ್ತಿನಲ್ಲಿ ಮುಳುಗಿಸಬಯಸುತ್ತಿದ್ದವಳ ಪ್ರೀತಿ, ಮಾತು ಎಲ್ಲಾ ಈಗ ಮಬ್ಬು ಮಬ್ಬು, ಯಾವುದೂ ಸ್ಪಷ್ಟವಾಗಲಿಲ್ಲ.

ಏನೋ ನೆನಪಿಸಿಕೊಂಡವಳಂತೆ ನುಡಿದಳು.

"ಜಯಸಿಂಹ ಅಂಕಲ್ ಕೊನೆ ಮಗ ಪ್ರಮೋದ್ ಬಂದಿದ್ದಾರೆ. ಪೂರ್ತಿಯಾಗಿ ಭಾರತದಲ್ಲೇ ಉಳಿಯೋ ಆಸೆ ಹೊತ್ತು ಬಂದಿದ್ದಾರೆ, ಬಹುಶಃ ಏನಾಗುತ್ತೋ ನೋಡ್ಬೇಕು. ಅವರೊಬ್ಬರಾದ್ರೂ ಇಲ್ಲಿ ಉಳಿದ್ರೆ.... ರೋಹಿಣಿ ಆಂಟಿಗೆ ಅರ್ಧ ಸಮಾಧಾನ."

ಈ ಮಾತುಗಳು ತನಗೆ ಕೇಳಲೇ ಇಲ್ಲವೆನ್ನುವಂತೆ ಅಭಿನಂದನ್ ನಡೆಯುತ್ತಿದ್ದ. ರಾತ್ರಿ ಮಂಜಿನಲ್ಲಿ ಮಿಂದ ಸಸ್ಯಶ್ಯಾಮಲೆ ನೂತನ ಶೋಭೆಯಿಂದ ನಲಿಯುತ್ತಿತ್ತು. ಅವನ ನೋಟ ಅದರ ಹಿಂದೆಯೇ ಅಲೆದಾಡುತ್ತಿತ್ತು.

"ಯಾರಿಂದ ಎಸ್.ಟಿ.ಡಿ.?" ಅವಳ ನವಿರಾದ ಪ್ರಶ್ನೆಗೆ ಮತ್ತಷ್ಟು ಬಿಗಿದುಕೊಂಡಿತು ಅವನ ಮುಖ. "ನಮ್ತಂದೆಯಿಂದ, ಇಲ್ಲಿಗೆ ಬರ್ತಾರಂತೆ" ಬೇಡದ ಸುದ್ದಿಯಂತೆ ಹೇಳಿದ.

"ವ್ಹಾಟ್ ಎ ಪ್ಲೆಷರ್! ಎಂಥ ಸಂತೋಷದ ಸುದ್ದಿ! ಅವುಗಳನ್ನು ನೋಡೋ ಒಂದು ಸದವಕಾಶ" ಅವಳ ಹಿಗ್ಗಿನ ಮಾತುಗಳಿಗೆ ಅವನಿಂದ ಯಾವುದೇ ಪ್ರತಿಕ್ರಿಯೆ ಸಿಗಲಿಲ್ಲ.

"ಅಭಿನಂದನ್‌ಗೆ ಅವ್ನ ತಾಯ್ತಂದೆಯರ ಬಗ್ಗೆ ಕೋಪಕ್ಕಿಂತ, ಜುಗುಪ್ಸೆ. ಇದ್ನ ಅಳಿಸದ ಹೊರ್ತು ಅವ್ನ ಜೀವ್ನದಲ್ಲಿ ಅವ್ರ ಮಾತುಗಳಿಗೆ ಬೆಲೆ ಸಿಗೋಲ್ಲ! ಸದ್ಯಕ್ಕೆ ಈ ಕೆಲ್ಸ ಆಗೋಂಥದಲ್ಲ. ಅದ್ಕೇ ಏನೇನೋ ಪಾಡು!" ಆಕೆ ಮುಖ ಉಜ್ಜಿದಳು, ಮೆಹತಾ ಹೇಳಿದ ಮಾತುಗಳು ಅವಳ ಕಿವಿಯಲ್ಲಿ ಪ್ರತಿಧ್ವನಿಸಿದವು.

ಜಯಸಿಂಹ ಅತ್ಯಂತ ಪ್ರೀತಿಯಿಂದ ಸ್ವಾಗತಿಸಿದರು ಅಭಿನಂದನ್‌ನನ್ನು.

"ನಿಂಗೆ ಬಂಗ್ಲೆ ಹವಾ ಚೆನ್ನಾಗಿ ಹಿಡಿಸಿರಬೇಕು. ಅದ್ಕೇ ಕೆಳ್ಗೆ ಇಳಿಯೋಕೆ ಇಷ್ಟಪಡೋಲ್ಲ" ಹಾಸ್ಯ ಮಾಡಿದರು. ಬಲವಂತದ ಕಿರುನಗೆ ತೋರಿದ ಅಭಿನಂದನ್.

ಭೂಮಿಕಾ, ಅಭಿನಂದನ್‌ರ ಒಟ್ಟಿಗೆ ನೋಡಿದಾಗ ರೋಹಿಣಿಯ ಎದೆ ಬಡಿತ ಏರಿತು. ಅಂದು ಅಮಲಿನಲ್ಲಿ ತೂರಾಡುತ್ತ ಬಂದ ಅಭಿನಂದನ್‌ಗಿಂತ ಇಂದು ಭಿನ್ನವಾಗಿ ಕಂಡ. ಆ ಉದ್ದಕ್ಕೆ ಸರಿಯಾದ ದೃಢವಾದ ಮೈಕಟ್ಟು, ವರ್ಚಸ್ಸಿನಿಂದ ಕೂಡಿದ ಮುಖ. ಹೊಸಬನನ್ನು ನೋಡುವಂತೆ ದೃಷ್ಟಿಸಿದರು. "ನಿಮ್ಮ ಅಂಕಲ್ ಹೇಳಿದ್ದು ಕರೆಕ್ಟ್, ಇಲ್ಲಿನ ಹವಾಗುಣ ಚೆನ್ನಾಗಿ ಹಿಡಿಸಿದೆ. ಇನ್ನಷ್ಟು ದಿನ ಇಲ್ಲಿದ್ದರೆ ಹಳೇ ಅಭಿನಂದನ್‌ನ ನಿನ್ನೊಳಗೆ ಹುಡ್ಕಬೇಕು!" ಮೆಚ್ಚಿನಿಂದಲೇ ನುಡಿದರು ರೋಹಿಣಿ. ಸ್ವಭಾವತಃ ಆಕೆ ಒಳ್ಳೇ ಹೆಣ್ಣು. ಆದರೆ ಅಷ್ಟಕ್ಕಿಂತ ಮಗನ ಹಿತ ಬಯಸುವ ತಾಯಿ.

"ಡ್ಯಾಡಿ, ಮಮ್ಮಿ ಬರ್ತಾರೆ" ಎಂದಾಗ ಜಯಸಿಂಹ ತಲೆಯಾಡಿಸಿದರು. ಆದರೆ ತಮಗೆ ಫೋನ್ ಬಂದ ವಿಷಯ ಅವನಿಗೆ ತಿಳಿಸಲು ಇಚ್ಛಿಸಲಿಲ್ಲ. ಬದ್ಕನ್ನ ಬರೀ ಹೋರಾಟವಾಗಿ ತಗೊಂಡ ವ್ಯಕ್ತಿ ರಘುನಂದನ್. ಪ್ರಯತ್ನಕ್ಕೆ ಮೀರಿ ಸಾಧನೆ ಅವನದಾಯಿತು. ಗೆಳೆಯನನ್ನು ಹೊಗಳಿಕೊಂಡರು. ಅಭಿನಂದನ್ ಬಲವಂತದ ಉಗುಳು ನುಂಗಿದ, 'ಅವರದು ದೊಡ್ಡ ಸಾಧನೆಯೇ ಇರಬಹುದು. ಆದರೆ ನಾವು ಕಳೆದುಕೊಂಡಿದ್ದು....' ರೋಷತಪ್ತ ಮನ ರಘುನಂದನ್ ಸಾಧನೆಯನ್ನು ಪ್ರತಿಭಟಿಸಿತು.

ಕೋಣೆಯಿಂದ ಪ್ರಮೋದ್ ಹೊರಗೆ ಬಂದ, ಶುಭ್ರ ಬಿಳಿಯ ಬಣ್ಣದ ಉಡುಪು "ಗ್ಲಾಡ್ ಟು ಮೀಟ್ ಯೂ" ಎಂದಾಗ ಪ್ರಮೋದ್ ಅವನ ತುಟಿಯಂಚಿನಲ್ಲಿ ನಗು ಮಿನುಗಿತು.

"ನೀವು ಏನ್ಮಾಡ್ತಾ ಇದ್ದೀರಾ?" ತೀಕ್ಷ್ಣವಾಗಿ ಪ್ರಶ್ನಿಸಿದಾಗ ಅಭಿನಂದನ್ ಕಣ್ಣುಗಳಲ್ಲಿ ಕೋಪ ಇಣುಕಿತು. ವಿವೇಕ ಆ ಕ್ಷಣದಲ್ಲಿ ಸತ್ತಿತ್ತು. "ಏನಿಲ್ಲ ಅನ್ನೋದ್ನ ನೀವು ನಂಬಬಹುದು" ಕೇಳಿ ಪ್ರಮೋದ್ ನಕ್ಕುಬಿಟ್ಟ.

"ಗೊತ್ತಿದೆ ಬಿಡಿ, ನಿಮ್ಮ ಹಿಸ್ಟರಿ!" ಪ್ರಮೋದ್ ವ್ಯಂಗ್ಯವಾಗಿ ಇರಿದ. ಭೂಮಿಕಾ ಗಾಬರಿಯಾದಳು. "ಇದು ಜೋಕ್ ಕಟ್ ಮಾಡೋ ರೀತಿಯಲ್ಲ, ನಿನ್ನ ಈ ಸ್ವಭಾವ ಅಭಿನಂದನ್‌ಗೆ ಹೇಗೆ ಗೊತ್ತಾಗ್ಬೇಕು! ಹಿ ಈಸ್ ಸಿಂಪ್ಲಿ ಜೀನಿಯಸ್." ಸಂದರ್ಭವನ್ನು ಹಗುರ ಮಾಡಲು ಏನೋ ಒಂದು ಹೇಳಿದಳು.

ಪ್ರಮೋದ್ ಕಿಡಿಕಿಡಿಯಾದ. ಭೂಮಿಕಾಳ ಮಧ್ಯಪ್ರವೇಶದ ಜೊತೆ ತನ್ನನ್ನು ಹೀಯಾಳಿಸಿದ್ದು ಅವನಿಗೆ ಸರಿಕಾಣಲಿಲ್ಲ.

"ಕುಡುಕರು ತಮ್ಮದೇ ಆದ ಒಂದು ಹಿಸ್ಟರಿಯನ್ನು ಸೃಷ್ಟಿಸಿಕೊಳ್ತಾರೆ." ಪ್ರಮೋದ್ ಬಾಯಿಂದ ಬಂದ ಮಾತಿಗೆ ಎಲ್ಲಾ ಚಡಪಡಿಸಿದರು.

ಅದರೆ, ಅಭಿನಂದನ್ ಶಾಂತವಾಗಿ ಅರಗಿಸಿಕೊಂಡ. "ಡೆಫೆನೆಟ್ಲಿ... ನೀವು ತುಂಬ ಇಂಟೆಲಿಜೆಂಟ್, ಅರ್ಥ ಮಾಡ್ಕೊಂಡ್ರಿ. ಅವನದೇ ಆದ ಪ್ರಪಂಚದಲ್ಲಿ ಅವ್ನು ಇರ್ತಾನೆ. ಆದ್ರೆ ವಿನಾಕಾರಣವಾಗಿ ಯಾರನ್ನೂ ಚುಚ್ಚಿ ನೋಯಿಸೋಕೆ ಇಷ್ಟಪಡೋಲ್ಲ.

ಅಷ್ಟರಲ್ಲಿ ಜಯಸಿಂಹ ಮಗನ ಮೇಲೆ ರೇಗಿಕೊಂಡರು.

"ಪ್ರಮೋದ್, ಈ ರೀತಿ ಮಾತಾಡೋದು ಎಲ್ಲಿ ಕಲಿತೆ? ಸ್ವಲ್ಪ ನಿನ್ನ ಮಾತು, ರೀತಿ, ನೀತಿಗಳನ್ನು ತಿದ್ದಿಕೋ!" ಕೇಳಿ ಪ್ರಮೋದ್ ಮುಖ ಗಡಿಗೆ ಗಾತ್ರವಾಯಿತು.

"ಎಕ್ಸ್‌ಕ್ಯೂಜ್ ಮಿ...." ಎಂದವನೇ ಅಭಿನಂದನ್ ಹೊರಟುಬಿಟ್ಟ. ಭೂಮಿಕಾಳ ಕಣ್ಣಂಚಿನಲ್ಲಿ ಕಂಬನಿ ಚಿಮ್ಮಿತು. "ಪ್ರಮೋದ್, ನಿನ್ನ ನಡತೆ ಏನೇನೂ ಸರಿಯಿಲ್ಲ." ಮುಖ ಪಕ್ಕಕ್ಕೆ ತಿರುಗಿಸಿಕೊಂಡು ಕರ್ಚಿಫ್‌ನಿಂದ ಕಣ್ಣೀರು ತೊಡೆದುಕೊಂಡಳು.

ಇದು ಎಲ್ಲರ ಪಾಲಿಗೆ ಮಾತ್ರವಲ್ಲ ಭೂಮಿಕಾಳಿಗೂ ಅನಿರೀಕ್ಷಿತ. ತಾನೇಕೆ ಇಷ್ಟು ಭಾವುಕಳಾಗಿಬಿಟ್ಟೆ?

"ಸದಾ ಕೈಯಲ್ಲಿ ಗ್ಲಾಸ್ ಹಿಡ್ಯೋ ಜನಕ್ಕೆ ಸಮಾಜದಲ್ಲಿ ಸಿಕ್ಕೋದು.... ಇಷ್ಟೇ! ಅಪ್ಪನ ದುಡ್ಡಿನಲ್ಲಿ ಮೂರ್ಹೊತ್ತು ಕುಡ್ಯೋ ಅವ್ನು ಬ್ರೂಟ್...." ಕೋಪದಿಂದ ಪ್ರಮೋದ್ ಗುಡುಗಿದ.

ರೋಹಿಣಿ ಹಣೆ ಘಟ್ಟಿಸಿಕೊಂಡರು.

"ಇವ್ನಿಗೆ ಏನಾಗಿದೆ? ಸಹನೆ ಅನ್ನೋದು ಇವ್ನ ಪಾಲಿಗೆ ಸತ್ತು ಹೋಗಿದೆ. ಆ ಹುಡ್ಗ ಎಷ್ಟೊಂದು ನೊಂದ್ಕೊಂಡ್ಹೋದ" ರೋಹಿಣಿಯವರು ನೊಂದು ಹೇಳಿದರು.

ಭೂಮಿಕಾ ಎದ್ದು ಬಾಗಿಲತ್ತ ನಡೆದಾಗ, ಪ್ರಮೋದ್ ಅವಳ ಕೈ ಹಿಡಿದ.

"ನೀನು ಆ ಬಂಗ್ಲೆಯಲ್ಲಿ ಉಳಿಯೋದು ಎಷ್ಟಕ್ಕೂ ಸರಿಯಲ್ಲ. ಹೋಗಕೂಡ್ದು!" ಅವನೆತ್ತರಕ್ಕೂ ದೃಷ್ಟಿ ಹರಿಸಿದಳು. ಈ ಒರಟುತನ ಹೊಸದಾಗಿ ಕಂಡಿತು. "ಪ್ರಮೋದ್, ಯಾಕಿಂಥ ಮೊಂಡಾಟ? ಸ್ವಲ್ಪ ದಿನ ಅಷ್ಟೇ. ನೀನು ಅಭಿನಂದನ್‌ನ ಅಪಮಾನ ಮಾಡೋಕೆ ಯಾವ ಕಾರಣವೂ ಇರ್ಲಿಲ್ಲ!" ಅವನ ಕೈಯನ್ನು ಮೃದುವಾಗಿ ಕೊಡವಿ ಹೊರಗೆ ನಡೆದಳು.

ಗುಡ್ಡದ ಬುಡಕ್ಕೆ ಬಂದಳು. ಅಭಿನಂದನ್ ಮೇಲಿನಿಂದ ಇಳಿದು ಬರುತ್ತಿದ್ದ. ಸಣ್ಣ ಏರ್ ಬ್ಯಾಗನ್ನು ಭುಜಕ್ಕೆ ತಗುಲಿಹಾಕಿಕೊಂಡಿದ್ದ. ಬೆವರಿಟ್ಟಿತು ಅವಳ ಹಣೆ.

"ಅಭಿನಂದನ್ ನಿಂತ್ಕೊಳ್ಳಿ" ಬಿರುಸಾಗಿ ಅವಳ ಮುಂದೆ ಹಾದು ಹೋದಾಗ ಕೂಗಿದಳು. ತಿರುಗಿ ನೋಡಿದ, "ವ್ಹಾಟ್ ಮೇಡಮ್?" ನಿರ್ಲಕ್ಷ್ಯದಿಂದ ಪ್ರಶ್ನಿಸಿದಂತಿತ್ತು. ಭೂಮಿಕಾ ಉಗುಳು ನುಂಗಿ. "ಎಕ್ಸ್‌ಕ್ಯೂಜ್ ಮಿ, ನಾನು ಪ್ರಮೋದ್ ಪರವಾಗಿ ಕ್ಷಮೆ ಕೇಳ್ತೀನಿ" ಅದನ್ನು ಕೇಳಿ ಉದಾಸ ನಗೆ ನಕ್ಕ.

"ನೀವು ಎಲ್ಲರ ಪರ ಕ್ಷಮೆ ಕೇಳೋ ಕಂಟ್ರಾಕ್ಟ್ ಪಡೆದಿದ್ದೀರಾ? ಅಂಥ ಅಗತ್ಯ ಏನಿದೆ? ಕುಡುಕನನ್ನ ಕುಡುಕ ಅನ್ನೋದು ತಪ್ಪಾ? ಅಥ್ವಾ ನವಿರಾದ ಆಂಗ್ಲ ಭಾಷೆಯಲ್ಲಿ ಹೇಳ್ಲಿಲ್ಲ ಅನ್ನೋ ಬೇಸರವಾ? ಡೋಂಟ್‌ವರಿ. ನೀವು ತಲೆ ಕೆಡಿಸ್ಕೊಳ್ಳೋ ಅಗತ್ಯವಿಲ್ಲ" ಕ್ರಾಪ್ ಕೊಡವಿ ಹೊರಟುಬಿಟ್ಟ.

ಆ ಕ್ಷಣದಲ್ಲಿ ಅವಳ ವಿದ್ಯೆ, ವಿಚಾರವಂತಿಕೆ ಸತ್ತಿತ್ತು. ಭಾವುಕಳಂತೆ ಯೋಚಿಸಿದಳು. ಅವಳ ಮನ, ಹೃದಯ, ಮಿದುಳು ಎಲ್ಲಾ ಅಭಿನಂದನ್ ಆಕ್ರಮಿಸಿಬಿಟ್ಟ.

'ಖಂಡಿತ ಅಭಿನಂದನ್‌ಗೆ ಏನೂ ಆಗ್ಬಾರ್ದು' ಅವನು ಹೋದತ್ತಲೇ ಹೆಜ್ಜೆ ಹಾಕತೊಡಗಿದರು. ಮರ, ಗಿಡ, ಪೊದೆಗಳ ನಡುವೆ ಸಾಗುತ್ತಿದ್ದ. ಅವನು ಹೊರಟ ಉದ್ದೇಶ ಅವಳಿಗೆ ಅರ್ಥವಾಗಲಿಲ್ಲ.

ಕಾದ ಮಿದುಳು, ಮನದ ಹೊಯ್ದಾಟ, ಪೂರ್ತಿ ಶಾಂತವಾಗಬೇಕು. ತನಗೆ ಅಂಥ ಸಮಾಧಾನ ನೀಡುವುದು ಒಂದೇ. ಬ್ಯಾಗ್‌ನಲ್ಲಿದ್ದ ಬಾಟಲುಗಳು ಕೇಕೆ ಹಾಕಿ ಅಟ್ಟಹಾಸ ಮಾಡಿದಂತಾದವು.

ಕೈಯಲ್ಲಿದ್ದ ಬ್ಯಾಗ್‌ನ ಹುಲ್ಲು ಮೇಲೆಸೆದು ಕೂತ. ಇಲ್ಲೇ ಕೂತು ತಿಂಡಿ ತಿಂದ ಸಂದರ್ಭ ನೆನಪಾಯಿತು. ಭೂಮಿಕಾ ಅವನ ಉದ್ದಗಲಕ್ಕೂ ಬೆಳೆದು ನಿಂತರೂ ನಿಮಿಷದಲ್ಲಿ ತೊಡೆದುಹಾಕಿದ.

ಓಪನರ್ ತೆಗೆದು ಬಾಟಲು ಓಪನ್ ಮಾಡಿದ. ಹಿಂದೆ ನಿಂತ ಭೂಮಿಕಾ ಬಾಟಲು ನೋಡಿ ಆಘಾತಗೊಂಡಳು.

"ಅಭಿನಂದನ್......" ತಣ್ಣಗೆ ಕರೆದಳು.

"ಕಂಪನಿ ಕೊಡ್ಲೋಕೆ ಬಂದ್ರಾ? ಐ ಡೋಂಟ್ ವಾಂಟ್, ಲೀವ್, ಮಿ ಅಲೋನ್" ಗ್ಲಾಸ್‌ಗೆ ಬಗ್ಗಿಸಿದ. ಮೆಹತಾ ಅವಳ ಕಣ್ಮುಂದೆ ಸುಳಿದರು.

"ಇಡೀ ಮೇಘವರ್ಷಿಣಿ ಭವಿಷ್ಯ ಅಭಿನಂದನ್ ರೂಪುಗೊಳ್ಳುವುದರಲ್ಲಿದೆ" ನೋವಿನಿಂದಾಡಿದ ಮಾತುಗಳು ಎಲ್ಲೆಡೆ ಪ್ರತಿಬಿಂಬಿಸಿದವು.

ಎರಡ್ಹೆಜ್ಜೆ ಮುಂದಿಟ್ಟಾಗ ತಾಳ್ಮೆ ಕಳೆದುಕೊಂಡು ಅಬ್ಬರಿಸಿದ.

"ಪ್ಲೀಸ್, ನೀವು ಹೊರಟುಹೋಗಿ, ಲೀವ್ ಮಿ ಅಲೋನ್. ಲೀವ್ ಮಿ ಅಲೋನ್."

ಕಾದು ವಿವೇಚನೆಯಿಂದ ಅವನ ಮನಸ್ಥಿತಿ ಮಾರ್ಪಡಿಸುವ ಅವಳ ಮನಸ್ಸು ಸತ್ತು ಹೋಯಿತು. ಮನಕ್ಕೆ ಬಿದ್ದ ಪೆಟ್ಟಿಗೆ ಛಲ ತೀರಿಸಿಕೊಳ್ಳುವಂತೆ ಇಡೀ ಬಾಟಲುಗಳನ್ನು ಖಾಲಿ ಮಾಡಿಬಿಟ್ಟರೆ?! ಅವಳೆದೆ ಕಂಪಿಸಿತು.

ಅವಳೆದೆಯ ಮೃದುತ್ವ, ಸುಸ್ವಭಾವ, ವಿಚಾರವಂತಿಕೆ ಎಲ್ಲಾ ಆ ಕ್ಷಣ ಕರಗಿಹೋಯಿತು. ಆ ಕುಣಿಯುವ ಬಾಟಲುಗಳ ನರ್ತನ ಪೂರ್ತಿ ನಿಲ್ಲಬೇಕು. ಆವೇಶ ತುಂಬಿಕೊಂಡಂತಾಯಿತು.

ಇಡೀ ಬಾಟಲುಗಳು ಒಂದು ಕ್ಷಣದಲ್ಲಿ ಪುಡಿಪುಡಿಯಾದವು. ಅಭಿನಂದನ್ ಕೂತಲ್ಲಿಯೇ ಶಿಲೆಯಾದ. ಸುಂದರ ಮೃದು ಮಧುರ ಮುಖದಲ್ಲಿನ ಕೋಪ ಅವನ ಮೈನ ಚೇತನವನ್ನೇ ಹಿಂಗಿಸಿಬಿಟ್ಟಿತ್ತು.

ಅವನೆಡೆ ರೋಷದಿಂದ ನೋಡಿದ ಭೂಮಿಕಾ ನಿಲ್ಲದೇ ಓಡಿದಳು. ಅಭಿನಂದನ್ ಗಾಬರಿಯಾದ. ಅವಳನ್ನು ಚೆನ್ನಾಗಿ ಬಲ್ಲ ಅವಳ ತಾಯ್ತಂದೆಯರು ಕೂಡ ಇಂಥದನ್ನು ನಿರೀಕ್ಷಿಸಿರಲಾರರು.

"ಭೂಮಿಕಾ...." ಸ್ವರವೆತ್ತಿ ಕೂಗಿದ. ನಿಲ್ಲಲಿಲ್ಲ. ಸರಿಯಾದ ದಾರಿಯಲ್ಲಿ ಗಿಡ, ಪೊದೆ, ಮರ, ಸಣ್ಣಪುಟ್ಟ ಮಣ್ಣಿನ ಗುಡ್ಡ, ಹಳ್ಳ ಅಲ್ಲಲ್ಲಿ ಹುತ್ತ, ಯಾವುದೂ ಅವಳ ಓಟಕ್ಕೆ ವಿರೋಧಿಯಾಗಲಿಲ್ಲ. ಅವನಲ್ಲಿನ ಧೈರ್ಯ ಪೂರ್ತಿ ಸತ್ತುಹೋಯಿತು.

"ಪ್ಲೀಸ್ ಭೂಮಿಕಾ..... ನಿಲ್ಲು" ಅವಳ ಹಿಂದೆ ಓಡಿದ. ದಿಣ್ಣೆಯ ಮೇಲೆ ಓಡುತ್ತಿದ್ದ ಭೂಮಿಕಾ ಸಣ್ಣ ಮುಳ್ಳಿನ ಪೊದೆಗೆ ನೆರಿಗೆಗಳು ತೊಡರಿ ಮೂರು ಉರುಳು ಕೆಳಕ್ಕೆ ಉರುಳಿದಳು.

ನೋವು, ತರಚಿದ ಗಾಯದ ನಡುವೆ ಅವಳೆದೆಯ ಆತಂಕ, ನೋವು, ಕೋಪ ಕಣ್ಣೀರಿನ ರೂಪದಲ್ಲಿ ಹರಿಯಿತು. ಎದ್ದು ಕೂತು ಮಂಡಿಯ ಮೇಲೆ ಗದ್ದವನ್ನೂರಿದಳು.

"ಏನಾಯ್ತು!" ಅಭಿನಂದನ್ ಎದೆ ಏರಿಳಿಯುತ್ತಿತ್ತು. ಕಣ್ಣೀರು ತೊಡೆದುಕೊಂಡು ಮುಖ ಪಕ್ಕಕ್ಕೆ ತಿರುಗಿಸಿದಳು "ನಂಗೇನೂ ಆಗ್ಲಿಲ್ಲ. ಆದ್ರೆ ಅಸಭ್ಯವಾಗಿ ನಡ್ಕೊಂಡೆ. ಕ್ಷಮಿಸಬಹುದಾದ್ರೆ.... ಕ್ಷಮ್ಸಿ."

"ಅದ್ಕೆಲ್ಲ ಬೇಕಾದಷ್ಟು ಕಾಲಾವಕಾಶವಿದೆ." ತರಚಿದ ಕೈಗಳನ್ನು ಹಿಡಿದು ನೋಡಿದ. ತುಂಬು ಬಿಳುಪು, ಕೆಂಪು ಬೆರೆತ ಚರ್ಮದ ಮೇಲೆ ರಕ್ತದ ಒಸರುವಿಕೆ. ಮುಖವೆತ್ತಿ ಹಣೆಯನ್ನು ದಿಟ್ಟಿಸಿದ "ಮೈ ಗಾಡ್!" ಹಣೆಯ ಮೇಲಿನ ಊದಿದ ಭಾಗದ ಮೇಲೆ ಬೆರಳುಗಳನ್ನಾಡಿಸಿದ, ಅವನ ಹೃದಯ ಕಿತ್ತು ಬಾಯಿಗೆ ಬಂದಂತಾಯಿತು.

"ನೀವು ಪರ್ಮಿಷನ್ ಕೊಟ್ರೆ...." ತೋಳುಗಳ ಕಡೆ ನೋಡಿ ಹರಿದ ನೆರಿಗೆಗಳನ್ನು ಸರಿಮಾಡಿ ಭೂಮಿಕಾ ಮೇಲಕ್ಕೆದ್ದಳು. "ನಾನು ನಡೀಬಲ್ಲೆ" ತರಚಿ ಚರ್ಮವೆಲ್ಲ ಭಗ ಭಗ ಎನ್ನುತ್ತಿತ್ತು. ತರಚಿದ, ಪೆಟ್ಟು ತಿಂದ ಕಡೆಯಲ್ಲೆಲ್ಲ ನೋವು. ಅಭಿನಂದನ್ ಎದುರಿಗಿಲ್ಲದಿದ್ದರೇ ಒಂದೆಡೆ ಕೂತು ಅತ್ತುಬಿಡುತ್ತಿದ್ದಳು.

"ನಿಮ್ಗೆ ಸಂಕೋಚವೆನ್ನಿಸಿದ್ರೆ..... ನಾನ್ಹೋಗಿ ಯಾವುದಾದ್ರೂ ವೆಹಿಕಲ್ ತರ್ತೀನಿ" ಎಂದಾಗ ನಸುನಕ್ಕು "ಪೆಟ್ಟುಬಿದ್ದ ಭಾಗದ ನೋವಿಗಿಂತ ನನ್ನ ಮನಸ್ಸಿಗೆ ತುಂಬ ಖುಷಿಯಾಗಿದೆ. ನಾನು ಬೇರೊಂದು ಅಭಿನಂದನ್‌ನ ನಿಮ್ಮೊಳಗೆ ಕಂಡೆ."

ಅಭಿನಂದನ್‌ಗೆ ಏನೇನೂ ಅರ್ಥವಾಗಲಿಲ್ಲ. ಯೋಚಿಸುತ್ತಲೇ ನಡೆದ.

ಗುಡ್ಡವನ್ನು ಅವನ ಕೈ ಹಿಡಿದೇ ಹತ್ತಿದ ಭೂಮಿಕಾ ಬಂಗ್ಲೆಗೆ ಬರುವ ವೇಳೆಗೆ ತೀರಾ ಸುಸ್ತಾಗಿದ್ದಳು. ಉಡುಪು ಬದಲಾಯಿಸಿ ಮಲಗಿಕೊಂಡಳು.

ಡೆಟಾಲ್‌ನಲ್ಲಿ ತರಚಿದ ಗಾಯಗಳನ್ನೆಲ್ಲ ಒರೆಸಿದ ಅಭಿನಂದನ್.

"ನಾನ್ಹೋಗಿ ಡಾಕ್ಟ್ರನ್ನ ಕರ್ಕೊಂಡ್ಬರ್ತೀನಿ" ಅವನ ಕಣ್ಣುಗಳಲ್ಲಿ ನೋವು, ವೇದನೆ ಮತ್ತು ಅದಕ್ಕೂ ಮೀರಿದ ತುಡಿತ. "ಏನೂ ಬೇಕಾಗಿಲ್ಲ. ಸ್ವಲ್ಪ ಆಯಿಂಟ್‌ಮೆಂಟ್ ಸವರಿಕೊಂಡ್ರೆ.... ಸರಿಹೋಗುತ್ತೆ" ಎಂದು ಪಾದವನ್ನು ಹತ್ತಿರಕ್ಕೆ ಎಳೆದುಕೊಂಡಳು.

"ನೋ.... ನೋ, ಈ ವಿಷಯದಲ್ಲಿ ನಿಮ್ಮ ಅಭಿಪ್ರಾಯ ಅಗತ್ಯವಿಲ್ಲ" ತುಂಬು ಷರಟಿನ ತೋಳುಗಳನ್ನು ಹಿಂದಕ್ಕೆ ಮಡಚುತ್ತ ನಡೆದ. ಭೂಮಿಕಾ ದಿಂಬಿಗೊರಗಿ ಕಣ್ಮುಚ್ಚಿದಳು.

ಪಂಚಾಕ್ಷರಿ ಬಿಟ್ಟ ಕಣ್ಣಿನಲ್ಲಿಯೇ ನಿಂತ. ಬಾಟಲುಗಳನ್ನು ಅಭಿನಂದನ್ ಫ್ರಿಜ್‌ನಿಂದ ತೆಗೆದು ಬ್ಯಾಗ್‌ಗೆ ಒರಟಾಗಿ ತುಂಬಿದ್ದನ್ನು ಕಂಡಿದ್ದ. ಆದರೆ ಈಗ ನಡೆದುದಾದರೂ ಏನು? ಅವನ ಮಿದುಳು ನಿಷ್ಕ್ರಿಯವಾಯಿತು. ಒಂಟಿಯಾಗಿ ಹೋಗಿದ್ದವನು ಸಾಕಷ್ಟು ಬಾಟಲುಗಳನ್ನು ಕೊಂಡುತಂದಿದ್ದ.

"ಪಂಚಾಕ್ಷರಿ...." ಕೂಗಿದ. ಬಾಚುತ್ತಿದ್ದ ಬಾಚಣಿಗೆಯನ್ನು ನವಿರಾಗಿ ಎಸೆದು ಹೇಳಿದ "ನಾನ್ಹೋಗಿ ಡಾಕ್ಟ್ರನ ಕರ್ಕೊಂಡ್ಬರ್ತೀನಿ. ನೀನು ಭೂಮಿಕಾ ಕೋಣೆಯಲ್ಲೇ ಕೂತಿರು. ಎದ್ದು ಓಡಾಡೋಕೆ ಬಿಡ್ಬೇಡ."

"ಇಲ್ಲೇ ಪಕ್ಕದಲ್ಲಿರೋ ಎಸ್ಟೇಟ್‌ನಲ್ಲಿ ಡಾಕ್ಟ್ರು ಇದ್ದಾರೆ. ನಾನೇ ಹೋಗಿ ಕರ್ಕೊಂಡ್ಬರ್ತೀನಿ" ತಕ್ಷಣ ಪಂಚಾಕ್ಷರಿಗೆ ಹೇಳಿದಾಗ 'ಹ್ಞೂ' ಗಟ್ಟಿದ ಅಭಿನಂದನ್. "ಬೇಗ ಬಂದ್ಬಿಡು" ಎಂದವನೇ ಭೂಮಿಕಾಳ ಕೋಣೆಗೆ ಬಂದ.

ಕಪ್ಪು ರೆಪ್ಪೆಗಳು ಕೆನ್ನೆಗಳ ಮೇಲೆ ಮಲಗಿದ್ದವು. ಸೌಮ್ಯ ಮುಖ ಭಾವದಲ್ಲಿ ನೋವು ತುಂಬಿಕೊಂಡಿತ್ತು. ಅವನ ಕಣ್ಣಂಚು ಒದ್ದೆಯಾಯಿತು. ಬೆರಳುಗಳಿಂದ ಕೂದಲನ್ನು ಕಿತ್ತ.

"ನೀನು ಎಂಜಾಯ್ ಮಾಡೋಕೆ ಅಕೇಷನಲ್ ಆಗಿ ಕುಡಿದಿದ್ರೆ.. ಖಂಡಿತ ನನ್ನ ಆಕ್ಷೇಪಣೆ ಏನೂ ಇರ್ತಿರ್ಲಿಲ್ಲ. ಆದರೆ ನೀನು ಹೋಗೋ ಮಾರ್ಗ ಸರಿಯಲ್ಲ. ಸಮಾಜ ನಿನಗೊಂದು ತಲೆಪಟ್ಟಿ ಕಟ್ಟುತ್ತೆ. ಜನ ತಿರಸ್ಕಾರದಿಂದ ನೋಡ್ತಾರೆ" ಮೆಹತಾ ಭುಜದ ಮೇಲೆ ಹಾಕಿ ಆತ್ಮೀಯತೆಯಿಂದ ನುಡಿದಿದ್ದರು. ರಪರಪನೆ ಬಾಟಲುಗಳೆಲ್ಲ ಮುಖದ ಮೇಲೆ ಬಿದ್ದ ಅನುಭವವಾಯಿತು.

ಅರ್ಧ ಗಂಟೆಯ ವೇಳೆಗೆ ಪಂಚಾಕ್ಷರಿಗಿಂತ ಮೊದಲು ಜಯಸಿಂಹ – ರೋಹಿಣಿಯವರು ಬಂದರು.

"ಏನಾಯ್ತು ಭೂಮಿಕಾಗೆ?" ಆಕೆ ಅತ್ತೇಬಿಟ್ಟರು. ಜಯಸಿಂಹ ರೇಗಿದರು.

"ಪೂರ್ತಿ ವಿಷ್ಯ ತಿಳೀದೇ ಯಾಕೆ ಧಾವಂತಪಟ್ಕೋತೀರಾ?" ಕೋಣೆಯಲ್ಲಿ ಕೂತಿದ್ದ ಅಭಿನಂದನ್ ತಲೆ ತಗ್ಗಿಸಿಕೊಂಡು ಹೊರಗೆ ನಡೆದ.

ಆ ಕ್ಷಣದಲ್ಲಿ ಭೂಮಿಕಾ ಚೇತರಿಸಿಕೊಂಡರೂ ಈಗ ಶಾಕ್‌ನಿಂದ ನರಳುತ್ತಿದ್ದಳು. ಇಡೀ ಮೈನ ನರಗಳೆಲ್ಲ ಸಿಡಿಯುತ್ತಿದ್ದವು.

"ಭೂಮಿಕಾ ಏನಾಯ್ತು, ಮಗು?" ಉದ್ವೇಗಮೆಟ್ಟಿ ಪ್ರಶ್ನಿಸಿದರು ಜಯಸಿಂಹ. ಮೆಲ್ಲಗೆ ಕಣ್ತೆರೆದವಳು ಮುಗುಳ್ನಕ್ಕಳು, "ಏನಿಲ್ಲ, ಒಂದು ರೀತಿಯ ಅನುಭವ. ಮುಳ್ಳು ಗಂಟಿ ಎಡವಿಬಿದ್ದೆ. ಜೊತೆಯಲ್ಲಿ ಅಭಿನಂದನ್ ಇದ್ದಿದ್ದರಿಂದ ಸರಿಹೋಯ್ತು. ಇಲ್ದಿದ್ರೆ.... ಸ್ವಲ್ಪ ಪೇಚಾಟವಾಗ್ತಾ ಇತ್ತು."

"ಇಲ್ಲಿನ ತಿರ್ಗಾಟವೇ ಕಷ್ಟ. ಏನಾದ್ರೂ ಹೆಚ್ಚು ಕಡ್ಮೆಯಾಗಿದ್ರೆ....." ರೋಹಿಣಿ ಕಣ್ಣಲ್ಲಿ ನೀರು ತುಂಬಿಕೊಂಡರು. ಓ ಈ ಸಂತಾಪ ಆ ಕ್ಷಣದಲ್ಲಿ ಅವಳಿಗೆ ಬೇಡವಾಗಿತ್ತು. "ಸದ್ಯಕ್ಕೆ ನಂಗೇನೂ ಆಗಿಲ್ಲ" ಎದ್ದು ಸರಿಯಾಗಿ ಕೂತಳು.

ಮೈ ಮೇಲೆಲ್ಲ ಸುಟ್ಟ ಸಲಾಕಿ ಆಡಿದಂಥ ಅನುಭವ. ಮನಃಪೂರ್ತಿ ನರಳಬೇಕು. ಹೇಗೆ? ಬಹಳ ಹಚ್ಚಿಕೊಂಡಿದ್ದ ರೋಹಿಣಿ ಆಂಟಿ, ಜಯಸಿಂಹ ಅಂಕಲ್ ಕೂಡ ಆ ಕ್ಷಣದಲ್ಲಿ ಬೇಡವಾಗಿದ್ದರು.

"ಪ್ರಮೋದ್‌ಗೆ ಈಗ ಕೋಪ ಕಮ್ಮಿ ಆಗಿರಬೇಕಲ್ಲ. ವಿಚಿತ್ರ ರೀತಿಯಲ್ಲಿ ಆಡ್ತಾನೆ. ನಂಗಂತೂ ಅರ್ಥವಾಗ್ಲಿಲ್ಲ!" ಮಾತು ಬೇರೆಡೆ ತಿರುಗಿಸಿದಳು.

ಜಯಸಿಂಹ, ರೋಹಿಣಿ ತರಚಿದ ಕೈ, ಕಾಲು, ಹಣೆಯ ಊದಿದ ಜಾಗ ಎಲ್ಲಾ ನೋಡಿದರು. ಆದರೆ ಪ್ರಮೋದ್ ಬಗ್ಗೆ ಏನೂ ಹೇಳಲಿಲ್ಲ.

"ನಾನು ಸ್ವಲ್ಪ ಮಲಕ್ಕೋತೀನಿ" ಮಲಗಿ ಕಣ್ಮುಚ್ಚಿದಳು. "ನೀನು ಇಲ್ಲೇ ಕೂತಿರು. ಅಕಸ್ಮಾತ್ ಪಂಚಾಕ್ಷರಿ ಡಾಕ್ಟ್ರನ ಕರೆತರದಿದ್ದರೆ ನಾನ್ಹೋಗ್ತೀನಿ. ಜಯಸಿಂಹ ಹೊರಗೆ ಬಂದಾಗ ರೋಹಿಣಿ ಅಲ್ಲಿಯೇ ಕೂತರು.

ಅಲ್ಲಲ್ಲಿ ತರಚಿದ ಕಡೆ ಉರಿಯುತ್ತಿದ್ದ ಅವಳ ಮೈ ಬೆಂಕಿ ತಗಲಿದಂತೆ ಉರಿಯತೊಡಗಿತು. ಅರಿವಾಗದಂಥ ನರಳಿಕೆ ಪ್ರಾರಂಭವಾಯಿತು.

"ಕುಡಿದ ಆ ವ್ಯಕ್ತಿಯಿಂದ ಯಾವ ಅನಾಹುತವಾದ್ರೂ ಆಗ್ಬಹ್ದು. ಅದ್ಕೆ ಭೂಮಿಕಾನ ಯಾಕೆ ಬಲಿ ಕೊಡ್ಬೇಕು? ಇಂಥ ಕುಡುಕರನ್ನ ಹೇಗೆ ದಾರಿಗೆ ತರೋದು ಅನ್ನೋದು ಡಾಕ್ಟ್ರಿಗೂ ಗೊತ್ತು. ಅಂಥ ಹೆಲ್ತ್‌ಸೆಂಟರ್‌ಗಳಿಗೆ ಸೇರ್ಸಿ ಚಿಕಿತ್ಸೆ ಕೊಡಿಸ್ಲಿ." ಪ್ರಮೋದ್‌ನ ಕೋಪದ ನುಡಿಗಳೆಲ್ಲ ಜ್ಞಾಪಕಕ್ಕೆ ಬಂದವು.

ತನ್ನ ಕೋಣೆಯಲ್ಲಿ ಕೂತ ಅಭಿನಂದನ್ ಸಿಗರೇಟ್ ಹಚ್ಚಿ ಆರಿಸಿ ಆ್ಯಷ್‌ಟ್ರೇಗೆ ತುಂಬುತ್ತಿದ್ದ. ಅದರ ಸಂಖ್ಯೆ ಜಾಸ್ತಿಯಾಗಿ ಹೊರಗೆ ಬಂದು ಚೆಲ್ಲಾಡತೊಡಗಿದ.

"ನಿಮ್ಮೊಳಗೆ ನಾನು ಬೇರೊಬ್ಬ ಅಭಿನಂದನ್‌ನ ಕಂಡೆ." ತುಟಿ ಕಚ್ಚಿ ನೋವು ನುಂಗಿ ಭೂಮಿಕಾ ನುಡಿದ ಮಾತನ್ನು ಮೆಲುಕು ಹಾಕಿದ.

ಡಾಕ್ಟರ್ ಬಂದು ಹೋದರೂ ಅವನು ಹೊರಗೆ ಬರಲಿಲ್ಲ. ಇದ್ದ ಸಿಗರೇಟ್ ಪ್ಯಾಕೆಟ್‌ಗಳೆಲ್ಲ ಮುಗಿದಾಗ ಕಿಟಕಿಯ ಬಳಿ ಹೋಗಿ ನಿಂತ.

"ಊಟ ಮಾಡ್ಬನ್ನಿ" ಹೇಳಿ ಹಿಂದಕ್ಕೆ ತಿರುಗುವ ವೇಳೆಗೆ ಪಂಚಾಕ್ಷರಿ ಇರಲಿಲ್ಲ. ಸೋಫಾ ಮೇಲೆ ಕೂತು ಟೀಪಾಯಿ ಮೇಲೆ ಕಾಲುಗಳನ್ನು ಚಾಚಿ, ಪೂರ್ತಿ ಒರಗಿ ಕಣ್ಮುಚ್ಚಿದ.

"ನಿನ್ನಿಂದ್ಲೇ ಇದೆಲ್ಲ ಆಗಿದ್ದು" ಮನಸ್ಸು ಪ್ರತಿಭಟಿಸಿ ಅಣಕಿಸಿದಾಗ ಅವನ ಮೈನ ರಕ್ತವೆಲ್ಲ ಮುಖಕ್ಕೆ ನುಗ್ಗಿತು. "ಗೋ ಟು ಹೆಲ್" ಪಕ್ಕದಲ್ಲಿದ್ದ ಗಾಜಿನ ಹೂದಾನಿಯನ್ನೆತ್ತಿ ಗೋಡೆಗೆ ಎಸೆದ. 'ಫಳ್' ಎಂದಿತು. ಚೂರುಗಳು ಅತ್ತಿತ್ತ ಎರಚಾಡಿದವು. ಮುಷ್ಟಿ ಬಿಗಿದು ಹಣೆಗೆ ಗುದ್ದಿಕೊಂಡ. "ನನ್ನಿಂದ ಅಲ್ಲ. ತಪ್ಪು ಅವಳದ್ದೇ... ಅವಳದ್ದೇ." ನೋವಿನಿಂದ ಮುಖ ಕಿವುಚಿ ಹೊರಳಾಡಿದ. ಅವನ ಇಡೀ ಮೈ ಬೆವರಿನಿಂದ ತೊಯ್ದುಹೋಯಿತು. ಇಂಥ ಒಂದು ಹಿಂಸೆಯನ್ನು ಅವನ ಮಿದುಳು, ಮನಸ್ಸು ಎಂದೂ ಅನುಭವಿಸಿರಲಿಲ್ಲ.

"ಊಟ ಮಾಡಿ" ನಿಧಾನವಾಗಿ ಕಣ್ತೆರೆದ. ಪಂಚಾಕ್ಷರಿ ನಿಂತಿದ್ದ. ಹೋಗುವಂತೆ ಸನ್ನೆ ಮಾಡಿ ಕಣ್ಮುಚ್ಚಿದ. "ಈಗ ಪ್ರಮೋದ್ ಏನು ಹೇಳಬಹುದು? ಪ್ರಶ್ನೆ ಮೂಡಿದ್ದೇ ತಡ ರೋಷದಿಂದ ಮುಂದಿದ್ದ ತಟ್ಟೆಯನ್ನು ತಳ್ಳಿ ಎದ್ದು ಹೋಗಿ ಕಿಟಕಿಯ ಬಳಿ ನಿಂತ.

ಎಷ್ಟೋ ಹೊತ್ತಿನ ಮೇಲೆ ಸಮಾಧಾನಕ್ಕೆ ಬಂದು ಹಿಂದಕ್ಕೆ ಹೊರಳಿದಾಗ ಎಲ್ಲಾ ಕ್ಲೀನ್ ಆಗಿತ್ತು. ಸ್ವಲ್ಪ ಕುಡಿದಿದ್ದರೆ ಈ ಟೆನ್ಷನ್ ಇರುತ್ತಿರಲಿಲ್ಲ.

ಬಾಗಿಲು ತಳ್ಳಿಕೊಂಡು ಜಯಸಿಂಹ ಒಳಗೆ ಬಂದರು. ಆ ಮುಖದಲ್ಲಿ ಬಿಗುವು ನೋಡಿ ಮಾತನಾಡಿಸಲು ಅನುಮಾನಿಸಿದರು.

"ಭೂಮಿಕಾಗೆ ಸ್ವಲ್ಪ ಜ್ವರಾನೂ ಬಂದಿದೆ" ಎಂದು ನುಡಿದಾಗ ಅವನೆದೆ ಕಲ್ಲುಬಂಡೆಯಾಗಿತ್ತು. "ಸ್ವಲ್ಪ ಹೊರ್ಗಡೆ ಹೋಗ್ಬರ್ತೀನಿ." ಸಂಬಂಧವಿಲ್ಲದವನಂತೆ ನಡೆದುಬಿಟ್ಟ.

ಗುಡ್ಡದ ಬದಿಗೆ ಬರುವ ವೇಳೆಗೆ ಒಂದು ಕಾರು ಬಂದು ನಿಂತಿತು. ಮೆಹತಾ ಮೊದಲು ಇಳಿದು ಕೈಯೆತ್ತಿದರು. ರಘುನಂದನ್ ಕಡೆ ತಿರುಗಿ ಗೆಲುವಿನಿಂದ ಹೇಳಿದರು.

"ರಘು, ನಾನು ಗೆದ್ದೆ. ನಿನ್ಮಗನನ್ನ ನಿಂಗೆ ವಾಪಸ್ಸು ಕೊಡ್ತೀನಿ. ಆದ್ರೆ ಮಾತಿಗೆ ತಪ್ಪಬಾರ್ದು!" ಬರೀ ತುಟಿ, ಕೈಯ ಚಲನೆ ಮಾತ್ರ ಕಾಣಿಸಿತು ಅಭಿನಂದನ್‌ಗೆ.

ರಘುನಂದನ್, ಮೆಹತಾ ಎರಡೂ ಕೈಗಳನ್ನು ಹಿಡಿದುಕೊಂಡರು. ಅವರ ಉದ್ದಗಲಗಳಲ್ಲಿ ಬೆಳೆದು ನಿಂತ ವ್ಯಕ್ತಿ ಮೇರುವಿನತ್ತ ಸಾಗಿದ್ದ.

"ಶೂರ್! ಆ ಮೇಘವರ್ಷಿಣಿ ಮೇಲಿನ ಆಸೆ, ಆಸಕ್ತಿಯೆಲ್ಲ ಮಾಯವಾಗಿದೆ!" ರಘುನಂದನ್ ಹಿಡಿತದಲ್ಲಿನ ತಮ್ಮ ಕೈಗಳನ್ನು ಬಿಡಿಸಿಕೊಂಡು ಅವರ ಭುಜ ತಟ್ಟಿದರು.

ನಿರ್ಮಲಾ ಸ್ವಲ್ಪ ಪ್ರಯಾಸವಾಗಿಯೇ ಗುಡ್ಡ ಹತ್ತಿದರು. ಅದಕ್ಕಿಂತ ಅವರಿಗೆ ಮಗನ ಕಣ್ನೋಟವನ್ನೆದುರಿಸಲಾರದಷ್ಟು ಅಪರಾಧ ಮನೋಭಾವ.

"ಹಲೋ......" ಅಕ್ಕರೆಯಿಂದ ಹೋದ ರಘುನಂದನ್ ಮಗನಿಗಿಂತ ಎರಡು ಅಡಿ ಹಿಂದೆಯೇ ನಿಂತರು. "ಹೇಗಿದ್ದೀಯೋ, ಅಭಿನಂದನ್?" ಅವರ ಸ್ವರದಲ್ಲಿ ಆತಂಕ ಇಣುಕಿತು. ಮೈಯಲ್ಲಿ ನಿಶ್ಶಕ್ತಿ ಕಾಣಿಸಿಕೊಂಡಿತು. ಕರ್ಚಿಫ್ ತೆಗೆದು ತಮ್ಮ ದೌರ್ಬಲ್ಯ ಕಾಣದಿರಲಿ ಎನ್ನುವಂತೆ ಮುಖದ ಮೇಲೆ ಆಡಿಸಿ ಜೇಬಿಗೆ ಸೇರಿಸಿದರು. ಬರೀ ನಕ್ಕಂತೆ ಮುಖ ಮಾಡಿದ ಅಭಿನಂದನ್.

ತಮಗಿಂತ ಒಂದಡಿ ಎತ್ತರವಿರುವ ಮಗನನ್ನು ಕಣ್ಣುಗಳಲ್ಲಿ ತುಂಬಿಕೊಳ್ಳುವಂತೆ ನೋಡಿದರು. ಎದೆಯಲ್ಲಿ ಅವಲಕ್ಕಿ ಭತ್ತ ಕುಟ್ಟಿದಂಥ ಸದ್ದು.

"ಹೇಗಿದ್ದೀ, ಅಭಿನಂದನ್?" ನಿರ್ಮಲಳ ಸ್ವರ ಬಾವಿಯಾಳದಿಂದ ಬಂದಂತಿತ್ತು. "ಈ ಹವಾ ನಂಗೆ ಒಗ್ಗಿದೆ ಅಂತ ಎಲ್ಲರ ಅಭಿಪ್ರಾಯ. ಬಹುಶಃ ಒಂದ್ಹತ್ತು ಪೌಂಡ್‌ವೇಯ್ಟ್ ಜಾಸ್ತಿ ಆಗಿರಬಹ್ದು!" ಮಗ ಇಷ್ಟು ದೀರ್ಘವಾಗಿ ಮಾತಾಡಿದ್ದು ಅವರಿಗೆ ರೆಕ್ಕೆಗಳನ್ನು ಮೂಡಿಸಿದಂತಾಯಿತು.

ಬಂಗ್ಲೆಗೆ ಬಂದಾಗ ಜಯಸಿಂಹ, ರಘುನಂದನ್‌ನ ಅಪ್ಪಿಕೊಂಡರು. ಬಹಳ ದಿನಗಳ ಮೇಲೆ ಸ್ನೇಹಿತರ ಮಿಲನ. ಉದ್ವೇಗ, ಸಂತೋಷ. ಮಾತನಾಡಲಾರದ ಸ್ಥಿತಿ.

"ಎಂಥ ಪರಿಸರ!" ಕಿಟಕಿಯ ಬಳಿ ನಿಂತು ದೂರಕ್ಕೆ ಕಣ್ಣು ಹಾಯಿಸಿದರೂ "ಕಟ್ಟಿಸಿದವರ ಅಭಿರುಚಿ ಬಹಳ ಉತ್ತಮ ಮಟ್ಟದ್ದು." ಮೆಚ್ಚುಗೆ ಮೂಡಿತು ಅವರ ಮನದಲ್ಲಿ.

ಪಂಚಾಕ್ಷರಿ ಸಡಗರದಿಂದ ಓಡಿಯಾಡಿದ. ಪದೇ ಪದೇ ಅವನಿಗೆ ಅಭಿನಂದನ್ ಊಟ ಮಾಡದಿದ್ದುದು ತಳಮಳದಿಂದ ಜ್ಞಾಪಕಕ್ಕೆ ಬರುತ್ತಿತ್ತು.

ನಿರ್ಮಲ ಇಡೀ ಬಂಗ್ಲೆಯನ್ನು ಸುತ್ತಾಡಿ ಮಗನ ಕೋಣೆಗೆ ಬಂದರು. ಆ್ಯಷ್‌ಟ್ರೇ ಟ್ರೇ ತುಂಬಿ ಸುರಿದ ಸಿಗರೇಟು ತುಂಡುಗಳು. ಬಿದ್ದ ಖಾಲಿ ಸಿಗರೇಟು ಪ್ಯಾಕ್‌ಗಳು. ಅವರೆದೆಯ ಬಡಿತ ಒಮ್ಮೆಲೇ ಏರಿತು.

ಹೊರಗೆ ಕೂತಿದ್ದ ರಘುನಂದನ್‌ನ ಸನ್ನೆ ಮಾಡಿ ಕರೆದರು.

"ಇಲ್ಲಿ ನೋಡಿ...... ನಿಮ್ಮ ಮಗ ಒಂದು ಸಿಗರೇಟ್ ಫ್ಯಾಕ್ಟರಿನೇ ಸುಟ್ಟು ಹಾಕೋ ಸಿದ್ಧತೆಯಲ್ಲಿದ್ದಾನೆ" ರಘುನಂದನ್ ನೋಟ ಹಾಗೆಯೇ ನಿಂತಿತು. ಸುಟ್ಟುಹಾಕ್ತಾ ಇಲ್ಲ. ಅಂಥ ಇನ್ನ ನಾಲ್ಕು ಫ್ಯಾಕ್ಟರಿಗಳು ಬೇರೆ ಬೇರೆ ಹೆಸರಿನಲ್ಲಿ ಹುಟ್ಟಿಕೊಳ್ಳಲು ಸಹಕರಿಸುತ್ತಿದ್ದಾನೆ. ಬ್ಯಾಡ್ ಲಕ್" ಹಣೆ ಘಟ್ಟಿಸಿಕೊಂಡರು.

ಮೆಹತಾ ಕೈ ಭುಜದ ಮೇಲೆ ಬಿತ್ತು.

"ಒನ್ನೊಂದ್ಸಲ ಆ ಮಾತು ಬೇಡ. ಅಭಿನಂದನ್ ಕಣ್ಣ ಬೆಳಕಿನಲ್ಲಿ ಅಮಲು ಇಲ್ಲ. ಪ್ರಾಮಾಣಿಕವಾಗಿ ಜೀವನ ದೃಷ್ಟಿಸುವ ಹೊಂಬೆಳಕಿದೆ. ಮುಂದೆ ನೀವು ಬೇರೆ ಅಭಿನಂದನ್‌ನ ನೋಡ್ತೀರಾ! ಡೋಂಟ್ ವರೀ. ಬಿಲೀವ್ ಮೀ" ತುಂಬು ಭರವಸೆ ನೀಡುವಂತೆ ಗೆಳೆಯನ ಕೈ ಹಿಡಿದು ಮೃದುವಾಗಿ ಅಮುಕಿದರು.

"ಕರೀತಾರೆ....." ಪಂಚಾಕ್ಷರಿ ಬಂದು ಕರೆದೊಯ್ದ.

"ಹಲೋ... ಮೈ ಚೈಲ್ಡ್" ಮೆಹತಾ ಹೋಗಿ ಭೂಮಿಕಾಳ ಮಂಚದ ಬದಿಯಲ್ಲಿ ಕೂತರು. "ಹಲೋ..... ಅಂಕಲ್" ಎದ್ದು ಕೂಡಲು ಪ್ರಯತ್ನಿಸಿದಳು. ತರಚಿದ ಅಂಗಾಂಗಗಳಿಂದ ಕೆಳಕ್ಕೂರಲು ಕಷ್ಟ. "ಯಾವಾಗ್ಬಂದ್ರಿ?" ನೋವಿನ ಮುಖದಲ್ಲೇ ಪ್ರಶ್ನಿಸಿದಳು.

ಈಗಾಗಲೇ ಭೂಮಿಕಾಳ ವಿಷಯ ತಿಳಿದಿದ್ದರಿಂದ ತುಂಬು ಕೃತಜ್ಞತೆ ನಿರ್ಮಲ ಕಣ್ಣುಗಳಲ್ಲಿ. ನೂರು ಮಾತು ಹೇಳಿಕೊಳ್ಳುವ ಕಾತರ ಅವರಿಗೆ.

"ಹೇಗಾಯ್ತು?" ಮೆಹತಾ ಆಕೆಯ ಹಣೆ, ಕೈ ನೋಡಿದರು. ನಕ್ಕುಬಿಟ್ಟಳು ಭೂಮಿಕಾ. "ಸುತ್ತಲ ಪ್ರಕೃತಿ ಅತ್ಯಂತ ಆಹ್ಲಾದಕರ. ಆದರೆ ಸ್ವಲ್ಪ ಎಚ್ಚರ ತಪ್ಪಿದ್ದಕ್ಕೆ ಹೀಗಾದೀತು ಅನ್ನೋ ಪ್ರಯೋಗ ಅಷ್ಟೇ" ಎಂದಳು. ಮೆಹತಾ ಅತ್ಯಂತ ಪ್ರೀತಿ, ಆತ್ಮೀಯತೆಯ ನೋಟ ಬೀರಿದರು. ಹೀಗೆ ಎಲ್ಲರನ್ನು ಪ್ರೀತಿ, ಪ್ರೇಮ, ಆತ್ಮೀಯತೆಯಿಂದ ನೋಡುವುದು ಕೆಲವರಿಗೆ ಮಾತ್ರ ಸಾಧ್ಯ. ಅಂಥವರಲ್ಲಿ ಮೆಹತಾ ಒಬ್ಬರಿರಬಹುದು.

"ರಘು, ನಾವು ಕೂಡ ಒಂದಿಷ್ಟು ಅಡ್ಡಾಡಿಬಿಡೋಣ. ಇಂಥ ಗಾಳಿ ಕುಡಿಯೋದು ನಿಮ್ಮಂಥವ್ರ ಬದ್ಕಿನಲ್ಲಿ ಅಪರೂಪ" ಮೇಲಕ್ಕೆದ್ದರು. ಬಗ್ಗಿ ಭೂಮಿಕಾಳ ಕೆನ್ನೆ ತಟ್ಟಿದರು. "ನಮ್ಮ ಅಭಿನಂದನ್‌ನ ಕಣ್ಣುಗಳಲ್ಲಿನ ಅಮಲು ಅಳಿಸಿಹೋಗಿದೆ. ವಿಶ್ ಯು ಬೆಸ್ಟ್ ಆಫ್ ಲಕ್" ತಗ್ಗಿದ ಸ್ವರದಲ್ಲಿ ನವಿರಾಗಿ ಹೇಳಿದರು.

ರೋಹಿಣಿ ಪ್ರಕಾರ ಪ್ರಮೋದ್. ಭೂಮಿಕಾಳನ್ನು ನೋಡುವ ಸಲುವಾಗಿಯಾದರೂ ಗುಡ್ಡ ಹತ್ತಿ ಬರುತ್ತಾನೆಂದುಕೊಂಡರು. ಆದರೆ ಬರಲಿಲ್ಲ. ಅವರ ಮನಸ್ಸಿಗೆ ತುಂಬ ನೋವಾಯಿತು.

"ಈ ವಿಷ್ಯನ ನೀವು ಮೆಹತಾರಲ್ಲಿ ಪ್ರಸ್ತಾಪಿಸಿ. ಅವ್ರು ಅಭಿನಂದನ್‌ನ ಕರೆದೊಯ್ದರೆ ನಮ್ಮ ತಲೆಯ ಮೇಲಿನ ಎಷ್ಟೋ ಭಾರ ಇಳಿಸಿದಂತಾಗುತ್ತೆ" ಗಂಡನನ್ನು ಸನ್ನೆ ಮಾಡಿ ಹೊರಗೆ ಕರೆತಂದು ಹೇಳಿದರು ರೋಹಿಣಿ. ಭಾರವಾದ ನಿಟ್ಟುಸಿರು ದಬ್ಬಿದರು ರಘುನಂದನ್.

"ಪ್ಲೀಸ್, ಸ್ವಲ್ಪ ಸಮಾಧಾನದಿಂದಿರು. ಅಷ್ಟರಲ್ಲಿ ಖಂಡಿತ ಪ್ರಳಯ ಸಂಭವಿಸಲಾರ್ದು. ನನ್ಮಗನ್ಗಿಂತ ನೂರು ಪಟ್ಟು ಒಳ್ಳೆಯವ್ನು ಅಭಿನಂದನ್" ಸಮಾಧಾನಿಸಿದರು. ರೋಹಿಣಿ ನಿಂತಲ್ಲಿಯೇ ಶಿಲೆಯಾದರು.

"ನೀವು ಅವ್ನ ಮನಸ್ಸಿನ ಅಂದೋಳನ ಅರ್ಥಮಾಡಿಕೊಳ್ಳಿಲ್ಲ!" ಚಿಂತಿತರಾಗಿ ಹೇಳಿದಾಗ. ಹುಬ್ಬೆತ್ತಿ ರೇಗಿದರು. "ಶೂರ್.... ಇಂದೇ ಅವನನ್ನ ಅರ್ಥಮಾಡಿಕೊಂಡಿದ್ದು! ಮನೆಗೆ ಬಂದ ಅತಿಥಿಯನ್ನು ಹೇಗೆ ಮಾತಾಡಿಸ್ಬೇಕೆಂದು ಗೊತ್ತಿಲ್ಲದ... ಬ್ರೂಟ್!" ಎಂದಾಗ ಅವರ ಮುಖ ಸಿಟ್ಟಿನಿಂದ ಉರಿಯುತ್ತಿತ್ತು.

"ರೋಹಿಣಿ, ನನ್ನ ಸ್ವಲ್ಪ ಅರ್ಥ ಮಾಡ್ಕೋ. ಇಲ್ಲಿಗೆ ಬಂದ ಉದ್ದೇಶವೇ ಬೇರೆ. ಸ್ವಾರ್ಥರಹಿತ ಶಾಂತ ಜೀವನ ಅರಸಿಕೊಂಡು ಇಲ್ಲಿಗೆ ಬಂದಿದ್ದು. ಆದ್ರೆ.. ಮೆಹತಾ ಋಣ ತೀರಿಸೋಕೆ ಇದೊಂದು ಅವಕಾಶ ಅಷ್ಟೇ. ಅವ್ನು ತನ್ನ ಸ್ವಂತಕ್ಕಾಗಿ ಸಹಾಯಹಸ್ತ ಚಾಚಲಿಲ್ಲ. ಆ ವ್ಯಕ್ತಿನ ನೋಡಿ ನಾವು ಕಲಿಯಬೇಕಾದ್ದು ಬಹಳವಿದೆ" ಅವರ ಮಾತಿನಲ್ಲಿ ವಿವೇಚನೆ ಇತ್ತು. ಹೆಣ್ಣು ತನ್ನ ಗಂಡ – ಮಕ್ಕಳು ಅನ್ನೋದರ ಸುತ್ತ ಗೂಡು ಕಟ್ಟಿಕೊಂಡು ಅದರ ಮಿತಿಯಲ್ಲೇ ಸುಖ ಬಯಸುವುದು. ರೋಹಿಣಿ ಕೂಡ ಅಂಥ ಹೆಣ್ಣು.

"ಆಯ್ತು....." ಆಕೆ ಮುಖ ಮುದುರಿಸಿಕೊಂಡಾಗ ಅವರೆದೆಯ ಮೇಲೆ ದೊಡ್ಡ ಭಾರಹೇರಿದಂತಾಯಿತು.

"ಏನಯ್ಯ?" ಮೆಹತಾ ಇವರತ್ತ ನಡೆದು ಬಂದರು. "ರೋಹಿಣಿ, ನಾವು ಕೆಳ್ಗಡೆ ಹೋಗ್ತೀವಿ" ಎಂದು ಕೂಗಿ ಹೇಳಿದವರು ಮತ್ತೇನೋ ಹೇಳಬಂದರು.

ಸಂಜೆಯ ವೇಳೆಗೆ ಭೂಮಿಕಾಗೆ ಮೈ ಬೆಚ್ಚಗಾಯಿತು. ಸಣ್ಣ ಔತಣಕೂಟ ಏರ್ಪಡಿಸಿದ್ದರು ಜಯಸಿಂಹ.

"ರೋಹಿಣಿ, ಭೂಮಿಕಾಳನ್ನು ಕೆಳಗೆ ಕರೆದೊಯ್ಯಲು ಇಷ್ಟಪಟ್ಟಾಗ ಅವಳೇ ಆಗುವುದಿಲ್ಲವೆಂದಳು."

"ಬೇಡ ಆಂಟಿ, ನಂಗೆ ಈಗಂತೂ ಇಳಿಯೋಕ್ಕಾಗೋಲ್ಲ. ನಾಳೆ ಬೆಳಿಗ್ಗೆ ಹೊತ್ಗೇ ಸರಿಹೋದ್ರೆ ಅವರುಗಳ ಜೊತೆ ಒಂದು ರೌಂಡ್ ಸುತ್ತಬಹುದಷ್ಟೇ."

ಒಲ್ಲದ ಮನಸ್ಸಿನಿಂದಲೇ ಆಕೆ ಕೆಳಗೆ ಹೋದರು. ನಿರ್ಮಲ ಎಷ್ಟೇ ಪ್ರಯತ್ನಪಟ್ಟರೂ ಮಗನ ಜೊತೆ ಒಂದು ಮಾತನಾಡುವುದಕ್ಕೂ ಆಗಲಿಲ್ಲ. ಅವನ ಒರಟಾದ ಬಿಗಿದ ಮುಖ ಕಂಡ ಕೂಡ್ಲೇ ಅವರ ಸ್ವರ ಉಡುಗಿ ಹೋಗುತ್ತಿತ್ತು.

"ಅಭಿನಂದನ್, ಯಾವಾಗ ಬರ್ತೀ?" ಒದ್ದೆಯ ಸ್ವರದಲ್ಲಿ ಕೇಳಿದಾಗ ಬೇರೆಡೆ ಮುಖ ತಿರುಗಿಸಿದ್ದ. ಈ ಉದಾಸೀನ ಅವರಿಗೆ ಕೊಳ್ಳಿ ಇಟ್ಟಂತಾಯ್ತು.

ಅಭಿನಂದನ್ ಕೋಣೆಯೊಳಗೆ ಬಂದಾಗ, ಪೂರ್ತಿ ನೀರವತೆಯ ನಡುವೆ ಭೂಮಿಕಾಳ ಉಸಿರಾಟದ ಸದ್ದು ಮಾತ್ರ ಕೇಳಿಸಿತು. ಸ್ವಿಚ್ ಒತ್ತಿ ಬೆಳಕು ಮಾಡಿದ. ಹಣೆಯ ಮೇಲ್ಭಾಗ ಊದಿದ ಜಾಗ ಕೆಂಪು ಗೀರುಗಳಿಂದ ಸ್ಪಷ್ಟವಾಗಿ ಕಾಣಿಸುತ್ತಿತ್ತು.

ಬಗ್ಗಿ ಹಣೆಯ ಮೇಲಿನ ಕೂದಲನ್ನ ಮೃದುವಾಗಿ ಹಿಂದಕ್ಕೆ ದೂಡಿ ಕೂದಲಲ್ಲಿ ಕೈಯಾಡಿಸಿದ. ಹತ್ತಿಕ್ಕಲಾರದಷ್ಟು ಆಂದೋಳನ ಅವನೆದೆಯಲ್ಲಿ.

"ಭೂಮಿಕಾ...." ಬಹಳ ಪ್ರಯಾಸದಿಂದ ಅವನ ತುಟಿಗಳು ತೆರೆದು ಸ್ವರ ಹೊರಕ್ಕೆ ಬಂತು. "ಹೇಗಿದೆ ನೋವು!" ಮೆಲ್ಲಗೆ ಕಣ್ಣು ತೆರೆದಳು. ಆಕೆಯ ತುಟಿಗಳ ಮೇಲೆ ಮಂದಹಾಸ ಇಣುಕಿತು. ಜೊತೆಗೆ ಅಲ್ಲಿ ಆಗಿದ್ದ ಅವಸ್ಥೆಯ ಬಗ್ಗೆ ಛೇಡಿಸಿದಳು.

"ಯಾವ್ದು? ಬಾಟಲುಗಳನ್ನು ಪುಡಿ ಪುಡಿ ಮಾಡಿದ್ದಾ? ಅಥ್ವಾ ಓಡಿದ್ದಾ? ಇಲ್ಲಿದ್ರೆ ಬಿದ್ದಿದ್ದಾ?" ಅವಳ ಹಾಸ್ಯಕ್ಕೆ ಅವನಿಗೆ ರೇಗಿತು. ಹಣೆಯನ್ನು ಮುಟ್ಟಿ ಸವರುತ್ತಾ,

"ಈಗ ಎಲ್ಲಾ ವಾಸಿ. ತರಚಿದ್ದ ಗಾಯಗಳು ಒಂದೆರಡು ದಿನ ತಮ್ಮನ್ನು ನೆನಪಿಸ್ಬಹು!" ಅರ್ಥಮಾಡಿಕೊಂಡವಳಂತೆ ಹೇಳಿದಳು.

"ಕಾಡಯ್ಯ ಊಟಕ್ಕೆ ಕರ್‍ಯೋಕೆ ಬಂದಿದ್ದಾನೆ" ಪಂಚಾಕ್ಷರಿ ಹೇಳಿ ಹೋದಾಗ ಮುಖ ಕೊಡವಿದ. "ಮೆಹತಾ ಬಂದಿದ್ದಾರೆ" ಮನ ನೆನಪಿಸಿತು.

"ಹೋಗ್ಬನ್ನಿ, ಮಿಸ್ಟರ್ ಅಭಿನಂದನ್. ಸಂಬಂಧಪಡದ ಯಾವ್ದೋ ವ್ಯಕ್ತಿ ಆಡಿದ ಮಾತಿಗೆ ಬೆಲೆ ಕೊಟ್ಟು ತೀರಾ ಆತ್ಮೀಯ ಹೃದಯಗಳನ್ನು ನೋಯಿಸೋದ್ಬೇಡ. ಜಯಸಿಂಹ ಅಂಕಲ್ ತಮ್ಮ ಮಗ ಪ್ರಮೋದ್‌ಗಿಂತ ಹೆಚ್ಚಾಗಿ ನಿಮ್ಮನ್ನು ಪ್ರೀತಿಸ್ತಾರೆ" ಭೂಮಿಕಾ ಕೈ ಹಿಡಿದು ಹೇಳಿದಾಗ ಮೇಲಕ್ಕೆದ್ದ. ಬಾಗಿಲವರೆಗೂ ಹೋದವನು ಪುನಃ ಬಂದ. "ನಿಮ್ಮ ಊಟ......" ಎಂದನು. ತರಚಿದ ಕೈ, ಮಂಡಿಯ ಕಡೆ ನೋಡುತ್ತಿದ್ದವಳು ತಲೆ ಮೇಲಕ್ಕೆತ್ತಿದಳು.

ಹೊರಗೆ ಬಂದು ಬಾಗಿಲವರೆಗೂ ಹೋದ. ಇಂಥವನ್ನು ಧಿಕ್ಕರಿಸಿಯೇ ಬೆಳೆದಿದ್ದ. ಆದರೆ ಭೂಮಿಕಾಳ ಸ್ವರ ಅವನನ್ನು ದಬ್ಬುತ್ತಿತ್ತು.

"ನೋ...ನೋ..." ಹೊರಗೆ ಹೋಗಿ ತಂಗಾಳಿಗೆ ಮೈಯೊಡ್ಡಿದ. "ಪಂಚಾಕ್ಷರಿ, ನಾನು ಕೆಳಗಡೆ ಹೋಗೋಲ್ಲ. ಏನಾದ್ರೂ ಇದ್ರೆ..... ತಗೊಂಡ್ಬಾ" ನಿಂತಲ್ಲಿಯೇ ಕೂಗಿ ಹೇಳಿದ.

ಕೋಣೆಯೊಳಕ್ಕೆ ಇಣುಕಿದ ಪಂಚಾಕ್ಷರಿ ಪುನಃ ವಿಷಯ ತಿಳಿಸಿ ಬಾಗಿಲು ಮುಂದಕ್ಕೆಳೆದುಕೊಂಡ.

"ಪಂಚಾಕ್ಷರಿ, ಮತ್ತೆ ಇನ್ನೊಂದ್ಮಾತು ಬೇಡ" ಎಚ್ಚರಿಸಿದಳು. ಪಂಚಾಕ್ಷರಿ ಮತ್ತೆ ಬಾಗಿಲು ತೆರೆದುಕೊಂಡು ಒಳಗೆ ಬಂದು ನಿಮ್ಗೇನು ತರಲಿ? ಸುಮ್ಮನೆ ನಿಂತ.

"ಬರೀ ಹಾಲು ಸಾಕು" ಪಕ್ಕಕ್ಕೆ ಹೊರಳಿದಳು. ಮೈನ ಪ್ರತಿಯೊಂದು ಭಾಗವೂ ನೋಯುತ್ತಿತ್ತು. "ಅ...ಮ್ಮಾ...?" ಸಣ್ಣಗೆ ನರಳಿದಳು.

"ಹಾಲು, ಬಿಸ್ಕತ್‌ಗಳನ್ನು ಹಿಡಿದು ಬಂದವನು ಅಭಿನಂದನ್. ಪಾದರಸದಂಥ ಭೂಮಿಕಾ ನೋವಿನಿಂದ ನರಳುತ್ತಿರುವುದು ನೋಡಿ ಅವನೆದೆಯಲ್ಲಿ ಚೂರಿ ನೆಟ್ಟಂತಾಯಿತು.

"ಭೂಮಿಕಾ, ಸ್ವಲ್ಪ ಹಾಲು ಕುಡೀರಿ" ಕಣ್ಣು ತೆರೆದು ನಸುನಕ್ಕಳು. ಪ್ರತಿಯೊಂದು ಕಡೇನೂ ನೋವು. ಕೈಯೂರಲಂತೂ ಸಾಧ್ಯವಿಲ್ಲ. "ಸಾರಿ, ಸದ್ಯಕ್ಕಂತೂ ಏಳೋಕಾಗೋಲ್ಲ. ನೀವೇ ನಾಲ್ಕು ಸ್ಪೂನ್ ಬಾಯಿಗೆ ಹಾಕಿ" ಹೇಳಿದ ಅವಳ ಕಣ್ಣಂಚಿನಲ್ಲಿ ಕಂಬನಿ ಶೇಖರವಾಗಿ ಪಕ್ಕಕ್ಕೆ ಉರುಳಿತು.

"ಅರೆ" ತೋರು ಬೆರಳಿನಿಂದ ತೊಡೆದ. "ನನ್ನ ದಿಟ್ಟ ಭೂಮಿಕಾ ಕೆಲವೊಮ್ಮೆ ಭಾವುಕಳು. ಇನ್ನ ಕೆಲವೊಮ್ಮೆ ಎಷ್ಟು ರೋಷತಪ್ತಳಾಗಿ ಬಿಡ್ತಾಳೆ" ಎದೆಯಾಳದ ಪ್ರೀತಿ ಮಾತಿನಲ್ಲಿ ಹರಿದು ಬಂತು. ಆದರೆ ಅದನ್ನು ಕೇಳುವ ಅಥವಾ ಪೂರ್ತಿ ಅರ್ಥಮಾಡಿಕೊಳ್ಳುವ ಸ್ಥಿತಿಯಲ್ಲಿ ಈಗ ಭೂಮಿಕಾಳು ಇರಲಿಲ್ಲ.

"ಸ್ವಲ್ಪ ಪಂಚಾಕ್ಷರಿನ ಕಳ್ಸಿ" ಎಂದಾಗ ಅರ್ಥಮಾಡಿಕೊಂಡ. ಬಗ್ಗಿ ಮೆಲ್ಲಗೆ ಅವಳ ಭುಜಗಳನ್ನು ಹಿಡಿದು ಎತ್ತಿ ಆಸರೆಯಾಗಿ ತನ್ನ ಹರವಾದ ಎದೆ ನೀಡಿ ಮಲಗಿಸಿಕೊಂಡ. ಅವನು ಕುಡಿಸಿದ ಹಾಲು ನಿಧಾನವಾಗಿ ಕುಡಿದಳು. ಮೈ ಕಾದ ಕಾವಲಿಯಾಗಿತ್ತು.

"ಭೂಮಿಕಾ, ಭೂಮಿಕಾ" ಪ್ರೀತಿಯಿಂದ ಅವನ ಹೃದಯ ಉಸುರಿತು. ಮುಂಗೂದಲನ್ನ ಸರಿಮಾಡಿ ಬೈತಲೆಗೆ ತುಟಿಯೊತ್ತಿದ. "ನಂಗೆ ಎಲ್ಲಾ ಪ್ರೀತಿಯನ್ನು ತುಂಬಿಕೊಡುವಷ್ಟು ಸಮರ್ಥಳು!"

ಅವನ ರೋಮಭರಿತ ಹರವಾದ ಎದೆಯ ಮೇಲೆ ತಲೆಯಿಟ್ಟು ಕಣ್ಮುಚ್ಚಿದವಳು ನರಳುತ್ತಲೇ ಅರೆ ನಿದ್ರಾವಸ್ಥೆಗೆ ಇಳಿದಳು.

"ಸಾಹೇಬ್ರೆ." ಪಂಚಾಕ್ಷರಿ ಕರೆದಾಗ, ಅವಳನ್ನು ಮಲಗಿಸಿ ಎದೆಯವರೆಗೂ ಹೊದ್ದಿಸಿ ಹೊರಗೆ ಬಂದ. "ನಾನು ಹೋಗಿ ವಿಷ್ಯನಾದ್ರೂ ತಿಳ್ಸಿ ಬರ್ತೀನಿ. ಇಲ್ದಿದ್ರೆ ಅವ್ರು ಕಾಯ್ಕೊಂಡೇ ಇರ್ತಾರೆ" ತಲೆ ಬಗ್ಗಿಸಿ ಅವನು ಹೇಳಿದಾಗ ಸರಿಯೆಂದ.

"ಬೇಗ ಬಂದ್ಬಿಡ್ತೀನಿ" ಚಪ್ಪಲಿಮೆಟ್ಟಿ ಹೊರಡುವಾಗ ಹೇಳಿದ, "ನಾನು ಬರೋವರ್ಗ್ಗೂ ಬಾಗಿಲು ತೆಗೆಯೋದ್ಬೇಡ. ನಮ್ಮ ಎಚ್ಚರದಲ್ಲಿ ನಾವಿರಬೇಕು." ಮೌನವಾಗಿ ನಕ್ಕ ಅಭಿನಂದನ್.

"ಯಾರಾದ್ರೂ ಬರೋವರಿದ್ರೆ ಜೋಪಾನವಾಗಿ ಕರ್ಕೊಂಡ್ಬಾ. ಈ ದಾರಿ ಹೊಸದು ಮಾತ್ರವಲ್ಲ. ರಾತ್ರಿ ವೇಳೆ ಪಾದವೂರೋಕೂ ಕಷ್ಟ" ಅಭಿನಂದನ್ ಹೇಳಿ ಕಳುಹಿಸಿದ.

ಬಾಗಿಲು ಹಾಕಿ ಒಮ್ಮೆ ಭೂಮಿಕಾಳ ಕೋಣೆಗೆ ಹೋಗಿ ತನ್ನ ಕೋಣೆಗೆ ಹಿಂದಿರುಗಿದ. ಸ್ಕಾಚ್ ಬಾಟಲು ತೆಗೆದ. 'ಫಳ್ ಫಳ್' ಒಡೆದು ಚೂರಾದ ಬಾಟಲುಗಳ ಸದ್ದು. ಸುಮ್ಮನೆ ಕೂತುಬಿಟ್ಟ ಬಗ್ಗಿಸಿದ ದ್ರವದಲ್ಲಿ ಭೂಮಿಕಾಳ ಮುಖವೇ ಕಾಣುತ್ತಿತ್ತು. ತುಟಿಯ ಬಳಿಗೆ ಒಯ್ಯಲಾರದೆ ಸಿಂಕ್‌ನಲ್ಲಿ ಹೋಗಿ ಸುರಿದ. ಎಲ್ಲವನ್ನು ಮರೆಸುತ್ತಿದ್ದ ಪಾನೀಯದ ಬಾಟಲಿನ ನುಣ್ಣಗಿನ ಮೈ ಮೇಲೆ ಅವನ ಬೆರಳಾಡಿತಷ್ಟೆ.

"ಡ್ಯಾಮ್ ಇಟ್" ಒರಟಾಗಿ ದೂಡಿದ. ಮತ್ತೆ ಮೊದಲಿನದೇ ಸದ್ದು. ನೆಲದ ಮೇಲೆ ಪಾನೀಯ ಹರಿಯಿತು.

"ಗೋ ಟು ಹೆಲ್... ಹಾಳಾಗಿಹೋಗು!" ಕಿಟಕಿಯ ಬಳಿ ಹೋಗಿ ನಿಂತ. ತೀಡಿ ಬರುವ ತಂಗಾಳಿ ಕೂಡ ಅವನೆದೆಯ ತಳಮಳವನ್ನು ಶಾಂತಮಾಡಲು ಶಕ್ತವಾಗಲಿಲ್ಲ.

ನೀರವತೆಯನ್ನು ತಳ್ಳುತ್ತಾ ಭೂಮಿಕಾಳ ಕೋಣೆಗೆ ಬಂದ. ಸಣ್ಣ ನರಳಿಕೆ. ಅವಳ ಮಂಚದ ಬದಿಯಲ್ಲಿ ಕೂತ. ಹಣೆಯ ಮೇಲೆ ಕೈಯಿಟ್ಟ, "ಭೂಮಿಕಾ..." ಅವನೆದೆ ವೇದನೆಯಿಂದ ನರಳಿತು. ನನ್ಕೈಲಿ ನೋಡೋಕಾಗೋಲ್ಲ. ಮುಖ ಪಕ್ಕಕ್ಕೆ ತಿರುಗಿಸಿ ಮೂಗನ್ನು ತೋಳಿಗೆ ಉಜ್ಜಿದ.

ಪಂಚಾಕ್ಷರಿ ಬಂದು ತಿಳಿಸಿದಾಗ, ರೋಹಿಣಿಗೆ ಆತಂಕವಾದರೆ, ಪ್ರಮೋದ್‌ನ ಕಣ್ಣುಗಳಲ್ಲಿ ಕಿಡಿಗಳು ಹಾರಿದವು.

"ಅವ್ರು ಬರ್ಲಿಲ್ಲ. ಹೇಳೋಕೆ ಅಂತ್ಲೇ ನಾನು ಬಂದಿದ್ದು" ಎಂದಾಗ ಮೆಹತಾ ಮೇಲಕ್ಕೆದ್ದರು. "ನಾವು ಊಟ ಮಾಡೋಣ" ಆದರೆ ನಿರ್ಮಲ, ರಘುನಂದನ್ ಮುಖಗಳು ಸಣ್ಣಗಾದವು. 'ಅಂತೂ ಸರಿಯಾದ ಶಿಕ್ಷೆ!' ಸಂಕಟಪಟ್ಟರು. ಮೂಕ ವೇದನೆ ಮೆಹತಾಗೆ ಅರ್ಥವಾಯಿತು. ಕಣ್ಣಲ್ಲಿಯೇ ಸಮಾಧಾನಿಸಿದರು.

ಇಲ್ಲಿ ಅಡುಗೆಗೆ ಬೇರೊಬ್ಬ ಬಂದು ನಿಂತಿದ್ದರಿಂದ ಯಾವುದೇ ತಾಪತ್ರಯವಿಲ್ಲ. ಎಲ್ಲಾ ಎದ್ದು ಹೋದಾಗ ಪಂಚಾಕ್ಷರಿ ಯೋಚಿಸಿದ.

'ನಾನು ಹೋಗ್ಲಾ? ಕತ್ತಲು, ಜನ ಒಬ್ಬೊಬ್ರೇ ಬರ್ಬೇಕೂಂದ್ರೆ.. ಎಡವಟ್ಟು. ಮುಂಬಯಿ ಬಾಬುದು ಊಟ ಆಯ್ತು. ನನ್ನ ಊಟಕ್ಕೆ ಆಗೋಷ್ಟು ಅಡ್ಗೆ ಮಿಕ್ಕಿದೆ" ಅಷ್ಟು ಉಸುರಿ ಹೊರಡಲು ಸಿದ್ಧವಾದ.

ಜಯಸಿಂಹ ಏನೋ ಹೇಳುವ ಮುನ್ನ ಮೆಹತಾ ಹೇಳಿದರು.

"ಹೋಗು, ಅಪರೂಪಕ್ಕೆ ಒಟ್ಟಿಗೆ ಗೆಳೆಯರು ಸೇರಿದ್ದೀವಿ. ಮಾತಾಡ್ಲಿಕ್ಕೆ ಸಾಕಷ್ಟು ವಿಷ್ಯ ಇರುತ್ತೆ. ಸ್ವಲ್ಪ ಭೂಮಿಕಾನ ಸರ್‍ಯಾಗಿ ನೋಡಿಕೊಳ್ಳೋಕ್ಹೇಳು.

ನಿಂತಿದ್ದ ಪ್ರಮೋದನ ಮುಷ್ಟಿ ಬಿಗಿಯಾಯಿತು. ಕೊರಳಿನ ನರಗಳು ಸೆಟೆದುಕೊಂಡವು, ಮೆಹತಾ ನಕ್ಕುಬಿಟ್ಟರು.

"ಡೋಂಟ್ ಬಿ ಎಕ್ಸೈಟ್, ಅವ್ನು ರಘುನಂದನ್ ಮಗ. ಗುಣ, ನಡತೆ ಎಲ್ಲಾ ಅವನದೆ." ಭುಜದ ಮೇಲೆ ಹಾಕಿ ನಕ್ಕರು. ಆದರೆ... ಗಡ್ಡ ಉಜ್ಜಿದರು. ನಿರ್ಮಲ ಕಡೆ ಮುಖ ಹೊರಳಿಸಿದರು.

"ಭೂಮಿಕಾ, ನಮ್ಮ ಪ್ರಮೋದ್ ವಧು. ಇವ್ನು ಇಲ್ಲೇ ಉಳಿಯೋ ಆಸೆ ಹೊತ್ತು ಬಂದಿದ್ದರಿಂದ ಆ ಹುಡ್ಗಿ ಕೂಡ ಭಾರತದ ಕಾಯಂ ನಿವಾಸಿ!" ಥಟ್ಟನೆ ನಿರ್ಮಲ ಕಟ್ಟಿದ ಕಲ್ಪನೆಯ ಸೌಧ ಛಿದ್ರ. ಬಲವಂತವಾಗಿ ಉಗುಳು ನುಂಗಿದರು.

"ತುಂಬು ಸಂತೋಷ" ಬರೀ ನಾಲಿಗೆ ತುಟಿಯಿಂದ ಬಂದ ಮಾತು. ರೋಹಿಣಿ ಮುಖ ಮೊರದಗಲವಾಯಿತು. "ಅವ್ಳು ಫೋಟೋಗ್ರಫಿಯಲ್ಲಿ ವಿಶೇಷ ತರಬೇತಿ ಪಡೆದಿದ್ದಾಳೆ. ಬ್ರಿಟನ್ನಿನ ರಾಯಲ್ ಫೋಟೋಗ್ರಾಫಿಕ್ ಸೊಸೈಟಿ ಫೆಲೋಷಿಪ್ ಪುರಸ್ಕಾರ ಸಿಕ್ಕಿದೆ. ಇಲ್ಲಿಗೆ ಕೂಡಾ ಅವ್ಳು ಕ್ಯಾಮೆರಾ ಹೊತ್ತೇ ಬಂದಿದ್ದು. ಇಡೀ ಭಾರತದ ವೈವಿಧ್ಯಮಯವನ್ನು ಸೆರೆ ಹಿಡ್ಯೋ ಆಸೆ ಅವ್ಳಿಗೆ, ಆದ್ರೆ ಇನ್ನೂ ಪ್ರಾರಂಭನೇ ಆಗಿಲ್ಲ.

"ಗುಡ್...." ಹರ್ಷ ಸೂಚಿಸಿದರು ಮೆಹತಾ "ಕಂಗ್ರಾಟ್ಸ್...... ಮೈ ಬಾಯ್. ಯೂ ಗೆಟ್ ಎ ಗುಡ್ ಲೇಡಿ" ಅವರ ಸಿಹಿಯ ಹಾರೈಕೆ, ಹೊಗಳಿಕೆ ಅವನ ಪಾಲಿಗೆ ಕಹಿಯ ಗುಳಿಗೆಗಳು. ಬಿಗಿದ ಮುಖ ಸಡಿಲಗೊಳ್ಳಲಿಲ್ಲ.

ಮಾತುಗಳ ನಡುವೆ ಊಟ ಸೊಗಸಾಗಿತ್ತು. ಆದರೆ ಬಲವಂತವಾಗಿ ತುತ್ತು ನುಂಗುತ್ತಿದ್ದವರು ನಿರ್ಮಲಾ ಮಾತ್ರ.

ಯಾವುದೋ ಕಟ್ಟಡದ ಸಲುವಾಗಿ ನಿಧಿ ಸಂಗ್ರಹಿಸಲು ಬಂದ ಸೋಷಿಯಲ್ ವರ್ಕರ್ ಲೀಲಾ ಸಹಾನಿ ಕೇಳಿದ್ದರು.

"ಐ ಆ್ಯಮ್ ವೆರಿ ಸಾರಿ. ಹೀಗೆ ಆಗ್ಬಾರ್ದಿತ್ತು. ನಿಮ್ಮ ಮಗನ ಸಾವಿಗೆ ಏನು ಕಾರಣ?" ಆ ಕ್ಷಣ ಆಕಾಶವೇ ಆಕೆಯ ತಲೆಯ ಮೇಲೆ ಕಳಚಿ ಬಿದ್ದಂತಾಯಿತು.

"ನಿಮ್ಗೆ ಯಾರು ಹೇಳಿದ್ದು?" ತಾಳ್ಮೆ ಕಳೆದುಕೊಂಡು ಅಬ್ಬರಿಸಿದ್ದರು. ಆದರೆ ಲೀಲಾ ಸಹಾನಿ ಒಂದಿಷ್ಟೂ ವಿಚಲಿತಳಾಗಲಿಲ್ಲ. "ನಾನು ಹತ್ತಾರು ಕಡೆ ತಿರುಗೋ ಲೇಡಿ. ಇಂಥ ವಿಷ್ಯಗಳು ಸಹಜವಾಗಿ ಹರಡುತ್ವೆ. ಒಬ್ಬೊಬ್ರು ಒಂದೊಂದು ರೀತಿಯಾಗಿ ಹೇಳ್ತಾರೆ."

"ಏನಂತ?" ಹಾರುವ ಎದೆಯನ್ನು ಕೈಯಲ್ಲಿಹಿಡಿದು ಪ್ರಶ್ನಿಸಿದರು. ಆಕೆ ತಮ್ಮ ಮಾಮೂಲಿ ಸ್ಟೈಲ್‌ನಲ್ಲಿ ವಿವರಿಸಿದರು.

"ಕೆಲವರು ಸಿಕ್ಕಾಪಟ್ಟೆ ಕುಡ್ದು ಸತ್ತ ಅಂತಾರೆ, ಮತ್ತೆ ಕೆಲವರು ಕುಡಿದ ಅಮಲಿನಲ್ಲಿ ಆ್ಯಕ್ಸಿಡೆಂಟ್ ಆಗಿ ಹೋದ ಅಂದ್ಕೋತಾರೆ. ಮತ್ತಷ್ಟು ಜನ ಅಪರೂಪವಾಗಿ ಕಟ್ಟಿಸಿದ ಮೇಘವರ್ಷಿಣಿಗೆ ಸರ್ಯಾದ ಬಲಿ ಕೊಡ್ಲಿಲ್ಲ. ಅದ್ಕೇ ಅವನನ್ನು ಬಲಿ ತೆಗ್ದುಕೊಳ್ತು ಅಂತಾರೆ. ಯಾವ್ದು ನಿಜ, ಯಾವ್ದು ಸುಳ್ಳೂಂತ ನಂಬೋದು. ನಾನು ವೈಜ್ಞಾನಿಕ ಮನೋಭಾವದ ಹೆಣ್ಣು. ಕಡೇದಂತೂ ನಂಬೋಲ್ಲ. ಮಿಕ್ಕ ಎರಡರಲ್ಲಿ ಯಾವುದಾದ್ರೊಂದು ಮಾತ್ರ ನಿಜ."

"ಸುಳ್ಳು...ಸುಳ್ಳು... ಇವೆಲ್ಲ ಹೇಗೆ ಹುಟ್ಟಿತು?" ಎಂದು ತಾಳ್ಮೆ ಕಳೆದುಕೊಂಡು ಅಬ್ಬರಿಸಿದರು. ಆಕೆ ಅತ್ಯಂತ ಮೃದುವಾಗಿ, "ಎಕ್ಸೈಟ್ ಆಗೋದ್ಬೇಡ. ನಿಮ್ಮ ಮಗ ಬದುಕಿರೋದು ಸಂತೋಷ" ಅಂತ ಎರಡು ಸಾವಿರಕ್ಕೆ ರಸೀದಿ ಕೊಟ್ಟು ಹಣ ಪಡೆದುಕೊಂಡು ಹೋಗಿದ್ದರು. ಆ ಬೆಂಕಿಯನ್ನು ನಿರ್ಮಲ ತಮ್ಮ ಎದೆಯಲ್ಲಿಟ್ಟುಕೊಂಡಿದ್ದರೂ ಒಮ್ಮೆ ರಘುನಂದನ್ ತಲೆಯ ಮೇಲೆ ಕೈಹೊತ್ತು ಕೂತುಬಿಟ್ಟರು.

"ಈ ಜನ ನಂಗೆ ಹುಚ್ಚು ಹಿಡ್ಸಿಬಿಡ್ತಾರೆ. ಎಲ್ಲಾ ಕಡೆ ಅಭಿನಂದನ್ ಸಾವಿನ ಸುದ್ದಿ ಹರಡಿಬಿಟ್ಟಿದ್ದಾರೆ. ಇವತ್ತು ಐ.ಜಿ.ಪಿ. ಕೂಡ ಸತ್ಯಸಂಗತಿ ತಿಳ್ಸೀಂತ ಫೋನ್ ಮಾಡಿದ್ರು. ಮೆಹತಾಗೆ ಫೋನ್ ಮಾಡಿದ್ದೀನಿ. ಇನ್ನ ನಾಲ್ಕು ದಿನ ಹೋದ್ರೆ ನಾವೇ ಅವ್ನ ಕೊಲೆ ಮಾಡ್ಸಿದ್ದೀವಿಂತ ಬೇಡಿ ಹಾಕಿಸೋಕೂ ಹಿಂಜರಿಯೋಲ್ಲ ಈ ಜನ."

ಆಗ ಅವರ ಕಣ್ಣಿಂದ ಜಿನುಗಿ ಕೆನ್ನೆಯ ಮೇಲೆ ಹರಿದಿದ್ದ ಕಂಬನಿಯಲ್ಲ, ಬಿಸಿ ರಕ್ತ ಹೃದಯದಿಂದ ಒಸರಿದ ವೇದನೆಯ ಜಲ.

ಹೆಂಡತಿಯ ಭುಜದ ಮೇಲೆ ಗದ್ದವೂರಿ ಕಣ್ಣೀರು ಸುರಿಸಿದ್ದರು. ಈ ಒಡನಾಟ, ನೋವು ತೋಡಿಕೊಳ್ಳುವಿಕೆ ಹಿಂದೆಂದೂ ಕಾಣದ ಬದುಕಿನ ಸಂಕೀರ್ಣತೆ ಅವರಲ್ಲಿ ಮೂಡತೊಡಗಿತು.

"ನೀವೇನು ಊಟ ಮಾಡ್ತಾನೇ ಇಲ್ಲ" ರೋಹಿಣಿಯವರು ಹೇಳಿದಾಗ ಮಂಜಾದ ಕಣ್ಣುಗಳು ಸಂಕೋಚಗೊಂಡವು. "ಈಗ್ಲೇ..... ಜಾಸ್ತಿಯಾಯ್ತು" ದಡ ಬಡಿಸಿಕೊಂಡು ತಮ್ಮ ತಟ್ಟೆಯ ಸುತ್ತ ನೋಡಿದರು ನಿರ್ಮಲ. ಬಡಿಸಿಟ್ಟ ಅಡುಗೆ ಹಾಗೆಯೇ ಇತ್ತು. ಸಂಕೋಚದಿಂದ ಅವರ ಮನ ಮುದುರಿದರೂ ತುತ್ತು ಎತ್ತಲು ಸಾಧ್ಯವಾಗಲಿಲ್ಲ.

"ನಂಗ್ಯಾಕೋ ಊಟ ಮಾಡೋಕೆ ಆಗ್ತಾ ಇಲ್ಲ" ಇಡೀ ಲೋಟ ನೀರು ಕುಡಿದಿಟ್ಟರು. "ಅರೆ ಅದ್ಯಾಕೆ ಸಂಕೋಚ, ಏಳಿ" ಮೆಹತಾ ಸಹಜವಾಗಿ ನುಡಿದು ತಮ್ಮ ಊಟದತ್ತ ಗಮನಕೊಟ್ಟರು.

ನಿರ್ಮಲ ಕೈ ತೊಳೆದು ಹಾಲ್‌ನ ಕಿಟಕಿಯ ಬಳಿ ಹೋಗಿ ನಿಂತರು. ಸುತ್ತಲೂ ದಟ್ಟವಾದ ಕತ್ತಲು, ಆಗಾಗ ಕೇಳುವ ಜೀರುಂಡೆಗಳ ಸದ್ದು, ಒಂದು ಕ್ಷಣ ನಿರ್ಮಲ ಎದೆ ನಡುಗಿತು. ಈ ಪರಿಸರದಲ್ಲಿ ಹೇಗಿರುತ್ತಾರೆ?

"ಹತ್ತಿರ ಹತ್ತಿರವೇ ಎಸ್ಟೇಟ್‌ಗಳಿವೆ. ಸುತ್ತಲೂ ಅಲ್ಲಲ್ಲಿ ಮನೆಗಳಿವೆ. ತೀರಾ ಗಲಾಟೆಯಲ್ಲಿ ಯಾಂತ್ರಿಕವಾಗಿ ಜೀವಿಸುತ್ತಿದ್ದ ನಮ್ಗೆ ಈ ಜಾಗ ಅತ್ಯಂತ ಪ್ರಿಯವಾಯ್ತು" ಅಭಿಮಾನದ ಸ್ವರದಲ್ಲಿ ಹೇಳಿಕೊಂಡಿದ್ದರು ಜಯಸಿಂಹ.

ಆದರೆ ರೋಹಿಣಿಯವರ ಮುಖ ತುಸು ಕಪ್ಪಗಾಯಿತು. ಏನೋ ತೋಡಿಕೊಂಡಿದ್ದರು.

"ಮಕ್ಳು, ಸೊಸೆಯರು, ಆ ಬದ್ಕು ಎಲ್ಲಾ ದೂರವಾಯ್ತು. ಒಮ್ಮೊಮ್ಮೆ ನೆನಪಾದ್ರೆ..." ಆಕೆಯ ಕಣ್ಣಂಚಿನಲ್ಲಿ ಕಂಬನಿ ತುಂಬಿ ಸ್ವರ ಭಾರವಾಗಿತ್ತು.

"ಯಾವುದಾದ್ರೂ, ಕಾಡು ಪ್ರಾಣೀನ ಹುಡುಕ್ತಾ ಇದ್ದೀರಾ ನಿರ್ಮಲ?" ಹಿಂದಿನಿಂದ ನುಸುಳಿ ಬಂದ ಮೆಹತಾ ಸ್ವರದಲ್ಲಿ ಹಾಸ್ಯವಿತ್ತು. "ಬದ್ಕು ಸಾಕಷ್ಟು ಪಾಠ ಕಲಿಸಿದೆ. ಕೆಲವೊಮ್ಮೆ ಇಲ್ಲಿನ ಜೀವನವೇ ನಿರಾತಂಕವೆನಿಸುತ್ತೆ!" ನಿರ್ಮಲ ಹಿಂದಕ್ಕೆ ತಿರುಗಿದರು.

ಈಗ ಮೆಹತಾ ಮುಖದಲ್ಲಿ ಒಂದೆರಡು ಸುಕ್ಕು, ತಲೆಯಲ್ಲಿ ಬೆಳ್ಳಿ ಕೂದಲು ಮೂಡಿರಬಹುದು. ಆದರೆ ಅದೇ ಮಾತು, ಸ್ವಭಾವ, ಆತ್ಮೀಯತೆ, ಶ್ರೀಮಂತಿಕೆ, ಉರುಳಿಹೋದ ವರ್ಷಗಳು, ಅವರಲ್ಲಿ ಯಾವುದೇ ಬದಲಾವಣೆ ತರಲು ಸಮರ್ಥವಾಗಲಿಲ್ಲ.

"ನೀವು ಏನೇನೂ ಬದಲಾಗಿಲ್ಲ!" ಎಂದ ಕೂಡಲೇ ಕೈಯೆತ್ತಿದರು. "ನಾನು ಮಾತ್ರವಲ್ಲ ರಘುನಂದನ್ ಕೂಡ ಅಷ್ಟೇ. ಅವನಲ್ಲಿ ಅಲ್ಪ ಸ್ವಲ್ಪ ಬದಲಾವಣೆ ಕಂಡಿದ್ರೆ... ಈಗಿನ ಪರಿಸ್ಥಿತೀನೇ ಎದುರಾಗ್ತಾ ಇರ್ಲಿಲ್ಲ!" ಅಡಿಕೆಪುಡಿಯನ್ನು ಬಾಯಿಗೆ ಹಾಕಿಕೊಂಡರು.

ಎಲ್ಲರೂ ಬಂದು ಸೇರಿದ್ದರಿಂದ ಆ ಮಾತುಕತೆಗೆ ಪೂರ್ತಿಯಾಗಿ ತೆರೆಬಿತ್ತು. ಪಾನ್ ಮೆಲ್ಲುತ್ತಿದ್ದ ಮೆಹತಾ ಮಾತಿನ ನಡುವೆ ಒಂದು ಹಿಡಿ ಅಡಿಕೆಪುಡಿಯಾದರೂ ತಿಂದು ಮುಗಿಸಿಬಿಟ್ಟರು.

ಆದರೆ ಇವರೆಲ್ಲರ ಮಾತುಕತೆಗಳ ನಡುವೆ ಮುಖ ಬಿಗಿದು ಕೂತವನು ಪ್ರಮೋದ್ ಮಾತ್ರ. ಅವನಿಗೆ ಬೆಂಕಿಯ ಮೇಲೆ ಕೂತ ಅನುಭವ.

"ನೀನು ಅಮೇರಿಕಾದಲ್ಲಿ ಹುಟ್ಟಿದ್ರೂ ಇಲ್ಲಿನ ಒರಿಜಿನಾಲಿಟಿ ಹೋಗಿಲ್ಲ." ಮೆಹತಾ ಥಟ್ಟನೆ ಹೇಳಿದಾಗ ಪ್ರಮೋದ್ ಕಣ್ಣುಗಳು ಗಲಿಬಿಲಿಗೊಂಡವು. ಮಾತನ್ನು ಒಂದೆಡೆಗೆ ತಳ್ಳಿದರು ಮೆಹತಾ. "ಕೆಲ್ಸದ ಬಗ್ಗೆ ನಿನಗೆ ವರೀ ಬೇಡ. ನೀನು ಉಳಿಯೋ ವಿಷ್ಯ ಗಟ್ಟಿ ಆಗ್ಬೇಕು." ಇದಕ್ಕೆ ಪ್ರಮೋದ್ ಮುಖ ಮತ್ತಷ್ಟು ಬಿಗಿದುಕೊಂಡಿತು.

ಜಯಸಿಂಹ ಕಣ್ಣಲ್ಲಿಯೇ ಮಗನನ್ನು ಗದರಿಸಿದರು. ಮೆಹತಾಗೆ ಅರ್ಥವಾಯಿತು.

"ಓ.ಕೆ. ಸದ್ಯಕ್ಕೆ ಮಲಗೋಣ. ಬೆಳಿಗ್ಗೆ ಇಲ್ಲಿಂದ ಬೇಗ್ನೆ ಹೊರಡ್ಬೇಕು. ಇನ್ನೂ ಸರ್ಯಾಗಿ ನಾಲ್ಕು ಮಾತು ಅಭಿನಂದನ್ ಜೊತೆ ಆಡಿಲ್ಲ" ಮಲಗಲು ಹೊರಟುಬಿಟ್ಟರು.

ಮೆಹತಾ, ರಘುನಂದನ್‌ಗಿಂತ ಜಯಸಿಂಹ ಒಂದಷ್ಟು ವರ್ಷಗಳಷ್ಟು ಹಿರಿಯರು. ಆದರೆ ಅವರುಗಳಲ್ಲಿನ ಸ್ನೇಹ ಮಾತ್ರ ಅಪಾರ, ಗೆಳೆಯ ಮಾಡಿದ ಸಹಾಯ, ನೀಡಿದ ಸಹಕಾರವನ್ನು ಜಯಸಿಂಹ ಮರೆಯುವಂತಿರಲಿಲ್ಲ.

ಇವರುಗಳು ಬೆಳಿಗ್ಗೆ ಎದ್ದು ಬಂಗ್ಲೆಗೆ ಬಂದಾಗ ನಿಶ್ಶಬ್ದವಾಗಿತ್ತು. ಪಂಚಾಕ್ಷರಿ ಬಾಗಿಲು ತೆರೆದ. ನಿದ್ದೆ ಇಲ್ಲದೆ ಸೊರಗಿದ ಮುಖ.

"ವಾಟ್ ಹ್ಯಾಪಂಡ್? ಏನಯ್ಯ ಮುಖವೆಲ್ಲ ಒಂದು ತರಹ ಆಗಿದೆ?" ಮೆಹತಾ ಮುಖ ನೆರಿಗೆಗಟ್ಟಿತು. ಪಂಚಾಕ್ಷರಿ ಕೈ ಕಣ್ಣುಗಳನ್ನು ಹೊಸಕಿಯಾಡಿತು. "ನಿದ್ದೆ ಇಲ್ಲ ಅಮ್ಮಾವ್ರಿಗೆ. ವಿಪರೀತ ಜ್ವರ, ನಾನು ಅಷ್ಟಿಷ್ಟಾದ್ರೂ ತೂಕಡಿಸಿದ್ದೀನಿ. ಆದ್ರೆ ಸಾಹೇಬ್ರು ಒಂದು ನಿಮಿಷ ಕಣ್ಣು ಮುಚ್ಚಿಲ್ಲ."

ಮೆಹತಾ ಭೂಮಿಕಾಳ ಕೋಣೆಯತ್ತ ನಡೆದರು.

ಗೋಡೆಯ ಬದಿಯಲ್ಲಿದ್ದ ಒರಗುಛೇರಿನ ಮೇಲೆ ಪೂರ್ತಿ ಮಲಗಿ ಕಣ್ಮುಚ್ಚಿದ್ದ. ಅಭಿನಂದನ್ ಎಡಗೈ ಹಣೆ ಮೇಲಿತ್ತು ಸ್ವಚ್ಛ ಮುಖದಲ್ಲಿ ಬಳಲಿಕೆಯಿತ್ತು.

"ಮೈ ಬಾಯ್......" ಮೆಹತಾ ಸ್ವರಕ್ಕೆ ಥಟ್ಟನೆ ಎಚ್ಚೆತ್ತ. ಒಣಗಿದ ತುಟಿಯ ಮೇಲೆ ಅವನ ನಾಲಿಗೆಯಾಡಿತು. ಅತ್ತಿತ್ತ ನೋಡಿದ, "ಗುಡ್ ಮಾರ್ನಿಂಗ್ ಅಂಕಲ್" ಸಮಯದ ಅರಿವಾಗಿರಬೇಕು, ಮೇಲಕ್ಕೆದ್ದ.

"ನಿಂಗೆ ವಿಶ್ರಾಂತಿಯ ಅಗತ್ಯವಿದೆ. ಹೋಗಿ ಮಲ್ಗು" ಮೆಲ್ಲಗೆ ಅವನ ಭುಜ ತಟ್ಟಿ ಹೇಳಿದರು. ಭಾರವಾದ ಕಣ್ಣುಗಳನ್ನು ಹೊತ್ತು ಹೊರಗೆ ನಡೆದ.

ಈಗ ಸ್ವಲ್ಪ ಜ್ವರ ಬಿಟ್ಟು ಭೂಮಿಕಾ ಆರಾಮಾಗಿ ನಿದ್ರಿಸುತ್ತಿದ್ದಳು. ಪ್ರಮೋದ್ ಒಳಗೆ ಬಂದಾಗ ಮೆಹತಾ ಹೊರಗೆ ಹೋದರು.

"ರಘು, ಹೊರಟುಬಿಡೋಣ. ಆ ಹುಡ್ಗೀನ ಎಬ್ಬಿಸಿ ತೊಂದರೆ ಕೊಡೋದ್ಬೇಡ" ಎನ್ನುತ್ತ ಅಭಿನಂದನ್ ಕೋಣೆಗೆ ನುಗ್ಗಿದಾಗ. ಕಣ್ಣಂಚಿನ ಕಂಬನಿಯನ್ನು ತೊಡೆದುಕೊಳ್ಳುತ್ತಾ ನಿರ್ಮಲ ಹೊರಗೆ ನಡೆದರು.

'ಕುಪುತ್ರೋ ಜಾಯೇತ. ಕ್ವಚಿದಪಿ ಕುಮಾತಾ ನ ಭವತಿ' ದುಷ್ಟ ಮಗನು ಹುಟ್ಟಬಹುದು; ಆದರೆ ಕೆಟ್ಟ ತಾಯಿ ಎಂಬುವುದು ಎಂದೂ ಇಲ್ಲ. ಅದನ್ನೇ ಅಭಿನಂದನ್ ಅರ್ಥ ಮಾಡಿಕೊಳ್ಳಬೇಕು ಎಂದುಕೊಂಡರು ಮೆಹತಾ.

ಹತ್ತು ನಿಮಿಷಗಳಲ್ಲಿ ಇವರನ್ನು ಹೊತ್ತ ಟ್ಯಾಕ್ಸಿ ಬೆಂಗಳೂರಿನ ಕಡೆ ದೌಡಾಯಿಸಿತು. ಈಗಾಗಲೇ ಮೆಹತಾ ಬೇರೆ ಗುಂಗಿನಲ್ಲಿದ್ದರು. ದೆಹಲಿಯಲ್ಲಿನ ಕ್ವಾರ್ಟರ್ಸ್ ಕಂಟ್ರಾಕ್ಟ್‌ನ ಬಗ್ಗೆ ಚರ್ಚಿಸುವಲ್ಲಿ ಪೂರ್ಣ ಮಗ್ನರಾದರು. ಅದರಲ್ಲಿ ಬೆರೆತುಹೋದರು ರಘುನಂದನ್. ಆದರೆ ನಿರ್ಮಲ ಮನ ಪೆಟ್ಟು ತಿಂದ ಪಕ್ಷಿಯಂತೆ ಕಣ್ಣೀರು ಸುರಿಸುತ್ತಿದ್ದರು.

* * * *

ಶಿವಪ್ರಸಾದ್ ಮುಂಬೈ ತಲುಪಿದಾಗ ಅವನಿಗಾಗಿ ಕಾರು ರೆಡಿಯಾಗಿತ್ತು. ಸ್ವತಃ ರಘುನಂದನ್ ಕಂಡಾಗ ಸಂಕೋಚದಿಂದ ಆವನ ಮನ ಮುದುರುವಂತಾಯಿತು.

"ಇಷ್ಟು ತೊಂದರೆ ತೆಗ್ದುಕೊಳ್ಳುವ ಅಗತ್ಯವಿರ್ಲಿಲ್ಲ. ನಾನೇ ಬರ್ತಾ ಇದ್ದೆ. ಒಂದೆರಡು ಬಾರಿ ಬಂದಿದ್ದರಿಂದ ಮುಂಬೈ ಪರಿಚಿತವೇ. ಅಲ್ಪ ಸ್ವಲ್ಪ" ಎಂದಾಗ ತುಟಿಯ ಮೇಲೆ ನಗುವರಳಿಸಿ ಅವನ ಕೈಯತ್ತ ನೋಡಿದಾಗ. ಡ್ರೈವರ್ ಬಂದು ಬ್ರೀಫ್‌ಕೇಸ್ ತೆಗೆದುಕೊಂಡ.

ಥಟ್ಟನೆ ಹಿಂದಿರುಗಿ ನೋಡಿದ. ಹತ್ತುವ, ಇಳಿಯುವ ಜನರ ಗದ್ದಲ ಅಪಾರ. ರೈಲ್ವೆ ನಿಲ್ದಾಣ ಮಿನಿ ಭಾರತದಂತೆ ಕಂಡಿತು. ವಿವಿಧ ಭಾಷೆಯ ಜನ ಇಲ್ಲಿ ಸೇರಿದರೂ ಉದ್ದೇಶ ಮಾತ್ರ ಒಂದೇ.

ಹೋಟೆಲ್ ವಿರಾಜಿತದಲ್ಲಿ ಅವನಿಗಾಗಿ ಕೋಣೆ ಕಾದಿರಿಸಿದ್ದರಿಂದ ನೇರವಾಗಿ ಕಾರು ಅತ್ತ ಹೊರಟಿತು.

"ನಿಮಗೋಸ್ಕರ ರೂಮು ಕಾದಿರಿಸಿದೆ." ರಘುನಂದನ್ ರೋಡ್‌ನತ್ತ ನೋಟಹರಿಸಿದರು. ತುಟಿ ಕಚ್ಚಿ ಆಡಬಹುದಾದ ಮಾತುಗಳನ್ನು ನುಂಗಿದ ಶಿವಪ್ರಸಾದ್. "ಹೇಗಿದ್ದೀರಿ ಎಲ್ಲ?" ಔಪಚಾರಿಕ ಪ್ರಶ್ನೆ.

"ಮೇಲ್ನೋಟಕ್ಕೆ ನಾವೆಲ್ಲ ಆಲ್‌ರೈಟ್" ಅವರ ಹುಬ್ಬುಗಳು ಸಂಕುಚಿಸಿ ಹಣೆ ನೆರಿಗೆಗಟ್ಟಿತು. "ಬದ್ಕಿನ ರೀತೀನೇ ಇದು ಅನ್ನಿಸುತ್ತೆ. ಒಂದು ರೀತಿ ನಾಟ್ಕ. ಅಂತರಾಳದಲ್ಲಿ ನಾವು ಬೇರೆ. ಹಾಗಿದ್ದರೂ ಸಮಾಜದಲ್ಲಿ ಮಾತ್ರ ಅದ್ಕೆ ಹೊಂದುವಂಥ ನಟನೆ." ಅವರ ನಿಟ್ಟುಸಿರು ಎರಚಾಡಿತು. ಶಿವಪ್ರಸಾದ್ ಕೆಳ ತುಟಿಯನ್ನು ಕಚ್ಚಿ ಹಿಡಿದ.

"ನಿಮ್ಮದೆಲ್ಲ ಬರೀ ನಾಟ್ಕ, ಸೋಗು. ನಮ್ಮಂಥ ಹೆಣ್ಣುಗಳನ್ನು ಹೆತ್ತವರೊಂದಿಗೆ ನಿಂದು ಚೆಲ್ಲಾಟ!" ಕುಮುದಳ ನುಡಿಗಳಲ್ಲಿ ಭರ್ತ್ಸನೆ ಇತ್ತು. ನೆನಪು ತೀರಾ ಕಹಿ. ಒಂದೊಂದು ನುಡಿಯೂ ಹೃದಯಕ್ಕೆ ಬಿದ್ದ ಪೆಟ್ಟು. ಎದೆಯ ಮೇಲೆ ಕೈ ಕಟ್ಟಿ ಅತ್ತಿತ್ತ ನೋಡತೊಡಗಿದ.

"ನಂದಿನಿ ಈಗ ಏನ್ಹೇಳ್ತಾರೆ?" ನೇರವಾಗಿ ವಿಷಯಕ್ಕೆ ಬಂದ. ಭಾರವಾದ ಉಸಿರು ದಬ್ಬಿದರು ರಘುನಂದನ್. "ಕಾಲೇಜು, ಓದು ಅಂತಾಳೆ. ಅದೆಲ್ಲ ಲಿಬರ್ಟಿಗಾಗಿ. ಆದ್ರೆ ನಮ್ಗೆ ಕಳ್ಸಿಕೊಡೋ ಧೈರ್ಯವಿಲ್ಲ!"

ಶಿವಪ್ರಸಾದ್ ನೋಟ ಅಚಲವಾಯಿತು. ಎದೆಯ ಮೇಲೆ ಕೈ ಕಟ್ಟಿ ಮುಂದಿನ ಡಾಬರ್ ರಸ್ತೆಯನ್ನೇ ನೋಡತೊಡಗಿದ.

"ನನ್ನ ಪತ್ರಕ್ಕೆ ಬೆಲೆ ಕೊಟ್ಟು ಬಂದಿದ್ದೀರ! ಅದು ಕಡೇ ಪ್ರಯತ್ನ. ನಾವು ಕಣ್ಣಲ್ಲಿ ಕಣ್ಣಿಟ್ಟು ಕಾಯೋದು ಅವ್ಳಿಗಿಷ್ಟವಿಲ್ಲ. ಸದಾ ಸಿಡುಕು, ಮುಜುಗರ, ಅಳು. ಈಚೆಗಂತೂ ದನಿಯೆತ್ತಿ ಕೂಗಾಡ್ತಾಳೆ.

ಅಷ್ಟರಲ್ಲಿ ಒಂದು ನಾಲ್ಕು ಅಂತಸ್ಥಿನ ಕಟ್ಟಡದ ಮುಂದೆ ಕಾರು ನಿಂತಿತು. ಹೋಟೆಲ್ ವಿರಾಜಿತ ಲಾಡ್ಜಿಂಗ್ ಅಂಡ್ ಬೋರ್ಡಿಂಗ್.

ಇಳಿದು ಉದ್ದಕ್ಕೂ ನೋಟಹರಿಸಿದ. ಅವನ ಕಣ್ಣಲ್ಲಿ ಇಣುಕಿದ ಬೇಸರಕ್ಕೆ ರಘುನಂದನ್ ಸಮಾಧಾನ ಹೇಳಲೇಬೇಕಿತ್ತು.

"ನೀವು ನನ್ನ ಗೆಸ್ಟ್, ಅಷ್ಟನ್ನಾದ್ರೂ ಅರ್ಥಮಾಡ್ಕೊಳ್ಳಿ" ಶಿವಪ್ರಸಾದ್ ಸಣ್ಣಗೆ ನಕ್ಕ. "ಅದು ಅನಿವಾರ್ಯ ಕೂಡ" ಮತ್ತೆ ಅವನ ಕಣ್ಣೋಟ ನಾಲ್ಕು ಅಂತಸ್ತಿನ ಮೂಲೆ ಮೂಲೆಯ ಮೇಲೂ ಹರಿದಾಡಿತು.

ಲಿಫ್ಟ್‌ನಲ್ಲಿ ಮೂರನೇ ಅಂತಸ್ತಿಗೆ ಬಂದರು.

"ಬೇರೆ ಲಾಡ್ಜಿಂಗ್‌ಗಳಿಗೆ ಹೋಲಿಸಿದ್ರೆ ಇದೇನೂ ಅಂತ ಕಾಸ್ಟ್ಲೀ ಅಲ್ಲ" ರಘುನಂದನ್ ಹೇಳಿದನಾದರೂ ಹೇಳಿದ ಉದ್ದೇಶ ಅವ್ನಿಗೆ ಅರ್ಥವಾಗಿತ್ತು. "ನಾನು ಗೆಸ್ಟ್. ನಂಗೇನೂ ತೊಂದರೆ ಇಲ್ಲ" ಈಗ ರಘುನಂದನ್ ತುಟಿಗಳ ಮೇಲೆ ಕಿರುನಗೆ ಮೂಡಿತು.

ಕೋಣೆಗೆ ಬಂದ ಕೂಡಲೇ ರಘುನಂದನ್ ಮನೆಗೆ ಫೋನ್ ಮಾಡಿದರು. ನಿರ್ಮಲ ಸ್ವರ ಒರಟಾಗಿತ್ತು. ರಘುನಂದನ್ ಹೇಳುವುದನ್ನು ಮರೆತು ತಾವೇ ಕೇಳಿದರು.

"ಏನ್ಸಮಾಚಾರ? ಎನಿಥಿಂಗ್ ರಾಂಗ್?" ಅವರ ಕಣ್ಣುಗಳಲ್ಲಿ ಆತಂಕವಿತ್ತು. "ರೇಖಾ ಬಂದಿದ್ಲು. ಅವ್ಳ ಜೊತೆಯಲ್ಲಿ ನಂದಿನಿ ಹೋದ್ಲು. ಅವಳೇನು ಎಳೆ ಮಗುನಾ ಹಿಡಿದಿಡೋಕೆ?" ಫೋನ್ ಹಿಡಿದ ಅವರ ಕೈ ಬೆವತಿತ್ತು. ಕರ್ಚಿಫ್‌ನಿಂದೊತ್ತಿದರು. "ಸ್ವಲ್ಪ ಸಮಾಧಾನ ಮಾಡ್ಕೋ. ಶಿವಪ್ರಸಾದ್ ಬಂದಿದ್ದಾರೆ" ಪ್ರತಿಕ್ರಿಯೆಗೆ ಕಾಯದೆ ಫೋನ್ ಕೆಳಗಿಟ್ಟರು.

"ಅವ್ಳ ಫ್ರೆಂಡ್ ಜೊತೆ ನಂದಿನಿ ಹೊರ್ಗಡೆ ಹೋದಳಂತೆ. ಮಾತ್ರೆ, ಆ್ಯಪಲ್ಸ್‌ಕೊಂಡು ತರ್ತಾಳೆ. ಮತ್ತೇ ಅದೇ ಪುನರಾವರ್ತನೆ. ಒಮ್ಮೊಮ್ಮೆ ಅವ್ಳ ಸಿಡುಕಾಟ, ಅಳು ನೋಡೋಕ್ಕಿಂತ ಅರಾಮಾಗಿ ಮಲ್ಗಿರೋದೆ ಚೆನ್ನ ಅನ್ನಿಸುತ್ತೆ."

ಶಿವಪ್ರಸಾದ್‌ಗೆ ಆ ಕ್ಷಣ ಏನು ಹೇಳಬೇಕೋ ಅರ್ಥವಾಗಲಿಲ್ಲ. ಬಹಳ ಸೂಕ್ಷ್ಮವಾಗಿ ಬಗೆಹರಿಸಬೇಕಾದಂಥವು. ಆದರೆ ಅಂಥ ವಿದ್ಯಾರ್ಥಿ, ಯುವ ಜನರ ಬಗ್ಗೆ ರೋಷ, ತೀರಾ ದುರ್ಬಲತೆ, ಅವರು ಕೊಡೋ ಹಾಸ್ಯಾಸ್ಪದ ಕಾರಣಗಳು ಎಲ್ಲಾ ಅರ್ಥಹೀನ.

"ನಾನು ಬರ್ತೀನಿ. ನೀವು ವಿಶ್ರಾಂತಿ ತಗೋಬಹುದ್ದು" ಹೊರಟು ನಿಂತರು. ಶಿವಪ್ರಸಾದ್ ವಾಚ್ ಕಡೆ ನೋಡಿದ. "ಸ್ನಾನ, ಊಟ ಮುಗ್ಸಿಕೊಂಡ್ಬರ್ತೀನಿ. ಮತ್ತೆ ನೀವೇನೂ ತೊಂದರೆ ತೆಗೆದುಕೊಳ್ಳಬೇಕಾದ್ದಿಲ್ಲ.

ರಘುನಂದನ್ ಹೊರಟ ಮೇಲೆ ಶಿವಪ್ರಸಾದ್ ಸ್ನಾನ ಮುಗಿಸಿ, ಅಲ್ಲಿದ್ದ ಪತ್ರಿಕೆಗಳನ್ನು ನೋಡಿದ. ಇಡೀ ರಾತ್ರಿ ಯೋಚನೆಗಳು ಅವನನ್ನು ಮುತ್ತಿದ್ದರಿಂದ ನಿದ್ರಿಸುವುದಾಗಿರಲಿಲ್ಲ. ಕಾಫಿ ತರಿಸಿ ಕುಡಿದು ಮಲಗಿಬಿಟ್ಟ.

ರಘುನಂದನ್ ಪತ್ರ ಕೈ ಸೇರಿದ ಮೇಲೆ ಎರಡು ದಿನ ಯೋಚಿಸಿ ಸದ್ಯಕ್ಕೆ ತಾಯ್ತಂದೆಯರಿಗೆ ಯಾವುದೇ ವಿಷಯ ತಿಳಿಸಬಾರದೆಂದು ತೀರ್ಮಾನಿಸಿದ. ನಾಳೆಯೇನಾದರೂ ಅವನ ಕೈ ಹಿಡಿದು ನಂದಿನಿ ಈ ಮನೆಯ ಬಾಗಿಲು ದಾಟಿದರೆ ಅವಳಿಗೆ ಪ್ರೀತಿ, ಪ್ರೇಮದ ಸ್ವಾಗತ ಸಿಕ್ಕಬೇಕೇ ವಿನಃ ಯಾರೂ ಅವಳನ್ನು ಬೇರೆ ದೃಷ್ಟಿಯಲ್ಲಿ ನೋಡುವುದು ಅವನಿಗೆ ಬೇಕಿರಲಿಲ್ಲ. 'ಸಹಾನುಭೂತಿ ಕೂಡ ಕೆಲವೊಮ್ಮೆ ಸ್ವಾಭಿಮಾನಿ ಮನುಷ್ಯನನ್ನು ರೊಚ್ಚಿಗೆಬ್ಬಿಸುತ್ತೆ' ತುಟಿಯಂಚಿನಲ್ಲಿ ಕಿರುನಗು ಮೂಡಿತು.

ಒಂದು ಗಂಟೆ ಕಾಲ ನಿದ್ರಿಸಿದ ಮೇಲೆ ಜಡತೆ ಹಾರಿ ಲವಲವಿಕೆ ಮೂಡಿತು ಶಿವಪ್ರಸಾದ್ ಮೈ ಮನದಲ್ಲಿ. ಎತ್ತಿಕೊಂಡ ಫೋನ್ ಕೆಳಗಿಟ್ಟ,

ಬೇರೆಡೆ ಊಟ ಮುಗಿಸಿ ಟ್ಯಾಕ್ಸಿ ಮೇಘವರ್ಷಿಣಿಯ ಮುಂದೆ ಇಳಿದಾಗ ಅವ್ನ ಕಲ್ಪನೆಗೂ ಮೀರಿತ್ತು. ಒಂದೈದು ನಿಮಿಷ ಹಾಗೆಯೇ ನಿಂತುಬಿಟ್ಟ, ಹೊರಭಾಗವೇ ಅತ್ಯಂತ ಕಲಾತ್ಮಕವಾಗಿತ್ತು.

"ವಾಹ್! ನಿಜ್ವಾಗ್ಲೂ ಮೇಘವರ್ಷಿಣಿಯೇ!" ಉದ್ಗರಿಸಿದ. ರಘುನಂದನ್ ಸಾಧನೆ ದೊಡ್ಡದೇ, ಅವನ ಮನ ಮೆಚ್ಚಿಕೊಂಡಿತು.

ವಾಚ್‌ಮನ್ ಅನುಮಾನಿಸಿದರೂ, ಪ್ರಶ್ನಾರ್ಥಕವಾಗಿ ನೋಡಿದರೂ ಏನೊಂದನ್ನೂ ಕೇಳದೇ ಒಳಗೆ ಬಿಟ್ಟ. ಕಣ್ಣರಳಿಸಿದ ಕಡೆಯಲ್ಲೆಲ್ಲ ಪೈಪೋಟಿಗಾಗಿ ಅರಳಿನಿಂತ ವಿವಿಧ ಬಣ್ಣದ ಬೇರೆ ಬೇರೆ ನಮೂನೆಯ ಗುಲಾಬಿಗಳ ಸಮೂಹ. ಇಡೀ ಹಸುರಿನ ಮೇಲೆ ಹೂವಿನ ಬಣ್ಣಗಳು ಎರಚಾಡುತ್ತಿದ್ದವು. ಅಪರೂಪದ ಮರಗಳಿಂದ ತೇಲಿ ಬರುತ್ತಿದ್ದ ಸುವಾಸನಾಮಯ ಮಂದಾನಿಲ ಅವನನ್ನು ತನ್ಮಯನನ್ನಾಗಿರಿಸಿತು.

"ಸಾಬ್....." ನಮ್ರ ಸ್ವರ. ಕಿನ್ನರ ಲೋಕದಲ್ಲಿದ್ದವನನ್ನು ಹೊರತಂದಂತಾಗಿತ್ತು. ಹುಬ್ಬು ಬಿಗಿದು ಅವನತ್ತ ನೋಡಿದ. "ಬಡಾ ಸಾಬ್ ಹೈ...?" ಅವನ ಮಾತು ಮುಗಿಯುವ ಮುನ್ನವೇ ರಘುನಂದನ್ ತಾವೇ ಬಂದು ಎದುರುಗೊಂಡರು. ಆದರೆ ಪಾದಗಳು ಹೊರಡದಾದವು.

ನಿರ್ಮಲ ಅತ್ಯಂತ ಆತ್ಮೀಯತೆಯಿಂದ ಮಾತನಾಡಿಸಿದರು. ಭವ್ಯತೆಯ ನಡುವೆ ಸರಳತೆ ಹುದುಗಿಟ್ಟ ವಜ್ರದಂತೆ ಶೋಭಿಸುತ್ತಿತ್ತು.

ಚಿಲಕದ ಸದ್ದಿಗೆ ಥಟ್ಟನೆ ಬೆವರಿದಳು ಕೊಠಡಿಯಲ್ಲಿದ್ದ ನಂದಿನಿ. ಕೈಯಲ್ಲಿನ ಆ್ಯಪಲ್ಸ್‌ಅನ್ನು ದಿಂಬಿನಡಿಯಲ್ಲಿಟ್ಟಳು.

"ನಂಗ್ಯಾಕೆ ಹಿಂಸೆ ಮಾಡ್ತೀರಾ? ನನ್ನ ಆರಾಮಾಗಿರೋಕೆ ಬಿಡಿ. ಅಥ್ವಾ ಬೆಂಗ್ಳೂರಿಗೆ ಕಳ್ಸಿಬಿಡಿ." ಬಂದವರನ್ನು ನೋಡಿ ಕಂಪಿಸುವ ತುಟಿಗಳು ನುಡಿದಾಗ. ನಿರ್ಮಲ ನಿಧಾನವಾಗಿ ನುಂಗಿಕೊಂಡರು. ಹಲವು ಹತ್ತು ಸಲ ಈ ಮಾತುಗಳನ್ನು ಕೇಳಿದ್ದರು. ತಲೆ ಕೆಡಿಸಿಕೊಳ್ಳಲು ಹೋಗಲಿಲ್ಲ.

"ಡಾ॥ ಶಿವಪ್ರಸಾದ್ ಸೈಟ್ ಸೀಯಿಂಗ್‌ಗೋಸ್ಕರ ಬಂದಿದ್ರಂತೆ..." ಮಾತು ಪೂರ್ತಿ ಮಾಡುವ ಮುನ್ನವೇ ನಂದಿನಿ ಕುಸಿದಳು. ಅವಳೆದೆಯ ಬಡಿತ ಏರಿತು. ಅಂದು ಕುಟುಕಿ ಆಡಿದ ಮಾತುಗಳು ಪ್ರೀತಿಸಿದ ಹೃದಯದ ಮೇಲೆ ಕಪ್ಪು ಚುಕ್ಕೆಗಳಂತೆ ನಿಂತುಹೋಗಿದ್ದವು.

ದಿಂಬಿನಲ್ಲಿ ಪೂರ್ತಿ ಮುಖ ಹುದುಗಿಸಿದಳು. ಮುತ್ತಿನ ಸಾಲುಗಳಂತೆ ಹಣೆಯ ಮೇಲೊಡೆದ ಬೆವರಿನ ಬಿಂದುಗಳು ದಿಂಬಿನಲ್ಲಿ ಹರಡಿಹೋದವು. ಆಂದೋಳನ ತಡೆಯಲಾರದೆ ಹಲ್ಲುಗಳಿಂದ ದಿಂಬನ್ನು ಕಚ್ಚಿ ಹಿಡಿದಳು.

"ಅವ್ರಿಗೆ ಏನ್ಗೊತ್ತಿಲ್ಲಿ? ಪರಿಚಯ ಅಂತ ಇಲ್ಲಿವರ್ಗೂ ಬಂದವರನ್ನು ಸೌಜನ್ಯದ ಸಲುವಾಗಿಯಾದ್ರೂ ಮಾತಾಡ್ಸಬೇಕು" ನಿರ್ಮಲ ಅತ್ಯಂತ ನವಿರಾಗಿ ಹೇಳಿದರು.

"ನಾನೇ ಬರ್ತೀನಿ" ಎಂದು ಮತ್ತಷ್ಟು ಬಿಗಿಯಾಗಿ ದಿಂಬಿನಲ್ಲಿ ಹುದುಗಿದಾಗ ನಂದಿನಿ ತಣ್ಣಗೆ ನೋಡಿದರು. "ಬೇಗ್ಬಾ, ವೇಳೆಗೆ ಹೆಚ್ಚು ಮಹತ್ವ ಕೊಡೋ ಜನ ಇರ್ಬೇಕು. ಅವರು ಬರೋವಾಗ್ಲೇ ಹೊರಡೋ ಮಾತು ಹೇಳ್ಕೊಂಡೇ ಬಂದಿದ್ದಾರೆ!"

'ವೇಳೆಯಲ್ಲಿ ಮಾತ್ರವಲ್ಲ, ಶಿವಪ್ರಸಾದ್ ದೃಷ್ಟಿಯಲ್ಲಿ ಪ್ರತಿಯೊಂದಕ್ಕೂ ಮಹತ್ವವಿತ್ತು' ಮನ ಹೇಳಿತು.

ಎದ್ದು ಮುಖ ತೊಳೆದು ಹಣೆಗಿಟ್ಟಳು. ಬಾಹ್ಯ ಸೌಂದರ್ಯಕ್ಕಿಂತ ಶಿವಪ್ರಸಾದ್ ಆಂತರ್ಯ ಚಿಂತನಾ ಶೀಲತೆಗೆ ಹೆಚ್ಚು ಮಹತ್ವ ಕೊಡುತ್ತಾನೆ. ತಾನಾಗಿ ಅರಿತ ವಿಷಯ.

ಸದಾ ಹಾರಾಡುವ ಬಿಚ್ಚುಗೂದಲು ಜಡೆಯಾಯಿತು. ಮತ್ತೊಮ್ಮೆ ಕನ್ನಡಿಯಲ್ಲಿ ನೋಡಿಕೊಂಡು ಹಾರುವ ಎದೆ ಬಡಿತವನ್ನು ಅಂಗೈಯಲ್ಲಿಹಿಡಿದು ಹೊರಬಂದವಳು ನಿಲ್ಲಲಾರದೆ ಹಿಂದಕ್ಕೆ ನಡೆದಳು.

ಶಿವಪ್ರಸಾದ್ ಏಕೆ ಬಂದಿರಬಹುದು? ಮುಂಬಯಿಗೆ ಬಂದರೂ ಹುಡುಕಿಕೊಂಡು ಬರುವಂಥ ಜನವೇ? ಬೋರ್ಡಿನ ಮೇಲೆ ಬರೆದ ಅಕ್ಷರಗಳಂತೆ... ಅಳಿಸಿ ಹಾಕಿಬಿಡಬಲ್ಲರು. 'ಕೀಪ್ ಕ್ವೈಟ್' ಸದಾ ಹೃದಯಕ್ಕೆ ಎಚ್ಚರಿಕೆ ನೀಡುವಂಥ ಮನುಷ್ಯ.

ಸುಮ್ಮನೆ ಕೂತುಬಿಟ್ಟಳು. ಹೃದಯ ಮೆಚ್ಚಿಕೊಂಡ ವ್ಯಕ್ತಿ. ಕಾಣುವ, ಮಾತಾಡುವ ಹಂಬಲ. ಆದರೆ ಆ ತೀಕ್ಷ್ಣ ನೋಟವನ್ನು ಎದುರಿಸುವಂಥ ಶಕ್ತಿ ತನ್ನ ದುರ್ಬಲ ನೋಟಕ್ಕೆ ಇದೆಯೇ?

"ಸಾಬ್..... ಕರೀತಾರೆ" ಬಿಳಿ ಸಮವಸ್ತ್ರಧಾರಿ ತಲೆ ಬಾಗಿಲಿನಿಂದ ಒಳಗಿಟ್ಟು ಹೊರಕ್ಕೆ ಎಳೆದುಕೊಂಡ. ಹಿಂದೆಯೇ ಮುಚ್ಚಿಕೊಂಡಿತು ಬಾಗಿಲು.

ಪ್ರಯಾಸದಿಂದ ನಿಧಾನವಾಗಿ ಪಾದಗಳನ್ನು ಎತ್ತಿಟ್ಟಳು. ಆದರೆ ಥಟ್ಟನೆ ನಿಂತ ಪಾದಗಳು ಮುಷ್ಕರ ಹೂಡಿದವು.

"ನಿಮ್ಮ ಮಗ್ಳು ಮೆಡಿಕಲ್ ಓದುವುದಕ್ಕೆ ಲಾಯಕ್ಕಾಗಿಲ್ಲ. ಸದ್ಯಕ್ಕೆ ಮದ್ವೆ, ಗಂಡ ಅಂತ ಮನೆಯಲ್ಲಿ ಇದ್ಕೊಳ್ಳಿ. ಸದ್ಯಕ್ಕೆ ಆ ಏರ್ಪಾಟು ಮಾಡಿ" ಶಿವಪ್ರಸಾದ್ ಹಾಗೆಂದಾಗ...ಕುಸಿಯುವಂತಾಯಿತು ಅವಳಿಗೆ.

"ನಮಸ್ತೆ....." ಅದೇ ಗಡುಸು ಸ್ವರ. ಎತ್ತಿದ ನೋಟ ಗಲಿಬಿಲಿಗೊಂಡು ಕೆಳಗೆ ಬಾಗಿತು. "ನಮಸ್ತೆ....." ಕಂಪಿಸುವ ಸ್ವರ ಉಸುರಿದಾಗ ಶಿವಪ್ರಸಾದ್ ಅತ್ಯಂತ ಮೃದುವಾದ.

"ಹೇಗಿದ್ದೀರಾ?" ಮನ ಮೃದುವಾದರೂ ಅದೇ ಗಡುಸು ಸ್ವರ. ಫೈನ್... ಸರ್ ತೊದಲಿದಳು.

ರಘುನಂದನ್ ಮೃದುವಾಗಿ ರೇಗಿಕೊಂಡರು.

"ಅಪರೂಪಕ್ಕೆ ಬಂದ ಜನಾನ ಹೀಗೇನಾ ಟ್ರೀಟ್ ಮಾಡೋದು?" ನೋ...ನೋ...!

ಆದರೆ. ಒಂದು ರೀತಿಯ ಶಾಕ್‌ನಲ್ಲಿದ್ದ ಅವಳು ಅದರಿಂದ ಹೊರಬರಬೇಕಾದರೆ ಹತ್ತು ನಿಮಿಷಗಳೇ ಹಿಡಿಸಿದವು.

"ನಂದಾ, ಅವ್ರಿಗೆ ಮನೆಯೆಲ್ಲ ತೋರ್ರ್ಸು. ರಾತ್ರಿ ಊಟಕ್ಕೆ ನಿಲ್ಲಿಸ್ಕೋ. ನಾನು ಬೇಗ ಬರ್ತೀನಿ" ರಘುನಂದನ್ ಹೊರಟೇ ಬಿಟ್ಟರು. ನಿರ್ಮಲ ಅತ್ತ ಸುಳಿಯಲಿಲ್ಲ.

ತಲೆ ತಗ್ಗಿಸಿ, ಬರೀ ಉಗುರಿಗೆ ಹಚ್ಚಿದ ಬಣ್ಣವನ್ನೇ ನೋಡುತ್ತ ಕೂತಳು. ಒಂದೆರಡು ಪತ್ರಿಕೆಗಳ ಮುಖ ಮೊಗಚುತ್ತ ಆಗಾಗ ವಾರೆ ನೋಟ ಬೀರಿದ ಅವಳತ್ತ. ಬಳಲಿದ ಮುಖ ಗೊಂದಲದ ನಡುವೆ ಕೆಂಪಗಾಗಿತ್ತು. ಅಡಿಯಿಂದ ನೆತ್ತಿಯವರೆಗೂ ನೋಡಿದ. ಕಾಯಿಲೆ ಬಂದು ಚೇತರಿಸಿಕೊಂಡವಳಂತೆ ಕಂಡಳು.

"ಕಾಲೇಜು ಕಾರಿಡಾರ್‌ನಲ್ಲಿ ಚಾಟರ್ ಬಾಕ್ಸ್‌ಗಳು ಮನೆಯಲ್ಲಿ ತೀರಾ ಮೌನಿಗಳೆಂದು ನಂಗೇ ಇಂದೇ ತಿಳಿದಿದ್ದು" ಪತ್ರಿಕೆಯನ್ನು ಟೀಪಾಯಿ ಮೇಲೆ ಹಾಕಿದ. ಬರೀ ಅವಳ ತುಟಿಗಳು ಅಲುಗುತ್ತಿದ್ದವೇ ವಿನಃ ಮಾತುಗಳು ಹೊರಬರಲಿಲ್ಲ.

"ಓ.ಕೆ.... ಬರ್ತೀನಿ. ಸ್ಟೂಡೆಂಟ್ಸ್ ಮನೆಗೆ ಹೋದಾಗ ಎಂಥ ಆತಿಥ್ಯ ಸಿಕ್ಕುತ್ತೆ ಅನ್ನೋಕೆ ಇದೊಂದು ನಿದರ್ಶನ" ಮೇಲಕ್ಕೆದ್ದ, ಅವಳೆದೆ ಹಾರಿತು.

"ಸಾರಿ..... ಸರ್, ಮಾತಾಡ್ಬೇಕೂಂತ ಯೋಚಿಸ್ತಾ ಇದ್ದೆ!" ಮುದ್ದಾದ ತುಟಿಗಳು ನುಡಿದಾಗ, ಅವನ ಕಾಲುಗಳಿಗೆ ಸರಪಣಿ ಬಿದ್ದಂತಾಯಿತು. ಮುಖದಲ್ಲಿ ಮಾರ್ದವತೆ ಇಣುಕಿತು, "ಥ್ಯಾಂಕ್ಯೂ... ಮಿಸ್."

"ಹೊರ್ಗಡೆ ಹೋಗೋಣ. ಹೊರ್ಗಿನ ಗಾಳಿ ಎಂದೂ ತಂಪು" ಕ್ರಾಪ್‌ನ ಹಿಂದಕ್ಕೆ ದೂಡಿದ. ರಾಜಗಾಂಭೀರ್ಯದಿಂದ ಹಾದು ಬಂದ ಟೈಗರ್ ಅವನ ಬಳಿ ನಿಂತಾಗ ನಂದಿನಿ ಬೆದರಿದಳು. "ಏಯ್... ಲಕ್ಷ್ಮಣ್..." ಅವಳ ಸ್ವರ ಕಂಪಿಸಿದಾಗ ವಿಸ್ಮಿತನಾದ.

ಲಕ್ಷ್ಮಣ್ ಬಂದು ನಾಯಿಯನ್ನು ಕರೆದೊಯ್ದಾಗ ಅವಳ ಮುಖದ ಭಯ ತಾನಾಗಿ ಕರಗಿತು.

"ಬನ್ನಿ ಸರ್......" ನಮ್ರತೆ ಇತ್ತು ಅವಳ ಸ್ವರದಲ್ಲಿ. ಶಿವಪ್ರಸಾದ್, "ಸದ್ಯಕ್ಕೆ ಇಲ್ಲಿ ನೀವು ನನ್ನ ಸ್ಟೂಡೆಂಟ್ ಅಲ್ಲ. ಧಾರಾಳವಾಗಿ ಹೆಸ್ರು ಹಿಡ್ದು ಕರೀಬಹ್ದು." ತಕ್ಷಣ ಅವಳ ಕದಪುಗಳು ರಾಗರಂಜಿತವಾದವು.

ಇಬ್ಬರೂ ಹೊರಗೆ ಬಂದರು. ಮುಂದಿನ ಗುಲಾಬಿ ಗಿಡಗಳನ್ನು ಬಳಸಿಕೊಂಡು ವಿವಿಧ ರೀತಿಯ ಕ್ರೋಟನ್ ದಾಟಿ ಮುಂದಕ್ಕೆ ಹೋದಾಗ ಅಚ್ಚುಕಟ್ಟಾಗಿ ಬೆಳೆಸಿದ ಲಾನ್. ಅದರ ತುಸು ಸಮೀಪದಲ್ಲಿ ಚಿಮ್ಮುವ ಕಾರಂಜಿ. ಮುಂದೆ ಸಣ್ಣ ಕೊಳದ ಮಧ್ಯದಲ್ಲಿ ನೀರೆರೆಯುವ ನೀರೆ. 'ವಾಹ್' ಹುಚ್ಚು ಆಡಂಬರದ ಮೋಹಕ್ಕಿಂತ ಕಲಾಭೀಷ್ಟತೆ ಕಾಣಿಸಿತು.

"ಹೌ ಸ್ವೀಟ್! ವಾಟ್ ಎ ವಂಡರ್‌ಫುಲ್! ಎಂಥ ಅದ್ಭುತ! ನಿಮ್ತಂದೆ ತಾಯಿ ಕಲಾಭಿರುಚಿ ಅತ್ಯುನ್ನತ ಮಟ್ಟದ್ದು. ಪ್ರತಿಯೊಂದರಲ್ಲೂ ಅವ್ರ ಶ್ರದ್ಧೆ ವ್ಯಕ್ತವಾಗುತ್ತೆ" ಏರುಪೇರಿಲ್ಲದ ಸಹಜ ಸ್ವರದಲ್ಲಿ ಮೆಚ್ಚಿಗೆ ವ್ಯಕ್ತಪಡಿಸಿದ.

ಆದರೆ ಅರಳಬೇಕಾದ ನಂದಾಳ ಮುಖ ಮತ್ತಷ್ಟು ಬಿಗಿದುಕೊಂಡಿತು. ಕಣ್ಣುಗಳು ನೋವುಂಡ ದುಂಬಿಗಳಂತೆ ಗೋಚರಿಸಿದವು.

ಲಾನ್ ಮೇಲೆ ಹಾಕಿದ್ದ ಛೇರ್‌ಗಳ ಮೇಲೆ ಕೂತರು. ಫೇಡಾ, ಬಿಸ್ಕತ್, ಉಪ್ಪೇರಿ ಬಂತು. ತಿನ್ನುವ ಬಯಕೆ ಇಲ್ಲದಿದ್ದರೂ ಒಂದು ರೀತಿಯ ಮಾನಸಿಕ ಬಿಗಿತ ಕಮ್ಮಿ ಮಾಡುವ ಅಗತ್ಯವಿತ್ತು.

"ತಗೊಳ್ಳಿ... ನಿಮ್ಮ ಮನೆಯಲ್ಲಿ ನಾನು ಉಪಚಾರ ಹೇಳಬೇಕಾಯಿತು!" ಸ್ವರದಲ್ಲಿ ನವಿರನ್ನ ತುಂಬಿ ಹೇಳಿದ.

"ಸಾರಿ, ಸರ್......" ಹಣೆಗೆ ಕೈಯೊತ್ತಿದಳು.

ಮತ್ತೆ ಮೌನ, ಶಿವಪ್ರಸಾದ್‌ಗಿಂತ ಅವಳು ತಿಂದಿದ್ದು ಕಮ್ಮಿ. ಪಾಠ, ಕಾಲೇಜು ಎಲ್ಲದರ ಬಗ್ಗೆ ಅವನ ಪ್ರಶ್ನೆಗಳಿಗೆ ನಿರುತ್ಸಾಹದಾಯಕ ಉತ್ತರಗಳು. ಈ ಹೆಣ್ಣಿಗೆ ಏನಾಗಿದೆ?

ಇಷ್ಟು ಅನುಕೂಲ, ಮಗುಗಾಗಿ ಒದ್ದಾಡುವ ತಾಯ್ತಂದೆಯರಿದ್ದು ಇಷ್ಟು ದಿನ ಜೀವನದಲ್ಲೇ ಉತ್ಸಾಹ ಕಳೆದುಕೊಳ್ಳಬೇಕಾದರೆ... ಇವರುಗಳಿಗೆ ಆಗಿರುವುದಾದರೂ ಏನು? ಎಷ್ಟೋ ಅನಾಥರು ಕಾಸಿಗೆ, ಕಾಸಿಗೆ ಪರದಾಡುತ್ತ ಬದುಕಿನ ಬಗ್ಗೆ ಎಷ್ಟೊಂದು ಕಾಳಜಿ ಇಟ್ಟುಕೊಂಡಿರುತ್ತಾರೆ!

"ನೀವು ಏನಾದ್ರೂ ಮಾತಾಡದಿದ್ರೆ... ನಂಗೆ ಮುಜುಗರವಾಗುತ್ತೆ!" ಸ್ವಲ್ಪ ಒರಟಾಗಿಯೇ ಹೇಳಿದ. ಇದು ಅವನ ಸಹಜ ಸ್ವರ. ಅವಳೆದೆ ಹಕ್ಕಿಯಂತೆ ಹಾರಿತು.

"ನಂಗೆ ಸ್ವಲ್ಪ ಕಾಲಾವಕಾಶ ಬೇಕು." ತಂಪಾದ ವಾತಾವರಣದಲ್ಲೂ ಅವಳ ಮುಖದ ಮೇಲೆ ಬೆವರೊಡೆಯಿತು. ಕರುಣೆಯಿಂದ ನೋಡಿದ. "ದಿನ... ತಿಂಗಳು... ವರ್ಷ....." ನಕ್ಕುಬಿಟ್ಟ. ಅವನ ನಗೆಗೆ ಅವಳ ನಗು ಬೆರೆತಿತು. ಇಡೀ ಮೇಘವರ್ಷಿಣಿಯೇ ಹರ್ಷಿಸಿದಂತೆ ಅನಿಸಿತು.

ಕತ್ತಲು ಮೆಲ್ಲಮೆಲ್ಲಗೆ ಮೇಘವರ್ಷಿಣಿಯನ್ನು ಅಪ್ಪುತ್ತಿದ್ದಂತೆ ಒಮ್ಮೆಲೇ ವಿದ್ಯುತ್ ದೀಪಗಳು ಹತ್ತಿಕೊಂಡವು. ಹೊರನೋಟಕ್ಕೆ ಅದರ ದೀಪಗಳ ವಿನ್ಯಾಸ ಅದ್ಭುತವಾಗಿತ್ತು. ಕಣ್ಣು ಮುಚ್ಚಿ ತೆರೆದ.

"ಹಲೋ....." ಸ್ವರ ತೇಲಿ ಬಂದ ಕಡೆ ಇಬ್ಬರ ನೋಟ ಹರಿಯಿತು. ಹೈ ಹೀಲ್ಡ್ ಹಿಮ್ಮಡಿಯ ಚಪ್ಪಲಿ ಮೆಟ್ಟಿದ್ದ ರೇಖಾ ಲಯಬದ್ಧವಾಗಿ ನಡೆದು ಬಂದಳು. ವಿದೇಶಿ ಪರಿಮಳ ರಪ್ಪೆಂದು ತೇಲಿ ಬಂದಾಗ ಅವನ ಮುಖ ಬಿಗಿದುಕೊಂಡಿತು.

"ಹಲೋ....." ಬಾವಿಯಾಳದಿಂದ ಬಂದಂತಿತ್ತು ನಂದಿನಿಯ ಸ್ವರ. "ಸಾರಿ, ನಂಗೆ ಬರೋಕಾಗೋಲ್ಲ" ಎರೆಡ್ಹೆಜ್ಜೆ ಇತ್ತ ಬಂದು ಹೇಳಿದಾಗ ರೇಖಾ ಕೊಸರಾಡಿದಳು.

"ನೋ... ನೋ... ಡ್ಯಾಡಿಗೆ ನಿನ್ನ ಖಂಡಿತ ಕರ್ಕೊಂಡ್ಬರ್ತೀನೀಂತ ಹೇಳಿದ್ದೀನಿ. ಅವ್ರಿಗೆ ಅಭಿನಂದನ್ ತಂಗಿ ಅಂದ್ರೆ ತುಂಬ ಇಷ್ಟ" ಎರಡೂ ಕೈಗಳನ್ನು ಹಿಡಿದುಕೊಂಡಳು. ನಂದಿನಿಯ ಭಯ, ಸಂಕೋಚ ಮಿಶ್ರಿತ ಭಾವ ಅವಳ ಸುಂದರ ಕಣ್ಣುಗಳು ಪ್ರಕಟಿಸಿದಾಗ, ನೋಡಿಯೂ ನೋಡದಂತಿದ್ದ ಶಿವಪ್ರಸಾದ್. ರೇಖಾಳಂಥ ಹೆಣ್ಣುಗಳೆಂದರೆ ಅವನಿಗೆ ಮೈಯೆಲ್ಲ ಉರಿ. ವಿಚಾರವಂತಿಕೆಯ ಹೆಸರಿನಲ್ಲಿ ಬದುಕಿನ ಮೌಲ್ಯಗಳನ್ನು ತೂರಿ ಬಿಡುವವರ ಬಗ್ಗೆ ಅವನಿಗೆ ಜುಗುಪ್ಸೆ.

"ಹಲೋ..... ಸಾರ್" ಇವನತ್ತ ತಾನೇ ಬಂದು ಮುಂದೆ ಚಾಚಿ ಅವನ ಕೈ ಕುಲುಕಿದಳು. ನಂದಿನಿ ಮಿಲಿ ಮಿಲಿ ಒದ್ದಾಡಿ ಹೋದಳು; ಇವಳು ಯಾಕೆ ಬಂದಳು? ಕಲ್ಪನೆ, ಕನಸ್ಸಿನಲ್ಲಿಯಾದರೂ ಅವನವಳಾಗಿ ಹೋಗಬೇಕು. ಇದು ಅವಳ ಮನ, ಹೃದಯಕ್ಕೆ ಅತ್ಯಂತ ಹಿತ.

ಮುಖಬಿಗಿದ ಶಿವಪ್ರಸಾದ್ ಮುಂದೆ ಹೆಚ್ಚು ಹೊತ್ತು ನಿಲ್ಲಲಾಗದೆ, ರೇಖಾಳಿಗೆ ಕೈ ಬೀಸಿದಾಗ, ಎದೆ ಮೇಲಿನ ದೊಡ್ಡ ಭಾರ ಕರಗಿದಂತೆ ನಂದಿನಿ ಸಂಭ್ರಮಗೊಂಡಳು.

"ನಿಮ್ಮ ಫ್ರೆಂಡಾ?" ನೇರವಾಗಿ ಪ್ರಶ್ನಿಸಿದ.

"ನೋ..... ನೋ; ಬಹುಶಃ ನಂಗೆ ಮುಂಬಯಿನಲ್ಲಿ ಗೆಳತಿಯರೇ ಇಲ್ಲ. ನಮ್ತಂದೆ ಹತ್ರ ವಡೀವೇಲು ಅಂತ ಕೆಲ್ಸ ಮಾಡ್ತಾ ಇದ್ರಂತೆ. ಅವ್ರ ಮಗ್ಳು ನಮ್ಮ...!" ಮುಂದಿನ ಪದವನ್ನ ಪ್ರಯಾಸದಿಂದ ನುಂಗಿ, ಅವನ ಮುಖ ನೋಡಿದಳು. ಕೊಂಕು. ಬಿಂಕವಿಲ್ಲದ ನೇತ್ರದ್ವಯಗಳು. ಬದುಕೆಲ್ಲ ನೋಡುತ್ತ ನಿಲ್ಲಬೇಕೆಂದು ಚಪಲ. ಆದರೆ ಅನಾಯಾಸವಾಗಿ ಅವಳ ನೋಟ ತಗ್ಗಿತು.

"ಅಂದ್ರೆ ಹೊಸಾ ಫ್ರೆಂಡಾ!" ಅವನ ಸ್ವರದಲ್ಲಿ ಮೊನಚು ಹರಿದಾಗ ಬಲವಂತವಾಗಿ ಉಗುಳು ನುಂಗಿದಳು, "ಬರೀ ಪರಿಚಯ ಮಾತ್ರ."

"ಹೌದಾ!" ಅವನ ಕಣ್ಣೋಟ ನಂದಿನಿಯ ಎದೆಯಾಳವನ್ನ ಬಗೆದು ಸತ್ಯ ಅನ್ವೇಷಿಸುವಂತಿತ್ತು.

ಇಬ್ಬರಿಗೂ ಮಾತುಗಳೇ ಮುಗಿದು ಹೋಗಿದೆಯೆನಿಸಿತು. ಏನು ಮಾತಾಡುವುದು? ಇಬ್ಬರೂ ಒಂದೇ ದಿಕ್ಕಿನಲ್ಲಿ ಯೋಚಿಸತೊಡಗಿದರು.

"ಈ ಪರಿಸರದಲ್ಲಿ ಮಾತಿಗಿಂತ ಮೌನವೇ ಚೆನ್ನ ಅನ್ನಿಸುತ್ತೆ" ಎಂದಾಗ ಶಿವಪ್ರಸಾದ್, ಅವಳು ಗೆಲುವಿನಿಂದ ತಲೆಯಾಡಿಸಿದಳು.

ಶಿವಪ್ರಸಾದ್ ಎದ್ದು ಅಡ್ಡಾಡಿದ. ಪ್ರತಿಯೊಂದು ಗಿಡ, ಬಳ್ಳಿ ಹೂ ಎಂತಹ ಅರಸಿಕನ ಎದೆಯನ್ನಾದರೂ ಕ್ಷಣ ತಟ್ಟಿ ತಮ್ಮೆಡೆ ಸೆಳೆಯುವಂತೆ ಕಂಡಿತು.

"ಒಬ್ಬ ಕವಿ. ಸಾಹಿತಿ ಈ ಪರಿಸರದಲ್ಲಿದ್ದರೆ..." ಥಟ್ಟನೆ ನಂದಿನಿ ಹೇಳಿದಳು. "ಅವನ ಸಂವೇದನೆಯೇ ಸತ್ತು ಹೋಗುತ್ತಿತ್ತು. ಈ ಲೆಕ್ಕಾಚಾರದ ಬೆಳವಣಿಗೆಗಿಂತ

ಮುಕ್ತವಾದ ನಿಸರ್ಗವನ್ನೇ ಹೆಚ್ಚು ಪ್ರೀತಿಸುತ್ತಿದ್ದ" ಎಂದು ಬೆರಗುಗಣ್ಣುಗಳಿಂದ ಅವಳತ್ತ ನೋಡಿದ.

ಥಟ್ಟನೆ ಮಿಡಿದ ಕಂಬನಿ ಅವಳ ನುಣುತಾದ ಕೆನ್ನೆಗಳನ್ನು ತೋಯ್ದು ಕೆಳಗಿಳಿಯಿತು. ಆ ಸಂದರ್ಭದಲ್ಲಿ ಬೇರೆಯ ಗಂಡು ಹೇಗೆ ವರ್ತಿಸುತ್ತಿದ್ದನೋ. ಆದರೆ ಶಿವಪ್ರಸಾದ್ ಶಿಲೆಯಂತೆ ನಿಂತಿದ್ದ.

"ನಾನು ಈ ಪರಿಸರ, ಮನೆ ಎಲ್ಲರನ್ನೂ ದ್ವೇಷಿಸ್ತೀನಿ. ದೂರ... ಇಲ್ಲಿಂದ ದೂರ ಹೋಗಿಬಿಡ್ಬೇಕು" ಎರಡು ಕೈಯಲ್ಲೂ ಮುಖ ಮುಚ್ಚಿ ಬಿಕ್ಕಳಿಸಿದಳು.

ಬಾಯಿ ಬಿಟ್ಟು ಏನೂ ಆಡದಿದ್ದರೂ ಶಿವಪ್ರಸಾದ್ ನೋಟ ಅವನ ಎದೆಯಾಳವನ್ನು ಬಗೆದಿರಬಹುದು. ಹರಿದಿದ್ದು ನೋವು. ನಿರಾಶೆಯ ಜಲ.

ಶಿವಪ್ರಸಾದ್ ಮೌನವಾಗಿ ನಿಂತ. ಸುಂದರ ನೀಳ ಬೆರಳುಗಳು ಸುಂದರ ಶಿಲ್ಪಶ್ರೀಯನ್ನು ನೆನಪು ಮಾಡುವಂತಿತ್ತು.

"ನಂದಿನಿ, ಇದೊಂದು ಆಪರ್‌ಚ್ಯುನಿಟಿ" ಹಗುರವಾಗಿ ಹೇಳಿ ಮುಖ ಮೇಲೆತ್ತಿದ. ಇಡೀ ನಕ್ಷತ್ರ ಸಮೂಹವೇ ನಕ್ಕಂತೆ ಕಂಡಿತು.

ಅವಳಿಗೇನೂ ಅರ್ಥವಾಗಲಿಲ್ಲ. ಒದ್ದೆ ರೆಪ್ಪೆಗಳು ಪಟಪಟನೆ ಬಡಿದುಕೊಂಡವು.

"ಸಾರಿ ಸರ್. ನಂಗ್ಯಾಕೋ ಅಳಬೇಕೂಂತ ಅನ್ನಿಸ್ತು" ಹತಾಶಳಾದವಳಂತೆ ಹೇಳಿದಳು. ಶಿವಪ್ರಸಾದ್ ಕಣ್ಣುಗಳಲ್ಲಿ ಗಾಂಭೀರ್ಯ ಇಣುಕಿತು. "ಹೋಗ್ಲಿ ಬಿಡಿ. ಮನಸ್ಸು ಸ್ವಲ್ಪ ಹಗುರವಾಗಿರಬೇಕು. ಬರೀ ನಮ್ಮ ವಿದ್ಯಾರ್ಥಿನಿಯರು ನಕ್ಕಿದ್ದು ಮಾತ್ರ ಕಂಡಿದ್ದೆ....." ಅವನ ತುಟಿಗಳು ಸುಂದರವಾಗಿ ನಕ್ಕವು. ಅವಳ ತಲೆ ಬಾಗಿತು.

ಇಬ್ಬರೂ ಬಂಗ್ಲೆಗೆ ಬಂದಾಗ ನಿರ್ಮಲ, ರಘುನಂದನ್ ಮಾತನಾಡುತ್ತಾ ಇದ್ದರು. ಹಿಂದೆ ಇಂಥ ಸಂದರ್ಭಗಳನ್ನು ನೋಡುವ ಭಾಗ್ಯ ಅವಳಿಗೆ ಅಪರೂಪ. ಆದರೆ ಈಗ ರಘುನಂದನ್ ತಮ್ಮ ಅಧಿಕ ಕೆಲಸದ ಒತ್ತಡದಲ್ಲೂ ಮನೆಗಾಗೇ ಕೆಲವು ಸಮಯವನ್ನು ಮೀಸಲಾಗಿಟ್ಟಿದ್ದರು.

"ಮುಂಬಯಿಗೆ ಬಂದ ಜನ ಖಂಡಿತ ಮೇಘವರ್ಷಿಣಿಯನ್ನು ನೋಡ್ಲೇಬೇಕು!" ಅಂದಾಗ ಶಿವಪ್ರಸಾದ್, ನಿರ್ಮಲ ಬಾಯಿ ಮೇಲೆ ಕೈಯಿಟ್ಟುಕೊಂಡರು.

"ದೇವರ ದಯೆಯಿಂದ ಹಾಗೆ ಆಗ್ಬಿದ್ರೆ ಸಾಕು, ನಮ್ಗೂ ತೀರಾ ಮಧ್ಯಮ ದರ್ಜೆಯವರಂತೆ ಮಕ್ಳು ಜೊತೆ ಮನೆಯಲ್ಲಿ ಆರಾಮವಾಗಿ ಬದ್ಕಿ ಬಿಡೋ ಆಸೆ" ಅವರ ಮಾತುಗಳಲ್ಲಿ ಎದೆಯಾಳದ ವೇದನೆ ಸ್ಪಷ್ಟ ಆಗಿತ್ತು. ರಘುನಂದನ್ ತುಟಿಗಳ ಮೇಲೆ ನಗುವ ವ್ಯರ್ಥ ಪ್ರಯತ್ನ ಮಾಡಿದ್ದರು.

ಅಂದು ಒಂದು ಹಿಂಡು ಜನ ಅಭಿನಂದನ್ ಗೆಳೆಯರೆಂದುಕೊಂಡು ಆಫೀಸಿಗೆ ಬಂದವರು ಕೋಲಾಹಲ ಮಾಡಿದ್ದರು. ಸ್ವಲ್ಪ ಅಪ್‌ಸೆಟ್ ಆಗಿದ್ದರು ರಘುನಂದನ್.

"ಕನಿಷ್ಠ ಪಕ್ಷ ನಮ್ಮಂಥ ಗೆಳೆಯರಿಗಾಗಿಯಾದ್ರೂ ವಿಷ್ಯ ತಿಳ್ಸೋದು ಬೇಡ್ವಾ! ಸತ್ತ ಆತ್ಮಕ್ಕೆ ಶಾಂತಿ ಕೋರುತ್ತ ಇದ್ವಿ. ಕಡೆಗೆ ಅಂತಿಮ ದರ್ಶನ ಕೂಡ ಇಲ್ದಂಗೆ ಮಾಡ್ಬಿಟ್ರಿ."

ಅವರುಗಳ ರೋಷ, ಆವೇಶ, ದುಃಖ ನೋಡಿ ತಲೆ ಚಿಟ್ಟು ಹಿಡಿದುಹೋಯಿತು. ತಲಾ ಒಂದೊಂದು ಮಾತು. ಆಫೀಸ್‌ನವರೆಲ್ಲ ಬಂದು ಗುಂಪು ಗೂಡಿದರು.

"ಗೆಟ್ ಔಟ್....." ಸಹನೆ ಕಳೆದುಕೊಂಡು ಅಬ್ಬರಿಸಿದರು.

ಮೇಸ್ತ್ರಿ ಸಮಾಧಾನ, ಜೋರು, ತಂತ್ರ ಉಪಯೋಗಿಸಿ ಅವರನ್ನು ಹೊರಗೆ ಕಳಿಸಿದ್ದರು. ಜನರ ಕಣ್ಣುಗಳಲ್ಲಿ ಚಿತ್ರ, ವಿಚಿತ್ರ ಭಾವಗಳನ್ನು ಅವರಿಂದ ನೋಡಲಾಗಲಿಲ್ಲ.

"ರಘು ಯಾವ್ದೇ ಕಾರಣಕ್ಕೆ ಇನ್ನಷ್ಟು ದಿನ ಅಭಿನಂದನ್ ವಿಷ್ಯ ಬಾಯಿ ಬಿಡ್ಬೇಡ. ಅವ್ನು ಇರೋ ಜಾಗ ತಿಳಿಯೋಕೆ ವಡೀವೇಲು ಇಷ್ಟೆಲ್ಲ ಮಾಡ್ತಾ ಇದ್ದಾನೆ. ಬೇಕಿದ್ದು ಮಾಡ್ಲಿ, ಯೂ ಕೀಪ್ ಕ್ವೈಟ್" ಎಂದಾಗ, ಮೆಹತಾ ಅವರನ್ನು ತಬ್ಬಿ, ಮಗುವಿನಂತೆ ಅತ್ತು ಬಿಟ್ಟಿದ್ದರು.

"ಇಂಥ ಹತ್ತು ವಡೀವೇಲುಗಳ್ನ ಹೊಸಕಿ ಹಾಕುವಷ್ಟು ಸಾಮರ್ಥ್ಯ, ನಮಗಿದ್ರೂ ಅಗತ್ಯವಿಲ್ಲ. ಅವ್ನು ಸುತ್ತಲೂ ಬೆಳ್ಸಿಕೊಂಡ ಪಾಪಾಸುಕಳ್ಳಿಯೊಳ್ಗೆ ಅವ್ನೇ ಎಂದೋ ಹುದುಗಿ ಹೋಗ್ತಾನೆ. ಸ್ವಲ್ಪ ಕಾಲಾವಕಾಶ ಬೇಕಾಗುತ್ತೆ. ಶಿಶುಪಾಲ ಅಂಥವರ ಹಠಕ್ಕಾಗಿ ಕೃಷ್ಣ ಕೂಡ ಕಾಯಬೇಕಾಯ್ತು. ಇದು ಬರೀ ಮಹಾಭಾರತದ ವಿಷ್ಯವಲ್ಲ; ಜೀವನಕ್ಕೊಂದು ಪಾಠ ಕೂಡ" ಮೆಹತಾ ವಿವೇಕಯುತ ಮಾತುಗಳು ತೀರಾ ತಡವರಿಸಿದಂತೆ ಅವರನ್ನು ಹಿಡಿದಿಡಲು ಅತ್ಯಂತ ಸಹಾಯಕವಾಗಿತ್ತು.

ನಿರಾಸೆಯ ನಿಟ್ಟುಸಿರು ಚಿಮ್ಮಿ ವಾಸ್ತವಕ್ಕೆ ಬಂದರು.

"ಓಹ್... ಬನ್ನಿ" ಅತ್ಯಂತ ಆತ್ಮೀಯತೆಯಿಂದ ಸಿಟ್ಟಿಂಗ್ ರೂಮಿಗೆ ಕರೆದೊಯ್ದಾಗ ನಂದಿನಿ ತನ್ನ ಕೋಣೆಗೆ ಬಂದಳು. ಶಿವಪ್ರಸಾದ್ ಬಂದಿದ್ದೇಕೆ? ಪ್ರಶ್ನೆಗೆ ಉತ್ತರ ಹುಡುಕುವುದು ಅತ್ಯಂತ ತೊಡಕೆನಿಸಿತು.

"ತನಗೆ ಬದುಕಿನಲ್ಲಿ ಸಿಕ್ಕಿದ್ದೇನು? ಏನೇನೂ ಇಲ್ಲ..ಏನೇನೂ...ಇಲ್ಲ..." ಕೋಪ, ಉದ್ವೇಗದಿಂದ ದಿಂಬನ್ನೆತ್ತಿ ದೂರಕ್ಕೆ ಎಸೆದಳು. ಹಲ್ಲುಗಳು ಬಿಗಿದು ಕೂತವು. ಇದ್ದು ಇದ್ದು ಈ ಶಿವಪ್ರಸಾದ್ ಅಂಥ ಕಲ್ಲನ್ನು ತಾನೇಕೆ ಪ್ರೀತಿಸಿದ್ದು? ಮೌನ...ಬಾಯಿಗೆ ಕೈ ಅಡ್ಡ ಹಿಡಿದು ಬಿಕ್ಕಿದಳು.

'ಶಿವಪ್ರಸಾದ್ ಕಟುಕ... ಸ್ಯಾಡಿಸ್ಟ್. ಹೃದಯವೇ ಇಲ್ಲ. ಅಯ್ಯೋ' ಅವಳ ಹೃದಯ ಹೊರಳಿ ಹೊರಳಿ ನರಳಿತು.

ಬಾಗಿಲ ಬಳಿ ಹೆಜ್ಜೆಯ ಸಪ್ಪಳಕ್ಕೆ ಬೆಚ್ಚಿ ಎದ್ದು ಹೋಗಿ ಬಾಗಿಲಿಗೆ ಅಡ್ಡವಾಗಿ ನಿಂತಳು.

"ಊಟಕ್ಕೆ ಬಾ" ನಿರ್ಮಲ ಸ್ವರ.

"ನಂಗೆ ಬೇಡ. ನಾನು ಬರೋಲ್ಲ. ಬರೋಲ್ಲ. ಡೋಂಟ್ ಡಿಸ್ಟರ್ಬ್ ಮೀ" ಚೀರಿದಳು. ನಿರ್ಮಲ ಮೈಯಲ್ಲಿನ ಚೇತನವೆಲ್ಲ ನಿಂತ ನೆಲದ ಮೇಲೆ ಹರಿದು ಹೋಯಿತು. ತಲೆ ಸುತ್ತಿ ಗೋಡೆಗೆ ಆಸರೆಯಾಗಿ ನಿಂತರು.

ಅಂದಿನ ಚಟುವಟಿಕೆ, ಮಾತುಗಾರಿಕೆ, ದಿಟ್ಟತನ ಬಲ್ಲ ಯಾರೂ ಇಂದಿನ ನಿರ್ಮಲ ಸ್ವಭಾವ ನೋಡಿದರೆ ಚಕಿತರಾಗುತ್ತಿದ್ದರು. ಮಕ್ಕಳ ನಡವಳಿಕೆ, ಉದಾಸೀನತೆ ಅವರನ್ನು ಹಣ್ಣು ಹಣ್ಣು ಮಾಡಿಬಿಟ್ಟಿತ್ತು.

"ರೇಖಾನ ಬಿಟ್ಕೋಬೇಡ ನಿರ್ಮಲ. ಯಾವ್ದೋ ದುರುದ್ದೇಶವಿಟ್ಕೊಂಡೇ ಆ ಹೆಣ್ಣು ಮೇಘವರ್ಷಿಣಿಗೆ ಎಡತಾಕುತ್ತಿರುವುದು. ಬಿ ಕೇರ್ ಫುಲ್" ಮೆಹತಾ ಎಚ್ಚರಿಸಿದ್ದರು, ಹಿಂದೇನೇ.

ಆಮೇಲೆ ಹತ್ತು ನಿಮಿಷ ಬಿಟ್ಟು ನಿರ್ಮಲ ಊಟದ ಟೇಬಲಿನ ಬಳಿಗೆ ಬಂದಾಗ ಪೂರ್ತಿ ಬಿಳಿಚಿಕೊಂಡಿದ್ದರು.

"ಅಪ್ಪಿಗೆ ಹೊಟ್ಟೆ ಹಸಿವಿಲ್ವಂತೆ" ಕಹಿಯಾದ ಉಗುಳನ್ನು ನುಂಗಿದರು. "ಪರ್ವಾಗಿಲ್ಲ, ಬಿಡಿ. ನಾನು ಇನ್ನು ನಾಲ್ಕು ದಿನ ಇರ್ತೀನಲ್ಲ. ಜೊತೆಯಲ್ಲಿ ಊಟ ಮಾಡ್ಬಹುದು" ಶಿವಪ್ರಸಾದೇ ಅವರಿಬ್ಬರನ್ನೂ ಸಮಾಧಾನಿಸಬೇಕಾಯಿತು.

ನಂದಿನಿ ರೋಷತಪ್ತಳಾಗಿ ಮಂಚದ ಮೇಲೆ ಉರುಳಿ ಹೊರಳಾಡಿದಳು. ಛೇ, ತನ್ನ ಬದುಕು ಎಂದೂ ಸುಗಮವಾಗಿರಲ್ಲ! ದುರದೃಷ್ಟ ತನ್ನ ಬೆನ್ನ ಹಿಂದೆ ಸದಾ ಕಾವಲು! ಬರೀ ಹಣದಿಂದಲೇ ಎಲ್ಲಾ ತುಂಬಿಕೊಳ್ಳಲು ತನಗೆ ಆಗಲೇ ಇಲ್ಲ.

ದಿಂಬಿನ ಅಡಿಯಲ್ಲಿ ತಡಕಾಡಿದ ಕೈ ಬರಿದಾಗಿಯೇ ಹೊರಗೆ ಬಂತು. ರೋಷ ಅವಳ ಕಣ್ಣುಗಳಲ್ಲಿ ಜ್ವಲಿಸಿತು. ತನ್ನ ಮಗಳು 'ಡ್ರಗ್ ಅಡಿಕ್ಟ್' ಅಂತ ಗೊತ್ತಾಗಿರಬಹುದು; ಗೊತ್ತಾಗಲಿ ಬಿಡು, ತಾನು ಯಾರಿಗೂ ಹೆದರುವುದಿಲ್ಲ. ಪ್ರೀತಿ, ಅಕ್ಕರೆ, ಅಂತಃಕರಣ ತೋರದ ಈ ಜನಕ್ಕೆ ತನ್ನನ್ನು ನಿಯಂತ್ರಿಸಲು ತಾನೇ ಏನು ಅಧಿಕಾರ?

ಕೈಯಲ್ಲಿದ್ದ ಬಳೆ, ಕತ್ತಿನಲ್ಲಿದ್ದ ಸರ ಎಲ್ಲಾ ಕಿತ್ತು ಎರಚಾಡಿದಳು. ಜಡೆ ಕಿತ್ತು ಬಿಚ್ಚುಗೂದಲನ್ನ ಜಗ್ಗಿದಳು. ಈ ತುಮುಲ ಸಹಿಸಲಾರೆ! ಅವಳ ಕೈಗಳು ಬಿಗಿದುಕೊಂಡವು.

ಈ ಶಿವಪ್ರಸಾದ್ ಯಾಕೆ ಬಂದ? ಫ್ಲರ್ಟ್, ರೋಮಾನ್ಸ್ ಮಾಡೋ ಹುಡುಗಿಯರ್ನ ಕಂಡರೆ ಮೈಯೆಲ್ಲ ಉರಿಯುತ್ತೆ. ಮಹಾತಪಸ್ವಿ.... ಮಹಾಗಂಡು.... ಸೊಟ್ಟದಾಗಿ ನಕ್ಕಳು. ಮುಖ ಮುಚ್ಚಿ ಬಿಕ್ಕಿದರೂ ಕೈ ಮುಂದಾಗಲಿಲ್ಲವಲ್ಲ.

ಕರೀಮರದ ಬೀರುವಿನ ಡ್ರಾಯರ್‌ನ ತೆಗೆದು ತಡಕಿದಳು. ಅವಳ ಕಣ್ಣುಗಳು ಮಿನುಗಿದವು. ಇದ್ದ ನಾಲ್ಕು ಮಾತ್ರೆಗಳನ್ನು ನುಂಗಿ ನೀರು ಪೂರ್ತಿ ಕುಡಿದಿಟ್ಟಳು.

ಕೆಳಗೆ ಬಿದ್ದಿದ್ದ ದಿಂಬನ್ನೆತ್ತಿ ಸರಿಯಾಗಿ ಇಟ್ಟಳು. ಮೈಯಲ್ಲಿ ನವಿರಾದ ಪುಳಕ. ಇಷ್ಟೊಂದು ಕಂಗೆಡಿಸಿದ ಮಿದುಳು ಆರಾಮಾಗಿ ಮಲಗಿದಂತೆ ಕಂಡಿತು. ಹೃದಯ

ಹತ್ತಿಯಂತೆ ಹಗುರವಾಗಿ ಎತ್ತರೆತ್ತರಕ್ಕೆ ಹಾರಿತು. ಅಲ್ಲೊಂದು ಸುಖೀ ಸಾಮ್ರಾಜ್ಯ. ಸದ್ದಿಲ್ಲದೆ ನಕ್ಕಳು. ಆ ಸುಂದರ ಮತ್ತಿನ ಪ್ರಪಂಚ ಅವಳನ್ನು ಪೂರ್ತಿಯಾಗಿ ತನ್ನಲ್ಲಿ ಹುದುಗಿಸಿಕೊಂಡಿತು.

ಊಟ ಮುಗಿಸಿ ಹೊರಟು ನಿಂತಾಗ ರಘುನಂದನ್ ಕಣ್ತುಂಬಿತು. ಶಿವಪ್ರಸಾದ್ ಕೂಡ ಆ ಕ್ಷಣದಲ್ಲಿ ಭಾವುಕನಾದ.

"ತೀರಾ ಮುಗ್ಧ ಮನಸ್ಸು ನಂದಿನಿದು. ನನ್ಹತ್ರ ಮಾತಾಡೋಕೆ ಹೆದರೋ ಈ ಹೆಣ್ಣು ನಿಜ್ವಾಗ್ಲೂ ನನ್ನ ಪ್ರೀತಿಸಿದ್ಲಾ? ನನ್ನ ಒರಟು, ನೇರ ಮಾತು... ಒಂದು ರೀತಿಯ ಭಾಟಿಯ ಮೊನಚು."

"ಒಂದ್ನಿಮ್ಷ...." ನಿರ್ಮಲ ಒಳಕ್ಕೆ ನಡೆದಳು. ಬಂದಾಗ ಒಂದು ನೋಟ್ ಪುಸ್ತಕ ಇತ್ತು. ಅದರಲ್ಲಿ ಹುದುಗಿದ ಪುಟಗಳು ಕೆಳಕ್ಕೆ ಬಿದ್ದವು. ಬಗ್ಗಿ ಹೆಕ್ಕಿಕೊಂಡ.

ಶಿವಪ್ರಸಾದ್, ಶಿವಪ್ರಸಾದ್. ಅಡ್ಡಡ್ಡ, ಉದ್ದುದ್ದ ಒಂದೊಂದು ವಿನ್ಯಾಸ ರಚಿಸುವ ರೂಪದಲ್ಲಿ ಇಡೀ ನೋಟ್ ಬುಕ್ ತುಂಬಿದರೆ, ಪುಟಗಳಲ್ಲಿ ಬಿಡಿಸಿದ ಅವನ ಚಿತ್ರಗಳು. ಹೃದಯ ಹೀನ, ಒರಟ. ಸ್ಯಾಡಿಸ್ಟ್..... ಹತ್ತಾರು ನಾಮಧೇಯಗಳು ನಮೂದಿತವಾಗಿದ್ದವು. ಅವನ ತುಟಿಯಂಚಿನಲ್ಲಿ ಸುಂದರ ನಗೆ ಅರಳಿತು. ಹೃದಯದಲ್ಲಿ ನೂರು ವೀಣೆಗಳ ಝೇಂಕಾರ.

"ಇವೆಲ್ಲ ನನ್ಹತ್ರ ಇರಲಿ. ಆದ್ರೂ ನಂಗೆ ಅನುಮಾನ. ಒಂದೆರಡು ದಿನಗಳಷ್ಟು ಮಾತ್ರ ಅವಕಾಶ ಸಾಕು" ಆ ಪುಟಗಳನ್ನು ಮಡಚಿ ನೋಟ್ ಬುಕ್‌ನಲ್ಲಿಟ್ಟ.

ರಘುನಂದನ್ ಕಾರ್ ಡ್ರೈವರ್ ವಿರಾಜಿತದ ಮುಂದೆ ಇಳಿಸಿ ಹೋದ. ಮಾಮೂಲಿಯಾಗಿ ಹೋದ ಶಿವಪ್ರಸಾದ್ ನೂರು ಮಧುರ ಭಾವನೆಗಳನ್ನು ಹೊತ್ತು ಬಂದಿದ್ದ. ಪ್ರೀತಿ, ಪ್ರೇಮದ ಸಿಮೀಯ ಪದ್ಧತಿಗಳ ಬಗ್ಗೆ ಅವನು ತೀರಾ ಬೇರೆಯಾದಂತೆ ಕಂಡರೂ ಅವರ ನಿರ್ಧಾರ, ಯೋಚನೆಗಳು ಯಾವಾಗಲೂ ಅಚಲ.

ಅರ್ಧ ರಾತ್ರಿಯವರೆಗೂ ಆ ಪುಟಗಳನ್ನೇ ತಿರುವಿದ. ತನ್ನಂಥ ಮಾಮೂಲಿ ವ್ಯಕ್ತಿಯನ್ನು ತನ್ನ ಪ್ರೀತಿಗೆ ಹೇಗೆ ಆಯ್ಕೆ ಮಾಡಿಕೊಂಡಳು? ಸಾಧಾರಣ ಕುಟುಂಬ, ಹತ್ತು ಜನರಲ್ಲಿ ತೀರಾ ಬೆರೆತು ಹೋಗದಿದ್ದರೂ ಆಕರ್ಷಕ ರೂಪು, ವ್ಯಕ್ತಿತ್ವವೇನೂ ಅಲ್ಲ.

ಕೆನ್ನೆಯುಜ್ಜಿದ. ಸಾಧಾರಣ ಬಿಚ್ಚುಗೂದಲು ಇಂದು ಮೋಟು ಜಡೆಯಾಗಿದ್ದು ನೆನಪಾಯಿತು. 'ಹುಚ್ಚು ಹುಡ್ಗಿ!' ಎಂದುಕೊಂಡ.

ಆದರೆ ಕನಸಿನ ಗೋಪುರಗಳೇನೂ ಕಟ್ಟಲಿಲ್ಲ. ಅವಳಲ್ಲಿ ವಾಸ್ತವ ಪ್ರಜ್ಞೆ ಮೂಡಿಸುವುದಕ್ಕಿಂತ, ಜಾರುವ ಹಾದಿ ತೀರಾ ಅಪಾಯವೆಂದು ತಿಳಿಸಿ ಹಿಂದಕ್ಕೆ ಕರೆತರಬೇಕು.

"ಯಾಕ್ರೀ ಡಾಕ್ಟ್ರೇ, ನಿಮ್ಮ ಡಾಕ್ಟ್ರಗಿರಿಗೆ ನಮ್ಮಂಥ ಮನೆಯ ಹೆಣ್ಣುಗಳು ಸರಿದೂಗಲಾರರೇ? ಯಾರ್ಗೆ ಬೇಕಿಲ್ಲ ಕಾರು, ಬಂಗ್ಲೆ?" ಕುಮುದಳ ಸ್ವರ ಕುಟುಕಿದಂತಾಯಿತು. ಅವನ ಹಣೆ ನೆರಿಗೆಗಟ್ಟಿತು.

"ಹಾಗಲ್ಲ ಕುಮುದ...." ಸಮಾಧಾನ ಹೇಳಲು ಯತ್ನಿಸಿ ಸೋತ.

ಕುಮುದ, ನಂದಿನಿ ಎಲ್ಲಿ ಹಾರಿ ಹೋದರೋ, ರಾತ್ರಿ ಹಾಯಾಗಿ ಮಲಗಿ ನಿದ್ರಿಸಿದ.

ಹತ್ತರ ನಂತರವೇ ಹೋಟೆಲ್ ರೂಮು ಬಿಟ್ಟಿದ್ದು. ಕೆಳಗೆ ಕಾರು ಪಾರ್ಕ್ ಮಾಡಿಕೊಂಡು ಕಾಯುತ್ತಿದ್ದ ಡ್ರೈವರ್ ಸೇದುತ್ತಿದ್ದ ಬೀಡಿಯನ್ನೆಸೆದು ಬಂದು ಸಲಾಮ್ ಮಾಡಿದ.

"ಬಂದು ಎಷ್ಟೊತ್ತಾಯ್ತು?" ಅವನ ತಲೆ ಕರೆದುಕೊಂಡನೇ ವಿನಃ ಉತ್ತರಿಸಲಿಲ್ಲ. "ಅಚ್ಛಾ..... ಚಲೋ" ಎರಡ್ಹೆಜ್ಜೆ ಮುಂದಕ್ಕೆ ನಡೆದಾಗ ಓಡಿ ಹಿಂದಿನ ಡೋರ್ ತೆರೆದ. ಕ್ಯಾಡಲ್ ರಸ್ತೆ ಬಳಸಿಯೇ ಮುಂದಕ್ಕೆ ಹೋಗಿದ್ದು ಕಾರು.

ನಿರ್ಮಲ ಹಸನ್ಮುಖದಿಂದಲೇ ಸ್ವಾಗತಿಸಿದರು. ಅವರಿಗೂ ಶಿವಪ್ರಸಾದ್ ಬಗ್ಗೆ ಒಳ್ಳೆ ಅಭಿಪ್ರಾಯ. ಅಷ್ಟಕ್ಕಿಂತ ನಂದಿನಿಯಂಥ ಹೆಣ್ಣಿನ ಜವಾಬ್ದಾರಿ ಕಳೆದುಕೊಳ್ಳುವುದಕ್ಕೆ ಅಷ್ಟೇ ಆತುರವಿತ್ತು.

ಉಪಾಹಾರ ಮುಗಿದರೂ ನಂದಿನಿಯ ಪತ್ತೆ ಇಲ್ಲ. ಅವನ ಕಣ್ಣುಗಳು ಹುಡುಕಾಡಿದವು. ಅರ್ಥ ಮಾಡಿಕೊಂಡವರಂತೆ ನಿರ್ಮಲ ಮೇಲಕ್ಕೆದ್ದರು.

"ಒಂದ್ನಿಮ್ಷ... ಬನ್ನಿ" ಜೊತೆಯಲ್ಲಿ ಕರೆದೊಯ್ದರು. ಇನ್ನೂ ಮಲಗಿದ್ದಳು ನಂದಿನಿ. ಅವಳ ತುಟಿಯ ಮೇಲೆ ನಗುವಿನ ಲೇಪನ. ಸ್ವರ್ಗದಲ್ಲಿ ವಿಹರಿಸುತ್ತಿರುವಂತೆ ಕಂಡಳು.

"ಟ್ಯೂಬ್, ಸಿರಿಂಜ್ ಎಲ್ಲಾ ತೆಗ್ದು ಇಟ್ಟಿದ್ದೆ. ಎಲ್ಲೋ ಮಾತ್ರೆ ತಗೊಂಡಿದ್ದಾಳೆ. ಈ ಹುಡ್ಗೀನ ಹೇಗೆ ಕರ್ಯೋದು?" ಅವರ ಸ್ವರದಲ್ಲಿ ನಿಸ್ಸಹಾಯಕತೆ ಇಣುಕಿತು.

ಅವನ ಕೈಗಳು ನಿಧಾನವಾಗಿ ಪ್ಯಾಂಟ್‌ನ ಜೇಬಿನೊಳಕ್ಕೆ ಇಳಿಯಿತು. "ಎಕ್ಸ್‌ಕ್ಯೂಜ್ ಕುಮುದ" ಮನದಲ್ಲೇ ಹೇಳಿಕೊಂಡ.

ನಾಲ್ಕಾರು ದಿನಗಳು ತನ್ನ ಗಂಭೀರತೆಯನ್ನು ಸಡಲಿಸಿ ನಂದಿನಿಯೊಂದಿಗೆ ಓಡಾಡಿದ ಶಿವಪ್ರಸಾದ್. ಗೆಲುವು ಚೆಲುವು ತುಂಬಿಕೊಂಡಿತು ಅವಳಲ್ಲಿ.

ಒಂದಷ್ಟು ದೂರ ಸಮುದ್ರ ದಂಡೆಯ ಮರಳಿನಲ್ಲಿ ಓಡಾಡಿದ ನಂದಿನಿ ಸುಸ್ತಾದವಳಂತೆ ಕುಸಿದು ಕೂತು ಮಂಡಿಯ ಮೇಲೆ ಗದ್ದವನ್ನೂರಿದಳು.

"ಅರೆರೇ, ಇಷ್ಟು ಬೇಗ ಸುಸ್ತು!" ಹುಬ್ಬೆತ್ತಿ ಕೇಳಿದ. ಮುಖದ ಮೇಲಿನ ಬೆವರನ್ನು ಕರ್ಚಿಫ್‌ನಿಂದ ತೊಡೆದಳು. "ಈಚೆಗೆ ಬಹಳ ಬೇಗ ಬಳಲಿಬಿಡ್ತೀನಿ" ಶಿವಪ್ರಸಾದ್

ಅವಳ ಪಕ್ಕದಲ್ಲೇ ಕೂತು ತನ್ನ ನೋಟದಿಂದ ತಪ್ಪಿಸಿಕೊಳ್ಳುತ್ತಿದ್ದ ಅವಳ ನೋಟವನ್ನು ಹಿಡಿದಿಡಲು ಪ್ರಯತ್ನ ಮಾಡಿದ.

"ಯಾಕೇಂತ ಗೊತ್ತಾಗಿರಬೇಕಲ್ಲ. ಮನಸ್ಸನ್ನು ಅಂಥ ಮಾರಕದ ಕಡೆ ಹರಿಯ ಬಿಡೋದು ತಪ್ಪಲ್ಲವೇ! ನಂದು....." ಅವನ ಮಾತು ಪೂರ್ತಿ ಮಾಡುವ ಮುನ್ನ ಮುಖ ಮುಚ್ಚಿಕೊಂಡಳು.

"ನಂದು, ಅದೆಂಥ ಕೆಟ್ಟ ಹಾದಿ ಅಂತ ನಿಂಗೆ ತಿಳಿದಿರಬೇಕಲ್ಲ. ಇಡಿಯಾಗಿ ವ್ಯಕ್ತಿಯನ್ನು ಕಲ್ಪನಾ ಲೋಕದಲ್ಲಿ ವಿಹರಿಸಿ ನಿರುಪಯೋಗಿ ಮಾಡೋದಲ್ದೇ ಬಲಿ ತೆಗ್ದುಕೊಂಡು ಬಿಡುತ್ತೆ. ಇಂಥದಕ್ಕೆ ಹೆಚ್ಚು ಬಲಿಯಾಗೋರು ವಿದ್ಯಾವಂತರು." ಅರಿವಾಗದಂತೆ ಅವನ ಸ್ವರದಲ್ಲಿ ಕಹಿ ಇಣುಕಿತು.

"ನಂಗೆ ಬೇರೆ ದಾರಿ ಕಾಣಲಿಲ್ಲ" ಅಳುವಿನ ಜೊತೆ ಹೇಳಿದಾಗ, ಶಿವಪ್ರಸಾದ್ ತುಟಿಯಂಚಿನಲ್ಲಿ ವಿಷಣ್ಣತೆಯ ನಗು ಇಣುಕಿತು. "ಪ್ರತಿಯೊಬ್ಬ ಮಾದಕ, ಮದಿರೆಯ ಚಟವಿರುವ ವ್ಯಕ್ತಿಗಳೆಲ್ಲ ಕೊಡುವ ಸಬೂಬು."

ನೀರವತೆ ಬಿದ್ದುಕೊಂಡಿತು ಇಬ್ಬರ ನಡುವೆ. ಮೆಲ್ಲ ಮೆಲ್ಲಗೆ ಕತ್ತಲು ಮುಸುಕತೊಡಗಿತು. ಸಮುದ್ರದಲ್ಲಿ ಉಬ್ಬರವೇರಿ ಅಲೆಗಳ ಬಡಿತ ಲಯಬದ್ಧವಾಗಿತ್ತು. ಹತ್ತಾರು ವೀಣೆಗಳ ಝೇಂಕಾರ ಒಮ್ಮೆಲೇ ಕೇಳಿದಂತೆ ತರಂಗಗಳ ನಿನಾದ ಅವರಿಬ್ಬರನ್ನೂ ಪುಳಕಗೊಳಿಸಿತು.

ಅನುರಾಗದ ಅಲೆಯಂತೆ "ನಂದು....." ಎಂದೂ ಉದ್ಗರಿಸಿ ಇಡಿಯಾಗಿ ಅವಳನ್ನ ಬಳಸಿ, ಅಪ್ಪಿದಾಗ ಅವನೆದೆಯ ಮೇಲೆ ಮುಖವಿಟ್ಟಳು. ಮೃದುವಾಗಿ ಅವಳ ತಲೆಯ ಕೂದಲಲ್ಲಿ ಕೈಯಾಡಿಸಿದ. "ಮೇಘವರ್ಷಿಣಿಯಂಥ ಭವ್ಯ ಸೌಧದ ಒಡೆಯರ ಮಗ್ಳು. ತಾಯ್ತಂದೆಯರಿದ್ದ ಮಧ್ಯಮ ದರ್ಜೆಯ ಕುಟುಂಬ ನನ್ದು. ಈ ಸಾಮಾನ್ಯ ವ್ಯಕ್ತಿಯಲ್ಲಿ ಅಸಾಮಾನ್ಯ ಕಲ್ಪನೆಗಳನ್ನು ಕಂಡೆ."

ತನ್ನ ನೀಳ ಬೆರಳುಗಳಿಂದ ಅವನ ಬಾಯಿಯನ್ನು ಮುಚ್ಚಿದಳು. ಆದರೂ ತಾನು ಹೇಳಬೇಕಾದುದನ್ನು ಶಿವಪ್ರಸಾದ್ ಹೇಳಿಯೇ ಹೇಳಿದ.

"ನಿನ್ನೊಬ್ಬಳನ್ನು ಬಿಟ್ಟು ನಿನ್ನ ತಂದೆಯ ಸಂಪತ್ತು, ಐಶ್ವರ್ಯ ನಂಗೇನು ಬೇಡ..." ಪೂರ್ತಿ ಮಾತನಾಡುವ ಮುನ್ನವೇ ಉದ್ವೇಗದಿಂದ ಅವನನ್ನು ತಬ್ಬಿಕೊಂಡಳು. ಹಾಗೇ ಸಮಯ ಕಳೆದದ್ದೇ ಸುದೀರ್ಘ.

ಮೇಘವರ್ಷಿಣಿಗೆ ಬರುವಾಗ ಅವನಲ್ಲಿ ದೃಢನಿಶ್ಚಯವಿತ್ತು. ಇಲ್ಲಿ ಅಡ್ಡಿ, ಆತಂಕಪಡಿಸುವವರಾರೂ ಇರಲಿಲ್ಲ. ಆದರೂ ಬಹಳ ಚಿಂತಿಸಿಯೇ ನಿರ್ಧರಿಸಿದ್ದ.

ಅಸಾಮಾನ್ಯ ಕಲ್ಪನೆಗಳನ್ನು ಹೊತ್ತಿದ್ದ ಹೆಣ್ಣಿನ ಬಗ್ಗೆ ಅನುಕಂಪ ಮಾತ್ರವಲ್ಲ, ಅಕ್ಕರೆಯೂ ಕೂಡ ಮೂಡಿತ್ತು.

"ನಿನ್ನ ಬದ್ಧಿನಲ್ಲಿ ಸಾಮಾನ್ಯ ವ್ಯಕ್ತಿ ಹೀರೋ ಆಗದಿರಬಹುದು. ಆದರೆ ನಿಂಗೆ ಶಾಂತ ಬದ್ಧನ್ನು ನೀಡಬಲ್ಲೆ. ಈ ಹೃದಯಲ್ಲಿ ಹುಡುಗಿರುವ ಪ್ರೀತಿ – ಪ್ರೇಮವನ್ನು ನಿನ್ನ ಬೊಗಸೆಯಲ್ಲಿ ತುಂಬಬಲ್ಲೆ." ಅವಳ ತಲೆಯನ್ನು ನಿಧಾನವಾಗಿ ನೇವರಿಸಿದ.

ತನ್ನದೇ ಸಾಮ್ರಾಜ್ಯದಲ್ಲಿ ಮುಳುಗಿ ಹೋಗಿದ್ದಳು ನಂದಿನಿ.

* * * *

ಭೂಮಿಕಾ ಅಭಿನಂದನ್ ಮುಂದೆ ಬೇರೊಂದು ಪ್ರಪಂಚವನ್ನೇ ತೆರೆದಿಟ್ಟಳು. ಭಾರತದ ಪಂಪ, ರನ್ನರಿಂದ ಹಿಡಿದು ಪಾಶ್ಚಾತ್ಯ ಪ್ರಸಿದ್ಧ ಸಾಹಿತಿಗಳಾದ ಷೇಕ್ಸ್‌ಪಿಯರ್, ವರ್ಡ್ಸ್‌ವರ್ತ್ ಮುಂತಾದವರ ಬದುಕಿನ ಪರಿಚಯದ ಜೊತೆ ಅವನಲ್ಲಿ ಓದುವ, ವಿಮರ್ಶಿಸುವ, ಚಿಂತಿಸುವ ಹಾದಿಯನ್ನು ಹುಟ್ಟು ಹಾಕಿದಳು. ಮೊದಮೊದಲು ಅವಳು ಹೇಳುವುದನ್ನು ತನ್ಮಯತೆಯಿಂದ ಆಲಿಸುತ್ತಿದ್ದವನು ಇದೀಗ ವಿಮರ್ಶಿಸುತ್ತಿದ್ದ. ಟೀಕಿಸುತ್ತಿದ್ದ.

"ಪಂಚಾಕ್ಷರಿ, ಬೆಳಿಗ್ಗೆ ಬೇಗ ಬೇಗ ತಿಂಡಿ ರೆಡಿ ಮಾಡ್ಕೋ." ಕೈಯಲ್ಲಿದ್ದ ಮ್ಯಾಕ್‌ಬೆತ್ ನಾಟಕವನ್ನು ಟೀಪಾಯಿ ಮೇಲಿಟ್ಟು ಮೇಲಕ್ಕೆದ್ದು ಮೈ ಮುರಿದ ಅಭಿನಂದನ್.

ಪಂಚಾಕ್ಷರಿ ನಿರಾಶೆಯ ಮುಖದಿಂದ ಬಂದು ನಿಂತು, "ಯಾಕೋ...?" ಎಂದು ಕೇಳಿದ ಅಭಿನಂದನ್ ಕಣ್ಣರಳಿಸಿದ. ಪಂಚಾಕ್ಷರಿ ಮುಖ ಮೇಲೆತ್ತಿ ತಿನ್ನಿಸಿದ. "ಇವತ್ತು ರಾತ್ರಿ ಪ್ರಮೋದ್ ಬರ್ತಾರೆ" ಹಗುರವಾಗಿ ನಕ್ಕ. "ಅದಕ್ಕೂ ನೀನು ತಿಂಡಿ ಮಾಡಿಕೊಳ್ಳೋಕು ಏನು ಸಂಬಂಧ! ಅಮೇರಿಕಾದಿಂದ ಬಂದ ಮಾತ್ರಕ್ಕೆ ಹುಲೀನಾ?"

"ಹುಲಿ ಅಲ್ಲದಿದ್ರೂ ಕಾಗದದ ಹುಲಿನೇ! ಬರೀ ಆರ್ಭಟ" ಅತ್ತಿತ್ತ ನೋಡಿ ಹೇಳಿದ. "ಹೇಳಿದಷ್ಟು ಕೆಲಸ ಅಷ್ಟೇ."

ಹೊರಗೆ ಬಂದ. ಕ್ಯಾಮೆರಾ ಲೆನ್ಸ್ ಸರಿಮಾಡುತ್ತಿದ್ದ ಭೂಮಿಕಾ ತಲೆಯೆತ್ತಿ ನೋಡಿದಳು. ಎಂದೂ ಮಾಸಲಾರದ ಕಿರುನಗು ತುಟಿಗಳ ಮೇಲೆ.

"ನಾಳೆ ನೀವು ನನ್ನ ಸ್ಟೂಡೆಂಟ್" ಬೇರೆಡೆ ನೋಟ ನೆಟ್ಟಳು. ಚಿಟ್ಟೆಯೊಂದು ಅರಳಿದ ಹೂ ಮೇಲೆ ಕೂತಿತ್ತು. "ಗುಡ್....." ಕ್ಯಾಮೆರಾ ಕಣ್ಣು ಸೆರೆಹಿಡಿದಾಗ ಅತ್ತ ಬಂದಳು. ಕಿರುಗಣ್ಣಲ್ಲಿ ಅವಳ ಕಣ್ಣೋಟ ಸೆರೆಹಿಡಿದ. ಬಿಂಕ, ಬಿಗುಮಾನವಿಲ್ಲದ ಶಾಂತ ಸರೋವರಗಳು.

"ನಿಮ್ಮ ಸ್ಟೂಡೆಂಟ್ ಹೇಗೇಂತ ನಾಳೆ ಗೊತ್ತಾಗುತ್ತೆ!" ಭುಜ ಹಾರಿಸಿ ಹೇಳಿದ. "ಈಗಾಗ್ಲೆ ಸಾಕಷ್ಟು ಪರೀಕ್ಷೆಗಳಲ್ಲಿ ರ್‍ಯಾಂಕ್ ಪಡೆದಿರೋ ನನ್ನ ಸ್ಟೂಡೆಂಟ್ ಬಗ್ಗೆ ನಂಗೆ ನಂಬ್ಕೆ" ತಕ್ಷಣ ಡಲ್ಲಾದಂತೆ ನಟಿಸಿದ, ಕಣ್ಮುಚ್ಚಿ ತೆರೆದ. "ಇದು ಓವರ್ ಕಾನ್ಫಿಡೆನ್ಸ್!"

ಭೂಮಿಕಾ ಮತ್ತೇನಾದ್ರೂ ಹೇಳುವ ಮುನ್ನ ಪಂಚಾಕ್ಷರಿಯ ತಮ್ಮ ಇಬ್ಬರ ನಡುವೆ ನಿಂತಿದ್ದ. ಈಗ ಅವನು ರೋಹಿಣಿಯವರಿಗೆ ಅಸಿಸ್ಟೆಂಟ್ ಸರ್ವೆಂಟ್.

"ನಿಮ್ಮನ್ನ ಕರ್ಕೊಂಡ್ಬಾಂದ್ರು" ಭೂಮಿಕಾಳಿಗೆ ಹೇಳಿದಾಗ ಅವಳ ಕೈಯಲ್ಲಿದ್ದ ಕ್ಯಾಮೆರಾ ತಾನು ತಗೊಂಡ ಅಭಿನಂದನ್. "ಈಗ ಬರೋಲ್ಲ; ನಾವಿಬ್ರೂ ಸಿಟಿ ಕಡೆ ಹೋಗ್ತಾ ಇದ್ದೀವಿ."

ಅವನು ಕೆಳಕ್ಕೂ ಮೇಲಕ್ಕೂ ನೋಡಿದಾಗ ಭೂಮಿಕಾ ತಾನೇ ಹೇಳಿದಳು.

"ಒಂದಿಷ್ಟು ಕೆಲ್ಸ ಇದೆ. ನಾನ್ಬಂದು ಅಂಕಲ್ ಹತ್ರ ಮಾತಾಡ್ತೀನಿ. ಏನಾದ್ರೂ ಬೇಕಾದ್ರೆ ಸಾಮಾನು ಲಿಸ್ಟ್ ಇಸ್ಕೊಂಡ್ಬಾ" ಎನ್ನುತ್ತ ಚಪ್ಪಲಿಗೆ ಮೆತ್ತಿದ ಮಣ್ಣನ್ನು ಕೊಡವಿದಳು.

ಅಷ್ಟು ದೂರ ಹೋಗಿ ಹಿಂದಕ್ಕೆ ಬಂದ ಪ್ರಮೋದ್ ಸಿಟ್ಟಿನಿಂದಲೇ ಹೇಳಿ ಕಳುಹಿಸಿದ್ದ.

"ಯಾವ್ದೇ ಸಬೂಬು ಕೇಳ್ಬೇಡ. ಖಂಡಿತ ಬರಲೇಬೇಕೂಂತ ಹೇಳು."

ಅವನ ಸ್ವಭಾವ ಅವನಿಗೆ ಗೊತ್ತಿತ್ತು. ಮನೆ ಬಳಿಯ ಸಾಕಷ್ಟು ಕೆಲಸ ಬಿಟ್ಟು ಪಂಚಾಕ್ಷರಿಯ ಜುಲುಮೆಯಿಂದ ಕೆಲಸಕ್ಕೆ ತಾನೇ ನಿಂತಿದ್ದ.

"ಚಿಕ್ಕವ್ರು...... ಬಂದಿದ್ದಾರೆ. ಅವ್ರೆ... ಹೇಳಿದ್ರು.. ಬರಲೇಬೇಕಂತೆ ಮಧ್ಯ ಮಧ್ಯ ತುಂಡು ಮಾಡಿ ಹೇಳಿದಾಗ ಭೂಮಿಕಾ ಬಾಯಿತುಂಬ ನಕ್ಕಳು. ತುಟಿ ಕಚ್ಚಿದ ಅಭಿನಂದನ್. ಅವನ ಒಡಲೆಲ್ಲ ಭಯಂಕರ ಉರಿ.

"ಆಯ್ತು, ಆಗ್ಲೇ ಹೇಳಿದ್ದೇ ಹೇಳು" ಎನ್ನುತ್ತ ಅಭಿನಂದನ್ ಅತ್ತ ತಿರುಗಿದಳು. "ಈಗ ಹೊರಟ್ರೆ.... ಕತ್ತಲಾದ್ಮೇಲಾದ್ರೂ ವಾಪ್ಸು ಬರ್ಬಹ್ದು" ಅಭಿನಂದನ್ ಕೈಯಲ್ಲಿನ ಕ್ಯಾಮೆರಾ ಮೇಲೆಸೆದು ಹಿಡಿದ.

"ಉಸ್ಸ್...." ಎದೆಯ ಮೇಲೆ ಕೈಯಿಟ್ಟುಕೊಂಡಳು ಭೂಮಿಕಾ. "ಮೈ ಗಾಡ್! ಎಲ್ಲಿ ಕೆಳ್ಗೆ ಬೀಳ್ಸಿಬಿಡ್ತೀರೋಂತ ಹೆದರ್ದೆ! ನಮ್ಮ ಪಪ್ಪ ಬಹಳ ಅಕ್ಕರೆಯಿಂದ ತೆಗ್ಸಿಕೊಟ್ಟಿದ್ದು. ನನ್ನ ಪಾಲಿಗೆ ಸುಂದರ ನೆನಪು" ಗಾಬರಿಯಿಂದ ಅವನ ಕೈಯಲ್ಲಿನ ಕ್ಯಾಮೆರಾ ತೆಗೆದುಕೊಂಡು ಕೆನ್ನೆಗೊತ್ತಿಕೊಂಡಳು.

ಒಳಗಿದ್ದ ಪಂಚಾಕ್ಷರಿ ದಡಬಡಿಸಿಕೊಂಂಡು ಬಂದ. ಏನೋ ಹೇಳುವ ಹುಮ್ಮಸ್ಸು. ಹೆಗಲ ಮೇಲಿನ ಟವೆಲು ಕೊಡವಿ ಕತ್ತಿನ ಸುತ್ತ ಹಾಕಿಕೊಂಡ.

"ನಿಮ್ಗೆ ಬೈಕ್ ತಂದ್ರಾಗುತ್ತಾ?" ಎಂದ ಕೂಡಲೇ, ಅಭಿನಂದನ್ ಅವನ ಕುತ್ತಿಗೆಯ ಸುತ್ತ ಇದ್ದ ಟವೆಲನ್ನು ತೆಗೆದು ತನ್ನ ಕತ್ತಿನ ಸುತ್ತ ಹಾಕಿಕೊಂಡು ಹೇಳಿದ. "ಬೇಗ ತಂದ್ರಾಗುತ್ತೆ....." ಪಂಚಾಕ್ಷರಿ ತನ್ನ ಟವೆಲು ಮರೆತು ಗುಡ್ಡವನ್ನು ಇಳಿಯತೊಡಗಿದ.

ನೀಳವಾದ ಭೂಮಿಕಾಳ ಕೈ ಬೆರಳುಗಳು ಕ್ಯಾಮೆರಾದ ಮೇಲಾಡುತ್ತಿತ್ತು. ನೆನಪುಗಳು ತುಸು ಹಿಂದಕ್ಕೆ ಸರಿದವು.

ಡಾ॥ ಶ್ರೀನಿವಾಸ್ ಭಾರತ ಬಿಟ್ಟು ನ್ಯೂಯಾರ್ಕ್‌ನಲ್ಲಿದ್ದರೂ ಭಾರತೀಯತೆ ಉಳಿಸಿಕೊಂಡ, ಸರಳ ಸಜ್ಜನ ವ್ಯಕ್ತಿ. ಗತ್ತು, ದರ್ಪ ಅವರ ಬಳಿ ಸುಳಿಯದು. ಬದುಕಿನ ಅರ್ಥ ತಿಳಿದುಕೊಂಡ ಮಹಾನುಭಾವರು. ಕೆಲವರು ಅವರ ವಿಷಯವಾಗಿ ಹೇಳುತ್ತಿದ್ದ ಮಾತು.

ಒಬ್ಬಳೇ ಮಗಳಾದ ಭೂಮಿಕಾಳಲ್ಲಿ ಅವರಿಗೆ ಅಪರಿಮಿತವಾದ ಅಕ್ಕರೆ. ಪ್ರೀತಿ, ಪ್ರೇಮದ ಜೊತೆ ಬದುಕಿನ ವಿಶಾಲ ದೃಷ್ಟಿಯನ್ನು ಅವಳಿಗೆ ಕಲಿಸಿದ್ದರು.

ಜಯಸಿಂಹ ಮಗನನ್ನು ಮುಂದಿಟ್ಟುಕೊಂಡು ಆಸೆ ವ್ಯಕ್ತಪಡಿಸಿದಾಗ ಒಂದೇ ಮಾತಿನಲ್ಲಿ ಹೇಳಿದ್ದರು.

"ಅವರಿಬ್ರೂ ಇಷ್ಟಪಟ್ರೆ..... ನಾವುಗಳು ಆಶೀರ್ವಾದ ಮಾಡೋಣ. ಕಲಿತವರು ಮುಂದಿನ ಭವಿಷ್ಯದ ಬಗ್ಗೆಯೇ ಯೋಚ್ಸಿ ಮುಂದಡಿ ಇಟ್ಟಾರು!"

ಆದರೆ ಅದೇ ಮಾತು ಭೂಮಿಕಾಳ ಮುಂದೆ ಬಂದಾಗ, ನಕ್ಕುಬಿಟ್ಟಳು. ಸದ್ಯಕ್ಕೆ ಯಾವುದೇ ತೀರ್ಮಾನ ಅವಳದಾಗಿರಲಿಲ್ಲ.

ಗಂಭೀರವಾಗಿದ್ದುಬಿಟ್ಟಿದ್ದರು. ಇವಳು ಕ್ಯಾಮೆರಾ ಕೈಗೆತ್ತಿಕೊಂಡಾಗ ಪ್ರಮೋದ್ ಹಣೆಗೆ ಕೈ ಹಚ್ಚುತ್ತಿದ್ದ. ಅವಳು ಅಕ್ಕರೆಯಿಂದ ಫೋಟೋಗ್ರಫಿಗೆ ಸಂಬಂಧಿಸಿದ ಜರ್ನಲ್ಸ್ ತೋರಿಸಿದಾಗ ಎದ್ದು ಹೋಗುತ್ತಿದ್ದ.

ನೆನಪು ದಟ್ಟವಾದಾಗ ನ್ಯೂಯಾರ್ಕ್‌ಗೆ ಥಟ್ಟನೆ ಹೋಗಿಬಿಡುವಂಥ ಹಂಬಲ ಭೂಮಿಕಾಳಿಗೆ ಆಗುತ್ತಿತ್ತು.

"ಬೇಗ ಬನ್ನಿ. ನೀವು ರೆಡಿಯಾಗೋಕೆ ಎಷ್ಟು ಕಾಲ ತಗೋತೀರೋ.... ನೋಡ್ತೀನಿ" ಮೆಲ್ಲನೆ ರೇಗಿಸಿದಳು ಭೂಮಿಕಾ. ಕೈ ಹೊಸೆಯುತ್ತ ಅಭಿನಂದನ್ ನಡೆದ.

ಮೌನವಾಗಿ ನಿಂತಿದ್ದಳು.

ಉಡುಪು ಬದಲಾಯಿಸಿ ಗುಡ್ಡ ಇಳಿಯುವ ವೇಳೆಗೆ ಬೈಕ್ನ ಸದ್ದು. ಅಭಿನಂದನ್ ಸಣ್ಣಗೆ ನಕ್ಕ.

"ಪಂಚಾಕ್ಷರಿ ಮಹಾ ಪ್ರಚಂಡ! ಭೇಷ್....." ಉದ್ಗರಿಸಿದಾಗ, ಬೈಕ್ಗೆ ಸ್ಟ್ಯಾಂಡ್ ಹಾಕಿ ಇತ್ತ ಬಂದ.

"ಬೇಗ ಬರ್ಬಹ್ದು. ಹೋಗ್ಬನ್ನಿ" ಪಂಚಾಕ್ಷರಿ ಅಂದಾಗ, ಅಭಿನಂದನ್ ಅವನನ್ನು ಅಡಿಯಿಂದ ಮುಡಿಯವರೆಗೂ ನೋಡಿದ. ಆತ್ಮೀಯತೆ ಮಿಡಿಯುವ ಪ್ರಾಮಾಣಿಕ ಕಣ್ಣುಗಳು. ಆಯಾ, ಜವಾನ, ಡ್ರೈವರ್, ವಾರ್ಡನ್ ಹತ್ತು ಮಂದಿ ಅವನ ಕಣ್ಮುಂದೆ ಹಾದುಹೋದರು. ದೊಡ್ಡ ಹೊರೆ ಹೇರಿದಂಥ ಭಾರ ಎದೆಯಲ್ಲಿ.

"ಬೈ....." ಕೈಯೆತ್ತಿದ. ಒಂದು ಕ್ಷಣ ಅವಳೆದೆಯಲ್ಲಿ ಅನುಮಾನ ಮೂಡಿದರೂ, ವಿಶ್ವಾಸದಿಂದ ಹಿಂದೆ ಹತ್ತಿ ಕೂತಳು.

ನಾಗಾಲೋಟದಿಂದ ಬೈಕ್ ಹಾರಿದ ಅನುಭವವಾದರೂ ಒಂದೇ ಹಿಡಿತದಲ್ಲಿತ್ತು. ನುರಿತ ಸವಾರನಂತೆ ಕಂಡ ಅಭಿನಂದನ್.

"ಭೂಮಿಕಾ, ನಿಮ್ಗೆ ಅಭ್ಯಾಸವಿದ್ಯಾ? ಇನ್ನೂ ನಿಧಾನವಾಗಿ ಹೋಗ್ಲಾ?" ಗಾಳಿಯಲ್ಲಿ ಅವನ ಪ್ರಶ್ನೆಗಳು ತೂರಿ ಬಂದಾಗ ಸಂಗೀತ ಆಲಿಸುವಂತೆ ಕೂತಳು. ನೂರೆಂಟು ಶ್ರುತಿಗಳು ಮೀಟಿದ ಅನುಭವ.

ಅಭಿನಂದನ್ ನಕ್ಕರೂ ಅವಳಿಗೆ ಕಾಣಲಿಲ್ಲ. ಮೃದು ಮಧುರವಾದ ಹಿತ ಸ್ಪರ್ಶ. ಜೀವನಪೂರ್ತಿ ಹೀಗೆಯೇ ಹೋಗಿ ಬಿಡಬೇಕೆನಿಸಿತು. ಅವನ ಅಭಿಮಾನ, ಆತ್ಮೀಯತೆ, ಗೌರವದಲ್ಲಿ ಉದ್ದಗಲಕ್ಕೂ ಪೂರ್ತಿಯಾಗಿ ಬೆಳೆದು ನಿಂತವಳು ಭೂಮಿಕಾ. ಸಂಭಾಷಣೆ, ಆತ್ಮೀಯತೆ, ಸನಿಹ, ಪ್ರತಿಯೊಂದೂ ದೀರ್ಘಕಾಲ ನಿಲ್ಲುವಂಥದ್ದು. ಬದುಕಿನ ವಿಸ್ತಾರ, ವೈವಿಧ್ಯದ ಪೂರ್ಣ ಕಲ್ಪನೆಗೆ ಬಿತ್ತಿದವಳು ಭೂಮಿಕಾ. ಹತ್ತು ಜನ ವಹಿಸಿಕೊಳ್ಳಬಹುದಾದ ಪಾತ್ರ ತಾನೇ ನಿರ್ವಹಿಸಿದ್ದಳು.

ಒಂದಿಷ್ಟು ಹಣ್ಣು, ಫಿಲಮ್ ಖರೀದಿಸಿ ಹೊರಟಾಗ ಪೂರ್ತಿ ಕತ್ತಲಾಗಿತ್ತು. ಥಟ್ಟನೆ ನಿಂತಳು.

"ಆಂಟಿಗೆ ಏನಾದ್ರೂ ಸಾಮಾನು ಬೇಕಾಗಿತ್ತೇನೋ!" ಅವಳ ಸ್ವರದಲ್ಲಿ ಬೇಸರ ಇಣುಕಿತು. "ಉಸ್ಸ್" ಎಂದು ಉಸಿರು ದಬ್ಬಿದ ಅಭಿನಂದನ್ ಹೆಲ್ಮೆಟ್ ಮೇಲೆ ತಾಳ ಹಾಕಿದ "ಈಗೇನು ಮಾಡೋದು? ಸದ್ಯಕ್ಕೆ ಕಂಡದ್ದೆಲ್ಲ ಖರೀದಿಸೋಣ!" ಇವನ ಮಾತಿಗೆ ಹಾಸ್ಯ ಬೆರೆತಾಗ ಆತನಲ್ಲಿ ಅತ್ಯಂತ ಮಧುರ ಮನಸ್ಸು ಕಂಡಳು.

ನಿಂತಲ್ಲಿಂದಲೇ ದೂರದವರೆಗೂ ದೃಷ್ಟಿ ಹಾಯಿಸಿದ ಭೂಮಿಕಾ, ನಾಲ್ಕಾರು ಮಲ್ಲಿಗೆ ದಂಡೆಗಳನ್ನು ಕೊಂಡು ಬಂದಳು. ಪ್ರಶ್ನಾರ್ಥಕವಾಗಿ ಅವಳತ್ತ ನೋಡಿದ.

ಅವನ ಬದುಕಿನಲ್ಲಿ ಇಂಥ ಘಟನೆ ಅಪರೂಪ. ಶ್ರೀಮಂತ ಲಲನೆಯರೆಲ್ಲ ಬಹುಮಟ್ಟಿಗೆ ಆಧುನಿಕ ಜೀವನಕ್ಕೆ ಹೊಂದಿಕೊಂಡವರು.

ಡಿಕ್ಕಿಗೆ ಸೇರಿಸಿ ಬೈಕ್ ಸ್ಟಾರ್ಟ್ ಮಾಡಿ ವಾರೆನೋಟ ಹರಿಸಿದ.

"ಭೂಮಿಕಾ, ಬೇಗ ಹತ್ತಿ" ಅವಸರಿಸಿದ. ಪಂಚಾಕ್ಷರಿ ವನ್ಯಮೃಗಗಳ ಹತ್ತಾರು ಕತೆಗಳನ್ನು ಹೇಳಿದ್ದ. "ಈಗ ಅಂಥ ಪ್ರಕರಣಗಳು ಅಪರೂಪವಾದರೂ, ಆಗಾಗ ಸಂಭವಿಸುತ್ತೆ" ಎಚ್ಚರಿಕೆ ಕೂಡ ಸೇರಿತು.

ಭುಜ ಹಿಡಿದು ಕೂತಿದ್ದ ಭೂಮಿಕಾಳ ನೋಟ ತೆರೆಯಂತೆ ಸರಿದು ಹೋಗುತ್ತಿದ್ದ ಮಬ್ಬು ಬೆಳಕಿನಲ್ಲಿ ಮಿಂದ ಹಸುರಂತೆ ಇತ್ತು.

ಥಟ್ಟನೆ ನಿಧಾನವಾಗಿ ಬೈಕ್ ಒಂದೆಡೆ ನಿಂತಿತು. ಅಭಿನಂದನ್ ಇಳಿದ. ಮುಂದಲ ಟೈರ್ ಪಂಕ್ಚರ್. ಕೆನ್ನೆಯುಜ್ಜಿ ಸುತ್ತಲೂ ನೋಟ ಹರಿಸಿದ.

"ಟೈರ್ ಪಂಕ್ಚರ್ ಭೂಮಿಕಾ" ಎಂದು ಬಗ್ಗಿ ಟೈರ್ ನೋಡಿದ ಅಭಿನಂದನ್. ದೂರದವರೆಗೂ ನೋಟ ಹರಿಸಿ. ನಿಧಾನವಾಗಿ ಅವನ ಕೈಗಳು ಪ್ಯಾಂಟ್ ಜೇಬಿನೊಳಕ್ಕೆ

ಇಳಿದವು. ಪ್ರಮೋದ್‌ನ ಭಗಭಗನೆ ಉರಿಯುವ ಮುಖ ಇಣುಕಿತು ಕಣ್ಮುಂದೆ. "ಸಾಮಾಜಿಕ ಜವಾಬ್ದಾರಿ ಇಲ್ದ ಜನ..." ಅಭಿನಂದನ್ ಮುಷ್ಟಿ ಬಿಗಿಯಾಯಿತು.

"ಈಗೇನು ಮಾಡೋದು? ನಡ್ದು ಹೋದ್ರೂ ಒಂದೆರಡು ಗಂಟೆಗಳಲ್ಲಿ ನಮ್ಮ ಬಂಗ್ಲೆ ಮುಟ್ಟಬಹುದ್ದು!" ಸ್ವರ ಬಂದತ್ತ ಅಚ್ಚರಿಯಿಂದ ತಿರುಗಿದ. ಮಬ್ಬು ಬೆಳಕಿನಲ್ಲಿ ಪ್ರಶಾಂತ ವಾತಾವರಣವಾಗಿತ್ತು. ಅಳುಕು, ಅಂಜಿಕೆ ಹುಡುಕಿದರೂ ಸಿಕ್ಕುವಂತೆ ಕಾಣಲಿಲ್ಲ. ಅವನ ಕಣ್ಣುಗಳಲ್ಲಿ ಮಾರ್ದವತೆ ಪುಟಿಯಿತು. ನೇರವಾಗಿ ನೋಡಿದ ಭೂಮಿಕಾಳನ್ನು. ಇಡಿಯಾಗಿ ಅಪ್ಪಿ ಮುಖದ ಮೇಲೆಲ್ಲ ಮುತ್ತಿನ ಮಳೆ ಸುರಿಸುವ ಆಸೆ.

"ಒಂದರ್ಧ ಗಂಟೆ ಕಾದು ನೋಡೋಣ. ಯಾವುದಾದ್ರೂ ವೆಹಿಕಲ್ ಬರ್ಬಹ್ದು. ಇದಕ್ಕೊಂದು ವ್ಯವಸ್ಥೆ ಕೂಡ ಮಾಡ್ಬೇಕು ಬೈಕ್‌ನ ಹ್ಯಾಂಡಲ್ ಮೇಲೆ ಕೈಯಾಡಿಸಿದ.

ಕಾಯೋದು ತಪ್ಪೆಂದು ಭೂಮಿಕಾಳಿಗೆ ಗೊತ್ತು; ಸುತ್ತಲೂ ನೋಟಹರಿಸಿದಳು.

"ಅಭಿನಂದನ್ ಸದ್ಯಕ್ಕೆ ಆ ಮರದ ಹಿಂದೆ ಬೈಕ್ ನಿಲ್ಲಿಸೋಣ. ಇಲ್ಲಿರೋದು ತೀರಾ ಅಪಾಯ?!"

ಇಬ್ಬರೂ ಬೈಕನ್ನು ತಳ್ಳಿಕೊಂಡು ಹೋದರು. ಅಭಿನಂದನ್ ಹೆಲ್ಮೆಟ್ ಕೂಡ ಆ ಪೊದೆಯೊಳಗೆ ಎಸೆದು ಎರಡೂ ಕೈ ಉಜ್ಜಿ ಕೊಡವಿದ. ಮುಖ ಮೇಲೆತ್ತಿದ. ಚುಮು ಚುಮು ಎನ್ನುವ ಮೈ ಕೊರೆತ. ತೆಳ್ಳನೆಯ ವಾಯಿಲ್ ಸೀರೆಯಲ್ಲಿ ಭೂಮಿಕಾಳ ಮೈ ನವಿರಾಗಿ ಕಂಪಿಸುತ್ತಿತ್ತು ಕೋಟು ಬಿಚ್ಚಿದ.

"ಇದ್ನ ಹಾಕ್ಕೋ ಭೂಮಿಕಾ" ಅವನ ಸ್ವರ ಭಾರವಾಯಿತು.

"ನಂಗ್ಯಾಕೋ ನಂಬ್ಕೇ ಬರ್ತಾ ಇಲ್ಲ ಪಪ್ಪ. ಕುಡಿದ ಮತ್ತಿನಲ್ಲಿ ಆ ಅಯೋಗ್ಯ ಬೇರೆ ರೀತಿ ನಡ್ದುಕೊಂಡಿರಬೇಕು!" ಅಂದು ಭೂಮಿಕಾಳನ್ನ ನೋಡಲು ಬಂದ ಪ್ರಮೋದ್ ಉಸುರಿದ್ದ. ಅಂದು ಹೊಸಕಿ ಹಾಕಿಬಿಡುವಷ್ಟು ಕೋಪ ಅವನಿಗೆ. ಯಾವುದೋ ಶಕ್ತಿ ಅವನನ್ನು ತಡೆ ಹಿಡಿದಿತ್ತು. ಅಂದು ಪ್ರಮೋದ್ ಹೇಳಿದ, ತಿರಸ್ಕಾರದ ನೋಟ ಅಭಿನಂದನ್‌ನಲ್ಲಿ ಮರುಕಳಿಸಿತು.

ಆದರೆ ಭೂಮಿಕಾ ನಿರ್ಮಲ ಮನದಲ್ಲಿ ಯಾವುದೇ ತುಮುಲವಿಲ್ಲ. ಕೈ ಚಾಚಿದಳು. ಕೋಟು ಕೈಗೆ ಬಂದಾಗ ಮೆಲ್ಲನುಸುರಿದಳು.

"ಛೇ, ನಂಗ್ಯಾಕೋ....." ಮಾತು ಪೂರ್ತಿ ಮಾಡುವ ಮುನ್ನವೇ ಒರಟಾಗಿ ಕೋಟು ಎಳೆದುಕೊಂಡ. "ಅಗತ್ಯವಿಲ್ಲ" ಎಂದು ಹೇಳಿ ಎತ್ತಿ ಭುಜದ ಮೇಲೆ ಎಸೆದುಕೊಂಡ.

"ನೀವು ನನ್ನ ಬಗ್ಗೆ ಯೋಚಿಸಿದ್ದನ್ನೇ ನಾನು ನಿಮ್ಮ ಬಗ್ಗೆ ಯೋಚಿಸ್ದೆ. ಇಂಟಿಮೇಟಿಗೆ ಒಳಗಾದ ವ್ಯಕ್ತಿಗಳ ಮನಸ್ಸಿನ ಧಾಟಿನೇ ಇದು" ನವಿರಾಗಿ ಹೇಳಿದಾಗ ಸುಲಭವಾಗಿ ಕರಗಿಹೋದ.

ಅವನೆದೆಯಲ್ಲಿ. ಹುದುಗಿಹೋದ ವೇದನೆಯ ಹೊಂಡ ಚಿಮ್ಮತೊಡಗಿತು.

"ಭೂಮಿಕಾ, ನೀವು ನನಗಾಗೇ ಅಮೇರಿಕಾದಿಂದ ಬಂದಿರಬಹುದು! ಸಂಕಲ್ಪ, ವಿಧಿ, ದೈವಪ್ರೇರಣೆಯ ಬಗ್ಗೆ ನಾನೆಂದೂ ಆಳವಾಗಿ ಯೋಚಿಸದಿದ್ರೂ ಈ ಒಂದು ವಿಷ್ಯದಲ್ಲಿ ಭಾವುಕನಾಗಿಬಿಡ್ತೀನಿ!" ತಂಗಾಳಿ ತೀಡಿ ಮಾತುಗಳನ್ನು ಬಲವಾಗಿ ಚಿತ್ರಿಸಿತು.

ಕುಳಿರ್ಗಾಳಿಗೆ ನಡುಗಿದಾಗ ಬೆಚ್ಚಿದ ಅಭಿನಂದನ್.

"ಮೈ ಗಾಡ್! ಈ ಚಳಿ ಭಯಂಕರ ಅಪಾಯಕಾರಿ! ಮೊದ್ಲು ಈ ಕೋಟು ಹಾಕ್ಕೊಳ್ಳಿ" ಅವಳತ್ತ ನೀಡಿದ. ಯಾವುದೋ ಲೋಕದಲ್ಲಿ ವಿಹರಿಸುವಂತೆ ನಡೆಯುತ್ತಿದ್ದ ಭೂಮಿಕಾ ಎಡವಿ ಮುಗ್ಗರಿಸಿದಾಗ ಮರುಕ್ಷಣವೇ ಅವನ ಬಾಹುಗಳಲ್ಲಿದ್ದಳು. ತಂಗಾಳಿಗೂ ನವಿರಾಗಿ ಬೆವತಳು. ಕಂಪಿಸುವ ತುಟಿಗಳ ಮಧುವನ್ನ ಹೀರುವ ಬಯಕೆಯನ್ನ ಮೆಟ್ಟಲಾರದೆ ಪೂರ್ತಿ ಸೋತುಹೋದ.

"ಭೂ...ಮಿ...ಕಾ..." ಆ ಸ್ವರ ಸಪ್ತ ಸ್ವರದಲ್ಲಿ ನಾದವನ್ನು ಝೇಂಕರಿಸಿತು.

"ಓ ಹೋ...ಸಾರಿ..." ಅವನ ಬಾಹುಗಳಿಂದ ಹೊರಬಂದಳು. ತಲೆ ಮೇಲೆತ್ತುವುದೇ ಅವಳಿಗೆ ಕಷ್ಟವಾಯಿತು. ತಾನಿಷ್ಟು ದುರ್ಬಲ ಮನಸ್ಸಿನವಳೇ? ಅವಳು ನಡೆದು ಬಂದ ದಾರಿ 'ಇಲ್ಲ' ಎಂದು ಪ್ರತಿಭಟಿಸಿತು. ನಾಲ್ಕಾರು ವ್ಯಕ್ತಿಗಳು ಅವಳ ಕಣ್ಮುಂದೆ ಹಾದು ಹೋದರು.

ಮೌನವಾಗಿ ನಡೆಯುತ್ತಿದ್ದರು. ಸಂಕೋಚದಿಂದ ಭೂಮಿಕಾ ಮುದುರಿದರೇ, ಅಪರಾಧ ಭಾವದಿಂದ ಚಡಪಡಿಸುತ್ತಿದ್ದ ಅಭಿನಂದನ್. ಅವನ ಮಿದುಳಿನಲ್ಲಿ ಚಟಪಟ ಸದ್ದು. ಆಂದೋಳನ, ಭಯಂಕರ ಹೋರಾಟ. ಮಾನಸಿಕವಾಗಿ ತೀರಾ ಚಡಪಡಿಸಿದ. ಈಗ ಅವನ ಕಣ್ಮುಂದೆ ಉರುಳಾಡಿದ್ದು ವ್ಹಿಸ್ಕಿಯ ಬಾಟಲು, ಆ ಕ್ಷಣದಲ್ಲಿ ಎಲ್ಲಕ್ಕಿಂತ ಅದು ಪ್ರಿಯವಾಯಿತು.

ಬಂದು ತಲುಪಿದಾಗ ಅರ್ಧ ರಾತ್ರಿಯ ಹೊತ್ತು. ರೋಹಿಣಿ, ಜಯಸಿಂಹ ಅವರ ಕಣ್ಣುಗಳಲ್ಲಿ ಆತಂಕ ನೋಟವಿದ್ದರೆ, ಪ್ರಮೋದ್‌ನ ಕಣ್ಣುಗಳಲ್ಲಿ ರೋಷದ ಕೆಂಡಗಳು ಉರುಳುತ್ತಿದ್ದವು.

"ನಮ್ಗೆಲ್ಲ ತುಂಬಾ ಭಯವಾಗಿತ್ತು!" ರೋಹಿಣಿ ಅಂದಾಗ, ನೇರವಾಗಿ ಅವರ ಕಣ್ಣುಗಳನ್ನು ನೋಡಿದ ಅಭಿನಂದನ್ "ಯಾಕೆ?" ತೀಕ್ಷ್ಣವಾಗಿ ಬಂತು ಅವನ ಸ್ವರ. ರೋಹಿಣಿಯ ದನಿ ಉಡುಗಿತು. ಮಧ್ಯೆ ಜಯಸಿಂಹ ಬಾಯಿ ಹಾಕಿದರು.

"ಈ ಪ್ರದೇಶ ಇನ್ನೂ ಕಾಡು ಮೃಗಗಳಿಂದ ಮುಕ್ತವಾಗಿಲ್ಲ. ಒಬ್ಬೊಬ್ರು ಓಡಾಡೋದು ಭಯದ ವಿಷ್ಯನೇ!" ಮುಖ ಮೇಲೆತ್ತಿ ನೋಡಿದ. 'ನಿಮ್ಮ ಮಾತುಗಳು ಎಷ್ಟು ಸತ್ಯ?' ಎಂದು ಬಗೆಯುವಂತಿತ್ತು ಅವನ ನೋಟ. ಜಯಸಿಂಹ ಮುಖದ ಮೇಲಿನ ಸುಕ್ಕುಗಳು ಆಳವಾದವು.

ಅವರನ್ನು ಸವರಿಕೊಂಡೇ ತನ್ನ ಕೋಣೆಗೆ ಹೋದ ಭೂಮಿಕಾ ಕೋಟು ಕಳಚಿ ಸೋಫಾ ಮೇಲೆ ಕುಸಿದಳು.

"ಸ್ವಲ್ಪ ದೂರದಲ್ಲಿ ಬೈಕ್ ಪಂಕ್ಚರ್. ನಡ್ದು ಬಂದ್ವಿ" ಎಂದು ಬಗ್ಗಿ ಪಾದಗಳನ್ನು ಒತ್ತಿದಳು. ನೋವಿನೆಳೆ ಅವನ ಮುಖದ ಮೇಲೆ ಹಾದು ಹೋಯಿತು. ಆದರೂ ಹಸನ್ಮುಖತೆಯಿಂದ ಉಸುರಿದಳು. "ಇಂಥ ರಾತ್ರಿಯಲ್ಲಿ ನಡ್ಯೋದು ಒಂದು ವಿಶಿಷ್ಟ ಅನುಭವ."

ರೋಹಿಣಿಯವರು ರೇಗಿದರು.

"ಏನಾದ್ರೂ ಹೆಚ್ಚು ಕಡ್ಮೆಯಾಗಿದ್ರೆ ಯಾರು ಹೊಣೆ? ನಮ್ಮನ್ನು ನಂಬಿ ಅಷ್ಟು ದೂರದಿಂದ ಕಳ್ಸಿದ ನಿನ್ನ ತಾಯ್ತಂದೆಯರಿಗೆ ಹೇಗೆ ಮುಖ ತೋರಿಸೋದು! ಇದೆಲ್ಲ ನೀನು ಸ್ವಲ್ಪ ಅರ್ಥ ಮಾಡಿಕೊಳ್ಳೋದು ಒಳ್ಳೇದು!" ಅಸಮಾಧಾನ ಉಸುರಿದರು. ಇಲ್ಲಿಗೆ ಬಂದಾಗಿನಿಂದ ತಾಯಿ ಮಗ ಒಂದು ಕ್ಷಣ ತುಟಿಗಳಿಗೆ ಬೀಗ ಹಾಕಿರಲಿಲ್ಲ. ಆದರೆ ಜಯಸಿಂಹ ಒಂದು ಮಾತು ಕೂಡ ಆಡಿರಲಿಲ್ಲ. ಹೆಂಡತಿ, ಮಗನ ಈ ಬದಲಾದ ಸ್ವಭಾವಕ್ಕೆ ಮನದಲ್ಲೇ ಮರುಗಿದರು.

"ದೀರ್ಘವಾಗಿ ಯೋಚಿಸಿದ್ರೆ ಯಾರ ಬದ್ಕಿಗೆ ಯಾರೂ ಹೊಣೆಯಲ್ಲ" ಎಂದು ಗಂಭೀರವಾಗಿ ಹೇಳಿದರೂ ಹಗುರವಾಗಿ ತೇಲಿಸಿದಳು. "ಜೊತೆಯಲ್ಲಿ ಅಭಿನಂದನ್ ಇದ್ರು, ಅಂಥ ಇಕ್ಕಟ್ಟು ಆ ಪರಿಸ್ಥಿತಿ ಬಂದಿದ್ರೂ, ನಮ್ಮ ಜೊತೆಗೆ ಇನ್ನು ಒಬ್ರು ಇದ್ದಾರೆ ಅನ್ನೋ ನೆಮ್ದಿ ಇತ್ತು" ಎಂದು ಹೇಳಿದಾಗ, ಎದ್ದು ಅವಳ ಕೋಣೆಯತ್ತ ನಡೆದಾಗ ಸೋಫಾ ಅಂಚಿಗೆ ಇದ್ದ ಕೋಟನ್ನು ಎತ್ತಿ ಎಸೆದ ಪ್ರಮೋದ್. ನೇರವಾಗಿ ಅದು ಸೇರಿದ್ದು ಅಭಿನಂದನ್ ಕೈಗೆ!

"ಥ್ಯಾಂಕ್ಯೂ....." ಅಭಿನಂದನ್ ಶಾಂತವಾಗಿ ಹೇಳಿದ. ನಿಂತಲ್ಲಿಯೇ ಹಲ್ಲು ಮಸೆದ ಪ್ರಮೋದ್, "ಬ್ಲಡಿ ಬಾಸ್ಟರ್ಡ್....."

ಜಯಸಿಂಹ ಚಕಿತರಾದರು. ರಘುನಂದನ್ ಕಿವಿಗೆ ಈ ಮಾತುಗಳು ಬೀಳದಿದ್ದರೂ ರಪ್ಪೆಂದು ಬಾಗಿಲು ಪ್ರಮೋದ್ ಮುಖಕ್ಕೆ ಹೊಡೆದಂತೆ ಮುಚ್ಚಿಕೊಂಡಿತು.

"ನಂಗೆ ಸ್ವಲ್ಪ ಕೂಡ ಇಷ್ಟವಾಗ್ಲಿಲ್ಲ." ಮುಖ ತಿರುಗಿಸಿಕೊಂಡು ಬಂದು ಹೊರಗೆ ನಿಂತರು. ತಂಗಾಳಿ ಕೂಡ ಅವರ ಮೈನ ಶಾಖ ಕಡಿಮೆ ಮಾಡಲು ಸಾಧ್ಯವಾಗಲಿಲ್ಲ.

"ಅಂಕಲ್......" ಮೆಲ್ಲಗೆ ಹಿಂದಕ್ಕೆ ತಿರುಗಿದಳು. ನೈಟಿ ತೊಟ್ಟ ಭೂಮಿಕಾ ಚಿಕ್ಕ ಹುಡುಗಿಯಂತೆ ಕಂಡಳು. ಅವರ ಕಣ್ಣುಗಳು ಪ್ರೀತಿಯ ವರ್ಷಧಾರೆಯಾಯಿತು. "ನಡೀ ಮೊದ್ಲು ಊಟ, ಆಮೇಲೆ ಮಾತು." ನೋಟ ತಗ್ಗಿಸಿ ಮಾತನ್ನು ನಿರಾಕರಿಸಿದಳು. "ಈ ಹೊತ್ತಿನಲ್ಲಿ ಏನೂ ಬೇಡ. ನಿಮ್ಗೂ ಉಪವಾಸ!"

ಹುಷಾರಿಲ್ಲದ ಒಂದೆರಡು ದಿನ ಪ್ರಮೋದ್ ಕೂಡ ಬಂಗಲೆಯಲ್ಲಿ ಉಳಿದಿದ್ದ. ಆಗ ಅಭಿನಂದನ್ ಮೇಲೆ ಪ್ರಮೋದ್ ಶೀತಲ ಸಮರ ಸಾರಿದ್ದರೂ ಅಭಿನಂದನ್

ತಲೆ ಕೆಡಿಸಿಕೊಂಡಂತೆ ಕಾಣುತ್ತಿರಲಿಲ್ಲ. ಭೂಮಿಕಾ ಬಳಿ ಕೂಡುತ್ತಿದ್ದ, ಮಾತಾಡುತ್ತಿದ್ದ, ಹಾಲು, ಔಷಧಿ ಕುಡಿಸುತ್ತಿದ್ದ. ಪ್ರಮೋದ್‌ನ ಕೆಂಗಣ್ಣ ನೋಟ ಅವನ ಧೀರ ವ್ಯಕ್ತಿತ್ವವನ್ನು ಅಲುಗಾಡಿಸಿದಂತೆ ಕಾಣಲಿಲ್ಲ.

ಇವರಿಬ್ಬರೂ ಒಳಗೆ ಬರುವ ವೇಳೆಗೆ ಹಾಲ್ ನಿರ್ಜನವಾಗಿತ್ತು. ಜಯಸಿಂಹ ಹುಬ್ಬೇರಿ ಕೆಳಗಿಳಿಯಿತು. ಸಣ್ಣಗೆ ನಕ್ಕಂತೆ ನಟಿಸಿದರು.

"ಗುಡ್ ನೈಟ್......" ಕೋಣೆಯತ್ತ ನಡೆದರು. ಭೂಮಿಕಾ ಬಗ್ಗಿ ಪಾದಗಳನ್ನು ಸವರಿಕೊಂಡಳು. ನೋವಿನಲ್ಲೂ ಹಿತವೆನಿಸಿತು. "ಹಾಯ್..." ಸಣ್ಣಗೆ ನರಳಿದಳು.

ಪಂಚಾಕ್ಷರಿ ಬಂದು ನಿಂತ. ಮುಖದಲ್ಲಿ ನಿದ್ದೆಯ ಮಂಪರು ಇದ್ದರೂ ಬೇಸರವಿರಲಿಲ್ಲ.

"ಛೇ, ಎಂಥ ಕೆಲ್ಸವಾಯ್ತು!" ಪಂಚಾಕ್ಷರಿ ತಲೆ ಕೆರೆದುಕೊಂಡ. ಬೈಕ್ ಪಂಕ್ಚರ್ ಆದ ಬಗ್ಗೆ ಅವನಿಗೆ ಮುಜುಗರ. "ನಾನು ಎಷ್ಟೋ ಬಾರಿ ಅಡ್ಡಾಡಿಸಿದ್ದೇನೆ. ಎಂದೂ ಬರದ ರೋಗ ಅದ್ಕೆ ಇಂದೇ ಬರ್ಬೇಕಾಗಿತ್ತಾ! ಬರೀ ಬೈಗಳು....." ರೋಹಿಣಿಯವರು ಸಾಕಷ್ಟು ಬೈದಿದ್ದನ್ನು ನೆನಪಿಸಿಕೊಂಡ. ಎರಡೂ ಕಾಲುಗಳನ್ನು ಎತ್ತಿ ಟೀಪಾಯಿ ಮೇಲಿಟ್ಟಳು ಭೂಮಿಕಾ.

"ಅಂಕಲ್, ಆಂಟಿ ಅವ್ರದೆಲ್ಲ ಊಟ ಆಯ್ತಾ?" ಕೂದಲನ್ನು ಹಿಂದಕ್ಕೆ ತಳ್ಳುತ್ತ ಪ್ರಶ್ನಿಸಿದಳು. ಅತ್ತಿತ್ತ ನೋಡಿ ಆ ಪಂಚಾಕ್ಷರಿ "ಅವ್ರು ಊಟ ಮುಗಿಸ್ಕೊಂಡೇ ಮೇಲಕ್ಕೆ ಬಂದಿದ್ದು" ಇನ್ನಷ್ಟು ಸಮೀಪಕ್ಕೆ ಬಂದು ಬಗ್ಗಿ ಪಿಸುಗುಟ್ಟಿದ, "ಪ್ರಮೋದ್ ಅಂತೂ ಹುಲಿನೇ ಆಗಿಬಿಟ್ಟಿದ್ರು. ಬರೀ... ಆರ್ಭಟ. ನನಗಂತೂ ಭಯವಾಯ್ತು. ಆದ್ರೆ ಒಂದಷ್ಟು ಹೋಗಿ ನೋಡ್ಬರೋಣಾಂದ್ರೆ ಒಪ್ಪಲಿಲ್ಲ!" ಭೂಮಿಕಾ ನಕ್ಕುಬಿಟ್ಟಳು. ಪ್ರಮೋದ್‌ನ ವೈವಿಧ್ಯಮಯ ಸ್ವಭಾವಗಳು ಪರಿಚಯವಾಗುತ್ತಿರುವುದು ಇತ್ತೀಚೆಗೆ. ಅಲ್ಲಿ ಅದಕ್ಕೆ ಅವಕಾಶವಿರಲಿಲ್ಲವೋ ಅಥವಾ ಪ್ರಕಟವಾಗುವುದಕ್ಕೆ ಸರಿಯಾದ ಸಂದರ್ಭ, ಸನ್ನಿವೇಶಗಳು ಒದಗಲಿಲ್ಲವೋ.

"ಈಗ ನಂಗೂ, ಅಭಿನಂದನ್‌ಗೂ ಬಿಸಿಯಾಗಿ ಕಾಫಿನೋ ಹಾಲೋ ತಗೊಂಡ್ಬಾ" ಎಂದು ಪಾದಗಳ ಮೇಲೆ ಅವಳ ನೀಳ ಬೆರಳುಗಳಾಡಿಸಿದಳು. ಮತ್ತಷ್ಟು ಬಲವಾಗಿ ಒತ್ತಿದಳು.

ಬಾಗಿಲವರೆಗೂ ಹೋದ ಪಂಚಾಕ್ಷರಿ ಬಂದ. ಅವನ ತುಟಿಗಳು ಏನೋ ಹೇಳಲು ಮುಂದಾದಾಗ ಕೈಯೆತ್ತಿ ತಡೆದಳು.

"ನೀನು ತಗೊಂಡ್ಬಾ" ಚುಟುಕಾಗಿ ಹೇಳಿದಳು.

ಭದ್ರವಾಗಿ ಕಟ್ಟಿದಂತಿದ್ದ ಅಭಿನಂದನ್ ಕೋಣೆಯ ಬಾಗಿಲನ್ನು ನಿಧಾನವಾಗಿ, ಸ್ವಲ್ಪ ಬಲವಾಗಿಯೇ ದೂಡಿದಳು.

ಪೂರ್ತಿ ಕತ್ತಲೆ ಕೋಣೆಯಲ್ಲಿ ಹೊರಗಿನ ಚಂದ್ರನ ಬೆಳಕು ಚೆಲ್ಲಾಟವಾಡುತ್ತಿತ್ತು. ಕಿಟಕಿಯ ಬಳಿ ನಿಂತಿದ್ದ ಅಭಿನಂದನ್ ತುಟಿಗಳ ಮಧ್ಯ ಸಿಗರೇಟು ಇತ್ತು.

"ಅಭಿನಂದನ್......" ಸ್ವರದ ಹಿಂದೆ ದೀಪ ಹೊತ್ತಿಕೊಂಡಾಗ ಸಿಗರೇಟು ಎಸೆದು ಇತ್ತ ತಿರುಗಿದ. ವೆಲ್ವೆಟ್ ನೈಟ್ ಕೋಟ್‌ನಲ್ಲಿ ತೀರಾ ಭಿನ್ನವಾಗಿ ಕಂಡ ಭೂಮಿಕಾಳನ್ನು, ಚಿಂತಿತ ವದನದಲ್ಲಿ ಪ್ರೌಢತನದ ಗಾಂಭೀರ್ಯವಿತ್ತು.

"ಹಾಲು ಕುಡೀರಿ" ಅಲ್ಲೇ ಕೂತಳು.

ತುಟಿಗಳವರೆಗೂ ಬಂದ 'ಬೇಡ' ಎನ್ನುವ ಮಾತನ್ನು ಹೃದಯ ತಡೆ ಹಿಡಿಯಿತು. ಅವನ ನೇತ್ರಗಳು ಪ್ರೇಮಪೂರ್ಣ ಭಾವನೆಗಳನ್ನು ಸ್ಫುರಿಸಿದವು.

"ಬೇಗ ಕುಡ್ದು ಮಲ್ಗಿ, ಇಲ್ದಿದ್ರೆ, ಬೆಳಗಿನ ಪ್ರೋಗ್ರಾಂ ಎಲ್ಲ ಅಪ್‌ಸೆಟ್ ಆಗಿಬಿಡುತ್ತೆ" ಅವಳ ನೋಟ ಕ್ಯಾಮೆರಾದಲ್ಲೇ ಇತ್ತು. ಅಚ್ಚರಿ ಮಿನುಗಿತು ಅವನ ಕಣ್ಣುಗಳಲ್ಲಿ. "ಅಂತೂ ಬೆಳಿಗ್ಗೆ ಹೊರಡೋ ಉತ್ಸಾಹ ಇದೆ ಅನ್ನಿ" ಎಂದ್ಹೇಳಿ ಇತ್ತ ಬಂದ. ಹುಬ್ಬೆತ್ತಿ ಕೇಳಿದಳು, "ಯಾಕಿಲ್ಲ! ಅಭ್ಯಾಸಬಲವಿಲ್ಲದಿರೋದ್ರಿಂದ ಒಂದಿಷ್ಟು ಕಾಲುಗಳು ನೋವು ಇರ್ಬಹ್ದು. ಒಂದೆರಡು ಗಂಟೆ ರೆಸ್ಟ್ ಸಿಕ್ರೆ ತಾನೇ ಸರಿಹೋಗುತ್ತೆ." ನೀಳ ಬೆರಳುಗಳು ಸೋಫಾ ಹಿಡಿಯ ಮೇಲೆ ತಾಳ ಹಾಕಿದವು.

ಅವನ ತಲೆಯಲ್ಲಿ ಬಿಗಿದ ನರಗಳೆಲ್ಲ ಸಡಿಲಗೊಂಡವು. ಅವಳ ಮಾತು, ರೀತಿ, ನಡವಳಿಕೆ ಪ್ರತಿಯೊಂದೂ ಅಭಿನಂದನ್‌ನ ಹುಬ್ಬೇರಿಸುತ್ತಿದ್ದುದು ಮಾತ್ರವಲ್ಲ ಅವನಿಗೆ ಅನುಸರಿಸುವಂತಾಗಿತ್ತು.

ತುಟಿ ಎರಡು ಮಾಡದೆ ಹಾಲಿನ ಲೋಟ ಕೈಗೆತ್ತಿಕೊಂಡ. ಈ ಪರಿ ಪಾಠ ಹೊಸದು. ವ್ಹಿಸ್ಕಿ ಕುಡಿಯೋ ಅಭ್ಯಾಸ ತಪ್ಪಿಸಲು ಬಹಳಷ್ಟು ಸಹಕಾರಿ, ಹಿತವಾದ, ಅತ್ಯಂತ ಮಧುರವಾದ ಅನುಭವ ಕೂಡ ಹೌದು.

"ಗುಡ್ ನೈಟ್, ಅಭಿನಂದನ್" ಎಂದು ಮೇಲಕ್ಕೆದ್ದಳು.

"ಗುಡ್ ನೈಟ್....." ನವಿರಾಗಿ ಹೇಳಿದ. ಬಾಗಿಲವರೆಗೂ ಹೋದವಳು ಹಿಂದಕ್ಕೆ ತಿರುಗಿ, "ಬೆಳಿಗ್ಗೆ ಬೇಗ ಏಳಬೇಕು. ದಯವಿಟ್ಟು ಮರೀಬಾರ್ದು. ಇಲ್ದಿದ್ರೆ ಎಲ್ಲಾ ಅಪ್‌ಸೆಟ್ ಆಗ್ಬಿಡುತ್ತೆ." ಮತ್ತೊಮ್ಮೆ "ಗುಡ್ ನೈಟ್" ಎಂದು ಹೊರಗೆ ಬಂದಳು.

ಅವಳು ಯೋಜಿಸಿಕೊಂಡ ಕೆಲಸ ಬಹಳ ಮಟ್ಟಿಗೆ ಪೂರ್ಣಗೊಂಡಿತ್ತು. ಹಿಂದಿನ ಹಾಗೆ ಅಭಿನಂದನ್ ಯಾವಾಗಲೂ ಮತ್ತಿನಲ್ಲಿರುತ್ತಿರಲಿಲ್ಲ. ಮತ್ತಷ್ಟು ಒಳ್ಳೆಯ ಸಹವಾಸದ ಆಕರ್ಷಣೆಗಳು ಅವನನ್ನು ಹಿಡಿದಿಟ್ಟಿದ್ದವು. ರಾಮಾಯಣ, ಮಹಾಭಾರತಗಳ ಜೊತೆ ರಸೆಲ್, ಫ್ರಾಯ್ಡನ್ನ ಮಾತ್ರವಲ್ಲ ನಮ್ಮ ನಾಡಿನ ಕವಿಗಳ ಸುಂದರ ಕಾವ್ಯಗಳನ್ನು ಕೂಡ ಓದುತ್ತಿದ್ದ. ದಟ್ಟ ಚಿಂತನೆಗೆ ಒಳಗಾದ. ಇದರಿಂದ ಅವನ ಗ್ಲಾಸ್, ಬಾಟಲುಗಳನ್ನು ದೂರವಿಡಲು ಸಾಧ್ಯವಾಯಿತು. ಆದರೆ ರಾತ್ರಿ

ಒಂದೆರಡು ಪೆಗ್ ಹಾಕುವ ಅಭ್ಯಾಸ ಬಿಡಲಾಗಲಿಲ್ಲ. ಅದಕ್ಕೂ ಕೆಲವೊಮ್ಮೆ ಇತಿಶ್ರೀ... ಇದನ್ನೇ ಭೂಮಿಕಾ ಬಯಸಿದ್ದು.

ಕೋಣೆಗೆ ಬಂದ ಭೂಮಿಕಾ ಮಲಗಿ ಕತ್ತಿನವರೆಗೂ ಬ್ಲ್ಯಾಂಕೆಟ್ ಹೊದ್ದುಕೊಂಡಳು. ಚಳಿಯಲ್ಲಿ ಬೆಚ್ಚನೆಯ ಅನುಭವ ಹಿತವಾಗಿತ್ತು. ಕಣ್ಣು ಮುಚ್ಚಿದಳು. ಆಯಾಸದ ಭಾರದಿಂದ ಸೋತ ರೆಪ್ಪೆಗಳು ವಿಶ್ರಾಂತಿ ಪಡೆದವು.

ಥಟ್ಟನೆ ದೀಪ ಹೊತ್ತಿಕೊಂಡಿತು. ಪ್ರಯಾಸದಿಂದ ಕಣ್ಣು ಬಿಟ್ಟಳು. ಪ್ರಮೋದ್ ನಿಂತಿದ್ದ. ಅವನ ಕಣ್ಣುಗಳಲ್ಲಿದ್ದ ಕಾವು ಅವಳ ಗಮನಕ್ಕೆ ಬರಲಿಲ್ಲ.

"ಮಿಸ್ಟರ್ ಪ್ರಮೋದ್...ಡೋಂಟ್ ಡಿಸ್ಟರ್ಬ್ ಮಿ... ಇವತ್ತು ವಿಪರೀತ ಆಯಾಸ. ನಿದ್ದೆ ಬರುತ್ತಿದೆ."

ಅವಳ ಮಾತನ್ನು ಲೆಕ್ಕಕ್ಕೆ ತೆಗೆದುಕೊಳ್ಳದವನಂತೆ ಅಲ್ಲೇ ಕೂತು ಸೂರು ನೋಡಿದಾಗ ಅವಳು ಎದ್ದು ಕೂಡುವುದು ಅನಿವಾರ್ಯವಾಗಿತ್ತು.

"ವ್ಹಾಟ್....." ಅವಳ ಕಣ್ಣುಗಳು ಕಿರಿದಾದವು. ಪ್ರಮೋದ್ ಮುಖ ಮತ್ತಷ್ಟು ಬಿಗಿಯಿತು. ಬೇಸರ ಇಣುಕಿತು ಭೂಮಿಕಾಳ ಕಣ್ಣುಗಳಲ್ಲಿ. "ಎನೀ ಥಿಂಗ್ ರಾಂಗ್? ಏನಾಯ್ತು ನಿನ್ನ ಕೆಲ್ಸದ ವಿಷ್ಯ?" ಎಂದಾಗ ಹಣೆಯುಜ್ಜಿ ನೇರವಾಗಿ ಅವಳನ್ನು ನೋಡಿದ.

"ಅಭಿನಂದನ್, ಈಸ್ ನಾಟ್ ಫಿಟ್ ಫಾರ್ ಯೂ" ಎಂದ ಥಟ್ಟನೆ. ಅವಳ ಕಣ್ಣುಗಳಲ್ಲಿ ವಿಸ್ಮಯ ಇಣುಕಿತು. "ನೀವೇನು ಹೇಳ್ತಾ ಇದ್ದೀರಿ ಪ್ರಮೋದ್. ಫಿಟ್ ಮೀನ್ಸ್ ವ್ಹಾಟ್?"

ಅವನ ಮೈನ ರಕ್ತವೆಲ್ಲ ಮುಖಕ್ಕೆ ನುಗ್ಗಿತು. ಹಲ್ಲುಗಳನ್ನು ಕಚ್ಚಿ ಮುಷ್ಟಿ ಬಿಗಿದ.

"ರಿಲ್ಯಾಕ್ಸ್ ಆಗು. ಏನಿದ್ರೂ ಬೆಳಿಗ್ಗೆ ಮಾತು. ಗುಡ್ ನೈಟ್" ಬ್ಲಾಂಕೆಟ್‌ನ ಹೊದ್ದು ಕಣ್ಣು ಮುಚ್ಚುವಾಗ ಹೇಳಿದಳು, "ದಯವಿಟ್ಟು ದೀಪ ಆರಿಸಿಬಿಡು."

ಪ್ರಮೋದ್ ತುಟಿಯನ್ನು ಹಲ್ಲಿನಡಿಯಲ್ಲಿ ಬಿಗಿಯಾಗಿ ಕಚ್ಚಿ ಹಿಡಿದ. ಇದೊಂದು ವಿಷಯದಲ್ಲಿ ಅವನ ವ್ಯಕ್ತಿತ್ವ ಕರಗಿ ಹೋಗಿತ್ತು.

ಬೆಳಿಗ್ಗೆ ಎಲ್ಲರಿಗಿಂತ ಮೊದಲು ಎದ್ದವಳು ಭೂಮಿಕಾ. ಪಂಚಾಕ್ಷರಿಯನ್ನು ಎಬ್ಬಿಸಿ ಅವಸರಿಸಿದಳು.

"ಬಿಸ್ಲು ಜಾಸ್ತಿಯಾದರೆ ನಡಿಗೆ ನಿಧಾನವಾಗುತ್ತದೆ. ಪ್ರೋಗ್ರಾಂ ಎಲ್ಲಾ ಅಪ್‌ಸೆಟ್." ತಾನೇ ಸ್ಟೋವ್ ಹಚ್ಚಿ ಕಾಫಿಗೆ ನೀರಿಟ್ಟು ಹೊರಗೆ ಬಂದಾಗ ಜಯಸಿಂಹ ಯಾವುದೋ ಹಳೆಪತ್ರಿಕೆ ಹಿಡಿದು ಕೂತಿದ್ದರು. ಅವರ ಕಳೆಗೆಟ್ಟ ಮುಖ ನೋಡಿ ಗಾಬರಿಯಾದಳು ಭೂಮಿಕಾ.

"ಅಂಕಲ್, ನಿಮ್ಮ ಹೆಲ್ತೇ ಸರ್ಯಾಗಿಲ್ಲ!" ಅವರ ಹತ್ತಿರ ಬಂದು ನಿಂತಳು. ಅವರ ತುಟಿಗಳ ಮೇಲೆ ವಿಷಣ್ಣತೆಯ ನಗು ತೇಲಿತು. "ಏನಿಲ್ಲ ಐ ಆ್ಯಮ್

ಆಲ್‌ರೈಟ್. ನಿದ್ದೆ ಇಲ್ದೇ ಮುಖ ಹಾಗೆ ಆಗಿರಬೇಕು!" ಮೃದುವಾಗಿ ಮುಖದ ಮೇಲೆ ಕೈಯಾಡಿಸಿಕೊಂಡರು. ಭೂಮಿಕಾ ಅಲ್ಲೇ ಕೂತಳು. ಅವರ ತುಮುಲ ಪೂರ್ಣವಾಗಿಯಲ್ಲದಿದ್ದರೂ ಅಷ್ಟಿಷ್ಟು ಅರ್ಥವಾಗಿತ್ತು ಅದರ ಬಗ್ಗೆ ಅವಳಿಗೆ ಬೇಸರವೂ ಇತ್ತು.

"ನೀವು ಪ್ರಮೋದ್ ಬಗ್ಗೆ ತಲೆಗೆ ಹಚ್ಚಿಕೊಂಡಿರಬೇಕು. ಆತ ಅಮೇರಿಕಾ ಆಕರ್ಷಣೆಯಿಂದ ಪೂರ್ತಿ ಬಿಡುಗಡೆ ಹೊಂದಿಲ್ಲ. ಅದಲ್ಲದೆ ಐಡಲ್ಲಾಗಿ ಓಡಾಡಿ ಕೊಂಡಿರೋದ್ರಿಂದ... ಜೊತೆಗೆ ಮಾತನಾಡಲು ಸರಿಯಾದ ಜನ ಇಲ್ಲದ್ದರಿಂದ ಒರಟಾಗಿ ನಡ್ಕೋತಾನೆ! ಅದೇನೂ ದೊಡ್ಡ ಸಂಗ್ತಿಯಲ್ಲ. ಸಹಜವಾಗಿ ಆಕೆ ಹೇಳಿದಾಗ ಅವಳ ಕಣ್ಣುಗಳನ್ನೇ ನೋಡಿದರು. ಶುಭ್ರ ಛಾಯೆ ಹೊತ್ತ ಅವು ನಕ್ಷತ್ರಗಳಂತೆ ಕಂಡವು. ಹೇಳಬೇಕೆಂದ ಮಾತುಗಳು ಅವರ ಗಂಟಲಲ್ಲಿ ಉಳಿದು ಹೋದವು.

"ಪಂಚಾಕ್ಷರಿ... ಅಭಿನಂದನ್ ಅವ್ರನ್ನ ಎಬ್ಸು" ಕೂತಲ್ಲಿಂದಲೇ ಕೂಗಿದಳು. ಕಾಲುಗಳಲ್ಲಿ ನೋವು; ಬಗ್ಗಿ ಪಾದಗಳನ್ನ ಒತ್ತಿಕೊಂಡಳು.

"ಈಗ ಅಭಿನಂದನ್ ಪೂರ್ತಿ ವ್ಯಕ್ತಿ ಬೇರೇನೇ ಆಗಿದ್ದಾರೆ, ಅಲ್ವಾ ಅಂಕಲ್. ರಿಯಲೀ ಹೀ ಈಸ್ ಜಂಟಲ್‌ಮನ್. ಈಗ ಅವ್ರ ಮನದಲ್ಲಿ ಕುಡಿಯಲೇ ಬೇಕು ಅನ್ನೋ ಅಪೇಕ್ಷೆ, ತೀವ್ರತೆ, ಸ್ವಯಂ ಒತ್ತಾಯ ಯಾವ್ದೂ ಇಲ್ಲ. ಬದ್ಕಿನ ವೈವಿಧ್ಯಗಳ ಬಗ್ಗೆ ಆಳವಾದ ಚಿಂತನೆ, ಕುತೂಹಲ ಮೂಡಿದೆ. ನಿಸರ್ಗ, ಸಾಹಿತ್ಯ, ಸಂಗೀತ ಸಹವಾಸ, ಮಾನಸಿಕ ಸಂಯಮ, ದೃಢತೆಯನ್ನೇ ಹೆಚ್ಚಿಸುತ್ತೆ." ಉತ್ಸಾಹದಿಂದಿದ್ದ ಅವಳ ಸ್ವರ ಥಟ್ಟನೆ ಗಂಭೀರವಾಯಿತು. "ಅಭಿನಂದನ್ ಇನ್ನೂ ಕೆಲವೇ ದಿನದ ಅತಿಥಿ. ಮುಂದೆ ಒಂದು ಉನ್ನತ, ಉಪಯುಕ್ತ, ಮಾನವೀಯ ಪ್ರಜ್ಞೆಯುಳ್ಳ ವ್ಯಕ್ತಿ ಸಮಾಜಕ್ಕೆ ಸಿಕ್ತಾನೆ." ಎಂದು ಮೇಲೆದ್ದು ಕೋಣೆಯ ಕಡೆ ಹೋಗಿಬಿಟ್ಟಳು.

ಜಯಸಿಂಹರ ಮನ ಹಕ್ಕಿಯಂತೆ ಹರ್ಷದಿಂದ ಆಕಾಶದಲ್ಲಿ ಹಾರಾಡಿತು. ಮೆಹತಾ ಇಟ್ಟ ನಂಬಿಕೆ ಉಳಿದುಕೊಂಡಿತು.

ಕ್ಯಾಮೆರಾಗಳನ್ನ ತೆಗೆದುಕೊಂಡು ಬಂಗ್ಲೆಯಿಂದ ಮೂವರೂ ಹೊರಬಿದ್ದಾಗ ಹಾಸಿಗೆಯ ಮೇಲೆ ಮಲಗಿದ್ದ ಪ್ರಮೋದ್ ಕಂಡು ಕೆಂಡಗಳ ಮೇಲಿದ್ದವನಂತೆ ಚಡಪಡಿಸಿದ.

ಇಂದು ಬಿಚ್ಚುಗೂದಲನ್ನು ಮೇಲಕ್ಕೆ ಸೇರಿಸಿ ಕ್ಲಿಪ್ ಹಾಕಿದ್ದ ಭೂಮಿಕಾಳ ಕಿವಿಗಳಲ್ಲಿ ಮುತ್ತಿನ ಗೊಂಚಲುಗಳಿದ್ದವು. ಬಿಳಿಯ ಷಿಫಾನ್ ಸೀರೆಯ ಒಡಲಲ್ಲಿ ಸಣ್ಣ ಸಣ್ಣ ಗಿಣಿ ಹಸುರಿನ ಹೂಗಳು. ಅದೇ ಬಣ್ಣದ ಬೊಟ್ಟು ಹುಬ್ಬುಗಳ ನಡುವೆ ತೆಳುವಾದ ಮೇಕಪ್. ಅದಕ್ಕೇ ಬೇಕಾಬಿಟ್ಟಿ, ಕನ್ನಡಿಯ ಮುಂದೆ ಕೂಡುವುದು ಅವಳಿಗೆ ಅತ್ಯಂತ ಬೇಸರದ ಕೆಲಸ, ಆದರೆ ಅವಳ ಮಂದಸ್ಮಿತ ಮುಖಕ್ಕೆ ನಿಸರ್ಗದ ವಿಶಿಷ್ಟ ಕಳೆ ಮೇಳೈಸಿತ್ತು. ಕಣ್ಣರಳಿಸಿ ನೋಡಿದ ಅಭಿನಂದನ್.

"ಪ್ರಕೃತಿ ಹೆಣ್ಣಾಗಿ ರೂಪು ತೊಟ್ಟು ಬಂದಿದೆ" ಮನ ಹೇಳಿದರೂ, ತುಟಿಗಳಿಂದ ಮೆಚ್ಚಿಗೆಯನ್ನು ಹೊರಹಾಕಲಿಲ್ಲ.

ಪಂಚಾಕ್ಷರಿ ಬಲಗೈಯಲ್ಲಿದ್ದ ಬ್ಯಾಗನ್ನು ಎಡಗೈಗೆ ಬದಲಾಯಿಸಿದ. ವಾರೆಗಣ್ಣಲ್ಲಿ ನೋಡಿದ ಅಭಿನಂದನ್ ಸಣ್ಣಗೆ ನಕ್ಕ.

"ಪಂಚಾಕ್ಷರಿ ನಿಂಗೆ ಮದ್ವೆ ಆಗಿದ್ಯಾ?" ಇಂಥ ಪ್ರಶ್ನೆ ಮೊದಲ ಬಾರಿ ಕೇಳಿದ್ದ. ಪಂಚಾಕ್ಷರಿ ಮುಖ ಮೊರದಗಲವಾಯಿತು. ತುಸು ನಾಚಿದ, "ಇನ್ನ ಇಲ್ಲ......" ಎರೆಡ್ಹೆಜ್ಜೆ ನಿಧಾನವಾಗಿಸಿ ಪಂಚಾಕ್ಷರಿ ಭುಜದ ಮೇಲೆ ಕೈ ಹಾಕಿದ ಅಭಿನಂದನ್. ಅವನ ಎತ್ತರಕ್ಕೆ ಪಂಚಾಕ್ಷರಿ ಕುಳ್ಳ.

"ಯಾವಾಗ ಮದ್ವೆ ಆಗ್ತೀಯಾ?" ಥಟ್ಟನೆ ಪಂಚಾಕ್ಷರಿ ಗಂಭೀರವಾಗಿಬಿಟ್ಟ. ಮುಖದಲ್ಲಿ ಸೋತ ಕಳೆ ಇಣುಕಿತು. "ಬಹುಶಃ ದೇವ್ರಿಗೆ ಗೊತ್ತು. ಮದ್ವೆ ಅನ್ನೋದು ನನ್ನ ಹಣೆಯಲ್ಲಿ ಬರೆದಿದ್ಯೋ, ಇಲ್ವೋ ನೋಡ್ಬೇಕು" ನಿಟ್ಟುಸಿರಿಟ್ಟ.

ನಾಲ್ಕು ಹೆಜ್ಜೆ ಮುಂದೆ ಇದ್ದ ಭೂಮಿಕಾ ಥಟ್ಟನೆ ನಿಂತು ಹಿಂದಿರುಗಿದಳು. ಪಂಚಾಕ್ಷರಿ ಮುಖದ ಮೇಲಿನ ಚಿಂತೆಯ ಗೆರೆಗಳನ್ನು ದಿಟ್ಟಿಸಿದಳು.

"ಅರೆರೇ, ಇದ್ದಕ್ಕಿದ್ದಂತೆ ಡಲ್ ಆಗಿಬಿಟ್ಯಲ್ಲ!" ಎಂದ ಕೂಡಲೇ ಪಂಚಾಕ್ಷರಿ ಮುಖ ಮತ್ತಷ್ಟು ಕುಗ್ಗಿತು. "ಓಹ್... ಎಲ್ಲಾದ್ರೂ ಕೂತು ಅತ್ತುಬಿಡು!" ಎಂದವನೇ ಒಂದು ಮರದ ಬೊಡ್ಡೆಗೆ ಒರಗಿ ನಿಂತ ಅಭಿನಂದನ್ ಬಗ್ಗಿ ಕಾಲ ಬಳಿ ಇದ್ದ ಗಿಡದಿಂದ ಹೂ ಕಿತ್ತ. ಮೂಗು ಆಹ್ವಾದಿಸದ ವಾಸನೆ. ಎಸೆದು ಕೈ ಬೆರಳುಗಳನ್ನು ಮರಕ್ಕೆ ತೀಡಿದ.

ಪಂಚಾಕ್ಷರಿ ಕೈಯಲ್ಲಿದ್ದ ಬ್ಯಾಗ್, ಹಿಡಿ ಇರುವ ಡಬ್ಬಿಯನ್ನು ಒಂದೆಡೆ ಇಟ್ಟು ಕೂತುಬಿಟ್ಟ. ತಲೆಯ ಮೇಲೆ ಕೈಹೊತ್ತು ಕೂತ ಅವನನ್ನು ಕಂಡು ಗಾಬರಿ ಜೊತೆ ಸಹಾನುಭೂತಿ ಮೂಡಿತು.

ಕೈ ಬೆರಳುಗಳನ್ನೇ ನೋಡುತ್ತ ನಿಂತಿದ್ದ ಅಭಿನಂದನ್ ಅವನತ್ತ ನಡೆದು ಹೋದಾಗ, ಸುತ್ತಲೂ ನೋಟಹರಿಸಿ ಕ್ಯಾಮೆರಾದತ್ತ ಕಣ್ಣು ಹಾಯಿಸಿದಳು ಭೂಮಿಕಾ.

"ವಂಡರ್‌ಫುಲ್..." ಭೂಮಿಕಾ ಉದ್ಗರಿಸಿದಾಗ, ಹಣೆಘಟ್ಟಿಸಿಕೊಂಡು ಪಂಚಾಕ್ಷರಿಯ ಪಕ್ಕ ಕೂತ ಅಭಿನಂದನ್ ಭೂಮಿಕಾಳತ್ತ ನೋಟ ಹಾಯಿಸಿದ. "ಕ್ಯಾಮೆರಾ ಇದ್ದವ್ರಿಗೆಲ್ಲ ಅದ್ಕೆ ಬೇಕಾದ ಕೌಶಲ್ಯ, ದೃಷ್ಟಿಗಳು ಇರೋಲ್ಲ." ಕ್ಯಾಮೆರಾ ತೆಗೆದು ಪಕ್ಕಕ್ಕಿಟ್ಟ.

ಭೂಮಿಕಾ ಮೃದುವಾಗಿ ಬೇಸರ ವ್ಯಕ್ತಪಡಿಸಿದಳು.

"ನನ್ನ ಸ್ಟೂಡೆಂಟ್ ಬಗ್ಗೆ ನಂಗೆ ತುಂಬ ಹೆಮ್ಮೆ ಇತ್ತು. ನೀವು ಇಂಟರೆಸ್ಟ್ ತೋರಿಸ್ತಾ ಇಲ್ಲ" ಭೂಮಿಕಾ ಹೇಳಿದಾಗ ಅಭಿನಂದನ್ ಸೆಟೆದು ಎದ್ದು ನಿಂತ. "ಓ.ಕೆ. ಮೇಡಮ್..." ಕೈ ಮುಷ್ಟಿ ಮಾಡಿ ಹೆಬ್ಬೆರಳು ಎತ್ತಿದ. ಸುಂದರ ನಗೆಯೊಂದು ಹಾಯ್ದು ಹೋಯಿತು ಭೂಮಿಕಾಳ ತುಟಿಯಂಚಿನಲ್ಲಿ. ಪಂಚಾಕ್ಷರಿಯ ವಿಷಯವನ್ನು ಮರೆತರು.

ಸಂಜೆಯ ವೇಳೆಗೆ ಸಾಕಷ್ಟು ಅಡ್ಡಾಡಿ ಕ್ಯಾಮೆರಾ ಕಣ್ಣಲ್ಲಿ ಸೆರೆ ಹಿಡಿದರು. ಮೊದಲು ಮಂಕಾಗಿದ್ದ ಪಂಚಾಕ್ಷರಿ ಉತ್ಸಾಹದಿಂದ ಮಧ್ಯ ಮಧ್ಯ ತನ್ನ ಬಾಲ್ಯದ ಬದುಕನ್ನೆಲ್ಲ ಹೇಳಿಕೊಳ್ಳುತ್ತಿದ್ದ. ತಾನು ಚಿಕ್ಕಂದಿನಲ್ಲಿ ಕಂಡ ಪ್ರಾಣಿಗಳು, ಆದ ಅನುಭವಗಳು ಅವನದೇ ಬಾಯಿಯಲ್ಲಿ ರೋಚಕವಾಗಿತ್ತು.

ವನ್ಯಜೀವಿ ಹಾಗೂ ಪಿಕ್ಟೋರಿಯಲ್ ಫೋಟೋಗ್ರಫಿ ಬಗೆಗೆ ಸಾಕಷ್ಟು ಹೇಳಿದಳು ಸಿಕ್ಕಿದ ಸಮಯದಲ್ಲೆಲ್ಲ. ಅಭಿನಂದನ್ ತೀರಾ ಬೇರೆಯವನೇ ಆದ ನಿಸರ್ಗ ಮಡಿಲಲ್ಲಿ. ಭೂಮಿಕಾ ನಿಂತ ಕಡೆಯಲ್ಲೆಲ್ಲ ಕ್ಯಾಮೆರಾ ತಿರುಗಿಸುತ್ತಿದ್ದಳು.

ವಾಚ್ ಕಡೆ ನೋಡಿದ ಭೂಮಿಕಾ ಕ್ಯಾಮೆರಾ ತೆಗೆದಿಟ್ಟಳು.

"ಇನ್ನು ಸಾಕು! ಅಂಕಲ್ ಆತಂಕ ಪಡೋಕೆ ಮುನ್ನ ಬಂಗ್ಲೆ ತಲುಪಿದ್ರೆ ಸಾಕು" ಮುಖದ ಬೆವರನ್ನು ಕರ್ಚಿಫ್‌ನಿಂದೊತ್ತಿದಳು. ಪಂಚಾಕ್ಷರಿ ಫ್ಲಾಸ್ಕ್‌ನಲ್ಲಿದ್ದ ಕಾಫಿಯನ್ನು ಲೋಟಗಳಿಗೆ ಬಗ್ಗಿಸಿದಾಗ ಆರಾಮವಾಗಿ ಹುಲ್ಲು ಮೇಲೆ ಕೂತ ಅಭಿನಂದನ್ ತಲೆ ಎತ್ತಿ ಆಕಾಶದ ಕಡೆ ನೋಡಿದ.

"ತಗೋಳ್ಳಿ ಇದಿಷ್ಟು ಕುಡಿದ್ರೆ... ಈ ಫ್ಲಾಸ್ಕ್‌ನ ಕೆಲ್ಸ ಮುಗೀತು" ಲೋಟ ಅಭಿನಂದನ್‌ಗೆ ಕೊಟ್ಟು ಫ್ಲಾಸ್ಕ್‌ಅನ್ನು ಬ್ಯಾಗಿನೊಳಗಿಟ್ಟ ಪಂಚಾಕ್ಷರಿ, ಆಸೆಯ ಕಂಗಳಿಂದ ಕ್ಯಾಮೆರಾ ಕಡೆ ನೋಡಿದ. ಎಂದೂ ಮೂಡದ ಕುತೂಹಲ, ಆಸೆ ಅವನಲ್ಲಿ ಕಂಡಿತು.

"ನಾನೊಂದು ಫೋಟೋ ತೆಗೀಲಾ?" ಎಂದು ಕೇಳಿದ ಕೂಡಲೇ, ಅಭಿನಂದನ್ ಎರಡು ಗುಟುಕು ಕುಡಿದ ಲೋಟ ಕೆಳಗಿಟ್ಟ. "ಒಂದು ಯಾಕೆ, ನಾಲ್ಕು ತೆಗಿ" ಕ್ಯಾಮೆರಾ ಅವನತ್ತ ನೀಡಿದ. ಮೊದಲು ಪಂಚಾಕ್ಷರಿ ಸಂಕೋಚಗೊಂಡು ಉತ್ಸಾಹಿತನಾದ.

"ನೀವಿಬ್ರೂ ಸರ್ಯಾಗಿ ನಿಂತ್ಕೊಳ್ಳಿ ಎಂದಾಗ ಇಬ್ಬರೂ ಮುಖ ಮುಖ ನೋಡಿಕೊಂಡು ಗೊಳ್ಳನೇ ನಕ್ಕರು. ಅತ್ತಿತ್ತ ಹರಿದಾಡಿದ ಪಂಚಾಕ್ಷರಿ ನೋಟ ಒಂದು ಕಡೆ ಅಚಲವಾಗಿ ನಿಂತಿತು. "ಈ ಜಾಗ ತುಂಬ ಚೆನ್ನಾಗಿದೆ. ಎಲ್ಲಾ ಕವರ್ ಮಾಡ್ತೀನಿ" ಸಂಭ್ರಮದಿಂದ ಷರಟಿನ ತೋಳುಗಳನ್ನು ಹಿಂದಕ್ಕೆ ಮಡಚಿದ, ದನಿಯೆತ್ತಿ ನಕ್ಕ ಅಭಿನಂದನ್.

ನುರಿತ ಫೋಟೋಗ್ರಾಫರ್‌ನಂತೆ ಪಂಚಾಕ್ಷರಿ ಅವರಿಬ್ಬರನ್ನೂ ನಿರ್ದೇಶಿಸಿದ.

"ಸ್ವಲ್ಪ ಈ ಕಡೆ ಬನ್ನಿ. ಅಷ್ಟು ಸಾಕು. ಒಳ್ಳೆ ಹಿಂದಿ ಫಿಲಂ ಹೀರೋ ತರಹ ನಿಂತ್ಕೋಬೇಕು." ಕಣ್ಣು ಮೇಲಕ್ಕೆ ಹಾಕಿದ ಅಭಿನಂದನ್ ಉಸಿರು ದಬ್ಬಿದ "ಸಾಕಾ!" ಅವಳ ತೀರಾ ಸನಿಹದಲ್ಲಿ ನಿಂತ. "ಫ್ರೀ ಸ್ಟೈಲ್ ಪರ್ವಾಗಿಲ್ಲ!" ಪಂಚಾಕ್ಷರಿ ಮುಖ ಕಹಿ ಆದಾಗ, ಕಿಲ ಕಿಲ ನಕ್ಕಳು ಭೂಮಿಕಾ. ಅವನೆದೆಯ ಸಪ್ತಸ್ವರಗಳು ಮಿಡಿದಂತಾಯಿತು.

ಒಂದಲ್ಲ, ನಾಲ್ಕು ಫೋಟೋಗಳನ್ನು ತೆಗೆದ ಪಂಚಾಕ್ಷರಿ.

ಹಾಗೂ ಇವರು ಬಂಗ್ಲೆಗೆ ಬರುವ ವೇಳೆಗೆ ಪೂರ್ತಿ ಕತ್ತಲಾಗಿಯೇ ಬಿಟ್ಟಿತ್ತು. ಕಾಡಯ್ಯ ಹೊರಗೆ ಕಾಯುತ್ತ ನಿಂತಿದ್ದ.

"ಏನು ವಿಷ್ಯ?" ಎಂದು ಪ್ರಶ್ನಿಸಿದ ಭೂಮಿಕಾ ಅವನ ಉತ್ತರಕ್ಕೂ ಕಾಯದೆ ಒಳಗೆ ಹೋದಳು. ಚಪ್ಪಲಿ ಕಳಚಿದಾಗ ಪಾದಗಳು ಎತ್ತಿಡಲಾರದಷ್ಟು ನಿಶ್ಶಕ್ತವಾದವು. "ಹ್ಹಾ......" ಸಣ್ಣನೆ ನರಳಿದಳು. ಅಭಿನಂದನ್ ಬಗ್ಗಿ ಅವಳ ಕೆಂಪನೆಯ ಸುಂದರ ಪಾದಗಳನ್ನು ನೋಡಿದ; ಬಾತುಕೊಂಡಿತ್ತು. ಈಗ ಅವನಿಗೆ ತನ್ನ ಕಾಲುಗಳೂ ಪೂರ್ತಿ ನೋಯುತ್ತಿರುವ ಅನುಭವ. "ಇಂದಿನ ಪ್ರೋಗ್ರಾಂ ಕ್ಯಾನ್ಸಲ್ ಮಾಡಿಬಿಡ್ಬೇಕಿತ್ತು!" ಇದು ಬರೀ ಗಂಟಲಿನಿಂದ ಹೊರಗೆ ಬಂದ ಮಾತು. ಇಂಥ ಒಂದು ಸುಂದರ, ಸುಖದ, ಉತ್ಸಾಹದ ದಿನ ಅಪರೂಪ. ನೋವಿನ ಪಾದಗಳನ್ನು ಪ್ರಯಾಸದಿಂದ ಎತ್ತಿಡುತ್ತ ತನ್ನ ಕೋಣೆಯತ್ತ ಹೋದವಳೇ ಎಲ್ಲಾ ಶಿಸ್ತನ್ನು ಮರೆತು ಹಾಸಿಗೆಯ ಮೇಲೆ ಬಿದ್ದುಕೊಂಡಳು. ಮೈನ ಎಲ್ಲಾ ನರಗಳು ಸಿಡಿಯತೊಡಗಿದವು. ಹುಲಿಯಂತೆ ಒಮ್ಮೆಲೇ ಎಲ್ಲದರ ಆಕ್ರಮಣ. "ಹ್ಹಾ...ಅಮ್ಮ..." ಸಣ್ಣಗೆ ನರಳಿದಳು.

ಮಾತ್ರೆ, ನೀರು ಹಿಡಿದು ಬಂದ ಅಭಿನಂದನ್ ಅಲ್ಲೇ ಕೂತ.

"ಹೇಗಿದೆ?" ಅವನ ಸ್ವರದಲ್ಲಿ ನವಿರಾದ ಹಾಸ್ಯವಿತ್ತು.

"ನಂಗೇನೋ, ಪರ್ವಾಗಿಲ್ಲ. ಇನ್ನರ್ಧ ಗಂಟೆ ಬಿಟ್ಟು ನಿಮ್ಮ ಸ್ಥಿತಿ ಬಗ್ಗೆ ಹೇಳಿ" ಎದ್ದು ಕೂತಳು. ಸವಾಲೆಸೆದಂತೆ ಕಂಡಿತು. ಪಾದಗಳಿಂದ ಮೇಲಿಂದ ತೊಡೆಗಳವರೆಗೂ ತೀವ್ರವಾದ ಹೊಡೆತ. ಉತ್ಸಾಹದಿಂದ ಓಡಾಡಿದ್ದಕ್ಕೆ ಇದೊಂದು ಅಲ್ಪ ಶಿಕ್ಷೆ.

"ಯಾಕೆ ಮಾತಾಡ್ಲಿಲ್ಲ" ಅವನ ಕೈಯಲ್ಲಿನ ಮಾತ್ರೆ ತೆಗೆದುಕೊಂಡಳು. "ಏನಿಲ್ಲ..." ಮೇಲಕ್ಕೆದ್ದ. ನಾಲ್ಕು ಪೆಗ್ ಹಾಕಿ ಮಲಗಿ ಬಿಡುವುದು. ನೋವಿನ ಮಾತ್ರವಲ್ಲ ಮನದ ಸಂತೋಷ ಸೆಲಬ್ರೇಟ್ ಮಾಡಲು ತಕ್ಕ ಸಂಗಾತಿ. ಲಾಗ ಹಾಕಿತು ಅವನ ಮನ.

ಮಾತ್ರೆ ನುಂಗಿ ಭೂಮಿಕಾ ಪ್ರಯಾಸದಿಂದ ಹೊರಬಂದಾಗ ಕಾಡಯ್ಯ ನಿಂತಿದ್ದ. ಪಂಚಾಕ್ಷರಿ ಸ್ವರ ತಗ್ಗಿಸಿ ಏನೋ ಹೇಳುತ್ತಿದ್ದ.

"ಕಾಡಯ್ಯ, ಅಂಕಲ್, ಆಂಟಿಗೆ ವಿಷ್ಯ ತಿಳ್ಸಿಬಿಡು. ಬೆಳಿಗ್ಗೆ ಬರ್ತೀನಿ" ಎಂದು ಅಭಿನಂದನ್ ಕೋಣೆಯ ಕಡೆ ಹೋಗುತ್ತಿದ್ದವಳು ನಿಂತಳು. ಅವಳ ಕಣ್ಣುಗಳು ಕಿರಿದಾದವು. "ಪ್ರಮೋದ್ ಇದ್ದಾರಾ? ಒಂದ್ಗಳಿಗೆ ಬರೋಕೆ ಹೇಳು" ಅಂದವಳು "ಏನೂ ಬೇಡ" ಎಂದಳು.

ಕೋಣೆಯೊಳಗೆ ಹೆಜ್ಜೆ ಇಟ್ಟವಳು ಹಿಂದಕ್ಕೆ ತೆಗೆದಳು. ಅಭಿನಂದನ್ ಮುಖದಲ್ಲಿ ತುಂಬು ಸಂತೋಷ, ಉತ್ಸಾಹ.

"ಅಭಿನಂದನ್, ಒಳ್ಗಡೆ ಬರೋಕೆ ಪರ್ಮೀಷನ್ ಇದ್ಯಾ? ಬಗ್ಗಿಸುತ್ತಿದ್ದ ಕೆಂಪನೆಯ ದ್ರವ ತುಳುಕಿತು. ಸಂಕೋಚ, ಹಿಂಜರಿಕೆ ಮೆಟ್ಟಿ ಹೇಳಿದ. "ಬೈ ಆಲ್ ಮೀನ್ಸ್, ಕಮಿನ್."

ಭೂಮಿಕಾ ಬಂದವಳೇ ಕುಸಿದಂತೆ ಕೂತಳು. ಬಾಟಲಿ, ಗ್ಲಾಸ್‌ಗಳ ಮೇಲೆ ಅವಳ ನೋಟವಾಡಿತು. ಎರಡು ಬಾರಿ ಅಭಿನಂದನ್ ಮುಖ ನೋಡಿದರೂ ಸಂಕೋಚಿಸಿದಳು.

"ಯಾಕಿಷ್ಟು ಸಂಕೋಚ?" ಗ್ಲಾಸ್ ಕೈಗೆತ್ತಿಕೊಂಡು ನಕ್ಕ ಅಭಿನಂದನ್. "ಫಾರ್ಮಾಲಿಟೀಸ್ ಕೂಡ ಈ ಕ್ಷಣದಲ್ಲಿ ಮರುತುಬಿಡ್ತೀನಿ. ಕಂಪನಿ ಸೇಕ್‌ಗಾಗಿ ಕೂಡ ನಿಮ್ಮನ್ನ ಬಲವಂತ ಮಾಡೋಲ್ಲ" ತುಟಿಗಳ ಬಳಿ ಒಯ್ದ.

"ಜಸ್ಟ್ ಲಿಸನ್..." ಬಹಳ ಕಷ್ಟದಿಂದ ಹೇಳಿದಂತಿತ್ತು. ತುಟಿಯಿಂದ ಕೆಳಗಿಳಿದ ಗ್ಲಾಸ್ ಟೀಪಾಯಿ ಸೇರಿತು. ಸರಿಯಾಗಿ ಕೂತ, ಕಪ್ಪಿಟ್ಟ ಅವಳ ಮುಖವನ್ನೇ ನೋಡಿದ. "ನೀವು ಯಾಕೋ ಬಹಳ ಡಿಪ್ರೆಸ್ ಆಗಿ ಫೀಲ್ ಆಗ್ತಾ ಇದ್ದಂತೆ ಕಾಣುತ್ತೆ. ನೇರವಾಗಿ ಹೇಳಿ ಭೂಮಿಕಾ. ನಿಮ್ಮದೆಯ ಭಾವನೆ ಯೋಚನೆ, ಅನಿಸಿಕೆಗಳ ಬಗ್ಗೆ ನಂಗೆ ಅಭಿಮಾನ, ಗೌರವ ಇದೆ" ಭೂಮಿಕಾ ಉಗುಳು ನುಂಗಿದಳು.

"ಅಭಿನಂದನ್, ಇಡೀ ನಿಮ್ಮ ವ್ಯಕ್ತಿತ್ವವನ್ನೇ ಹಾಳು ಮಾಡ್ತಾ ಇರೋ ಆಲ್ಕೋಹಾಲ್‌ನ ಮುಟ್ಟಬೇಡಿ. ನಾನು ಅಧಿಕಾರದಿಂದಲ್ಲ ಈ ಮಾತು ಹೇಳ್ತಾ ಇರೋದು. ಸ್ನೇಹಕ್ಕಾಗಿ ಈ ಬೇಡಿಕೆ" ಅಂಗೈ ಮುಂದೆ ಚಾಚಿದಳು. ಒಂದು ಕ್ಷಣದಲ್ಲಿ ಅವನೆದೆಯಲ್ಲಿ ಭೀಕರ ಹೋರಾಟ ನಡೆದು ಹೋಯಿತು. ಪ್ರಳಯವಾಗಿ ತಣ್ಣಗಾದ ಸ್ಥಿತಿ ಅವನದಾಯಿತು. ಅವಳ ಸುಂದರ, ಪ್ರಶಾಂತ ನೋಟದಲ್ಲಿ ಕರಗಿಹೋಗುತ್ತಿರುವ ಅನುಭವ.

"ಖಂಡಿತ ಕುಡ್ಯೋಲ್ಲ!" ಅವಳ ಅಂಗೈಯಲ್ಲಿ ತನ್ನ ಕೈಯಿಟ್ಟ, "ಥ್ಯಾಂಕ್ಯೂ..... ಅಭಿನಂದನ್...ಥ್ಯಾಂಕ್ಯೂ" ಅವನ ಕೈಯನ್ನು ಕೆನ್ನೆಗೊತ್ತಿಕೊಂಡಳು.

ಬಾಟಲಿ, ಗ್ಲಾಸ್‌ಗಳನ್ನು ನಿರ್ಲಿಪ್ತನಂತೆ ಹೊರಗೆಸೆದುಬಿಟ್ಟ. ಭೂಮಿಕಾಳ ಕಣ್ಣಂಚಿನಲ್ಲಿ ಹರ್ಷದ ಕಂಬನಿಗಳು ಜಾರಿದವು.

"ಅಮ್ಮ......!" ಎಂದು ಪಂಚಾಕ್ಷರಿ ಒಳಗೆ ಬಂದ. ಈ ಮೌನ ಅವನಿಗೆ ಆಶ್ಚರ್ಯವನ್ನುಂಟುಮಾಡಿತು, ತಲೆ ಕೆರೆದುಕೊಂಡ. "ಅಡ್ಗೆ ಬಿಸಿ ಮಾಡಿದ್ದೀನಿ" ಅದಕ್ಕೆ ಸರಿಯಾಗಿ ಇಬ್ಬರ ತುಟಿಯಂಚಿನಲ್ಲೂ ಆಹ್ಲಾದಕರ ನಸು ನಗು ಚಿಮ್ಮಿತು.

ಇಬ್ಬರೂ ಎದ್ದು ಹೊರಗೆ ನಡೆದರು. ಗಂಭೀರ ವಾತಾವರಣ, 'ಸಾಕು, ಬೇಕು' ಎಂಬಿಷ್ಟೇ ಮಾತುಗಳ ನಡುವೆ ಊಟ.

"ಅಮ್ಮ ಬೆಳಿಗ್ಗೆನೇ ಬರ್ಬೇಕೂಂತ ಹೇಳಿ ಕಳ್ಸಿದ್ದಾರೆ" ಕೈಯಲ್ಲಿ ಸೌಟು ಹಿಡಿದು ಪಂಚಾಕ್ಷರಿ ಹೇಳಿದಾಗ ಮೌನವಾಗಿ ಗೋಣಾಡಿಸಿದಳು, ಅಭಿನಂದನ್ ಲೋಟ ನೀರು ಕುಡಿದಿಟ್ಟು ಎದ್ದ. ಪ್ರಮೋದ್ ಎದುರಾದ. ಪ್ರತಿಯೊಂದು ಸಂದರ್ಭವೂ ಕಹಿಯೇ! ಬೆಚ್ಚಗೆ ಹೊದ್ದು ಮಲಗಿದ. ಅವನು ಕಂಡ ಹೆಣ್ಣುಗಳ ನಡುವೆ ಭೂಮಿಕಾಳನ್ನು ನಿಲ್ಲಿಸಿ ನೋಡಿದ. ಅಜಗಜಾಂತರ ವ್ಯತ್ಯಾಸ, ಭೂಮಿಗೂ ಆಕಾಶಕ್ಕೂ ನಡುವೆ ಇರುವಷ್ಟು.

"ಪ್ಯಾಂಟ್, ಷರ್ಟ್, ಕಮೀಜ್ ಕೆಲವು ಸಂದರ್ಭಗಳಲ್ಲಿ ಬಹಳ ಉಪಯುಕ್ತವಾಗಿ ಕಂಡ್ರೂ ನಂಗೆ ಸೀರೆನೇ ಇಷ್ಟ" ಭೂಮಿಕಾ ತಲ್ಲೀನತೆಯಿಂದ ಆಡಿದ ಮಾತುಗಳು ನೆನಪಾಯಿತು. ಮಗ್ಗುಲಾಗಿ ಮಲಗಿದ.

ಅವನ ಜೀವನದಲ್ಲಿ ಈ ದಿನಕ್ಕೆ ಬಹಳ ಬೆಲೆ. ಬದುಕಿಗೆ ಒಂದು ತಿರುವು. ಹಣೆಯ ಮೇಲೆ ಕೈಯಿಟ್ಟು ನಿದ್ರಿಸಲು ಪ್ರಯತ್ನಿಸಿದ. ಮಿದುಳಿನಲ್ಲಿ ರೇಖಾ ಅಲುಗಾಡಿದಳು. ಎತ್ತರ ಹಿಮ್ಮಡಿಯ ಚಪ್ಪಲಿ ಮೆಟ್ಟಿ ಬಳುಕುವ ಲಲನೆ, ಸದಾ ಮಾದಕ. ಆ ಸೌಂದರ್ಯ, ಮಾತು, ರೀತಿ ನೀತಿಗಳು ಮನದ ಹಸಿವನ್ನು ಕೆರಳಿಸಬಲ್ಲದೇ ವಿನಃ ತಣಿಸಲಾರದು.

"ಸ್ವಲ್ಪ ಅರ್ಥಮಾಡ್ಕೋ..... ಸ್ವಲ್ಪ ಅರ್ಥಮಾಡ್ಕೋ. ಈಚೆಗೆ ಅವ್ನು ಕಂಟ್ರಾಕ್ಟ್ ವೃತ್ತಿ ಹಿಡಿದಿದ್ದಾನೆ. ನಂಗೆ ಸಂತೋಷವೇ. ಆದ್ರೆ... ಅದು ಹಾಳಾಗ್ಲಿ! ನೀನು ಮಾತ್ರ ವಡಿವೇಲು ಮನೆಗೆ ಹೋಗ್ಬೇಡ" ರಘುನಂದನ್ ಹೇಳಿದಾಗ ಮುಖ ತಿರುಗಿಸಿದ್ದ.

"ಕುಡೀಬೇಡ....." ನಿರ್ಮಲ ರೇಗಿದ್ದರು. ನೇರವಾಗಿ ನೋಡಿದ್ದ. ಎಂದಾದ್ರೂ ಒಂದ್ಲೋಟ ಹಾಲು ಕುಡಿಸಿದ, ಕೊಟ್ಟ ನೆನಪು ಅವ್ನಿಗಿಲ್ಲ. ಪ್ರೀತಿಯಿಂದ ಒಂದೇ... ಒಂದು ಮಾತು...ಸಾಧ್ಯವೇ ಇಲ್ಲ.'

"ಪ್ರೀತಿಸಿದೋರಿಗೆ, ಆತ್ಮೀಯತೆ ತೋರಿದೋರಿಗೆ ಮಾತ್ರ ಅಧಿಕಾರ ಇರುತ್ತೆ ಎಲ್ಲರಿಗೂ ಅಲ್ಲ" ಮುಖದ ಮೇಲೆ ಹೊಡೆದಂತೆ ಹೇಳಿದ್ದ.

ನಿದ್ದೆ ಬಾರದೆ ಹೊರಳಾಡಿ ಎದ್ದು ಹೋಗಿ ಕಿಟಕಿ ಬಳಿ ನಿಂತ. ಹೊರಗೆ ಹಾಲು ಚೆಲ್ಲಿದಂಥ ಬೆಳದಿಂಗಳು. ತುಟಿಗಳ ಮಧ್ಯೆ ಸಿಗರೇಟು ಇಟ್ಟು ಲೈಟರ್ ಸೋಕಿಸಿದ.

ನೀರವತೆಯ ನಡುವೆ ಸಣ್ಣಗೆ ಭೂಮಿಕಾಳ ನರಳಿಕೆ. ಊತ ಬಂದ ಪಾದಗಳ ನೆನಪಾಯಿತು. ಎದೆಯಲ್ಲಿ ಭರ್ಜಿ ಇರಿದಂಥ ನೋವು.

ಅರ್ಧ ಸೇದಿದ ಸಿಗರೇಟನ್ನು ಹೊರಗೆ ಎಸೆದ.

ದೊಡ್ಡ ಹಾಲ್‌ನಲ್ಲಿ ಲೈಟು ಹಕ್ಕಿಕೊಂಡಾಗ ಹಾಸಿಗೆಯ ಬಳಿ ಬಂದ. ಪಂಚಾಕ್ಷರಿ ರಾತ್ರಿ ಎರಡು ಮೂರು ಬಾರಿ ಏಳುತ್ತಿದ್ದ, ಸಿಗರೇಟು, ಬೀಡಿ ಸೇದಲೆಂದು ಅಲ್ಲ, ಬಾತ್‌ರೂಂ ಕಡೆ ಕೂಡ ಸುಳಿಯಲಾರ. ಒಮ್ಮೆ ಇಡೀ ಬಂಗ್ಲೆ ಅಡ್ಡಾಡಿ ನೋಡಿ ಮಲಗುವುದು ಅವನ ಹವ್ಯಾಸ.

ದಿಂಬಿನ ಮೇಲೆ ತಲೆಯಿಟ್ಟು ಸ್ವರವೇರಿಸದೆ ಕೂಗಿದ, "ಪಂಚಾಕ್ಷರಿ....." ಆತ ಬಂದು ಇಣುಕಿದವನು ನೇರವಾಗಿ ಬಂದು ಮಂಚದ ಬಳಿ ನೆಲದ ಮೇಲೆ ಕೂತ.

"ಪಂಚಾಕ್ಷರಿ...ಗೆಟ್ ಅಪ್" ಅಬ್ಬರಿಸಿದ.

"ಗೊತ್ತಾಯ್ತು ಬಿಡಿ" ಸೋಫಾ ಮೇಲೆ ಕೂತ. ಅವನ ಕಣ್ಣಲ್ಲಿ ಮಿಂಚು. ಹೇಳಿಕೊಳ್ಳಲಾರದಷ್ಟು ಸಂತೋಷ, "ನೀವು ತುಂಬ ಬದಲಾದ್ರಿ." ಕೇಳಿ ಭಾರವಾದ ಉಸಿರು ದಬ್ಬಿದ ಅಭಿನಂದನ್. ಎರಡೂ ಕೈಗಳು ಬೆಸೆದು ತಲೆಯ ಕೆಳಗೆ ಹೋಯಿತು.

"ನೀನು ಯಾಕೆ ಮದ್ವೆ ಆಗೋಲ್ಲ?" ನೆನಪಿಸಿಕೊಂಡವನಂತೆ ಕೇಳಿದ. ಕ್ಷಣ ತಲೆ ಕೆಳಗೆ ಹಾಕಿದ ಪಂಚಾಕ್ಷರಿ. "ಲವ್...ಅಫೇರ್." ಕಿರುನಗೆ ನಕ್ಕ ಅಭಿನಂದನ್.

"ಹಾಗಂತ ಕಲಿತವರ ಭಾಷೆ, ಆದ್ರೆ.. ದೊಡ್ಡವ್ರ ನಿಶ್ಚಯವೇ! ಸ್ವಲ್ಪ ನನ್ನ ಮನಸ್ಸೇ ಹಿಂದೆಗೆಯುತ್ತ ಇದೆ. ಮದ್ವೆ ಆದ್ರೆ ಕನಸುಗಳೆಲ್ಲ ಕರ್ಗಿ ಹೋಗುತ್ವೆ."

ಅಭಿನಂದನ್ ಭಾವಣಿ ಹಾರುವಂತೆ ನಕ್ಕ. ಹೇಳಿದ್ದು ಸುಳ್ಳೆಂದು ಪಂಚಾಕ್ಷರಿಗೆ ಮಾತ್ರ ಗೊತ್ತು. ಅವನ ಮನ ಒಳಗೊಳಗೆ ಮೂಕವಾಗಿ ರೋದಿಸುತ್ತಿತ್ತು.

"ಪಂಚಾಕ್ಷರಿ ನಿಂಗೆ ಹಾಡು ಬರುತ್ತಾ?" ಪಕ್ಕಕ್ಕೆ ಹೊರಳಿ ಬೇರೆ ಮಾತಿಗೆ ಬಂದ. "ಛೇ, ನನ್ನ ಹಾಡು ನೀವು ಕೇಳೋಕಾಗುತ್ತಾ?" ಮತ್ತಷ್ಟು ಮುದುರಿ ಕೂತ. ಆದರೆ ಅಭಿನಂದನ್ ಬಡಪೆಟ್ಟಿಗೂ ಬಿಡಲಿಲ್ಲ.

ಜನಪದ, ಚಲನಚಿತ್ರ ಗೀತೆಗಳನ್ನ ಆಲಿಸುತ್ತ ನಿದ್ದೆ ಹೋದ ಅಭಿನಂದನ್. ಎದ್ದು ಕತ್ತಿನವರೆಗೂ ಕಂಬಳಿ ಹೊದೆಸಿ ಪಂಚಾಕ್ಷರಿ ಹೊರಗೆ ಬಂದ. ಹಸಿರು ಮಂದ ದೀಪದ ಬೆಳಕಿನಲ್ಲಿ ಸುಂದರ ಕನಸುಗಳು ಅವನನ್ನು ಸೆಳೆದೊಯ್ದವು.

ಬೆಳಿಗ್ಗೆ ಭೂಮಿಕಾಗೆ ಎಚ್ಚರವಾದರೂ ಅಸಾಧ್ಯ ಕಾಲು ನೋವು. 'ಪ್ರಮೋದ್ ಬರ್ತ್‌ಡೇ' ನೆನಪಿಗೆ ಬಂದಾಗ ಪ್ರಯಾಸದಿಂದ ಎದ್ದಳು. ಪಾದಗಳ ಊತ ಮತ್ತಷ್ಟು ಜಾಸ್ತಿ ಆಗಿತ್ತು.

"ಮೈಗಾಡ್......" ಬಗ್ಗಿ ನೋಡಿಕೊಂಡಳು. ಕೈ ಬೆರಳುಗಳಿಂದ ಮೃದುವಾಗಿ ಪಾದಗಳನ್ನು ಸವರಿ ನೋಡಿದಳು.

ಪಂಚಾಕ್ಷರಿ ಕೊಟ್ಟ ಚಾ ಕುಡಿದು ಸ್ನಾನಮುಗಿಸಿ ಬಂದರೂ ಅಭಿನಂದನ್ ಕೋಣೆಯ ಬಾಗಿಲು ತೆರೆದಿರಲಿಲ್ಲ. ಅನುಮಾನದ ಅಲೆ ಎದೆಯಾಳದಲ್ಲಿ ಸ್ವಲ್ಪ ಎದ್ದಿತು.

"ಪಂಚಾಕ್ಷರಿ, ಅವ್ನ ಅಂಕಲ್ ಬಂದರು. ಅಭಿನಂದನ್ ಎದ್ದಿದ್ದಾರೇನೋ ನೋಡು" ಎಂದು ತಂದಿಟ್ಟ ಮತ್ತೊಂದು ಕಪ್ ಚಾಗೆ ಸಕ್ಕರೆ ಬೆರೆಸಿದಳು. ಕೈ ಜಾರಿ ಸ್ಪೂನ್ ಕೆಳಗೆ ಬಿತ್ತು.

"ಇನ್ನ ಎದ್ದಿಲ್ಲ. ರಾತ್ರಿ ಬಹಳ ಹೊತ್ತು ನಿದ್ದೆ ಮಾಡ್ಲಿಲ್ಲ. ನನ್ನ ಹಾಡು ಕೇಳ್ತಾ ನಿದ್ದೆ ಮಾಡಿದ್ರು" ಪಂಚಾಕ್ಷರಿ ಹೇಳಿದಾಗ ಹುಬ್ಬೇರಿಸಿದಳು. "ಇದು ಅನ್ಯಾಯ!" ಅವನು ಕಣ್ಣು ಕಣ್ಣು ಬಿಟ್ಟ 'ಯಾವ್ದು?' ಕಣ್ಣಲ್ಲಿ ಪ್ರಶ್ನೆ ಮೂಡಿದಾಗ, ಸರಳವಾಗಿ ಉತ್ತರ ಹೇಳಿದಳು.

"ನಿನ್ನ ಹಾಡು ಕೇಳೋ ಆಪರ್‌ಚ್ಯುನಿಟಿ ತಪ್ಪಿಹೋಯ್ತು!" ಕೇಳಿ ಪಂಚಾಕ್ಷರಿ ನಕ್ಕು ಹಣೆ ಘಟ್ಟಿಸಿಕೊಂಡ. ನಾನೇ ಕಿವಿ ಮುಚ್ಕೊಂಡ್...ಹಾಡ್ದೇ!" ಎಂದು ಟೀ ಕಪ್ ಒಳಗೆ ಒಯ್ದ.

ಮೆಲ್ಲಗೆ ಶಬ್ದವಾಗದಂತೆ ಅಭಿನಂದನ್ ಕೋಣೆಯ ಬಾಗಿಲನ್ನು ತಳ್ಳಿದಳು. ಪರದೆಯ ಒಳಗೆ ಪ್ರಶಾಂತವಾಗಿ ನಿದ್ರಿಸುತ್ತಿದ್ದ. ಆದರೆ ತುಂಬು ಪುರುಷತ್ವ ಬಿಂಬಿಸುವ.. ಮುಖದಲ್ಲಿ ನೀಳವಾದ ಮೂಗು ತನ್ನ ಪ್ರಥಮತೆಯನ್ನು ಕಾಯ್ದುಕೊಂಡಿತ್ತು. ಕ್ರಾಪ್‌ನ ಕೂದಲು ಅಸ್ತವ್ಯಸ್ತವಾಗಿದ್ದರೂ ಶುಭ್ರ ಮುಖಕ್ಕೆ ಶೋಭಿಸುವ ಛಾಯೆಯೆನ್ನಿಸಿತು.

"ಗುಡ್....." ಬಾಗಿಲನ್ನು ಎಳೆದುಕೊಂಡು ಹೊರಗೆ ಬಂದಳು. ವಾಚ್‌ನತ್ತ ನೋಟ ಹಾಯಿಸಿದಳು. ಒಂಬತ್ತರ ನಂತರ ಮೂವತ್ತು ನಿಮಿಷಗಳು ಕ್ರಮಿಸಿ ಹೋಗಿದ್ದವು.

"ಪಂಚಾಕ್ಷರಿ. ಅಭಿನಂದನ್ ಎದ್ದ ಕೂಡ್ಲೇ ಬ್ರೇಕ್‌ಫಾಸ್ಟ್ ಕೊಟ್ಟು ಕರ್ಕೊಂಡ್ಬಾ" ಎಂದವಳೇ ಚಪ್ಪಲಿ ಮೆಟ್ಟಿ ಹೊರಗೆ ನಡೆದಳು.

ಎಂದಿನಂತೆ ಗುಡ್ಡವನ್ನು ಇಳಿಯುವುದು ಇಂದು ಅವಳಿಗೆ ಪ್ರಯಾಸವಾಗುತ್ತಿತ್ತು. ಬಲವಾಗಿ ಹೆಜ್ಜೆಯೂರಿದರೆ ತೊಡೆಯಲ್ಲಿ ನಡುಕ. ಬಾರಿ ಬಾರಿ ಮುಖದ ಬೆವರನ್ನೊತ್ತುತ್ತಲೇ ಪಾದವನ್ನು ಎತ್ತಿಡುತ್ತಿದ್ದಳು.

"ಹೇಗಿದೆ?" ದನಿ ಬಂದೆಡೆ ನೋಟ ತಿರುಗಿಸಿದಳು. ಗುಡ್ಡದ ಎಡಬದಿಯಲ್ಲಿ ಎದೆಯ ಮೇಲೆ ಕೈಕಟ್ಟಿ ನಿಂತಿದ್ದ ಪ್ರಮೋದ್. "ಯಾವ್ದು?" ಎಸೆದ ಬಾಣ ಹಿಂದಕ್ಕೆ ಬಂದಿತು.

"ಅಷ್ಟೂ ಅರ್ಥವಾಗ್ಲಿಲ್ಲ? ಈ ಇನ್ನೋಸೆಂಟ್ ನಟನೆ ಬೇಡ!" ಅವನ ಸ್ವರದಲ್ಲಿ ಅಪಹಾಸ್ಯ ಇಣುಕಿತು. ಭೂಮಿಕಾಳ ಕಣ್ಣುಗಳಲ್ಲಿ ಕಿಡಿಗಳು ಹಾರಿತು.

"ಷಟ್ ಅಪ್...ಇಂಥ ಮಾತಿನ ವರಸೆ ಸೌಜನ್ಯ, ಸಭ್ಯತೆಗೆ ಹೊರತು" ದಡದಡನೆ ಇಳಿದು ಬಂದಳು. ಕೆಂಪೇರಿದ ಮುಖಕ್ಕೆ ಬೆಳಗಿನ ಹೊಂಗಿರಣಗಳು ಮುತ್ತಿಡುತ್ತಿದ್ದವು. ಪ್ರಮೋದ್ ಸೊಟ್ಟಗೆ ನಕ್ಕ.

ಪ್ರಮೋದ್‌ನ ಅಸಭ್ಯ ಮಾತು, ನಡತೆ ಅವಳ ಪಾಲಿಗೆ ಒಗಟಾಗಿತ್ತು. ಏನಾಗಿದೆ ಇವನಿಗೆ? ಹನ್ನೆರಡು ವರ್ಷಗಳಿಂದ ಒಬ್ಬರನ್ನೊಬ್ಬರು ಬಲ್ಲವರು. ಆ ಮನೆ ಈ ಜನರ ಓಡಾಟದಲ್ಲಿ ಒಂದೇ ಆಗಿಬಿಡುತ್ತಿದ್ದರು.

ಹೊರಗೆ ಎದುರುಗೊಂಡ ಜಯಸಿಂಹ ಆತ್ಮೀಯತೆಯ ನಸುನಗೆ ನಕ್ಕರು.

"ಅಭಿನಂದನ್ ಎಲ್ಲಿ?" ಮೃದುವಾದ ಪ್ರಶ್ನೆ.

"ಇನ್ನೂ ಎದ್ದಿರಲಿಲ್ಲ ಅಂಕಲ್. ಸ್ವಲ್ಪ ತಡವಾಗಿ ಬರಬಹುದು" ಅವಳ ಸ್ವರದಲ್ಲಿ ನಿರುತ್ಸಾಹ ಹರಿದಾಡಿದಾಗ ಕಸಿವಿಸಿಗೊಂಡರು. "ವ್ಹಾಟ್ ಹ್ಯಾಪಂಡ್?" ಸಣ್ಣಗೆ ನಕ್ಕಳು.

"ಏನಿಲ್ಲ. ನೆನ್ನೆಯೆಲ್ಲ ವಿಪರೀತ ಓಡಾಟ. ನನ್ನ ಪ್ರಯೋಗ ಸಕ್ಸಸ್. ಮೆಹತಾಗೆ ವಿಷ್ಯ ತಿಳ್ಸಿಬಿಡಿ" ಹೇಳಿ ಹಗುರ ಮನ ಹೊತ್ತು ಒಳಗೆ ಹೋದಳು.

"ಪಂಚಾಕ್ಷರಿ ಎಲ್ಲಿ?" ಹುಬ್ಬು ಗಂಟಿಕ್ಕಿಯೇ ಪ್ರಶ್ನಿಸಿದರು ರೋಹಿಣಿಯವರು. ಇದೆಲ್ಲ ಅವಳಿಗೆ ಹೊಸಬಗೆ. ಆದರೂ ನಿಧಾನವಾಗಿ ಅರಗಿಸಿಕೊಂಡಳು. "ಬರ್ತಾನೆ...." ಅಲ್ಲೇ ಕೂತು ಪತ್ರಿಕೆ ಎತ್ತಿ ಅದರ ಕಡೆ ದೃಷ್ಟಿ ಹರಿಸಿದಳು. ಯಾರಲ್ಲಿಯೂ ಆವಳಿಗೆ ಮಾತು ಬೇಡವಾಗಿತ್ತು.

ಇಡೀ ಭಾರತ ಸುತ್ತುವ ಹೆಬ್ಬಯಕೆ ಹೊತ್ತೇ ಬಂದಿದ್ದಳು. ಅವಳ ಉತ್ಸಾಹ, ಕಲ್ಪನೆಗಳು ಕುಗ್ಗದಿದ್ದರೂ ತನ್ನ ಮತ್ತು ಜಯಸಿಂಹ ಮನೆಯವರ ಆತ್ಮೀಯ

ತಂತಿಗೆಲ್ಲೋ ಪೆಟ್ಟು ಬಿದ್ದಿದೆಯೆನಿಸಿತು. ಆದರೆ ಲೆಕ್ಕಕ್ಕೆ ಇಡಲು ಆಗದಿದ್ದರೂ ಒಂದು ರೀತಿಯ ನೋವು.

ಪಂಚಾಕ್ಷರಿಯ ತಮ್ಮ ಟೀ ತಂದಿಟ್ಟ. ನೋಡಿದರೂ ನೋಡದಂತೆ ಪುಟಗಳನ್ನು ಮೊಗಚತೊಡಗಿದಳು.

"ಚಾ ತಣ್ಣಗಾಗುತ್ತೆ" ರೋಹಿಣಿಯವರ ಸ್ವರದಲ್ಲಿ ಬೇಸರವಿತ್ತು. ಪತ್ರಿಕೆಯನ್ನು ಟೀಪಾಯಿ ಮೇಲೆ ಹಾಕಿ ಕಪ್ ಕೈಗೆತ್ತಿಕೊಂಡಳು. "ಈಗಾಗ್ಲೇ ಎರಡು ಕಪ್ ಆಗಿದೆ. ಮೊದ್ಲು ಈ ಅಭ್ಯಾಸಗಳು ಒಂದೂ ಇರ್ಲಿಲ್ಲ! ಇಲ್ಲಿಗೆ ಬಂದ್ಮೇಲೆ ಟೀ ಜೊತೆ ಕಾಫಿನೂ ಸೇರ್ತು! ನಾಳೆಯಿಂದ ನಿಲ್ಸಿ ಬಿಡ್ಬೇಕು!" ಎಂದು ಕಪ್ ತುಟಿಗೆ ಹಚ್ಚಿದಳು.

ಬಿಡಿಸಿಟ್ಟ ಏಲಕ್ಕಿ ಕೈಗೆತ್ತಿಕೊಂಡರು ರೋಹಿಣಿ, ಮೊದಲಿನ ಆಡಂಬರ ನೆನೆದು ಕಂಬನಿಗರೆಯದಿದ್ದರೂ ಒಮ್ಮೊಮ್ಮೆ ತಮ್ಮದು ಮೂರ್ಖತನವಾಯಿತೇನೋ, ಎಂದು ಯೋಚಿಸಿ ಖಿನ್ನರಾಗುತ್ತಿದ್ದರು.

"ನಿನ್ನ ಡ್ಯಾಡಿ ಲೆಟರ್ ಬರೆದಿದ್ದರಲ್ಲ!" ಕೇಳಿ ಕಪ್ ಕೆಳಗಿಟ್ಟಳು ಭೂಮಿಕಾ. "ಬರೀ ಮಾಮೂಲಿ ಕ್ಷೇಮ ಸಮಾಚಾರದ ಪತ್ರ. ಸದ್ಯಕ್ಕೆ ಎಲ್ಲಾ ಪ್ರೋಗ್ರಾಂ ಕ್ಯಾನ್ಸಲ್ ಮಾಡಿ ಹೊರಟುಬಿಡೋ ಯೋಚ್ನೆ." ಮನದ ನಿರ್ಧಾರ ಅವರ ಮುಂದೆ ಉಸುರಿದಳು. ಚಕಿತರಾದರೂ ಅವರಿಗೆ ಸಂತೋಷದ ವಿಷಯ. ಅಭಿನಂದನ್‌ನಿಂದ ಭೂಮಿಕಾ ಆದಷ್ಟು ದೂರವಾಗುವುದು ಅವರಿಗೆ ಸದ್ಯಕ್ಕೆ ಬೇಕಿದ್ದ ವಿಷ್ಯ.

"ಇದ್ದಕ್ಕಿದ್ದಂತೆ ಯಾಕೆ ಈ ಯೋಚ್ನೆ?" ಅರೆ ಮನಸ್ಸಿನಿಂದ ರೋಹಿಣಿ ಕೇಳಿದರು. ಪರ್ಸ್ ಕೆಳಗಿಟ್ಟು ಮೇಲಕ್ಕೆದ್ದಳು ಭೂಮಿಕಾ. ಅರ್ಥವಾಗುವ ಆಂದೋಳನ ಅವಳ ಮುಖದ ಮೇಲೆ "ಪಪ್ಪ, ಮಮ್ಮಿನ ನೋಡ್ಬೇಕೂಂತ ಅನ್ನಿಸಿಬಿಟ್ಟಿದೆ. ಇನ್ನೊಂದ್ಸಲ ಬಂದರಾಯ್ತು." ಅವಳ ನಿರ್ಧಾರ ಅಚಲವಾಗಿರುವಂತೆ ಕಂಡಿತು. ಮನದಲ್ಲೇ ಹರ್ಷಿಸಿದರು ರೋಹಿಣಿ.

ಈಗಾಗ್ಲೆ ಪ್ರಮೋದ್, ಭೂಮಿಕಾಳ ಮದುವೆ ಹಿರಿಯರು ಕೂತೇ ನಿರ್ಧರಿಸಿದ್ದರು. ಪ್ರಮೋದ್, ಭೂಮಿಕಾಳ ಮೌನ ತೊಂಬತ್ತು ಭಾಗವೇನು ನೂರು ಭಾಗ ಒಪ್ಪಿಗೆ ಸಿಕ್ಕಂತೆ. ಈಗ ಅಡ್ಡಿಯಾಗಿರೋದು ಅವನಿಗೆ ಕೆಲಸ ಸಿಗದ ವಿಷ್ಯ ಮಾತ್ರ.

ಪರ್ಸ್ ಅಲ್ಲೇ ಬಿಟ್ಟು ಹೊರಗೆ ಬಂದು ನಿಂತಳು. ಏರುತ್ತಿದ್ದ ಸೂರ್ಯನ ಬಿಸಿಲು ಚುರುಕಾಗಿದ್ದರೂ ಅವಳಿಗೆ ಅಲ್ಲಿ ನಿಲ್ಲಲು ಮನಸ್ಸಾಯಿತು.

ಮೆಹತಾ ಬಂದು ತಾವೇ ಅಭಿನಂದನ್‌ನ ಕರೆದೊಯ್ಯಬಹುದು! ಇಲ್ಲಿನ ಜೀವನ, ಬದುಕಿನ ಕೆಲವು ದಿನ ಎಲ್ಲಾ ಅವನ ನೆನಪಿನ ಗುಡಿಯಲ್ಲಿ ಸೇರಿಹೋಗುತ್ತೆ. ಅಂದು ಅರೆ ಮತ್ತಿನಲ್ಲಿ ಟ್ಯಾಕ್ಸಿಯಲ್ಲಿ ಬಂದ ಅಭಿನಂದನ್ ನೆನಪಾಯಿತು.

"ಯಾಕಮ್ಮ ಇಲ್ಲಿ ನಿಂತೆ?" ಜಯಸಿಂಹ ಸ್ವರ. ಅವರ ಹಿಂದಿನಿಂದ ಬಂದ ಪ್ರಮೋದ್ ಸ್ವಲ್ಪ ಪ್ರಶಾಂತವಾಗಿದ್ದಂತೆ ಕಂಡ. ಮುಖ ತಿರುಗಿಸಿಕೊಂಡಳು.

"ಅಭಿನಂದನ್ ಗೋಸ್ಕರ ವೆಯ್ಟ್ ಮಾಡ್ತಾ ಇರ್ಬೇಕು. ವಿಷ್ಯ ಗೊತ್ತಿದ್ದೂ ಹಚ್ಚಿಕೊಂಡಿದ್ದು ತಪ್ಪು. ನಮ್ಗೆ ಯಾಕೆ ಬೇಕಿತ್ತು ಬೇರೆಯವ್ರ ಉಸಾಬರಿ!" ಪ್ರಮೋದನ ಅದೇ ಹಳೆಯ ಮಾತುಗಳು. ರೇಗಿದರು ಜಯಸಿಂಹ.

"ಯಾಕೆ ಬಂದೆ ಇಲ್ಗೆ!" ಬರೀ ಇರಿಟೇಟ್ ಮಾಡ್ತೀಯಾ! ಈ ಸ್ವಭಾವ ನನ್ನ ಮಗನ್ದಾ ಅಂತ ನಾನು ಥಿಂಕ್ ಮಾಡ್ಬೇಕಾಗಿದೆ. ಪ್ಲೀಸ್ ಯೂ ಅಂಡರ್‌ಸ್ಟ್ಯಾಂಡ್ ದಿ ಮ್ಯಾಟರ್."

ತಂದೆಯ ಮಾತುಗಳು ಅವನ ಅಲ್ಪಸ್ವಲ್ಪ ಪ್ರಶಾಂತತೆಯನ್ನು ಕಲಕಿಬಿಟ್ಟರೂ ಸಂಯಮ ಕಳೆದುಕೊಳ್ಳಲಿಲ್ಲ. ಬಹುಶಃ ಅಭಿನಂದನ್ ಇನ್ನು ನಾಲ್ಕು ದಿನದಲ್ಲಿ ಹೋಗಿಬಿಡುವವ, ಮತ್ತೆ ಯಾಕೆ ಬಂದಾನು? ಇದೊಂದು ನೆಮ್ಮದಿ ತರುವ ವಿಷಯ.

"ಸ್ವಲ್ಪ ಆ ಕಡೆ ಅಡ್ಡಾಡಿ ಬರ್ತೀನಿ" ಎಂದ್ಹೇಳಿ ನಡೆದೇ ಬಿಟ್ಟಳು.

"ನೀನೊಬ್ಬ ಫೂಲಿಶ್!" ಜಯಸಿಂಹ ಕಣ್ಣು ಕೆಂಪಗೆ ಮಾಡಿದರು ಮಗನ ಮೇಲೆ. ಆದರೆ ಪ್ರಮೋದ್ ದಿಟ್ಟನಾಗಿ ಎದುರಿಸಿದ, "ನಾವು ಭಾರತೀಯರು ಅನ್ನೋ ಸಮಾಚಾರವೇ ಮರ್‍ತುಬಿಟ್ರಿ. ಆ ಹೆಣ್ಣು ನಿಮ್ಮ ಸೊಸೆಯಾಗೋಳೂಂತ ಗೊತ್ತಿದ್ದೂ ಕೂಡ ಕುಡುಕನ ಜೊತೆ ಆ ಗುಡ್ಡದ ಮೇಲಿನ ಬಂಗ್ಲೆಯಲ್ಲಿ ವಾಸ ಮಾಡೋಕೆ ಕಳ್ಸಿಕೊಟ್ರಿ. ಇವೆಲ್ಲ ಏನು ಹೇಳುತ್ತೆ?"

"ಷಟ್‌ಅಪ್....." ತಾಳ್ಮೆ ಕಳೆದುಕೊಂಡು ಅಬ್ಬರಿಸಿದರು ಜಯಸಿಂಹ. "ಬೇರೆ ರೀತಿಯಲ್ಲಿ ಯಾಕೆ ಯೋಚ್ಸಲ್ಲ? ಈ ಪರಿಸರದಲ್ಲಿ ಅಭಿನಂದನ್ ಸರಿ ಹೋಗ್ಬಹ್ದೂಂತ ಮೆಹತಾ ಕಳ್ಸಿಕೊಟ್ಟಿದ್ದು. ನಂಗೆ ಆಗ ಅಭಿನಂದನ್ ಮುಖ್ಯವಾಗಿದ್ದ. ಭೂಮಿ ತೂಕದ ಹೆಣ್ಣು ಭೂಮಿಕಾ, ಅವ್ಳ ಬಗ್ಗೆ ಸುಮ್ನೆ ಇಲ್ಲದ್ದು ಮಾತಾಡಿ ಅವ್ಳ ಮನಸ್ಸನ್ನು ಗಾಯಗೊಳಿಸಿಟ್ಟೆ. ದೊಡ್ಡ ತಪ್ಪು...ಮಹಾಪರಾಧ..." ಚಡಪಡಿಸಿದರು.

ಜಯಸಿಂಹ ಮನಸ್ಸು ತೀರಾ ಅಸ್ವಸ್ಥವಾಯಿತು. ಆದರೆ ಬಂದ ಅತಿಥಿಗಳ ಜೊತೆ ಚೇತರಿಸಿಕೊಳ್ಳಬೇಕಾಗಿತ್ತು. ನಗು ಮುಖ ಹೊತ್ತು ಓಡಾಡಿದರು. ಸುತ್ತಮುತ್ತಲಿನ ಎಸ್ಟೇಟ್ ಮಾಲೀಕರು, ಅವರ ಕುಟುಂಬ ಬಂದು ತುಂಬಿಕೊಂಡು ಸಂಭ್ರಮಗೊಂಡಿತು ಮನೆ.

ತೀರಾ ಒಂಟಿಯಾಗಿ ಹೋಗಿ ಝರಿಯ ಬಳಿ ಕೂತುಬಿಟ್ಟಳು. ಹರಿಯುವ ನೀರಿನಂತಹ ಭಾವನೆಗಳು ಅರಳದೆ ಘಾಸಿಗೊಂಡವು.

"ಭೂಮಿಕಾ......" ನೀರಿನಲ್ಲಿದ್ದ ಕಾಲುಗಳನ್ನು ಹಿಂದಕ್ಕೆಳೆದುಕೊಂಡಳು. ಪ್ರಮೋದ್ ಮುಖದ ತುಂಬ ನಗು ಹರಡಿಸಿಕೊಂಡು ನಿಂತಿದ್ದ. "ಓಹ್......" ಬೇಸರ ಮರೆತು ಸುಂದರವಾಗಿ ನಕ್ಕಳು.

"ಪಪ್ಪ ತುಂಬನೇ ಹುಡ್ಕಿದ್ರು. ಮೊದ್ಲಿಗಿಂತ ಈಗ ಹೆಚ್ಚು ಮೂಡಿ ಆಗ್ಬಿಟ್ಟೆ. ನಿನ್ನ ಮನಸ್ಸು ನೋಯ್ಸಿದ್ರೆ...." ಮಾತು ಪೂರ್ತಿ ಆಗುವ ಮುನ್ನ ತಡೆದಳು. "ಅಂಥದ್ದೇನೂ

ಆಗಿಲ್ಲ. ಸುಮ್ನೆ ಯಾಕೆ ಎಕ್ಸ್‌ಕ್ಯೂಜ್ ಕೇಳ್ತೀಯಾ!" ಬೇಸರ ಅರಿವಾಗದಂತೆ ಅವಳ ಸ್ವರದಲ್ಲಿ ಇಣುಕಿತು.

"ಹೋಗ್ಲಿ ಬಿಡಿ. ಇನ್ನು ಎಲ್ಲಾ ಮರೆತಂಗೆ ತಾನೇ?' ಎಂದಾಗ ಅವಳ ಕಣ್ಣುಗಳು ಕಿರಿದಾಗಿ ಮುಖದ ಮೇಲೆ ಅರ್ಥವಾಗದ ಭಾವವೊಂದು ಇಣುಕಿತು. "ಈಚೆಗೆ ನೀನಾಡೋ ಒಗಟು ಮಾತುಗಳು ನಂಗೇನೂ ಅರ್ಥವಾಗೋಲ್ಲ. ನೇರವಾಗಿ ಮಾತಾಡೋದೇ ನಂಗಿಷ್ಟ" ಬಗ್ಗಿ ಸಣ್ಣ ಮುಳ್ಳಿನ ಗಿಡಕ್ಕೆ ಸಿಕ್ಕಿಹಾಕಿಕೊಂಡಿದ್ದ ನೆರಿಗೆಯ ಅಂಚನ್ನು ಬಿಡಿಸಿಕೊಂಡಳು.

ಮನೆಗೆ ಬಂದಾಗ ಆಗಮಿಸಿದ್ದ ಅತಿಥಿಗಳ ಸಂದಣಿ ಪೂರ್ಣವಾಗಿಯೇ ಕರಗಿತ್ತು. ಜಯಸಿಂಹ, ರೋಹಿಣಿಯವರು ಮ್ಲಾನವದನರಾಗಿದ್ದರು.

"ಎಲ್ಹೋಗಿದ್ದೆ ಭೂಮಿಕಾ?" ರೋಹಿಣಿಯವರು ಪ್ರಶ್ನಿಸಿದಾಗ ನಗುವಿನ ಲೇಪನ. ಭೂಮಿಕಾ, "ಕಾಲು ನೋವಿತ್ತು. ಕುಂಟಿ ಓಡಾಡೋಕೆ ಇಷ್ಟವಾಗ್ಲಿಲ್ಲ!" ಒಂದು ರೀತಿಯಲ್ಲಿ ಸತ್ಯವನ್ನೇ ಹೇಳಿದ್ದಳು.

"ಛೇ...." ಬಗ್ಗಿ ಅವಳ ಪಾದಗಳನ್ನ ನೋಡಿದ ರೋಹಿಣಿ ಮುಖದಲ್ಲಿ ಗಾಬರಿ ಇಣುಕಿತು. "ನೋಡಿದ್ರಾ, ಹೇಗೆ ಊತ ಬಂದಿದೆ!"

ಈಗ ಇಂಥ ಮಾತುಗಳು ಯಾವುವೂ ಬೇಕಿರಲಿಲ್ಲ. 'ಲೀವ್ ಮಿ ಅಲೋನ್' ಅಬ್ಬರಿಸುವ ಮನಸ್ಸಾಯಿತು. ಆದರೆ ಅವಳ ಸ್ವಭಾವಕ್ಕೆ ವಿರುದ್ಧ ಬೆಳೆದ ವಾತಾವರಣವೇ ಹಾಗೆ. ಹೊರಗಿನ ವಾತಾವರಣ ಹೇಗೇ ಇದ್ದರೂ ಮನೆಯಲ್ಲಿ ಪೂರ್ತಿ ಭಾರತೀಯತೆ. ಭಾಷೆ, ರೀತಿ, ನೀತಿಗಳಲ್ಲಿ ಯಾವುದೇ ಬದಲಾವಣೆಗೆ ಅವಕಾಶ ಕೊಡದ ಜನ.

ಗುಡ್ಡದ ಮೇಲಿನ ಬಂಗ್ಲೆಗೆ ಕಾಡಯ್ಯ ಎರಡು ಸಲ ಹೋಗಿ ಬಂದಿದ್ದ. ಪಂಚಾಕ್ಷರಿ, ಅಭಿನಂದನ್ ಇರಲಿಲ್ಲ. ಒಂದು ರೀತಿಯ ಪೇಚಾಟ ಜಯಸಿಂಹ ಅವರಿಗಾಯಿತು.

"ಎಲ್ಲಿಗೆ ಹೋಗಿರಬಹುದು?" ಗಡ್ಡ ಉಜ್ಜಿಕೊಂಡನು. ತಣ್ಣಗೆ ಹೇಳಿದರು ರೋಹಿಣಿಯವರು. ಎಲ್ಲೋ ಸುತ್ತಾಟಕ್ಕೆ ಪಂಚಾಕ್ಷರಿ ಕೂಡ ಹೋಗಿರಬೇಕು. ಪೂರಾ ಬದಲಾದ! ಆ ಬಂಗ್ಲೆ ಒಳ್ಳೇ ಗೆಸ್ಟ್ ಹೌಸ್ ಆಯ್ತು!"

"ಅಲ್ಲಿ ಕುಡ್ಯೋ ಬದ್ಲು ಇಲ್ಲಿ ಆರಾಮವಾಗಿ ಕೂತು ಕುಡೀಲೀಂತ ಕಳ್ಸಿಕೊಟ್ಟಂಗಾಯ್ತು! ಇಂಥವ್ರಿಗೆಲ್ಲ ದುರಂತದ ಹಣೇ ಪಟ್ಟಿ! ಇಷ್ಟು ಸಿಂಪಲ್ ಆದ ವಿಷ್ಯನಾ ಮೆಹತಾ ಯಾಕೆ ಯೋಚ್ಸಲ್ಲ" ಎಂದ ಪ್ರಮೋದ್, ಮತ್ತೊಂದು ಮಾತೂ ಸೇರಿಸಿದ "ಎಲ್ಲಿ ಕುಡ್ದು ಈ ಕಾಡಿನಲ್ಲಿ ಬಿದ್ದಿದ್ದಾನೋ! ಪಂಚಾಕ್ಷರಿ ಕೂಡ ಅಷ್ಟಿಷ್ಟು ಹಾಕ್ಕೊಂಡು ಎಲ್ಲೋ ಆರಾಮಾಗಿ ಮಲ್ಗಿರ್ತಾನೆ. ಎಚ್ಚರ ಬಂದಾಗ ಎದ್ದು ಬರ್ತಾರೆ."

ಜಯಸಿಂಹ ಎದ್ದು ಹೊರಗೆ ಹೋಗಿದ್ದರು. ಒಳ್ಳೆ ಔತಣದ ಊಟ. ಕೇಕ್ ಕಟ್ ಮಾಡೋದು, ಕ್ಯಾಂಡಲ್ ಹಚ್ಚೋದು ಅದಕ್ಕೆಲ್ಲ ತಿಲಾಂಜಲಿ ಕೊಟ್ಟು ಆಗಿತ್ತು. ಬಂದ ಜನ ಶುಭ ಹಾರೈಸಿ ಹೋಗಿದ್ದರು.

"ನಡೀ, ನಾವೆಲ್ಲ ಊಟ ಮಾಡ್ಬಿಡೋಣ" ರೋಹಿಣಿಯವರು ಹೇಳಿದರು. ಈಗ ಅಭಿನಂದನ್ ನೆನಪಾಯಿತು ಭೂಮಿಕಾಗೆ. ಪಂಚಾಕ್ಷರಿ ಕೂಡ ಕಾಣಲಿಲ್ಲ. "ಅಭಿನಂದನ್, ಪಂಚಾಕ್ಷರಿ ಬಂದು ಹೋದ್ರಾ?" ಎಂದು ಕೇಳಿದಳು.

ರೋಹಿಣಿ ಇಲ್ಲವೆಂದು ತಲೆಯಾಡಿಸಿದರು.

"ನೀನ್ಯಾಕೆ ಹಚ್ಕೋಬೇಕು. ಮೊದ್ಲಿನಿಂದ ಆ ಹುಡ್ಗ ಬೆಳೆದ ರೀತಿನೇ ಅದಂತೆ. ಅದರ ಪುನರಾವರ್ತನೆ ಏನೆಂದು ನಿರೀಕ್ಷಿಸೋದು ತಪ್ಪು" ಆಕೆಯ ಸ್ವರದಲ್ಲಿ ತೀವ್ರವಾದ ಬೇಸರವಿತ್ತು.

ಕಹಿಯಾದ ಉಗುಳನ್ನು ಬಲವಂತವಾಗಿ ನುಂಗಿದಳು ಭೂಮಿಕಾ. ಅಭಿನಂದನ್ ಬಗ್ಗೆ ಯಾರಾದರೂ ಒಂದು ಮಾತಾಡಿದರೂ ಸಹಿಸಲಾರದಷ್ಟು ನೋವು ಅವಳಿಗೆ.

ಕುಡಿತವೊಂದೇ ಅವನಲ್ಲಿದ್ದ ದೌರ್ಬಲ್ಯ. ಅದು ಸ್ವಲ್ಪ ಕಟುವಾಗಿ ವರ್ತಿಸುವಂತೆ ಪ್ರೇರೇಪಿಸಿದ್ದರೂ ಅವನ ವ್ಯಕ್ತಿತ್ವವೇನೂ ಮುಳುಗಿ ಹೋಗಿರಲಿಲ್ಲ. ಅದು ಬರೀ ಬೂದಿ ಮುಚ್ಚಿದ ಕೆಂಡದಂತಿತ್ತು.

ಊಟಕ್ಕೆ ಕೂತಾಗ ಗಂಭೀರವಾದ ನೀರವತೆ. ಜಹಂಗೀರ್ ಎತ್ತಿ ಬಾಯಿಗಿಟ್ಟಾಗ ಅವಳಿಗೆ ಹೊಟ್ಟೆ ತೊಳಸಿದಂತಾಯಿತು. ಪಕ್ಕಕ್ಕೆ ಇಟ್ಟುಬಿಟ್ಟಳು.

"ಸದ್ಯಕ್ಕೆ ನಾನು ಭೂಮಿಕಾಗೆ ಗೈಡ್ ಆಗ್ತೀನಿ" ಅನ್ನ ಕಲೆಸುತ್ತ ಪ್ರಮೋದ್ ಹೇಳಿದಾಗ ಸಣ್ಣಗೆ ನಕ್ಕಳು. "ಯಾಕೋ ಬೇಸರ, ಹಿಂದಿರುಗಿ ಬಿಡೋ ಯೋಚ್ನೆ ಇದೆ. ಈ ಸಲಕ್ಕೆ ನಿಂಗೆ ಕಷ್ಟ ತಪ್ಪಿತು." ಜಯಸಿಂಹ ಅವರ ಕೈಯಲ್ಲಿನ ತುತ್ತು ಕೆಳಗೆ ಬಿತ್ತು. ಮುಖದಲ್ಲಿನ ಗೆರೆಗಳು ಆಳವಾದವು. ಭೂಮಿಕಾಳ ಖಿನ್ನತೆ ಪೂರ್ತಿ ಅರ್ಥವಾಗದಿದ್ದರೂ ಪ್ರಮೋದ್ ಮೇಲೆ ಕೋಪ ಬಂತು. 'ಎಲ್ಲಕ್ಕೂ ಅವನೇ ಕಾರಣ' ಮನ ಮೂದಲಿಸಿತು.

ಅಷ್ಟರಲ್ಲಿ ಬೈಕ್ ನಿಂತ ಸದ್ದು. ಪಂಚಾಕ್ಷರಿ ತಮ್ಮ ಸೌಟ್ ಪಾತ್ರೆಯೊಳಗಿಟ್ಟು ಓಡಿದವ. ಹಿಂದಕ್ಕೆ ಬಂದು, "ಬಂಗ್ಲೆ ಜನ ಬಂದ್ರೇ" ಎಂದವ ನುಡಿದ.

"ನಮ್ಮಣ್ಣ ಕೂಡ ಸುತ್ತಾಟ ಅಭ್ಯಾಸ ಮಾಡ್ಕೊಂಡ. ಇನ್ನ ಒಳ್ಗಿನ ಕೆಲ್ಸ ಹೆಂಗೆ ಹಿಡಿವಂತು?" ಅನ್ನದ ಪಾತ್ರೆ ಎತ್ತಿಕೊಂಡು ಅಡುಗೆ ಮನೆಗೆ ಹೋದ.

"ಅಭಿನಂದನ್....." ಕೂತಲ್ಲಿಂದಲೇ ಕೂಗಿದರು. ತನಗೆ ಯಾವುದೇ ಆಸಕ್ತಿ ಇಲ್ಲದವಳಂತೆ ಊಟ ಮಾಡಿದಳು ಭೂಮಿಕಾ. ಎದೆಯಾಳದಲ್ಲಿ ಅರ್ಥವಾಗದ ಹೋರಾಟ. ತುಮುಲಕ್ಕೆ ಕೊನೆಯ ಅಧ್ಯಾಯ ಬರೆಯಬೇಕಿತ್ತು.

ಷೂ ಬಿಚ್ಚಿ ಅಭಿನಂದನ್ ಒಳಗೆ ಬಂದ. ಆರಡಿ ಎತ್ತರಕ್ಕೆ ಹೊಂದುವಂತೆ ದೃಢವಾದ ಮೈಕಟ್ಟು, ಆಕರ್ಷಕ ಕಣ್ಣುಗಳೊಂದಿಗೆ ನೀಳವಾದ ಮೂಗಿನ ಸ್ಪರ್ಧೆ. ಅಗಲವಾದ ಬಿಳಿಯ ಹಣೆಯ ಮೇಲೆ ಮುಂಗುರುಳಿನ ಲಾಸ್ಯ. ಹೆಣ್ಣುಗಳ ಹೃದಯಗಳಲ್ಲಿ ಬೆಚ್ಚನೆಯ ಕಿಚ್ಚು ಹಚ್ಚುವ ಆಕರ್ಷಕ ವ್ಯಕ್ತಿತ್ವ

"ಸಾರಿ ಅಂಕಲ್, ಸಿಟಿ ಕಡೆ ಹೋಗಿದ್ದೆ" ಅಪರೂಪದ ಆತ್ಮೀಯ ಎಳೆ ಇತ್ತು ಅವನ ಸ್ವರದಲ್ಲಿ. ಪ್ರಮೋದ್ ಹುಬ್ಬೇರಿಸಿದರೆ, ಭೂಮಿಕಾ ಮೆಚ್ಚುಗೆಯಿಂದ ನೋಡಿದಳು.

"ಆಯ್ತು, ಆಯ್ತು.... ಊಟ ಮಾಡು" ಜಯಸಿಂಹ ಅವರ ದನಿಯಲ್ಲಿ ಅಧಿಕಾರ ಮಿನುಗಿತು. ಮಧ್ಯೆ ಬಾಯಿ ಹಾಕಿದ, "ಗಡದ್ದು ತಿಂಡಿ ಆಗಿ ಹೋಗಿದೆ." ಕಣ್ಣಲ್ಲಿಯೇ ರೇಗಿದ ಪ್ರಮೋದ್.

"ಅರೆ, ಮೌನ ವ್ರತ ಹಿಡಿದಿದ್ದೀರಾ, ಭೂಮಿಕಾ" ಅವಳು ಕೂತ ಛೇರ್‌ನ ಹಿಡಿಯ ಮೇಲೆ ಕೈಯೂರಿದ ಅಭಿನಂದನ್. "ಸಾರಿ, ನಿಮ್ಗೆ ಹೇಳಿ ಹೋಗಿಲ್ಲಾಂತ ಕೋಪಾನಾ? ಎಲ್ಲಾ ಈ ಪಂಚಾಕ್ಷರಿ ಮಾಡಿದ್ದು" ನೋಟ ಪಂಚಾಕ್ಷರಿಯತ್ತ ಹಾಯಿಸಿದ. ಅವನು ಬೇರೆಡೆ ನೋಡಿದ.

ಊಟಕ್ಕೆ ಕೂತ ಅಭಿನಂದನ್ ತಿಂದಿದ್ದು ಫೇಡಾ, ಜಹಾಂಗೀರ್‌ಅನ್ನು ಮಾತ್ರ. ಆದರೆ ಪ್ರಮೋದ್ ಬಿಗಿದ ಮುಖದ ಗಂಟು ಸಡಿಲವಾಗಲಿಲ್ಲ. ಪ್ರತಿಸ್ಪರ್ಧಿ ಎನ್ನುವ ಮನೋಭಾವ ಅವನ ಅಂತರಾಳದಲ್ಲಿ ಹುದುಗಿ ಬರೀ ಸೇಡಿನ ಕಿಚ್ಚಿನಲ್ಲೇ ದಿಟ್ಟಿಸಿದ.

"ಮೆನಿ ಹ್ಯಾಪಿ ರಿಟರ್ನ್ಸ್ ಆಫ್ ದಿ ಡೇ" ಅಭಿನಂದನ್ ಒಂದು ಪ್ಯಾಕೆಟ್ ಅವನ ಕೈಯಲ್ಲಿಟ್ಟು ಕೈ ಕುಲುಕಿದ. ಉತ್ಸಾಹ, ಸಂತೋಷ, ಗೆಲುವಿನ ಸಂಗಮ ಅವನ ದನಿಯಲ್ಲಿತ್ತು. ಕಹಿ ಉಗುಳನ್ನು ನುಂಗಿ ಪ್ರಮೋದ್ ಬಲವಂತದ ಮುಗುಳ್ನಗೆಯನ್ನು ಚಿಮ್ಮಿದ.

"ನಿಮ್ಮ ಸ್ಟೂಡೆಂಟ್ ಬಗ್ಗೆ ಇಟ್ಟ ಕಾನ್ಫಿಡೆನ್ಸ್ ಸುಳ್ಳಾಗಲಿಲ್ಲ" ಅಭಿನಂದನ್ ಕ್ರಾಪ್ ಕೂದಲನ್ನು ಹಿಂದಕ್ಕೆ ತಳ್ಳುತ್ತ ಹೇಳಿದ. ವಿಸ್ಮಯ ಭೂಮಿಕಾಳ ಕಣ್ಣುಗಳಲ್ಲಿ ಇಣುಕಿದರೂ ಹಗುರವಾಗಿ ನುಡಿದಳು, "ಅಂತೂ ಗೆಲುವು ಯಾವಾಗ್ಲೂ ನಂದೇ!" ಅವಳ ಪ್ರಶಾಂತ ನಯನಗಳನ್ನ ಕಣ್ಸೆರೆ ಹಿಡಿದು ನಕ್ಕ ಅಭಿನಂದನ್. ಪ್ರಮೋದ್, ಜಯಸಿಂಹ, ರೋಹಿಣಿಯವರು ಕಸಿವಿಸಿಕೊಂಡರು. ಪ್ರಶಾಂತವಾಗಿ ಕಂಡರೂ ಮನದಲ್ಲಿ ಬೆಂಕಿಯ ಮೇಲೆ ಕೂತಂಥ ಚಡಪಡಿಕೆ.

"ಪಂಚಾಕ್ಷರಿ....." ಅವನ ಕೂಗಿಗೆ ಮಾರ್ದನಿ ನೀಡಲು ಅವನು ಅಲ್ಲಿಲ್ಲದ್ದರಿಂದ, "ಅವ್ನಿಗೆ ಇಲ್ಲಿಗಿಂತ ಬಂಗ್ಲೇನೇ ಇಷ್ಟ." ಹೇಳಿ ನಸುನಕ್ಕ ಅಭಿನಂದನ್.

"ಇನ್ನೆಷ್ಟು ದಿನ!" ರೋಹಿಣಿಯವರ ಸ್ವರದಲ್ಲಿ ಕಹಿ ಹರಿದಾಡಿತು. "ಭೂಮಿಕಾಗೆ ಅವ್ಳ ತಾಯ್ತಂದೆಯರ ಹಂಬಲ. ಹೋಗಿಬಿಡೋ ನಿರ್ಧಾರ ಮಾಡಿದ್ದಾಳೆ." ಆಕಾಶದಲ್ಲಿ ಹಾರಾಡುತ್ತಿದ್ದ ಪಕ್ಷಿ ಪೆಟ್ಟುತಿಂದು ನೆಲಕ್ಕೆ ಉರುಳಿದಂತಾಯಿತು. ಭೂಮಿಕಾಳ ಮನಸ್ಸು, 'ಹ್ಹಾ...' ವಿಚಿತ್ರವಾದ ಸಂಕಟ. ಹೃದಯ ಅತೀವ ವೇದನೆಯಿಂದ ನರಳಿತು. ಸುಖದ ಸ್ವಪ್ನದಿಂದ ಥಟ್ಟನೆ ಎಚ್ಚೆತ್ತಂತಿತ್ತು ಅಭಿನಂದನ್ ಸ್ಥಿತಿ.

ಬದುಕಿನ ವಾಸ್ತವದ ಚಿತ್ರ, ಸತ್ಯ ಕಹಿಯಾದರೂ ಒಪ್ಪಿಕೊಳ್ಳಲೇಬೇಕು.

"ಬರ್ತೀನಿ......" ಮೇಲಕ್ಕೆದ್ದ.

"ಮತ್ಯಾಕೆ ಹೋಗೋದು? ಅಂಕಲ್ ತಮ್ಮ ಅನುಭವಗಳ್ನ ಹೇಳ್ತಾರೆ. ಹ್ಯಾವ್ ಎ ನೈಸ್ ಟೈಮ್" ಭೂಮಿಕಾ ತಡೆದಳು. ಆದರೆ ನಿಲ್ಲುವ ಇಚ್ಛೆ ಅಭಿನಂದನ್‌ಗಿರಲಿಲ್ಲ. ಮನದ ಹೊಯ್ದಾಟಕ್ಕೆ ಚಿಂತಿಸಿ, ಯೋಚಿಸಿ ಒಂದು ಪರಿಹಾರ ಕಂಡುಕೊಳ್ಳಬೇಕಿತ್ತು.

"ಸಾರಿ....." ಹೊರಗೆ ನಡೆದ. ಹತ್ತು ಹೆಜ್ಜೆ ಹೋದವನು ಹಿಂದಕ್ಕೆ ತಿರುಗಿದ. ಭೂಮಿಕಾ ಅಲ್ಲೇ ನಿಂತಿದ್ದಳು. ಮುಂದೆ ಪಾದ ಎತ್ತಲು ಅವನಿಂದಾಗಲಿಲ್ಲ. "ನೀನು ಇಲ್ಲೇ ಉಳೀತೀಯೋ?" ಎಂದು ಕೇಳಿದ. ಅವನತ್ತ ನಡೆದು ಬಂದಳು. ಆತ್ಮೀಯತೆ ಮಿಂಚುವ ಕಣ್ಣುಗಳು ಸಾಮೀಪ್ಯಕ್ಕೆ ಹಾತೊರೆಯಿತು.

"ಬಹುಶಃ ನಾನು ಗುಡ್ಡ ಹತ್ತಲಾರೆ!" ಅವಳ ಮುಖದ ಮೇಲೆ ನೋವಿನ ಛಾಯೆ ಕಾಣಿಸಿತು. ಅವನೆದೆಯಲ್ಲಿ ಆತಂಕ ಮೂಡಿ, "ತುಂಬ ನೋವಿದ್ಯಾ?" ಬಗ್ಗಿ ಅವಳ ಪಾದಗಳ ಮೇಲೆ ಕೈಯಾಡಿಸಿದಾಗ ಹಿಂದೆಗೆದುಕೊಂಡಳು. ಅವನ ವಾರೆನೋಟ ಅವಳ ಕೆನ್ನೆಗೆ ಮುತ್ತಿಕ್ಕಿದಂತಾಗಿ ಕೆಂಪೊಡೆಯಿತು ಸುಂದರ ಮುಖದ ಮೇಲೆ.

ದೂರದಲ್ಲಿ ನಿಂತ ಪ್ರಮೋದ್ ಕೆಂಡ ಕಾರಿದ. ಅವರಿಬ್ಬರ ಮಧ್ಯೆ ಸಲಿಗೆ ಇದ್ದರೂ ಎಂದೂ ಪ್ರೇಮ, ಪ್ರೀತಿಯ ಮಟ್ಟದಲ್ಲಿ ಜರುಗಿಲ್ಲದಿದ್ದರೂ ಹಿರಿಯರು ಒಮ್ಮತದಿಂದ ತೀರ್ಮಾನಿಸಿದ್ದರು.

"ಭೂಮಿಕಾ....." ನಿಂತಲ್ಲಿಂದ ಪ್ರಮೋದ್ ಕೂಗಿದ.

ಅಭಿನಂದನ್ ಮುಖ ಸಪ್ಪಗಾಯಿತು. ಎರಡೂ ಕೈಗಳು ಪ್ಯಾಂಟ್ ಜೇಬಿನಲ್ಲಿ ಇಳಿಸಿದಾಗ ಮುಖವೆತ್ತಿ ಬಿಸಿಯುಸಿರು ದಬ್ಬಿದ.

"ನೀನು ಪರ್ಮೀಷನ್... ಕೊಟ್ರೆ" ತೋಳನ್ನ ತಟ್ಟಿಕೊಂಡ. ಭೂಮಿಕಾ ನಕ್ಕುಬಿಟ್ಟಳು. "ಸದ್ಯಕ್ಕೆ ಅಂಥ ಶ್ರಮ ಬೇಡ. ಈ ಸಲ ಪ್ರಮೋದ್ ಹುಟ್ಟಿದ ಹಬ್ಬ ಸಪ್ಪೆ. ಹಿಂದಿನ ನೆನಪುಗಳು ಅಂಟೀ, ಅಂಕಲ್‌ನ ನೋಯ್ಸಿ ಬಿಡುತ್ವೆ. ಇಲ್ಲಿ ಕೂಡ ಅವ್ರು ಅಂದ್ಕೊಂಡ ಶಾಂತಿ ಸಿಕ್ಕಿಲ್ಲ!" ಎಲ್ಲರ ಪೇಚಾಟ, ಸಿಡುಕು ಎಲ್ಲಾ ನೆನಪಿಸಿಕೊಂಡು ಅವಳೆದೆ ಭಾರವಾಯಿತು.

"ಅಂಥದ್ದೇನು? ಅವ್ರು ಆರಾಮಾಗಿಯೇ ಇರ್ಬಹುದು! ಮೆಹತಾ ಅಂಕಲ್ ಪ್ರಮೋದ್ ಜವಾಬ್ದಾರಿ ಹೊತ್ತು ಕೊಂಡಿದ್ದಾರೆ" ಸಹಜವಾಗಿ ಅಭಿನಂದನ್ ಹೇಳಿದ.

"ಪ್ರಮೋದ್ ತುಂಬ ಸ್ವಾಭಿಮಾನಿ. ಇಷ್ಟವಾಗದು; ಬಹುಶಃ ಒಪ್ಪಲಾರ. ಅದೊಂದು ತೊಡಕು. ಅವ್ನು ಹಿಂದಿರುಗಿದರೆ ರೋಹಿಣಿ ಅಂಟೀ ನೊಂದ್ಕೋತಾರೆ. ಹೆಣ್ಣು ಯೋಚಿಸುವ ಧಾಟಿಯೇ ಬೇರೆ! ಅವ್ರಿಗೆ ಗಂಡ, ಮಕ್ಳು ಇಷ್ಟೇ ಪ್ರಧಾನ!"

ಭೂಮಿಕಾ ವಿದ್ಯಾವಂತ, ವಿಚಾರವಂತ ಹೆಣ್ಣು. ಈ ರೀತಿ ಮಾತನಾಡುವುದು ನೋಡಿ ಅವನಿಗೆ ಆಶ್ಚರ್ಯವಾಯಿತು. ಈಗ ಅಭಿನಂದನ್‌ನ ನೆನಪಿನಲ್ಲಿ ನಿಂತಾಕೆ ನಿರ್ಮಲ, ಸ್ವಂತ ತಾಯಿ.

"ನೆವರ್...ನೆವರ್....." ಬೇಗ ಉದ್ವೇಗಗೊಂಡ. ತಣ್ಣನೆಯ ವಾತಾವರಣದಲ್ಲೂ ಅವನ ಹಣೆಯ ಮೇಲೆ ಪುಟ್ಟ ಪುಟ್ಟ ಬೆವರಿನ ಬಿಂದುಗಳೊಡೆದವು.

"ನಿಮ್ಮ ತಪ್ಪು ಅಭಿಪ್ರಾಯ!" ಎಂದಾಗ ಭೂಮಿಕಾಳೇನೂ ವಿಸ್ಮಿತಳಾಗಲಿಲ್ಲ. ಮೆಹತಾ ಪೂರ್ಣ ಸಹಕಾರ ಬೇಡಿದ್ದು.

"ಲೆಟ್ ಅಸ್ ಫರ್‌ಗೆಟ್. ನಿರ್ಮಲ ಮುಂದಿದ್ದಿದ್ದು ಬೇರೆ ಯಾವ್ದೋ ಒಂದು ಲೋಕ. ಆ ಸಣ್ಣ ಮಿಸ್ಟೇಕ್ ಈಗ ಅವ್ರಿಗೆ ಅಪಾರವಾದ ನೋವನ್ನು ತಂದೊಡ್ಡಿದೆ. ಷಿ ಈಸ್ ಸಫರಿಂಗ್" ಮುಂದಕ್ಕೆ ಹೋಗಲು ಪಾದಗಳನ್ನು ಊರಲಾರದೆ ಚಡಪಡಿಸಿದಳು.

ಅಭಿನಂದನ್ ನಾಲಿಗೆಯಿಂದ ತುಟಿಯನ್ನು ಸವರಿದ. ಆಳ ಆಳಕ್ಕೆ ಅವನ ಚಿಂತನೆ ಇಳಿಯುವ ವೇಳೆಗೆ ಜಯಸಿಂಹ ಬಂದರು.

"ನಿನ್ನ ಕಾಲುಗಳಿಗೆ ಪೂರ್ತಿ ರೆಸ್ಟ್ ಬೇಕು. ಯಾಕೆ ನಿಂತೇ ಇದ್ದೀಯಾ?" ಎಂದವರು ಅಭಿನಂದನ್ ಕಡೆ ತಿರುಗಿದರು. "ಸ್ವಲ್ಪ ಪಂಚಾಕ್ಷರಿನ ಕಳ್ಸು. ಆತ ಮನೆ ಮಗನಂತೆ ಇದ್ದ. ಈಗ ಇತ್ತ ತಲೆ ಹಾಕೋಲ್ಲ. ರೋಹಿಣಿ ತುಂಬ ನೊಂದುಕೊಂಡಿದ್ದಾಳೆ" ಎಂದರು. ಏನೋ ಹೇಳಬೇಕೆಂದು ಬಾಯಿ ತೆರೆದ ಅಭಿನಂದನ್ ಸುಮ್ಮನಾಗಿ 'ಸರಿ' ಎನ್ನುವಂತೆ ತಲೆಯಾಡಿಸಿ ನಡೆದುಬಿಟ್ಟ

ಅವನು ಹೋದತ್ತಲೇ ಹರಿಯಿತು ಇಬ್ಬರ ಕಣ್ನೋಟ.

"ಮೆಹತಾ ಲೈನ್ ಮೇಲೆ ಸಿಕ್ಕಿದ್ದ. ಅಭಿನಂದನ್ ವರ್ತನೆ ಅವ್ನಿಗಂತೂ ವಿಪರೀತ ಸಂತೋಷ, ಆಶ್ಚರ್ಯ ತಂದಿತು. ಪವಾಡ ಮಾಡಿಬಿಟ್ಟಳಾ ಭೂಮಿಕಾ ಅಂದ. ಇನ್ನೆರಡು ದಿನದಲ್ಲಿ ಇಲ್ಗೇ ಬರ್ತಾನೆ" ಅವರ ಸ್ವರದಲ್ಲಿ ಹರ್ಷವಿತ್ತು. ಆದರೆ ಭೂಮಿಕಾಳ ಕಣ್ಮುಂದೆ ಅಶಾಂತತೆಯ ಮಂಜು ಆವರಿಸಿದ್ದು, ಎದೆ ಭಾರವಾಗಿ ಮಾತುಗಳು ಹೊರಡಲಿಲ್ಲ.

"ಅವ್ರ ಮಗ್ಳು ಲಕ್ಷ್ಮಿ ಮೆಹತಾನ ಅಭಿನಂದನ್‌ಗೆ ಕೊಟ್ಟು ಮದ್ವೆ ಮಾಡ್ತಾರಂತೆ. ಇದೆಲ್ಲ ಅರ್ಜೆಂಟ್‌ನಲ್ಲಿ ಮುಗಿಬೇಕೂಂದ್ರು. ಇಲ್ಲೂ ಅವ್ರಿಗೆ ಮಗ್ಳ ಸುಖಕ್ಕಿಂತ ರಘುನಂದನ್ ಮಗ್ನ ಭವಿಷ್ಯವೇ ಹೆಚ್ಚಾಗಿತ್ತು. ಹುಚ್ಚು ಮನುಷ್ಯ! ಮಾನವರಲ್ಲಿ ಇಂಥವ್ರು ಸಾವಿರಕ್ಕೊಬ್ಬರು. ಸ್ವಾರ್ಥ, ತನ್ನ ಹಿತ ಲಾಭ ಬಯಸದೆ ಬರೀ ಸ್ನೇಹಕ್ಕಾಗಿ ಒದ್ದಾಡೋ ವ್ಯಕ್ತಿ. ಹೀ ಈಜ್ ಗ್ರೇಟ್" ತಲ್ಲೀನತೆಯಿಂದ ಮನದುಂಬಿ ಹೇಳಿದಾಗ, ಅವಳ ಮುಂದಿನ ಮಂಜು ಮತ್ತಷ್ಟು ದಟ್ಟವಾಗುವ ಬದಲು ಕರಗಿದರೂ ಮಬ್ಬು ಉಳಿದುಹೋಯಿತು.

"ಗುಡ್ ನ್ಯೂಸ್ ಅಂಕಲ್. ಮಗಳ ಬಗ್ಗೆ ಅವ್ರ ಆಯ್ಕೆ ಅತ್ಯಂತ ಸಮಂಜಸ. ಅಭಿನಂದನ್ ಅಂಥ ದೃಢ ಮನಸ್ಸು ಉಳ್ಳವರು, ನಿಜ್ವಾಗ್ಲೂ ಅಪರೂಪ. ಅವರಾಗಿ ಇಷ್ಟಪಡದೇ ದೌರ್ಬಲ್ಯ, ಆಕರ್ಷಣೆ ಅನ್ನೋದು ಅವನ್ನ ಟಚ್ ಮಾಡೋಕೂ ಸಾಧ್ಯವಿಲ್ಲ. ಹೀ ವಿಲ್ ಬಿ ಗ್ರೇಟ್" ಮೆಚ್ಚುಗೆ ಮೀರಿದ ಯಾವುದೋ ಒಂದು ಭಾವ ಅವಳ ಸ್ವರದಲ್ಲಿ ವ್ಯಕ್ತವಾಗುತ್ತಿದ್ದರೂ ಜಯಸಿಂಹ ಗುರುತಿಸಲಿಲ್ಲ.

ಇಬ್ಬರೂ ಬಂದವರು ಹೊರಗಿನ ಛೇರ್‌ಗಳಲ್ಲೇ ಕೂತರು. ಪ್ರಮೋದ್‌ನ ಸಿಡುಕಾಟಕ್ಕೆ ಒಂದು ಮುಕ್ತಾಯ ಸೂಚಿಸಬೇಕಿತ್ತು. ಜಯಸಿಂಹ ಕರೆದು ವಿಷಯ ಸರಳವಾಗಿ ಅವನ ಮುಂದಿಟ್ಟರು.

"ಇನ್ನೆರಡು ದಿನದಲ್ಲಿ ಅಭಿನಂದನ್ ಹೊರಟು ಹೋಗ್ತಾನೆ. ಕುಡುಕರ ಬಗ್ಗೆ ನಿಂದನೆಯ ತಪ್ಪು ಅಭಿಪ್ರಾಯ ಅವನನ್ನ ದ್ವೇಷಿಸುವಂತೆ ಮಾಡಿರಬೇಕು. ಪ್ಲೀಸ್ ಟ್ರೈ ಟು ಬಿಹೇವ್ ಪ್ರಾಪರ್ಲೀ. ನಿಮ್ಮಿಬ್ಬರ ನಡುವೆ ಕಹಿ ಉಳ್ದುಹೋಗೋದು ನಂಗಿಷ್ಟವಿಲ್ಲ."

ಪ್ರಮೋದ್ ಮುಖ ಉಜ್ಜಿಕೊಂಡ. ಅವನು ಹೊರಟಾಗಲೇ ಅವನ ಅಣ್ಣಂದಿರು ಬೇಡವೆಂದಿದ್ದರು.

"ನಾವು ಇಲ್ಲೇ ಬೆಳೆದಿದ್ದು. ಈ ವಾತಾವರಣಕ್ಕೆ ಪೂರ್ಣವಾಗಿ ಒಗ್ಗಿಕೊಂಡಿದ್ದೀವಿ. ಬೇಕಾದ್ರೆ ಒಂದಿಷ್ಟು ಓಡಾಡಿಕೊಂಡ್ಬಾ. ಆದ್ರೆ ಅಲ್ಲೇ ಉಳ್ಯೋ ಯೋಚ್ನೆ ಮಾತ್ರ ಬೇಡ."

"ಓಡಾಡೋ ಉದ್ದೇಶಕ್ಕಲ್ಲ. ನಾನು ಭಾರತಕ್ಕೆ ಹೋಗ್ತಾ ಇರೋದು. ಮೂವರು ಮಕ್ಕಳಿದ್ದು ಒಂಟಿತನ ಅವ್ರು ಅನುಭವಿಸೋದ್ಬೇಡಾ. ಹೇಗೋ, ಏನೋ ಪ್ರಯತ್ನ ಮಾಡಿದ್ದೀನಿ. ಭೂಮಿಕಾಗೂ ಭಾರತದ ಹುಚ್ಚು. ಇಲ್ಲಿಗಿಂತ ನನ್ನ ಜೀವ್ನ ಅಲ್ಲೇ ಆರಾಮಾಗಿರುತ್ತೆ" ಎಂದು ಉಸುರಿ ಬಂದಿದ್ದ.

ಅವನ ಪ್ರಯತ್ನಗಳು ಕೈಗೂಡದಿದ್ದರೂ ಮೆಹತಾ ಸಂಪೂರ್ಣ ಭಾರ ಹೊರಲು ಮುಂದೆ ಬಂದಿದ್ದರು.

"ಮತ್ತೊಂದು ಮಾತ್ಬೇಡ. ನಿನ್ನ ವಿದ್ಯೆ, ಅರ್ಹತೆ ಇಷ್ಟಕ್ಕೆ ತಕ್ಕಂಥ ಕೆಲ್ಸ ನಾನು ಕೊಡಿಸ್ತೀನಿ. ಅಲ್ಲಿ ಕಲಿತ ತಂತ್ರಜ್ಞಾನ ಇಲ್ಲಿ ಉಪಯೋಗವಾಗ್ಲಿ. ನೀನು ಸ್ವತಂತ್ರವಾಗಿ ಏನಾದ್ರೂ ಆರಂಭಿಸುವ ಹಾಗಿದ್ರೆ ಹೇಳು, ನಾನು ಅದ್ಕೂ ರೆಡಿ. ಲಾಭ ನಷ್ಟಗಳ ಬಗ್ಗೆ ವರೀ ಬೇಡ; ಕ್ಯಾಪಿಟಲ್ ನಂದು ಇರ್ಲಿ" ಮೆಹತಾ ತೀರಾ ಅಕ್ಕರೆಯಿಂದ ಹೇಳಿದರೂ ಯಾಕೋ ಅವನ ಮನ ಹಿಂಜರಿಯುತ್ತಿತ್ತು. ಕಾರಣ? ಅಭಿನಂದನ್ ಬಗ್ಗೆ ಅವನಿಗೆ ಒಡಲುರಿ. ಅವನು ನೆರಳು ಬೀಳದಷ್ಟು ದೂರದಲ್ಲಿ ಇರಬೇಕು. ಮತ್ತೆಂದೂ ಅವನು ಭೂಮಿಕಾನ ನೋಡಬಾರದು ಎಂದು ಚಿಂತಿಸಿದಾಗ, ಇವೆಲ್ಲ ಹುಚ್ಚು ಯೋಚನೆಗಳು ಅಂತ ಅನ್ನಿಸಿದ್ರೂ ಭದ್ರವಾಗಿ ಅವನನ್ನು ಅಪ್ಪಿ ಹಿಡಿದಿದ್ದವು.

ಗುಡ್ಡ ಹತ್ತಿ ಬಂದಾಗ ಪೂರ್ತಿ ಕತ್ತಲಾಗಿತ್ತು. ಎದೆಯ ಮೇಲೆ ಕೈಕಟ್ಟಿ ನಿಂತು ಸುತ್ತಲೂ ನೋಟಹರಿಸಿದ. ಪ್ರಶಾಂತ ವಾತಾವರಣ. ಅಲ್ಲಲ್ಲಿ ದೀಪಗಳು ಹೊತ್ತಿಕೊಂಡು ಮನೆ, ಜನರ ಸುಳಿವು ಕೊಡುತ್ತಿದ್ದರೂ ನೀರವತೆ ಕಾಡಿತು ಅಭಿನಂದನ್‌ನಲ್ಲಿ.

ಡಾಕ್ಟರ್, ಟ್ರೀಟ್‌ಮೆಂಟ್, ನರ್ಸಿಂಗ್‌ಹೋಂನ ಪೂರ್ತಿ ಪ್ರತಿಭಟಿಸಿದಾಗ ಮೆಹತಾ ಬಹಳ ಪ್ರಯತ್ನ ಪೂರ್ವಕವಾಗಿ ಮನವೊಲಿಸಿದ್ದರು.

"ಈ ವಾತಾವರಣಕ್ಕಿಂತ ಭಿನ್ನವಾದ ಪ್ರಶಾಂತತೆ ಅಲ್ಲಿದೆ. ಮನುಷ್ಯರ ಮಧ್ಯೆ ಸಿಕ್ಕದ ಪ್ರೀತಿ, ಪ್ರೇಮ, ಬದ್ಕಿನ ಬಗೆಗಿನ ಉತ್ಸಾಹ ನಿಸರ್ಗದಿಂದ ನಿಂಗೆ ಸಿಕ್ಕುತ್ತೆ. ಖಂಡಿತ ನಿನ್ನ

ಲಿಬರ್ಟಿನ ನಾನು ಕಿತ್ತುಕೊಳ್ಳೋಲ್ಲ. ಆರಾಮಾಗಿರು" ಎಂದಿದ್ದರು. ವಡಿವೇಲು ಮತ್ತು ಸುತ್ತಲಿನ ಗೆಳೆಯರಿಂದ ಅವನನ್ನು ದೂರ ಕಳುಹಿಸುವುದು ಅವರಿಗೆ ಮುಖ್ಯವಾಗಿತ್ತು.

ಯಾವುದೇ ಆಸೆ, ನಿಲುವುಗಳನ್ನ ಹೊತ್ತು ಬಂದಿರಲಿಲ್ಲ. ಕೂತು ಕುಡಿಯುತ್ತಿದ್ದ. ಅದೇ ಅವನ ಪ್ರಪಂಚವಾಗಿತ್ತು. ಮಿದುಳು ನಿಷ್ಕ್ರಿಯಗೊಂಡಿತ್ತು. ಆದರೆ ಭೂಮಿಕಾ ಅವನ ಮುಂದೆ ವಿಶಾಲ ಬದುಕನ್ನು ವೈವಿಧ್ಯಮಯವಾಗಿ ತೆರೆದಿಟ್ಟಿದ್ದಳು. ಸಂಗೀತ, ಸಾಹಿತ್ಯ, ನಿಸರ್ಗ, ವ್ಯಕ್ತಿಯ ವ್ಯಕ್ತಿತ್ವದ ಪೂರ್ಣ ವಿಕಾಸಕ್ಕೆ ಹೇಗೆ ಅಗತ್ಯ? ಓದು, ಬದುಕಿನ ವಿಸ್ತಾರ, ತಿಳಿದವನಲ್ಲಿ ಚಿಂತನೆ ಹೇಗಿರುತ್ತದೆ? ಎಂಬುದರ ಬಗ್ಗೆ ನಿರಂತರ ಹೊಣೆಗಾರಿಕೆಯಿಂದ ಆಸಕ್ತಿ ಹೆಚ್ಚಿಸಿ ನಿರಂತರ ಮತ್ತಿನಿಂದ ಜಾರಿ ಬರುವಂತೆ ಮಾಡಿ ಹೊರ ಪ್ರಪಂಚ, ಬದುಕನ್ನು ನೋಡುವಷ್ಟು ಸಮರ್ಥಶಾಲಿಯನ್ನಾಗಿ ಮಾಡಿದ್ದಳು ಅವನ ಮನವನ್ನು ಭೂಮಿಕಾ.

"ಹೊರ್ಗೇ...ನಿಂತ್ರಿ! ವಿಪರೀತ ಚಳಿ ಇದೆ" ಪಂಚಾಕ್ಷರಿ ಅವನ ಯೋಚನೆಗೆ ವಿರಾಮ ಹಾಕಿದ. ನಾಲ್ಕು ಹೆಜ್ಜೆ ಬಂಗ್ಲೆಯ ಕಡೆ ನಡೆದವನು ನಿಂತು ಹೇಳಿದ. "ಅಂಕಲ್ ನಿನ್ನ ಬರ್ಧೇಳಿದ್ರು. ಹೋಗು."

ಹೆಗಲ ಮೇಲಿನ ಟವೆಲು ಕೊಡವಿ ಪಂಚಾಕ್ಷರಿ ಹೋದ. ಅವನಿಗೆ ಪ್ರಮೋದ್‌ನ ಕಂಡರೇ ಮುಜುಗರ.

"ನೀವೊಬ್ರೇ ಆಗ್ತೀರಾ! ಈಗ ನಾನು ಯಾಕೆ ಹೋಗ್ಲಿ ಬಿಡಿ" ಅಂದಾಗ, ನಿಂತು ಅಭಿನಂದನ್ ಕತ್ತು ತಿರುಗಿಸಿದ, "ಒಟ್ಟಿನಲ್ಲಿ ನಿಂಗೆ ಗುಡ್ಡದ ಗಾಳಿ ಹಿಡಿಸಿದೆ. ಅದ್ಕೆ ಒಂದು ನೆಪ" ಕೇಳಿ ಪಂಚಾಕ್ಷರಿ ತಲೆ ಕೆರೆದುಕೊಂಡ. ಮನದಲ್ಲೇ ನಕ್ಕ ಅಭಿನಂದನ್.

ಬಟ್ಟೆ ಬದಲಾಯಿಸಲು ಕೋಣೆಗೆ ಹೋದಾಗ ಆ ಮಂಚದ ತುಂಬೆಲ್ಲ ಹಾಸಿಗೆಯ ಮೇಲೆ ಫೋಟೋಗಳನ್ನು ಜೋಡಿಸಿದ್ದ. ವರ್ಣ ಭಾವಚಿತ್ರಗಳು, ಪಂಚಾಕ್ಷರಿ ಯದ್ವಾತದ್ವಾ ಕ್ಯಾಮೆರಾ ತಿರುಗಿಸಿದಂತೆ ಕಂಡರೂ ಬಹಳ ಅಚ್ಚುಕಟ್ಟಾಗಿ ಬಂದಿದ್ದವು.

"ಏನು ಇದೆಲ್ಲ!" ನವಿರಾಗಿ ರೇಗಿದಾಗ, ಪಂಚಾಕ್ಷರಿ ಸಣ್ಣಗೆ ನಕ್ಕ. "ಎಲ್ಲಾ ಒಟ್ಗೇ ನೋಡ್ಬೇಕೂಂದ್ರೆ ಇದೇ ಸರಿ." ಬಗ್ಗಿ ಒಂದು ಫೋಟೋ ಹೆಕ್ಕಿಕೊಂಡ. ಭೂಮಿಕಾ, ಅವನು ನಿಂತ ಜೋಡಿ ಚಿತ್ರ; ಸುಂದರ ನಗೆಯೊಂದಿಗೆ ಮಧ್ಯೆ ಅರಳಿದ ಭಾವಚಿತ್ರ ಅತ್ಯಂತ ಮನಮೋಹಕವಾಗಿತ್ತು.

"ವಂಡರ್‌ಫುಲ್....." ಅತ್ತಿತ್ತ ನೋಡಿ ಅಭಿನಂದನ್ ತುಟಿಗೊತ್ತಿಕೊಂಡ. ಅವನೆದೆಯಲ್ಲಿ ನೂರು ವೀಣೆಗಳು ಮೀಟಿದಂತಾಯಿತು. ಸಪ್ತ ಸಾಗರಗಳು ಭೋರ್ಗರೆದು ಅವನೆದೆಯ ಪ್ರೇಮಕ್ಕೆ ಲಗ್ಗೆಯಿಟ್ಟು ಸ್ಪಂದಿಸಿದಂತಾಯಿತು. "ಭೂಮಿಕಾ....." ಸ್ವರದಲ್ಲಿ ಜೇನಿನ ಸಿಂಚನ. ಆದರೆ ಅದನ್ನು ಆಲಿಸಲು ಅಲ್ಲಿ ಯಾರೂ ಇರಲಿಲ್ಲ.

“ರಾತ್ರಿ ಊಟಕ್ಕೆ ಮೆಣಸಿನ ಸಾರು, ಅನ್ನ ಸಾಕಾ?” ಫೋಟೋ ಕೈಯಲ್ಲಿ ಹಿಡಿದೇ ಅವನತ್ತ ತಿರುಗಿ ಕೇಳಿದ. “ಎಂಥ ಊಟಾನೂ ಬೇಡ! ಒಂದ್ಲೋಟ ಹಾಲು ಸಾಕು, ನಿಂಗೆ ಏನಾದ್ರೂ ಬೇಕಾದ್ರೆ ಮಾಡ್ಕೋ” ಎಂದಾಗ ಬೆರಗುಗಣ್ಣುಗಳಿಂದ ನೋಡಿದ ಪಂಚಾಕ್ಷರಿ.

ಬಂದ ಹೊಸದರಲ್ಲಿ ಹಾಲಿನ ಲೋಟ ಹಿಡಿದು ಹೋದಾಗ ಮತ್ತಿನಲ್ಲಿ ಅವನ ತಲೆ ಮೇಲೆ ಸುರಿದಿದ್ದ.

“ಒಂದು ಪೆಗ್ ವ್ಹಿಸ್ಕಿ ಕುಡ್ದು ನೋಡು!” ಎಂದು ಕೈಯಲ್ಲಿದ್ದ ಗ್ಲಾಸ್‌ನ ಪೂರ್ತಿ ಮತ್ತು ಬರುವ ದ್ರವ ಸುರಿಯುತ್ತಿದ್ದ. ಆದರೆ ಇಂದು..... ಆನಂದ ಬಾಷ್ಪಗಳನ್ನು ಸುರಿಸಿದವು ಅವನ ಕಣ್ಣುಗಳು. “ಆಯ್ತು.....” ಹೊರ ಬಂದ. ಹೆಗಲ ಮೇಲಿದ್ದ ವಸ್ತ್ರದ ಚುಂಗಿನಿಂದ ಕಣ್ಣೊರೆಸಿಕೊಂಡ.

ಬದಲಿಸಿ ನೋಡಿದ ಫೋಟೋಗಳನ್ನು, ಬಾಯಲ್ಲಿ ‘ಭೂಮಿಕಾ’ ಹೃದಯದಲ್ಲಿ ಅಕ್ಷರ ರೂಪದಲ್ಲಿ ಕೆತ್ತಿ ಮೂಡಿಸಿಕೊಂಡ ಅಳಿಸಲಾರದ್ದು. ಮೆಹತಾಗೆ ವಿಷಯ ತಿಳಿಸುವುದು. ಸುಂದರ ಕನಸು ಕಣ್ಮುಂದೆ ಸುಳಿದಾಡಿದವು.

“ಭೂಮಿಕಾ ನಂಗೋಸ್ಕರ ನೀನು ಭಾರತದಲ್ಲೇ ಉಳ್ದುಬಿಡು” ಮನಬಿಚ್ಚಿ ಭಾವಚಿತ್ರದ ಮುಂದೆ ತೋಡಿಕೊಂಡ.

ಎಲ್ಲ ಸೇರಿಸಿ ಕವರ್‌ಗೆ ಹಾಕಿ ಬೀರು ಬಾಗಿಲು ತೆರೆದ. ಒಳಗೆ ಬಾಟಲಿಗಳು ವಿದೇಶಿ ಮುದ್ರೆ ಹೊತ್ತವೇ ಜಾಸ್ತಿ. ಒಂದು ಕ್ಷಣದಲ್ಲಿ ಅವನ ಮಿದುಳಿನಲ್ಲಿ ಭಯಂಕರ ಹೊಯ್ದಾಟ; ಆದರೆ ಅವನ ಇಚ್ಛಾಶಕ್ತಿಯೇನೂ ಅಲುಗಾಡಲಿಲ್ಲ.

ಕಸದ ಬುಟ್ಟಿಗೆ ಎಳೆದೆಳೆದು ತುಂಬಿದ ವಿದೇಶಿ ಮುದ್ರೆಯ ಮದ್ಯವನ್ನು.

“ಪಂಚಾಕ್ಷರಿ, ಇದನ್ನೆಲ್ಲ ಎಸ್ದುಬಿಡು” ಎಂದು ಕಿಟಕಿಯ ಬಳಿ ಹೋಗಿ ನಿಂತ. ಸಾಮಾನ್ಯ ಕತ್ತಲು ಕೂಡ ಹೆದರಿದಂತೆ ಕಂಡಿತು, ಅವನ ವರ್ತನೆಯಿಂದ ‘ಒಂದೇ ಒಂದು ಪೆಗ್ ಭೂಮಿಕಾ ನೋಡಲು ಸಾಧ್ಯವಿಲ್ಲ’ ಬೊಬ್ಬೆಇಟ್ಟ ಮನವನ್ನು ಬಡಿದು ಹಾಕಬೇಕೆಂಬ ಆಕ್ರೋಶ. ಕಬ್ಬಿಣದ ಸರಳುಗಳು ಹಿಡಿದ ಕೈಗಳು ಬಿಗಿಯಾದವು. ದೇಹ ಸೆಟೆದುಕೊಂಡಿತು. ಮತ್ತೆ ಮಿದುಳಿನಲ್ಲಿ ಆಸ್ಫೋಟ. ಯಾವುದಕ್ಕೂ ಜಗ್ಗಲಿಲ್ಲ ಅವನ ಮನೋಬಲ. ಎಸೆದ ಬಾಟಲಿಗಳ ಸದ್ದು ಕೇಳಿದಾಗ ಭೋರ್ಗರೆವ ಪ್ರವಾಹ ಉಕ್ಕಿ ಅನಂತರ ಶಾಂತವಾದ ಸ್ಥಿತಿ. ಹೊತ್ತಭಾರ ಕಳಚಿದಂತೆ ಮಂಚದ ಮೇಲೆ ಹಾಯಾಗಿ ಉರುಳಿ ಕಣ್ಮುಚ್ಚಿದ.

‘ಈಗೇನು? ಮತ್ತೇನು? ಮುಂದೇನು? ಬದುಕಿನ ಅಮೂಲ್ಯ ಕಾಲ ವ್ಯಯವಾಗುವುದು ಎಷ್ಟರ ಮಟ್ಟಿಗೆ ಸರಿ?’ ತೀರಾ ಗೊಂದಲಕ್ಕೀಡಾದ. ಕಡೆಗೆ ಒಂದು ನಿರ್ಧಾರಕ್ಕೆ ಬಂದ.

ಇಲ್ಲಿಗೆ ಬಂದಾಗಿನ ಸ್ಥಿತಿ ನೆನಪಿಸಿಕೊಂಡ. ಕಳೆದ ದಿನಗಳು ಜ್ಞಾಪಕ ಬಂದಾಗ 'ವಯಕ್' ಎನ್ನಿಸಿತು.

ಎದ್ದು ಹೊರಗೆ ಬಂದ, ಬಾಲ್ಕನಿಯಲ್ಲಿ ಛೇರ್ ಮೇಲೆ ಕೂತ. ಬರೀ ಕುಡಿಯೋಕೆ ಒಂದು ತಾಣವೆನಿಸಿದ ಈ ಬಂಗ್ಲೆ ಈಗ ಆಪ್ಯಾಯಮಾನವೆನಿಸಿತು. ಕಟ್ಟಿಸಿದವರ ಅಭಿರುಚಿ ಮೆಚ್ಚಿಕೊಂಡ.

ಪಂಚಾಕ್ಷರಿ ತಂದ ಹಾಲಿನ ಲೋಟ ಇಸಿದುಕೊಂಡು ಹೇಳಿದ,

"ನನ್ನ ಸಾಮಾನೆಲ್ಲ ಪ್ಯಾಕ್ ಮಾಡಿಬಿಡು. ನಾಳಿದ್ದು ಇಲ್ಲಿಂದ ಹೊರಟು ಬಿಡ್ತೀನಿ."

ದಿಕ್ಕೆಟ್ಟವನಂತೆ ನಿಂತುಬಿಟ್ಟ ಪಂಚಾಕ್ಷರಿ, ಅರ್ಥಮಾಡಿಕೊಂಡವನಂತೆ ಸಣ್ಣಗೆ ನಕ್ಕ.

"ಇನ್ನೆಷ್ಟು ದಿನ ನೀನು ಮಾಡಿ ಹಾಕೋ ರುಚಿ ರುಚಿ ತಿಂಡಿ, ಊಟ ತಿಂದ್ಕೊಂಡು ಇರೋದು! ಇಷ್ಟು ದಿನ ಖರ್ಚು ಮಾಡೋದ್ನ ಮಾತ್ರ ತಿಳಿದಿದ್ದೆ. ಮುಂದೆ ಗಳಿಸೋ ಬಗ್ಗೆನೂ ಯೋಚ್ನೆ ಮಾಡ್ಬೇಕು" ಹದವಾದ ಹಾಲನ್ನು ಗುಟುಕರಿಸತೊಡಗಿದ.

ಪಂಚಾಕ್ಷರಿ, "ನಾನೂ ನಿಮ್ಜೊತೆ ಬಂದ್ಬಿಡ್ತೀನಿ" ಬಾಯಿಗೆ ಟವೆಲು ಅಡ್ಡ ಹಿಡಿದು ಅತ್ತ. ಅಭಿನಂದನ್ ಕೈಯಲ್ಲಿನ ಲೋಟ ಕೆಳಗಿಳಿಯಿತು. "ಖಂಡಿತ, ಆದ್ರೆ ನಿನ್ನ ಜನ ಒಪ್ಪಬೇಕು" ಎಂದ ಕೂಡಲೇ ಅತ್ತುಕೊಂಡು ಒಳಗೆ ಹೋಗಿಬಿಟ್ಟ ಪಂಚಾಕ್ಷರಿ.

ಬಹಳ ಹೊತ್ತಿನ ಮೇಲೆ ಅಭಿನಂದನ್ ಬಂದು ಮಲಗಿದ. ಮೈಮನದಲ್ಲಿ ತುಂಬಿಕೊಂಡ ಭೂಮಿಕಾ ನಿತ್ಯ ನೂತನ ಜವ್ವನೆಯಂತೆ ಕಂಡಳು.

"ಭೂಮಿಕಾ...." ನಿದ್ದೆಯಲ್ಲಿ ಕನವರಿಸಿದ.

ಬೆಳಿಗ್ಗೆ ಜಯಸಿಂಹ ಏಳುವ ಮೊದಲೇ ಪಂಚಾಕ್ಷರಿ ಹಾಜರಾಗಿದ್ದ. ಇಡೀ ರಾತ್ರಿ ನಿದ್ರಿಸಿದಂತೆ ಕಾಣಲಿಲ್ಲ.

"ನನ್ನ ಅವ್ರಜೊತೆ ಕಳ್ಸಿಬಿಡಿ. ನಾನು ಇಲ್ಲಿರೋಲ್ಲ" ಎಳೆಯ ಮಗುವಿನಂತೆ ಅತ್ತ ಪಂಚಾಕ್ಷರಿಯನ್ನು ನೋಡಿ ಜಯಸಿಂಹ ಗಾಬರಿಯಾದರು. ಅಂದು ಗುಡ್ಡದ ಬಂಗ್ಲೆಗೆ ಹೋಗೋಲ್ಲಾಂತ ಹಟ ಹಿಡಿದ ಪಂಚಾಕ್ಷರಿ ಇವನೇನಾ? ತಮ್ಮ ಕಣ್ಣು, ಕಿವಿಗಳನ್ನೇ ನಂಬದಾದರು.

"ನೀನೇನು ಹೇಳ್ತಾ ಇರೋದು!" ಜಯಸಿಂಹ ಸಹನೆಗೆಟ್ಟರು.

"ಮುಂಬಯಿ ಬಾಬು ಹೊರಟು ಬಿಡ್ತಾರಂತೆ. ಲಗ್ಗೇಜ್ ಪ್ಯಾಕ್ ಮಾಡೋಕ್ಹೇಳಿದ್ದಾರೆ. ನಾನೂ ಅವ್ರ ಜೊತೆ ಹೋಗ್ತೀನಿ." ಪಟ್ಟು ಹಿಡಿದವನಂತೆ ಪಂಚಾಕ್ಷರಿ ಹೇಳಿದಾಗ ರೋಹಿಣಿಗೆ ರೇಗಿತು.

"ನಿನ್ನ ತಲೆ. ನಿಮ್ಮಪ್ಪ ನಿಂಗೆ ಮದ್ವೆ ಮಾಡ್ಬೇಕೂಂತ ಓಡಾಡ್ತಾ ಇದ್ದಾರೆ. ನೀನು ಮುಂಬಯಿಗೆ ಹೋಗಿ ಕೂತ್ಕೋ! ಸರಿಹೋಗುತ್ತೆ. ಮೊದ್ಲಿನ ಪಂಚಾಕ್ಷರಿ ಅಲ್ಲ ಅನ್ನೋಷ್ಟು ಬದಲಾಯ್ಸಿಬಿಟ್ಟಿದ್ದೀಯ!"

ಆಕೆಯ ಮಾತುಗಳೇನೂ ಅವನ ಮೇಲೆ ಪರಿಣಾಮ ಬೀರಲಿಲ್ಲ. ಆದರೆ ಹೊರಗೆ ಬಂದ ಪ್ರಮೋದ್ ಸಿಡಿದ.

"ಇವ್ನಿಗೆ ಎಲ್ಲೋ ಬಾಟಲ್ ರುಚಿ ಹತ್ತಿರಬೇಕು. ಅಂಥ ವ್ಯಕ್ತಿಗಳ ಹಣೆಬರಹವೆಲ್ಲ ಅಷ್ಟೇ. ಪಾತಾಳಕ್ಕೆ ಬಿದ್ದೋರು ಮೇಲಕ್ಕೆ ಬರದಿದ್ರೂ... ಮೇಲಿದ್ದವ್ರನ್ನ ಅನ್ಯಾಯವಾಗಿ ಎಳ್ಕೊಳ್ತಾರೆ. ಅದೊಂದು ವಿಷ ವರ್ತುಲ!"

ಜಯಸಿಂಹ ಹಣೆ ಚಚ್ಚಿಕೊಂಡರು. ಪ್ರಮೋದ್‌ಗೆ ಎಷ್ಟು ಹೇಳಿದರೂ ನಾರ್ಮಲ್ ಆಗಿ ವರ್ತಿಸಲಾರ. ಇದೊಂದು ದೌರ್ಬಲ್ಯ, ಅವನ ವ್ಯಕ್ತಿತ್ವಕ್ಕೆ ಮಸಿ ಹಚ್ಚಲು.

ಭೂಮಿಕಾ ಸ್ನಾನ ಮುಗಿಸಿ ಹೊರಗೆ ಬಂದಳು. ಒದ್ದೆಯಾದ ಕೂದಲನ್ನು ನಯವಾಗಿ ಕೊಡವಿಕೊಂಡಳು. ಶಾಂಪೂ ಹಚ್ಚಿದ ಕೂದಲು ಮಿರ ಮಿರ ಮಿನುಗಿದವು.

"ಅಭಿನಂದನ್ ಹೊರಡ್ತೋ ವಿಷ್ಯ ಗೊತ್ತಾ?" ಪ್ರಮೋದ್ ಕೇಳಿದಾಗ ಉತ್ತರ ಹೇಳುವ ಅಗತ್ಯ ಅವಳಿಗೆ ಕಾಣಲಿಲ್ಲ. ಕೂದಲನ್ನು ಹಿಂದಕ್ಕೆಳೆದು ಹೊರಗೆ ನಡೆದಳು.

ಗರಬಡಿದವನಂತಾದ ಪ್ರಮೋದ್. ಭೂಮಿಕಾಳ ಈ ನಡವಳಿಕೆ ಅವನಿಗೆ ಆಶ್ಚರ್ಯವೆನಿಸಿತು. ಅದಕ್ಕೆ ಕಾರಣ ತಾನೇ ಎನ್ನುವ ಅರಿವು ಮಾತ್ರ ಉಂಟಾಗಲಿಲ್ಲ.

"ಪಂಚಾಕ್ಷರಿ ನನ್ನ ಲಗೇಜೂ ಪ್ಯಾಕ್ ಮಾಡಿ ಇಲ್ಲೇ ತಂದ್ಬಿಡು." ಎಂದವಳು ಒಳಗೆ ಬಂದಳು. "ಆಂಟೀ ನನ್ನ ಸಾಮಾನು ಕೂಡ ಪ್ಯಾಕ್ ಮಾಡ್ಸಿ ಬಿಡ್ತೀನಿ. ಹಾಗೇ ಒಂದಿಷ್ಟು ಅಭಿನಂದನ್ ಜೊತೆ ಮಾತಾಡೋದಿದೆ ಎಂದಾಗ ಚಪ್ಪಲಿ ಮೆಟ್ಟಿ ಯಾರ ಪ್ರತಿಕ್ರಿಯೆಗೂ ಕಾಯದೆ ಪಂಚಾಕ್ಷರಿಯ ಜೊತೆ ಗುಡ್ಡದ ಕಡೆ ನಡೆದಳು.

"ಮುಕ್ತ ವಾತಾವರಣದಲ್ಲಿ ಬೆಳ್ದ ನೀನು ಕೂಡ ಇಂಥ ಸಣ್ಣ ಮನಸ್ಕನಾಗ್ಬಾರ್ದು! ಸದಾ ಹೂ ನಗೆ ಚೆಲ್ಲಿ ಮಾತಾಡುತ್ತಿದ್ದ ಆ ಹುಡ್ಗಿ ಮುಖ ತಿರುಗಿಸೋಂಗೆ ಮಾಡ್ಬಿಟ್ಟೆ" ಜಯಸಿಂಹ ಮಗನಿಗೆ ಛೀಮಾರಿ ಹಾಕಿದರು. ಆದರೆ ರೋಹಿಣಿ ಪ್ರಮೋದ್‌ನ ಬಿಟ್ಟುಕೊಡಲಿಲ್ಲ.

"ಇದು ಸಹಜ! ಪ್ರಮೋದ್ ಹೆಚ್ಚು ಸಹನೆ ತಂದ್ಕೊಂಡೇ ವರ್ತಿಸಿದ್ದಾನೆ. ಈಗ ಎಲ್ಲಾ ಮುಗೀತಲ್ಲ. ಸದ್ಯ ಹೇಗೋ ಹೋಗ್ಲಿ ಬಿಡಿ" ಕೈ ಜಾಡಿಸಿಕೊಳ್ಳಲು ಆಕೆ ಸಿದ್ಧವಾಗಿದ್ದರು.

ಜಯಸಿಂಹ ಮನ ನೊಂದಿತು. ಧೀಮಂತ ವ್ಯಕ್ತಿ ಮೆಹತಾ ಮಾಡಿದ ಸಹಾಯಕ್ಕೆ ಕೃತಜ್ಞತೆ ಸಲ್ಲಿಸೋಕೂ ಅವರು ಅಸಕ್ತರು. ಅದನ್ನು ಹೇಗೆ ಬಾಯಿ ಬಿಟ್ಟು ತಿಳಿಸಿ ಹೇಳಿಯಾರು? ಹೇಳಿದರೂ ಅರ್ಥಮಾಡಿಕೊಳ್ಳಲು ಎಷ್ಟು ಶಕ್ತರು ಈ ಮನೋಭಾವದ ಜನ?

ಭೂಮಿಕಾ ಪಾದಗಳ ನೋವನ್ನು ಲೆಕ್ಕಿಸದೆ ಗುಡ್ಡವನ್ನು ಹತ್ತಿದಳು. ಪಂಚಾಕ್ಷರಿ ಬಡಬಡಿಸುತ್ತಿದ್ದ. ಆದರೆ ಅವಳಿಗೆ ಆಶ್ಚರ್ಯ.

"ಇಷ್ಟೊಂದು ಹಚ್ಕೋಬಾರ್ದು ಪಂಚಾಕ್ಷರಿ. ನಾಳೆ ಅವರು ಹೋಗ್ಬಹ್ದು. ಇನ್ನೆರಡು ದಿನ ಬಿಟ್ಟು ನಾನು ಹೋಗ್ತೀನಿ. ನಿನ್ನ ಪ್ರೀತಿ, ಆತ್ಮೀಯತೆಯೆಲ್ಲ ಅಂಕಲ್, ಆಂಟೀಯವರಲ್ಲಿ ಇಟ್ಕೋ!" ಕೊನೆಯ ಮೆಟ್ಟಿಲಿನಲ್ಲಿ ಹೆಜ್ಜೆಯೂರಿ ಸುತ್ತಲೂ ನೋಡುತ್ತ ಹೇಳಿದಳು.

ಮೊದಲು ಜಯಸಿಂಹ ಭಾರತಕ್ಕೆ ಹೋಗೋ ವಿಷ್ಯ ಗೆಳೆಯರಲ್ಲಿ ತಿಳಿಸಿದಾಗ ಹಾಸ್ಯ ಮಾಡಿದ್ದರು.

"ಆಸ್ತಿ ಇಲ್ಲ, ಅಂಥ ಬಂಧು ಬಳಗವಿಲ್ಲ. ಇನ್ಯಾಕೆ ಅಲ್ಗೆ ಹೋಗ್ಬೇಕು? ಇಷ್ಟವಿದ್ರೆ ನಾಲ್ಕು ದಿನ ಸುತ್ತಾಡಿಕೊಂಡ್ಬನ್ನಿ" ಎಂದಾಗ ಜಯಸಿಂಹ ಅವರ ನಿರ್ಧಾರ ಅಚಲವಾಗಿತ್ತು.

"ಸಾಧ್ಯವೇ ಇಲ್ಲ! ನಂಗಂತೂ ಮಿಕ್ಕ ದಿನಗಳನ್ನಾದ್ರೂ ಪ್ರಶಾಂತವಾಗಿ ಕಳೆಯೋ ಆಸೆ."

"ವಾನಪ್ರಸ್ಥಾಶ್ರಮ" ಎಂದು ಹಂಗಿಸಿದ್ದರು. ಇದೆಲ್ಲ ಭೂಮಿಕಾಗೆ ಗೊತ್ತಿದ್ದುದೇ.

ಬಾಲ್ಕನಿಯ ಬಳಿಗೆ ಬಂದಾಗ ಜೋರು ದನಿಯಲ್ಲಿ ಘಜಲ್ ಹಾಡುತ್ತಿದ್ದುದು ಕಿವಿಗೆ ಬಿತ್ತು.

"ಇವತ್ತು ಖುಷಿಯಾಗಿದ್ದಾರೆ." ಮಂಕು ಮುಖದಲ್ಲೇ ಹೇಳಿದ ಪಂಚಾಕ್ಷರಿ. ಪ್ರತಿಯೊಬ್ಬರಿಗೂ ತನ್ನವರನ್ನ ಸೇರಿಕೊಳ್ಳೋ ಆಸೆ, ಆಕಾಂಕ್ಷೆ, ಉತ್ಸಾಹ ಇರುತ್ತೆ. ಅದು ಸಹಜ. ಅವಳ ಕಣ್ಣುಗಳು ಮಿನುಗಿದವು, ನೆನಪುಗಳು ಚೆಲ್ಲಾಡಿದವು. ಕಣ್ತುಂಬಿ ನಿಂತ ನಿರ್ಮಲ ನೆನಪಾಯಿತು. ಮಗನ ಮೇಲೆ ತಾಯ್ತನದ ಅಧಿಕಾರ, ಮಮತೆ ಚಲಾಯಿಸಲಾರದಷ್ಟು ಹಿಂಜರಿಕೆ.

ಕಾಲಿಂಗ್‌ಬೆಲ್ ಒತ್ತಿದಾಗ ಅಭಿನಂದನ್ ಬಂದು ಬಾಗಿಲು ತೆರೆದ. ಟರ್ಕಿ ಟವೆಲ್ ಕಟ್ಟಿದ್ದ. ಒದ್ದೆ ಕೂದಲು, ಆಗ ತಾನೇ ಸ್ನಾನ ಮಾಡಿದ್ದರಿಂದ ಸೋಪಿನ ಪರಿಮಳದ ಜೊತೆ ಬಿಸಿನೀರಿನ ಹಬೆ ಹರವಾದ ಕೆಂಪನೆಯ ಎದೆಯ ಮೇಲೆ ದಟ್ಟವಾದ ರೋಮಗಳು, ಗ್ರೀಕ್ ಶಿಲ್ಪದಂತೆ ಕಂಡ.

"ಗುಡ್ ಮಾರ್ನಿಂಗ್ ಮಿಸ್" ಹೇಳಿ ನಸುನಕ್ಕ.

"ಗುಡ್ ಮಾರ್ನಿಂಗ್ ಮಿಸ್ಟರ್" ಒತ್ತಿ ಹೇಳಿದಳು.

ಪಂಚಾಕ್ಷರಿ ಸರಿದುಹೋದ. ಅಭಿನಂದನ್ ಜೊತೆ ಹೊರಡಲು ಸಿದ್ಧವಾಗಿದ್ದ. ತನ್ನವರು, ಜಯಸಿಂಹ ಮಿಕ್ಕವರಿಗಿಂತ ಈ ಸಮಯದಲ್ಲಿ ಅವನಿಗೆ ಅಭಿನಂದನ್ ಹೆಚ್ಚಾಗಿದ್ದ. ಬೇಡವೆಂದರೆ ಪಟ್ಟು ಹಿಡಿಯಲು ಸಿದ್ಧ.

"ನಿಮ್ಗಿಂತ ಮೊದ್ಲು ಪಂಚಾಕ್ಷರಿ ಲಗ್ಗೇಜ್ ಸಿದ್ಧಮಾಡಿಕೊಳ್ಳೋದ್ರಲ್ಲಿದ್ದಾನೆ. ಅಪ್ಪಿಗೆ ಮೋಡಿ ಹಾಕ್ಬಿಟ್ಟಿದ್ದೀರಿ" ಒಳಗೆ ಬರುತ್ತ ಹೇಳಿದಳು.

"ಜಸ್ಟ್ ಎ ಮಿನಿಟ್. ಅದ್ನ ಯಾರಿಂದ ಕಲಿತಿದ್ದು ಅನ್ನೋದು ನಿಮ್ಗೆ ತಿಳಿಸ್ತೀನಿ" ಕೋಣೆಯೊಳಗೆ ಹೋದ. ನಸುನಕ್ಕು ಅಲ್ಲೇ ಕೂತಳು. ಅಲ್ಲೇ ಹೊಸದಾಗಿ ಇದ್ದ ಎರರ್ ಷೇಕ್ಸ್‌ಪಿಯರ್ ಕೃತಿ, ಪುಟಗಳನ್ನ ತಿರುವಿ ಅಲ್ಲೇ ಇಟ್ಟಳು. ಬಹುಶಃ ಪಂಚಾಕ್ಷರಿ ಅಭಿನಂದನ್ ಹೋದಾಗ ಕೊಂಡು ತಂದಿರಬೇಕು ಎಂದುಕೊಂಡಳು.

ಈ ಆಸುಪಾಸಿನ ಎಸ್ಟೇಟ್, ಬೇರೆಲ್ಲ ಜನರ ಪರಿಚಯವುಂಟು ಪಂಚಾಕ್ಷರಿಗೆ. ಬೈಕ್ ಏನು, ಕಾರು ಕೂಡ ತರಬಲ್ಲ.

"ಯಾರು ಗೊತ್ತಿಲ್ಲ ಮಾರಾಯರೆ!" ಎದೆಯುಬ್ಬಿಸಿದ್ದ.

ಸಿಲ್ಕಿನ ಜುಬ್ಬಾ, ಪಾಯಿಜಾಮ ತೊಟ್ಟು ಬಂದ ಆರಡಿಯ ಅಭಿನಂದನ್ ಅಚ್ಚ ಬಂಗಾಳಿಯಂತೆ ಕಂಡ. ನವಿರಾದ ಸೆಂಟಿನ ಪರಿಮಳ ಅವನನ್ನು ತಬ್ಬಿಯೇ ಬಂತು.

"ಹೇಗಿದೆ ಕಾಲು ನೋವು?" ಎಂದು ಬಿಳಿಯ ಪಾದಗಳ ಕಡೆ ನೋಟ ಹರಿಸಿದ.

"ಆಂಟೀ ಆಯಿಂಟ್‌ಮೆಂಟ್ ಸವರಿದ್ರು ಈಗ ನೋವೇನೂ ಇಲ್ಲ. ನೀವು ಲಗ್ಗೇಜ್ ಪ್ಯಾಕ್ ಮಾಡೋಕೆ ನನ್ನ ಸಹಾಯಾನು ಬೇಕಾಗುತ್ತೇಂತ ಬಂದೆ!" ನೇರವಾಗಿ ಹೇಳಬೇಕೆಂದರೂ ಸಂಕೋಚ ಅವಳನ್ನು ಕಾಡಿತು.

"ನಿಮ್ಮ ಹೆಲ್ಪ್ ಪೂರ್ಣ ಪ್ರಮಾಣದಲ್ಲಿ ಅಗತ್ಯ....." ಮುಂದಿನ ಮಾತುಗಳು ಗಂಟಲಿನಲ್ಲೇ ಹೂತುಹೋದವು. ಕಾರಣ, ಅವಳ ಪ್ರತಿಕ್ರಿಯೆ ಬಗ್ಗೆ ಭಯ!

"ನಿಮ್ಮ ಮುಂದಿನ ಪ್ರೋಗ್ರಾಂ...." ಆಳವಾಗಿ ಅತ್ಯಂತ ಗಾಢವಾಗಿ ನೋಡುತ್ತ ಕೇಳಿದಾಗ, ನೋಟ ಎದುರಿಸಲಾರದೆ ಸೋತಳು. ಮುಖದ ಮುಂದೆ ಪೇಪರ್ ಹಿಡಿದಳು.

"ಪಪ್ಪನಿಗೆ ಪತ್ರ ಬರ್ದಿದ್ದೀನಿ, ದೀರ್ಘವಾಗಿ. ಅವರ ಪ್ರತಿಕ್ರಿಯೆಗೆ ಕಾಯಬೇಕು. ಸದ್ಯಕ್ಕಂತೂ ಎಲ್ಲ ಕ್ಯಾನ್ಸಲ್ ಮಾಡಿ ಹಿಂದಿರುಗೋ ಇಚ್ಛೆ!"

ತುಟಿ ಕಚ್ಚಿ ಕೂತ ಅಭಿನಂದನ್. ಭೂಮಿಕಾಳ ಸ್ವಭಾವ, ನಡತೆ, ಅಭಿರುಚಿ ಎಲ್ಲ ಮೇಲ್ಮಟ್ಟದ್ದು. ಅರೆ ಮತ್ತಿನಲ್ಲಿ ಟ್ಯಾಕ್ಸಿಯಲ್ಲಿ ಬಂದಾಗ ಒರಟಾಗಿ ನಡೆದುಕೊಂಡಿದ್ದ ಅಭಿನಂದನ್. ಆದರೆ ಅವನೆದೆಯಲ್ಲಿ ನವಿರಾದ ಭಾವನೆಗಳನ್ನು ಬಿತ್ತಿದವಳು ಅವಳೇ.

ಇಬ್ಬರ ನಡುವೆ ಮೌನ ಆವರಿಸಿತ್ತು. ಎಷ್ಟೇ ಪ್ರಯತ್ನಪಟ್ಟರೂ ಅಭಿನಂದನ್ ಮುಖ ದಿಟ್ಟಿಸುತ್ತ ಮಾತನಾಡುವುದು ಅವಳಿಂದ ಸಾಧ್ಯವಾಗಲಿಲ್ಲ. ಯಾಕೆ? ಕಾರಣಕ್ಕಾಗಿ ಹುಡುಕಾಡಬೇಕು. ಸತ್ಯ ಇಣುಕಿದರೂ ಒಪ್ಪಿಕೊಳ್ಳಲು ಹಿಂಜರಿಕೆ.

"ನಾಳೆನೇ ಫ್ಲೈಟ್‌ನಲ್ಲಿ ರಿಸರ್ವೇಶನ್ ಇದ್ಯೇನೋ ವಿಚಾರಿಸ್ತೀನಿ" ಅಭಿನಂದನ್ ಮೇಲಕ್ಕೆದ್ದ. ತಡೆದಳು ಭೂಮಿಕಾ.

"ಮೆಹತಾ ಅಂಕಲ್ ಇಂದೋ, ಅಥ್ವಾ ನಾಳೆನೋ ಬರ್ಬಹ್ದು." ಸುಮ್ಮನೆ ಕೂತ. ಅವನ ಮುಖದ ಮೇಲೆ ದಟ್ಟವಾದ ಗಂಭೀರತೆ ಹರಡಿಕೊಂಡಿತು. ನೂರು ಮಾತುಗಳು ಹೇಳಬೇಕೆಂಬ ಚಡಪಡಿಕೆ.

"ಅವ್ರೆ ರಿಸರ್ವೇಶನ್ ಮಾಡ್ಸಿಕೊಂಡು ಬರ್ಬಹ್ದು!" ಪೇಪರ್ ಕೆಳಗೆ ಹಾಕಿದಳು. ಥಟ್ಟನೆ ಎದ್ದ ಅಭಿನಂದನ್ ಕಣ್ಣುಗಳು ಮಿನುಗಿದವು. "ನೀವು ಫೋಟೋಗಳನ್ನ ನೋಡಲೇ ಇಲ್ಲ. ಪಂಚಾಕ್ಷರಿ ಅದಕ್ಕಾಗಿ ಇಡೀ ದಿನ ಸ್ಟೇ ಮಾಡ್ಲೋ ಹಾಂಗೆ ಕಂಡ."

ಮೂರು ಕವರ್ ತಂದು ಅವಳ ಮುಂದೆ ಹಾಕಿ ಕೂತ. ಮೊದಲು ಉತ್ಸಾಹದಿಂದ ಎತ್ತಿಕೊಂಡಿದ್ದ ಅಭಿನಂದನ್ ಕವರನ್ನು. ಒಂದೊಂದೇ ನೋಡಿ ತೆಗೆದಿಟ್ಟಳು. ಹೆಚ್ಚು ಕಮ್ಮಿ ಅವಳ ಚಿತ್ರಗಳೇ ಹೆಚ್ಚು.

ಅವನತ್ತ ದೃಷ್ಟಿ ಹರಿಸಿದಾಗ ನೋಟ ನೇರವಾಗಿತ್ತು. ಎರಡು ನೋಟಗಳು ಬೆರೆತಾಗ ಹೊಸದೊಂದು ಲೋಕ ಸೃಷ್ಟಿಯಾಯಿತು. ಬೇಗ ಭೂಮಿಕಾ ಚೇತರಿಸಿಕೊಂಡಳು.

"ನನ್ನ ಸ್ಟೂಡೆಂಟ್......" ಮುಂದೆ ಹೇಳದಂತೆ ತಡೆದ. "ಎಕ್ಸಲೆಂಟ್ ಫೋಟೋಗ್ರಾಫರ್ ಆಗೋ ಲಕ್ಷಣಗಳಿವೆ" ಅಭಿನಂದನ್ ತಾನೇ ಪೂರ್ತಿ ಮಾಡಿದಾಗ ನಕ್ಕುಬಿಟ್ಟಳು. ಆ ಸುಂದರ ನಗು ಸದಾ ಶಾಶ್ವತವಾಗಿರಲಿ ಎನಿಸಿತು ಅಭಿನಂದನ್‌ಗೆ.

"ಅಮ್ಮಾ ನಂದು ನೋಡಿ" ಎಂದ್ಹೇಳಿ ಪಂಚಾಕ್ಷರಿ ಉತ್ಸಾಹದಿಂದ ಬಂದಾಗ, ಅಭಿನಂದನ್ ಬೆನ್ನ ಮೇಲೊಂದು ಗುದ್ದಿದ. ಬೆರಳುಗಳು ಮೃದುವಾಗಿ ಆ ಕವರ್ ಮೇಲಾಡಿದವು.

"ಆ ಕವರ್ ನಂದು" ಹೇಳಿ ಸೊಂಟಕ್ಕೆ ಟವೆಲ್ ಸುತ್ತಿನಿಂತ.

"ಇಂದು ಮೊದಲ್ನೇ ಸಲ ಭೂಮಿಕಾ ಕೈಯಲ್ಲಿ ಬೈಸಿಕೊಳ್ತೀಯ! ಯಾಕೆ, ಬೇಡ ಬಿಡು" ಅಭಿನಂದನ್ ಕವರ್ ಕೈಗೆತ್ತಿಕೊಂಡ. ಅವನ ನೋಟದಲ್ಲಿನ ತುಂಟಾಟ ಭೂಮಿಕಾಗೆ ಅರ್ಥವಾಯಿತು.

"ಅಂತೂ ಚಿತ್ರ ವಿಚಿತ್ರವಾಗಿ ಬಿದ್ದಿರಬೇಕಲ್ಲ! ಅವೆಲ್ಲ ನೀನೇ ಇಟ್ಕೋ!" ಇನ್ನೊಂದು ಕವರ್ ಕೈಗೆತ್ತಿಕೊಂಡಳು.

"ಏನಿಲ್ಲ ಏನಿಲ್ಲ... ತುಂಬ ಚೆನ್ನಾಗಿ ಬಂದಿದೆ. ದಯವಿಟ್ಟು ಕೊಡ್ಸಿ" ಅವಳಿಗೆ ದುಂಬಾಲು ಬಿದ್ದ. "ಅಭಿನಂದನ್, ಕೊಟ್ಬಿಡಿ" ಎನ್ನುತ್ತ ತಾನು ತೆಗೆದ ಫೋಟೋಗಳಲ್ಲಿ ಪೂರ್ಣವಾಗಿ ಮಗ್ನಳಾದಳು.

"ಸಾಧ್ಯವೇ ಇಲ್ಲ! ದೃಢವಾಗಿ ಹೇಳಿದಾಗ ಅವಳ ಕಂಗಳಲ್ಲಿ ಅಚ್ಚರಿ ಮಿನುಗಿತು. ಯಾಕೆ?" ಹುಬ್ಬೆತ್ತಿ ಕೇಳಿದಳು. "ನೀನು ನೋಡಬಾರದಷ್ಟೇ" ಅಭಿನಂದನ್ ಎದ್ದ. ಅವಳಲ್ಲಿನ ಕುತೂಹಲ ಕೆರಳಿತು.

"ಅಂಥದೇನಾಗಿದೆ? ಅಷ್ಟು ಕೆಟ್ಟದಾಗಿ ಬಂದಿದ್ರೆ ಹರಿದು ಎಸೆದರಾಯ್ತು!" ತಕ್ಷಣ ಬೊಬ್ಬೆ ಹೊಡೆದ "ಅಯ್ಯೋ...ಬೇಡ! ನನ್ನ ಫೋಟೋಗಳ್ನ ನಂಗೆ ಕೊಟ್ಬಿಡಿ."

"ಬೇಡ, ಹರಿದು ಎಸೀತೀನಿ" ಕವರ್ ಹಿಡಿದು ಕೋಣೆಗೆ ಹೋದಾಗ ಅವಳ ಮುಂದೆ ನಿಂತು ಗೋಗರೆದ. "ಹರಿದು ಎಸೆಯೋದ್ಬೇಡ. ನಂಗೆ ಕೊಡ್ಸಿಬಿಡಿ. ನೀವು ನೋಡದಿದ್ರೂ ಪರ್ವಾಗಿಲ್ಲ."

"ಆಯ್ತು ಕೊಡ್ಸೋಣ. ಮೊದ್ಲು ಬ್ರೇಕ್‌ಫಾಸ್ಟ್‌ಗೆ ರೆಡಿ ಮಾಡು." ಫೋಟೋಗಳನ್ನು ಜೋಡಿಸಿ ಕವರ್‌ಗೆ ಹಾಕಿ ಅಭಿನಂದನ್ ಕೋಣೆಗೆ ಬಂದಳು.

ಮೇಜಿನ ಮೇಲಿದ್ದ ಕವರ್ ಎತ್ತಿಕೊಳ್ಳುವಷ್ಟರಲ್ಲಿ ಅಭಿನಂದನ್ ಬಂದು ಹಿಡಿದ. ಕವರ್ ಸಮೇತ ಅವಳ ಕೈ ಅವನ ಹಿಡಿತದಲ್ಲಿ. ಸೂಕ್ಷ್ಮವಾಗಿ ಬೆವರಿದಳು. ಇದೊಂದು ಹೊಸ ರೀತಿಯ ಅನುಭವ.

"ಕೊಡೋಲ್ಲ!" ಸ್ವರದಲ್ಲಿ ಹಟವಿತ್ತು.

"ಬೇಡ ಬಿಡಿ" ಏರಿದ ಎದೆ ಬಡಿತವನ್ನು ತಗ್ಗಿಸಲು ಮನದಲ್ಲೇ ಹೆಣಗಾಡಿದಳು. ತೀರಾ ಸನಿಹದಲ್ಲಿದ್ದ ಸುಂದರ ಮೃದು ಶರೀರ ಬಳಸುವಾಸೆ. ನವಿರಾದ ಕಂಪಿಸಿದ ಮನದ ಉದ್ವೇಗ ಹತ್ತಿಕ್ಕಲಾರದೆ.

"ರೆಡಿ...." ಪಂಚಾಕ್ಷರಿ ಸ್ವರ. ಥಟ್ಟನೆ ಹಿಂದಕ್ಕೆ ಸರಿದ. ಭೂಮಿಕಾ ಯಾವುದೇ ಉದ್ವೇಗ, ತಾಕಲಾಟಕ್ಕೆ ಆಸ್ಪದ ಕೊಡದೆ ಹೇಳಿದಳು.

"ನೀವೇ ಇಟ್ಕೊಳ್ಳಿ. ಆದ್ರೆ ಪಂಚಾಕ್ಷರಿ ಬಗ್ಗೆ ಸ್ವಲ್ಪ ಸಿಂಪತಿ ಇರ್ಲಿ" ಕವರ್ ಅಲ್ಲೇ ಇಟ್ಟಳು. ಅಭಿನಂದನ್ ಮುಖ ತಗ್ಗಿತು. ಕೆನ್ನೆಯುಜ್ಜುತ್ತ ಹೊರಗೆ ನಡೆದ. ಒಬ್ಬರ ಮನದಲ್ಲಿ ನಡೆಯುವ ತಾಕಲಾಟ ಮತ್ತೊಬ್ಬರಿಗೆ ತಿಳಿಯದಂತೆ ನಟಿಸುವ ಒತ್ತಡ.

ಉಪಾಹಾರ ಮಾಮೂಲಿಯಾಗಿ ಮುಗಿಯಿತು. ಅದರ ಮಧ್ಯೆ ಪಂಚಾಕ್ಷರಿ ತನ್ನ ಕವರನ್ನು ಎತ್ತಿ ಇಟ್ಟುಕೊಂಡುಬಿಟ್ಟಿದ್ದ, ಆದರೆ ಕೋಣೆಗೆ ಬಂದ ಕೂಡಲೇ ಅಭಿನಂದನ್ ರೇಗಾಡಿದ.

"ಪಂಚಾಕ್ಷರಿ ಸುಮ್ನೆ ನನ್ನ ರೇಗಿಸ್ಬೇಡ. ಸುಮ್ನೇ ಆ ಕವರ್ ಕೊಟ್ಟುಬಿಡು ಕ್ಯಾಮೆರಾನ ನಿಂಗೇ ಬಿಟ್ಟು ಹೋಗ್ತೀನಿ. ಪುರುಸೊತ್ತು ಸಿಕ್ಕಾಗಲೆಲ್ಲ ತೆಕ್ಕೋ."

ಇಂಥದಕ್ಕೆಲ್ಲ ಪಂಚಾಕ್ಷರಿ ಒಪ್ಪಲು ಸಿದ್ಧನಿರಲಿಲ್ಲ. ತೀರಾ ಮೊಂಡಾಟ ಮಾಡಿದ.

"ಆದೆಲ್ಲ ಬೇಡಾ ಸ್ವಾಮಿ!" ಕ್ಯಾಮೆರಾ ನೀವೇ ಇಟ್ಕೊಳ್ಳಿ. ನಂಗೆ ಆ ಫೋಟೋಗಳು ಸಾಕು. ನಾನು ನಿಮ್ಜೊತೆ ಬರೋಕಾಗ್ದಿದ್ರೂ.... ಅವನ್ನ ನೆನಪಾಗಿ ಇಟ್ಕೋತೀನಿ" ಅಭಿನಂದನ್ ಮುಖದ ಮೇಲೆ ತೆಳುವಾದ ನಗು ಹರಡಿಕೊಂಡಿತು. "ಓ.ಕೆ. ಹಾಗೇ, ಮಾಡು. ಒಂದೆರಡು ಮಾತ್ರ ನಾನು ತಗೋತೀನಿ" ಚೌಕಾಸಿ ವ್ಯಾಪಾರಕ್ಕೆ ಇಳಿದ.

'ಏನಿದೆ ಅಂಥ ವಿಶೇಷ!' ಬಹಳ ಯೋಚಿಸಿದಳು ಭೂಮಿಕಾ. ಆಮೇಲೆ ವಿಚಾರಿಸಿದರಾಯಿತೆಂದುಕೊಂಡು ಸುಮ್ಮನಾದಳು.

ಎರಡು ಫೋಟೋಗಳನ್ನ ತೆಗೆದು ತನ್ನ ಸೂಟ್‌ಕೇಸ್‌ಗೆ ಸೇರಿಸಿದ ಅಭಿನಂದನ್. ಊಟದ ವೇಳೆಗೆ ಜಯಸಿಂಹ, ರೋಹಿಣಿ ಮಾತವಲ್ಲ, ಪ್ರಮೋದ್ ಕೂಡ ಬಂದ.

"ಪಂಚಾಕ್ಷರಿ ಹೇಳಿದ್ದು ನಿಜ್ವಾ?" ಜಯಸಿಂಹ ಕೇಳಿದರು. ಗಂಭೀರವಾಯಿತು ಅಭಿನಂದನ್ ಮುಖ. "ನಾನು ಹೊರಡೋ ವಿಷ್ಯನಾ? ಹೌದು...ನಿಜ. ಕಾಡು, ಗುಡ್ಡ,

ನಿಸರ್ಗ ಬಂಗ್ಲೆ ಸುಂದರವಾಗಿದೇಂತ ಎಷ್ಟು ದಿನ ಇರೋಕೆ ಸಾಧ್ಯ? ಕಳೆದುಹೋದ ದಿನಗಳನ್ನ ಲೆಕ್ಕ ಹಾಕಿದರೆ... ಎದೆಯೊಡೆದು ಹೋಗುತ್ತೆ" ಪ್ರಮೋದ್ ಅವನ ಭಾವಪೂರಿತ ಮಾತುಗಳಿಗೆ ಹುಬ್ಬೇರಿಸಿದ.

ತನ್ನ ಕಲ್ಪನೆಗಿಂತ ಬೇರೆ ಅಭಿನಂದನ್‌ನ ಕಂಡ. ಜಯಸಿಂಹ ಕಣ್ಣುಗಳಲ್ಲಿ ಮೆಚ್ಚಿಗೆ ಇಣುಕಿದರೆ, ಎದೆಯ ಮೇಲಿನ ದೊಡ್ಡ ಭಾರ ಇಳಿಸಿಕೊಂಡಂತೆ ಸಂತೋಷಗೊಂಡರು ರೋಹಿಣಿ.

"ಒಂದ್ತಿಂಗ್ಳು ಓಡಾಡಿ ಬರೋಣ! ಸದ್ಯಕ್ಕೆ ನನ್ಕೆಲ್ಸದ ಬಗ್ಗೆ ನಿಶ್ಚಿತವಿಲ್ಲ" ಪ್ರಮೋದ್ ಮಾತಿಗೆ ಸಣ್ಣಗೆ ನಕ್ಕ. "ಮುಂಬಯಿಗೆ ನನ್ಜೊತೆ ಬಂದ್ಬಿಡಿ. ನಿಮ್ಮ ಕೆಲ್ಸದ ಏರ್ಪಾಟು ಮೆಹತಾ ಅಂಕಲ್ ಮಾಡ್ತಾರೆ. ಸದ್ಯಕ್ಕೆ ನಂಗೆ ಯಾವ ಸುತ್ತಾಟನೂ ಬೇಡ."

ರೋಹಿಣಿ ಬೆರಗಾದರು. ಈ ಮಾತುಗಳನ್ನು ಆಡುತ್ತಿರುವುದು ಅಭಿನಂದನ್ನಾ? ಬಾಟಲಿ ಖಾಲಿ ಮಾಡುತ್ತ ಒರಟಾಗಿ ವರ್ತಿಸುತ್ತಿದ್ದವನು ಇವನಾ? ತೀರಾ ಭಿನ್ನವಾಗಿ ಕಂಡ. ಇದು ತಾತ್ಕಾಲಿಕವೇನೋ? ಸಂಶಯ ಚಿತ್ತದ್ದೋ? ಅನುಮಾನ ಮಿದುಳಿನಲ್ಲಿ ಹೊಕ್ಕಿತು.

ಪ್ರಮೋದ್ ಸ್ನೇಹಮಯ ಮಾತು ವರ್ತನೆಯೆಲ್ಲ ಅಭಿನಂದನ್‌ಗೆ ನಟನೆಯಾಗಿ ಕಂಡಿತು. ಯಾವುದೇ ಉತ್ಸಾಹ ತೋರಲಿಲ್ಲ.

ಜಯಸಿಂಹ ಥಟ್ಟನೆ ಏನೋ ಜ್ಞಾಪಿಸಿಕೊಂಡವರಂತೆ ಹೇಳಿದರು.

"ತೀರಾ ಹತ್ತಿರದಲ್ಲೇ ಒಂದು ದೇವಸ್ಥಾನವಿದೆ. ಖಂಡಿತ ನೋಡುವಂಥದ್ದು" ಅಭಿನಂದನ್ ಉತ್ಸಾಹ ತೋರದಿದ್ರೂ ಭೂಮಿಕಾ ಹರ್ಷಗೊಂಡಳು. "ನಂಗೆ ಇಷ್ಟು ದಿನ ಯಾಕೆ ಹೇಳ್ಲಿಲ್ಲ ಅಂಕಲ್, ನಾವು ಅಡ್ಡಾಡಿದ ಕಡೆ ಯಾವ್ದೇ ದೇವಸ್ಥಾನ ಸಿಕ್ಕಲಿಲ್ಲ! ಈಗ್ಲೇ... ಹೋದ್ರೆ ಹೇಗೆ?"

ಹಿಂದಿನಿಂದ ಬಂದ ಪಂಚಾಕ್ಷರಿ ನುಡಿದ.

"ಹೋಗ್ಬಹುದು. ನಾನಂತೂ ರೆಡಿ" ಅಭಿನಂದನ್ ಅವನನ್ನು ಎಳೆದು ಪಕ್ಕದಲ್ಲಿ ಕೂಡಿಸಿಕೊಂಡ. ಅಂಕಲ್, ನೀವು ಸ್ವಲ್ಪ ಪಂಚಾಕ್ಷರಿ ಮನೆಯವ್ರ ಬಳಿ ಮಾತಾಡಿ ಒಂದ್ಮದ್ವೆ ಮಾಡ್ಸಿಬಿಡಿ. ಮುಂಬಯಿಗೆ ಕರ್ಕೊಂಡ್ಹೋಗ್ತೀನಿ. ಅಲ್ಲಿ ಇವ್ನು ಅಳ್ತಾ ಕೂರಬಾರ್ದು." ಎಂದು ಭೂಮಿಕಾ ನಕ್ಕಳು. "ಹೌದು, ಅಂಕಲ್... ಸ್ವಲ್ಪ ಅವನ ಬಗ್ಗೆ ಇಂಟರೆಸ್ಟ್ ತಗೊಂಡ್ ವಿಚಾರಿಸಿ. ಏನೋ ಮುಚ್ಚಿಡ್ತಾ ಇದ್ದಾನೆ" ಮುಖ ಕೆಳಗೆ ಹಾಕಿ ಅಭಿನಂದನ್ ಎದ್ದು ಹೋದ.

ಪುಷ್ಕಳ ಊಟವಾದ ಮೇಲೆ ಎಲ್ಲಾ ಗುಡ್ಡದಿಂದ ಇಳಿದರು. ಥಟ್ಟನೆ ನೆನಪಿಸಿಕೊಂಡವಳಂತೆ ಕೇಳಿದಳು.

"ಅಭಿನಂದನ್ ನಿಮ್ಮ ಕ್ಯಾಮೆರಾ ಎಲ್ಲಿ?" ನಗುತ್ತಾ ಕೈಯಾಡಿಸಿದ. "ನೋ...ನೋ... ನಾನು ಇಷ್ಟಪಡೋಲ್ಲ" ಅವನು ಮತ್ತೊಂದು ಮಾತನಾಡದೆ ಗುಡ್ಡ ಹತ್ತಿ ಹೋದ.

"ಅಂಕಲ್, ಫೋಟೋಗ್ರಫಿ ಬಗ್ಗೆ ಅಭಿನಂದನ್‌ಗೆ ಇಂಟರೆಸ್ಟ್ ಇದೆ. ಇಂಟಲಿಜೆಂಟ್ ಮೈಂಡ್. ಕಲಿಯಬಹುದಾದದ್ದು ಬಹುಶಃ ತಿಂಗಳಲ್ಲೇ ಕಲೀತಾರೆ. ಅದ್ಕೆ ಬೇಕಾದ ಕೌಶಲ್ಯ, ಸಂಯೋಜನ ದೃಷ್ಟಿ ಅವ್ರಿಗಿದೆ. ಸ್ವಲ್ಪ ಪ್ರಯತ್ನ ಪಟ್ರೆ..... ಒಳ್ಳೆ ಛಾಯಾಗ್ರಾಹಕರಾಗುವ ಎಲ್ಲಾ ಸಾಧ್ಯತೆಗಳು ಇವೆ." ಮೆಚ್ಚಿಗೆ ಅವಳ ಮಾತಿನಲ್ಲಿ ತುಳುಕಿದಾಗ, ಪ್ರಮೋದ್ ಮುಖದ ನರಗಳು ಬಿಗಿದುಕೊಂಡವು. ಒರಟಾಗಿ ಪ್ಯಾಂಟ್ ಜೇಬುಗಳಲ್ಲಿ ಕೈಗಳನ್ನು ತುರುಕಿದ.

ಛಾಯಾಚಿತ್ರಣದ ಬಗ್ಗೆ ಅವಳಿಗಿದ್ದ ಇಂಟರೆಸ್ಟ್ ಪ್ರಮೋದ್‌ಗೆ ಹೊಸದಲ್ಲ. ಎಲ್ಲಕ್ಕಿಂತ ಅವಳಿಗೆ ನಿಸರ್ಗದ ಬಗ್ಗೆಯೇ ಹೆಚ್ಚು ಆಸಕ್ತಿ. ಆದರೆ ಬ್ರಿಟನ್ನಿನ ಪ್ರತಿಷ್ಠಿತ ರಾಯಲ್ ಫೆಲೊ ಎಫ್, ಆರ್.ಪಿ.ಎಸ್. ಪುರಸ್ಕಾರ ಸಿಕ್ಕಿದ್ದು ವನ್ಯ ಜೀವಿ ವಿಭಾಗದಲ್ಲಿ.

ಹಾರುವ ನಡಿಗೆಯಲ್ಲಿ ಬಂದ ಅಭಿನಂದನ್‌ನದು ತುಂಬು ಉತ್ಸಾಹ. ಗಾಳಿಗೆ ಹಾರುವ ಕ್ರಾಪ್, ಆ ಸುಂದರ ಕೆತ್ತನೆಯ ದಂತ ಶಿಲ್ಪದಂಥ ಮುಖಕ್ಕೆ ಹೆಚ್ಚು ಸೊಬಗನ್ನು ನೀಡಿತ್ತು.

"ಓ.ಕೆ. ಮೇಡಮ್....." ಕ್ಯಾಮೆರಾನ ಸವರಿ ನೋಡಿದ.

ಹೊಡೆದ ಊಟ, ಇನ್ನು ಕಮ್ಮಿಯಾದಾಗ ಬಿಸಿಲು ಒಂದು ರೀತಿಯ ಮತ್ತು. ಎಲ್ಲಾದರೂ ಮರದ ಕೆಳಗೆ ಮಲಗಿ ಹಾಯಾಗಿ ನಿದ್ರಿಸೋಣವೆನಿಸಿತು ಎಲ್ಲರಿಗೂ. ಅದನ್ನ ಬಾಯಿಬಿಟ್ಟು ಹೇಳಿದವನು ಅಭಿನಂದನ್.

"ಅಂಕಲ್, ನೀವೆಲ್ಲ ಹೋಗ್ಬನ್ನಿ. ಹಾಯಾಗಿ ಈ ಮರದ ಕೆಳ್ಗೆ ಮಲ್ಗಿ ಒಂದು ನಿದ್ದೆ ತೆಗೀತೀನಿ" ಸುತ್ತಲೂ ನೋಟಹರಿಸಿ ಮರದತ್ತ ನಡೆದೇ ಬಿಟ್ಟ.

"ಅರೇ, ನಿಲ್ಲಿ ಅಭಿನಂದನ್" ಭೂಮಿಕಾಳ ದನಿ. ಅವನ ಪಾದಗಳು ಸ್ತಬ್ಧವಾದವು. ಇನ್ನೊಂದು ಹೆಜ್ಜೆ ಮುಂದೆ ಎತ್ತಿಡಲಾರೆನೆನಿಸಿತು. ಅವನತ್ತ ನಡೆದು ಬಂದಳು. ವಯ್ಯಾರವಿಲ್ಲ, ಬೆಡಗು ತುಳುಕಿಸುವ ಸೋಗಿಲ್ಲ. ಆದರೆ ತುಂಬು ಚೆಲುವು ಹೆಣ್ಣಿನ ರೂಪ ಧರಿಸಿ ತನ್ನತ್ತ ಬಂದ ಅನುಭವವಾಯಿತು. ನೋಟ ಅಚಲವಾಯಿತು. ರೆಪ್ಪೆಗಳು ಅಲುಗಾಡಲಿಲ್ಲ.

"ನಿದ್ದೆ ಯಾವಾಗ ಬೇಕಾದ್ರೂ ಮಾಡ್ಬಹ್ದು ಮೊದ್ಲು ದೇವಸ್ಥಾನ ನೋಡೋದು. ಅಲ್ಲೇ ಪ್ರಶಸ್ತವಾದ ಸ್ಥಳ ಕಂಡ್ರೆ... ಹದಿನೈದು ನಿಮಿಷ ನೀವು ನಿದ್ದೆ ಮಾಡೋಕೆ ಯಾರ್ದೂ ಅಭ್ಯಂತರವಿಲ್ಲ" ಏರುಪೇರಿಲ್ಲದ ಸ್ವರ. ಅವನ ನೋಟ ತಗ್ಗಿತು. ಪೆಟ್ರೋಲ್ ಎರಚಿ ಬೆಂಕಿ ಇಟ್ಟಂತಾಯಿತು ಪ್ರಮೋದ್‌ಗೆ, ಒಳಗೊಳಗೇ ಕುದಿದ.

ಈಗ ಎಲ್ಲರ ಹೆಜ್ಜೆಯ ವೇಗ ಹೆಚ್ಚಿತು. ರೋಹಿಣಿ ಆಗಾಗ ಮುಖದ ಬೆವರು ತೊಡೆದುಕೊಳ್ಳುತ್ತಿದ್ದರೂ ಉತ್ಸಾಹ ಕಳೆದುಕೊಳ್ಳಲಿಲ್ಲ.

"ಪ್ರಮೋದ್, ಈಗೊಂದು ಬೆಟ್!" ಭೂಮಿಕಾ ಹೇಳಿದಾಗ ಅಭಿನಂದನ್ ಕೈಯೆತ್ತಿದ. "ಸದ್ಯಕ್ಕೆ ನಾನಂತೂ ಭಾಗವಹಿಸೋಲ್ಲ. ಸದ್ಯಕ್ಕೆ ಹತ್ತಿರೋ ಜೊಂಪು

ತಡೆದುಕೊಳ್ಳುತ್ತ ಹೆಜ್ಜೆ ಹಾಕೋದೇ ಪ್ರಯಾಸ!" ಕಣ್ಮುಚ್ಚಿ ತೆಗೆದು ನಿದ್ದೆ ಬರುವಂತೆ ನಟಿಸಿದ.

ದೇವಸ್ಥಾನದ ಬಳಿಗೆ ಬರುವ ವೇಳೆಗೆ ಹೆಚ್ಚು ಕಡಿಮೆ ಇಳಿಯುತ್ತಿದ್ದ ಬಿಸಿಲಿನ ತೀವ್ರತೆಯಿಂದ ಬಳಲಿದ್ದರು.

"ನಾವು ಕೂತು ಸುಧಾರ್ಸಿಕೊಳ್ತೀವಿ" ಜಯಸಿಂಹ ಕೂತುಬಿಟ್ಟರು. ಪ್ರಮೋದ್ ಮಾತ್ರ ಅತ್ತ ನಡೆದ. ಸುತ್ತಲೂ ನೋಟಹರಿಸಿದ ಭೂಮಿಕಾ ಮೆಚ್ಚಿಗೆ ಸೂಚಿಸಿದಳು. "ಪ್ಲೇಸ್ ತುಂಬ ಚೆನ್ನಾಗಿದೆ. ಆದ್ರೆ ದೇವಸ್ಥಾನಕ್ಕೆ ಸಾಕಷ್ಟು ಭಕ್ತ ಜನ ಬರ್ತಾ ಇಲ್ಲ!" ಕರಾರುವಾಕ್ಕಾಗಿ ಹೇಳಿದಳು.

"ದೇವರು ಭಿನ್ನವಾಗಿರೋದ್ರಿಂದ ಇಲ್ಲಿ ಪೂಜೆ ಇಲ್ಲ. ಅದ್ಕೆ ಬದಲಾಗಿ ಅಲ್ಲೊಂದು ಶಿವಲಿಂಗ ಪ್ರತಿಷ್ಠಾಪಿಸಿದ್ದಾರೆ. ದಿನ ಬೆಳಿಗ್ಗೆ, ಸಂಜೆ ಪೂಜಾರಿ ಬರ್ತಾರೆ" ಪಂಚಾಕ್ಷರಿ ಹೇಳಿದ.

ಆ ದೇವಸ್ಥಾನದ ಸುತ್ತಲೆಲ್ಲ ಅಡ್ಡಾಡಿದರು. ಹಳೆಯ ಬಾಗಿಲಿಗೆ ತುಕ್ಕು ಹಿಡಿದ ದೊಡ್ಡಬೀಗ. ಅಲ್ಲಲ್ಲಿ ಗೋಡೆ ಕುಸಿದಿದ್ದರೂ ಪ್ರಾಂಗಣದ ಸೊಬಗು ಹಿಂದಿನ ಭವ್ಯತೆಯನ್ನು ನೆನಪಿಸುತ್ತಿತ್ತು. ಅಷ್ಟಿಷ್ಟು ಫೋಟೋ ತೆಗೆದುಕೊಂಡಳು.

"ಅಂಕಲ್ ಆ ಗುಡಿ ನೋಡಿ ಬಂದ್ಬಿಡೋಣಾ" ಎಂದು ಅವರತ್ತ ಬಂದಳು. ಮೆಚ್ಚಿಗೆಯಿಂದ ನೋಡಿದರು ಜಯಸಿಂಹ. "ಸಂಜೆ ಆರರ ಹೊತ್ಗೆ ಅರ್ಚಕರು ಬರೋದು. ನೀವೆಲ್ಲ ಹುಷಾರಾಗಿ ಅಡ್ಡಾಡಿ. ಪಂಚಾಕ್ಷರಿ ಮಾತ್ರ ಜೊತೆಯಲ್ಲೇ ಇರಲಿ."

"ಸಾರಿ....." ಎಂದವನೇ ಅಭಿನಂದನ್ ಅವನ ಪಕ್ಕ ಬಂದು ಕರ್ಚೀಫ್ ಹಾಸಿ ಅದರ ಮೇಲೆ ತಲೆಯಿಟ್ಟು ಮಲಗಿಬಿಟ್ಟ. "ಡೋಂಟ್ ಡಿಸ್ಟರ್ಬ್ ಮಿ ಭೂಮಿಕಾ" ಕೈಯನ್ನ ತಲೆಯಡಿಯಲ್ಲಿ ಸೇರಿಸಿ ಕಣ್ಮುಚ್ಚಿದ. ಅವನ ಸರಳತೆಗೆ ಬೆರಗಾದರು.

"ಓ.ಕೆ....ಮಿಸ್ಟರ್" ಪ್ರಮೋದ್‌ನತ್ತ ನೋಡಿದಳು. "ನಾವು ಹೋಗೋಣ. ತುಂಬ ಇಂಟರೆಸ್ಟಾಗಿದೆ ಪ್ಲೇಸ್" ಅವಳ ಕೈಯಲ್ಲಿನ ಕ್ಯಾಮೆರಾಗಾಗಿ ಕೈ ಚಾಚಿದ.

"ಯಾವೊತ್ನಿಂದ ನಿಂಗೆ ಈ ಹುಚ್ಚು!" ನಗುತ್ತಲೇ ಕ್ಯಾಮೆರಾ ಅವನ ಕೈಗೆ ಕೊಟ್ಟಳು.

ಪಂಚಾಕ್ಷರಿಯೊಡನೆ ಸುತ್ತಾಡಿ ಆ ಪುಟ್ಟ ಗುಡಿಯ ಎದುರಿನ ಮರದ ಕೆಳಗೆ ಕೂತರು. ಆಹ್ಲಾದಕರ ತಂಗಾಳಿ, ಹಾಯೆನಿಸಿತು.

"ಅಂಕಲ್ ಎಂಥ ಪ್ಲೇಸ್‌ನ ಸೆಲೆಕ್ಟ್ ಮಾಡಿದ್ದಾರೆ. ನಂಗಂತೂ ಖುಷಿ. ಇದೇ ಬೌಂಡರಿಯಲ್ಲಿ...ಯಾವುದಾದ್ರೂ....." ಎಂದವಳು ನಿಲ್ಲಿಸಿದಳು. "ಹೀಗೆಯೇ ಇದ್ದು ಬಿಡ್ಲಿ. ವನ್ಯಮೃಗಗಳು ಕಾಣದೆ ಹೋಗಿದೆ. ಆಮೇಲೆ ಈ ಸಸ್ಯ ಶ್ಯಾಮಲೆಯಲ್ಲೆ ಬಲಿದಾನವಾಗೋದ್ಬೇಡ."

ಅವರುಗಳ ನಡುವೆ ಬಂದಾಗ ಕಾಲು ಚಾಚಿ ಭೂಮಿಕಾ ಪ್ರಮೋದ್ ಜೊತೆ ಮಾತನಾಡುತ್ತ ಕೂತಿದ್ದಳು. ಅಭಿನಂದನ್ ಮೈನ ರಕ್ತ ಸಂಚಾರದಲ್ಲಿಯೇ ಏರುಪೇರಾಯಿತು. ಎದೆಯ ಬಡಿತ ಎರಡು ಪಟ್ಟು ಹೆಚ್ಚಿತು. ಯಾಕೆ? ಉತ್ತರಕ್ಕೆ ಸಮಾಧಾನ ತಂದುಕೊಂಡ.

"ನಿದ್ದೆ ಆದ್ಮೇಲೆ ಸ್ವಲ್ಪ ಫ್ರೆಷ್ ಆಗಿ ಕಾಣ್ತೀರಾ!" ಸೀರೆಯ ನೆರಿಗೆಗಳಿಗೆ ಅಂಟಿದ್ದ ಮರದ ಒಣಗಿದ ಎಲೆಗಳನ್ನ ಕೊಡವುತ್ತ ಮೇಲಕ್ಕೆದ್ದಳು. ವಿರುದ್ಧ ದಿಕ್ಕಿಗೆ ನಡೆದು ಹೋದ ಅಭಿನಂದನ್.

ಅಲ್ಲಿ ಕೂತಿದ್ದ ಪಂಚಾಕ್ಷರಿ ಮೇಲೆದ್ದ.

"ಪಂಚಾಕ್ಷರಿಯಷ್ಟೇ, ಅಭಿನಂದನ್ ಕೂಡ ಅವನನ್ನು ಹಚ್ಚಿಕೊಂಡ್ಬಿಟ್ಟಿದ್ದಾನೆ ಈ ಹುಡ್ಗ ಮುಂಬಯಿಗೆ ಓಡಿದ್ರೂ.... ಹೆಚ್ಚಲ್ಲ!" ಆದರೆ ಅವರ ಮಾತಿಗೆ ಯಾರೂ ಪ್ರತಿಕ್ರಿಯೆ ವ್ಯಕ್ತಪಡಿಸಲಿಲ್ಲ.

ಅಷ್ಟರಲ್ಲಿ ಹಿರಿಯರಾದ ಅರ್ಚಕರು ಬಂದರು. ಬೆನ್ನು ಬಾಗಿದ್ದರೂ ಮುಖದ ವರ್ಚಸ್ಸು ಕಮ್ಮಿಯಾಗಿರಲಿಲ್ಲ. ನಾಲ್ಕು ಒಳ್ಳೆಯ ಮಾತುಗಳನ್ನು ಆಡಿದರು.

ಮಂತ್ರಗಳು ಕೇಳಿ ಬಂದಾಗ ಎಲ್ಲ ಎದ್ದು ಗುಡಿಯ ಕಡೆಗೆ ಹೋದರು. ಚಿಕ್ಕ ಲಿಂಗವಾದರೂ ತೇಜೋಪೂರ್ಣವಾಗಿತ್ತು. ಅರ್ಚಕರ ಶ್ರದ್ಧೆ, ಭಕ್ತಿ ಭಾವದಿಂದ ವಿನೂತನ ಅನುಭವ ಎಲ್ಲರಿಗಾಯಿತು.

ತಟ್ಟೆ ಹಿಡಿದು ಬಂದ ಅರ್ಚಕರು ಎಲ್ಲರನ್ನೂ ದೃಷ್ಟಿಸಿದರು.

"ಕೈ ಹಿಡಿಯಿರಿ ತೀರ್ಥವನ್ನು" ಅಭಿನಂದನ್ ಮತ್ತು ಭೂಮಿಕಾ ಕೈಗಳಿಗೆ ಹಾಕಿ "ಕೈ ತೊಳೆದುಕೊಳ್ಳಿ" ಎಂದರು. ಬೇರೆಯವರು ಮಿಕಿ ಮಿಕಿ ನೋಡಿದರು. ಅವರಿಬ್ಬರ ಹೆಸರು, ನಕ್ಷತ್ರ ವಿಚಾರಿಸಿಕೊಂಡು ಸಂಕಲ್ಪ ಮಾಡಿ ಪೂಜೆಗೆ ಶುರು ಮಾಡಿದರು. ಅರ್ಚನೆ ಮುಗಿಯುವವರೆಗೆ ಯಾರೂ ತಡೆಯುವಂತಿರಲಿಲ್ಲ. ಅಭಿನಂದನ್‌ಗೇನೂ ಅರ್ಥವಾಗಲಿಲ್ಲ. ಭೂಮಿಕಾ ಅರ್ಥಮಾಡಿಕೊಳ್ಳಲು ಹೋಗಲಿಲ್ಲ. ರೋಹಿಣಿ ಜಯಸಿಂಹ ಎಲ್ಲರಿಗೂ ಆಶ್ಚರ್ಯ; ಮುಖ ಮುಖ ನೋಡಿಕೊಂಡರು.

ಹೂ, ತೀರ್ಥ ಪ್ರಸಾದ ಕೊಡಲು ಅರ್ಚಕರು ಹೊರಗೆ ಬಂದಾಗ ಸಂಕೋಚಿಸುತ್ತಲೇ ಎಲ್ಲರೂ ತೀರ್ಥ ಪ್ರಸಾದ ಸ್ವೀಕರಿಸಿದರು. ಅಭಿನಂದನ್ ಭೂಮಿಕಾಗೆ ಹಾರ ಹಾಕಿ ಆಶೀರ್ವದಿಸಿದರು. ಎಲ್ಲರೂ ತೆಪ್ಪಗಿದ್ದರು.

ಎಲ್ಲಾ ಇತ್ತ ಬಂದ ಮೇಲೆ, ರೋಹಿಣಿಯವರು ಹೋಗಿ ವಿಷಯವನ್ನು ತೋಡಿಕೊಂಡರು.

"ಅವರಿಬ್ರೂ ದಂಪತಿಗಳಲ್ಲ! ವಿಚಾರಿಸ್ದೇ ದುಡುಕಿಬಿಟ್ರಿ!" ಅರ್ಚಕರು ಒಂದು ಕ್ಷಣ ಮಂಕಾದರೂ ಅವರ ಮುಖದ ಮೇಲೇನೂ ವಿಷಾದದ ಛಾಯೆ ತೋರಲಿಲ್ಲ. ಎರಡು ಕೈ ಮೇಲಕ್ಕೆತ್ತಿ ಮೌನವಾಗಿ ಗುಡಿಯ ಒಳಗೆ ಹೋದರು.

ವಿದ್ಯಾವಂತ, ವಿಚಾರವಂತ ದಂಪತಿಗಳ ಮುಖದ ಮೇಲೂ ಮೋಡ ಕವಿಯಿತು. ಪ್ರಮೋದ್‌ನ ಸಿಡುಕು, ಬೇಸರದಿಂದಲೇ ಅವನು ಭೂಮಿಕಾಳನ್ನು ಎಷ್ಟು ಪ್ರೀತಿಸುತ್ತಿರುವನೆಂಬುದು ಇತರರು ತಿಳಿದಿದ್ದರು. ಹಾಗೇನಾದರೂ ಅಭಿನಂದನ್‌ಗೆ ಒಲಿದರೆ ಪ್ರಮೋದ್ ತಮ್ಮನ್ನು ಎಂದೂ ಕ್ಷಮಿಸಲಾರನೆಂದೂ ಅವರಿಗೆ ಮನದಟ್ಟಾಗಿತ್ತು.

ಎಲ್ಲರೂ ಹೊರಟರು, ಸ್ವಲ್ಪ ಹಿಂದೆ ಉಳಿದಾಗ ರೋಹಿಣಿ ಮನದ ವ್ಯಥೆಯನ್ನು ಗಂಡನ ಮುಂದೆ ತೋಡಿಕೊಂಡರು.

"ನಾವು ತಪ್ಪು ಮಾಡಿದೆವೇನೋ! ಅಷ್ಟು ಅಕ್ಕರೆಯಿಂದ ಇಲ್ಲಿಗೆ ಬಂದ ಪ್ರಮೋದ್ ಖಂಡಿತ ನಮ್ಮನ್ನು ಕ್ಷಮಿಸಲಾರ." "ಯಾಕೆ ಏನೇನೋ ಯೋಚ್ನೇ ಮಾಡ್ತೀಯಾ? ಆ ಹುಡ್ಗಿ ಅಮೇರಿಕಾಗೆ ಹೋಗೋಕೆ ಸಿದ್ಧವಾಗಿದ್ದಾಳೆ. ಸದ್ಯದಲ್ಲೇ ಅಭಿನಂದನ್‌ನ ಅಳಿಯನನ್ನಾಗಿ ಮಾಡಿಕೊಳ್ಳಲು ಮೆಹತಾ ತಯಾರು. ರಘುನಂದನ್ ಕುಟುಂಬದಲ್ಲಿ ಮೆಹತಾ ಮಾತು ವೇದವಾಕ್ಯ! ಬಹುಶಃ ಬದಲಾದ ಅಭಿನಂದನ್ ಕೂಡ ಮೀರಲಾರ!" ತಮ್ಮ ಮನದಲ್ಲಿ ಅನುಮಾನವಿದ್ದರೂ ಮೇಲ್ನೋಟಕ್ಕೆ ಹೆಂಡತಿಯನ್ನು ಸಮಾಧಾನಿಸಿದರು.

* * * *

ಮೆಹತಾ ಬಂದಾಗ ಆರು ಗಂಟೆ. ಅಂದೇ ದೆಹಲಿಯಿಂದ ಬೆಂಗಳೂರಿಗೆ ಬೆಳಿಗ್ಗೆ ಬಂದು ಅಲ್ಲಿಂದ ವ್ಯವಸ್ಥೆಯಾದ ಕಾರಿನಲ್ಲಿ ಬಂದಿದ್ದರು.

"ಹಲೋ...ಫ್ರೆಂಡ್" ಜಯಸಿಂಹರನ್ನು ತಬ್ಬಿಕೊಂಡರು. "ಹೇಗಿದ್ದಾನೆ ನಮ್ಮ ಅಭಿನಂದನ್; ಹೀ ಈಸ್ ಎ ಹೀರೋ, ಅವ್ನು ಹಾಗೇ ಇರ್ಬೇಕು. ಅದು ನನ್ನಿಷ್ಟ ಕೂಡ" ಅವರಿಗೆ ಅಭಿನಂದನ್ ಮೇಲಿದ್ದ ಅಕ್ಕರೆ, ಪ್ರೀತಿ ವ್ಯಕ್ತವಾಯಿತು. ಮೌನವಾಗಿ ತಲೆದೂಗಿದರು.

ರೋಹಿಣಿಯವರ ಉಪಚಾರಕ್ಕೆ ಈಗ ವೇಳೆ ಇರಲಿಲ್ಲ. ಅದನ್ನು ನಮ್ರವಾಗಿಯೇ ಹೇಳಿದ್ದರು ಮೆಹತಾ.

"ಸದ್ಯಕ್ಕೆ ನಾನು ನಿಲ್ಲೋ ಹಾಗಿಲ್ಲ. ನೀವು ಮದ್ವೆಗೆ ಬರ್ತೀರಲ್ಲ, ಆಗ ಆರಾಮಾಗಿ ನಿಮ್ಜೊತೆ ಬಂದ್ಬಿಡ್ತೀನಿ. ನಾಲ್ಕು ಅಲ್ಲ, ಎಂಟು ದಿನ ಇರ್ತೀನಿ. ಟೆನ್ಷನ್‌ನಿಂದ ಬಿಡುಗಡೆ ಬೇಕು!" ಒತ್ತಿ ಹೇಳಿದರು.

"ಇಲ್ಲಿಗೆ ಬರೋ ವಿಷ್ಯ ಗೊತ್ತಿದ್ರೂ ಬರೋ ದಿನದ ಕಲ್ಪನೆ ಕೂಡ ಇರ್ಲಿಲ್ಲ. ಬಹುಶಃ ಅಭಿನಂದನ್ ಸಿದ್ಧವಾಗೇ ಇದ್ದಾನೆ. ತಾನೇ ಹೊರಟಿದ್ದ. ನಾನೇ ವಿಷ್ಯ ತಿಳ್ಸಿ ನಿಲ್ಸಿಕೊಂಡೆ."

"ಅದೆಲ್ಲ ಆಮೇಲೆ ಮಾತಾಡೋಣ. ಬಂಗ್ಲೆ ಬಾಡ್ಗೆ ಪಂಚಾಕ್ಷರಿ, ಕಾಡಯ್ಯ ಅವರಿವ್ರ ಸಂಬ್ಳ. ಖರ್ಚು ಅದೇನೇನೋ..." ಒಂದು ಚೆಕ್‌ಗೆ ಸಹಿ ಗೀಚಿ ಜಯಸಿಂಹ ಅವರ ಕೈಯಲ್ಲಿಟ್ಟು ಒತ್ತಿ ಹಿಡಿದರು, "ಇನ್ನೊಂದ್ಮಾತು ಬೇಡ. ಈಗ ರಘುನಂದನ್

ಕುಬೇರ. ಮಗನಿಗಾಗಿ ಇದ್ರ ನಾಲ್ಕರಷ್ಟು ಖರ್ಚು ಮಾಡ್ಬಲ್ಲ. ಹಾಗಿದ್ದೂ ನಿನ್ನ ಮಕ್ಳಿಗೆ ಅನ್ಯಾಯ ಮಾಡೋದ್ಬೇಡ. ಅವ್ರಿಗೆ ನ್ಯಾಯವಾಗಿ ಸೇರಬೇಕಾದ್ದು ನಾವು ಪೋಲು ಮಾಡ್ಬಾರ್ದು. ಇದ್ನ ನಾನು ಅನುಸರಿಸ್ತೀನಿ" ಬುದ್ಧಿವಂತಿಕೆಯಿಂದ ಹೇಳಿದರು ಮೆಹತಾ.

ಮಾತನಾಡುತ್ತಾ ಗುಡ್ಡದ ಮೇಲೆ ಬರುವ ವೇಳೆಗೆ ಬಾಲ್ಕನಿಯಲ್ಲಿನ ಬೆತ್ತದ ಛೇರ್‌ಗಳ ಮೇಲೆ ಪ್ರಮೋದ್ ಕೂಡ ಸೇರಿ ಎಲ್ಲರೂ ಕೂತಿದ್ದರು. ಅಲ್ಲಿ ಆತ್ಮೀಯತೆಯ ವಾತಾವರಣ ಇತ್ತು. ಹುಬ್ಬೇರಿಸಿ ಗೆಲುವಿನ ನಗೆ ನಕ್ಕರು ಮೆಹತಾ.

"ಅದ್ನೆ ನಮ್ಮ ಭಾಬಿ ಬಯೋಸದು. ಆತ್ಮೀಯತೆ, ಸ್ನೇಹ, ಬಂಧುತ್ವ ನಮ್ಮಗಳೊಂದಿಗೆ ಮುಗ್ದುಹೋಗ್ಬಾರ್ದು. ಅದು ಹಾಗೇ ಕಂಟಿನ್ಯೂ ಆಗ್ಬೇಕು. ಅದ್ನ ಅವ್ರ ಮನಗಳಲ್ಲಿ ಬಿತ್ತೋದು ಮಾತ್ರವಲ್ಲ, ಬೆಳೆಯೋಕೆ ಸರ್ಯಾದ ವಾತಾವರಣ ನಿರ್ಮಾಣ ಮಾಡ್ಬೇಕು. ಮೈ ಸ್ವೀಟ್ ಡಾಟರ್ ಲಕ್ಷ್ಮಿ ಮುಂಬಯಿನಲ್ಲೇ ಇದ್ದಾಳೆ. ಅವ್ಳಿಗೆ ಮೇಘವರ್ಷಿಣಿ ಚೆನ್ನಾಗಿ ಒಗ್ಗಿಕೊಂಡಿದೆ. ಖಾಯಂ ಮಾಡಿಬಿಡ್ಬೇಕು." ಸುಂದರ ಸೌಧ ನಿರ್ಮಾಣದ ಕೊನೆಯ ಹಂತದಲ್ಲಿನ ತೃಪ್ತಿ ಮೆಹತಾ ಮುಖದ ಮೇಲಿತ್ತು.

ಅಭಿನಂದನ್ ಎದ್ದು ನಿಂತು ನಾಲ್ಕು ಹೆಜ್ಜೆ ಮುಂದಕ್ಕೆ ಬಂದಾಗ ಮೆಹತಾ ತೋಳು ಚಾಚಿ ಅಪ್ಪಿಕೊಂಡರು.

"ಮೈ ಬಾಯ್......" ಪ್ರೀತಿಯಿಂದ ಅವನ ಬೆನ್ನನ್ನು ತಡವಿದರು. ಭೂಮಿಕಾ ಕಣ್ಣರಳಿಸಿದಳು. ಇದೊಂದು ಅಪರೂಪದ ನೋಟ.

ಕೂತು ಮಾತಾಡಿದರು. ಬೆಳಿಗ್ಗೆ ಹೊರಡುವ ವಿಷಯ ತಿಳಿಸಿದಾಗ ಗೆಲುವಾಗಿದ್ದ ಅಭಿನಂದನ್ ಥಟ್ಟನೆ ಮಂಕಾದ. ಆದರೆ ಎದೆಯಾಳದ ಆಸೆ ಬೇಗ ಚೇತರಿಸಿಕೊಳ್ಳಲು ಅವಕಾಶ ಮಾಡಿಕೊಟ್ಟಿತು.

"ನಿಮ್ಹತ್ರ ಪರ್ಸನಲ್ ಆಗಿ ಒಂದ್ವಿಷ್ಯ ಮಾತಾಡ್ಬೇಕು" ಎಂದಾಗ ತಲೆದೂಗಿದರು. "ಒಂದು ಮಾತೇನು, ನೂರು ಮಾತು ಹೇಳಬಹುದು" ಬೆನ್ನು ತಟ್ಟಿದರು.

ಕಾಡಯ್ಯ ಬಂದವನು ಅಷ್ಟು ದೂರ ನಿಂತ.

"ಅಮ್ಮಾವ್ರು ಕರ್ಕೊಂಡ್ಬಾಂದ್ರು" ಹೇಳಿದಾಗ ಅವನತ್ತ ಎದ್ದು ಬಂದಳು ಭೂಮಿಕಾ. "ನಿಮ್ಮನ್ನು ಈಗ್ಲೇ ಕರ್ಕೊಂಡ್ಬರೋಕೆ ಹೇಳಿದ್ದಾರೆ."

"ಅಂಕಲ್, ಬರ್ತೀನಿ. ಕೆಳ್ಗಡೆ ಮೀಟ್ ಮಾಡೋಣ" ಸರಿದು ಹೋದವಳತ್ತಲೇ ನೋಡಿದರು ಮೆಹತಾ. ಕಣ್ಣುಗಳಲ್ಲಿ ಮೆಚ್ಚುಗೆ ಕುಣಿಯಿತು. "ಪಿಟಿ ಲೇಡಿ... ನಮ್ಮ ಪ್ರಮೋದ್ ಲಕ್ಕಿ!" ಭುಜ ಕುಣಿಸಿ ಪ್ರಮೋದ್ ಬೆನ್ನಿಗೊಂದು ಗುದ್ದಿದರು. ತಡಕಿ ನೋಡಿಕೊಳ್ಳಬೇಕೆನಿಸಿತು.

"ನಮ್ಮ ಭೂಮಿಕಾ ಪ್ರಿನ್ಸ್ ಇವ್ನು! ಹೇಗಿದೆ ಪೇರ್?" ಅವರ ಉತ್ಸಾಹದ ನಗೆಗೆ ಅವನ ಹೃದಯ ಛಿದ್ರ ಛಿದ್ರ. ನೋವಿನಿಂದ ಪರಿತಪಿಸಿ ಹೋದ ಅಭಿನಂದನ್.

"ಆ ಹುಡ್ಗಿನ ಭಾರತದಲ್ಲೇ ಉಳಿಸ್ಕೋಬೇಕಾದ್ರೆ ಈ ಭೂಪತಿ ಇಲ್ಲೇ ಇರ್ಬೇಕು" ಅವರ ಯಾವ ಮಾತುಗಳನ್ನೂ ಕೇಳುವ ಸ್ಥಿತಿಯಲ್ಲಿರಲಿಲ್ಲ ಅಭಿನಂದನ್. ಸಿಡಿಲೆರಗಿದಂಥ ಆಘಾತ ತಡೆದುಕೊಳ್ಳಲಾರದೆ ಚಡಪಡಿಸುತ್ತಿದ್ದ.

"ಈಗ್ಬಂದೆ....." ಎದ್ದು ಬಂದವನೇ ಮಂಚದ ಮೇಲೆ ಉರುಳಿದ. ಅವನಿಗೆ ಅನ್ಯಾಯ! ಕ್ರಾಪ್ ಕೂದಲನ್ನ ರೋಷದಿಂದ ಕೆದರಿದ. ತೀರಾ ತಾಯ್ತಂದೆಯರ ಪ್ರೀತಿಯಿಂದ ಹೊರತಾದವನಿಗೆ ಭೂಮಿಕಾಳಂಥ ಪ್ರೇಮಮಯಿ ಬೇಕಿತ್ತು.

ಸಾಗರದಲೆಗಳು ಉಬ್ಬರವೆದ್ದು ರಪರಪನೆ ಕಲ್ಲಿಗೆ ಬಡಿಯತೊಡಗಿದಂತೆ ಆಯಿತು ಅವನ ಮನ. ಆದರೆ ನೂರಾರು ವರ್ಷಗಳಿಂದ ಅದರೊಂದಿಗೆ ಒಡನಾಟವಿಟ್ಟುಕೊಂಡ ಬಂಡೆಗಳು ಮಾತ್ರ ತಟಸ್ಥವಾಗಿದ್ದವು.

"ಭೂಮಿಕಾ, ವ್ಹಿಸ್ಕಿ ಗ್ಲಾಸು ಕಿತ್ತುಕೊಂಡು ವಿಷದ ಬಟ್ಟಲು ಕೊಟ್ಟೆ. ಆದ್ರೆ ಒಮ್ಮೆಲೇ ಸಾವು ಬರದು. ನಿರಂತರ ವೇದನೆಯ ಹೊರಳಾಟ" ಮನ ಆಕ್ರಂದಿಸಿತು. ಕಣ್ಣಂಚಿನಿಂದ ಜಾರಿದ ಕಂಬನಿ ಸುಂದರ ಬದುಕಿಗೆ ಮುಕ್ತಾಯ ಹಾಡಿದಂತೆ ಕಾರ್ಪೆಟ್ ಮೇಲೆ ಬಿದ್ದು ಇಂಗಿಹೋಯಿತು.

ಮನದ ಆಸೆಯ ಮೇಲೊಂದು ಬಂಡೆಯ ಕಬ್ಬನ್ನಿಟ್ಟ. 'ನೀನು ಹೊರ ಬರಬಾರದು. ಪ್ರೀತಿ ಕೂಡ ಪಡೆದು ಹುಟ್ಟಿರಬೇಕು.'

ಥಟ್ಟನೆ ಭುಜದ ಮೇಲೆ ಕೈ ಬಿದ್ದಾಗ ಹಿಂದಕ್ಕೆ ತಿರುಗಿದ. ಪ್ರಮೋದ್ ಮುಖದಲ್ಲಿ ಜಗತ್ತನ್ನೇ ಗೆದ್ದ ಗೆಲುವು.

"ಕಂಗ್ರಾಜುಲೇಷನ್ಸ್!" ಕೈ ಕುಲುಕಿ ಹರ್ಷ ವ್ಯಕ್ತಪಡಿಸಿದ. "ಬೈ ದಿ ಬೈ..... ಪ್ರಮೋದ್, ನಿಮ್ಮ ಹನಿಮೂನ್ ವ್ಯವಸ್ಥೆ ನಾನು ಮಾಡ್ತೀನಿ. ಭೂಮಿಕಾ ಫೋಟೋಗ್ರಾಫಿಕ್‌ಗೂ, ಅನುಕೂಲವಾದಂಥ ಪ್ಲೇಸ್ ಆಯ್ಕೆ ಮಾಡ್ತೀನಿ" ಮತ್ತೊಮ್ಮೆ ಕೈ ಕುಲುಕಿದ. ಅವನೆದೆಯ ರೋಷ, ಕ್ರೋಧ ಭುಗಿಲೇಳದಂತೆ ಸಮಾಧಾನಪಡಿಸಲು ಬಹಳ ಹೆಣಗುತ್ತಿದ್ದ.

ಎಲ್ಲಾ ಗುಡ್ಡದಿಂದ ಕೆಳಗಿಳಿದು ಬಂದಾಗ ರಾತ್ರಿಯ ಒಂಬತ್ತು. ಪಂಚಾಕ್ಷರಿ ಟವೆಲನ್ನು ಕಣ್ಣಿಗೊತ್ತುತ್ತಲೇ ಎಲ್ಲಾ ಪ್ಯಾಕ್ ಮಾಡಿ ಮುಗಿಸಿದ್ದ.

ಎಷ್ಟೇ ಪ್ರಯತ್ನಪಟ್ಟರೂ ಭೂಮಿಕಾ ಗೆಲುವಾಗಲು ಸಾಧ್ಯವಾಗಲಿಲ್ಲ. ಆಗಾಗ ತುಟಿಗಳ ಮೇಲಿನ ನಗುವಿನಲ್ಲಿ ಜೀವಂತಿಕೆ ಇರಲಿಲ್ಲ. ಇದು ಯಾರ ಗಮನಕ್ಕೂ ಬರಲಿಲ್ಲ. ಪ್ರತಿಯೊಬ್ಬರೂ, ತಮ್ಮ ತಮ್ಮ ಸಂತೋಷದ ಸನ್ನಿವೇಶ, ವಿಚಾರಗಳಲ್ಲಿ ಮಗ್ನರಾಗಿದ್ದವರೇ.

"ನಿನ್ನ ಪ್ರೋಗ್ರಾಂ... ಊಟ ಮಾಡುತ್ತಲೇ ಮೆಹತಾ ಭೂಮಿಕಾಳನ್ನು ಕೇಳಿದರು. ಬಾಯಿಗಿಟ್ಟ ಉಪ್ಪೇರಿಯನ್ನು ಬಲವಂತವಾಗಿ ನುಂಗಿ. "ಸದ್ಯಕ್ಕೆ ಕ್ಯಾನ್ಸಲ್ ಮಾಡೋ ಉದ್ದೇಶ. ಪಪ್ಪ, ಮಮ್ಮಿನ ನೋಡ್ಬೇಕು. ಆಮೇಲೆ ಮಿಕ್ಕಿದ್ದು" ಜಗ್‌ನಲ್ಲಿದ್ದ

ನೀರನ್ನು ಲೋಟಕ್ಕೆ ಬಗ್ಗಿಸಿದಳು. ಮತ್ತೆ ಆ ವಿಷಯ ಮಾತನಾಡಲು ಭೂಮಿಕಾಗೆ ಇಷ್ಟವಿಲ್ಲವೆಂದು ಸುಲಭವಾಗಿ ಅರಿತುಕೊಂಡರು.

ಅಭಿನಂದನ್ ಊಟ ಮಾಡಿದ್ದು ಕೆಲವೇ ತುತ್ತು. ಸಿಹಿಯಂತೂ ತುಟಿಗೆ ಸೋಕಲಿಲ್ಲ. ಅದು ಕೆಲವರ ಪಾಲು ಮಾತ್ರ! ಬದುಕು ಅವನಿಗೆ ಕಲಿಸಿದ ಪಾಠ.

ಪದೇ ಪದೇ ಗಮನಿಸುತ್ತಿದ್ದ ಭೂಮಿಕಾ ಚಿಂತಿತಳಾದರೂ ಬಾಯಿ ಬಿಟ್ಟು ಏನೂ ಹೇಳಲಿಲ್ಲ. ಮಡುಗಟ್ಟಿದ ದುಃಖದಲ್ಲಿ ತುತ್ತಿಗೊಮ್ಮೆ ನೀರು ಕುಡಿಯಬೇಕಾದ ಪರಿಪಾಠ ಎದುರಾದಾಗ ಅವಳಿಗೆ ತೊಡರುವಂತಾಯಿತು.

"ಅಮ್ಮ, ಇನ್ನಷ್ಟು ನೀರು ಕುಡೀತೀರಾ?" ಜಗ್ ಹಿಡಿದು ಬಂದ ಪಂಚಾಕ್ಷರಿ ಕೇಳಿದಾಗ ನೆತ್ತಿಹತ್ತಿತು, "ಅರೆ, ಮೇಲೆ ನೋಡು, ಸಣ್ಣವನಾಗಿದ್ದಾಗಿಂದ ಮಮ್ಮಿ ಹೇಳ್ತಾ ಇದ್ದ ಮಾತು" ನೆನಪಿಸಿಕೊಂಡು ಪ್ರಮೋದ್ ನಕ್ಕ. ಕಣ್ಣುಗಳಲ್ಲಿ ನೀರು ತುಂಬಿಕೊಂಡು ಹಿಂಸೆಗೊಂಡ ಭೂಮಿಕಾ ಮೇಲೆದ್ದಳು. "ಸಾರಿ ಅಂಕಲ್, ನೆತ್ತಿ ಹತ್ತಿದ್ಮೇಲೆ ಊಟ ಮಾಡೋಕ್ಕಾಗೋಲ್ಲ" ಗಂಭೀರ ಚರ್ಚೆಯಲ್ಲಿ ಮುಳುಗಿದ್ದ ಮೆಹತಾ "ಓ.ಕೆ...ಓ,ಕೆ..." ಎಂದುಬಿಟ್ಟರು.

ಹೊರಗೆ ಬಂದಾಗ ಮೊದಲೇ ಎದ್ದು ಬಂದ ಅಭಿನಂದನ್ ಆಕಾಶದ ಕಡೆಗೆ ನೋಡುತ್ತಿದ್ದ.

"ನೀವೇಕೆ ಸಿಹಿ ತಿನ್ಲಿಲ್ಲ?" ನವಿರಾಗಿ ಪ್ರಶ್ನಿಸಿದಳು.

"ಇಷ್ಟವಾಗ್ಲಿಲ್ಲ!" ಚುಟುಕಾಗಿ ಹೇಳಿದ.

ಅವನ ಹೃದಯ ಕಿತ್ತು ಬಾಯಿಗೆ ಬಂದಂಥ ಆವೇದನೆ. ಮೆಟ್ಟಿ ಕೇಳಿದ.

"ಯಾವಾಗ ಮುಂಬಯಿಗೆ ಬರ್ತೀರಾ?" ತುಟಿ ಕಚ್ಚಿ ಯೋಚಿಸಿದಳು. "ಬೆಂಗ್ಳೂರಿನಲ್ಲಿ ಫ್ಲೈಟ್ ಹತ್ತೋ ಬದ್ಲು ಮುಂಬಯಿನಲ್ಲಿ ಹತ್ತಲು ತೊಂದರೆ ಇಲ್ಲ. ಪಪ್ಪನಿಂದ ಪತ್ರ ಬಂದ್ಮೇಲೆ ಯಾವ್ದೂ ತೀರ್ಮಾನ; ಅಷ್ಟರಲ್ಲಿ ನಿಮ್ಮ ಮದ್ವೆ ಇನ್ವಿಟೇಷನ್ ಬಂದ್ರೆ.... ಖಂಡಿತ ಬರ್ತೀನಿ. ಯಾವ ಕಾರಣಕ್ಕೂ ಮಿಸ್ ಮಾಡೋಲ್ಲ!" ಅವಳ ಸ್ವರದಲ್ಲಿ ದುಮ್ಮಾನ ಹರಿದಾಡಿದರೂ ಅವನ ಗಮನಕ್ಕೆ ಬರಲಿಲ್ಲ.

"ಬಹಳ ದೂರ ಯೋಚ್ನೆ ಮಾಡ್ಬಿಟ್ರಿ!" ಎಂದಾಗ ಅವಳಿಗೇನೂ ಅರ್ಥವಾಗಲಿಲ್ಲ. "ದಯವಿಟ್ಟು ಒಗಟು ಮಾಡ್ಬೇಡಿ. ಸ್ವಲ್ಪ ವಿವರಿಸಿ ಹೇಳಿ."

"ಸದ್ಯಕ್ಕೆ ಅದೆಲ್ಲ ಬೇಡ. ನಿಮ್ಮ ಪೆನ್ನಿನ ಜೊತೆ ನೂರು ನೆನಪು ಹೊತ್ತುಕೊಂಡ್ಹೋಗ್ತಾ ಇದ್ದೀನಿ. ನಾನು ನಿಮ್ಗೆ ಏನೂ ಕೊಡೋಕಾಗ್ಲಿಲ್ಲ!" ಅವನ ಮಾತು ಕೃತಜ್ಞತೆಯಿಂದ ಭಾರವಾಯಿತು. ಬಿಕ್ಕಿ ಬಿಕ್ಕಿ ಅಳಬೇಕೆನಿಸಿತು ಭೂಮಿಕಾಗೆ. ತುಟಿ ಕಚ್ಚಿ ಮುಖ ಪಕ್ಕಕ್ಕೆ ತಿರುಗಿಸಿ ದೀರ್ಘವಾದ, ಭಾರವಾದ ಉಸಿರನ್ನು ದಬ್ಬಿದಳು.

"ಯಾಕೆ, ಹೀಗೆಲ್ಲ ಮಾತಾಡ್ತಾ ಇದ್ದೀರಿ, ಅಭಿನಂದನ್. ನಿಮ್ಮ ಸ್ನೇಹಮಯ ನಡತೆ, ನನ್ನ ವ್ಯಕ್ತಿತ್ವಕ್ಕೆ ಕೊಟ್ಟ ಬೆಲೆ, ನಿಮ್ಮ ಅಪರೂಪದ ಮೇಘವರ್ಷಿಣಿಗಿಂತ ನೂರು ಪಾಲು, ಸಾವಿರ ಪಾಲು ಹೆಚ್ಚು ಬೆಲೆಯುಳ್ಳದ್ದು."

ನೋಟ ಅವಳತ್ತ ಹರಿಸಿದ. ಕಾಡಿನ ಪರಿಸರದ ದಟ್ಟ ಕತ್ತಲೆಯನ್ನು ತುಂಬು ಚಂದ್ರನ ಶೀತಲ ಕಿರಣಗಳು ತೊಡೆದುಹಾಕಿದ್ದವು. ತುಂಬು ಬೆಳದಿಂಗಳಲ್ಲಿ ಮಿಂದ ಬಾಲೆ ಅಪರೂಪದ ರೂಪಸಿಯಂತೆ ಕಂಡಳು.

"ನೀವಿಬ್ರೂ ಒಟ್ಟಿಗೆ ಬಂದ್ರೆ ನಂಗೆ ಸಂತೋಷ!" ಅಭಿನಂದನ್ ಮಾತು ಮುಗಿಯುವ ವೇಳೆಗೆ ಮೆಹತಾ ಹೊರಗೆ ಬಂದರು. "ಅಗತ್ಯವಾಗಿ ಇಷ್ಟರಲ್ಲೇ ಬರ್ತಾರೆ. ದಿನ ನಿಷ್ಕರ್ಷೆ ಮಾಡಬೇಕಾದವ್ರು ನಾವು. ಮುಖ್ಯವಾಗಿ ನೀನು" ಯಾಕೋ ಆ ಮಾತುಗಳನ್ನು ಅರ್ಥಮಾಡಿಕೊಳ್ಳಲು ಇಚ್ಛಿಸಲಿಲ್ಲ ಅಭಿನಂದನ್. ಎದೆಯ ಅಪ ಶ್ರುತಿಯನ್ನು ಕೇಳಲಾರದ ಸ್ಥಿತಿಗೆ ಮುಟ್ಟಿದ್ದ.

"ಅಂಕಲ್ ನೀವು ಬಂಗ್ಲೆಗೆ ಬರ್ತೀರಿ ತಾನೆ?" ಪ್ಯಾಂಟ್ ಜೇಬಿನಲ್ಲಿ ಕೈ ತುರುಕಿ ಕೇಳಿದ. ಕೈಯಲ್ಲಿದ್ದ ಅಡಿಕೆ ಪುಡಿಯನ್ನು ಬಾಯಿಗೆ ಹಾಕಿಕೊಂಡರು ಮೆಹತಾ. "ನಾನು ಜಯಸಿಂಹ ಮಾತಾಡ್ತ, ಮಲಗಿರ್ತೀವಿ. ಬದ್ಕಿನಲ್ಲಿ ಇಂಥ ಸಮಯ ಅಪರೂಪ. ಇವ್ನು ದೆಹಲಿಗೆ ಬಂದ್ರೂ ನಾನು ಇಷ್ಟು ಬಿಡುವಾಗಿ ಸಿಕ್ಕೋಲ್ಲ!" ಅವರ ಮುಖದ ಮೇಲಿನ ಗೆರೆಗಳು ಆಳವಾದವು. ನಡೆದು ಬಂದ ದಿನಗಳೆಲ್ಲ ಸಿಹಿಯೇನೂ ಅಲ್ಲ. ಎಷ್ಟೋ ಎಡರು ತೊಡರುಗಳೊಡನೆ ಅವುಗಳ ಸಮನ್ವಯದಲ್ಲೇ ಬದುಕು ಎಂಬುದನ್ನೂ ನಂಬಿಕೊಂಡ ಮೆಹತಾ ಮಗ. ಅದೇ ವಿಚಾರ ಸರಣಿ ಮಗನಲ್ಲೂ.

"ಗುಡ್ ನೈಟ್.... ನಾನು ಹೋಗ್ತೀನಿ" ತಿರುಗಿಯೂ ಕೂಡ ನೋಡದೆ ಹೊರಟುಬಿಟ್ಟ. ಹಿಂದಿನಿಂದ ಪಂಚಾಕ್ಷರಿ ಓಡಿ ಬಂದ, "ಎಷ್ಟೇ ಆಗ್ಲಿ ಕತ್ತಲೆಯಲ್ಲಿ ನಿಮ್ಮಂಥ ಜನ ಒಬ್ರೇ ಹೋಗೋದು ಒಳ್ಳೇದಲ್ಲ ಎಂದ."

ಅವನ ಮಾತಿಗೆ ಏನೂ ಹೇಳದೆ ಹೆಜ್ಜೆ ಹಾಕುತ್ತಲೇ ಇದ್ದ. ಆದರೆ ದುಗುಡ ತುಂಬಿಕೊಂಡ ಪಂಚಾಕ್ಷರಿ ಹಾಗೊಂದು ಮಾತು, ಹೀಗೊಂದು ಮಾತು ಆಡುತ್ತಲೇ ಹೆಜ್ಜೆ ಇಡುತ್ತಿದ್ದ.

"ನೀವು ಪುನಃ ಎಂದು ಬರ್ತೀರಿ? ಯಾಕೆ ಬರ್ತೀರಿ! ಷಹರಿಗೆ ಕಾಲಿಟ್ಟ ಕೂಡ್ಲೇ ಮರ್ರುಬಿಡ್ತೀರಿ! ಅದು ದೊಡ್ಡವ್ರ ಲಕ್ಷಣ. ನಾವು ಮರೆತೀವಾ? ಇನ್ನ ಹತ್ತು ವರ್ಷ ಬಿಟ್ಟನ್ನಿ... ಹಾ" ಕೇಳಿ ಸಾಕಾದ ಅಭಿನಂದನ್ ರೇಗಿದ.

"ನಿಂಗೆ ಮಾತಾಡ್ದೇ ಇರೋಕೆ ಏನು ಕೊಡ್ಬೇಕು? ವಿಪರೀತ ಮಾತು ಆಡೋದ್ನ ಕಲ್ತು ಬಿಟ್ಟೆ!"

ಪಂಚಾಕ್ಷರಿ ತನ್ನ ಕೈಯಿಂದ ಬಾಯಿ ಮುಚ್ಚಿಕೊಂಡ. ಗುಡ್ಡ ಹತ್ತುವಾಗ ಅಭಿನಂದನ್ ಗಂಟಲುಬ್ಬಿತು. ಎಲ್ಲ ಕಳೆದುಕೊಳ್ಳುವ ಅನುಭವ. ಒಂದು ರೀತಿಯ ನಿರಾಶೆ.

ಬಂಗ್ಲೆ ಸಮೀಪಿಸಿದಾಗ ಪಂಚಾಕ್ಷರಿಯ ಕಡೆ ತಿರುಗಿದ. ಕೈ ಇನ್ನೂ ಅವನ ಬಾಯಿ ಮೇಲಿತ್ತು; ತಾನೇ ತೆಗೆದ.

"ನನ್ನ ಬೆಳಿಗ್ಗೆವರ್ಗೂ ಮಾತಾಡ್ಸಬೇಡ" ಅಭಿನಂದನ್ ಸ್ವರದಲ್ಲಿ ನೋವು ಮಿನುಗಿತು. ಪಂಚಾಕ್ಷರಿಗೆ ಹೃದಯ ಕಿತ್ತು ಬಾಯಿಗೆ ಬಂದಂತಾಯಿತು. ಮೌನವಾಗಿ ತಲೆಯಾಡಿಸಿದ.

ಕೋಣೆಯೊಳಕ್ಕೆ ಹೋದ ಕೂಡಲೇ ಚಿಲಕ ಹಾಕಿದ. ಭಯಂಕರ ಮಾನಸಿಕ ಹೊಯ್ದಾಟ. ಸಹಿಸಲಾರದ ಮಿದುಳು ಪಟ ಪಟ ಸಿಡಿಯುತ್ತಿತ್ತು. ಎರಡು ಕೈಯಲ್ಲೂ ತಲೆಯನ್ನು ಒತ್ತಿ ಹಿಡಿದ.

ಆಸೆಯ ಕಂಗಳಲ್ಲಿ ಕಾದಾಗ ತಾಯ್ತಂದೆಯರ ಪ್ರೀತಿ ಸಿಕ್ಕಿರಲಿಲ್ಲ. ಈಗಲೂ ಮರೀಚಿಕೆ..... ಭೂಮಿಕಾ ತನ್ನಿಂದ ಬಹುದೂರ.

'ಈಗ ಅರ್ಥವಾಯಿತಾ, ಪ್ರಮೋದ್‌ನ ಒರಟುತನಕ್ಕೆ ಕಾರಣ?' ಮನ ಪ್ರಶ್ನಿಸಿದಾಗ, ಕೈ ಮುಷ್ಟಿಯಾಯಿತು. ಬಲವಾಗಿ ಟೇಬಲ್ಲಿಗೆ ಗುದ್ದಿದ.

ತನ್ನ ಮನಸ್ಸಿಗೆ ಶಾಂತಿ, ಸಮಾಧಾನ ಬೇಕು! ಹೇಗೆ? ಒಂದೇ, ಮತ್ತಿಗೆ ಜಾರುವುದು, ಇಡೀ ಬೀರುವಿನಲ್ಲಿದ್ದಿದ್ದೆಲ್ಲ ಕಿತ್ತು ಕೆಳಗೆಸೆದ. ಸಣ್ಣ ಡ್ರಾಯರ್‌ನಲ್ಲಿದ್ದ ಸ್ಕಾಚ್ ಬಾಟಲು ಅವನನ್ನು ಅಣಕಿಸಿತು. ಹೃದಯದಲ್ಲಿ ಹರ್ಷದ ತರಂಗಗಳು.

ಮುಚ್ಚಳ ಓಪನ್ ಮಾಡಿ ಬಾಟಲನ್ನೇ ತುಟಿಯ ಬಳಿಗೆ ಒಯ್ದ. ತುಟಿಯನ್ನು ಸೋಕಲಿಲ್ಲ ಬಾಟಲಿಯ ಬಾಯಿ. ಹಿಂದಕ್ಕೆ ಬಂದದ್ದು ಕೆಳಗಿಳಿಯಿತು. ಹಿಡಿದ ಕೈ ಕೆಂಡ ಮುಟ್ಟಿದಂತೆ ಭಗ ಭಗನೆ ಉರಿಯತೊಡಗಿತು. ತೆರೆದ ಕಿಟಕಿಯಿಂದ ದೂರಕ್ಕೆಸೆದು ಮಂಚದ ಮೇಲೆ ಉರುಳಿಕೊಂಡ.

ಅವನ ಮನದ ಹೋರಾಟ ಸ್ಥಬ್ಧವಾಗಲು ಬಹಳ ಹೊತ್ತು ಬೇಕಾಯಿತು. ಸೋತವನನ್ನು ನಿದ್ದೆ ತನ್ನ ಪ್ರೀತಿಯ ಬಾಹುಗಳಿಂದ ಬಿಗಿದಪ್ಪಿತು. 'ಐ ಸೆಡ್ ರಿಲಾಕ್ಸ್.....' ಬೆನ್ನು ನೇವರಿಸಿ ಸಮಾಧಾನಿಸಿದಂತಾಯಿತು.

ಬೆಳಿಗ್ಗೆ ಪಂಚಾಕ್ಷರಿ ಎಬ್ಬಿಸಿದಾಗಲೇ ಅವನಿಗೆ ಎಚ್ಚರ. ಇಡೀ ರಾತ್ರಿಯ ಎದೆಯ ಬಡಿತ ಅಬ್ಬರದ ನಂತರ ಶಾಂತವಾದ ಸಮುದ್ರದಂತಿತ್ತು ಅವನ ಮನ.

ಸ್ನಾನ ಮುಗಿಸಿದ; ಎರಡು ಬ್ರೆಡ್ ಸ್ಲೈಸ್‌ಗೆ ಬೆಣ್ಣೆ ಹಚ್ಚಿ ತಿಂದ, ಎಲ್ಲೆಡೆ ಸುತ್ತಿ ಬಂದ. ಆ ದಿನಗಳಿಂದ ಸುಸಜ್ಜಿತವಾದ ಬಂಗ್ಲೆ; ಕಿಚನ್‌ನಲ್ಲಿ ಕೂಡ ಸ್ಟೀಲ್ ಪಾತ್ರೆಗಳು ಫಳಫಳನೆ ಹೊಳೆಯುತ್ತಿದ್ದವು ಮನೆಯೊಡೆಯರ ಜಾಣತನದ ಬಗ್ಗೆ ಹೆಮ್ಮೆಪಟ್ಟ.

"ಪಂಚಾಕ್ಷರಿ ಬಂಗ್ಲೆ ಓನರ್ ಬಂದ್ರೆ, ನನ್ನ ಥ್ಯಾಂಕ್ಸ್ ತಿಳ್ಸಿಬಿಡು." ಕೃತಜ್ಞತೆಯಿಂದ ಅವನ ಸ್ವರ ಭಾರವಾಯಿತು.

"ಈಚೆಗಂತೂ ಆ ಜನ ಬಂದಿಲ್ಲ. ಕ್ಲೀನ್ ಮಾಡೋಕೆ ಒಬ್ಬ ಆಳು ಇದ್ದ ಅಂತ ಇಷ್ಟರಮಟ್ಟಿಗೆ ಇದೆ. ಇಲ್ದಿದ್ರೆ ಏನಾಗ್ತಾ ಇತ್ತೋ! ಪುಂಡ, ಪೋಕರಿ ಜನ ಸೇರ್ಕೊಂಡ್ ಪೊಲೀಸರು ಕಣ್ಣಿಡೋ ಹಾಗೆ ಮಾಡಿಬಿಡ್ತಾ ಇದ್ರು. ಆದ್ರೆ ನಮ್ಮ ಭಟ್ರು ಅಷ್ಟಕ್ಕೆಲ್ಲ ಅವಕಾಶಕೊಡೋಂಥ ವ್ಯಕ್ತಿಯಲ್ಲ."

ಚೆನ್ನಾಗಿ ನಿಂತವನು ಥಟ್ಟನೆ ಅವನತ್ತ ತಿರುಗಿದ.

"ಅವ್ರಿಗೆ ಮಾರೋ ಇಚ್ಛೆ ಇದ್ರೆ ಕೂಡ್ಲೇ ತಿಳ್ಸಿ. ಇದ್ನ ನಾನು ಕೊಂಡ್ಕೋತೀನಿ. ನನ್ನ ಬಾಳಿಗೆ ತಿರುವು ಕೊಟ್ಟ ಈ ಜಾಗ ನೆನಪಾಗೇ ಉಳ್ದುಬಿಡ್ಲಿ" ಹೇಳುತ್ತಾ ಆ ಸಮಯದಲ್ಲಿ ಭಾವುಕನಾದ.

"ಅಚ್ಛಾ ಸಾಬ್....." ನವಿರಾದ ಸ್ವರ. ಅವನೆದೆಯ ಸಪ್ತ ಸ್ವರಗಳು ಮಿಡಿದವು. "ಈ ಬಂಗ್ಲೆ ಕೊಡದಿದ್ರೇನು, ಇನ್ನೊಂದು ಮಿನಿ ಮೇಘವರ್ಷಿಣಿ ಕಟ್ಟುವಂಥ ಸಾಮರ್ಥ್ಯ ನಿಮಗಿದೆ" ಎದೆಯ ಹೋರಾಟ ಮೆಚ್ಚಿ ಉತ್ಸಾಹದಿಂದ ಹೇಳಿದಳು ಭೂಮಿಕಾ. ಅವನೆದೆಯಲ್ಲಿ ರಾಗ ಭಾವಗಳು ತುಳುಕಿದರೂ ಪ್ರಮೋದ್‌ನ ನೆನಪು ಮೆಟ್ಟಿ ಹಾಕಿತು. ನಗುವ ಪ್ರಯತ್ನ ಮಾಡಿ ಸೋತ.

"ಮೆಹತಾ ಅಂಕಲ್ ಕಾಯ್ತಾ ಇದ್ದಾರೆ" ಧ್ವನಿ ಕೇಳಿದಾಗ ಅವನೆದೆ ಉದ್ವೇಗದಿಂದ ಹಾರಿತು. ಯಾವ ಕ್ಷಣದಲ್ಲಿಯಾದರೂ ಸಂಯಮ ಕಳೆದುಕೊಂಡುಬಿಡಬಹುದೆಂದು ಹೆದರಿದ.

ನೋಟ ಬೇರೆಡೆ ಹರಿಸಿದ ಅಭಿನಂದನ್, ಬಿದ್ದ ಪೆಟ್ಟಿಗೆ ಗಾಯವಾಗಿ ಹೃದಯ ಇನ್ನೂ ನರಳುತ್ತಲೇ ಇತ್ತು. "ಅಂಕಲ್, ಒಂದಲ್ಲ ನೂರು ಮಾತು ಕೇಳೂಂದ್ರಿ. ಆದ್ರೆ ಖಂಡಿತ ನೀವು ನಡ್ಸಿಕೊಡಲಾರಿರಿ. ನನ್ನಂತೆ ನೀವು ನಿಸ್ಸಹಾಯಕರು" ಅವನ ಮನ ಚೀರಿತು.

"ಹೋಗೋಣಾ....." ಭೂಮಿಕಾ ತಾನೇ ಹೇಳಿದಳು. ಪ್ರಯತ್ನಪೂರ್ವಕವಾಗಿ ಅವಳತ್ತ ತಿರುಗಿದ. ಪಂಚಾಕ್ಷರಿ ಹೆಗಲ ಟವೆಲಿನಿಂದ ಕಣ್ಣೊತ್ತುತ್ತ ಹೊರಗೆ ಹೋದ. ಮುಂದಿನ ಭೂಮಿಕಾ ಬಿಂಬ ಮಸುಕು ಮಸುಕು.

ಪ್ರೇಮ ನಿವೇದನೆ ಸಲ್ಲ.

"ಭೂಮಿಕಾ....." ಎಂದಾಗ ನಿರಾಶೆಯ ಅಲೆಗಳು ಸುತ್ತಲೂ ಎರಚಾಡಿದವು. ಆದರೆ ಭೂಮಿಕಾ ಅರ್ಥಮಾಡಿಕೊಂಡಿದ್ದೇ ಬೇರೆ!

"ಅಭಿನಂದನ್....." ಎಂದಾಗ ಅವಳೆರಡು ಕೈಗಳನ್ನೂ ಹಿಡಿದುಕೊಂಡ. ಹಲ್ಲಿನಡಿಯಿಂದ ಕಚ್ಚಿದ ತುಟಿಯಲ್ಲಿ ರಕ್ತ ಜಿಲ್ಲೆಂದಿತು. "ಹಾಯ್..... ಇಷ್ಟು ಎಕ್ಸೈಟ್ ಆಗೋದ್ಬೇಡ!" ಕರ್ಚೀಫ್‌ನಿಂದ. ಅವನ ತುಟಿಯೊತ್ತಿದ್ದಳು. ಆದರೆ ಭಾವೋದ್ವೇಗದಿಂದ ಭೋರ್ಗರೆಯೋ ಹೃದಯವನ್ನು ಅವಳು ಒಳಗೊಳಗೆ ಸಮಾಧಾನಿಸಬೇಕು.

ಅವಳು ಇದನ್ನು ಬೇರೆ ರೀತಿ ಅರ್ಥ ಮಾಡಿಕೊಂಡಳೇ ವಿನಃ ಅವನೆದೆಯ ಪ್ರೇಮದ ಹೋರಾಟವೆಂದು ಅವಳು ತಿಳಿಯಲಿಲ್ಲ. ಅಭಿನಂದನ್ ಕೃತಜ್ಞತೆ ಬೇಕಿರಲಿಲ್ಲ ಭೂಮಿಕಾಗೆ. ಅವಳು ಇಲ್ಲಿ ನೇರವಾಗಿ ವಸ್ತು ಸ್ಥಿತಿಯನ್ನು ಅರಿಯಬೇಕಿತ್ತು.

ಗುಡ್ಡದಿಂದ ಮೌನವಾಗಿ ಕೆಳಗಿಳಿದು ಬಂದರು. ನೂರು ಮಾತುಗಳು ಆಡಬಹುದಾದ ತುಟಿಗಳಿಗೆ ಬೀಗಮುದ್ರೆ, ಲಕ್ಷ್ಮಿ ಮೆಹತಾ ಬಗ್ಗೆ ಯೋಚಿಸುತ್ತಿದ್ದಳು

ಭೂಮಿಕಾ. ಪೂರ್ಣ ಪ್ರೀತಿ ತುಂಬಿ ಕೊಡುವಂಥ ಹೆಣ್ಣಾಗಿರಬೇಕು! ಮೆಹತಾ ವ್ಯಕ್ತಿತ್ವ ಅವಳ ಕಣ್ಮುಂದೆ ನಿಂತಾಗ ಲಕ್ಷ್ಮಿ ಮೆಹತಾ ಬಹಳ ಎತ್ತರಕ್ಕೆ ಬೆಳೆದು ನಿಂತಳು.

"ಎಂದು ಬರ್ತೀರಾ ಮುಂಬಯಿಗೆ?" ಗಂಭೀರವಾದ ಮತ್ತೆ ಅದೇ ಪ್ರಶ್ನೆ ಕೇಳಿದ.

"ಮುಂಬಯಿಂದ್ಲೇ ಫ್ಲೈಟ್ ಹತ್ತುತ್ತೀನಿ, ಅದ್ಕೆ ಯಾವ್ದೇ ಅಭ್ಯಂತರವಿಲ್ಲ. ಪಪ್ಪನ ಪತ್ರ ಬಂದ್ಮೇಲೆ ದಿನ ನಿಶ್ಚಯ" ಅದೇ ಉತ್ತರ.

"ಖಂಡಿತ ಬರ್ಬೇಕು!" ಅವನ ಸ್ವರದಲ್ಲಿ ಒತ್ತಾಯವಿತ್ತು. ವಿಷಾದನಗೆ ಅವಳ ತುಟಿಯಂಚಿನಲ್ಲಿ ಇಣುಕಿತು. "ಯಾಕೆ ಬರೋಲ್ಲ, ಹೇಳಿ, ಖಂಡಿತ ಬರ್ತೀನಿ. ಮೇಘವರ್ಷಿಣಿಯಲ್ಲೇ ಅದರ ನೂತನ ಒಡೆಯರನ್ನು ನೋಡೋ ಆಸೆ."

ಜೋರಾಗಿಯೇ ನಕ್ಕುಬಿಟ್ಟ ಅಭಿನಂದನ್. ಆ ನಗೆಯ ಅರ್ಥ ತಿಳಿಯಲು ಹೆಣಗಾಡಿದಳು ಭೂಮಿಕಾ.

"ಯಾಕೆ...ನಕ್ರಿ!"

"ನೀವು ಮುಂಬಯಿಗೆ ಬಂದಾಗ ಹೇಳ್ತೀನಿ" ಎಂದಾಗ ಭೂಮಿಕಾಗೆ ಕುತೂಹಲ ಕೆರಳಿತು. "ಇಲ್ಲೇ ಹೇಳಬಹುದಲ್ಲ. ನಾನು ನಿಮ್ಮ ಫ್ರೆಂಡ್ ತಾನೆ? ದೇನ್ ಲೆಟ್ ಅಸ್ ಟಾಕ್ ಫ್ರ್ಯಾಂಕ್ಲಿ."

ತಲೆಯಾಡಿಸಿಬಿಟ್ಟ ಅಭಿನಂದನ್. ಅವಳೆದೆಯಾಳದ ಮೂಲೆಯಲ್ಲೊಂದು ಕೂಗು. ಮತ್ತೆಲ್ಲಿ ಬಾಟಲಿ ಭಕ್ತನಾಗಿ ಬಿಡುವನೋ? ಆದರೆ ಕೇಳುವುದಕ್ಕೆ ಹಿಂಜರಿಕೆ.

"ಒಂದ್ಮತು...ಕೇಳ್ಲಾ?" ಧ್ವನಿ ಆಲಿಸಿದಾಗ ಭೂಮಿಕಾಳ ಸ್ವರ ಕಂಪಿಸಿತು.

"ಒಂದು ಯಾಕೆ ನೂರು ಕೇಳಿ" ಬಯಕೆಯ ಮಾತಿಗೆ ಅವಳತ್ತ ತಿರುಗಿದ. ಸುಂದರ ಮುಖದಲ್ಲಿ ದಟ್ಟವಾದ ನಿರೀಕ್ಷೆಯ ಛಾಯೆ. ಅವನ ಹೃದಯ ಮೆಲ್ಲಗೆ ಹೊರಳಿತು. ಮೆಲ್ಲಗೆ ಸದ್ದಡಗಿಸಿದ. "ಭೂಮಿಕಾ ಎಂದಾದ್ರೂ ವಿಷವಾದ್ರೂ ಕುಡೀತೀನಿ, ಆಲ್ಕೋಹಾಲ್ ಮುಟ್ಟೋಲ್ಲ" ನಿಂತಲ್ಲಿಯೇ ಅವಳ ತಲೆ ಜುಮ್ಮೆಂದಿತು. ಮೈನ ಚೇತನವೆಲ್ಲ ಸಣ್ಣಗೆ ಕಾಲಡಿಯಲ್ಲಿ ಹರಿದು ಹೋದಂತಾಯಿತು. ಕೈನಿಂದ ಮುಖವನ್ನೊತ್ತಿ ಹಿಡಿದಳು.

"ಭೂಮಿಕಾ...ಭೂಮಿಕಾ..." ಅಭಿನಂದನ್ ಸ್ವರ ಭೂಮಿಯಾಳದಿಂದ ಚಿಮ್ಮಿ ಬಂದಂತಿತ್ತು. ಚೇತರಿಸಿಕೊಂಡರೂ ಭೂಮಿಕಾಳ ಎದೆಯ ಬಡಿತದಲ್ಲಿ ಅದೇನೋ ಅವ್ಯಕ್ತ ಸುನಾಮಿ ತರಂಗ.

ದೂರದಿಂದ ಮೆಹತಾ ಕೈಯಾಡಿಸಿದರು. ಅಭಿನಂದನ್ ಹಿಡಿತದಲ್ಲಿದ್ದ ತನ್ನ ಕೈಯನ್ನು ಹಿಂದಕ್ಕೆ ತೆಗೆದುಕೊಂಡಳು.

"ವಿಷ ಅಂದ ಕೂಡ್ಲೇ ಯಾಕೆ ನರ್ವಸ್ ಆಗ್ಬಿಟ್ರಿ? ವೈವಿಧ್ಯಮಯ ಬದ್ಕನ್ನ ಅನುಭವಿಸುವ ರೀತಿಯನ್ನು ನಂಗೆ ಕಲಿಸಿದ್ದೀರಿ. ವಿಷಕುಡಿಯುವಂಥ ಕ್ಷಣವೇನೂ ಬಾರದು. ಬಿ ಬ್ರೇವ್" ಅಭಿನಂದನ್ ಹೆಜ್ಜೆಯ ವೇಗ ಚುರುಕಾಗಿರಿಸಿದ.

ಬೀಳ್ಕೊಟ್ಟು ಅಭಿನಂದನ್ ಕಾರು ಹತ್ತಿದಾಗ ಪಂಚಾಕ್ಷರಿ ಬಿಕ್ಕಿ ಬಿಕ್ಕಿ ಮಗುವಿನಂತೆ ಅತ್ತ, ಅಭಿನಂದನನೇ ಸಮಾಧಾನಿಸಬೇಕಾಯಿತು.

"ಸಮಾಧಾನ ಮಾಡ್ಕೋ. ಮದ್ವೆ ಮಾಡ್ಕೊಂಡ್ ಬಂದ್ಬಿಡು" ತಬ್ಬಿ ಭುಜ ತಟ್ಟಿದ. ಅವನ ನೋಟ ಭೂಮಿಕಾ ಮೇಲೆ ನೆಟ್ಟಾಗ ಬರೀ ಮಂಜು.... ಮಂಜು. ಪಕ್ಕದಲ್ಲಿ ನಿಂತಿದ್ದ ಪ್ರಮೋದ್ ನೋಟ ಅವನನ್ನು ಇರಿಯುವಂತಿತ್ತು. ಕೈಯೆತ್ತಿ ಬೀಸಿ ಕಣ್ಣಿಂದಲೇ ಬೀಳ್ಕೊಟ್ಟ.

ಕಾರು ಮರೆಯಾದಾಗ ಒಳಗೆ ಬಂದು ಕುಸಿದಳು. ಮನವೆಲ್ಲ ಖಾಲಿ... ಖಾಲಿ... ಎಲ್ಲೆಡೆ 'ಬಿಕೋ.' ಹಚ್ಚ ಹಸಿರಿನ ಕಾಡು ಕಾಡ್ಗಿಚ್ಚಿಗೆ ಬಲಿಯಾಗಿ ಸುಟ್ಟಂತೆ ಕಣ್ಣಿಗೆ ಕೈ ಅಡ್ಡ ಹಿಡಿದಳು.

"ಭೂಮಿಕಾ..." ಬಹಳ ದೂರದಿಂದ ಕೇಳಿಸಿದಂತಿತ್ತು. ಪ್ರಯಾಸದಿಂದ. ಕೈ ಕೆಳಗಿಳಿಯಿತು. ಮೆಲ್ಲಗೆ ಕಣ್ತೆರೆದಳು "ಏನು... ಅಂಕಲ್?" ಪೂರ್ತಿ ಸೋತುಹೋದಂತಿತ್ತು ಅವಳ ದನಿ. ಅವರೆದೆಯಲ್ಲಿ ಸಹಾನುಭೂತಿ ಮಿಡಿಯಿತು.

"ಸ್ವಲ್ಪ ಕಷ್ಟವೇ! ನಾಲ್ಕು ದಿನ ಜೊತೆಯಾಗಿ ಟ್ರೈನ್‌ನಲ್ಲಿ ಪ್ರಯಾಣ ಮಾಡಿ ಪರಿಚಿತರಾದವ್ರು, ಐದನೇ ದಿನ ಅವರು ಅಗಲಬೇಕಾದಾಗಲೇ ನೋವು, ಅಂಥಾದ್ದರಲ್ಲಿ...ಅಭಿನಂದನ್....." ಮಾತು ಕೇಳಿ ಮುಖ ಪಕ್ಕಕ್ಕೆ ತಿರುಗಿಸಿ ಕಣ್ಣೀರು ಮಿಡಿದಳು.

"ನಾಲ್ಕು ದಿನ ಸರಿಹೋಗುತ್ತೆ! ಬದ್ಕಿನಲ್ಲಿ ಇದೆಲ್ಲ ಮಾಮೂಲು" ಕೂದಲಲ್ಲಿ ಕೈಯಾಡಿಸಿದಾಗ ಅವರೆದೆಯಲ್ಲಿ ಮುಖವಿಟ್ಟು ಬಿಕ್ಕಿ ಬಿಕ್ಕಿ ಅಳಬೇಕೆನಿಸಿತು ಭೂಮಿಕಾಗೆ. ಆದರೆ ಅಳಲಿಲ್ಲ.

ಒಂದೆರಡು ದಿನ ಕಳೆದರೂ ಮೇಲ್ಮುಖವಾಗಿ ಭೂಮಿಕಾ ಗೆಲುವಾದಂತೆ ಕಂಡರೂ ತೀರಾ ಅಂತರ್ಮುಖಿಯಾದಳು. ಅದೇ ನೆನಪುಗಳು, ಕ್ಯಾಮೆರಾ ತೆಗೆದು ಸೂಟ್‌ಕೇಸ್ ಸೇರಿಸಿದಳು.

ಹೊರಡುವ ಮುನ್ನ ಏಕಾಂತವಾಗಿ ಕರೆದು, ಮೆಹತಾ ಅವಳ ಎರಡೂ ಕೈಗಳನ್ನು ಹಿಡಿದುಕೊಂಡಿದ್ದರು.

"ದೋಷ-ದೌರ್ಬಲ್ಯಗಳ ವ್ಯಕ್ತಿಯಲ್ಲ ಅಭಿನಂದನ್. ಕುಡಿತ ಅಭಿನಂದನ್‌ನ ದೇಹ, ಮನಸ್ಸು, ಹೃದಯಕ್ಕೆ ಮಾತ್ರವಲ್ಲ ಸಮಾಜದಲ್ಲಿ ಅವ್ನ ಸ್ಥಾನಮಾನಗಳನ್ನು ಶಿಥಿಲಗೊಳಿಸುವಂಥಾದ್ದು. ಆ ಮೇಲಿನ ಬದ್ಕು ಸತ್ತಂತೆ. ರಘುನಂದನ್, ನಿರ್ಮಲಗೆ ಮಗನನ್ನು ಉಳ್ಸಿಕೊಟ್ಟಿದ್ದೀಯ. ಅವ್ರು ಪಣವಾಗಿಟ್ಟ ಮೇಘವರ್ಷಿಣಿನೇ ನಿಂಗೆ ಕೊಡಲು ಸಿದ್ಧ."

ಹಗುರವಾಗಿ ನಕ್ಕುಬಿಟ್ಟಳು.

"ಕ್ಷಮಿಸಿ ಅಂಕಲ್, ನಂಗ್ಯಾಕೆ ಬೇಕು ಮೇಘವರ್ಷಿಣಿ? ಇದೊಂದು ಸಣ್ಣ ಪ್ರಯೋಗ. ಅಭಿನಂದನ್ ಅಂಥ ದೃಢತೆಯುಳ್ಳ ವ್ಯಕ್ತಿ ಸಿಕ್ಕಿದ್ದರಿಂದ ಸಾಧ್ಯವಾಗಿರಬೇಕು. ಬೇಡವೆಂದುಕೊಂಡಿದ್ದರೇ ಯಾರ ಸಹಾಯವು ಬೇಕಿರಲಿಲ್ಲ ಅವನಿಗೆ. ಯಾವ್ದೇ ಒತ್ತಾಯ, ಒತ್ತಡ ತರ್ದೆ ಜೀವನದ ಬಹುಮುಖತೆಯನ್ನು ಆತನಿಗೆ ಪರಿಚಯಿಸಿದೆ. ಅಷ್ಟೇ ನಾನು ಮಾಡಿದ್ದು. ಇದೊಂದು ಅವಕಾಶ....ನನಗೆ ವಿನೂತನ ಅನುಭವ."

ನೇರವಾಗಿ ಅವಳ ಮುಖವನ್ನೇ ನೋಡಿದ್ದರು. ಪ್ರಮೋದ್ ಅಡ್ಡವಿರದಿದ್ದರೇ ಮೇಘವರ್ಷಿಣಿಯ ನೂತನ ಒಡೆಯನನ್ನು ಪೂರ್ಣವಾಗಿ ಅವಳಿಗೇ ಒಪ್ಪಿಸಿ ನಿಶ್ಚಿಂತರಾಗಿಬಿಡುತ್ತಿದ್ದರು. ಈಗ ಭಯ! ಭೂಮಿಕಾಳನ್ನು ಒಪ್ಪಿಸುವ ಧೈರ್ಯ ಅವರಿಗಿದ್ದರೂ ಜಯಸಿಂಹ ಅವರ ನಿರ್ಮಲ ಕಣ್ಣುಗಳನ್ನು ಮಾತ್ರವಲ್ಲ ರೋಹಿಣಿಯವರ ಮನದ ನಿರಾಶೆಯನ್ನೂ ಎದುರಿಸಲಾರರು.

ಹೊರಗೆದ್ದು ಬಂದಳು. ಪಂಚಾಕ್ಷರಿ ಹೊರಗಿನ ಎಳೆ ಬಿಸಿಲಿನಲ್ಲಿ ಕೂತಿದ್ದ. ಬರೀ ಬಡಬಡಿಕೆ ಅವನದು. ರೋಹಿಣಿಯಂತೂ ಒಂದೆರಡು ಸಲ ತಾಳ್ಮೆ ಕಳೆದುಕೊಂಡು ಆತನಿಗೆ ರೇಗಿದ್ದರು.

"ವಿಚಿತ್ರವಾಯ್ತು ನಿಂದು! ಅಷ್ಟೊಂದು ಹಚ್ಚಿಕೊಂಡಿದ್ದೇಕೆ? ಈಗ ಕೊರಗೋದು ಯಾಕೆ? ಅಭಿನಂದನ್ ಹೋದ್ರೂ ಪ್ರಮೋದ್ ಇದ್ದಾನಲ್ಲ, ಕಟ್ಟಿಕೊಂಡು ಓಡಾಡು. ನಿಂಗೆ ತಿರ್ಗಿ ತಿರ್ಗಿ ಅಭ್ಯಾಸವಾಗಿ ಹೋಯ್ತು."

ಆಗೆಲ್ಲ ತಲೆ ಎತ್ತದೆ ಸುಮ್ಮನೆ ಕೂಡುತ್ತಿದ್ದ, ಇಲ್ಲ ಗುಡ್ಡದ ಬಂಗ್ಲೆಯ ಬಳಿ ಹೋಗಿ ಕೂಡುತ್ತಿದ್ದ.

"ಏಯ್ ಪಂಚಾಕ್ಷರಿ, ತಿಂಡಿ ತಗೋ ಹೋಗು" ಭೂಮಿಕಾ ಹೇಳಿದಾಗ ಅವಳತ್ತ ನೋಡಿ ನೋಟ ಇಳಿಸಿದ. "ನಂಗೆ ಬೇಡ. ಒಂದ್ಸಲ ಮುಂಬೈಗೆ ಹೋಗಿ ಬಂದ್ಬಿಡ್ತೀನಿ." ಅವನ ಹುಚ್ಚಿಗೆ ಏನು ಹೇಳಬೇಕೋ ಭೂಮಿಕಾಗೆ ಅರ್ಥವಾಗಲಿಲ್ಲ.

"ಸದ್ಯಕ್ಕೆ ಇನ್ನು ನಾಲ್ಕು ದಿನ ಸುಮ್ನಿರು. ನಾನೇ ಕರ್ಕೊಂಡ್ಹೋಗ್ತೀನಿ. ಬೇಕಾದಷ್ಟು ದಿನ ಇದ್ದು ಬರ್ಬಹ್ದು. ಅಥ್ವಾ ಪ್ರಮೋದ್ ಮೆಹತಾ ನೋಡೋಕೆ ಹೋಗ್ಬಹ್ದು...." ಪೂರ್ತಿ ಮಾತು ಮಾತಾಡುವ ಮುನ್ನವೇ ಹೊರಗೆ ಬಂದ ಪ್ರಮೋದ್ ರೇಗಿದ.

"ಸುಮ್ನೇ ಅಭಿನಂದನ್, ಮುಂಬಯಿ ಯೋಚ್ನೆ ಬಿಟ್ಟು ಮೊದ್ಲಿನಂತೆ ಇದ್ಬಿಡು. ಈಗಾಗ್ಲೇ ಅಭಿನಂದನ್ ನಿನ್ನ ಮರೆತಿದ್ರೂ ಹೆಚ್ಚಲ್ಲ. ಹಗಲೆಲ್ಲ ನೀನು ಬಡಬಡಿಸೋಕೆ ಅವ್ನು ನಿನ್ನ ಸೋದರ ಮಾವನ ಮಗನಲ್ಲ."

ಪಂಚಾಕ್ಷರಿ ಸುಮ್ಮನೇ ಎದ್ದು ಹೋಗಿಬಿಟ್ಟ. ಬೇಸರ ಇಣುಕಿತು ಭೂಮಿಕಾಳ ಮುಖದ ಮೇಲೆ.

"ಛೇ, ಪ್ರಮೋದ್ ಹಾಗೆಲ್ಲ ಮಾತಾಡ್ಬಾರ್ದಿತ್ತು. ಒಂದೆರಡು ದಿನಕ್ಕೆ ಸರಿಹೋಗ್ತಾ ಇದ್ದ! ಅಥ್ವಾ ನೀನು ಮುಂಬಯಿಗೆ ಹೋಗೋ ಹಾಗಿದ್ರೆ ಕರ್ಕೊಂಡ್ಹೋಗು. ಅವ್ನಿಗೂ

ಸ್ವಲ್ಪ ಛೇಂಜ್" ಮುಖ ಮೇಲೆತ್ತಿ ಹೇಳಿದಾಗ, ನಕ್ಕ ಪ್ರಮೋದ್. ಭೂಮಿಕಾ ಮುಖ ಬಿಗಿದುಕೊಂಡಿತು. ಸುಮ್ಮನೇ ಒಳಗೆ ಬಂದು ಕೂತಳು.

ತೀರಾ ಎಳೆಯ ಸೌತೆಕಾಯಿ ಬಿಲ್ಲೆಗಳಿಗೆ ಉಪ್ಪು, ಮೆಣಸಿನ ಪುಡಿ ಸವರಿದ್ದನ್ನು ರೋಹಿಣಿ ತಂದು ಅವಳ ಮುಂದಿಟ್ಟಳು.

"ತಗೋ, ಎಷ್ಟು ಎಳಸಾಗಿದೆ ನೋಡು" ಹೇಳಿ ತಾವೊಂದು ಬಿಲ್ಲೆ ಕೈಗೆತ್ತಿಕೊಂಡರು. ಉಸಿರನ್ನು ಬಲವಂತವಾಗಿ ಎಳೆದು ಹೊರಗೆ ದಬ್ಬಿದಳು ಭೂಮಿಕಾ. "ನನ್ನ ಪತ್ರ ಪಪ್ಪನಿಗೆ ಸಿಕ್ಕಲಿಲ್ವೇನೋ! ಮಮ್ಮಿಯಾದ್ರೂ ಉತ್ತರ ಬರೆಯೋರು. ಲೈನ್ ಮೇಲಾದ್ರೂ ಪ್ರಯತ್ನಿಸಬೇಕು" ಭೂಮಿಕಾ ನೀಳ ಬೆರಳಿನಿಂದ ಬಿಲ್ಲೆಯ ಮೇಲಿನ ಉಪ್ಪು-ಕಾರವನ್ನು ತೊಡೆದು ಕಚ್ಚಿದಳು.

"ಅಂಥದ್ದು ಯಾಕೆ? ಬೇಕಾದ್ರೆ ನಾಲ್ಕು ದಿನ ಮುಂಬಯಿಗೆ ಹೋಗ್ಬಾ. ದೆಹಲಿ ನೋಡ್ಲೋ ಇಚ್ಛೆ ಇದ್ರೆ ಪ್ರಮೋದ್ ಜೊತೆ ಹೋಗು. ಸುಮ್ನೆ ಯಾಕೆ ಬೇಸರ ಮಾಡ್ಕೋತೀಯಾ!" ರೋಹಿಣಿಯ ಸ್ವರದಲ್ಲಿ ಅಸಮಾಧಾನವಿತ್ತು.

"ಎಲ್ಲಿಗೂ ಹೋಗೋಲ್ಲ!" ಈ ಮಾತು ಕೇಳಿ ಅಮೃತ ಕುಡಿದಷ್ಟು ಸಂತೋಷವಾಯಿತು ರೋಹಿಣಿಯವರಿಗೆ. ಅವರೆದೆಯ ಅನುಮಾನದ ಎಳೆ ಛಿದ್ರ ಛಿದ್ರವಾಯಿತು.

ಎರಡು ಬಿಲ್ಲೆ ತಿಂದು ಮುಗಿಸಿದ ಭೂಮಿಕಾ ಮೇಲೆದ್ದಳು.

"ಆಂಟೀ, ಪ್ರಮೋದ್ ಜೊತೆ ಗುಡ್ಡದ ಮೇಲಿನ ಬಂಗ್ಲೆಗೆ ಹೋಗ್ಬರ್ತೀನಿ. ಆ ಪರಿಸರ ನಂಗೆ ತುಂಬ ಇಷ್ಟ" ಹೇಳಿದಾಗ ಅಡ್ಡಿಪಡಿಸಲು ರೋಹಿಣಿ ಇಚ್ಛಿಸಲಿಲ್ಲ. ಲೈಫ್ ಆಫ್ ಶ್ರೀ ಶಂಕರಾಚಾರ್ಯ-ಶಂಕರ ದಿಗ್ವಿಜಯ ಓದುತ್ತಿದ್ದ ಜಯಸಿಂಹ ನೋಟ ಮೇಲಕ್ಕೆತ್ತಿದರು. ಕಣ್ಣುಗಳಲ್ಲಿ ಸಾತ್ವಿಕ ಹೊಳಪು.

"ಬಿಸ್ಲು ಜಾಸ್ತಿ ಇದೆಯೇನೋ!" ಅವರತ್ತ ಬಂದ ಭೂಮಿಕಾ. "ಅಂಥದ್ದೇನಿಲ್ಲ! ಬೆಳಗಿನ ಬಿಸಿಲಿನ ಚಿನ್ನಾಟ ಹಸುರಿನ ಮೇಲೆ ನೋಡಲು ಚೆಂದ." ತಲೆದೂಗಿ ನಸುನಕ್ಕರು.

ಭೂಮಿಕಾ ಹೊರಗೆ ಬಂದಾಗ ಪ್ರಮೋದ್ ಟೆಲಿಕಮ್ಯೂನಿಕೇಷನ್‌ಗೆ ಸಂಬಂಧಪಟ್ಟ ಪುಸ್ತಕ ಮೊಗಚುತ್ತಿದ್ದವನು ಮೇಲಕ್ಕೆದ್ದ.

"ಅಂತೂ ನಿಂಗೆ ಗುಡ್ಡ, ಬಂಗ್ಲೆ..... ತುಂಬ ಪ್ರಿಯ!" ಪ್ರಮೋದ್ ಮಾತಿನಲ್ಲಿದ್ದ ವ್ಯಂಗ್ಯ ಗುರುತಿಸದೆ ಸಹಜವಾಗಿ ಸ್ವೀಕರಿಸಿದಳು. "ಷೂರ್! ಬದ್ಕಿನುದ್ದಕ್ಕೂ ನನ್ನ ಉಸಿರಿನಲ್ಲೂ ಹಚ್ಚ ಹಸಿರನ್ನೇ ಬಯಸುವುದು."

ಕಹಿಯಾದ ಉಗುಳನ್ನು ಬಲವಂತವಾಗಿ ನುಂಗಿದ ಪ್ರಮೋದ್ ತೊಡೆತಟ್ಟಿದಷ್ಟೂ ಅವನ ಮುಂದೆ ಅಭಿನಂದನ್ ಪ್ರತ್ಯಕ್ಷವಾಗಿಬಿಡುತ್ತಿದ್ದ. ಆ ಮಾತು, ನಗು, ನಿಲುವು, ಸದಾ ಅವನೆದೆಯನ್ನು ಚುಚ್ಚಿ ಗಾಯಗೊಳಿಸುವ ಮುಳ್ಳಾಗಿತ್ತು.

ಬಂಗ್ಲೆಯತ್ತ ಹೊರಟಾಗ ಭೂಮಿಕಾ ಮನಬಿಚ್ಚಿ ಅಭಿನಂದನ್‌ನ ಸ್ವಭಾವ ಹೇಳಿಕೊಂಡಳು.

"ಕುಡಿತ ಅಭಿನಂದನ್‌ನ ಒರಟಾಗಿರಿಸಿದರೂ ಮನ ತುಂಬ ಮೃದು. ಅಷ್ಟೇ ದೃಢತೆ. ಬಾಟಲಿ ಆಕರ್ಷಣೆ ಹೊಂದಿದ ಜನ ಸಮಯ ಬಂದಾಗ ತೀರಾ ದೀನರಾಗಿಬಿಡ್ತಾರೆ. ಒಂದು ಪೆಗ್‌ಗೋಸ್ಕರ ಏನಾದ್ರೂ ಮಾಡಬಲ್ಲರು. ಓದಿ ಅರ್ಥಮಾಡಿಕೊಂಡ ವಿಷ್ಯಗಳು. ಆದ್ರೆ ತೀರಾ ಭಿನ್ನ ಅಭಿನಂದನ್. ಒತ್ತಾಯವಿಲ್ದೇ ಅವ್ನೇ ಕಡ್ಮೇ ಮಾಡಿಕೊಂಡು ಒಂದು ದಿನ ಬಿಟ್ಟ. ಮತ್ತೆಂದೂ ಕುಡ್ಯೋಲ್ಲ ಅನ್ನೋ ಭರವಸೆ ಇದೆ." ಇದನ್ನು ಒಪ್ಪಿಕೊಳ್ಳದ ಪ್ರಮೋದ್ ಮುಖ ಗಂಟಿಕ್ಕಿ ವಿರೋಧಿಸಿದ.

"ಅದೆಲ್ಲ ಬೋಗಸ್ ನಟನೆ! ವ್ಹಿಸ್ಕಿ ಬ್ರಾಂದಿ ರುಚಿ ಕಂಡವ್ರು ಎಂದೂ ಬಿಡೋಲ್ಲ. ಬರೀ ಇದೆಲ್ಲ ತಾತ್ಕಾಲಿಕ! ಇಲ್ಲಿನದು ಸೇರ್ಸಿ ಇಷ್ಟೊತ್ತಿಗೆ ಇನ್ನಷ್ಟು ಖಾಲಿ ಮಾಡಿರ್ತಾನೆ. ಅಂಥ ಕಾನ್ಫಿಡೆನ್ಸ್‌ಗೆ ಅಭಿನಂದನ್ ಅಂಥವ್ರು ಲಾಯಕ್ಕಾದವರಲ್ಲ! ಕಂಪನಿ ಜತೆ ಅಥ್ವಾ ಎಂಜಾಯ್ ಮಾಡೋಕೆ ಅಪರೂಪವಾಗಿ ಕುಡ್ಯೋ ಜಬಾನೇ ಬೇರೆ. ಇವ್ನು ಆಲ್ಕೋಹಾಲಿಕ್......"

ಗಂಟಲುಬ್ಬಿ, ಅವಳ ಮೂಗಿನ ಹೊಳ್ಳೆಗಳು ಅರಳಿ, ಕೋಪದಿಂದ ತುಟಿಗಳು ಕಂಪಿಸಿದವು.

"ಸ್ಟಾಪ್ ಇಟ್, ಇನ್ನೊಂದ್ಸಲ ಅಭಿನಂದನ್ ವಿಷ್ಯದಲ್ಲಿ ಈ ರೀತಿ ಮಾತಾಡಿದರೆ ನಾನು ಸಹಿಸ್ಲಾರೆ. ಡ್ರಾಪ್ ದ ಮ್ಯಾಟರ್."

ಪ್ರಮೋದ್ ಮುಖ ಗಂಟಾಯಿತು. ಆದರೂ ಆ ಪ್ರಸ್ತಾಪ ಬೇಡವೆನಿಸಿ ಸುಮ್ಮನಾದ. ಪಂಚಾಕ್ಷರಿ ಸ್ಥಿತಿನೇ ಭೂಮಿಕಾಳದು ಇರಬಹುದು. ಇಲ್ಲದಿದ್ದರೆ ಸಹಜವಾಗಿ ಅಭಿನಂದನ್ ಹನಿಮೂನ್‌ನ ಏರ್ಪಾಟು ತನಗೆ ಬಿಡಬೇಕೆಂದು ಹೇಳುತ್ತಿರಲಿಲ್ಲ. ಸ್ವಲ್ಪ ಬೆಳೆದಂತೆ ಕಂಡ ಅಭಿನಂದನ್. 'ಬ್ಲಡಿ...ಬ್ರೂಟ್' ಮನದಲ್ಲೇ ಬೈದುಕೊಂಡ.

ಗುಡ್ಡದ ಮೇಲಕ್ಕೆ ಬರುವ ವೇಳೆಗೆ ಮೇಲ್ಮುಖಕ್ಕೆ ರಾಜಿಗೆ ಬಂದಂತೆ ಕಂಡರು.

"ಪ್ರಮೋದ್, ತುಂಬು ಬೆಳದಿಂಗಳ ರಾತ್ರಿಯಲ್ಲಿ ಇಲ್ಲಿ ಕೂತು ಸುತ್ತಲೂ ನೋಡಿದರೆ....." ಅವಳ ಮುಖ ತಾವರೆಯಂತೆ ಅರಳಿತು.

"ಅದ್ನೇ ಮೊದಲ್ನೇ ಕಾರ್ಯಕ್ರಮ ಮಾಡಿಕೊಳ್ಳೋಣ" ಕಣ್ಣು ಮಿಟುಕಿಸಿದ. ಅವಳ ನೋಟ ಎತ್ತಲೋ ಇತ್ತು. "ನೀನು ಇಲ್ಲೇ ಉಳಿಯೋ ಹಾಗಿದ್ರೆ..... ಇಲ್ಲಿ ಬಂಗ್ಲೇನ ಖರೀದಿಸಿಬಿಡು. ಅಂಕಲ್, ಆಂಟಿ ಕೂಡ ಇಷ್ಟಪಡ್ತಾರೆ. ಈ ಬಂಗ್ಲೆ ಕೂಡ ಸದಾ ಮಂಕಾಗದೆ ಸಡಗರದಲ್ಲಿ ಇರುತ್ತೆ" ಆಕೆಯ ಮಾತನ್ನು ಕೇಳಿ ನಕ್ಕುಬಿಟ್ಟ ಪ್ರಮೋದ್.

"ಕತ್ತಲು, ಕಾಡು ಪ್ರಾಣಿಗಳು. ಇಲ್ಲಿನದೇ ಆ ತರಹದ ಬದ್ಕು ಯಾರ್ಗೆ ಬೇಕಾಗಿದೆ? ಸದ್ಯಕ್ಕೆ ಇಲ್ಲಿನ ವಾಸಾನ ಬದಲಾವಣೆ ಮಾಡ್ಬೇಕು! ಮಮ್ಮಿಗೆ ಕೂಡ ಮುಜುಗರ. ಸದಾ

ಪಂಚಾಕ್ಷರಿ, ಕಾಡಯ್ಯ ಮುಖ ನೋಡ್ಕೊಂಡ್ ಕಾಲ ಕಳೀಬೇಕು." ಅವನೆದೆಯಲ್ಲಿನ ಬೇಸರ ಸ್ಪಷ್ಟವಾಯಿತು. ಆದರೆ ಮಾತು ಮುಂದುವರಿಸಲು ಇಚ್ಛಿಸಲಿಲ್ಲ ಭೂಮಿಕಾ. ಯಾವ ಸುದ್ದಿ ಎತ್ತಿದರೂ ಮೊಟಕು – ಮೌನವಾಗಿರುವುದೇ ಲೇಸು ಎಂದುಕೊಂಡಳು.

ಬಂಗ್ಲೆಯ ಸುತ್ತ ಅಡ್ಡಾಡಿ ಬಂದರು. ಆಗಾಗ ಅವನನ್ನು ಕೊಲ್ಲುತ್ತಿದ್ದ ವಿಷಯದಿಂದ ಮುಕ್ತಿ ಪಡೆಯಬೇಕಿತ್ತು ಪ್ರಮೋದ್. ಹೇಗೆ? ಎಂತು? ಯಾರೂ ಉತ್ತರಿಸಲಾರರು. ಭೂಮಿಕಾ ಒಬ್ಬಳು ಹೇಳಬಹುದು. ಸತ್ಯ ಸಂಗತಿ ಅವಳ ಬಾಯಿಂದ ಹೊರ ಬಿದ್ದೀತೇ?

ಅವನ ಮಿದುಳು ಸಿಡಿಯತೊಡಗಿತು.

"ನಿನ್ನ ಒಂದು ಪ್ರಶ್ನೆ ಕೇಳ್ಲಾ?" ಪ್ರಮೋದನ ಪ್ರಶ್ನೆಗೆ ನಡೆಯುತ್ತಿದ್ದವಳು ನಿಂತಳು. ಅವಳ ಕಣ್ಣುಗಳು ತೀಕ್ಷ್ಣವಾದವು. ಅವನ ಚಡಪಡಿಕೆಯನ್ನು ಸುಲಭವಾಗಿ ಗ್ರಹಿಸಿದಳು. "ಇದೇನು ಪ್ರಮೋದ್ ಈ ರೀತಿ ಕೇಳ್ತೀರಾ? ನಾವು ಗಂಟೆಗಟ್ಟಲೇ ಕೂತು ಮಾತಾಡಿದ್ದೀವಿ. ಚರ್ಚಿಸಿದ್ದೀವಿ. ವಿಮರ್ಶೆಯ ಪ್ರತಿಪಾದನೆಯಲ್ಲಿ ಜಗಳ ಕೂಡ ಆಡಿದ್ದೀವಿ. ಬೇಕಾದ್ದು ಕೇಳಿ, ಆದ್ರೆ ಫೋಟೋಗ್ರಫಿ ಬಗ್ಗೆ ಮಾತು ಮಾತ್ರ ಬೇಡ. ನಿಮ್ಗೆ ಸ್ವಲ್ಪ ಕೂಡ ಇಂಟರೆಸ್ಟ್ ಇಲ್ಲ. ಬರೀ ಇನ್‌ಸಲ್ಟ್ ಮಾಡ್ತೀರಿ" ಅದರ ಬಗ್ಗೆ ಒಂದು ಲಕ್ಷ್ಮಣ ರೇಖೆಯನ್ನೆಳೆದಳು.

ಕಾಲಿಗೆ ತೊಡರಿದ ಕಲ್ಲನ್ನು ಪ್ರಮೋದ್ ದೂರಕ್ಕೆ ಎಸೆದ. ಸದ್ಯಕ್ಕೆ ಭೂಮಿಕಾಳ ಮನದಿಂದ ಅಭಿನಂದನ್‌ಗೂ ಒಂದು ಗತಿ ಕಾಣಿಸುವ ನಿರ್ಧಾರ.

ಕಾಂಪೌಂಡ್‌ನಲ್ಲಿದ್ದ ಬೋಗನ್‌ವಿಲ್ಲಾ ಬಳಸಿ ಹೆಜ್ಜೆ ಬಾಲ್ಕನಿಯತ್ತ ಇಟ್ಟರು. ಮುಚ್ಚಿದ್ದ ಕಿಟಕಿಗಳು, ಬಾಗಿಲಿಗೆ ಡೋರ್‌ಲಾಕ್ ಸಹಿತ ಇನ್ನೊಂದು ಬೀಗ.

ಬೀಗದ ಮೇಲಾಡಿತು ಭೂಮಿಕಾಳ ನೀಳ ಕೈಬೆರಳುಗಳು.

"ಅದೇನು ಕೇಳು!" ಹಿಂದಕ್ಕೆ ತಿರುಗಿ ಗೋಡೆಗೊರಗಿ ನಿಂತಳು. ಕೆನ್ನೆಯುಜ್ಜಿದ, ತುಟಿ ಕಚ್ಚಿದ. ಆಡಲು ತೀರಾ ಹಿಂದೇಟು ಹಾಕುತ್ತಿದ್ದರೂ ಕೇಳಲೇಬೇಕೆಂಬ ಛಲವಿತ್ತು ಮುಖದ ಮೇಲೆ.

"ತೀವ್ರ ಇನ್‌ಸ್ಪಿರೇಷನ್ ಇದ್ದಾಗ ಕೇಳು" ಬಗ್ಗಿ ಸೀರೆಯ ನೆರಿಗೆಗಳನ್ನ ಕೊಡವಿ ನಾಲ್ಕು ಹೆಜ್ಜೆ ಹೊರಟಾಗ ಕೈಹಿಡಿದ. "ಅಂದಿನ ಘಟನೆಯ ಬಗ್ಗೆ ನನ್ಗೆ ವಿವರಬೇಕು" ಪ್ರಮೋದನ ಮಾತು ಕೇಳಿ ವಿಸ್ಮಿತಳಾದಳು ಭೂಮಿಕಾ. ಯಾವ ಘಟನೆ? ವಿವರಣೆ? ವಿವರಿಸುವ ಅಗತ್ಯವೇನು? ಅವಳ ಕಣ್ಣು ಕಿರಿದಾಗಿ ಹುಬ್ಬುಗಳು ಗಂಟಿಕ್ಕಿ, ಮನದಲ್ಲಿದ್ದುದನ್ನ ಅವನ ಮುಂದಿಟ್ಟಳು.

"ಯಾವ ಘಟನೆ? ಎಂಥ ವಿವರಣೆ? ನೀನು ಕಡ್ಡಾಯವಾಗಿ ತಿಳ್ದುಕೊಳ್ಳುವಂಥದ್ದು ಏನೂ ನಡೆದಿಲ್ವಲ್ಲ!" ಸಹಜವಾಗಿ ಹೇಳಿದಳು. ಅವನ ಹಿಡಿತದಲ್ಲಿನ ಕೈ ತಾನಾಗಿ ಬಿಡುಗಡೆ ಹೊಂದಿತು. ಅವನ ಬಿಗಿದ ಹುಬ್ಬುಗಳು ಸಡಿಲಗೊಂಡರೂ ಮುಖದ ಕಾಠಿಣ್ಯ ಮತ್ತಷ್ಟು ಹೆಚ್ಚಾಯಿತು.

ಅವನು ಮಾತುಗಳಿಗಾಗಿ ತಡಕಾಡಿದಷ್ಟೂ ಅವಳ ಕುತೂಹಲ ಹೆಚ್ಚಿತು. ಆದರೆ ಅದನ್ನು ವ್ಯಕ್ತಪಡಿಸಲು ಇಚ್ಛಿಸಲಿಲ್ಲ.

ಪ್ರಮೋದ್ ಒಂದು ನಿರ್ಣಯಕ್ಕೆ ಬಂದ.

"ನೀನು ಸತ್ಯಸಂಗತಿ ಹೇಳಿದ್ರೆ ನಾನು ಅಭಿನಂದನ್‌ನ ಕ್ಷಮ್ಸಿಬಿಡ್ತಲ್ಲೇ!" ಅವನ ಮಾತು ಕೇಳಿ ಭೂಮಿಕಾಗೆ ಗಾಬರಿಯಾಯಿತು. ಆದರೆ ಕನಿಕರದಿಂದ ನೋಡಿದಳು. ಇವನಿಗೇನಾಗಿದೆ?

"ನಂಗೆ ಇಂಥ ಮಾತು ಇಷ್ಟವಾಗೋಲ್ಲ. ಅಭಿನಂದನ್‌ಗೆ ಸಂಬಂಧ ಪಟ್ಟ ವಿಷ್ಯ ಅವನಿಂದ್ಲೇ ತಿಳಿಯೋ ಬದ್ಲು ನನ್ನ ಯಾಕೆ ವಿಚಾರಿಸ್ತೀಯಾ? ಅದು ನಿಂಗೆ ಸಂಬಂಧವಿಲ್ದ ವಿಷ್ಯ. ಅಭಿನಂದನ್‌ನ ಕ್ಷಮಿಸೋಕ್ಕಾಗ್ಲಿ, ದಂಡಿಸೋಕಾಗ್ಲಿ ನೀನು ಯಾರು? ಇದ್ನೆಲ್ಲ ಯಾಕೆ ಯೋಚ್ನೆ ಮಾಡೋಲ್ಲ? ಯಾರ್ದೇ ದಯಾಭಿಕ್ಷೆಗಾಗಿ ಅವ್ರು ಇಲ್ಲಿಗೆ ಬಂದಿರಲಿಲ್ಲ. ಮೆಹತಾ, ರಘುನಂದನ್, ಅಂಕಲ್ ಫ್ರೆಂಡ್ಸ್. ಆತ್ಮೀಯತೆ, ಸ್ನೇಹದ ತೂಕ ಮಾಡೋಕ್ಕಾಗ್ಲಿ. ವಿಮರ್ಶಿಸೋಕಾಗ್ಲಿ ಆಗೋಲ್ಲ" ಆದಷ್ಟು ಮೃದುವಾಗಿ ಹೇಳಿದರೂ ಅವನೆದೆಗೆ ಭರ್ಜಿ ತಾಕಿದಂತಾಯಿತು. ರೋಷದಿಂದ ಕುದಿದ.

"ನಿನ್ನ ಮನಸ್ಸು ಸರಿಯಿಲ್ಲ ಪ್ರಮೋದ್. ನಡೀ ಹೋಗೋಣ. ಯಾವು ಯಾವ್ದೋ ವಿಷ್ಯಗಳ್ನ ಯಾಕೆ ಯೋಚಿಸ್ತೀಯ! ಬರೀ ತಲೆ ಕೆಡುತ್ತೆ ಅಷ್ಟೇ" ಸರಸರನೆ ನಡೆದು ಹೋದಳು.

ಸೂರ್ಯ ರಂಗಾಗಿದ್ದ. ಬಿಸಿಲಿನ ಪ್ರಖರತೆ ಹೆಚ್ಚಾಗಿತ್ತು. ಭೂಮಿಕಾ ಸರಸರನೆ ಗುಡ್ಡ ಇಳಿದಳು. ಅವಳದೆಯಲ್ಲಿ ದೊಡ್ಡ ಆಂದೋಳನ. ಯಾವ ಘಟನೆ? ಯಾವ ವಿವರ? ಅವಳ ಮಿದುಳು ಕೊತಕೊತನೆ ಕುದಿಯತೊಡಗಿತು.

ಮನೆ ತಲುಪಿದಾಗ ತೀವ್ರವಾದ ಆಯಾಸ. ಒಳಗೆ ಹೋಗಿ ಸುಮ್ಮನೆ ಮಲಗಿಬಿಟ್ಟಳು. ಚಿಂತೆ ಹೆಚ್ಚಿದಷ್ಟೂ ಆ ಘಟನೆಗೆ ರೆಕ್ಕೆ ಪುಕ್ಕಗಳು ಹುಟ್ಟಿಕೊಂಡವೇ ವಿನಃ ಯಾವುದೆಂದು ಸ್ಪಷ್ಟವಾಗಲಿಲ್ಲ.

"ತುಂಬ ಬಿಸ್ಲು. ಆಯಾಸದಿಂದ ಮಲ್ಗಿಬಿಟ್ಟಿದ್ದಾಳೆ" ರೋಹಿಣಿಯವರ ಮಾತು ಅವಳ ಕಿವಿಗೆ ಬಿತ್ತು. ಅದರ ಹಿಂದೆನೇ ಜಯಸಿಂಹ ಆತಂಕ ವ್ಯಕ್ತಪಡಿಸಿದರು. "ಬಂದ ಉದ್ದೇಶವೇ ಬೇರೆ. ಕುಣಿಯುತ್ತಿದ್ದ ಹೆಣ್ಣು ಮಂಕಾಗಿ ಬಿಟ್ಟು. ಒಂದ್ನಾಲ್ಕು ದಿನ ಮುಂಬಯಿಗಾದ್ರೂ ಹೋಗ್ಬರ್ಲೀಂದ್ರೆ ಬೇಡ ಅಂತಾಳೆ" ಕಡೆಯ ಮಾತು ಒತ್ತಿ ಹೇಳಿದಂತಿತ್ತು. ಆಮೇಲೆ ಇಬ್ಬರ ಸ್ವರತಗ್ಗಿತು. ಮಗ್ಗುಲಾಗಿ ಮಲಗಿದಳು.

ಪ್ರಮೋದ್ ಬಹಳ ಯೋಚಿಸಿದ. ಅಭಿನಂದನ್ ವಿಷ್ಯಕ್ಕೆ ಬಂದಾಗ ತೀರಾ ಸಾಮಾನ್ಯನಾಗಿ ಬಿಡುತ್ತಿದ್ದ. ಇದು ಪುರುಷರ ಹೃದಯದ ಸಹಜ ಧೋರಣೆಯೋ, ಅಥವಾ ಭೂಮಿಕಾ ತನ್ನವಳೆಂಬ ಅಹಂವೋ? ಇನ್ನು ಒಂದ್ಹೆಜ್ಜೆ ಮುಂದಕ್ಕೆ ಹೋದ. ಜಲಸಿ–ಮನ ಕೂಗಿ ಹೇಳಿತು. ತಾನು ಭಾರತಕ್ಕೆ ಬಂದು ತಪ್ಪು ಮಾಡಿದ್ದೇನೋ!

ಅಲ್ಲೇ ಉಳಿದಿದ್ದರೇ ಈ ಅಂದೋಲನ, ಅನುಮಾನ ಯಾವುದೂ ಇರುತ್ತಿರಲಿಲ್ಲ. ವಾಪಸ್ಸು ಬಂದ ಭೂಮಿಕಾಳ ಕೈ ಹಿಡಿದು ಸುಖವಾಗಿರಬಹುದಾಗಿತ್ತು!

ಮನೆಗೆ ಬರುವ ವೇಳೆಗೆ ಖಿನ್ನತೆ ಮರೆಮಾಡಿದ್ದ. ಪಂಚಾಕ್ಷರಿ ಕೂತು ಮಾತನಾಡುತ್ತಿದ್ದವ ಎದ್ದ.

"ಎಲ್ಲಿಗೆ..... ಬಂತು, ನಿನ್ನ ಮುಂಬಯಿ ಪ್ರಯಾಣ?" ಅಪರೂಪಕ್ಕೆ ತಮಾಷೆ ಮಾಡಿದ. ಜಯಸಿಂಹ ನಸುನಕ್ಕರು. "ಹೇಗೋ ಬರೋ ತಿಂಗ್ಳು ನಂದಿನಿ, ಅಭಿನಂದನ್ ಮದ್ವೆ ಮಾಡ್ತಾರಂತೆ. ಆಗ ಕರೆದೊಯ್ದರೆ ಸಾಕು. ನಾಲ್ಕು ದಿನ ಅಲ್ಲ, ನಾಲ್ಕು ತಿಂಗ್ಳು ಬೇಕಾದ್ರೆ ಇದ್ದು ಬರಲಿ" ಪ್ರಮೋದ್ ಕಣ್ಣುಗಳು ಮಿನುಗಿದವು.

"ಇಲ್ಲೂ ಅವ್ನು ಅದೃಷ್ಟವಂತ. ಮೆಹತಾ ಸ್ವತಃ ತಾನೇ ಅಳಿಯನನ್ನಾಗಿ ಮಾಡಿಕೊಳ್ಳೋಕೆ ಮುಂದೆ ಬಂದಿದ್ದಾರೆ. ಪ್ರಖ್ಯಾತ ಮೆಹತಾ ಮನೆ ಮಗ್ಳು ಮೇಘವರ್ಷಿಣಿ ಒಡತಿ!"

ಆದರೆ ಅಭಿನಂದನ್. ಭೂಮಿಕಾ ನಡುವೆ ಏನಿಲ್ಲ! ಪ್ರೀತಿ, ಪ್ರೇಮವಲ್ಲ ಜಲಸಿ ಪ್ರಭಾವ. ಮನ ಇದೊಂದು ರೀತಿಯಲ್ಲಿ ಚಿಂತಿಸಿತು. ಆದರೆ... ಆ ಘಟನೆ... ಅವನ ಮೈ ಮೇಲೆ ಬೊಬ್ಬೆಗಳು ಎದ್ದಂತಾಯಿತು. ಎದೆಯ ಬಡಿತ ಹೆಚ್ಚಿತು ಎರಡು ಪಟ್ಟು. ಸುಮ್ಮನೆ ಕೂತುಬಿಟ್ಟ.

ಎದ್ದ ಪ್ರಮೋದ್ ಅಡುಗೆಯ ಮನೆಗೆ ಬಂದ. ಪಂಚಾಕ್ಷರಿ ತನ್ನ ಕೈಯನ್ನು ತಲೆ ಕೆಳಗೆ ಕೊಟ್ಟು ಹಾಯಾಗಿ ನಿದ್ರಿಸುತ್ತಿದ್ದ. ಸಣ್ಣನೆಯ ಗೊರಕೆ ಲಯಬದ್ಧವಾಗಿತ್ತು. ನಗುತ್ತ ಹೊರಗೆ ಬಂದ.

ಒಂದೆರಡು ದಿನ ಕಳೆಯುವ ವೇಳೆಗೆ ಬಿಗುವು ಕಡಿಮೆಯಾಯಿತು. ಭೂಮಿಕಾ, ಪ್ರಮೋದ್ ಸಹಜವಾಗಿ ಮಾತಾಡುತ್ತಿದ್ದರು, ಚರ್ಚಿಸುತ್ತಿದ್ದರು. ಆದರೆ ಅಭಿನಂದನ್ ವಿಷ್ಯ ಬರದಂತೆ ಪ್ರಮೋದ್ ಎಚ್ಚರಿಕೆ ವಹಿಸುತ್ತಿದ್ದ.

ಒಂದೆರಡು ಸಲ ಫೋನ್ ಎತ್ತಿಕೊಂಡವಳು ಸುಮ್ಮನಿಟ್ಟಳು. ಬಹಳ ಪ್ರಯತ್ನಪಟ್ಟೇ ಫೋನ್ ಹಾಕಿಸಿಕೊಂಡಿದ್ದರು ಜಯಸಿಂಹ.

ಆದರೆ ಮರುದಿನ ಭೂಮಿಕಾಳ ಹೆಸರಿಗೆ ಪತ್ರ ಬಂತು. ತಿರುಗಿಸಿ ನೋಡಿದ ಜಯಸಿಂಹ, ಆಲ್ಬಂ ನೋಡುತ್ತಿದ್ದ ಅವಳ ಕೈಗೆ ಕೊಟ್ಟರು.

"ಅಭಿನಂದನ್...ಪತ್ರ..." ಅತ್ತಿತ್ತ ತಿರುಗಿಸಿ ನೋಡಿ ಭೂಮಿಕಾ ಆಲ್ಬಂನಲ್ಲಿ ಹಾಕಿ ಅಲ್ಲೇ ಇಟ್ಟು ಎದ್ದುಹೋದಳು. ಓದುವ ಸ್ಥಿತಿಯಲ್ಲಿರಲಿಲ್ಲ ಅವಳ ಮನಸ್ಸು. ಒಂದು ಹತೋಟಿಗೆ ಬರಲು ಕೆಲವು ದಿನಗಳಾದರೂ ಬೇಕಿದ್ದವು.

ಒಂದು ಇಂಗ್ಲಿಷ್ ಕಾದಂಬರಿ ಹಿಡಿದು ಕೂತಿದ್ದ ಪ್ರಮೋದ್ ಯೋಚಿಸಿದ. ಭೂಮಿಕಾ ಏಕೆ ಓದಲಿಲ್ಲ? ಆ ಒಂದು ಪ್ರಶ್ನೆಗೆ ಹತ್ತಾರು ಉತ್ತರಗಳು ಬರೀ ತಲೆ ಸಿಡಿಯುವಂಥದ್ದೆ!

ಅಂದಿನ ಸಂಜೆ ತಿರುಗಾಡಲು ಹೋದಾಗ ಪ್ರಶ್ನಿಸಿದ.

"ಅಭಿನಂದನ್ ಏನು ಬರೆದಿದ್ದಾನೆ?" ಮಾತು ಕೇಳಿ ನಿಡುಸುಯ್ದಳು. "ನಾನಿನ್ನೂ ಓದ್ಲೇ ಇಲ್ಲ. ಎಲ್ಲ ಮಾಮೂಲಿನೇ ಇರುತ್ತೆ!" ಇದು ಹಾರಿಕೆಯ ಉತ್ತರವೆನಿಸಿತು. ಸಂದಿಗ್ಧಕ್ಕೊಳಗಾದ.

"ಯಾಕೆ ಓದಲಿಲ್ಲ?" ಅವನ ಪ್ರಶ್ನೆಗೆ ಅವಳ ಮುಖ ಕೆಂಪಾಯಿತು. "ಓದಲಿಲ್ಲಾಂದ್ರೆ ಮುಗೀತು. ಯಾಕೆ ಓದಲಿಲ್ಲಾಂತ ಕೇಳಿದ್ರೆ.... ಏನ್ಹೇಳೋದು? ಓದಿದರಾಯ್ತು." ಉಪೇಕ್ಷೆ, ಔದಾಸೀನ್ಯವಿರಲಿಲ್ಲ ಅವಳ ಸ್ವರದಲ್ಲಿ.

"ನಾನು ನಂಬೋಲ್ಲ" ಗಡುಸಾಗಿತ್ತು ಅವನ ಸ್ವರ.

"ಯಾಕೆ ನಂಬೋಲ್ಲ? ಅಂಥ ಕ್ಲಿಷ್ಟವೇನಿದೆ? ಸತ್ಯನ ನಂಬೋಲ್ಲ ಅಂದ್ರೆ ಏನರ್ಥ?" ಅವನ ದನಿಯಲ್ಲಿ ಶೀತಲತೆ ಹರಿದಾಡಿತು. ಮತ್ತಷ್ಟು ಕಲ್ಲಾದ.

"ಯಾವುದೇ ಪತ್ರ ಬಂದ್ರೂ ಕ್ಯೂರಿಯಾಸಿಟಿ ನಮ್ಮನ್ನ ಕೊಲ್ಲುತ್ತೆ. ತೆರೆದು ಓದಲೇಬೇಕೆಂಬ ಒತ್ತಡ. ಅಂಥದ್ದರಲ್ಲಿ ಅಭಿನಂದನ್ ಪತ್ರ ಯಾಕೆ ಓದ್ಲಿಲ್ಲ?" ವಾದಕ್ಕೆ ನಿಂತಂತೆ ಕಂಡ.

"ಅದು ತೀರಾ ಪರ್ಸನಲ್. ಡ್ರಾಪ್ ದಿ ಮ್ಯಾಟರ್" ಬೇಸರದಿಂದ ಹೇಳಿದಳು.

ಪ್ರಮೋದನ ಚಿಂತನೆಗಳು ಅಡ್ಡದಾರಿ ಹಿಡಿಯತೊಡಗಿದವು. ಅದಕ್ಕೊಂದು ನಿರ್ದಿಷ್ಟ ರೂಪು ಕೊಡಲು ಹೆಣಗಾಡುತ್ತಿದ್ದರೂ ಒಪ್ಪಲು ಮಾತ್ರ ಹಿಂಜರಿಯುತ್ತಿದ್ದ.

"ನೋ... ನೋ. ಈ ವಿಷ್ಯ ಇಲ್ಲಿಗೆ ಸಾಯಬೇಕು" ಮನದಲ್ಲಿ ಲೆಕ್ಕಾಚಾರ ಹಾಕುತ್ತಿದ್ದ. ಬರೀ ಅವನ ತಲೆ ಬಿಸಿಯಾಗುತ್ತಿತ್ತು. ಅಂದಿನ ಘಟನೆ ಭೂತವಾಗಿ ಅವನ ಮುಂದೆ ಕುಣಿಯುತ್ತಿತ್ತು. ಭೂಮಿಕಾ ತನ್ನಿಂದ ಮುಚ್ಚಿಡುತ್ತಿದ್ದಾಳೆ – ಮನ ಆಪಾದಿಸಿದರೂ ಅವಳ ಶೀತಲ ಪ್ರಾಮಾಣಿಕ ಕಣ್ಣುಗಳನ್ನು ನೋಡುತ್ತ ಈ ಮಾತು ಹೇಳಲಾರ.

ಅಡ್ಡಾಡಿ ಹಿಂದಿರುಗಿದಾಗ ಸಮೀಪದ ಎಸ್ಟೇಟ್‌ನ ಓನರ್‌ರೊಂದಿಗೆ ಸಂಭಾಷಿಸುತ್ತಿದ್ದ ಜಯಸಿಂಹ ಬಹಳ ಉತ್ಸಾಹಿತರಾಗಿದ್ದರು. ಅವರು ಹೋದಕೂಡಲೇ ಹೇಳಿದರು.

"ಒಂದು ಪುಟ್ಟ ಸುಂದರ ಎಸ್ಟೇಟ್ ಮಾಡ್ಬೇಕೆಂಬ ಹಂಬಲ ಇತ್ತು. ಈ ವಯಸ್ಸಿನಲ್ಲಿ ಅಂಥ ಶ್ರಮ ತುಂಬಾ ಕಠಿಣ ಅನ್ನಿಸುತ್ತೆ, ಆದರೆ ಈಗ ಮಾರಾಟಕ್ಕೆ ಒಂದು ಸಣ್ಣ ಎಸ್ಟೇಟ್ ಸಿಕ್ಕಿದೆ. ಆದರೆ ಪ್ರಮೋದ್ ಒಪ್ಗೆ..... ಬೇಕು."

ಪ್ರಮೋದ್ ತಲೆ ಕೆಳಗೆ ಹಾಕಿ ಬೇರೆಡೆ ನೋಟ ಹರಿಸಿದ.

"ಸಾರಿ ಪಪ್ಪ, ನಂಗೆ ಅಂಥ ಆಸಕ್ತಿ ಇಲ್ಲ. ಇಲ್ಲಿನ ಬದ್ಕು ಕೂಡ ಬೋರ್! ಸದಾ ಗಿಡ, ಮರ, ಬಳ್ಳಿಗಳನ್ನು ನೋಡ್ತಾ ಕೂಡೋಕೆ ತುಂಬಾ ಪೇಷನ್ಸ್ ಬೇಕು. ಸದ್ಯಕ್ಕಂತೂ ನನ್ನಿಂದ ಆಗದ ಕೆಲ್ಸ" ಪ್ರಾಮಾಣಿಕವಾಗಿ ವಿಷಯವನ್ನು ಅವರ ಮುಂದೆ ತೆರೆದಿಟ್ಟ.

"ಹೋಗ್ಲಿಬಿಡು. ಅದ್ಕೆ ತಲೆ ಕೆಡ್ಸಿಕೊಳ್ಳುವ ಅಗತ್ಯವೇ ಇಲ್ಲ. ನಾನು ಕೂಡ ನಿನ್ನ ವಯಸ್ಸಿನಲ್ಲಿ ಇದೇ ಮಾತು ಹೇಳ್ತಾ ಇದ್ನೇನೋ!" ಭಾರವಾಯಿತು ಅವರ ದನಿ.

ರಾತ್ರಿ ಊಟಕ್ಕೆ ಕೂರುವ ಮುನ್ನ ಮೊದಲು ಪತ್ರದ ವಿಚಾರ ಎತ್ತಿದವನು ಪಂಚಾಕ್ಷರಿ.

"ಮುಂಬಯಿಂದ ಪತ್ರ ಬಂದಿದೆಯಂತಲ್ಲ!" ಎಂದಾಗ, ಎದ್ದು ಹೋಗಿ ಅಲ್ಬಂನಲ್ಲಿಟ್ಟಿದ್ದುದನ್ನು ಹೊರಗೆ ತಂದಳು. "ಇನ್ನೂ ಓದೇ ಇಲ್ಲ....." ಎಂದಾಗ ಜಯಸಿಂಹ ಅವರ ಕಣ್ಣುಗಳಲ್ಲಿ ಆಶ್ಚರ್ಯ ಮೂಡಿತು.

ವಾರೆಗಣ್ಣಿನಿಂದ ಕವರ್ ಕಡೆ ನೋಡಿದ ಪ್ರಮೋದ್. ಇನ್ನು ಒಡೆದಿರಲಿಲ್ಲ. ಆದರೂ ಅವನ ಮನ ಸಂದೇಹಿಸಿತು. ಒಳಗಿದ್ದ ಪಂಚಾಕ್ಷರಿ ಬಂದು ಭೂಮಿಕಾ ಮುಂದೆ ನಿಂತ.

ಒಂದೂವರೆ ಪುಟದ ದೀರ್ಘಪತ್ರ. ಓರೆಕೋರೆಯ ಅಕ್ಷರಗಳು ಅವನ ಸಂಕೋಚ, ಕೃತಜ್ಞತೆಯನ್ನು ತುಂಬಿಸಿದ್ದವು. ಒಂದೆರಡು ಘಟನೆಗಳನ್ನು ನೆನೆಸಿಕೊಂಡಿದ್ದ. ಮುಂಬಯಿ ಆಹ್ವಾನದ ಜೊತೆ ಎಲ್ಲರಿಗೂ ಕೃತಜ್ಞತೆ ತಿಳಿಸಿದ್ದ. ಪಂಚಾಕ್ಷರಿಯ ಹೆಸರು ಇಡೀ ಪತ್ರದಲ್ಲಿ ಮೂರು ಬಾರಿ ಇತ್ತು. ಮಡಚಿ ಕವರ್‌ಗೆ ಹಾಕಿಟ್ಟಳು.

"ಒಂದೆರಡು ದಿನ ಮೆಹತಾ ದೆಹಲಿಗೆ ಕರ್ಕೊಂಡ್ಹೋಗಿದ್ರಂತೆ. ನಂದಿನಿ ಮದ್ವೆಗೆ ಬರಲೇಬೇಕೆಂಬ ಒತ್ತಾಯ. ನಿಮಗೆಲ್ಲ ಕೃತಜ್ಞತೆ ತಿಳಿಸಿದ್ದಾರೆ. ಪಂಚಾಕ್ಷರಿ ಮೂರು ಸಲ ನಿನ್ನನ್ನು ಕೇಳಿದ್ದಾರೆ." ಕವರ್ ಅವಳ ಕೈಯಲ್ಲೇ ಇತ್ತು.

"ಬರೀ ತಂಗಿ ಮದ್ವೆ ವಿಷ್ಯ ಮಾತ್ರ ಬರ್ದಿದ್ದಾನಾ? ಎರಡು ಮದ್ವೆ ಒಟ್ಟಿಗೆ ಅಂದ್ರು ಮೆಹತಾ. ಇನ್ನು ಕೆಲವು ದಿನವಾದ್ರೂ ಅವ್ನ ಪೂರ್ತಿ ಆಕರ್ಷಣೆಯನ್ನು ಹಿಡಿದಿಡಬಲ್ಲಂಥ ಹೆಣ್ಣಿನ ಅಗತ್ಯವಿದೆ. ಮೆಹತಾ ಯೋಚ್ನೆ ಯಾವಾಗ್ಲೂ ಆಳವಾದದ್ದು ಮಾತ್ರವಲ್ಲ ತುಂಬ ಉಪಯುಕ್ತ" ಎನ್ನುವ ಜಯಸಿಂಹ ಪೂರ್ತಿ ಹಿಂದಕ್ಕೆ ಒರಗಿದರು.

ಪಂಚಾಕ್ಷರಿಗೆ ತನ್ನ ವಿಷಯ ಮತ್ತೇನೂ ಬರೆಯಲಿಲ್ಲವಲ್ಲ ಎನ್ನುವ ಕೊರಗು. ಆದರೆ ತೀವ್ರ ಅಸಮಾಧಾನ ರೋಹಿಣಿಯವರಿಗೆ.

"ಎಂಥ ಉಪಯುಕ್ತವೋ, ಅಲ್ಲಿ ಪುನಃ ಅದೇ ಸ್ನೇಹಿತರು, ಕೈಯಲ್ಲಿ ಹಣ, ಮತ್ತೆ ರೂಢಿಯಾಗುತ್ತೆ. ಕುಡಿತದ ದಾರಿಯಲ್ಲಿ ಹೋದ ವ್ಯಕ್ತಿ ಹಿಂದಕ್ಕೆ ಬರೋದು ಕಷ್ಟ. ನಮ್ಮಗಳ ಭ್ರಾಂತಿ ನಾಲ್ಕು ದಿನ."

ಕೈಯಿಂದ ಬಲವಾಗಿ ತಲೆಯೊತ್ತಿದ್ದಳು ಭೂಮಿಕಾ. ಪದೇ ಪದೇ ಇದೇ ಮಾತುಗಳು! ಥಟ್ಟನೆ ಎದ್ದು ಹೋದಳು.

"ಯಾಕೆ ಅಂಥ ಮಾತುಗಳು! ಆ ಹುಡ್ಗಿ ಎಷ್ಟೋ ನಂಬ್ಕೆ ಇಟ್ಕೊಂಡಿದ್ದಾಳೆ. ವಿಷ್ಯ ಹೇಗಾದ್ರಾಗ್ಲಿ, ಪದೇ ಪದೇ ಆ ಮಾತುಗಳನ್ನು ಆಡೋದ್ಬೇಡ." ಎದ್ದು ಹೋದರು ಜಯಸಿಂಹ.

ಕತ್ತಲಲ್ಲಿ ಮೌನವಾಗಿ ಕೂತಳು ಭೂಮಿಕಾ. ಪತ್ರದ ತುಂಬ ಕೃತಜ್ಞತೆಯ ಮಾತುಗಳೇ ಇತ್ತು. ತನಗೆ ಅದರ ಅಗತ್ಯವಿದೆಯೇ? ಪತ್ರವನ್ನು ಅವಳ ಕೈ ಬೆರಳುಗಳು ನಿಧಾನವಾಗಿ ಸವರಿ ನೋಡಿತು.

"ಗಾಡ್ ಬ್ಲೆಸ್ಸ್‌ಯೂ ಅಭಿನಂದನ್. ನೀನೆಂದೂ ಮತ್ತೆ ಕುಡುಕನಾಗ್ಬಾರ್ದು. ಬದ್ಕು ಸುಂದರ, ವೈವಿಧ್ಯಮಯ, ಬೆಸ್ಟ್ ಆಫ್ ಲಕ್" ಹಾರೈಸಿತು ಅವಳ ಮನ ಒಳಗೊಳಗೆ, ಕವರ್‌ಅನ್ನು ದಿಂಬಿನ ಕೆಳಗಿಟ್ಟು ಮಲಗಿಬಿಟ್ಟಳು.

"ಭೂಮಿಕಾ, ಊಟಕ್ಕೆ ಬಾ" ದೀಪ ಹತ್ತಿಕೊಂಡಾಗ ಮತ್ತಷ್ಟು ಬಿಗಿಯಾಗಿ ಕಣ್ಣುಗಳನ್ನು ಮುಚ್ಚಿಕೊಂಡಳು. ಕಣ್ಣುಗಳಿಗೆ ಅಡ್ಡವಾಗಿ ಹಣೆಯ ಮೇಲಿಟ್ಟ ಕೈಯನ್ನು ತೆಗೆಯಲಿಲ್ಲ. "ಹಸಿವಿಲ್ಲ ಆಂಟೀ, ಆಮೇಲೆ ಒಂದ್ಲೋಟ ಹಾಲು ಕುಡೀತೀನಿ."

"ಇಂಥ ಸೆಂಟಿಮೆಂಟಲ್ ಹುಡ್ಗಿ ಅಂದ್ಕೊಂಡಿರಲಿಲ್ಲ." ಸ್ವಲ್ಪ ಖಾರವಾಗಿಯೇ ರೋಹಿಣಿ ಅಂದಾಗ, ಥಟ್ಟನೆ ಎದ್ದು ಕೂತಳು. ರೋಹಿಣಿ ಕೂಡ ಮಂಚದ ಬದಿಯಲ್ಲೇ ಕೂತರು.

"ನಾನು ಮೆಚ್ಕೋತಾ ಇದ್ದಿದ್ದು ನಿನ್ನ ದೃಢತೆ, ಗಟ್ಸ್‌ನ. ಈಗೀಗ ತುಂಬಾ ಬದಲಾಗಿದ್ದೀಯ! ಬಂದ ಉದ್ದೇಶವೇನು?"

ತೀರಾ ಗೊಡೆಗೊರಗಿದಳು ಭೂಮಿಕಾ. ಈಗಿನ ಇವರುಗಳ ಮನಃಸ್ಥಿತಿ ಏನು ಮಾತಾಡಿದರೂ ಅಪಾರ್ಥವೇ! ತುಟಿ ಬಿಗಿದು ಕೂತಳು.

"ಇಲ್ಲಿ ನಾವೇ ತಪ್ಪು ಮಾಡಿದೆವೇನೋ!" ಮತ್ತೊಂದು ಮಾತು ರೋಹಿಣಿ ಆಡಿದಾಗ ಸುಮ್ಮನಿರುವುದು ಅವಳಿಂದ ಸಾಧ್ಯವಾಗಲಿಲ್ಲ. "ತಪ್ಪು ಒಪ್ಪಿನ ಪ್ರಶ್ನೆನೇ ಬರೋಲ್ಲ, ಆಂಟೀ. ಪಪ್ಪ, ಮಮ್ಮಿ ನೆನಪಾದ್ರೆ ನನ್ನ ವಯಸ್ಸನ್ನೇ ಮರ್ತು ಅತ್ತು ಬಿಡೋಣಾಂತ ಅನ್ನಿಸುತ್ತೆ. ಪಪ್ಪ ಬರೋ ಯೋಚ್ನೆ ಇದೇಂತ ಬರ್ದಿದ್ರಲ್ಲ, ಅದಕ್ಕಾಗಿ ಕಾಯ್ತಾ ಇದ್ದೀನಿ. ಅವ್ರ ಜೊತೇನೇ ಮಗುವಿನಂತೆ ಸುತ್ತಾಡಬೇಕು. ಬಂಧು, ಬಳಗ, ಹುಟ್ಟಿ ಬೆಳೆದ ಪರಿಸರ ಅವ್ರುಗಳ ಬಾಯಿಂದಲೇ ಹಿಂದಿನ ಅನುಭವ ಎಲ್ಲಾ ಕೇಳುವ, ಅದೆಲ್ಲ ಚೇತೋಹಾರಿ. ರೋಹಿಣಿಯವರಿಗೆ ಮುಖದ ಮೇಲೆ ಹೊಡೆಸಿಕೊಂಡಂತಾಯಿತು.

ಬಹಳ ಅಕ್ಕರೆಯಿಂದ ಅವಳನ್ನ ಕರೆಸಿಕೊಳ್ಳೋಕೆ ಪತ್ರ ಬರೆದಿದ್ದರು. ಈಗ ಆಗಿದ್ದು ಏನು? ಎಲ್ಲೋ ಒಂದು ತಂತು ಸವೆದುಹೋಗುತ್ತಿರುವ ಅನುಭವವಾಯಿತು.

"ತಪ್ಪಾಗುತ್ತೆ ಭೂಮಿಕಾ! ನಾವು ಏನೂ ಅಲ್ಲವಾಗಿ ಹೋಗ್ತೀವಿ!" ಮುಖ ಕಹಿ ಮಾಡಿ ಹೇಳಿದರು. ಭೂಮಿಕಾ ಅವರ ಎರಡು ಕೈಗಳನ್ನೂ ಹಿಡಿದುಕೊಂಡಳು. "ಆಂಟೀ, ನೀವು ಮಿಸ್ಟೇಕ್ ಮಾಡ್ಕೋತಾ ಇದ್ದೀರಿ. ನಾನು ಅಭಿನಂದನ್ ಕೆಲ್ಸ ಹಚ್ಕೊಂಡಾಗ್ಲೇ ಎಲ್ಲಾ ದೀರ್ಘವಾಗಿ ಪತ್ರ ಬರೆದಿದ್ದು. ಅವ್ರು ಬಹಳ ಖುಷಿಯಿಂದ್ಲೇ ಶಹಬ್ಬಾಸ್ ಗಿರಿ ಕೊಟ್ಟಿದ್ರು. ಈಗಂತೂ ಮಗ್ಳುನ ಒಂದೂವರೆ ಪುಟದಷ್ಟು ಹೊಗಳಿ ಬರೆಯೋದು ಮಾತ್ರವಲ್ಲ. ಅಭಿನಂದನ್ ನೋಡ್ಬೇಕೂಂತ ಬರ್ದಿದ್ದಾರೆ."

"ಮಮ್ಮಿ....." ಪ್ರಮೋದ್ ಕೂಗಿಗೆ ರೋಹಿಣಿ ಎದ್ದು ಹೋದಾಗ ಹಿಂಬಾಲಿಸಿದಳು ಭೂಮಿಕಾ. "ಪಂಚಾಕ್ಷರಿ, ನಂಗೂ ಬಡ್ಸು" ತಟ್ಟೆಯ ಮುಂದೆ ಕೂತರು. ಜಯಸಿಂಹ ನಸುನಕ್ಕರು ಅಷ್ಟೇ.

"ಥ್ಯಾಂಕ್ಸ್....." ಎಂದ ಬಿಗುವಾಗಿ ಪ್ರಮೋದ್.

"ಯಾಕೆ? ಊಟ ಮಾಡೋಕಾ?" ಅವಳ ಪ್ರಶ್ನೆಗೆ ಪ್ರಮೋದ್ ಉತ್ತರಿಸದೆ ಜಗ್‌ನಲ್ಲಿದ್ದ ನೀರನ್ನ ಅವಳ ಮುಂದಿದ್ದ ಲೋಟಕ್ಕೆ ಬಗ್ಗಿಸಿದ. ಥಟ್ಟನೆ ನೋಟವೆತ್ತಿ ಇರಿದ. "ಸತ್ಯನ ಒಪ್ಕೊಂಡಿದ್ದಕ್ಕೆ...." ಅವಳ ಕಣ್ಣು ರೆಪ್ಪೆಗಳು ಪಟಪಟನೆ ಬಡಿದುಕೊಂಡವು. ಜಯಸಿಂಹ ನಕ್ಕರು.

"ನಿಂಗೆ ಹೊಟ್ಟೆ ಹಸಿವಿರೋ ಸತ್ಯ ಒಪ್ಕೊಂಡಿದ್ದಕ್ಕೆ" ಜಯಸಿಂಹರ ಮಾತಿಗೆ ನಕ್ಕಳು. "ಈಗ ಸತ್ಯಕ್ಕಿಂತ ಬೇರೆಯವ್ರ ಬಗ್ಗೆ ಯೋಚ್ಸೋದು ಮುಖ್ಯವಾಗಿತ್ತು." ಅರ್ಥಗರ್ಭಿತವಾಗಿ ಹೇಳಿದಳು.

ಪಂಚಾಕ್ಷರಿ ಛಾರ್ಜ್ ವಹಿಸಿಕೊಂಡು ತಮ್ಮನನ್ನು ಕಳುಹಿಸಿಕೊಟ್ಟು ಬಿಟ್ಟಿದ್ದ. ಮಾವಿನ ಕಾಯಿನ ಮಿಡಿ ಎರಡು ಅವಳ ತಟ್ಟೆಯಂಚಿಗೆ ಬಡಿಸಿ ಪ್ರಮೋದ್‌ಗೆ ಮಾತ್ರ ಒಂದು ಹಾಕಿದ.

"ಯಾಕೆ ಈ ಪಾರ್ಷಿಯಾಲಿಟಿ?" ನಸು ಕೋಪ ಪ್ರಕಟಿಸಿದ. ಅಡುಗೆ ಮನೆಯತ್ತ ಹೋಗಿದ್ದವನು ಹಿಂದಕ್ಕೆ ಬಂದ ಪಂಚಾಕ್ಷರಿ. "ನಿಮ್ಗೆ ಈಗ್ಲೇ ಕೋಪ ಜಾಸ್ತಿ! ಎರಡೆರಡು ಮಿಡಿ ತಿಂದ್ರೆ ಹುಲಿಯಾಗಿಬಿಡ್ತೀರಿ!" ರೇಗಿಸಿದಾಗ ಕೈಯೆತ್ತಿದ. ಎಲ್ಲರೂ ಒಟ್ಟಿಗೆ ನಕ್ಕರು. ಒಂದು ಸಂಭ್ರಮದ ವಾತಾವರಣವೇ ಸೃಷ್ಟಿಯಾಯಿತು.

ಅಂದು ಅಪರೂಪಕ್ಕೆ ಸೂಟ್‌ಕೇಸ್ ಅಡಿಯಲ್ಲಿದ್ದ ಕ್ಯಾಮೆರಾ ಹೊರ ಬಂದಿತ್ತು. ಪ್ರಮೋದ್ ಖುಷಿಯಿಂದ ಸಿಳ್ಳೆಹಾಕಿದ.

"ಹಿಂದಿನ ಭೂಮಿಕಾ ಕಳೇನೆ ಮತ್ತೆ....." ಪ್ಯಾಂಟ್ ಜೇಬುಗಳಲ್ಲಿ ಎರಡೂ ಕೈ ತೂರಿಸಿ ಹೇಳಿದ, ಮೆಲ್ಲಗೆ ನೋಟವೆತ್ತಿ ನಸುನಕ್ಕಳು. ಮುಖದ ಮೇಲೆ ಹೊಡೆದಂತೆ ಪ್ರಶ್ನಿಸಬೇಕೆಂದುಕೊಂಡರೂ ಬೇಡವೆಂದು ಸುಮ್ಮನಾದಳು.

ಟೇಬಲ್ ಸ್ಟ್ಯಾಂಡ್‌ನ ಫ್ರೇಮ್‌ನಲ್ಲಿ ಕೂತ ಅಭಿನಂದನ್ ಭಾವಚಿತ್ರ ಕೈಗೆತ್ತಿಕೊಂಡ. ಹಚ್ಚ ಹಸುರಿನ ಹಿನ್ನಲೆಯಲ್ಲಿ ಸಿಂಹದಂತೆ ಕಂಡ.

"ಇದು ಯಾಕೆ ಇಲ್ಲಿದೆ?" ನವಿರಾಗಿ ಮಂಚದ ಮೇಲೆಸೆದ, ಉದಾಸೀನ ತೋರಿ. ಸೆಟೆದು ಕೂತು ಅವಳ ಕೈಯಲ್ಲಿನ ಕ್ಯಾಮೆರಾ ತೆಪ್ಪಗೆ ಡ್ರಾಯರ್ ಸೇರಿಸಿದಳು.

"ಮತ್ತೆ ಎಲ್ಲಿರುತ್ತೆ? ಅದು ನಾನು ತೆಗ್ದ ಚಿತ್ರ. ಬೇಕಾದ್ರೆ ಆಲ್ಬಂನಲ್ಲಿ ಸಾಕಷ್ಟು ಇದೆ. ನಿನ್ನ ಕೋಣೆಯಲ್ಲಿ ಫ್ರೇಮ್ ಹಾಕ್ಸಿಕೊಂಡು ಇಟ್ಕೋ" ಶಾಂತವಾಗಿಯೇ ಹೇಳಿದಳು. ಅವನ ಮೈ ಮೇಲೆ ಬೊಬ್ಬೆಗಳು ಎದ್ದಂತಾಯಿತು.

"ನೀನು ದೊಡ್ಡ ತಪ್ಪು ಮಾಡ್ತಾ ಇದ್ದೀಯಾ! ಇದು ನಿನ್ನ ಭವಿಷ್ಯಕ್ಕೆ ಒಳ್ಳೇದಲ್ಲ!" ಖಾರವಾಗಿ ನುಡಿದ. ಸುತ್ತಿಗೆಯಿಂದ ಅವಳ ತಲೆಯ ಮೇಲೆ ಬಡಿದಂತಾಯಿತು.

ಪ್ರಮೋದ್‌ಗೆ ಏನಾಗಿದೆ? ಹತ್ತಾರು ಬಾರಿ ಹಾಕಿಕೊಂಡ ಪ್ರಶ್ನೆ. ಒಮ್ಮೆಯೂ ಸರಿಯಾದ ಉತ್ತರ ಸಿಕ್ಕಿರಲಿಲ್ಲ.

"ನಂಗೆ ಈ ತರಹ ಮಾತಾಡೋದು ಇಷ್ಟವಿಲ್ಲ. ಒಗಟಿನಂತೆ ಮಾತಾಡೋದು ಮೊದ್ಲು ಬಿಡು. ಒಬ್ಬ ಕಲಾವಿದನಿಗೆ ತಾನು ಬರೆದ ಚಿತ್ರಗಳ ಮೇಲೆ ಎಷ್ಟು ಅಭಿಮಾನ ಇರುತ್ತೋ, ಅಷ್ಟೇ ಅಭಿಮಾನ ಒಬ್ಬ ಛಾಯಾಗ್ರಾಹಕನಿಗೂ ಇರುತ್ತೆ. ಇದೆಲ್ಲ ನಿಂಗೆ ಅರ್ಥವಾಗದು" ಘಟ್ಟಿಸಿ ಹೇಳಿದಳು. ಅವನು ತೆಪ್ಪಗಾಗುವುದು ಅವಳಿಗೆ ಬೇಕಾಗಿತ್ತು. ಈ ರೀತಿಯ ಕಿರಿಕಿರಿ ಅಸಾಧ್ಯ ನೋವು ತರುತ್ತದೆ.

'ಹೃದಯದಲ್ಲಿ ಮೂಡಿದ ಸುಂದರ ಕಾವ್ಯ ಅಪರೂಪ. ಒಂದು ಸೌಂದರ್ಯ ಕಲಾಕೃತಿಯು ಸದಾಕಾಲಕ್ಕೂ ಬದುಕಿನುದ್ದಕ್ಕೂ ಆಹ್ಲಾದಕರ' ಕೀಟ್ಸ್ ಮಾತು. ಅವಳೆದೆಯಲ್ಲಿ ಅಚ್ಚೊತ್ತಿದ್ದು ಅಂತಹುದೇ, ಬದುಕಿನುದ್ದಕ್ಕೂ ಆಹ್ಲಾದಕರ.

ಮಂಚದ ಮೇಲೆ ಬಿದ್ದಿದ್ದ ಅಭಿನಂದನ್ ಫ್ರೇಮ್‌ನ ಎತ್ತಿ ಮೊದಲಿನ ಸ್ಥಾನದಲ್ಲಿ ಇಟ್ಟಳು.

"ಸದ್ಯಕ್ಕೆ ಪ್ರಮೋದ್ ನಿನ್ನ ಭವಿಷ್ಯದ ಬಗ್ಗೆ ಮಾತ್ರ ನೀನು ಚಿಂತಿಸು!" ಚಾಟಿಯಿಂದ ಬೀಸಿದಂತಿತ್ತು ಅವಳ ಮಾತು. ಒಂದು ಕ್ಷಣ ನಿಂತ ನೆಲವೇ ಬಿರುಕು ಬಿಟ್ಟಂತೆ ಆಯಿತು ಪ್ರಮೋದ್‌ಗೆ.

ಹೊರಗೆ ಬಂದವನು ತಾಯ್ತಂದೆಯರ ಮೇಲೆ ಹಾರಾಡಿದ.

"ಈ ವಾನಪ್ರಸ್ಥಾಶ್ರಮದ ಬದ್ಕು ನಿಮ್ಗೆ ಚೆನ್ನವಿರಬಹುದು! ನಿಮ್ಮ ಸ್ನೇಹ, ಕರುಣೆ, ಒಳ್ಳೆಯತನಕ್ಕೆ ಬೇರೆಯವ್ರನ್ನ ಬಲಿ ಕೊಡೋಕೆ ನಿಮ್ಗೆ ಹಕ್ಕಿಲ್ಲ! ಛೇ, ನಿಮ್ಮ ಯೋಚನಾ ಶಕ್ತಿ, ವಿವೇಕಕ್ಕೆ ಏನಾಗಿದೆ?"

ಸ್ವಲ್ಪ ನಿಧಾನವಾಗಿಯೇ ಜಯಸಿಂಹ ಅವರಿಗೆ ಅರ್ಥವಾಗಿದ್ದು. ಆದರೆ ಮಗನಿಂದ ನೇರವಾಗಿ ಇಂಥ ಪ್ರತಿಭಟನೆ ಬರಬಹುದೆಂಬ ಕಲ್ಪನೆ ಅವರಿಗಿರಲಿಲ್ಲ. ಒಂದು ರೀತಿಯ ಹುಚ್ಚುತನವೆನಿಸಿತು.

"ಏನಾಗಿದೆ?" ತಣ್ಣನೆಯ ಸ್ವರದಲ್ಲಿ ಕೇಳಿದರು ಜಯಸಿಂಹ.

"ಈ ಪ್ರಶ್ನೆ ಕೇಳುವ ಅಗತ್ಯವಿಲ್ಲ!" ಒರಟಾಗಿತ್ತು ಅವನ ಜವಾಬು. ಜಯಸಿಂಹ ಮೂಗಿನ ಮೇಲಿದ್ದ ಕನ್ನಡಕ ತೆಗೆದು ಪಕ್ಕಕ್ಕಿಟ್ಟರು. ಎದೆಯಲ್ಲಿ ದೊಡ್ಡ ಬಂಡೆ ಹೇರಿಕೊಂಡಂಥ ನೋವಿನ ಅನುಭವ.

"ನಂಗೆ ಆಶ್ಚರ್ಯವಾಗುತ್ತೆ ನಿನ್ನ ಮನಃಸ್ಥಿತಿ ನೋಡಿ. ತೀರಾ ಸಾಮಾನ್ಯವಾಗಿ ಯೋಚ್ಸೋ ಮಟ್ಟಕ್ಕೆ ಹೋದೆ. ಸ್ವಲ್ಪ ಪ್ರಬುದ್ಧನಂತೆ ವರ್ತಿಸು. ಇದ್ರಿಂದ ನೀನು ಮಾತ್ರವಲ್ಲ, ಬೇರೆಯವ್ರೂ ನೆಮ್ದಿಯಾಗಿರ್ತಾರೆ."

ಅವನ ಕಣ್ಣುಗಳು ಕಿಡಿಗಳನ್ನೇ ಕಾರಿದವು. 'ಪ್ರೇಮ, ಪ್ರೀತಿ ವಿಷ್ಯ ಬಂದಾಗ ಎಲ್ಲಾ ಒಂದೇ!' ಕೂಗಿ ಹೇಳಬೇಕೆಂದುಕೊಂಡರೂ ಅವನ ನಾಲಿಗೆ ಹೊರಳಲಿಲ್ಲ.

ರೋಹಿಣಿ ಬಂದು ಸಮಾಧಾನಿಸಿದರು. ಭೂಮಿಕಾ ಕಣ್ಣ ಮುಂದೆ ಅವನ ವ್ಯಕ್ತಿತ್ವ ಕುಬ್ಜವಾಗುವುದು ಅವರಿಗಿಷ್ಟವಿಲ್ಲ.

ಹೃದಯದ ತುಮುಲ ಮೆಟ್ಟಿ ಮೇರು ಪರ್ವತದಂತೆ ನಿಲ್ಲಬಲ್ಲಳು. ಆದರೆ ಮಿದುಳಿಗಾಗುತ್ತಿದ್ದ ಚಿತ್ರಹಿಂಸೆ ತಡೆಯಲು ಅಸಾಧ್ಯವಾಗಿತ್ತು. ಕಣ್ಮುಚ್ಚಿ ತೆರೆದಳು. ಫ್ರೇಮ್‌ನಲ್ಲಿ ಅಭಿನಂದನ್ ನಕ್ಕ.

'ಈ ನಗು, ಮೋಡಿ ಎಲ್ಲಾ ಲಕ್ಷ್ಮಿ ಮೆಹತಾಗೆ ಮೀಸಲಾಗಿಡು' ಮನದಲ್ಲೇ ತಾಕೀತು ಮಾಡಿದಳು.

ಈಗ ಅಭಿನಂದನ್ ಬಗ್ಗೆ ಅವಳು ನಿಶ್ಚಿಂತಳಾಗಿದ್ದಳು. ಸುಂದರ ನೆನಪು, ಕನಸುಗಳು ಭಾವುಕ ಪ್ರಪಂಚದಲ್ಲಿ ವಿಹರಿಸಲು ಬಹಳ ಅಗತ್ಯ ಇದ್ದದ್ದರಿಂದ ಬೇರೆಯವರಿಗಾಗಲಿ, ತನ್ನವರಿಗಾಗಲಿ ಯಾವುದೇ ಹಿಂಸೆ ಇಲ್ಲ.

ಸಂಜೆ ಅವರು ಮೂವರು ಹೊರಗಡೆ ತಿರುಗಾಡಲು ಹೋದಾಗ ಭೂಮಿಕಾ ಮನೆಯಲ್ಲೇ ಇದ್ದಳು. ಅವಳಿಗೆ ಏಕಾಂತ ಬೇಕಾಗಿತ್ತು. ಅವ್ರು ಮಗನಿಗೆ ವಿವೇಕ ಹೇಳಬೇಕಾಗಿದ್ದುದರಿಂದ, ಅವಳು ಮನೆಯಲ್ಲಿ ಉಳಿದಿದ್ದು ಹೆಚ್ಚು ಉಪಯುಕ್ತ.

ಗದ್ದಕ್ಕೆ ಕೈಹಚ್ಚಿ ಮೌನವಾಗಿ ಕೂತಿದ್ದ ಭೂಮಿಕಾಳನ್ನು ನೋಡಿದ ಕೂಡಲೇ ಪಂಚಾಕ್ಷರಿ ತಲೆಯಲ್ಲಿ ಮಿಂಚಿನ ಆಲೋಚನೆ ಹರಿದಾಡಿತು.

"ಒಂದ್ವಿಷ್ಯ..." ಸೊಂಟಕ್ಕೆ ಕಟ್ಟಿದ್ದ ಟವೆಲನ್ನು ಹೆಗಲ ಮೇಲೆ ಹಾಕ್ಕೊಂಡು ಒಳಗೆ ಓಡಿದ. ಹಿಡಿಸಲಾರದಷ್ಟು ಹರ್ಷ ಅವನಿಗೆ. "ನಾನು ಇಲ್ಲಿ ಇರೋವರ್ಗ್ಗೂ ಭೂಮಿಕಾಗೆ ಫೋಟೋಗಳನ್ನು ತೋರ್ಸಬೇಡ" ಎಂದು ತಾಕೀತು ಮಾಡಿದ್ದ ಅಭಿನಂದನ್ ಹೊರಡುವಾಗ ಅವನನ್ನು ಪಕ್ಕಕ್ಕೆ ಕರೆದು, "ಆ ಫೋಟೋಗಳ್ನ ನಿನ್ಹತ್ರ ಇಟ್ಕೋ. ಆದರೆ ಪ್ರಮೋದ್. ಜಯಸಿಂಹ ಯಾರ್ಗ್ಗೂ ತೋರ್ಸಬೇಡ" ಎಚ್ಚರಿಸಿದ್ದ.

ಅವನಿಗೆ ಪ್ರಮೋದ್‌ನ ಸಹವಾಸದಿಂದ ಆತನ ಸಿಡಿಮಿಡಿ ಅರ್ಥವಾಗಿತ್ತು. ಯಾರ ಬದುಕಿನಲ್ಲೂ ಯಾವ ಅನಾಹುತವಾಗುವುದೂ ಅವನಿಗೆ ಇಷ್ಟವಿಲ್ಲ. ಭೂಮಿಕಾನ ಸಹಜ ಸ್ನೇಹಮಯ ನಡತೆ, ಅವಳ ವೈವಾಹಿಕ ಜೀವನದಲ್ಲಿ ದೊಡ್ಡ ಬಿರುಗಾಳಿಯಾಗಬಾರದು ಇಷ್ಟೆಲ್ಲ ಯೋಚಿಸಿದ್ದ ಅಭಿನಂದನ್.

ಫೋಟೋ ಕವರ್ ಹಿಡಿದು ಓಡಿ ಬಂದ ಪಂಚಾಕ್ಷರಿ ಖುಷಿಯಿಂದ ಅವಳ ಕೈಯಲ್ಲಿಟ್ಟು ಅಲ್ಲೇ ಕೂತ.

"ಅಭಿನಂದನ್ ಹತ್ರ ಕಾಡಿ ಬೇಡಿದ್ದು....." ಪಂಚಾಕ್ಷರಿ ಅಂದಾಗ, ನಗುತ್ತ ಕವರ್‌ನಿಂದ ಹೊರ ತೆಗೆದಳು. ನಾಲ್ಕು ಫೋಟೋಗಳಲ್ಲೂ ಅಭಿನಂದನ್ ಅವಳ ತೀರಾ ಸನಿಹದಲ್ಲಿದ್ದ. ಆ ಮಾದಕತೆ ಚೆಲ್ಲುವ ಮುಖದಲ್ಲಿ, ಪ್ರೇಮದ ಜ್ಯೋತಿಗಳಂತೆ ಬೆಳಗುತ್ತಿದ್ದವು ನಯನಗಳು.

"ಚೆನ್ನಾಗಿದೆ!" ಕವರ್‌ಗೆ ಹಾಕಿ ನಿರ್ಲಿಪ್ತಳಂತೆ ಅವನಿಗೆ ಕೊಟ್ಟಳು. "ಈ ಸಲ ಅಭಿನಂದನ್ ಮದ್ವೆಗೆ ನೀನೇ ಫೋಟೋಗ್ರಾಫರ್!" ಸ್ವರಕ್ಕೆ ಹಾಸ್ಯ ಬೆರೆಸಿ ಹೇಳಿದಳು. ಅತ್ತಿತ್ತ ನೋಡಿದ ಪಂಚಾಕ್ಷರಿ ಕವರನ್ನು ಒಳಗೆ ಒಯ್ದ.

ಮುಖವೆತ್ತಿ ನಿಟ್ಟುಸಿರು ಬಿಟ್ಟಳು. ಪ್ರತಿಯೊಂದರಲ್ಲೂ ನಿರುತ್ಸಾಹ. ಇಡೀ ಚೇತನವನ್ನು ಅಭಿನಂದನ್ ಹೀರಿ ತನ್ನದಾಗಿಸಿಕೊಂಡನೇನೋ! ಈಗ ಬರೀ ಶೂನ್ಯ.

"ಅಮ್ಮ ಅವ್ರು ಎರಡು ಫೋಟೋ ಇಟ್ಕೋಂಡ್ರು" ಭಾರವಾದ ದನಿಯಲ್ಲಿ ಹೇಳಿದ್ದ. ಅಭಿನಂದನ್ ಕಣ್ಣುಗಳಲ್ಲಿನ ಮಿಂಚು ಅಷ್ಟಿಷ್ಟು ಅರ್ಥ ಮೂಡಿಸಿತ್ತು ಅವನಿಗೆ. ನಿಸ್ಸಹಾಯಕತೆಯಿಂದ ಈಗ ನೋವು ಅನುಭವಿಸುತ್ತಿದ್ದ.

* * * *

ಅಭಿನಂದನ್‌ನನ್ನು ಸಂಭ್ರಮದಿಂದ ಎದುರುಗೊಂಡಿತು ಮೇಘವರ್ಷಿಣಿ. ನಿರ್ಮಲ ಸಾವಿರ ಕಣ್ಣುಗಳಲ್ಲಿ ಮಗನನ್ನು ಎದುರುಗೊಂಡರು. ಈ ಸಂತೋಷದಲ್ಲಿ ಪಾಲ್ಗೊಂಡಿದ್ದು ಮೆಹತಾ ಕುಟುಂಬ.

"ನಂಗೆ ರೆಸ್ಟ್ ಬೇಕು" ಕೋಣೆಯತ್ತ ಅವನು ನಡೆದಾಗ, ಉಳಿದವರನ್ನು ಕಣ್ಸನ್ನೆಯಿಂದಲೇ ಸುಮ್ಮನಾಗಿಸಿದರು, ಮೆಹತಾ. "ಅವ್ನ ಒಂದೆರಡು ದಿನ ಯಾರು ಡಿಸ್ಟರ್ಬ್ ಮಾಡ್ಬೇಡಿ. ಆ ಪರಿಸರದಿಂದ ಹೊಸಬನಾಗಿ ಕಾಲಿಟ್ಟಾಗ...ಒಂದು ರೀತಿ ಮುಜುಗರ." ಅವರು ಯಾವ ಅರ್ಥದಲ್ಲಿ ಹೇಳಿದರೋ ಯಾರಿಗೂ ಅರ್ಥವಾಗಲಿಲ್ಲ.

"ಒಂದೆರಡು ದಿನವಲ್ದಿದ್ರೆ.... ಒಂದೆರಡು ತಿಂಗ್ಳು ಬೇಕಾದ್ರೂ ಸುಧಾರ್ಸಿಕೊಳ್ಳಿ" ನಿರ್ಮಲ ಸ್ವರದಲ್ಲಿ ಹಗುರತೆ ಇತ್ತು. ಮೆಹತಾ ನಂದಿನಿಯತ್ತ ನೋಡಿ ನಕ್ಕರು.

"ಹೇಗಿದ್ದಾನೆ, ನೋಡ್ದಾ ನಿನ್ನ ಭಯ್ಯಾ? ಸೂಪರ್ಬ್" ಬೆರಳೆತ್ತಿದರು. ಅವಳ ಕಣ್ಣುಗಳು ಮಿನುಗಿದ್ದವು. "ಷೂರ್..... ಅಭಿನಂದನ್ ಸೂಪರ್ಬ್. ಹತ್ತು ಜನರಲ್ಲಿ ಅಲ್ಲ ಹತ್ತು ಸಾವಿರ ಜನರಲ್ಲಿ ನಿಲ್ಲಿಸಿದರೂ..... ಏ ವನ್" ಮುಷ್ಟಿ ಹಿಡಿದು ಹೆಬ್ಬೆರಳು ಎತ್ತಿದಳು.

ರಘುನಂದನ್ ಕಣ್ಣುಗಳಲ್ಲಿ ಬೆಳಕು ಮೂಡಿ ತಕ್ಷಣ ಮರೆಯಾಯಿತು. ಅವರ ಭಯ ಇನ್ನೂ ಕಡಿಮೆಯಾಗಿರಲಿಲ್ಲ.

"ಯಾಕೆ?" ಹುಬ್ಬುಗಳು ಸಂಕುಚಿಸಿ ಗೆಳೆಯನತ್ತ ನಡೆದು ಬಂದರು ಮೆಹತಾ. ಬಿಗಿದ ರಘುನಂದನ್ ಮುಷ್ಟಿ ಸಡಿಲವಾಯಿತು. "ಏನಿಲ್ಲ....." ಎಂದು ಉಗುಳು ನುಂಗಿದಾಗ ಗೆಳೆಯನ ಭುಜದ ಮೇಲೆ ತಮ್ಮ ಕೈಗಳನ್ನಿಟ್ಟು ಕಣ್ಣಲ್ಲಿ ಕಣ್ಣಿಟ್ಟು ನೋಡಿದರು ಮೆಹತಾ.

"ಚಿಂತೆ ಮಾಡೋ ಅಗತ್ಯವಿಲ್ಲ. ಕುಡುಕ ಅಭಿನಂದನ್ ಎಂದೋ ಸತ್ತು ಹೋಗಿದ್ದಾನೆ. ಇದ್ನ ಅರ್ಥಮಾಡಿಕೊಳ್ಳೋದು ಮಾತ್ರವಲ್ಲ, ನಂಬಬೇಕು. ಇಲ್ದಿದ್ರೆ ಅವ್ನ ಬದ್ಕನ್ನು ಹಾಳು ಮಾಡೀಬಿಡ್ತೀಯಾ!" ಎಚ್ಚರಿಕೆ ಇತ್ತು ಅವರ ಸ್ವರದಲ್ಲಿ.

"ಯಾವ್ದೇ ವಿಷ್ಯದಲ್ಲಿ ಅವ್ನ ಮೇಲೆ ಬಲವಂತ ಹೇರಬೇಡಿ. ಯಾವ್ದೂ ಅತಿಯಾಗ್ಬಾರ್ದು. ಅವನ್ಹತ್ರ ಮಾತಾಡೇ ಮದ್ವೆ ಗೊತ್ತು ಮಾಡ್ಬೇಕು" ತಾನೇ ಮೆಹತಾ ಹೇಳಿದಾಗ, ಅವರ ಕಣ್ಣಲ್ಲಿ ಅನುಮಾನ ಇಣುಕಿತು. ಮೆಹತಾ ನಕ್ಕರು, "ಲಕ್ಷ್ಮಿ ಹೇಗೇ?" ಗಾಬರಿಯೊಡೆಯಿತು ರಘುನಂದನ್ ಮುಖದ ಮೇಲೆ.

ಏನಾದರೂ ಕೇಳುವ ಮುನ್ನ ಹೊರಗೆ ಕರೆದೊಯ್ದರು ಮೆಹತಾ ಗೆಳೆಯನನ್ನು. ತಮ್ಮ ಮನದಲ್ಲಿದ್ದುದ್ದನ್ನು ನಿಸ್ಸಂಕೋಚವಾಗಿ ಗೆಳೆಯನ ಮುಂದಿಟ್ಟರು.

"ಈಗಿನ ಅಭಿನಂದನ್‌ನ ಮನಸ್ಥಿತಿಯಲ್ಲಿ ಅವ್ನಿಗೊಬ್ಬ ಸಂಗಾತಿಯ ಆವಶ್ಯಕತೆ ಇದೆ. ಲಕ್ಷ್ಮಿ ಹೇಗೆ? ಈಗ ನನ್ನಲ್ಲೂ ಸ್ವಲ್ಪ ಸ್ವಾರ್ಥ ತಲೆ ಹಾಕಿದೆ. ಅವ್ನ ಅಳಿಯನನ್ನಾಗಿ ಮಾಡಿಕೊಳ್ಳೋ...ಆಸೆ" ಮೆಹತಾ ಕಣ್ಣುಗಳಲ್ಲಿ ಗಾಂಭೀರ್ಯ ದಟ್ಟವಾಯಿತು. ಸುಂದರ ಸ್ವಪ್ನ ಕಂಡಂತಾಯಿತು ರಘುನಂದನ್‌ಗೆ.

ಗೆಳೆಯನನ್ನು ಬಲವಾಗಿ ಅಪ್ಪಿಕೊಂಡುಬಿಟ್ಟರು. ರಘುನಂದನ್ ಕಣ್ಣುಗಳಿಂದ ಹರಿಯಿತು ಆನಂದಬಾಷ್ಪ.

"ಮೆಹತಾ...ಮೆಹತಾ..." ಅವರ ಗದ್ಗದ ಕಂಠದಿಂದ ಇನ್ನೊಂದು ಮಾತು ಹೊರಬರಲಿಲ್ಲ. ಮೆಹತಾ ಹಗುರವಾಗಿ ನಕ್ಕುಬಿಟ್ರು. "ಸ್ನೇಹದಲ್ಲಿ ನಾನು ಕೃತಜ್ಞತೆ ಇಷ್ಟಪಡೋಲ್ಲ."

ಬಹಳ ಹೊತ್ತು ಇಬ್ಬರೂ ಮಾತನಾಡುತ್ತ ಕೂತಿದ್ದರು. ಮಾತೆಲ್ಲ ಬರೀ ಅಭಿನಂದನ್‌ಗೆ ಸಂಬಂಧಪಟ್ಟಿದ್ದೇ. ಎರಡು ಹಿರಿಯ ಜೀವಗಳೂ ಅವನ ಹಿತೈಷಿಗಳೇ.

"ಸದ್ಯಕ್ಕೆ ಇನ್ನ ಕೆಲವು ದಿನ ಯಾವ್ದೇ ಪ್ರಸ್ತಾಪವನ್ನು ಅಭಿನಂದನ್ ಮುಂದೆ ಎತ್ತುವುದು ಬೇಡ. ಲಕ್ಷ್ಮಿ, ನಂದಿನಿಯ ಜೊತೆ ಇಲ್ಲೇ ಇರ್ಲಿ" ಮಾತು ಮುಗಿಸಿದಂತೆ ಮೆಹತಾ ಮೇಲಕ್ಕೆದ್ದರು.

ವಿಶೇಷ ಔತಣ: ಎರಡು ಮನೆಯವರು ಕಲೆತು ಆಚರಿಸಿದ ಸಂಭ್ರಮ. ಆದರೆ ಅಭಿನಂದನ್‌ನ ಗಂಭೀರ ಮುಖ ಎಲ್ಲಕ್ಕೂ ಕಡಿವಾಣ ಹಾಕುತ್ತಿತ್ತು. ಆದರೆ ಮೆಹತಾ ಎಚ್ಚರಿಕೆ ಎಲ್ಲರ ಗಮನದಲ್ಲೂ ಇತ್ತು.

ಎರಡು ದಿನ ಕಳೆದರೂ ಅವನ ನಡತೆಯಲ್ಲಿ ಯಾವ ಏರುಪೇರೂ ಇಲ್ಲ. ಹಿತ ಮಿತವಾದ ಮಾತು, ಕೇಳಿದ್ದಕ್ಕೆ ಮಾತ್ರ ಉತ್ತರ. ನಿರ್ಮಲಾಗೆ ಕತ್ತು ಹಿಸುಕಿ ಕೊಳ್ಳುವಂತಾಯಿತು.

"ನಂದು, ನೀನಾದ್ರೂ ಯಾಕೆ ಹೋಗಿ ಅಭಿನಂದನ್‌ನ ಮಾತಾಡ್ಸಬಾರ್ದ್ದಾ?" ಮಗಳ ಮೇಲೆ ಒತ್ತಾಯ ತಂದರು. ಅಪರೂಪಕ್ಕೆ ಉಗುರಿಗೆ ಬಣ್ಣ ಹಚ್ಚುತ್ತಿದ್ದವಳು ನೋಟ ಮೇಲಕ್ಕೆತ್ತಿದಳು. 'ನಿಂಗೇ...ಗೊತ್ತು' ಎನ್ನುವಂತಿತ್ತು ಅವಳ ಮುಖ ಭಾವ.

"ಅಭಿನಂದನ್ ವಿಪರೀತ ರಿಸರ್ವ್ಡ್" ಲಕ್ಷ್ಮಿ ಮೆಹತಾ ತನ್ನ ಮಾತೊಂದನ್ನು ಸೇರಿಸಿದಳು. ನಕ್ಕುಬಿಟ್ಟರು ನಿರ್ಮಲ. "ಗಂಡು ಮಕ್ಳು ಹಾಗಿದ್ರೇನೇ ಚೆನ್ನ, ನಿನ್ನಂಥ ಹುಡ್ಗೀರು ಬಯಸೋದು ಅಂಥವರನ್ನೇ" ಲಕ್ಷ್ಮಿ ಮೆಹತಾ ಮುಖದ ಮೇಲೆ ಓಕುಳಿಯಾಡಿತು. ಹೂ ಬಿರಿದಂತೆ ತುಟಿ ಅರಳಿಸಿದಳು.

"ಮಮ್ಮಿ....." ನಡುವೆ ಅಭಿನಂದನ್ ಸ್ವರ ತೂರಿ ಬಂತು. ನಿರ್ಮಲ ಮನ ಹಕ್ಕಿಯಾಯಿತು. ತಗ್ಗಿಸಿದ ನೋಟ ಎತ್ತದೆ ಕೇಳಿದ, "ನೀವು ಎಲ್ಲಾದ್ರೂ ಹೊರ್ಗಡೆ ಹೋಗ್ತೀರಾ?"

"ಇಲ್ಲ....." ಸ್ವರ ಉಡುಗಿದವರಂತೆ ಉಸುರಿದರು.

"ನಾನು ಕಾರು ತಗೊಂಡ್ಹೋಗ್ತೀನಿ" ಹೇಳಿ ಎರಡ್ಹೆಜ್ಜೆ ಮುಂದಿಟ್ಟ. "ನಾವೂ ಬರಬಹುದಾ?" ಲಕ್ಷ್ಮಿ ಮೆಹತಾ ಮಾತು ಎಳೆದಂತೆ ಹಿಂದಕ್ಕೆ ತಿರುಗಿದ. ಆಕೆ ಮೆಹತಾ ಅವರ ಅಚ್ಚುಮೆಚ್ಚಿನ ಮಗಳು. ನಿರಾಕರಣೆ ತೂರಿ ಹೋಯಿತು. ಅರಳಿದ್ದು ಬಲವಂತದ ಮುಗುಳ್ನಗೆ "ಬೈ ಆಲ್ ಮೀನ್ಸ್.... ಬನ್ನಿ....."

ನಂದಿನಿ ಕಣ್ಣರಳಿಸಿ ನಕ್ಕಳು. ಲಕ್ಷ್ಮಿಗೆ ರೆಕ್ಕೆಗಳು ಮೂಡಿದಂತಾಯಿತು. ಈಗ ಅಂತಹ ಅಗತ್ಯವೂ ಇತ್ತು. ನೆಮ್ಮದಿಯ ಉಸಿರನ್ನು ದಬ್ಬಿದರು ನಿರ್ಮಲ.

"ನಂದು...ಹೋಗೋಣ?" ನಂದಿನಿಯತ್ತ ಆಕೆ ತಿರುಗಿದಾಗ, ಅಭಿನಂದನ್ ಹೊರಗೆ ಹೋದ.

"ಹೋಗ್ಬನ್ನಿ...." ನಿರ್ಮಲರಿಂದ ಅಪ್ಪಣೆ ಸಿಕ್ಕಿತು. ನಂದಿನಿ ಅನುಮಾನಿಸಿದಳು. "ನಂಗೆ ಸಂಕೋಚ! ಅವನಾಗಿ ಎಂದೂ ಮಾತಾಡ್ಸೋಲ್ಲ. ನಾನಾಗಿ ಮಾತಾಡ್ಸಿದ್ರೂ... ಎಷ್ಟೋ...ಅಷ್ಟು...."

"ಸ್ವಲ್ಪ ಅರ್ಥ ಮಾಡ್ಕೋ!" ಮುಖ ಚಿಕ್ಕದು ಮಾಡಿ ನಿರ್ಮಲ ರೇಗಿದರು. "ಆ ತಪ್ಪುಗಳಿಗೆಲ್ಲಾ ನಾವೇ ಶಿಕ್ಷೆ ಅನುಭವಿಸ್ತಾ ಇದ್ದೀವಿ. ಇನ್ನೂ ಯಾಕೆ ಗೋಳಾಡಿಸ್ತೀ!"

ನಂದಿನಿ, ಲಕ್ಷ್ಮಿ ಬರುವ ವೇಳೆಗೆ ಕಾರಿನಲ್ಲಿ ಕೂತಿದ್ದ ಅಭಿನಂದನ್. ನಂದಿನಿ ಕಾಲುಗಳು ನೆಲಕ್ಕಂಟಿ ನಿಂತವು. ಅಭಿನಂದನ್ ಮುಂದೆ ಶಿವಪ್ರಸಾದ್ ತೀರಾ ಮಂಕು. ಇದು ಸತ್ಯ. ಯಾರಾದರೂ ಹೇಳುವಂಥ ಮಾತು.

"ಲಕ್ಷ್ಮಿ, ನಮ್ಮಣ್ಣ ತುಂಬ ಹ್ಯಾಂಡ್ ಸಮ್" ಅವಳ ಸ್ವರದಲ್ಲಿ ಮೆಚ್ಚಿಗೆ ಕುಣಿದಾಗ ಲಕ್ಷ್ಮಿ ಮನ ಸುಂದರವಾಗಿ ನರ್ತಿಸಿತು "ಷೂರ್...."

"ಗೆಟ್ ಇನ್......" ಸಹನೆ ಕಳೆದುಕೊಂಡಂತೆ ಕೂಗಿದ, ಅಭಿನಂದನ್. ಅವನು ಇಷ್ಟಪಡುತ್ತಿದ್ದುದು ಬರೀ ಏಕಾಂತ. ಮಾತು, ನಗು ಯಾವುದೂ ಹೆಚ್ಚಿಗೆ ಬೇಡ. ಈಗ ಕಟ್ಟಿಹಾಕಿದ್ದು ಕೃತಜ್ಞತೆಯ ಪಾಶ.

"ಎಲ್ಲಿಗೆ....." ಕೂತ ಮೇಲೆ ಸ್ಟೀರಿಂಗ್ ವೀಲ್ ಹಿಡಿದು ಪ್ರಶ್ನಿಸಿದ. ನಂದಿನಿ, ಲಕ್ಷ್ಮಿ ಮುಖ ಮುಖ ನೋಡಿಕೊಂಡರು. "ನೀವು ಎಲ್ಲಿಗೆ?" ಲಕ್ಷ್ಮಿ ಪ್ರಶ್ನಿಸಿದಾಗ ಅವನ ತುಟಿಯಂಚಿನಲ್ಲಿ ವಿಷಣ್ಣತೆಯ ನಗು ಮಿನುಗಿತು.

"ಬರೀ ಸುತ್ತಾಟ ಅಷ್ಟೇ!" ಕಾರು ಮುಂದಕ್ಕೆ ಸರಿಯಿತು.

ಅಲ್ಲಿ, ಇಲ್ಲಿ ಸುತ್ತಿ ಬೀಚ್‌ಗೆ ಕೊಂಡೊಯ್ದು ಕಾರನ್ನು. ಸಂಜೆಯ ಸೊಬಗಿನ ತಂಪಿನ ಚೇತನ. ಜನರ ಮನ ಹುಚ್ಚೆದ್ದು ಕುಣಿಯುವಂತೆ ಕಂಡಿತು. ಮಾತು, ನಗು ತಿರುಗಾಟ, ಅವನ ನೋಟ ಸುತ್ತಲೂ ಹರಿದಾಡಿತು. ಅಳೆದು, ಸುರಿದ ಅವನ ನೋಟದೊಳಗೊಂದು ಅರ್ಥೈಸಿಕೊಳ್ಳುತ್ತಿತ್ತು.

'ಭೂಮಿಕಾ ಅಂಥ ಆತ್ಮವಿಶ್ವಾಸದ ಹೆಣ್ಣು ಅಪರೂಪ' ಮನ ತೀರ್ಮಾನ ಕೊಟ್ಟಿತು.

ಕಡಲಿನ ಲೀಲೆಯನ್ನು ಒಂದೇ ಸಮನೆ ನೋಡುತ್ತ ನಿಂತ. ಅಲೆಗಳ ಉನ್ಮಾದಯುಕ್ತ ರಭಸಕ್ಕೆ ಒಂದು ಕ್ಷಣ ಬೆಚ್ಚುವಂತಾಗುತ್ತಿತ್ತು. ಸಮುದ್ರದ ತರಂಗಗಳು ನಿಧಾನವಾಗಿ ಶಾಂತಗತಿಗೆ ಬರುವ ವೇಳೆಗೆ ಸುತ್ತಲೂ ಮಬ್ಬು ಮುಸುಕಲು ಶುರುವಾಯಿತು.

ಅತ್ತಿತ್ತ ನೋಟ ಹರಿಸಿದ. ನಂದಿನಿ, ಲಕ್ಷ್ಮಿ ಮರಳಿನಲ್ಲಿ ಒಂದೆಡೆ ಕೂತು ಖುಷಿಯಿಂದ ಸಂಭಾಷಿಸುತ್ತಿದ್ದರು. ಬೀಚ್‌ನಲ್ಲಿ ಜನರಾಡುತ್ತಿದ್ದ ರಮ್ಯನೋಟದಿಂದ ಸುಂದರಮುಖಗಳಲ್ಲಿ ಆನಂದ ಹುಚ್ಚೆದ್ದು ಕುಣಿಯುತ್ತಿತ್ತು. 'ಬಹಳ ಹಿತವಾದ ವಿಷಯವನ್ನ ಮಾತನಾಡುತ್ತಿರಬಹುದು' ಎಂದುಕೊಂಡ, ಆ ತನ್ಮಯತೆಯಿಂದ ಹೊರಗೆಳೆಯಲು ಅವನಿಗಿಷ್ಟವಾಗಲಿಲ್ಲ.

"ನಂದಿನಿ ಮೆಡಿಕಲ್ ಸೇರಿದ್ದಾಳೆ; ಒಮ್ಮೆ ಯಾವುದೋ ಮಾತಿನ ಸಂದರ್ಭದಲ್ಲಿ ರಘುನಂದನ್ ಹೇಳಿದ್ದರು ಅಷ್ಟೇ. ಮತ್ತೆಂದೂ ಅದರ ಪ್ರಸ್ತಾಪ ಬಂದಿರಲಿಲ್ಲ. ಅವನು ತಲೆ ಕೆಡಿಸಿಕೊಂಡಿರಲಿಲ್ಲ. ಈಗೇನು?"

"ಹೋಗೋಣ?" ನಂದಿನಿ ಸ್ವರಕ್ಕೆ ಅವಳತ್ತ ತಿರುಗಿದ. ಒಂದು ಕ್ಷಣ ನೋಟ ಬೆರೆತಾಗ ಅಂತಃಕರಣ ಮೂಕವಾಗಿ ತಲ್ಲಣಿಸಿತು. "ಹೋಗೋಣ?" ಎಂದು ಮುಖ ಬೇರೆಡೆ ತಿರುಗಿಸಿದ.

ಕಾರು ಮನೆಯತ್ತ ತಿರುಗಿದಾಗ ಇಡೀ ಮುಂಬಯಿ ವಿದ್ಯುತ್ ದೀಪಗಳಿಂದ ಬೆಳಗುತ್ತಿತ್ತು. ಯಾವುದರ ಪರಿವೆಯೂ ಇಲ್ಲದಂತೆ ಕಾರನ್ನು ನಡೆಸುತ್ತಿದ್ದ.

"ಅಭಿನಂದನ್, ಭೂಮಿಕಾ ಹೇಗಿದ್ದಾರೆ?" ಕುತೂಹಲ ಹತ್ತಿಕ್ಕಲಾರದೆ ಲಕ್ಷ್ಮಿ ಪ್ರಶ್ನಿಸಿದಳು. "ಡ್ಯಾಡಿ ತುಂಬ ಮೆಚ್ಚಿಕೊಂಡಿದ್ದಾರೆ. ಅವ್ರ ಹೊಗಳಿಕೆಯಲ್ಲಿ ಏನೂ ಅರ್ಥವಾಗೋಲ್ಲ!"

ಅವನ ತುಟಿಯಂಚಿನಲ್ಲಿ ಮಂದಹಾಸ ಮಿನುಗಿತು. ಎದೆಯಲ್ಲಿ ನೂರು ವೀಣೆಗಳ ಝೇಂಕಾರ, ಕಣ್ಮುಂದೆ ಅಪರೂಪ ಕಲಾಕೃತಿ. ನೂರು ಮಾತುಗಳನ್ನು ಅವಳ ಬಗ್ಗೆ ಹೇಳುವ ಬಯಕೆ. ಆದರೆ ಗಂಟಲಲ್ಲಿ ಸಿಕ್ಕಿಕೊಂಡ ಪದಾರ್ಥ ಸ್ವರ ಹೊರಡಲು ಬಿಡಲಿಲ್ಲ.

"ಛೇ....ಛೇ...." ಮುಖ ಸಪ್ಪೆ ಮಾಡಿದಳು ಲಕ್ಷ್ಮಿ, ಅವರತ್ತ ತಿರುಗದಿದ್ದರೂ ಅರ್ಥ ಮಾಡಿಕೊಂಡ. "ಹೇಗೂ ನಂದಿನಿ ಮದ್ವೆಗೆ ಭೂಮಿಕಾ ಬರ್ತಾರೆ. ಆಗ ನೋಡ್ಬಹುದ್ದು."

ಲಕ್ಷ್ಮಿ ಮುಖ ಮತ್ತಷ್ಟು ದಪ್ಪವಾಯಿತು. ಒಂದು ತರಹ ಅಸಹನೆ, ಬೇಸರ ಕಣ್ಣುಗಳಲ್ಲಿ ವ್ಯಕ್ತಪಡಿಸಿದಳು.

"ಕ್ಯೂರಿಯಾಸಿಟಿ ಕಿಲ್ಸ್‌ದ ಕ್ಯಾಟ್-ಕುತೂಹಲ ತಡೆದಿಟ್ಟುಕೊಳ್ಳೋದು ಕಷ್ಟ. ಪ್ಲೀಸ್ ಅವ್ರ ವಿಷ್ಯ ಎಷ್ಟು ಗೊತ್ತಿದ್ಯೋ ಅಷ್ಟು ಹೇಳಿ" ಹಟಹಿಡಿದಂತೆ ಕೇಳಿದಾಗ ಜೋರಾಗಿ ನಕ್ಕುಬಿಟ್ಟ. ನಂದಿನಿಯ ಕಣ್ಣುಗಳು ಅರಳಿದವು. ನೋಟದಲ್ಲಿ ಅಪಾರ ಅಭಿಮಾನ, ಮೆಚ್ಚಿಗೆ.

"ನೀನು ಹೀಗೆ ನಗ್ತಾ ಇರೋಕೆ ಏನು ಕೊಡ್ಬೇಕು......!" ಅಭಿನಂದನ್ ಮಧ್ಯ ಸ್ವರವೆತ್ತಿದಾಗ, ನಂದಿನಿ ಅತ್ತ ಒಂದು ಗಳಿಗೆ ನೋಟ ಹರಿಸಿದಾಗ, ಭೂಮಿಕಾಳ ಮಾತುಗಳು ಪ್ರತಿಧ್ವನಿಸಿದವು. 'ನಿಮ್ಗೆ' ಒಬ್ಬ ತಂಗಿ ಇರೋ ಸಮಾಚಾರ ತಿಳ್ದು ನನಗಂತೂ ಖುಷಿ. ಮುಂದೆ ಪರಿಪೂರ್ಣ ಬದ್ಕು ಸಿಕ್ಕಬೇಕಾದ್ರೆ...... ಅದು ಒಡಹುಟ್ಟಿದವ್ರಿಂದ್ಲೇ ಪ್ರಾರಂಭ. ಆ ಕ್ಷಣದಲ್ಲಿ ಅವಳ ಕಣ್ಣುಗಳಲ್ಲಿ ಹರಿದಾಡಿದ ಭಾವೋದ್ವೇಗದಲ್ಲಿ ಮಿಂಚನ್ನು ಕಂಡಿದ್ದ.

ಆಮೇಲೆ ಬರೀ ಭೂಮಿಕಾಳ ಬಗ್ಗೆ ಆಳವಾದ ಮಾತುಗಳು! ಸ್ನೇಹಮಯ ನಡವಳಿಕೆ – ಈ ನೆನಪಿನಲ್ಲೇ ಮುಳುಗಿಹೋದ. ಮತ್ತೊಂದು ಮಾತು ಕೇಳುವ ಅಥವಾ ಆಡುವ ಇಚ್ಛೆಯಾಗಲಿಲ್ಲ.

"ಮೇಘವರ್ಷಿಣಿ ಬಳಿಗೆ ಬಂದಾಗ ಹಿಂದಿನ ಸ್ನೇಹಿತರ ಒಂದು ಹಿಂಡು ಎದುರಾಯಿತು. ಆದರೂ ಕಾರು ನಿಲ್ಲದೆ ಮುಂದಕ್ಕೆ ಹೋಗಿ ಪೋರ್ಟಿಕೋ ಬಳಿ ನಿಂತಿತು."

"ಅವ್ರೆಲ್ಲ...ಯಾರು?" ಲಕ್ಷ್ಮಿ ಮೆಹತಾ ಇಳಿಯುತ್ತ ಪ್ರಶ್ನಿಸಿದಾಗ ಮುಖ ಮೇಲೆತ್ತಿ ನಿಟ್ಟುಸಿರು ದಬ್ಬಿದ. "ಪರಿಚಯವಿದ್ದ ಜನ" ಅವನ ಕೈ ಬಿಗಿದು ಮುಷ್ಟಿಯಾಯಿತು, 'ಬ್ಲಡಿ...ಬಾಸ್ಟರ್ಡ್ಸ್' ಮನ ಅವರುಗಳ ವಿರುದ್ಧ ಪ್ರತಿಭಟಿಸಿತು.

"ಹಲೋ...ಹಲೋ...ಹಲೋ..." ಹಿಂದೆಯೇ ನಾಲ್ಕಾರು ದನಿಗಳು ತೂರಿ ಬಂದವು. ಲಕ್ಷ್ಮಿ, ನಂದಿನಿ ಒಳಗೆ ಹೋದಾಗ, ಹಿಂದಕ್ಕೆ ತಿರುಗಿ ನೋಡಿದ.

"ಅಭಿನಂದನ್....." ಒಕ್ಕೊರಳಿನಲ್ಲಿ ಕೂಗಿ ಬಂದು ಮುತ್ತಿಗೆ ಹಾಕಿದರು. ಆದರೆ ಅವನೆದೆ ಕಲ್ಲಾಗಿತ್ತು. ಅವರುಗಳ ಸ್ನೇಹದ ನುಡಿಗಳಿಗೆ ಸಂವೇದಿಸುವ ಸ್ಥಿತಿಯಲ್ಲಿರಲಿಲ್ಲ ಅವನು. "ಹಲೋ....." ಎಂದ ಸ್ವರ ನೀರಸವಾಗಿತ್ತು.

ನೂರೆಂಟು ಪ್ರಶ್ನೆಗಳು – ಎಲ್ಲಕ್ಕೂ ಅವನ ತುಟಿಯಂಚಿನಲ್ಲಿ ಮೂಡಿದ ನೀರಸ ನಗುವೇ ಉತ್ತರ.

"ಕಮಿನ್....." ಗಾರ್ಡನ್‌ನತ್ತ ಹೊರಟ. ಅವರೆಲ್ಲ ಬಡಬಡಿಸುತ್ತ ಅವನ ಜೊತೆ ಹೊರಟರೂ ಅಭಿನಂದನ್ ತುಟಿ ತೆರೆಯಲಿಲ್ಲ. ಅವನ ಬಿಲ್‌ನಲ್ಲಿ ಬಾಟಲುಗಳನ್ನು ಖಾಲಿ ಮಾಡುತ್ತಿದ್ದ ಸ್ನೇಹಿತರು.

ಅಲ್ಲಿದ್ದ ಛೇರ್‌ಗಳು ಸಾಲದೇ ಲಾನ್ ಮೇಲೆ ಕೂತರು, ಎಲ್ಲರಲ್ಲೂ ಕೆಟ್ಟ ಕುತೂಹಲ. ಅಭಿನಂದನ್ ಸತ್ತ ಎನ್ನುವ ವಿಷಯವನ್ನು ಹರಡಿ ಬಿಟ್ಟಿದ್ದರು. ಕೆಲವರು ಪೂರ್ತಿಯಾಗಿ ನಂಬಿದ್ದುಂಟು.

"ಎಲ್ಹೋಗಿದ್ದೆ.... ಅಭಿನಂದನ್?" ಅವನ ಭುಜದ ಮೇಲೆ ಕೈ ಹಾಕಿ ಶಂಭು ಪ್ರಶ್ನಿಸಿದಾಗ ನಕ್ಕುಬಿಟ್ಟ ಅಭಿನಂದನ್. "ನಗರಗಳ ಈ ಯಾಂತ್ರಿಕ ಬದ್ಕಿನಿಂದ ಛೇಂಜ್ ಇರಲೀಂತ ಬೆಟ್ಟ, ಕಾಡು ಹುಡ್ಕಿಕೊಂಡು ಹೋಗಿದ್ದು."

"ಎಲ್ಲಾ ಸುಳ್ಳು!" ಶಂಭುಲಿಂಗಂ ಕೈಯೆತ್ತಿ ತಳ್ಳಿ ಹಾಕಿದ. ಹಿಂದಿನಿಂದಲೇ ನವೀನ್ ಹೇಳಿದ ನಿನ್ನ ನೋಡೋವರ್ಗೂ ನೀನು ಬದ್ಕಿದ್ದೀಯಾಂತ ನಂಬೋಕೆ ನಾವು ಸಿದ್ಧವಿರಲಿಲ್ಲ!"

ಕೂತಲ್ಲಿಯೇ ಶಿಲೆಯಾದ ಅಭಿನಂದನ್. ಆ ಕ್ಷಣ ಅವನ ಮಿದುಳಿನಲ್ಲಿ ಬರೀ ಗೊಂದಲ ತುಂಬಿಕೊಂಡಿತು. ನವೀನ್ ಮಾತಿನ ಅರ್ಥವೇನು?

"ಐ ಕಾಂಟ್ ಅಂಡರ್‌ಸ್ಟಾಂಡ್!" ಮುಖ ಕಿವುಚಿ ಹೇಳಿದ.

"ಅರೆ ಯಾರ್..... ಇಷ್ಟು ಸಿಂಪಲ್ ವಿಷ್ಯ ಗೊತ್ತಾಗ್ಲಿಲ್ಲಾಂದ್ರೆ ಹೇಗೆ? ನೀನು ಸತ್ತೆ ಅಂತ ಸುಳ್ಳು ಸುದ್ದಿ ಹಬ್ಬಿಸಿಬಿಟ್ಟಿದ್ರು. ಸ್ವಲ್ಪ ಮಟ್ಟಿಗೆ ನಾವೆಲ್ಲ ನಂಬಿದ್ವಿ. ಆದ್ರೆ ಹೇಗೆ ಸತ್ತೆ ಅನ್ನೋದರ್ಮೇಲೆ ಚರ್ಚೆ ನಡೀತಾ ಇತ್ತು" ಗಫೂರ್ ಬಾಯಿ ತುಂಬ ಹೇಳಿಕೊಂಡು ನಕ್ಕ.

ಅಭಿನಂದನ್ ಮಿದುಳು ಒಂದು ಕ್ಷಣ ನಿಷ್ಕ್ರಿಯವಾದಂತಾಯಿತು. ಅವನ ಮೈನ ಚೇತನವೆಲ್ಲ ನಿಂತ ನೆಲ ಹೀರಿದಂಥ ಅನುಭವ. ಎದೆಯ ಮೇಲೆ ದೊಡ್ಡ ಭಾರ. ಉಸಿರಾಡಲು ಕೂಡ ಒಂದು ಕ್ಷಣ ಪ್ರಯಾಸಪಟ್ಟ.

"ಇದ್ನೆಲ್ಲ ಯಾರು ಹಬ್ಬಿಸಿದ್ರು?" ಅವನ ಪ್ರಶ್ನೆಗೆ ನಾಲ್ಕು ಜನ ಒಟ್ಟಿಗೆ ನಕ್ಕರು. "ಯಾರು ಹೇಗೇಂತ ಪತ್ತೆ ಹಚ್ಚೋಕಾಗೋಲ್ಲ ಇಂಥ ವಿಷಯಗಳನ್ನ. ಸಕಾರಣವಾಗೇ ಇದ್ದುದರಿಂದ ನಾವೆಲ್ಲ ನಂಬೇಬಿಟ್ಟಿದ್ವಿ" ಮಲಾನಿ ತಾನೂ ಮಧ್ಯೆ ಬಾಯಿ ಹಾಕಿದ.

"ಯಾವುದು ಸಕಾರಣ?" ಮನ ಪ್ರಶ್ನಿಸಿದರೂ ತುಟಿಗಳೂ ತೆರೆದುಕೊಳ್ಳಲಿಲ್ಲ. ಅವರ ಮಧ್ಯೆ ಬೊಂಬೆಯಂತೆ ಕೂತ.

ಸಮವಸ್ತ್ರದ ಆಳು ಸ್ವೀಟ್ಸ್, ಬಿಸ್ಕತ್, ಚಹಾ ತಂದಿಟ್ಟು ಹೋದ. ಮಾತಿನ ನಡುವೆ ಎಲ್ಲಾ ಮುಗಿಸಿದರು. ಅವನ ಮಿದುಳು ಯಾವುದೇ ಗೊಂದಲಕ್ಕೆ ಒಳಗಾಗದೆ ಅವರಾಡಿದ ಮಾತಿಗೆಲ್ಲಾ ಮೂಕಪ್ರೇಕ್ಷಕನಾದ. 'ಬುಲಾವ್' ಬಂದಾಗ ಮಾತ್ರ ಅವರ ಸಹಕಾರ.

"ಈ ಎಂಜಾಯ್‌ನ ನಾವು ಸೆಲಬ್ರೇಟ್ ಮಾಡ್ಬೇಕು" ಮುಲಾನಿ ಬಗ್ಗಿ ಅವನ ಛೇರ್‌ನ ಹಿಡಿಗಳ ಮೇಲೆ ಕೈಯೂರಿ ಒತ್ತಾಯ ತಂದ. ಆದರೆ ಅಭಿನಂದನ್ ಇದ್ದ ಸ್ಥಿತಿಯಲ್ಲಿ ಏನೂ ಹೇಳುವಂತಿರಲಿಲ್ಲ. ಮೌನವಾಗಿ ತಲೆ ತಗ್ಗಿಸಿದ. ಒಪ್ಪಿಗೆ ಎಂದು ಅವರು ಕುಣಿದಾಡಿದರು. ಹೆಚ್ಚು ಕಡಿಮೆ ಶ್ರೀಮಂತರ ಮನೆಯ ಯುವಕರು ಕೆಲವರು, ಇನ್ನ ಮಿಕ್ಕವರು ಅವರುಗಳ ಹಿಂದೆ ತಿರುಗಿಕೊಂಡು ಶ್ರೀಮಂತಿಕೆ ಪ್ರದರ್ಶಿಸುವುದು ಮಾತ್ರವಲ್ಲ ಕಾಸು ಖರ್ಚಿಲ್ಲದೆ ಆ ಭೋಗಗಳನ್ನು ಅನುಭವಿಸುವಂಥವರು.

ಮೌನವಾಗಿ ಮೇಲಕ್ಕೆದ್ದ ಅಭಿನಂದನ್ ಆಕಾಶದತ್ತ ನೋಟ ಹರಿಸಿದ. ಶುಭ್ರ ಆಕಾಶದಲ್ಲಿ ಕೋಟಿ ಕೋಟಿ ನಕ್ಷತ್ರಗಳು. ಆ ನಕ್ಷತ್ರಗಳ ಮಧ್ಯೆ ಭೂಮಿಕಾಳ ರೂಪ ಮಿನುಗಿದಂತೆ ಕಂಡ.

"ಯಾರ್......" ಶಂಭುಲಿಂಗಂ ಅವನ ನೋಟವನ್ನು ಕೆಳಗಿಳಿಸಲು ಸಮರ್ಥನಾದ. "ಹೋಟೆಲ್ ಜ್ಯೋತಿಯಲ್ಲಿ ಪಾರ್ಟಿ ನಾಳೆ ಸಂಜೆ. ಅರೇಂಜ್‌ಮೆಂಟ್ಸ್ ಎಲ್ಲಾ ನಂದೇ ಇರ್ಲಿ" ಅವರುಗಳ ನೈಜಸ್ವಭಾವ ಬಲ್ಲ ಅಭಿನಂದನ್ ಆಯಿತು ಎನ್ನುವಂತೆ ತಲೆಯಾಡಿಸಿದ.

ಅವರುಗಳು ಹೋದ ಎಷ್ಟೋ ಹೊತ್ತಿನವರೆಗೂ ಅಲ್ಲೇ ಕೂತಿದ್ದ. 'ತನ್ನ ಸಾವು ಯಾರಿಗೆ ಬೇಕಿತ್ತು?' ಹಾಗೇ ಕಣ್ಮುಚ್ಚಿದ.

"ಅಭಿನಂದನ್....." ರಘುನಂದನ್ ಕರೆದಾಗ, ಮೆಲ್ಲಗೆ ಕಣ್ತೆರೆದ. ಚಾಚಿದ್ದ ಕಾಲುಗಳು ಹಿಂದಕ್ಕೆ ಬಂದವು. ಸರಿಯಾಗಿ ಕೂತ. "ಏನು ಪಪ್ಪ?" ನೋಟ ತಗ್ಗಿಸಿ ಪ್ರಶ್ನಿಸಿದ. ಅವರು ಅಲ್ಲೇ ಕೂತರು. ಮದುವೆಯ ವಿಷಯ ಮಾತ್ರ ತಿಳಿಸಿದ್ದರು. ಶಿವಪ್ರಸಾದ್ ವಿಷಯ ಅಭಿನಂದನ್‌ಗೇನೂ ಗೊತ್ತಿರಲಿಲ್ಲ. ಆದರೂ ಹೇಳುವ ಅಗತ್ಯವಿದೆಯೆಂದುಕೊಂಡಿದ್ದರು.

"ನಿನ್ಹತ್ರ ಒಂದೆರಡು ವಿಷ್ಯಗಳನ್ನ ಹೇಳ್ಬೇಕಿತ್ತು" ಪೀಠಿಕೆ ಹಾಕಿದವರು ಮುಂದುವರೆಸಿದರು. ತುಟಿಕ್ ಪಿಟಿಕ್ ಅನ್ನದೆ ಎಲ್ಲ ಕೇಳಿಸಿಕೊಂಡ. ಶಿವಪ್ರಸಾದ್ ವ್ಯಕ್ತಿತ್ವ ಮೆಚ್ಚುಗೆಯಾಯಿತು.

"ನಿನ್ನ ಅಭಿಪ್ರಾಯವೇನು?" ಕಡೆಯಲ್ಲಿ ಪ್ರಶ್ನೆ ಎದುರಾದಾಗ ಅವನ ತುಟಿಯಂಚಿನಲ್ಲಿ ಮುಗುಳ್ನಗು. "ಈ ವಿಷ್ಯದಲ್ಲಿ ನನ್ನ ಅಭಿಪ್ರಾಯ ಮಾತ್ರವಲ್ಲ. ಯಾರ

ಅನಿಸಿಕೆಗಳೂ ಬೇಕಿಲ್ಲ" ಹಣೆಯುಜ್ಜಿ ಮತ್ತೆ ಹೇಳಿದ, "ಆ ಹೆಣ್ಣಿಗೆ ಬದ್ಕಿನಲ್ಲಿ ಪ್ರೀತಿಗೆ ಬರ ಬರದಿದ್ರೆ ಸಾಕು."

ಅವನು ನವಿರಾದ ಆ ಮಾತು ಹೇಳಿದರೂ ವಜ್ರಾಯುಧ ಬಳಸಿದಂತಾಯಿತು ರಘುನಂದನ್‌ಗೆ. ಒಳಗೊಳಗೆ ನೊಂದರು.

"ನಾಳೆಯಿಂದ ನಾನು ಆಫೀಸ್‌ಗೆ ಬರ್ತೀನಿ. ಹೊರ್ಗಡೆಯ ಸಂಪೂರ್ಣ ಕೆಲ್ಸ ನಾನು ನೋಡ್ಕೋತೀನಿ. ನೀವು ಆಫೀಸ್‌ನಲ್ಲಿದ್ದು ನಂಗೆ ಗೈಡ್ ಮಾಡಿದ್ರೆ ಸಾಕು" ಎಂದಾಗ ರಘುನಂದನ್‌ಗೆ ಮಗನನ್ನು ಅಪ್ಪಿ ಮುದ್ದಾಡಬೇಕೆನಿಸಿತು. ಅವರ ಕಣ್ತುಂಬಿ ಬಂತು. ಅವರ ಹಿಂದೆ ಆಡಿಕೊಂಡ ಮಾತುಗಳು ನೆನಪಾಯಿತು.

"ಇನ್ನೆಷ್ಟು....ದಿನ!" ಕೊಂಕು ನಗೆ ಬೀರಿ ಆಡಿಕೊಂಡಿದ್ದರು. ಮೂರ್ಹೊತ್ತು ಮಗ ಕುಡ್ದು ಬಿದ್ದಿರ್ತಾನೆ. ಇವ್ನು ಗಳಿಸಿದ ಮರ್ಯಾದೆ, ಅಂತಸ್ತು ಜೊತೆ ಹಣಾನೂ ಕರ್‍ಗಿಹೋಗುತ್ತೆ. ಉಬ್ಬುಬ್ಬಿ ಕಟ್ಟಿಸಿದ ಮೇಘವರ್ಷಿಣಿ ಒಂದು ಬಿಡ್‌ಗೆ ಬಂದೇ ಬರುತ್ತೆ. ಆಗ...ಅಂಥ ಅವಕಾಶಕ್ಕಾಗಿ ಇನ್ನೆಷ್ಟು ಮಂದಿ ಕಾಯ್ತ ಇದ್ದಾರೋ ಇಂಡಸ್ಟ್ರಿಯಲಿಸ್ಟ್ ಭವಾನಿಪ್ರಸಾದ್ ಅಂದಿದ್ದು, ಅವರ ಕಿವಿಗೆ ಬಿದ್ದಿದ್ದರೂ ನಿಸ್ಸಹಾಯಕತೆಯಿಂದ ಮಮ್ಮಲ ಮರುಗಿದ್ದರು. ಆ ಭಯ ಅವರೆದೆಯಾಳದಲ್ಲಿ ಹುಟ್ಟಿ ಸದಾ ಹೆದರಿಸುತ್ತಲೇ ಇತ್ತು. ಈಗ....?

"ನಂಗೆ ತುಂಬ ಸಂತೋಷ ಆಗಿದೆ!" ಅಷ್ಟು ಹೇಳುವಷ್ಟು ಮಾತ್ರ ಸಮರ್ಥರಾದರು ರಘುನಂದನ್. ತಲೆ ಕೆಳಗೆ ಹಾಕಿ ನಾಲ್ಕು ಹೆಜ್ಜೆ ಮುಂದೆ ನಡೆದ ಅಭಿನಂದನ್ ನಿಂತು, "ನಂದಿನಿ ಮೆಡಿಕಲ್ ವಿಷ್ಯ ಏನಾಯ್ತು?" ಮನದ ನಿರ್ಧಾರ ಮೆಟ್ಟಿ ಪ್ರಶ್ನಿಸಿದ.

"ಸಂಪೂರ್ಣ ಜವಾಬ್ದಾರಿ ಶಿವಪ್ರಸಾದ್ ಹೊತ್ತುಕೊಂಡಿದ್ದಾನೆ. ಅದೆಲ್ಲ... ಅವರ್ದೇ... ನಿರ್ಧಾರ" ಉಗುಳು ನುಂಗಿ ನುಡಿದರು.

ಪೋರ್ಟಿಕೋ ಬಳಿ ಬಂದಾಗ ಕಟ್ಟಿ ಹಾಕಿದ್ದ ಟೈಗರ್ ಅವನತ್ತ ತೀಕ್ಷ್ಣವಾಗಿ ನೋಡಿತು. ಸರಸರನೆ ಒಳಗೆ ನಡೆದುಬಿಟ್ಟ.

ಕೋಣೆಗೆ ಬಂದ ಕೂಡಲೇ ಏರ್‌ಕಂಡೀಷನರ್ ಆನ್‌ಮಾಡಿ ಬಟ್ಟೆ ಬದಲಾಯಿಸಿದ. ಮಂಚದ ಮೇಲೆ ಉರುಳುವ ಮುನ್ನ ಬೀರುವಿನಲ್ಲಿದ್ದ ಫೋಟೋ ತೆಗೆದು ಮಂಚದ ಬಳಿಯ ಟೀಪಾಯಿ ಮೇಲಿಟ್ಟ.

ಭೂಮಿಕಾ ಸುಂದರವಾಗಿ ನಕ್ಕ ಭಾವಚಿತ್ರ ಕಣ್ಣು ತುಂಬಿತು. ಪಂಚಾಕ್ಷರಿಯ ನೆನಪು ಆ ಕ್ಷಣದಲ್ಲಿ ತೀರಾ ಆತ್ಮೀಯವಾಯಿತು.

'ಸೋ ಮೆನಿ ಥ್ಯಾಂಕ್ಯೂ ಪಂಚಾಕ್ಷರಿ. ನನ್ನೆದೆಯಾಳದ ಭಾವನೆಗಳಿಗೆ ನಿನ್ನ ಫೋಟೋ ಮಾತ್ರ ರೂಪ ನೀಡಿದೆ. ನೆನಪುಗಳು ಹಚ್ಚ ಹಸುರಿನಲ್ಲಿ ಹುದುಗಿಹೋಗಲಿ' ಮನದಲ್ಲಿ ಮಿನುಗಿ ಮರೆಯಾದವು ಮಾತುಗಳು.

"ಮೇ ಐ ಕಮಿನ್" ಲಕ್ಷ್ಮಿಯ ಧ್ವನಿ ಕೇಳಿಸಿತು. ಫೋಟೋ ತೆಗೆದು ಬೀರುವಿನಲ್ಲಿ ಹಾಕಿದ. "ಯೆಸ್.....ಕಮಿನ್" ಬಂದು ಸೋಫಾ ಮೇಲೆ ಮೈ ಚೆಲ್ಲಿದ.

ಒಳಗೆ ಬಂದ ಲಕ್ಷ್ಮಿ ಮೆಹತಾ, ನಂದಿನಿ ಅವನ ಎದುರಿನಲ್ಲಿ ಕೂತರು. ಗಾಜಿನ ಹೂಜಿಯಲ್ಲಿದ್ದ ನೀರನ್ನು ಲೋಟಕ್ಕೆ ಬಗ್ಗಿಸಿ ಕುಡಿದು ಅವರತ್ತ ತಿರುಗಿದ.

"ಏನು ಬಂದಿದ್ದು?" ಪ್ರಶ್ನೆ ನೇರವಾಗಿತ್ತು.

"ಭೂಮಿಕಾ ಒಳ್ಳೆ ಫೋಟೋಗ್ರಾಫರ್ ಅಂತಲ್ಲ! ಸದ್ಯಕ್ಕೆ ಅವ್ರುನ ನೋಡೋಕೆ ಸಾಧ್ಯವಿಲ್ದಿದ್ರೂ.... ಆ ಫೋಟೋಗಳನ್ನಾದ್ರೂ ನೋಡೋ ಆಸೆ" ತಲೆಯ ಮೇಲೆ ಸಂಕೋಚ, ಹಿಂಜರಿಕೆಯ ದೊಡ್ಡ ಬಂಡೆಯನ್ನಿಟ್ಟು ಕೇಳಿದಂತಾಯಿತು ನಂದಿನಿ.

ಅವನ ಕಣ್ಣುಗಳಲ್ಲಿ ಕೋಟಿ ನಕ್ಷತ್ರಗಳು ಮಿನುಗಿದಂತಾದವು. ಎದ್ದು ಹೋಗಿ ಬೀರುವಿನಲ್ಲಿದ್ದ ಆಲ್ಬಮ್ ತಂದು ಅವರ ಮುಂದಿಟ್ಟು ಭಾವುಕನಾಗಿ ಸೀಲಿಂಗ್ ನೋಡುತ್ತ ಕೂತ.

ಭೂಮಿಕಾ ಹೊರಡುವುದಕ್ಕೆ ಹಿಂದಿನ ದಿನ ಅವನಿಗೆ ಬಹುಮಾನಿಸಿದ್ದಳು ಅದನ್ನು. ಕಣ್ಣಲ್ಲಿ ಕಣ್ಣಿಟ್ಟು ನೋಡಿದ್ದ ಆ ಕ್ಷಣದಲ್ಲಿ.

"ಭೂಮಿಕಾ, ನಿಮ್ಮಿಂದಾಗಿ ನನ್ನ ಬಳಿ ಎಷ್ಟೋ ಉಳಿದುಹೋಗಿದೆ. ಅವುಗಳು ನನ್ನ ಇಡೀ ಜೀವನಕ್ಕೆ ಚೇತನ. ಆದ್ರೆ..ಮಧ್ಯೆ" ತಡೆದು ಹೇಳಿದ್ದಳು. "ಛೇ, ಹಾಗೆಲ್ಲ ಹೇಳ್ಬೇಡಿ! ನನ್ನ ಮಾತಿಗೆ ನೀವು ಕೊಟ್ಟ ಬೆಲೆ ಅಪಾರ. ಸಾವಿರ ವಸ್ತುಗಳಿಗೂ ಸಾಟಿ ಇಲ್ಲದ್ದು."

ಒಂದೊಂದೇ ಹಾಳೆ ತೆರೆದು ನೋಡಿದ ಅವರಿಬ್ಬರೂ ಉದ್ಗರಿಸಿದರು.

"ವಂಡರ್‌ಫುಲ್! ಎಂಥ ಕಲಾತ್ಮಕ ದೃಷ್ಟಿ ಅವರದು! ಭೂಮಿಕಾ ಈಸ್ ಗ್ರೇಟ್."

ಥಟ್ಟನೆ ಏನೋ ನೆನಪಿಸಿಕೊಂಡು ಡ್ರಾಯಿಂಗ್ ರೂಮಿಗೆ ಬಂದ. ಫೋನ್‌ನಲ್ಲಿ ಮಾತಾಡುತ್ತಿದ್ದ ರಘುನಂದನ್ ತಂತಿ ಕಡಿದು ಫೋನ್ ಇಟ್ಟು ಮುಗುಳ್ನಕ್ಕರು.

"ಪ್ರಮೋದ್ ಬಗ್ಗೆ ಮೆಹತಾ ಅಂಕಲ್, ಏನ್ಹೇಳಿದ್ರು? ಕುಷನ್ ಸೋಫಾ ಮೇಲೆ ಕೂತು ಹಿಂದಕ್ಕೆ ಒರಗಿದ. "ಅವ್ನು ಮತ್ತೆ ಹಿಂದುರಿಗಿದ್ರೆ ಜಯಸಿಂಹ ಅಂಕಲ್ ನೊಂದ್ಕೋತಾರೆ. ಶತಾಯಃ ಗತಾಯಃ ಅವ್ನ ಇಲ್ಲೇ ಉಳಿಸ್ಕೋಬೇಕು. ಅದನ್ನ ಮನಸ್ಸಿನಲ್ಲಿಟ್ಕೊಂಡ್ ಪ್ರಯತ್ನ ಮಾಡ್ಬೇಕು."

ಸಂತೋಷದಿಂದ ರಘುನಂದನ್ ಮುಖ ಅರಳಿತು. ಅವನ ಆಸಕ್ತಿ ಎಲ್ಲೆಡೆ ವ್ಯಾಪಿಸತೊಡಗಿದ್ದು ಅವರಿಗೆ ಖುಷಿಯೆನಿಸಿತು. ಮುಕ್ತವಾಗಿ ಹೇಳಿದರು.

"ಯಾವ ಪ್ರಯತ್ನ ಬೇಕಾದ್ರೂ ಮಾಡ್ಬಹುದು. ಬೇಕಾದ್ರೆ.... ನಾಳೆನೇ ಕರ್‍ಸು. ಅವ್ನ ಹೇಗೆ ಇಷ್ಟಪಟ್ರೆ ಹಾಗೆ!" ಮಾತು ಕೇಳಿ ಕೆನ್ನೆಯುಜ್ಜಿದ ಅಭಿನಂದನ್.

ಸಾಧಾರಣವಾಗಿ ಪ್ರಮೋದ್ ಅವನ ಬಳಿ ಕಹಿಯಾಗಿಯೇ ವರ್ತಿಸಿದ್ದ. ಆದರೆ ವಿಷಯ ತಿಳಿದಾಗ ಅವನನ್ನು ಅಭಿಮಾನದ ಉದ್ದಗಲಕ್ಕೂ ಬೆಳೆಸಿಕೊಂಡಿದ್ದ. ಆದರೂ ಪ್ರಮೋದ್ ಅವನ ಬಳಿ ತುಟಿ ಬಿಗಿದೇ ಮಾತಾಡುತ್ತಿದ್ದ.

"ಪಪ್ಪ, ನೀವೇ ಅಂಕಲ್‌ನ ಫೋನ್‌ನಲ್ಲಿ ಸಂಪರ್ಕಿಸಿ, ಸದ್ಯಕ್ಕೆ ಇಲ್ಲೇ ಬಂದು ಇರ್ಲಿ. ಅಥ್ವಾ ದೆಹಲಿಗೆ ಹೋದ್ರೂ ಒಳ್ಳೇದು. ಸದ್ಯಕ್ಕೆ ಪ್ರಮೋದ್ ಮನಸ್ಸು ತಿಳ್ಕೋಬೇಕು" ಎಂದವನು ಮೇಲಕ್ಕೆದ್ದ.

ಎದುರಾದ ನಿರ್ಮಲ ಒಂದು ಕ್ಷಣ ನಿಂತರು. ದೃಢಕಾಯವಾಗಿ ಬೆಳೆದುನಿಂತ ತಮ್ಮ ಕರುಳಕುಡಿ; ತಾಯಿ – ಮಗನ ಅಂತಃಕರಣ, ಆತ್ಮೀಯತೆಗಳ ನೆನಪೇ ಇಲ್ಲ.

"ಊಟ ರೂಮಿಗೆ ಕಳಿಸ್ಲಾ?" ಆಕೆ ವೇದನೆಯಲ್ಲಿ ಒಂದು ಕ್ಷಣ ಬೆಂದು ಹೋದಂತಾಯಿತು. "ಬೇಡ, ಡೈನಿಂಗ್ ಹಾಲ್‌ಗೆ ಬರ್ತೀನಿ."

ಹಾದು ಹೋದ ಮಗನತ್ತಲೇ ನೋಡುತ್ತ ನಿಂತರು. ತುಟಿ ಕಚ್ಚಿ ಅಳುನುಂಗಿದರು. ಆಸೆ, ಬಯಕೆಗಳು ಒಂದೂ ಪೂರ್ಣವಾಗಲಿಲ್ಲ. ತಾಯ್ತನದ ಮಾಧುರ್ಯ ತಾನು ಅನಿಭವಿಸಲೇ ಇಲ್ಲ! ಚೀರಿದಂತಾಯಿತು ಆಕೆಯ ಮನ.

ಕೋಣೆಯಿಂದ ಹೊರಗೆ ಬಂದ ನಂದಿನಿ ಅಲ್ಬಮ್‌ನ ಎದೆಗವಚಿಕೊಂಡಿದ್ದಳು.

"ಇನ್ನೊಂದ್ಸಲ.... ನೋಡಿ ಕೊಡ್ತೀನಿ" ಎಂದಾಗ, ಕಪಾಳಕ್ಕೆ ಹೊಡೆದು ಕಿತ್ತುಕೊಳ್ಳಬೇಕೆನಿಸಿತು. ತುಟಿಕಚ್ಚಿ ತಡೆದ. "ತಕ್ಷಣ... ತಂದ್ಕೊಡು" ಬಿಗಿದ ದನಿಯಲ್ಲಿ ಹೇಳಿದ.

ಆಲ್ಬಂ ನೋಡಿದ ರಘುನಂದನ್, ನಿರ್ಮಲ ಹುಬ್ಬೇರಿಸಿದರು. ಸಣ್ಣ ಝರಿಯ ಬಳಿ ನಿಂತ ಅಭಿನಂದನ್‌ನ ಭಾವಚಿತ್ರಗಳಂತೂ ಅವರಿಗೆ ಪೂರ್ತಿಯಾಗಿ ಮೆಚ್ಚಿಗೆಯಾದವು."

"ಎಷ್ಟು ಚೆನ್ನಾಗಿವೆ!" ನಿರ್ಮಲ ಅಂತೂ ಉದ್ಗರಿಸಿದರು. ಮಗನನ್ನಂತೂ ಹತ್ತಿರ ನಿಲ್ಲಿಸಿಕೊಂಡು ಆತ್ಮೀಯತೆಯಿಂದ ಕಣ್ಣಲ್ಲಿ ಕಣ್ಣಿಟ್ಟು ನೋಡಲಾರರು... ಆದರೆ ಈಗ ನೋಡೇ ನೋಡಿದರು. ನಿಮಿಷಗಳಾದರೂ ಅವರ ರೆಪ್ಪೆಗಳು ಅಲುಗಾಡಲಿಲ್ಲ.

"ನಿರ್ಮಲ....." ರಘುನಂದನ್ ಸ್ವರ ಎಚ್ಚರಿಸಿದಾಗ ರೆಪ್ಪೆಗಂಟಿದ್ದ ತುಂತುರು ಕೆಳ ಜಾರಿತು. "ನಮ್ಮ ಅಭಿನಂದನ್ ಎಷ್ಟು ಹ್ಯಾಂಡ್‌ಸಮ್ ಆಗಿದ್ದಾನೆ. ಎತ್ತರಕ್ಕೆ ಸರ್ರ್ಯಾದ ಮೈಕಟ್ಟು, ಮೂಗು, ಮುಖ ನಿಮ್ಮದಾದ್ರೂ ಬಣ್ಣ...ನನ್ದೇ!" ಹೆಮ್ಮೆಯಿಂದ ಹೇಳಿಕೊಂಡರು ಆಕೆ. ಕಣ್ಣರಳಿಸಿ ಮಡದಿಯ ಮುಖದಲ್ಲಿ ಅರಳಿದ ಸಂತೋಷವನ್ನು ನೋಡಿದರು.

ನಂದಿನಿ ಸಂಕಟದ ಉಗುಳನ್ನು ನುಂಗಿದಳು. ಮಾನಸಿಕ ಚಡಪಡಿಕೆ, ಸದ್ದಿಲ್ಲದೆ ಅವಳ ಹೃದಯ ಅತ್ತಿತ್ತು. ಕಣ್ಮುಂದೆ ತೇಲಿದ್ದು ಶಿವಪ್ರಸಾದ್ ಮುಖ. ಕನಸಿನ ಕಣ್ಣುಗಳಲ್ಲಿ ನೂರೆಂಟು ಭವಿಷ್ಯದ ಸುಂದರ ಚಿತ್ರಗಳು.

ಅದರಲ್ಲಿ ಒಂದು ಫೋಟೋ ತೆಗೆದು ಫ್ರೇಮ್‌ಗೆ ಸಿಕ್ಕಿಸಿದಳು ನಂದಿನಿ, ನಿರ್ಮಲ ಅದನ್ನೆತ್ತಿಕೊಂಡು, "ಈ ಫೋಟೊ ನನ್ನ ಕೋಣೆಯಲ್ಲಿ ಇರ್ಲಿ" ಎಂದು ಕೊಂಡೊಯ್ದರು. ಸದ್ದಿಲ್ಲದೆ ನಕ್ಕಳು ಲಕ್ಷ್ಮಿ ಮೆಹತಾ, "ಆಂಟಿಗೆ, ಅಭಿನಂದನ್ ಮೇಲೆ ಎಲ್ಲಿಲ್ಲದ ತುಂಬು ಪ್ರೀತಿ."

ಊಟಕ್ಕೆ ಬಂದಾಗ ನಂದಿನಿ ಅಭಿನಂದನ್‌ಗೆ ಆಲ್ಬಮ್ ಕೊಟ್ಟಳು. ಯಾವುದೇ ಪ್ರತಿಕ್ರಿಯೆ ತೋರದೆ ತೆಗೆದು, ಬೇಕೂ ಬೇಡದಂತೆ ಊಟಮಾಡಿ ಎದ್ದು ಹೋದ.

"ಎಂಥ ಒಳ್ಳೆ ಫೋಟೋಗ್ರಾಫರ್ ಕಣ್ರಿ!" ನಿರ್ಮಲ ಸ್ವರದಲ್ಲಿ ಮೆಚ್ಚಿಗೆ ಕುಣಿದಾಗ ಕೈ ತೊಳೆದರು ರಘುನಂದನ್. "ಅಪರೂಪದ ಹೆಣ್ಣು, ನಿಗರ್ವಿ. ಅಂತೂ ಈ ಮೇಘವರ್ಷಿಣಿ ಉಳಿಸಿದ ಕೀರ್ತಿ ಅವ್ಳ ಪಾಲಿಗೆ. ಅದ್ಕೇ ಪ್ರಮೋದ್ ಕೆಲ್ಸದ ಬಗ್ಗೆ ಮೆಹತಾ ಅಷ್ಟೊಂದು ಆಸಕ್ತಿ ವಹಿಸುತ್ತ ಇರೋದು. ಆದ್ರೆ.. ಅವ್ನೇ ಇಂಟರೆಸ್ಟ್ ತೋರಿಸ್ತಾ ಇಲ್ಲ. ಅವ್ನ ಇಂಡಿವಿಜ್ಯುಅಲ್ ಲೈಕಿಂಗ್ ಏನಿದ್ಯೋ ಗೊತ್ತಾಗ್ತಾ ಇಲ್ಲ. ಆ ವಿಷ್ಯನೇ ಅಭಿನಂದನ್ ಕೂಡ ಪ್ರಸ್ತಾಪಿಸಿದ್ದ." ನಂದಿನಿ ವಾರೆಗಣ್ಣಿನಿಂದ ನೋಡಿ ಲಕ್ಷ್ಮಿಯ ಜೊತೆ ಎದ್ದು ಹೋದಳು.

ಶಿವಪ್ರಸಾದ್ ಪೂರ್ತಿ ಭರವಸೆ ಕೊಟ್ಟಿದ್ದರೂ ಒಂದು ತರಹ ಕಾವಲು ಲಕ್ಷ್ಮಿ ಅವಳಿಗೆ. ಮುಂಜಾಗರೂಕತೆಯ ಏರ್ಪಾಟು ಮೆಹತಾ ಅವರದು.

"ಭೂಮಿಕಾನ ನೋಡ್ಲೇಬೇಕು" ನಂದಿನಿ ಅಂದಾಗ ಲಕ್ಷ್ಮಿ ನಕ್ಕಳು. "ಅಂದ್ರೆ...ನಿನ್ನ ಮದ್ವೆ ದಿನ ಹತ್ರ ಬರ್ಬೇಕು. ಡ್ಯಾಡಿ ಕೂಡ ಭೂಮಿಕಾ ಬಂದೇ ಬರ್ತಾರೆ ಅನ್ನೋ ಭರವಸೆ ಕೊಟ್ಟಿದ್ದಾರೆ. ಒಂದ್ನಾಲ್ಕು ದಿನ ಮೊದ್ಲೇ ಕರ್ಸಿಕೊಂಡ್ರೆ ಚೆನ್ನಾಗಿರುತ್ತೆ. ಹೇಗೆ?" ಇವಳತ್ತ ತಿರುಗಿದ ನಂದಿನಿ ಕಣ್ಣುಗಳು ಮಿನುಗಿದವು.

ತಕ್ಷಣ ಅದನ್ನು ರಘುನಂದನ್ ಮುಂದೆ ಪ್ರಸ್ತಾಪಿಸಿದರು. ಅದನ್ನು ಅಭಿನಂದನ್‌ಗೆ ಬಿಟ್ಟರು.

"ಅಭಿನಂದನ್‌ಗೆ ಹೇಳಿ. ಸದ್ಯಕ್ಕೆ ಅಲ್ಪ ಸ್ವಲ್ಪ ತಿಳಿದವ್ನು ಅವನೊಬ್ನೇ. ಟ್ರೈ..." ಇಬ್ಬರೂ ಖುಷಿಯಿಂದ ಅಭಿನಂದನ್ ಕೋಣೆಗೆ ಬಂದರು. ಟಿ.ವಿ. ನೋಡುತ್ತಿದ್ದವನು ಬಲವಂತವಾಗಿ ನಸುನಕ್ಕ.

"ಕಮಿನ್...ಏನು ವಿಷ್ಯ?" ಕ್ರಾಪನ್ನು ಹಿಂದಕ್ಕೆ ದೂಡಿ ಮೈ ಮುರಿದು ಎದ್ದು ಮಂಚದತ್ತ ನಡೆದ. ತೊಟ್ಟಿದ್ದ ಕಂದು ನೀಲಿಬಣ್ಣದ ನೈಟ್ ಕೋಟ್ ಅವನ ಶರೀರ ಅಪ್ಪಿ ಸೊಬಗನ್ನು ಹೆಚ್ಚಿಸಿತ್ತು.

"ಹೇಗೂ, ಭೂಮಿಕಾ ಮದ್ವೆಗೆ ಬರೋದು ಸರಿ. ಒಂದ್ಹತ್ತು ದಿನ ಮೊದ್ಲೇ ಬರ್ಲಿ. ನಮ್ಗೂ ಅವ್ರ ಜೊತೆ ಓಡಾಡಿ ಅನುಭವವಾಗುತ್ತೆ." ಲಕ್ಷ್ಮಿಯ ಸ್ವರದಲ್ಲಿ ತೀವ್ರ ಕುತೂಹಲವಿತ್ತು.

"ಬೈ ಆಲ್ ಮೀನ್ಸ್, ಭೂಮಿಕಾ ಬಂದ್ರೆ ಪರ್ವಾಗಿಲ್ಲ." ಅವನ ಸ್ವರದಲ್ಲಿ ಅನುಮಾನ ಇಣುಕಿದಾಗ ಲಕ್ಷ್ಮಿ ಮೆಹತಾಳ ಕಣ್ಣುಗಳು, ಕಿರಿದಾದವು. "ಯಾಕೆ ಅನುಮಾನಿಸ್ತೀರಾ! ನೀವು ಫೋನ್ ಹಚ್ಚಿ" ಎಂದಾಗ ಅವನ ಕಣ್ಮುಂದೆ ಇಣುಕಿದ್ದು ಪ್ರಮೋದ್‌ನ ಕಹಿಮುಖ. ಎಷ್ಟೋ ಸಲ ಮನವನ್ನು ಹತ್ತಿಕ್ಕಿ ಆ ಪ್ರಯತ್ನ ಬಿಟ್ಟಿದ್ದ. ಅದು ಅಗತ್ಯವೂ ಆಗಿತ್ತು. ಬದುಕಿನ ಬಗ್ಗೆ ತೀವ್ರ ಕಾಳಜಿ, ಪ್ರಾಮಾಣಿಕತೆ ಹೊಂದಿದ ಭೂಮಿಕಾಳ ಬದುಕು ಸುಂದರ ಪುಷ್ಪವಾಗಬೇಕೆಂಬುದೇ ಅವನ ಬಯಕೆಯಾಗಿತ್ತು.

"ನಿಮ್ಮಲ್ಲಿ ಯಾರಾದ್ರೂ ಮಾತಾಡಿ" ಎಂದವನು ಥಟ್ಟನೆ ನಿಲ್ಲಿಸಿ ಹೇಳಿದ. "ಮೆಹತಾ ಅಂಕಲ್‌ಗೆ ಈ ಕೆಲ್ಸ ವಹಿಸಿ. ಅವ್ರೇ ಸಮರ್ಥರು."

ಲಕ್ಷ್ಮಿ ಮೆಹತಾ, ನಂದಿನಿ ಮುಖ ಮುಖ ನೋಡಿಕೊಂಡರು. ಭೂಮಿಕಾಗೆ ಅಭಿನಂದನ್ ಹೆದರುವನೇ? ನಂದಿನಿಯ ಮನ ಒಪ್ಪಲಿಲ್ಲ. ತಳ್ಳಿಹಾಕಿದಳು.

ಎಷ್ಟೇ ಒತ್ತಾಯವೇರಿದರೂ ಅಭಿನಂದನ್ ಫೋನ್ ಎತ್ತಲು ಒಪ್ಪಲಿಲ್ಲ. ಪ್ರಮೋದನ ಅವಹೇಳನದ ಮಾತುಗಳು ಅವನನ್ನು ಚುಚ್ಚುತ್ತಿತ್ತು. ಕೆಲವೊಮ್ಮೆ ಸಹನೆ ಕಳೆದುಕೊಳ್ಳುವಂತೆ ಮಾಡುತ್ತಿದ್ದರೂ ಜಾಗೃತಗೊಳ್ಳುತ್ತಿದ್ದ ಅವನ ವಿವೇಕ ಬಹಳ ಸಂಯಮದಿಂದ ವರ್ತಿಸುತ್ತಿತ್ತು.

* * * *

ಗೆಳೆಯರ ಕೂಟ ದೊಡ್ಡ ಪಾರ್ಟಿಯನ್ನು ಅರೇಂಜ್ ಮಾಡಿತ್ತು. ಪ್ರಯತ್ನ ಪೂರ್ವಕವಾಗಿ ಅವನನ್ನು ಕರೆದೊಯ್ದಾಗ ಚಿಂತೆಗೀಡಾದರು ರಘುನಂದನ್.

ಅಭಿನಂದನ್‌ಗೆ ಇಂಥ ಪಾರ್ಟಿಗಳು ಹೊಸದಲ್ಲ. ಇಂಡಿವಿಷ್ಯುಯಲ್ ಆಗಿ ಕೂತು ಕುಡಿಯುವುದಕ್ಕಿಂತ ಕಂಪನಿಯಲ್ಲಿ ಕೂತು ಪೆಗ್ ಮೇಲೆ ಪೆಗ್ ಹಾಕಿ ಬಾಟಲುಗಳನ್ನು ಖಾಲಿ ಮಾಡುವುದೇ ಮಜಾ!

ದೊಡ್ಡ ಗದ್ದಲದೊಂದಿಗೆ ಅಭಿನಂದನ್‌ನ ಸ್ವಾಗತಿಸಿದರು. ಚಟ್ಟ ಮೌನದಲ್ಲಿ ಸುತ್ತಲೂ ನೋಟ ಹರಿಸಿದ. ಬಹುಶಃ ಅಲ್ಪಸ್ವಲ್ಪ ವಯಸ್ಸಿನ ಅಂತರವಿದ್ದ ಯುವಕರ ಹಿಂಡು ಸೇರಿತ್ತು.

"ಈ ವೈವಿಧ್ಯಮಯವಾದ ಜೀವನವನ್ನು ಪೂರ್ತಿ ಅನುಭವಿಸಲು ಸಾವಿರ ವರ್ಷಗಳಾದ್ರೂ ಬೇಕು. ಆದ್ರೆ... ನಮ್ಮ ಆಯುಷ್ಯದ ಪ್ರಮಾಣವೆಷ್ಟು? ಅದ್ರಲ್ಲಿ ಎಷ್ಟು ಕಾಲ ಉಪಯೋಗವಾಗ್ತಾ ಇದೆ? ಬದ್ಕಿನ ಬಗ್ಗೆ ನಮಗಿರುವ ಕುತೂಹಲವೆಷ್ಟು? ಹೃದಯ ತುಂಬಿ ಬಂದ ನಗುವಿನಿಂದ ಗಂಭೀರ ಚಿಂತನೆಗಳು ತೂರಿ ಬಂದಾಗ ಭೂಮಿಕಾಳ ಮುಖವನ್ನೇ ದಿಟ್ಟಿಸಿದ್ದ."

"ದೀರ್ಘವಾಗಿ, ಆಳವಾಗಿ ನಮ್ಮ ಹುಟ್ಟಿನ ಬಗ್ಗೆ ಯೋಚ್ಸದಿದ್ರೂ..." ಮತ್ತೆ "ಹೇಳಿದ್ದಳು ಸಾಮಾನ್ಯ ರೀತಿಯಲ್ಲಿ ಚಿಂತಿಸಿದರೂ.... ಅಮೂಲ್ಯ ಕ್ಷಣಗಳೆಲ್ಲ ಬರೀ ನಿರುಪಯುಕ್ತ!" ಅರ್ಥಗರ್ಭಿತವಾಗಿ ಹೇಳಿದ ಮಾತುಗಳು ಅವನ ನೆನಪಿಗೆ ಬಂದಾಗ ಎತ್ತರೆತ್ತರಕ್ಕೆ ಭೂಮಿಕಾ ಬೆಳೆದಂತೆ ಭಾಸವಾದಳು.

ಹತ್ತಾರು ಕಂಠಗಳು ಸ್ವಾಗತಿಸಿದಾಗ ಅವನ ಮೈನ ಚೇತನವನ್ನೆಲ್ಲ ಅವ್ಯಕ್ತವಾದ ಶಕ್ತಿಯೊಂದು ಹೀರಿಬಿಟ್ಟ ಅನುಭವವಾಯಿತು. ಬಳಲಿಕೆಯೆನಿಸಿ ಮೌನವಾಗಿ ಕೂತುಬಿಟ್ಟ.

"ಸತ್ತ ಅಭಿನಂದನ್ ಇಂದು ನಮ್ಮೆದುರಿಗೆ ಇದ್ದಾನೆ" ಒಬ್ಬ ಎದ್ದು ನಿಂತು ಉಸುರಿದಾಗ, ಅಭಿನಂದನ್ ಮುಖ ಗಂಟಿಕ್ಕಿ "ಷಟಪ್...." ಸಹನೆ ಕಳೆದುಕೊಂಡು ರೇಗಿದ. ಆದರೂ ಅದೇ ಧಾಟಿಯಲ್ಲಿ ಸಾಗಿದವು ಮಾತುಗಳು.

ಬಾಟಲುಗಳಲ್ಲಿನ ದ್ರವಗಳು ಗ್ಲಾಸ್‌ಗೆ ಬಗ್ಗಿಸಿದಾಗ ಅವನ ಮಿದುಳಿನಲ್ಲಿ ದೊಡ್ಡ ಆಸ್ಫೋಟ. ತೀರಾ ಒಡನಾಡಿಯಾಗಿದ್ದ ಪಾನೀಯ ಅವನ ಮುಂದೆ ಈಗ ಯಾವುದೇ ನಿರ್ಧಾರಗಳು ನಿರ್ಣಯಗಳು ಆತನ ಮಟ್ಟಿಗೆ ಬುಡಮೇಲಾದವು. ಅದರಲ್ಲಿ ಎಲ್ಲರೂ, ಎಲ್ಲವೂ ಕರಗಿಹೋದವು, ಬೆದರಿಟ್ಟ ಹಣೆಯ ಮೇಲೆ ಕರ್ಚೀಫ್ ಆಡಿಸಿದ.

"ಲೆಟ್ ಅಸ್ ಸೆಲಬ್ರೇಟ್....." ಮಾತು, ನಗು ಅವನಲ್ಲಿ ದೊಡ್ಡ ಗೊಂದಲವನ್ನುಂಟು ಮಾಡಿತು, ಮನ ಕೇಕೆ ಹಾಕಿದಂತಾಯಿತು. ಅಮಲಿನ ಸುಖ ಬೇಕೆನಿಸಿತು.

"ಚೀರಿಯೋ....." ಗ್ಲಾಸ್‌ಗಳು ಸೋಕಿ ಪರಸ್ಪರ ತುಟಿಯ ಬಳಿಗೆ ಬಂದು ಸೋಕಲು ತುಟಿಗಳು ಹಿಂಜರಿದವು. 'ಐ ಅಷ್ಯೂರ್ ಯೂ. ನಾನು ಖಂಡಿತ ಭರವಸೆ ಕೊಡಬಲ್ಲೆ. ಇನ್ನೆಂದೂ ಕುಡಿಯೋಲ್ಲ' ಎಂದು ಈ ಮಾತುಗಳನ್ನು ಹೇಳದಿದ್ದರೂ, ಕಣ್ಣುಗಳು ಭೂಮಿಕಾಳಿಗೆ ಪೂರ್ಣ ಭರವಸೆಯನ್ನು ಕೊಟ್ಟಿದ್ದ ಕ್ಷಣ ಮರುಕಳಿಸಿತು.

ಗ್ಲಾಸ್ ಟೇಬಲ್ ಮೇಲಿಳಿದಾಗ ಕೆಲವರು ಅತ್ತ ಗಮನಿಸಿದರು. ಛೇಡಿಸಿದರು. ಬಲವಂತ ಮಾಡಿದರು. ಶಿಲೆಯಾಗಿದ್ದ ಆ ಕ್ಷಣದಲ್ಲಿ.

"ಬಲವಂತ ಬೇಡ" ಅಭಿನಂದನ್ ರೇಗಿದ.

ತಣ್ಣನೆಯ ಹಣ್ಣಿನ ರಸ ತರಿಸಿ ಕುಡಿದು ಯಾರನ್ನೂ ಲೆಕ್ಕಿಸದೆ ಹೊರಬಂದು ಮ್ಯಾನೇಜರ್‌ಗೆ ಬಿಲ್ಲಿನ ಹಣ ತೆತ್ತು ಹೇಳಿದ.

"ದಯವಿಟ್ಟು ಇವ್ರನೆಲ್ಲ ಮನೆಗೆ ತಲುಪಿಸೋ ಏರ್ಪಾಟು ಮಾಡಿ." ಹೊರಗೆ ಬಂದ. ತಣ್ಣನೆಯ ಗಾಳಿ ಹಾಯೆನಿಸಿತು. ಮುಖ ಮೇಲೆತ್ತಿದ; ಶುಭ್ರ ಆಕಾಶದಲ್ಲಿ ಮಿನುಗುತ್ತಿದ್ದ ನಕ್ಷತ್ರಗಳು ಈತನ ಅಭಿಮತಕ್ಕೆ ನಕ್ಕವು.

'ಅಮಲು ಈ ಲೋಕದ ಸಂಪರ್ಕವನ್ನೇ ಕಡಿದು ತನ್ನದೇ ಆದ ಜಗತ್ತನ್ನು ಸೃಷ್ಟಿಸಿ ಅವನನ್ನು ಪೂರ್ತಿಯಾಗಿ ನಿಷ್ಪ್ರಯೋಜಕನನ್ನಾಗಿ ಮಾಡಿಬಿಡುತ್ತೆ' ಅನುಭವದ ಈ ಮಾತುಗಳನ್ನು ಒತ್ತಿ ಹೇಳಿದ.

"ಸಾಬ್....." ಡ್ರೈವರ್ ಎದುರು ನಿಂತು ಸೆಲ್ಯೂಟ್ ಹೊಡೆದ. ಸಣ್ಣಗೆ ನಾಲಿಗೆಯಾಡಿಸಿ ಅವನತ್ತ ನೋಟ ಎತ್ತಿದ "ಕ್ಯಾ...." ಅವನ ಸ್ವರದಲ್ಲಿ ತೀಕ್ಷ್ಣತೆ ಇತ್ತು. "ದೊಡ್ಡ ಸಾಹೇಬ್ರು ಕಳ್ಸಿದ್ರು" ಕತ್ತಿನ ಮೇಲೆ ಕೈಯಾಡಿಸುತ್ತ ಹೇಳಿದ.

"ಅಚ್ಛಾ.... ನೀನ್ಹೋಗು, ನಾನು ಕಾರು ತಗೊಂಡು ಹೋಗ್ತೀನಿ" ಪಾರ್ಕ್ ಮಾಡಿದ್ದ ಕಾರಿನತ್ತ ನಡೆದಾಗ, ಡ್ರೈವರ್ ಕಣ್ಣಲ್ಲಿ ಅಚ್ಚರಿಗಿಂತ ಮಿಗಿಲಾದ ಭಾವವೊಂದು ಮಿನುಗಿತು. ಅವನು ಹಳಬ. ಅವನಿಗೆ ಎಲ್ಲಾ ವಿಷಯ ಗೊತ್ತಿದ್ದುದೇ! ಅಂದು ತೂರಾಡುತ್ತಿದ್ದ ಅಭಿನಂದನ್‌ನ ಕಲ್ಪಿಸಿಕೊಂಡು ಅವನಿಗೆ ಆಶ್ಚರ್ಯವಾಗಿತ್ತು.

ಕಾರು ಹೊರಡುವವರೆಗೂ ನೋಡುತ್ತ ನಿಂತ.

ಅಭಿನಂದನ್ ಕಾರು ಪೋರ್ಟಿಕೋ ಬಳಿ ಬಂದು ನಿಂತಾಗ, ಕೂತಿದ್ದ ನಿರ್ಮಲ ನೋಡಲು ಚಡಪಡಿಸಿದರೂ. ರಘುನಂದನ್ ಎದೆಯನ್ನು ಗಟ್ಟಿಮಾಡಿಕೊಂಡು ನೋಡಿದರು. ಬಟ್ಟೆಯೇನು, ಅವನ ಕೂದಲು ಕೂಡ ಅಸ್ತವ್ಯಸ್ತವಾಗಿರಲಿಲ್ಲ. ಸಿಡಿಯಲು ಸಿದ್ಧವಾಗಿದ್ದ ಮಾನಸಿಕ ಬಾಂಬು ನಿಷ್ಪ್ರಯೋಜಕವಾಗಿತ್ತು.

ಅವರ ಕಣ್ಣು ಮುಂದಿನ ಮಂಜೆಲ್ಲ ಪ್ರಬಲವಾದ ಸೂರ್ಯನ ಕಿರಣ ಗಾಳಿಗೆ ಸೋಕಿ ಕರಗಿಹೋದಂತೆ ಆಯಿತು.

ಇದನ್ನು ಗಮನಿಸಿದ ಅಭಿನಂದನ್ ಒಳಗೆ ಹೋದ. ಲಕ್ಷ್ಮಿ ಮೆಹತಾ ಕಣ್ತುಂಬಿಕೊಳ್ಳುವಂತೆ ನೋಡಿದಳು. ಮೆಹತಾ ಆಗಲಿ, ಬೇರೆ ಯಾರೇ ಆಗಲಿ ಮದುವೆಯ ಪ್ರಸ್ತಾಪ ಅವಳ ಮುಂದೆ ಎತ್ತದಿದ್ದರೂ ತನ್ನನ್ನು ತಂದು ಬಿಟ್ಟಿರುವುದಕ್ಕೆ ಒಂದು ಪ್ರಬಲವಾದ ಹಿನ್ನೆಲೆಯಿದೆಯೆಂಬುದು ಅವಳಿಗೆ ಗೊತ್ತಾಗಿತ್ತು.

"ಹಲೋ...ಸರ್....." ಹೊರಟವನ ಕಾಲುಗಳಿಗೆ ಬೇಡಿ ತೊಡಿಸಲು ಅವಳ ನವಿರಾದ ಸ್ವರ ಸಮರ್ಥವಾಯಿತು. ನಿಂತ ಭಂಗಿಯಲ್ಲೇ ಕತ್ತು ತಿರುಗಿಸಿ "ಹಲೋ... ಮೇಡಮ್...." ಎಂದ. ಲಕ್ಷ್ಮಿ ಮೆಹತಾ ಸುಂದರವಾಗಿ ನಕ್ಕಳು. ದಂತ ಪಂಕ್ತಿಗಳು ಜೋಡಿಸಿದ ಮುತ್ತುಗಳಂತೆ ಮಿನುಗಿದವು.

"ಡ್ಯಾಡಿ ಫೋನ್ ಮಾಡಿದ್ರು. ತಕ್ಷಣ ತಮ್ಮನ್ನು ಭೇಟಿ ಮಾಡೋ ಉದ್ದೇಶ!" ಚಕಿತನಾದ. ಅರ್ಥ ಮಾಡಿಕೊಂಡವಳಂತೆ ಮುಗುಳ್ನಕ್ಕಳು. "ತಂತಿ.... ಮೂಲಕ....." ಕೋಣೆಯತ್ತ ನಡೆದ.

ಆದರೆ ಮೆಹತಾ ಫೋನ್‌ನಲ್ಲಿ ಸಿಕ್ಕಲಿಲ್ಲ. ಯಾಕೆ ಫೋನ್ ಮಾಡಿರಬಹುದು? ಪ್ರಮೋದ್ ವಿಷಯಕ್ಕೆ ಇರಬಹುದೆಂದುಕೊಂಡ.

"ಬೆಳಿಗ್ಗೆ ಫಸ್ಟ್ ಫ್ಲೈಟ್‌ಗೆ ಬೆಂಗ್ಳೂರಿಗೆ ಹೋಗ್ತಾ ಇದ್ದೀವಿ" ಬಂದು ನಿರ್ಮಲ ನುಡಿದಾಗ, ಮುಖ ಕೆಳಕ್ಕೆ ಹಾಕಿದ. ಮೇಲೆ ಯಾವುದೇ ಅಲಕ್ಷ್ಯ ತೋರದಿದ್ದರೂ ತಾಯಿಯೆಂಬ ಗೌರವ ಅವರೆದೆಯಲ್ಲಿ ಗಳಿಸಿಕೊಳ್ಳಲು ಆಕೆ ಇನ್ನೂ ಅಸಮರ್ಥರಾಗಿದ್ದರು. "ಆಯ್ತು, ನನ್ನಿಂದ ಏನಾದ್ರೂ ಆಗ್ಬೇಕಿತ್ತಾ?"

ನಿಂತ ನೆಲವೇ ಬಿರಿದಂತಾಯಿತು ನಿರ್ಮಲಾಗೆ. ಮಗನಿಂದ ವ್ಯಾವಹಾರಿಕ ಪ್ರಶ್ನೆ. ಗಂಟಲುಕಟ್ಟಿ ಸ್ವರ ಹೊರಡದಂತಾಯಿತು. ಸಹಜಸ್ಥಿತಿಗೆ ಬರಲು ನಿಮಿಷಗಳೇ ಬೇಕಾಯಿತು.

"ಜೊತೆಯಲ್ಲಿ ನಂದಾನ ಕೂಡ ಕರ್ಕೊಂಡ್ಹೋಗ್ತಾ ಇದ್ದೀವಿ. ಲಕ್ಷ್ಮಿ ಮೆಹತಾ ಇಲ್ಲೇ ಇರ್ತಾಳೆ. ಆ ಹುಡ್ಗಿ ತೀರಾ ಒಂಟಿಯಾಗ್ಬಿಡ್ತಾಳೆ. ಮೆಹತಾ ನಂದಿನಿ ಸುಧಾರಣೆಗೋಸ್ಕರ ಅವ್ಳನ್ನ ತಂದು ಇಲ್ಲಿ ಬಿಟ್ಟಿದ್ದು....." ತಕ್ಷಣ ಹೇಳಿದ. "ಅರ್ಥವಾಯ್ತು. ನೀವೇನೂ ಯೋಚ್ನೆ ಮಾಡ್ಬೇಡಿ."

ನಿರ್ಮಲ ಹೊರಗೆ ಬಂದರು. ಮಗನ ದೃಢಚಿತ್ತದ ಬಗ್ಗೆ ಅಪಾರವಾದ ಅಭಿಮಾನ, ಹೆಮ್ಮೆ ಅದನ್ನು ಪರಿಪೂರ್ಣವಾಗಿ ಅನುಭವಿಸಲು ತಮ್ಮಿಂದ ಆಗುತ್ತಾ ಇಲ್ಲವಲ್ಲ ಎನ್ನುವ ಸಂಕಟ.

ಊಟ ಮುಗಿಸಿ ಹಾಸಿಗೆ ಸೇರುವ ಮುನ್ನ ಕೆಲವು ಕಂಟ್ರಾಕ್ಟ್‌ಗಳಿಗೆ ಸಂಬಂಧಪಟ್ಟ ಫೈಲುಗಳನ್ನು ತಿರುವಿ ನೋಡಿದ. ತಾನು ಸುಮಾರಾದ ಬುದ್ಧಿವಂತ. ವಿದ್ಯಾರ್ಜನೆಯ ಶಕ್ತಿಯೂ ಇತ್ತು. ಆದರೆ ತನ್ನ ವಿದ್ಯಾಭ್ಯಾಸ ಅಪೂರ್ಣ. ಸಣ್ಣ ಸೂಜಿಗಳಿಂದ ಚುಚ್ಚಿದಂತಾಯಿತು. ಈ ನೋವು ಕೂಡ ನಿರಂತರವೆನಿಸಿದರೂ ಮೆಟ್ಟಿ ಜೀವನೋತ್ಸಾಹ ತುಂಬಿಕೊಳ್ಳುವ ಛಲ ಹುಟ್ಟಿ ಬಂದರೂ ಒಂದು ಕ್ಷಣ ಮಂಕಾದ.

'ಭೂಮಿಕಾ, ನೀನು ನನ್ನೊತೆ ಇದ್ರೆ...' ಅದರ ಹಿಂದೆನೇ ಪ್ರಮೋದ್ ನೆನಪು ತೂರಿ ಬಂತು. 'ವಿಷ್ ಯೂ ಬೆಸ್ಟ್ ಆಫ್ ಲಕ್' ಮನ ಕೆಳ ಸ್ವರದಲ್ಲಿ ಹಾರೈಸಿತು.

ಬೀರುವಿನಲ್ಲಿದ್ದ ಫ್ರೇಮ್ ತೆಗೆದು ಟೀಪಾಯಿ ಮೇಲಿಟ್ಟ, ಅಂತಹ ಸ್ನೇಹಮಯ ಕಣ್ಣುಗಳನ್ನು ಬೇರೆಲ್ಲೂ ನೋಡಿದ ನೆನಪೇ ಅವನಿಗಾಗಲಿಲ್ಲ.

ಅಂದು ಬೈಕ್ ಕೆಟ್ಟು ದಾರಿಯಲ್ಲಿನ ಪ್ರಸಂಗ ನೆನಪಾದಾಗ ಅವನ ನರನಾಡಿಗಳಲ್ಲಿ ಚೇತನ ಉಕ್ಕಿ ಹರಿಯಿತು. ತನ್ನ ಅಪರಾಧವನ್ನು ಕ್ಷಮಿಸಿಬಿಟ್ಟ ಭೂಮಿಕಾ, ಭೂಮಿ ತೂಕದ ಹೆಣ್ಣಾಗಿ ಕಂಡಳು.

ದಿಂಬಿನಲ್ಲಿ ಮುಖ ಹುದುಗಿಸಿದಾಗ ಫೋನ್ ಶಬ್ದ ಮಾಡಿತು, ಬೇಸರದಿಂದಲೇ ಎತ್ತಿದ. ಅತ್ತಲಿಂದ ರೇಖಾಳ ಧ್ವನಿ.

"ಛೇ, ತುಂಬ ಅನ್ಯಾಯ! ನನ್ನ ಸ್ನೇಹಕ್ಕೆ ಇಂಥ ಪ್ರತಿಫಲ ಸಿಕ್ಕಬಾರ್ದಿತ್ತು!" ಆಕ್ಷೇಪಣೆಯಿಂದಲೇ ಶುರು ಮಾಡಿದಳು. "ಸಾರಿ...." ಅನ್ನುವುದು ಅವನಿಗೆ ಅನಿವಾರ್ಯವಾಯಿತು. ಮೂರು ನಿಮಿಷಗಳ ಕಾಲ ತಾನೇ ಮಾತಾಡಿದಳು. ನೋವು, ನಿರಾಸೆ, ಒಂದರಿಂದ ಒಂದು ವ್ಯಕ್ತಪಡಿಸಿದಳು.

"ನಾನು ನಿಮ್ಮ ಮನೆಗೆ ಸಾಕಷ್ಟು ಬಾರಿ ಬಂದಿದ್ದೆ. ನಂದಿನಿ ಕೂಡ ನಂಗೆ ಒಳ್ಳೆ ಫ್ರೆಂಡ್ ಆಗಿದ್ದು. ನಮ್ಮ ಸ್ನೇಹ, ವಿಶ್ವಾಸ, ಪ್ರೀತಿ ಇಲ್ಲಿ ಕಾಲುಕಸವಾಯ್ತು." ಒಂದು ಕ್ಷಣ ಫೋನ್ ಪಕ್ಕಕ್ಕೆ ಸರಿಸಿದ ಅಭಿನಂದನ್. ಈ ಮಾತುಗಳು ಇಡೀ ರಾತ್ರಿ ಮುಂದುವರೆಯ ಬಹುದೆಂಬ ಹೆದರಿಕೆ.

"ರೇಖಾ, ನಾಳೆ ಮಾತಾಡಬಹುದಲ್ಲ! ಈಗ.... ನಿದ್ದೆ...." ಇನ್ನೊಂದು ಅವಕಾಶ ಕೊಡದಂತೆ ಫೋನ್ ಕೆಳಗಿಟ್ಟ, ಮತ್ತೆ ಸದ್ದು 'ಡ್ಯಾಮ್..... ಇಟ್' ಎತ್ತಿ ಕುಕ್ಕಬೇಕೆನಿಸಿತು. ಆದರೆ..ಯಾಕೋ ಮನ ಒಪ್ಪಲಿಲ್ಲ, ಕೈಗೆತ್ತಿಕೊಂಡು ಹಲೋ... ಎಂದ. ಅತ್ತಲಿಂದ ಅದೇ. ನವಿರಾದ ದನಿ. ಬಿಗಿದ ಮುಖ. ನಿಧಾನವಾಗಿ ಸಡಿಲಗೊಂಡಿತು.

"ಪ್ಲೀಸ್, ರೇಖಾ ಸ್ವಲ್ಪ ಅರ್ಥ ಮಾಡ್ಕೋ. ನಾಳೆ ಖಂಡಿತ ಸಿಗ್ತೀನಿ" ಬೇಸರ ನುಂಗಿ ಹೇಳಿದ.

"ನಾನು ನಂಬೋಲ್ಲ!" ಅವಳಿಂದ ಪ್ರತಿಭಟನೆ.

"ಯಾಕೆ ನಂಬೋಲ್ಲ?" ಇಂಥದನ್ನೆಲ್ಲ ಯಾವಾಗ್ನಿಂದ ತಲೆಗೆ ತುಂಬ್ಕೊಂಡೆ? ನಿಂಗಷ್ಟು ಅಪನಂಬ್ಕೆಯಾದ್ರೇ ನೀನೇ...ಬಾ. ಬೆಳಿಗ್ಗೆ ಬೇಡ, ಸಂಜೆ ಬಾ. ಮುಲಾಜಿಲ್ಲದೆ ಫೋನ್ ಡಿಸ್‌ಕನೆಕ್ಟ್ ಮಾಡಿ ಬಂದು ಮಲಗಿದ.

ಮರುಳುಗಾಡಿನಲ್ಲಿ ರೇಖಾ ಮಾತ್ರವಲ್ಲ ಅವನ ಮನೆಯವರು ಕೂಡ ಓಯಸಿಸ್ ಆಗಿದ್ದರು. ಕೃತಕವೋ, ನಟನೆಯೋ.... ಪ್ರೀತಿ, ಕಳಕಳಿ ಅವನ ಬಗ್ಗೆ ತೋರುತ್ತಿದ್ದರು. ಇದು ಕೂಡ ಮರೆಯಲಾರದಂಥದ್ದು.

ಆದರೆ..... ಮೆಹತಾ ಎಚ್ಚರಿಕೆಯ ಮಾತುಗಳು ನೆನಪಾಗಿ ಮಿದುಳಿನಲ್ಲಿ ಬರೀ ಗೊಂದಲ ಶುರುವಾಯಿತು. 'ಪ್ರೊಫೆಷನಲ್ ಜಲಸಿ, ವಡಿವೇಲು ನಿನ್ತಂದೆಯ ಅವನತಿಗೋಸ್ಕರ ಕಾಯೋ ವ್ಯಕ್ತಿ. ಅದ್ನ ನೀನು ನೆನಪಿನಲ್ಲಿಟ್ಕೋ! ನಿನ್ನ ವಿಷಯದಲ್ಲೂ ಕೂಡ ಅಂಥದೊಂದು ಪ್ರಯತ್ನ' ಮೇಘವರ್ಷಿಣಿಗೆ ಹಿಂದಿರುಗಿದ ಮೇಲೆ ಹೇಳಿದ್ದರು.

"ರಘುನಂದನ್, ನಿರ್ಮಲ ತಪ್ಪು ಮಾಡಿರಬಹುದು. ಅದ್ಕೇ ಸಾಕಷ್ಟು ಪ್ರಾಯಶ್ಚಿತ್ತ ಅನುಭವಿಸಿದ್ದಾರೆ. ಆ ನೋವು ನಿರಂತರವಾಗೋದ್ಬೇಡ. ಈ ಮೇಘವರ್ಷಿಣಿ ಜೊತೆ ನಿನ್ತಂದೆ ಪ್ರತಿಷ್ಠೆ ಉಳಿಸೋ ಜವಾಬ್ದಾರಿ ಕೂಡ ನಿನ್ಮೇಲೆ ಉಳಿದಿದೆ. ಯೂ ಅಂಡರ್ ಸ್ಟ್ಯಾಂಡ್!" ಮೆಹತಾ ಮಾತುಗಳ ಮಾರ್ದನಿಯ ಗುಂಗಿನಲ್ಲಿ ಎಷ್ಟೋ ಹೊತ್ತು ಮೈ ಮರೆತ. ಮಿದುಳು, ಮನಸ್ಸು ಪ್ರೌಢವಾಗಿದ್ದರೂ ಕೆಲವೊಮ್ಮೆ ಸಮಸ್ಯೆಗಳು ಎದುರಾದಾಗ ಭೂಮಿಕಾಳಂಥ ಸಂಗಾತಿ ಬೇಕೆನಿಸಿತು. ಅವಳ ಸುಂದರ ರೂಪ, ಯೌವನಕ್ಕಿಂತ ಸಪ್ತಸ್ವರಗಳಂತೆ ಮೇಳೈಸಿರುವ ಸಂಗೀತ, ಸಾಹಿತ್ಯ ಕಲೆ, ಪ್ರಕೃತಿ, ಜೀವನವನ್ನು ಕಾಣುವ ಪ್ರಾಮಾಣಿಕ ದೃಷ್ಟಿ, ಗಂಭೀರ ನಿಲುವು, ಕಾವ್ಯಮಯ ಬದುಕು ಅವನಿಗಿಷ್ಟವಾಗಿತ್ತು.

ನೋಟವೆತ್ತಿ ಆಕೆಯ ಫ್ರೇಮ್ ಕಡೆ ನೋಡಿದ. ಅದೇ ಸುಂದರ ನಗು. 'ಸಾರಿ ಪ್ರಮೋದ್, ಭೂಮಿಕಾಳೊಂದಿಗೆ ಕಳೆದ ಸ್ನೇಹಮಯ ದಿನಗಳೇ ನನ್ನ ಬದ್ಕಿಗೆ ತುಂಬು ಚೈತನ್ಯವನ್ನು ನೀಡಬಲ್ಲದು' ನಿಟ್ಟುಸಿರು ದಬ್ಬಿ ಹಾಗೇ ಕಣ್ಮುಚ್ಚಿದ.

ಲಕ್ಷ್ಮಿ, ಮೆಹತಾ, ಅಭಿನಂದನ್ ಕೂಡಿ ಹೋಗಿಯೇ ಫ್ಲೈಟ್ ಹತ್ತಿಸಿ ಬಂದರು.

ಕೈ ಬೀಸಿದ ನಿರ್ಮಲ ಸಾಮಾನ್ಯ ಹೆಣ್ಣಿನಂತೆ ಒಂದು ಕ್ಷಣ ಯೋಚಿಸಿದರು. ನಿರ್ಜನ ಕಾಡಿನ ಗುಡ್ಡದ ಮೇಲಿನ ಇಡೀ ಬಂಗ್ಲೆಯಲ್ಲಿ ಇದ್ದವರು ಅಭಿನಂದನ್, ಭೂಮಿಕಾ ಯಾವ ಹೆಣ್ಣಿನ ಎದೆಯಲ್ಲಿಯಾದರೂ ಬಯಕೆ ಹುಟ್ಟಿಸುವ ಅವನ ಸದೃಢ ಶರೀರವನ್ನು ಭೂಮಿಕಾ ಬಯಸಲಿಲ್ಲವೇ? ಪುರುಷ ಸಿಂಹದಂತಿರುವ ಅಭಿನಂದನ್ ಸುಂದರ ಹೆಣ್ಣನ್ನು ಬಿಟ್ಟು ಬಿಡುವಷ್ಟು ಸಂಯಮಿಯೇ? ಸಂಶಯದ ಹುಳು ಬರೀ ತಲೆ ಕೆಡಿಸಿಕೊಂಡಿದ್ದರೂ, ಗಂಡನ ಮುಂದೆ ಪ್ರಸ್ತಾಪಿಸುವಷ್ಟು ಧೈರ್ಯ ಆಕೆಗೆ ಬಂದಿರಲಿಲ್ಲ.

ಅರ್ಧ ದಿನ ಆಫೀಸ್‌ನಲ್ಲಿ ಕೂತು ಕೆಲಸಗಳನ್ನು ಗಮನಿಸಿದ. ಮುಖ್ಯ ಎಂಜಿನಿಯರ್‌ಗಳು ಹೇಳುವ ಮಾತುಗಳನ್ನೇ ಗಮನವಿಟ್ಟು ಕೇಳಿದ. ಮನೆಗೆ ಬಂದಾಗ ಸಮಯ ಮೂರರ ಸುಮಾರು.

ವೀಡಿಯೋದಲ್ಲಿ ಫಿಲಮ್ ನೋಡುತ್ತಿದ್ದ ಲಕ್ಷ್ಮಿ ಮೆಹತಾ ಎದ್ದು ಬಂದಳು.

"ಸಾರಿ....." ಎಂದ. ನಕ್ಕುಬಿಟ್ಟಳು. "ಇದೆಲ್ಲಾ ನಮ್ಗೆ ಅಭ್ಯಾಸವೇ. ಅದ್ರೆ..ನಮ್ತಂದೆ ಎಂದೂ ಮಕ್ಳು, ಹೆಂಡ್ತಿಯ ಬಗ್ಗೆ ಅನಾಸಕ್ತಿ ತೋರಿದವರೇ ಅಲ್ಲ. ಅದು ನಮ್ಮ ತಾತನಿಂದ ಬಂದ ಶಿಕ್ಷಣ" ಆಳವಾಗಿ ಅವಳತ್ತ ನೋಡಿದ. ಚಂಚಲತೆ ಇಲ್ಲದ ಶುಭ್ರ ನಯನಗಳು. ಮೆಹತಾ ಅದರದೇ ಕಣ್ಣು, ಮೂಗು, ಸ್ವಲ್ಪ ಹೆಚ್ಚೆನಿಸುವಂಥ ಬಿಳುಪಾದರೂ ತಾಯಿಯ ಹಾಗೆ ಸ್ವಲ್ಪ ಕುಳ್ಳು. ಒಟ್ಟಿನಲ್ಲಿ ಪ್ರತ್ಯೇಕವಾಗಿ ನಿಲ್ಲಿಸಿ ನೋಡಿದರೆ ಮುದ್ದಾದ ಹುಡುಗಿ.

ಊಟ ಮುಗಿಸಿ ಇಬ್ಬರೂ ಡ್ರಾಯಿಂಗ್ ರೂಮಿನಲ್ಲಿ ಎದುರುಬದುರಾಗಿ ಕೂತರು. ಆಡಲು ಮಾತುಗಳೇ ಇಲ್ಲವೆನಿಸಿತು ಅಭಿನಂದನ್‌ಗೆ. ಆದರೆ ಲಕ್ಷ್ಮಿ ಮೆಹತಾ ಆಡುವ ಮಾತುಗಳನ್ನು ಕೇಳಲು ಕುತೂಹಲದಿಂದ ಕೂತ, ಬರೀ ಕಾಸ್ಮೆಟಿಕ್ಸ್, ಉಡುಪು, ಚಲನಚಿತ್ರಗಳ ಬಗ್ಗೆಯೇ ಹೇಳಿದಳು. ಇಷ್ಟವಿಲ್ಲದ ಸಂಗೀತ ಆಲಿಸುವಂತೆ ಕೂತಿದ್ದ.

ಪಂಪ ರನ್ನರಿಂದ ಹಿಡಿದು ಕಾಮು, ಕಾಫ್ಕ, ಸಾರ್ತ್ರೆ ಬಗ್ಗೆಯವರೆಗೂ ನಿರರ್ಗಳವಾಗಿ ಮಾತನಾಡುತ್ತಿದ್ದಳು ಭೂಮಿಕಾ. ಭಾಷೆ, ಮಾತಿನ ಮೇಲೆ ಅವಳಿಗೆ ಸಂಪೂರ್ಣ ಹಿಡಿತವಿತ್ತು. ಅವಳು ತಿಳಿದುಕೊಂಡ ವಿಷಯಗಳನ್ನು ಒಮ್ಮೆ ಒರೆಗೆ ಹಚ್ಚಿ ನೋಡಿದರೆ..... ಬೇರೆಯವರು ಬೆರಗಾಗಬೇಕಿತ್ತು. ಬದುಕಿನಲ್ಲಿ ಅವಳು ಖಂಡಿತ ಒಂದು ನಿಮಿಷವನ್ನೂ ನಷ್ಟ ಮಾಡಿಲ್ಲವೆನಿಸುತ್ತಿತ್ತು. ಹಾಗೆಂದು ಮೆಹತಾ ಹೊಗಳಿದಾಗ ನಕ್ಕುಬಿಟ್ಟಿದ್ದಳು.

"ವಿಚಾರ, ವೈಚಾರಿಕತೆ ಅಗತ್ಯ. ಅಷ್ಟರಿಂದ್ಲೇ ಖಂಡಿತ ಬದ್ಕಿಬಿಡೋಕಾಗೋಲ್ಲ ಅಂಕಲ್. ಪ್ರೀತಿ. ಪ್ರೇಮ, ಅಂತಃಕರಣವಿದ್ದಾಗ್ಲೇ ಮನುಷ್ಯರ ಜೀವನಕ್ಕೆ ಒಂದು ಬೆಲೆ. 'ಕಾಡು ಕಲ್ಲು ಆಗುವ ಬದ್ಲು ಊರು ಪಕ್ಕದಲ್ಲಿ ನೆರಳು ಕೊಡೋ ಮರವಾದ್ರೆ... ಉತ್ತಮ' ಈ ಮಾತನ್ನು ನಮ್ಮ ತಾತ ಹೇಳಿದ್ರೂಂತ ನಮ್ತಂದೆ ಜ್ಞಾಪ್ಸಿಕೊಳ್ತಾ.. ಇದ್ರು, ಮಾನವೀಯತೆ ಇಲ್ಲದಿದ್ದರೆ ಯಾವ ಚಿಂತನೆಗಳಿಗೂ ಬೆಲೆ ಇಲ್ಲ."

ಆ ಮಾತುಗಳು ಅವನೆದೆಯ ಮೇಲೆ ಅಕ್ಷರ ರೂಪದಲ್ಲಿ ಮೂಡಿ ಹೋಗಿತ್ತು. ಎಂದೂ ಅಳಿಸಿ ಹೋಗದು! ಯಾರೂ ಒರೆಸಿ ಹಾಕಲು ಸಮರ್ಥರಿಲ್ಲ.

"ಹೊರಗಡೆ ಬೇಕಾದ್ರೆ ಹೋಗೋಣ..... ನಿಮ್ಗೆ ಬೋರ್ ಅನಿಸಿದರೆ....." ಮೇಲಕ್ಕೆದ್ದ. ಸದ್ಯಕ್ಕೆ ತಲೆಯ ನೋವು ಬರಬಾರದೆಂಬುದು ಅವನ ಉದ್ದೇಶ. ಅವಳ ಕಣ್ಣಂಚಿನಲ್ಲಿ ಸಂಕೋಚ ಮಿನುಗಿ ಮರೆಯಾಯಿತು.

"ಅಭಿನಂದನ್, ನಾನು ಮೆಹತಾ ಮಗ್ಳು. ಎರಡು ಕುಟುಂಬಗಳ ಸ್ನೇಹ, ಆತ್ಮೀಯತೆ ರಕ್ತ ಸಂಬಂಧಕ್ಕೂ ಮಿಗಿಲು. ಆತ್ಮೀಯ ಗೌರವ, ಸಂಕೋಚ ಕಂಡ್ರೆ.. ಎಲ್ಲೋ ನಾವೇ ತಪ್ಪಿದ್ದೀವಿಂತ ಅನ್ನಿಸುತ್ತೆ!" ಅವಳ ಸ್ವರದಲ್ಲಿ ಹೊರಟಿದ್ದ ಕಹಿ ರಪ್ಪೆಂದು ರಾಚಿದಂತಾಯಿತು ಅಭಿನಂದನ್‌ಗೆ. ಆದರೆ ಭೂಮಿಕಾಳ ಸನಿಹ ಅವನಲ್ಲಿ

ತುಂಬು ಆತ್ಮವಿಶ್ವಾಸವಿರುತ್ತಿತ್ತು. ಯಾವ ಕ್ಷಣದಲ್ಲಿಯಾದರೂ ವಿಚಲಿತನಾಗದಂತೆ ಹಿಡಿದಿಡುವಷ್ಟು ಸಮರ್ಥವಾಗಿತ್ತು.

"ಯು ಹ್ಯಾವ್ ಮಿಸ್ಟೇಕನ್! ನೀವು ತಪ್ಪಾಗಿ ತಿಳಿದ್ರಿ. ಬಹುಶಃ ನಿಮ್ಮನ್ನ ಹಿಂದೆ ನೋಡಿದ್ದೀನೋ, ಇಲ್ವೋ ಅನ್ನೋ ನೆನಪೇ ನಂಗಿಲ್ಲ. ನಂದಿನಿ ಕೂಡ ನನ್ನ ಸ್ವಂತ ತಂಗಿ, ಆದ್ರೆ.... ನಮ್ಮಿಬ್ಬರ ಮಧ್ಯದ ಆತ್ಮೀಯತೆ......" ತಲೆ ತಗ್ಗಿಸಿ ಕೈಯಾಡಿಸಿ ಮುಖ ಮೇಲೆತ್ತಿ ಭಾರವಾದ ಉಸಿರನ್ನು ದಬ್ಬಿದ. "ಈಗ ಮಾತು, ಕೃತಿಯಲ್ಲಿ ತೋರೋದು, ಎಲ್ಲಿ ನಾಟಕಿಯವಾಗಿ ಬಿಡುತ್ತೋ, ಅನ್ನೋ ಹೆದ್ರಿಕೆ ಕೂಡ ಇದೆ."

ಬಿಟ್ಟ ಕಣ್ಣುಗಳಿಂದಲೇ ಅವನನ್ನು ನೋಡಿದಳು. ಈಗ ಕೂಡ ಅವಳಿಗೆ ನೆನಪಾದದ್ದು ಭೂಮಿಕಾನೇ.

"ಸಾಬ್...ಫೋನ್" ಸಮವಸ್ತ್ರದ ಆಳು ತಿಳಿಸಿ ಹೋದ. ಹಿಂದೆನೇ ಹೊರಟಿದ್ದ ರೇಖಾ ಮಿಡಿಯಲ್ಲಿ ಅವಳ ಅಂಗಸೌಷ್ಟವ ಎದ್ದು ಕಾಣುತ್ತಿತ್ತು. ಮೇಕಪ್‌ನಿಂದ ಶೃಂಗಾರಗೊಂಡ ಮುಖ ಹೊಳೆಯುತ್ತಿತ್ತು.

"ಹಲೋ....." ಅವನ ತೀರ ಸನಿಹಕ್ಕೆ ಬಂದಳು. "ಹಲೋ....." ಏರುಪೇರಿಲ್ಲದ ಗಡುಸು ಸ್ವರ ಅವನದು. ರೇಖಾಳ ಎದೆ ಅದುರಿತು. "ತುಂಬ ಬದಲಾಗಿದ್ದಾನೆ. ಅಭಿನಂದನ್." ಪಾರ್ಟಿಗೆ ಹೋದ ಶಂಭುಲಿಂಗಂ ಹೋಟೆಲ್‌ನಿಂದಲೇ ಫೋನ್ ಮಾಡಿದ್ದ. ಆದರೂ ತಕ್ಷಣವೇ ಗುರುತಿಸುವಂತಾಯಿತು.

"ಹೇಗಿದ್ದೀಯಾ ಅಭಿನಂದನ್?" ಎದೆಯ ಪ್ರೀತಿಯನ್ನೆಲ್ಲ ಸ್ವರಕ್ಕೆ ತುಂಬಿ ಪ್ರಶ್ನಿಸಿದಂತಿತ್ತು. "ಹೀಗೇ......" ಎಂದವನು ಲಕ್ಷ್ಮಿಯತ್ತ ತಿರುಗಿ ಪರಿಚಯಿಸಿದ. ಎಂದಿನಂತೆಯೇ ತನ್ನ ಸಂತೋಷ ವ್ಯಕ್ತಪಡಿಸಿದರೂ ಹಿಂದಿನ ರೇಖಾಳಂತೆ ವರ್ತಿಸಲು ಅವಳಿಂದ ಸಾಧ್ಯವಾಗಲಿಲ್ಲ.

ಅವರಿಬ್ಬರನ್ನು ಮಾತಿಗೆ ಬಿಟ್ಟು ಹೊರಗೆ ಬಂದು ಪೋರ್ಟಿಕೋದಲ್ಲಿ ನಿಂತ ಸಂಜೆಯ ತಂಗಾಳಿ ಆಹ್ಲಾದಕರವಾಗಿತ್ತು. ಕಣ್ಣರಳಿಸಿ ನೋಡಿದ. ಸುಂದರ ಕಲ್ಪನೆಗಳು ಮೇಘವರ್ಷಿಣಿಯ ಜೀವ ತಳೆದಿದ್ದವು.

ಪೈಪೋಟಿಗೆ ನಿಂತ ಗುಲಾಬಿಗಳನ್ನು ನೋಡುವುದೇ ಚೆಂದ. ಅದರುದ್ದಕ್ಕೂ ನಡೆದು ಹೋದ. ಗೇಟಿನಲ್ಲಿದ್ದ ವಯಸ್ಸಾದ ವಾಚ್‌ಮನ್ ಸೆಲ್ಯೂಟ್ ಹೊಡೆದು ನಿಂತ.

"ಮೇಘವರ್ಷಿಣಿಯ ಬಹಳ ದೊಡ್ಡ ಕತೆ, ಛೋಟಾಸಾಬ್. ಎಷ್ಟೋ ರಾತ್ರಿ, ಹಗ್ಲುಗಳು ನಿದ್ರಿಸಿಲ್ಲ, ಬಡೇ ಮಾಲೀಕ್. ರಾತ್ರಿ, ಹಗ್ಲು ಕೆಲ್ಸ ನಡೆದಿದೆ, ಗೋಡೆಯ ಮೇಲಿನ ಸುಂದರ ಚಿತ್ತಾರಬಿಡಿಸಲು ಹೈದ್ರಾಬಾದ್‌ನಿಂದ ಬಂದಿದ್ದರು ಲೋಗ್." ಅವರ ಹೇಳಿಕೆಗಳಿಗೆ ಬೇರೆಯವರು ಬೆರಗಾಗಬಹುದು. ಆದರೆ ಅವನು ಕಹಿಯಾದ ಉಗುಳನ್ನು ಬಲವಂತದಿಂದ ನುಂಗಿದ್ದ.

"ಅಚ್ಛಾ...." ಹಿಂದಕ್ಕೆ ಬಂದು ಪೋರ್ಟಿಕೋನಲ್ಲಿ ಕೂತ. ಎದೆ ಭಾರವಾಯಿತು. "ಪಪ್ಪ, ಮಮ್ಮಿ ನಮ್ಮನ್ನು ಖಂಡಿತವಾಗಿ ಲೆಕ್ಕದಲ್ಲಿ ಇಟ್ಟಿರಲಿಲ್ಲ" ಒಳಮನ ನಂದಾಳನ್ನು ಸೇರಿಕೊಂಡು ಉಸುರಿತು.

ಹೊರಗೆ ಬಂದ ರೇಖಾ ತರಾಟೆಗೆ ತೆಗೆದುಕೊಂಡಳು.

"ನಾನು ಬಂದಿದ್ದು, ನಿನ್ನ ನೋಡ್ಡೋ ಸಲುವಾಗಿಯೇ ಹೊರತು, ಮೆಹತಾ ಮಗಳನ್ನು ಪರಿಚಯ ಮಾಡಿಕೊಳ್ಳೋಕಲ್ಲ!"

ಮೊದಲಿನ ಸ್ನೇಹ, ಸಲಿಗೆಯನ್ನು ಒಮ್ಮೆಲೇ ತುಂಡರಿಸುವಷ್ಟು ಕಟುಕ ಮನದವನಾಗುವುದು ಅವನಿಗೆ ಇಷ್ಟವಾಗಲಿಲ್ಲ.

"ಈಗೇನಾಯ್ತು? ಮೆಹತಾ ಅವ್ರ ಮಗ್ಳು ಕೂಡ ನಿನ್ನ ಭೇಟಿ ಮಾಡೋ ಉದ್ದೇಶದಿಂದ ಬಂದದ್ದಲ್ಲ. ಬರೀ ಆಕಸ್ಮಿಕ ಅಷ್ಟೇ." ಬಹಳ ನವಿರಾಗಿ ಬಿಡಿಸಿಟ್ಟ

ಕೋಪದಿಂದ ಕೆಂಪಗಾದ ಅವಳ ಮುಖದ ಮೇಲೆ ಓಕುಳಿಯಾಡಿದಂತಾಯಿತು. ಅರೆ ತೆರೆದ ತುಟಿಗಳ ಮೇಲೆ ಜೇನಿನ ಸಿಂಚನವಾಯಿತು.

"ಏನು ವಿಷ್ಯ?" ಪಟ್ಟಾಗಿ ಕೂತಳು. ಕೈಯಲ್ಲಾಡಿಸಿ ಎದೆಯ ಮೇಲೆ ಕೈ ಕಟ್ಟಿದ. "ಅಂಥ ವಿಷ್ಯ ಏನಿಲ್ಲ!" ಪೂರ್ತಿ ಹಿಂದಕ್ಕೆ ಒರಗಿ ಕೂತ.

"ಯಾವಾಗ್ಮದ್ವೆ?" ಮತ್ತೊಂದು ಪ್ರಶ್ನೆ "ಯಾರ್ಮದ್ವೆ?" ಅದೇ ಪ್ರಶ್ನೆ ಹಿಂದಕ್ಕೆ ಎಸೆದ.

ಅಡುಗೆಯವನು ಬಿಸಿ ಸಮೋಸಾ, ರಸಗುಲ್ಲ, ಟೀ ತಂದಿಟ್ಟು ಹೋದ. ಎದ್ದು ಒಳಗೆ ಹೋದವನು ಒಂಟಿಯಾಗಿಯೇ ಬಂದ.

"ಬಾಡಿ ಗಾರ್ಡ್‌ನ ಕರೆತರಲಿಲ್ವ?" ಸೊಟ್ಟಗೆ ನಗುತ್ತಾ ಪ್ರಶ್ನಿಸಿದಾಗ ಹುಬ್ಬು ಗಂಟಿಕ್ಕಿದ. "ನಂಗೆ ಅರ್ಥವಾಗ್ಲಿಲ್ಲ, ನನ್ನನ್ನು ನಾನು ರಕ್ಷಿಸಿಕೊಳ್ಳಬಲ್ಲೆ. ನಾನು ಕಾಡಿನಲ್ಲೇ ಇದ್ದು ಬಂದಿದ್ದು."

ತಕ್ಷಣ ಅವಳ ಕಿವಿಗಳು ಚುರುಕಾದವು. ಆಮೇಲೆ ತನ್ನ ಪೂರ್ತಿ ಬಣ್ಣವನ್ನೇ ಬದಲಾಯಿಸಿದಳು.

"ಅಭಿನಂದನ್, ಎಲ್ಲಿ ಹೋಗಿದ್ದೆ?" ಮತ್ತೆ ಪ್ರಶ್ನೆ. ನವಿರಾಗಿ ರೇಗಿದ, "ಬರೀ ಪ್ರಶ್ನೆಗಳನ್ನೇ ಹೊತ್ತು ತಂದ ಹಾಗೆ ಕಾಣ್ತೀಯಾ!" ಎದ್ದು ಒಳಗೆ ಹೋದ.

ಸೋಫಾದಂಚಿಗೆ ಕೂತ ಲಕ್ಷ್ಮಿ ಸ್ಟಾರ್ ಡಸ್ಟ್ ತಿರುವುತ್ತಿದ್ದಳು.

"ಪ್ಲೀಸ್ ಹೊರ್ಗಡೆ ಬಾ. ಎಲ್ಲರ ಮಾತು ಎಲ್ಲರಿಗೂ ಇಷ್ಟವಾಗೋಲ್ಲ. ರೇಖಾ ಸ್ವಲ್ಪ ಚೆಲ್ಲು ಚೆಲ್ಲು. ನಿಂಗೆ ಇಷ್ಟ ಬರೋಲ್ಲಾಂತ ಕಾಣಿಸುತ್ತೆ" ಅರ್ಥಗರ್ಭಿತವಾಗಿ ಅಭಿನಂದನ್ ಹೇಳಿದಾಗ ಸ್ಟಾರ್ ಡಸ್ಟ್ ಕೈಯಲ್ಲಿಹಿಡಿದೆ ಮೇಲಕ್ಕೆದ್ದಳು.

"ಛೇ, ಹಾಗೇನೂ ಇಲ್ಲ. ಆದ್ರೆ..... ನನ್ನ ಬಳಿ ಮಾತಾಡೋದೇ ರೇಖಾಗೆ ಇಷ್ಟವಾಗ್ಲಿಲ್ಲಾಂತ ಕಾಣಿಸುತ್ತೆ!" ಸತ್ಯ ಅವನ ಮುಂದೆ ಹಿಡಿದಾಗ ಮುಗುಳ್ನಕ್ಕ. ಮೈ ಮರೆತಂತೆ ಲಕ್ಷ್ಮಿ ಅವನ ಮುಖ ನೋಡಿದಳು.

'ಅಭಿನಂದನ್ ರಿಯಲೀ ಜಂಟಲ್ ಮನ್!' ಹತ್ತು ಬಾರಿಯಲ್ಲ ಮೆಹತಾ ನೂರು ಬಾರಿಯಾದರೂ ಹೇಳಿದ ಮೆಚ್ಚಿಗೆಯ ಮಾತು. ಅದರಲ್ಲಿ ಖಂಡಿತ ಸತ್ಯವಿದೆ ಎನಿಸಿತು ಲಕ್ಷ್ಮಿಗೆ.

ಇಬ್ಬರೂ ಹೊರಗೆ ಬಂದಾಗ ರೇಖಾ ಒಬ್ಬಳೇ ಸಮೋಸಾ ತಿನ್ನುತ್ತಿದ್ದಳು. ಅವಳ ಮುಖದ ಮೇಲಿನ ಭಾವನೆಗಳು ಸ್ಪಷ್ಟವಾಗದೆ ಎಲ್ಲ ಚೆಲ್ಲಾಪಿಲ್ಲಿಯಾಗಿದ್ದವು.

"ಎಕ್ಸ್‌ಕ್ಯೂಜ್ ಮೀ....." ಲಕ್ಷ್ಮಿ ಅಲ್ಲೇ ಕೂತಳು. ಥಟ್ಟನೆ ಅವಳತ್ತ ನೋಟವೆತ್ತಿದ ರೇಖಾ ಪ್ರಶ್ನಿಸಿದಳು. "ನಂದಿನಿ ಇಲ್ವಾ?" ಹಣೆಗೆ ಕೈಯೊತ್ತಿದ ಅಭಿನಂದನ್.

"ಇವತ್ತು ಏನೂ ಕೇಳ್ಬೇಡ ರೇಖಾ. ಏನಾದ್ರೂ ಇದ್ರೆ ಹೇಳು, ನಂಗೆ ಪ್ರಶ್ನೆಗಳೂಂದ್ರೆ...ಚಿತ್ರಹಿಂಸೆ!" ಅವಳ ಪ್ರಶ್ನೆಗಳಿಗೆ ಖಡಾಖಂಡಿತವಾಗಿ ಮುಕ್ತಾಯ ಹೇಳಲು ಒತ್ತಿ ನುಡಿದ. ಲಕ್ಷ್ಮಿ ನಸುನಕ್ಕಳು. ಬೆಂಕಿ ಬಿದ್ದಂತಾಯಿತು ರೇಖಾಗೆ.

"ಇವತ್ತು ಅಭಿನಂದನ್ ಮೂಡ್ ಚೆನ್ನಾಗಿಲ್ಲ!" ಅವನ ನೋಟದಲ್ಲಿ ತನ್ನ ದೃಷ್ಟಿ ನೆಟ್ಟು ಹೇಳಿದಾಗ ಕರಗಿಹೋದ ಅನುಭವವಾಯಿತು ಅವನಿಗೆ. ಥಟ್ಟನೆ ಬೇರೆಡೆ ನೋಟಹರಿಸಿ ಸಮೋಸಾ ಕೈಗೆತ್ತಿಕೊಂಡ.

ಅದೂ ಇದೂ ಮಾತನಾಡಿದ ರೇಖಾ ಎದ್ದಳು. ಕೂತಷ್ಟು ಹೊತ್ತೂ ಒಂದು ರೀತಿಯ ಚಿತ್ತ ಕ್ಷೋಭೆಗೆ ಒಳಗಾಗಿದ್ದಳು. ನಿರ್ನಾಮವಾಗಬಹುದೆಂದು ಕನಸು ಕಂಡಿದ್ದ ವಡಿವೇಲು ಬೆಚ್ಚಿದ್ದರು. ಅವರು ಎಷ್ಟೇ ಪ್ರಯತ್ನಪಟ್ಟರೂ ಅಭಿನಂದನ್ ಸುಳಿವು ಅವರಿಗೆ ಸಿಕ್ಕಿರಲಿಲ್ಲ.

'ಎಲ್ಲೋ ಆ್ಯಕ್ಸಿಡೆಂಟ್‌ನಲ್ಲೋ, ಕುಡ್ದೋ ತೀರಿಕೊಂಡಿದ್ದಾನೆ, ದುಡ್ಡಿದ್ದ ಜನ, ಮೆಹತಾ ಅಂತ ಪ್ರಭಾವಶಾಲಿ ವ್ಯಕ್ತಿಗಳ ಬೆಂಬಲ. ಮುಚ್ಚಿ ಹಾಕಿರ್ತಾರೆ." ಅವರಿವರ ಮುಂದೆ ಅಂದು ಬಿಟ್ಟಿದ್ದರು. ಆದ್ದರಿಂದ ಫಾಸಿಗೊಳ್ಳಬೇಕಾದ ಸ್ಥಿತಿ ಅವರದು.

"ಬರ್ತೀನಿ....." ನಾಲ್ಕು ಹೆಜ್ಜೆ ಹೋದ ರೇಖಾ ತಿರುಗಿ ವೀಕ್ಷಿಸಿದಳು. "ನಾನು ಟ್ಯಾಕ್ಸಿಯಲ್ಲಿ ಬಂದೆ. ಸ್ವಲ್ಪ ಡ್ರಾಪ್ ಕೊಡ್ತೀಯಾ" ನೋಟ ಲಕ್ಷ್ಮೀಯತ್ತ ಹರಿಸಿದ ಅಭಿನಂದನ್.

"ಒಂದು ರೌಂಡ್ ತಿರ್ಗಿ ಬಂದಂಗೆ ಆಗುತ್ತೆ!" ತಲೆ ಕುಣಿಸಿ ಅವನ ಮಾತಿಗೆ ಒಪ್ಪಿಗೆ ಸೂಚಿಸಿದಳು ಲಕ್ಷ್ಮಿ. ಗಂಟಲಲ್ಲಿ ಏನೋ ಸಿಕ್ಕಿಕೊಂಡಂತಾಯಿತು ರೇಖಾಗೆ. ಪ್ರಯಾಸದಿಂದ ನಕ್ಕಾಗ ಅವಳ ಕಣ್ಣುಗಳು ಮತ್ತಷ್ಟು ಚಿಕ್ಕವಾದವು. "ಬೈದಿ ಬೈ.... ಹಾಗೆ ಮಾಡಿ. ಇನ್ನಷ್ಟು ಹೊತ್ತು ಮಾತಾಡೋ ಸುಯೋಗ ನಂದು."

ಮೂವರನ್ನೂ ಹೊತ್ತ ಕಾರು ಮೇಘವರ್ಷಿಣಿ ಬಿಟ್ಟಾಗ ಹಿರಿಯ ವಾಚ್‌ಮನ್ ತಲೆ ಕೆರೆದುಕೊಂಡ. ವಡಿವೇಲುವನ್ನು ರಘುನಂದನ್ ಬಳಿ ಕೆಲಸ ಮಾಡುತ್ತಿದ್ದಾಗಿನಿಂದ ಬಲ್ಲವ.

'ಛೋಟಾ ಸಾಬ್.... ಹೋಗ್ಬರ್ದಿತ್ತು!' ಮನದಲ್ಲೇ ಹೇಳಿಕೊಂಡ.

ಕಾರು ನೇರವಾಗಿ ವಡೀವೇಲು ಬಂಗ್ಲೆಯ ಮುಂದೆ ನಿಂತಾಗ ಅಭಿನಂದನ್ ಇಳಿಯಲಿಲ್ಲ. ರೇಖಾಗೆ ಮುಖದ ಮೇಲೆ ಹೊಡೆದಂತಾಯಿತು. ಅವಳ ದೇಹ ಸೆಟೆದು ನಿಂತಿತು.

"ಬರೋದಿಲ್ವೇನು, ಒಳ್ಗೇ" ಮೆಲ್ಲುಸಿರಿನಲ್ಲಿ ಪ್ರಶ್ನಿಸಿದಾಗ, ಸ್ಟೀರಿಂಗ್ ವ್ಹೀಲ್ ಮೇಲೆ ಬೆರಳುಗಳನ್ನು ಆಡಿಸುತ್ತ ತಣ್ಣಗೆ ನಕ್ಕು ಹೇಳಿದ. "ಈಗಾಗ್ಲೇ ನಂಗೆ ತಲೆ ನೋವು. ಮತ್ತೆ ಹೆಚ್ಚಿಸಿಕೊಳ್ಳೋ ಇಷ್ಟವಿಲ್ಲ. ಪುರುಸೊತ್ತು ಇದ್ದಾಗ ಬಂದು ಕಾಣ್ತೀನಿ." ದೃಢವಾಗಿ ಹೇಳಿದ ಅಭಿನಂದನ್.

ಬಗ್ಗಿ ರೇಖಾ ಸ್ಟೀರಿಂಗ್ ವ್ಹೀಲ್ ಹಿಡಿದಳು. ಅವಮಾನದಿಂದ ಕುದಿಯುತ್ತಿದ್ದರೂ ಹೊರಗೆ ಮಾತ್ರ ಶೀತಲತೆಯಂತೆ ಒತ್ತಾಯ ತಂದಳು.

"ಬೇಡ ಅಭಿನಂದನ್, ಇದು ಸ್ವಲ್ಪ ಕೂಡ ಚೆನ್ನಾಗಿರೋಲ್ಲ. ವಿಷ್ಯ ತಿಳಿದ್ರೆ ಡ್ಯಾಡಿ ನೊಂದ್ಕೋತಾರೆ. ಎರ್ಡು ಮಾತು ಆಡ್ತಾರ್ದು ಅನ್ನೋಷ್ಟು ಬಿಗುಮಾನ ತೋರ್ತಾರ್ದು" ಅವ್ಳ ಬಿಸಿಯುಸಿರು ನೇರವಾಗಿ ಅವ್ನ ಕೆನ್ನೆಗೆ ರಾಚುತ್ತಿತ್ತು. ಅವನ ಮೈಯ ರಕ್ತಸಂಚಾರ ಮುಖಕ್ಕೆ ನುಗ್ಗಿದಂತೆ ಕೆಂಪಾಯಿತು. ಹಣೆಯ ಮೇಲೆ ಪುಟ್ಟ ಪುಟ್ಟ ಬೆವರಿನ ಬಿಂದುಗಳು ಅಚ್ಚುಕಟ್ಟಾಗಿ ಕೂತವು.

"ಓ.ಕೆ..." ಉದ್ವೇಗ ಮೆಟ್ಟಿ ಉಸುರಲು ಪ್ರಯತ್ನಿಸಿದ. ಲಕ್ಷ್ಮಿ ಕಣ್ಣು ಕಣ್ಣು ಬಿಟ್ಟರೂ ವಿವೇಕದಿಂದ ನುಡಿದಳು. "ಯಾಕೆ ಅವ್ರಿಗೆ ಬೇಸರ! ಹತ್ತು ನಿಮಿಷ ಕಳ್ದೇ ಹೋಗೋಣ."

ರೇಖಾ ಸರಿಯಾಗಿ ನಿಂತಾಗ ಅಭಿನಂದನ್, ಲಕ್ಷ್ಮಿ ಇಳಿದರು. ಹಳೆಯ ಬದುಕಿನ ಬಗ್ಗೆ ಅಭಿನಂದನ್‌ಗೆ ಜುಗುಪ್ಸೆ. ಅಂತಹ ಜೀವನದ ಯಾವ ಒಡನಾಡಿಗಳನ್ನು ಸಂಧಿಸಬೇಕೆಂದರೂ ಅವನಿಗೆ ಬೇಸರ.

ಪಾದಗಳನ್ನು ಪ್ರಯಾಸದಿಂದಲೇ ಎತ್ತಿಟ್ಟ. ಕಾದಿದ್ದವರಂತೆ ವಡಿವೇಲು ತಾವೇ ಎದುರುಗೊಂಡರು.

"ಇವತ್ತೊಂದು ಸುದಿನ ಮೈ ಬಾಯ್. ಗಾಡ್ ಬ್ಲೆಸ್ ಯೂ. ಹರಡಿದ ಸುದ್ದಿಗಳಿಂದ ತುಂಬ ನೊಂದವ ನಾನು. ನಂಗೆ ನಿನ್ಮೇಲಿರೋ ಪ್ರೀತಿ ಮಗ್ನ ಮೇಲೂ ಇಲ್ಲ!" ಝುಳು ಝುಳು ನದಿಯಂತೆ ಅವರ ಆತ್ಮೀಯತೆ ಹರಿದು ಬಂದಾಗ ಬಂಡೆಯಾದ ಅಭಿನಂದನ್.

"ಹೇಗಿದ್ದೀರಾ?" ಮಾತು ಬದಲಾಯಿಸಲು ಪ್ರಯತ್ನಿಸಿದ. ನಿಮ್ಮ ಪುರಾಣ ಬೇಡವೆನ್ನುವಂತಿತ್ತು ಅವ್ನ ಮುಖದ ಭಾವ. ಅದನ್ನು ಗುರುತಿಸಲು ವಡಿವೇಲುಗೆ ಕಷ್ಟವಾಗಲಿಲ್ಲ.

"ಓ.ಕೆ..... ಮೈ ಬಾಯ್! ನಿಂಗಿಷ್ಟವಿಲ್ದ ವಿಷ್ಯ ನಾನು ಪ್ರಸ್ತಾಪಿಸೋಲ್ಲ. ಆದ್ರೆ.... ನಮ್ಮ ಹೃದಯಗಳಿಗಾದ ನೋವು ಮಾಯೋ ಬದ್ಲು, ಮತ್ತಷ್ಟು ವ್ರಣವಾಯ್ತು!" ಅವರ ಮಾತುಗಳಿಗೆ ಯಾವುದೇ ಪ್ರತಿಕ್ರಿಯೆ ತೋರದೆ ಬಗ್ಗಿ ಟೀಪಾಯಿ ಮೇಲಿದ್ದ ಪತ್ರಿಕೆ ಕೈಗೆತ್ತಿಕೊಂಡ. ನೋಟ ಅಕ್ಷರಗಳ ಮೇಲೆ ಹರಿದಾಡಿತು.

ಲಕ್ಷ್ಮಿಯತ್ತ ನೋಟಹರಿಸಿದ ವಡಿವೇಲು ಹರ್ಷ ವ್ಯಕ್ತಪಡಿಸಿದರು.

"ಮೆಹತಾವ್ರ ಮಗಳು ಈ ಮನೆಗೆ ಕಾಲಿಟ್ಟಿದ್ದು ಸೌಭಾಗ್ಯ. ಅವ್ರು ತುಂಬ ದೊಡ್ಡವ್ರು, ನಮ್ಮಂಥ ನೂರು ಜನನ ಬೆಳೆಸೋಂಥ ಪ್ರಭಾವಶಾಲಿಗಳು."

ಸಂಕೋಚದಿಂದ ಲಕ್ಷ್ಮಿ ಮೆಹತಾ ಮುಖ ಚಿಕ್ಕದಾಯಿತು. ಹುಟ್ಟು ಶ್ರೀಮಂತಿಕೆಯಲ್ಲಿ ಬೆಳೆದರೂ ಇಂಥ ಕೃತ್ರಿಮ ಬಾಯಿಬಡಕ ಜನರನ್ನು ಹತ್ತಿರ ಸೇರಿಸದಂತೆ ಅವನ ತಾತನು ಮಕ್ಕಳು, ಮೊಮ್ಮಕ್ಕಳನ್ನು ಎಚ್ಚರಿಸುತ್ತಿದ್ದರು.

ಈ ಮಾತುಗಳು ಕೇಳಿಸಲೇ ಇಲ್ಲವೆನ್ನುವಂತೆ ಮುಖದ ಮುಂದೆ ಪತ್ರಿಕೆ ಹಿಡಿದಳು. ಮುಖಕ್ಕೆ ಅಪ್ಪಳಿಸಿದಂತಾಯಿತು ವಡಿವೇಲುಗೆ. ಆದರೂ ಬಹಳ ಸಂಯಮಿ ಮನುಷ್ಯ.

"ತಗೊಳ್ಳಿ....." ಸಿಹಿ ತಿಂಡಿಗಳನ್ನುಹೊತ್ತ ಟ್ರೇ ಬಂದಿತು. ಬರೀ ಹಣ್ಣಿನ ರಸದ ಗ್ಲಾಸ್‌ನ ಮಾತ್ರ ಕೈಗೆತ್ತಿಕೊಂಡ ಅಭಿನಂದನ್.

"ಸಾರಿ ಅಂಕಲ್, ಹೊಟ್ಟೇ ಏನೇನೂ ಖಾಲಿ ಇಲ್ಲ." ಹಣ್ಣಿನ ಗ್ಲಾಸ್ ತುಟಿಯ ಬಳಿಗೆ ಒಯ್ದ. ಲಕ್ಷ್ಮಿ ಮಾತ್ರ ಒಂದು ಫೇಡಾ ಎತ್ತಿಕೊಂಡಳು. "ಇಷ್ಟು ಸಾಕು. ಇನ್ನೊಂದು ದಿನ ಬರ್ತೀನಿ. ನಮ್ಮ ಅಭಿನಂದನ್‌ಗೆ ನೀವು ಆತ್ಮೀಯರು ಅಂದ್ಮೇಲೆ ಬಂದು ಹೋಗೋಕೆ ಯಾವ್ದೇ ಸಂಕೋಚವಿಲ್ಲ" ಗೆಲುವಿನಿಂದ ರೇಖಾ ಹೇಳಿದಾಗ ವಡಿವೇಲು ಒಂದು ತರಹ ನಕ್ಕರು. ಅವರ ತೋರು ಬೆರಳಿನಲ್ಲಿದ್ದ ವಜ್ರದ ಹರಳು ಫಳಕ್ಕೆಂದು ಹೊಳೆಯಿತು.

ಹಣ್ಣಿನ ರಸ ಅರ್ಧ ಕುಡಿದು ಅಭಿನಂದನ್ ಮೇಲಕ್ಕೆದ್ದ. ವಡಿವೇಲು ಹಿಂದಿನ ವಿಷಯಕ್ಕೆ ಮತ್ತೆ ಹೊರಳಿ ಏನೇನೋ ತೋಡಿಕೊಳ್ಳುವ ಆ ಕ್ಷಣ ಅವನಿಗೆ ಬೇಕಾಗಿರಲಿಲ್ಲ.

"ಬರ್ತೀವಿ" ಎಂದಾಗ ರೇಖಾ ತೀಕ್ಷ್ಣವಾಗಿ ಅವನತ್ತ ನೋಡಿದಳು. ಅದರ ತೀವ್ರತೆಗೆ ಸೂಕ್ಷ್ಮ ಮನಸ್ಸಿನವರಾದರೆ ಮೂರ್ಛೆ ಹೋಗಿಬಿಡಬಹುದಾಗಿತ್ತು. ಆದರೆ ಅತ್ತ ಅಭಿನಂದನ್ ನೋಡಲೂ ಇಲ್ಲ. ನೋಡಿದರೂ ಖಂಡಿತ ಅಂತಹ ಸ್ಥಿತಿ ಅವನಿಗೆ ಒದಗಲು ಸಾಧ್ಯವಿರಲಿಲ್ಲ.

ಕಾರಿನವರೆಗೂ ಹೋಗಿ ಬೀಳ್ಕೊಟ್ಟು ಬಂದ ತಂದೆ, ಮಗಳು ಸೋತವರಂತೆ ಕೂತರು. ಥಟ್ಟನೆ ರೇಖಾ ಚೇತರಿಸಿಕೊಂಡು ಪ್ರಶ್ನಿಸಿದಳು.

"ಡ್ಯಾಡ್, ನಿಂಗ್ಯಾಕೆ ರಘುನಂದನ್ ಕುಟುಂಬದ ಮೇಲೆ ದ್ವೇಷ?" ಮಾತು ಕೇಳಿ ವಡೀವೇಲು ಪೂರ್ತಿ ಹಿಂದಕ್ಕೆ ಒರಗಿ ಕೂತರು. ಪ್ರಶ್ನೆ ಸರಳವಾಗಿದ್ದರೂ ಸೌಮ್ಯವಾಗಿ ಉತ್ತರಿಸಲು ಸಾಧ್ಯವಿಲ್ಲದಂಥದ್ದು. ಕೈಯಲ್ಲಿ ಕೆನ್ನೆಯುಜ್ಜಿ ನಕ್ಕರು.

"ಪ್ಲೀಸ್, ಹೇಳಿ ಡ್ಯಾಡಿ? ನಿಮಗ್ಯಾಕೆ ರಘುನಂದನ್ ಮೇಲೆ ದ್ವೇಷ? ಅವ್ರು ಹಿಂದೆ ಎಂದಾದ್ರೂ ನಿಮ್ಮನ್ನು ಅವಮಾನಿಸಿದ್ರಾ, ಅಥ್ವಾ ತೊಂದರೆ ಕೊಟ್ಟಿದ್ರಾ?" ವಡಿವೇಲು ತಲೆಯಾಡಿಸಿದರು ಮಗಳ ಮಾತಿಗೆ.

"ಎಂಥದ್ದೂ ಇಲ್ಲ! ವ್ಯಕ್ತಿಯಲ್ಲಿನ ಅಸೂಯೆ! ಕಲಿತ ಜನ ಬಹಳ ಹಗುರವಾಗಿ 'ಪ್ರೊಫೆಷನಲ್ ಜಲಸಿ' ಅಂತಾರೆ. ಇದು ತೀರಾ ಸಹಜ ಅನ್ನೋಷ್ಟು ಇದೆ. ಇದ್ರಿಂದ ತಪ್ಪಿಸ್ಕೊಂಡೇ ಮೇಲೇರಿದೆವು.... ಬಹುಶಃ ಅವ್ರನ್ನ ಮಹಾತ್ಮರೂಂತ ಕರೀಬಹ್ದು. ಆದ್ರೆ ನಾವು ಸಾಮಾನ್ಯ ಜನ. ಆ ರಘುನಂದನ್ ಏಳ್ಗೆ ನಂಗೆ ಹಿಂಸೆ! ಅವ್ರು ಹಾಳಾದ ದಿನ ಲಕ್ಷ ಲಕ್ಷ ಲಾಭಗಳಿಸಿದಷ್ಟು ಸಂತೋಷ" ವಡಿವೇಲು ಮಾತಿನಲ್ಲಿ ಕಹಿ ಹರಿದಾಡಿತು.

ರೇಖಾ ತಲೆ ಕೆರೆದುಕೊಂಡಳು. ಯಾವುದು ಸರಿ? ಯಾವುದು ತಪ್ಪು? ಅನ್ನೋದಕ್ಕಿಂತ ಇಲ್ಲಿ ಅಭಿನಂದನ್ ಮುಖ್ಯವಾದ. ಲಕ್ಷ್ಮಿ ಮೆಹತಾಳ ಕಣ್ಣುಗೊಂಬೆಯಲ್ಲಿ ಅವನು ಕುಣಿಯುವುದು ಅವಳಿಗೆ ಬೇಡವೆನಿಸಿತು.

"ಏನೂ ಅರ್ಥವಾಗೋಲ್ಲ!" ನೀರಸವಾಗಿ ನುಡಿದು ಎದ್ದು ಹೋದಳು.

ಅಭಿನಂದನ್‌ಗೆ ಕುಡಿತದ ಅಭ್ಯಾಸವಿದ್ದರೂ ಅದನ್ನು ಪೂರ್ಣಪ್ರಮಾಣದಲ್ಲಿ ಹೆಚ್ಚಿಸಲು ಎಲ್ಲಾ ಪ್ರಕಾರಗಳಲ್ಲೂ, ಸಹಕಾರ ನೀಡಿದವರು ತಂದೆ, ಮಗಳು.

ಅಭಿನಂದನ್ ಕಣ್ಮರೆಯಾದಾಗ ಬಹಳಷ್ಟು ತಪಾಸಣೆ ನಡೆಸಿದ್ದರು ವಡೀವೇಲು. ಅವರ ಪ್ರಯತ್ನದಲ್ಲಿ ಮಕ್ಕಳು ಪೂರ್ಣ ಸಹಕಾರ ನೀಡಿದ್ದರು.

"ಬೇರು ಸಹಿತ ಕಿತ್ತೆಸೆದೆ. ಇನ್ನ ಮುಂದಿದೆ ರಘುನಂದನ್ ಜೀವನದ ದುರಂತ ಪುಟಗಳು. ಮಗನ ವೇದನೆಯಲ್ಲಿ ಕಂಗೆಟ್ಟು ಸಾಯಬೇಕು. ಆಗ ಮೇಘವರ್ಷಿಣಿ ಅನಾಥವಾಗುತ್ತೆ!" ಮಕ್ಕಳ ಮುಂದೆ ಕೇಕೆಯೊಂದಿಗೆ ಬಡಾಯಿ ಕೊಚ್ಚಿಕೊಂಡಿದ್ದರು ಆಗ.

ಆಗ ಯೋಚಿಸದ ರೇಖಾ ಈಗ ಉತ್ತರ ಹುಡುಕಲು ಹೆಣಗಾಡುತ್ತಿದ್ದಳು.

* * * *

ಅಂದು ಅಭಿನಂದನ್ ಪೂರ್ತಿ ಉದ್ವೇಗಕ್ಕೆ ಒಳಗಾಗಿದ್ದ. ಚಿತ್ತದ ಸಮತೋಲನ ಸಾಧಿಸಲು ಸಾಕಷ್ಟು ಹೆಣಗಾಡುತ್ತಿದ್ದ. ನಂದಿನಿಯ ಮದುವೆಗಾಗಿ ಜಯಸಿಂಹ ಅವರ ಇಡೀ ಕುಟುಂಬ ನಾಲ್ಕು ದಿನ ಮೊದಲೇ ಬರುವವರಿದ್ದರು. ಎಲ್ಲಕ್ಕಿಂತ ಭೂಮಿಕಾ ಬರುವವನ್ನ ನೂರಲ್ಲ, ಸಾವಿರ ಕಣ್ಣಿಂದ ಎದುರು ನೋಡುವವನಿದ್ದ.

"ಮಮ್ಮಿ ಪ್ರಮೋದ್, ಭೂಮಿಕಾಗೆ ಮೇಲಿನ ಎರ್ಡು ಕೋಣೆಗಳನ್ನ ಸಿದ್ಧಪಡ್ಸಿ. ಕೆಳಗಿನ ಲೈಬ್ರರಿಯಲ್ಲಿನ ಪುಸ್ತಕಗಳನ್ನು ಭೂಮಿಕಾ ರೂಮಿಗೆ ಸಾಗ್ಸಿ ಬಿಡಿ!" ಮಾತುಗಳನ್ನು ಮೂರು ಬಾರಿ ಹೇಳಿದಾಗ ನಿರ್ಮಲಾಳ ಎದೆ ತುಂಬಿ ಬಂತು. ಮಗನ ಪ್ರೀತಿ, ವಿಶ್ವಾಸವನ್ನು ಸಂಪಾದಿಸಿದ ಆ ಹೆಣ್ಣಿನ ಬಗ್ಗೆ ಆಕೆಗೆ ವಿಪರೀತ ಒಲುಮೆ ಮೂಡಿತು.

"ಆಯ್ತು, ನನ್ಮೇಲೆ ಪೂರ್ತಿ ಭರವಸೆ ಇಡು. ಭೂಮಿಕಾಗೆ ಯಾವ್ದೇ ತೊಂದರೆಯಾಗದಂತೆ ನೋಡಿಕೊಳ್ಳೋ ಜವಾಬ್ದಾರಿ... ನಂಗಿರ್ಲಿ" ಎಂದಾಗ ಆಕೆಯ ಕಣ್ಣುಗಳಲ್ಲಿ ಇಣುಕಿದ ನೋವು ತುಂಬಿ ಕಾಂತಿ ಮಂಕಾಗಿತ್ತು. ಅವನೆದೆಯ ದೀಪ ಹೊಯ್ದಾಡಿತು.

"ಎಕ್ಸ್‌ಕ್ಯೂಜ್ ಮೀ..." ನೋಟ ಕೆಳಗೆ ಹಾಕಿ ಅಲ್ಲಿಂದ ಕಾಲ್ತೆಗೆದ. ನಿರ್ಮಲ ಭಾರವಾದ ಉಸಿರು ದಬ್ಬಿದರು. 'ನಿನ್ನ ನೋವು ನಂಗೆ ಅರ್ಥವಾಗುತ್ತೆ ಅಭಿನಂದನ್. ತಾಯಿಯಾಗಿ ಬರೀ ನಿನ್ನ ಕಾಡಿದ್ದೀನಿ, ಅಷ್ಟೆ' ಅವರ ಮನ ಮರುಗಿತು.

ಈಗ ಅಭಿನಂದನ್ ತೀರಾ ಬೆರೆಯದಿದ್ದರೂ ಮೊದಲಿನ ಬಿಗುವು ಇರಲಿಲ್ಲ. ತೀರಾ ಸಲಿಗೆಯಿಂದ ರಘುನಂದನ್ ಬಳಿ ಮಾತಾಡದಿದ್ದರೂ ಆಫೀಸ್ ಮತ್ತು ಹೊರಗಿನ ಕೆಲವು ವಿಷಯಗಳನ್ನು ಧಾರಾಳವಾಗಿ ಚರ್ಚಿಸುತ್ತಿದ್ದ. ಅವರ ಅಭಿಪ್ರಾಯಗಳನ್ನು ಕೇಳುವುದು ಅಲ್ಲದೆ ತನ್ನ ಅಭಿಪ್ರಾಯಗಳನ್ನು ಕೂಡ ಅವರ ಮುಂದೆ ಸ್ಪಷ್ಟಪಡಿಸುತ್ತಿದ್ದ. ಅದು ಎಲ್ಲರಿಗೂ ಸಂತಸದ ವಿಷಯ.

ಅಷ್ಟಲ್ಲದೆ ನಂದಿನಿ, ಲಕ್ಷ್ಮಿ ಮೆಹತಾ ಜೊತೆ ಕೂತು ಮಾತನಾಡುತ್ತಿದ್ದು, ಹೊರಗೆ ಕರೆದೊಯ್ಯುತ್ತಿದ್ದ. ಮೆಹತಾ ಒಂದೇ ಮಾತಿನಲ್ಲಿ ಹೇಳುತ್ತಿದ್ದರು.

"ಮೇಘವರ್ಷಿಣಿಗೆ ಬಂದ ಗಂಡಾಂತರ ಕಳೆದುಹೋಯಿತು."

ಕಾರು ಹೊರಡುವ ಮುನ್ನ ರಘುನಂದನ್ ಸಡಗರದಿಂದ ಮಗನ ಕೋಣೆಗೆ ಬಂದರು. ಬೀರು ಬಾಗಿಲು ಹಿಡಿದು ನಿಂತ ಅಭಿನಂದನ್ ನಿಂತ ಭಂಗಿಯಲ್ಲೇ ತಿರುಗಿ ವೀಕ್ಷಿಸಿದ.

"ನೀನು ಬರೋಲ್ವಾ?" ಸ್ವರ ತಗ್ಗಿಸಿ ಕೇಳಿದರು.

"ನೀವು ನಡೆಯಿರಿ. ಹಿಂದಿನಿಂದ ನಾನ್ಬರ್ತೀನಿ" ಇತ್ತ ತಿರುಗಿ ಹಣೆಯುಜ್ಜುತ್ತ ಹೇಳಿದ. ವಾಚ್ ಕಡೆ ನೋಡಿ ರಘುನಂದನ್ ದೃಷ್ಟಿ ನೆಟ್ಟರು. "ಇನ್ನು ಕೇವಲ ಅರ್ಧ ಗಂಟೆ ಇದೆ" ಕೂಡಲೇ ಹೊರಡು ಎನ್ನುವಂತಿತ್ತು ಮುಖದ ಭಾವ.

"ನಂಗೆ ಸ್ವಲ್ಪ ಕೆಲ್ಸ ಇದೆ" ಅವರತ್ತ ಬೆನ್ನು ಹಾಕಿ ಕಿಟಕಿಯ ಬಳಿ ನಿಂತು ಹೊರಗೆ ನೋಡಿದ. "ತೀರಾ ಹಾಲು ಕುಡಿಯುವ ಹಸುಳೆಗೆ ಏನು ಬೇಕೆಂಬುದು ಅರಿಯದ ಈ ಜನ ಬೆಳೆದು ನಿಂತ ಮಗನ ಮನವನ್ನು ಅರಿಯುತ್ತಾರೆಯೆ?" ಮನ ವ್ಯಂಗ್ಯವಾಡಿತು.

ರಘುನಂದನ್ ಇನ್ನೊಂದು ಮಾತಾಡದೆ ಹೊರ ನಡೆದರು. ಅವರ ಮನದ ಗೆಲುವು ಪೂರ್ತಿ ತಗ್ಗಿಹೋಯಿತು. ಹತಾಶಭಾವದಲ್ಲಿ ಪ್ರಯಾಸದಿಂದ ಬಂದು ಕಾರನ್ನು ಸಮೀಪಿಸಿದರು.

"ಬರ್ತಾನೆ..." ಇಷ್ಟು ಹೇಳಿದರು, ಎಲ್ಲರ ಕಣ್ಣುಗಳಲ್ಲಿ ಕುತೂಹಲ ಅಡಗಿತ್ತು. ನಂದಿನಿ ಕಣ್ಣುಗಳಲ್ಲಿ ಬೇಸರ ಇಣುಕಿತು. "ಈಗ್ಲೇ ಹೊತ್ತಾಯ್ತು, ನೀವು ಸ್ವಲ್ಪ ಬಲವಂತ ಮಾಡ್ಬೇಕಿತ್ತು ಪಪ್ಪ. ಆ ಜನ ಏನಂತ ತಿಳ್ದು ಕೊಳ್ಳೋಲ್ಲ!"

ಮಗಳ ಮಾತು ನಿಜವೆನಿಸಿದರೂ ಗಮನಕೊಡದೇ ಕೂತು ಡ್ರೈವರ್‌ಗೆ ಹೋಗುವಂತೆ ಸನ್ನೆ ಮಾಡಿದರು. ಆದರೆ ಲಕ್ಷ್ಮಿ ಮೆಹತಾ ಇದು ದೊಡ್ಡ ವಿಷಯವೇ ಅಲ್ಲವೆನ್ನುವಂತೆ ಮಾತಾಡಿದಳು.

"ಮದ್ವೆ ಮುಗ್ದ ಕೂಡ್ಲೇ ನಾನು ಭೂಮಿಕಾನ ದೆಹಲಿಗೆ ಕರ್ಕೊಂಡ್ಹೋಗ್ತೀನಿ ಅಂಕಲ್. ಆಮೇಲೆ ನಾನೇ ಪೂರ್ತಿ ಅವ್ರಿಗೆ ಗೈಡ್!" ತೆಳುವಾಗಿ ನಕ್ಕರು ರಘುನಂದನ್ ಆದರೆ ಮಾತಾನಾಡಲು ಇಚ್ಛಿಸಲಿಲ್ಲ.

ಏರ್‌ಪೋರ್ಟ್‌ಗೆ ಬರುವ ವೇಳೆಗೆ ವಿಮಾನ ಧರೆಗಿಳಿಯಲು ಹತ್ತು ನಿಮಿಷವಿತ್ತು. ನಿಂತು ಹಿಂದಕ್ಕೆ ನೋಟಹರಿಸಿದರು. ಅವರ ಕಣ್ನೋಟ ಅಭಿನಂದನ್ ಕಾರಿಗಾಗಿ ಅರಸಿತು. ಒಂದು ಕ್ಷಣ ನಿರಾಶೆ ತಡೆದುಕೊಳ್ಳಲಾರದೆ ಅವರ ತಲೆ 'ಧಿಂ' ಎಂದಿತು.

'ಯಾಕೆ ಹೀಗಾಯಿತು?' ಮುಷ್ಟಿ ಬಿಗಿಯಿತು. ಸೋತ ಕಾಲುಗಳಲ್ಲಿ ಹೆಜ್ಜೆ ಹಾಕಿದರು.

ಸಮಯಕ್ಕೆ ಸರಿಯಾಗಿ ಭುವಿಗಿಳಿದ ವಿಮಾನದಿಂದ ಮೊದಲು ಹೊರಗೆ ಕಾಣಿಸಿಕೊಂಡ ಭೂಮಿಕಾಳ ಕಣ್ಣುಗಳು ಅಭಿನಂದನ್‌ಗಾಗಿ ಹುಡುಕಾಡಿದವು.

ಹಿಂದಿನಿಂದ ಇಳಿದ ಪ್ರಮೋದ್ ಕಣ್ಣುಗಳಲ್ಲಿ ಗೆಲುವಿತ್ತು. ಹರ್ಷದಿಂದ ಅವನ ಮನ ಎಗರಾಡಿತು. ಮುಲಾಜಿಲ್ಲದೆ ಮಾತಿನ ಮೊನಚಿನಿಂದ ಇರಿದ.

"ಭೂಮಿಕಾ, ನನ್ಮಾತು ಈಗ್ಲಾದ್ರೂ ಸ್ಪಷ್ಟವಾಗಿರಬೇಕಲ್ಲ! ಅಭಿನಂದನ್ ಎಲ್ಲಿ ವ್ಹಿಸ್ಕಿಯ ಅಮಲಿನಲ್ಲೋ..." ಭೂಮಿಕಾ ಹಗುರವಾಗಿ ನಕ್ಕುಬಿಟ್ಟಳು. ಸೋಲನ್ನು ಮುಚ್ಚಿಡುವುದು ಕೂಡ ಆ ಕ್ಷಣದಲ್ಲಿ ಪ್ರಮೋದ್‌ಗೆ ಸಾಹಸವಾಗಿ ಕಂಡಿತು.

"ನಂಗೆ ಈ ತರಹ ಮಾತುಗಳ್ನ ಕೇಳೋಕೆ ಇಷ್ಟವಿಲ್ಲ. ಅಂಥ ಮಾತುಗಳಿಂದ ನಿಂಗೆ ನೆಮ್ದಿ ಸಿಕ್ಕೋ ಹಾಗಿದ್ರೆ ನಂದೇನೂ ಅಭ್ಯಂತರವಿಲ್ಲ, ಬಿಡು" ಎಂದು ಒತ್ತಿ ಹೇಳಿದವಳು, ರಘುನಂದನ್, ನಿರ್ಮಲಾನ ನೋಡಿ ಹರ್ಷದಿಂದ ಕೈಯಾಡಿಸಿದಳು.

ಅತ್ಯಂತ ಆತ್ಮೀಯತೆಯಿಂದ ಬರಮಾಡಿಕೊಂಡರು ರಘುನಂದನ್. ಗೆಳೆಯನ ಬಾಹುಗಳಲ್ಲಿಯೇ ತುಂಬು ಸ್ನೇಹದ ಸಿಂಚನದಲ್ಲಿಯೇ ಜಯಸಿಂಹ ಅವರ ಕಣ್ಣುಗಳು ಅಭಿನಂದನ್‌ಗಾಗಿ ಹುಡುಕಾಡಿದವು.

"ಎಲ್ಲಿ ಅಭಿನಂದನ್?" ಜಯಸಿಂಹ ಅವರ ಕಣ್ನೋಟ ಅತ್ತಿತ್ತ ಅಲೆದಾಡುತ್ತಲೇ ಇತ್ತು. ರಘುನಂದನ್ ಕೆಮ್ಮಿ ಗಂಟಲು ಸರಿಪಡಿಸಿಕೊಂಡರು. ನಿರ್ಮಲ ತುಸು ಗೆಲುವಿನಿಂದ ಬಾಯಿಗೆ ಬಂದಿದ್ದು ಹೇಳಿದರು.

"ಫ್ರೆಂಡ್ಸ್ ಜೊತೆ ಅವ್ನೇ ಮೊದ್ಲು ಹೊರಟಿದ್ದು. ಎಲ್ಲೋ ಹಿಂದಾಗಿದ್ದಾನೆ. ವೆಹಿಕಲ್ಸ್‌ನ ಹೇಗೆ ಮೈನ್‌ಟೈನ್ ಮಾಡಿದ್ರೂ..... ಒಮ್ಮೊಮ್ಮೆ ಕೈ ಕೊಟ್ಟುಬಿಡುತ್ತೆ."

ಅವರಾಡಿದ ಮಾತುಗಳು ಪ್ರತಿಯೊಬ್ಬರಿಗೂ ಸುಳ್ಳೆನಿಸಿತು. ಪ್ರಥಮ ಬಾರಿ ವಿಮಾನ ಹತ್ತಿ ಬಂದಿದ್ದ ಪಂಚಾಕ್ಷರಿ ಚೇತರಿಸಿಕೊಂಡಿರಲಿಲ್ಲ. ಈಗ ಪೂರ್ತಿ ಬಿಳಿಚಿಕೊಂಡ.

ಅವರುಗಳನ್ನ ಹೊತ್ತ ಕಾರುಗಳು ಮೇಘವರ್ಷಿಣಿಯ ಹಾದಿ ಹಿಡಿದವು. ಭೂಮಿಕಾಳ ಇಕ್ಕಡೆಯಲ್ಲಿ ಕೂತ ನಂದಿನಿ, ಲಕ್ಷ್ಮಿಮೆಹತಾ ಮಾತನಾಡಲಾರದ ಸ್ಥಿತಿ ತಲುಪಿದ್ದರು. ಖಂಡಿತ ಅವರುಗಳ ದೃಷ್ಟಿಯಲ್ಲಿ ಅಭಿನಂದನ್ ಅಕ್ಷಮ್ಯ ಅಪರಾಧಿ. ಅಂಥದ್ದೇನೂ ಆಗಿಲ್ಲವೆನ್ನುವಂತೆ ಮಾತನಾಡುತ್ತಿದ್ದವಳು ಭೂಮಿಕಾ ಮಾತ್ರ. ಆದರೆ ಒಳಗೆ ಕೊತ ಕೊತ ಕುದಿಯುವ ಎಣ್ಣೆಯಂತಿತ್ತು.

ಇಡೀ ಮೇಘವರ್ಷಿಣಿ ಬಣ್ಣ ಬಣ್ಣದ ದೀಪಗಳಿಂದ ಅಲಂಂಕಾರಗೊಂಡಿತ್ತು. 'ಸುಸ್ವಾಗತ' ಬಲ್ಬುಗಳಿಂದ ಶೃಂಗಾರಗೊಂಡು ಅಕ್ಷರರೂಪ ಕಳೆದಿದ್ದ ಸ್ವಾಗತ ಕಮಾನು.

ರಘುನಂದನ್ ಕೂಡ ವಿಸ್ಮಿತರಾದರು. ನಸು ಕತ್ತಲು ದಟ್ಟವಾದ ಈ ವೇಳೆಯಲ್ಲಿ ದೇವೇಂದ್ರನ ನಗರಿಯಂತೆ ಕಂಡಿತು ಮೇಘವರ್ಷಿಣಿ.

"ಇದು ಮದ್ವೆ.... ಏರ್ಪಾಟಾ...?" ಜಯಸಿಂಹ ಸುತ್ತಲೂ ಕಣ್ಣಾಡಿಸುತ್ತ ಕೇಳಿದಾಗ ತಲೆಯಾಡಿಸಿದರು ನಿರ್ಮಲ, "ಅಲ್ಲ....." ಎಂದ ಕೂಡಲೇ ಗಿಡಗಳಲ್ಲಿ ಮರೆಯಾಗಿ ಕೂತಂತಿದ್ದ ವಿದ್ಯುತ್ ಬಲ್ಬುಗಳು ಹತ್ತಿಕೊಂಂಡವು. ಮಿಕ್ಕವರು ಕೂಡ ಕಣ್ಣರಳಿಸಿದರು.

"ಇದೆಲ್ಲ ಏನಯ್ಯ ರಘು" ಗೆಳೆಯನ ಭುಜದ ಮೇಲೆ ಸ್ನೇಹದಿಂದ ಕೈ ಹಾಕಿದರು. "ಅದನ್ನೇ ನೋಡ್ತಾ ಇದ್ದೀನಿ. ನಾನು ಏರ್‌ಪೋರ್ಟ್‌ಗೆ ಹೊರಟಾಗ ಇದು ಯಾವ್ದೂ ಇರಲಿಲ್ಲವಲ್ಲ?" ಗಡ್ಡ ಕರೆದರು.

"ವೆಲ್...ಕಮ್..." ಥಟ್ಟನೆ ಎಲ್ಲರ ನೋಟ ಅತ್ತ ಹರಿಯಿತು. ಆರಡಿ ಎತ್ತರದ ಅಭಿನಂದನ್ ಕೆನೆಬಣ್ಣದ ಸೂಟು ಧರಿಸಿದ್ದ. ಒಪ್ಪವಾಗಿ ಕೂತ ಕ್ರಾಪ್. ಆತ್ಮೀಯತೆ ತುಂಬಿಕೊಂಡ ಗೀರುಮೀಸೆಯಡಿಯ ತುಂಬು ತುಟಿಗಳು. ಜಗತ್ತಿನ ಚೆಲುವನ್ನು ಆಸ್ವಾದಿಸಲು ಬಂದಂತಿದ್ದ ಆಕರ್ಷಕ ಜೇನು ಕಣ್ಣುಗಳು.

ಒಂದು ಕ್ಷಣ ಭೂಮಿಕಾಗೆ ನಿಂತಲ್ಲಿಯೇ ಜೋಲಿಹೊಡೆಯುವಂತಾಯಿತು. ಅವಳ ಮುಂದೆ ತಂದಿಟ್ಟಿದ್ದ ಮಲ್ಲಿಗೆ ಹಾರ ಕೂಡ ಕಾಣದಷ್ಟು ಕಣ್ಣು ಮಂಕಾಯಿತು.

"ಭಾವಿ ದಂಪತಿಗಳಿಗೆ..." ತಲೆಗೆ ಕೈ ಹಚ್ಚಿದ ಭೂಮಿಕಾ ಕಣ್ಮುಚ್ಚಿ ಥಟ್ಟನೆ ಪಕ್ಕಕ್ಕೆ ವಾಲಿದಾಗ ನಂದಿನಿ ಹಿಡಿದುಕೊಂಡಳು.

"ಓ, ಮೈ ಗಾಡ್!" ಭಯದಿಂದ ಉದ್ಗರಿಸಿದ ಅಭಿನಂದನ್. ಗೊಂದಲದಿಂದ ರಘುನಂದನ್‌ಗೆ ಮಾತನಾಡಲೇ ಸಾಧ್ಯವಾಗಲಿಲ್ಲ.

ಆ ಕ್ಷಣ ಎಲ್ಲ ಮರೆತು ತನ್ನ ಬಲಿಷ್ಠವಾದ ಬಾಹುಗಳಿಂದ ಹೂವನ್ನು ಎತ್ತಿ ಕೊಂಡೊಯ್ದಂತೆ ಭೂಮಿಕಾಳನ್ನು ಎತ್ತಿಕೊಂಡು ಹೋಗಿ ಒಳಗೆ ಮಲಗಿಸಿದ.

ತಕ್ಷಣ ರಘುನಂದನ್ ಡಾಕ್ಟರಿಗೆ ಫೋನ್ ಮಾಡಿದರೆ, ನಿರ್ಮಲ ಅವಳ ತಲೆಯ ಬಳಿ ಕೂತುಬಿಟ್ಟರು. ಆ ಕ್ಷಣ ಭೂಮಿಕಾ ತಮ್ಮ ಅಂತಃಕರಣಕ್ಕೆ ತೀರಾ ಹತ್ತಿರದವಳಂತೆ ಭಾಸವಾದಳು.

"ಅತಿಯಾದ ಸಂತೋಷ..." ಅಕ್ಕರೆಯಿಂದ ಜಯಸಿಂಹ ಅವಳ ಮುಂದಲೆಯನ್ನು ಸವರಿದರು. 'ಒಂದು ತರಹ ಶಾಕ್ ಅಷ್ಟೇ' ಡಾಕ್ಟರರ ವಿವರಣೆ.

ಭೂಮಿಕಾ ಕಣ್ತೆರೆದಾಗ ಮೊದಲು ಅಭಿನಂದನ್ ಕಂಡರೂ, ಸುತ್ತಲೂ ಎಲ್ಲರೂ ನೋಡುತ್ತಿದ್ದರು. ಸಂಕೋಚ ಅರಳಿತು ಅವಳ ಕಣ್ಣುಗಳಲ್ಲಿ.

"ಓ..." ಕೈ ಬೆರಳುಗಳು ಕಣ್ಣಿನ ಮೇಲಾಡಿದವು. ಎದ್ದು ಕೂತಳು. "ಎಕ್ಸ್‌ಕ್ಯೂಜ್ ಮೀ, ಆಶ್ಚರ್ಯದ ಶಾಕ್. ಈ ರೀತಿ ದಾಳಿ ಮಾಡ್ಬಾರ್ದಿತ್ತು!" ಉಸುರಿದಾಗ ಮಿಕ್ಕವರ ಮುಖಗಳೆಲ್ಲ ಅರಳಿದವು.

ಒಂದು ಕ್ಷಣದಲ್ಲಿ ಮೇಘವರ್ಷಿಣಿ ಸಂಭ್ರಮಗೊಂಡಿತು. ಏನೂ ನಡೆಯಲೇ ಇಲ್ಲವೆನ್ನುವಂತೆ ಊಟಕ್ಕೆ ಎಲ್ಲರ ಜೊತೆ ಕೂತಳು ಭೂಮಿಕಾ.

"ಅಭಿನಂದನ್, ನಂಗೆ ಪಂಚಾಕ್ಷರಿಯ ಬಗ್ಗೆ ಭಯವಿತ್ತು. ಆದ್ರೆ..." ಬೆಳದಿಂಗಳಿನಂತೆ ನಕ್ಕಾಗ ಕೈಯಲ್ಲಿದ್ದ ಜಿಲೇಬಿಯನ್ನು ಬಾಯಿನಲ್ಲಿಟ್ಟು ಎಡಗೈನಿಂದ ಪಂಚಾಕ್ಷರಿಯನ್ನು ಬಳಸಿದ, ಅವನು ಹಿಡಿಯಾದ.

"ಅಂಕಲ್, ನಮ್ಮ ಪಂಚಾಕ್ಷರಿ ಮದ್ವೆ ವಿಷ್ಯ ಏನಾಯ್ತು?" ಅನ್ನ ಕಲಸುತ್ತ ಪ್ರಶ್ನಿಸಿದ ಅಭಿನಂದನ್. ಟೊಮ್ಯಾಟೋ ಸೂಪ್ ಕುಡಿಯುತ್ತಿದ್ದ ರಘುನಂದನ್ ಸ್ಪೂನ್ ಕೆಳಗೆ ಹಾಕಿದರು.

"ಅವ್ರ ಮನೆಯಲ್ಲಿ ಎಲ್ಲ ತಯಾರಿ ನಡೆದಿದೆ. ಇವನದ್ದೇ ಮೊಂಡಾಟ. ನಿಮಿಷಕ್ಕೊಂದು ಹೇಳ್ತಾನೆ. ಈಗ ಹೊಸದೊಂದು ಪಟ್ಟು....." ಅವನತ್ತ ವಾರೆಗಣ್ಣಿನಿಂದ ನೋಡಿದರು ಜಯಸಿಂಹ.

"ಪರ್ವಾಗಿಲ್ವೇ....." ಮಧ್ಯೆ ಉದ್ಗರಿಸಿದರು ರಘುನಂದನ್. ಸಣ್ಣಗೆ ನಕ್ಕು ಪ್ರಶ್ನಿಸಿದ ಅಭಿನಂದನ್. "ಅಂಥದ್ದೇನು? ಆ ಬಂಗ್ಲೆ ಖರೀದಿಸಿ ಆಮೇಲೆ ಮದ್ವೆ ಆಗೋ ಯೋಚ್ನೆನಾ? ಅದ್ಕೆ ಬೇಕಾದ್ರೆ ಏರ್ಪಾಟು ಮಾಡೋಣ."

ಪಂಚಾಕ್ಷರಿಯ ನೆತ್ತಿಗೆಹತ್ತಿ ಕಣ್ಣು, ಮೂಗು, ಬಾಯಿನಲ್ಲಿ ನೀರು ತುಂಬಿಕೊಂಡಿತು. ನೆತ್ತಿ, ಭುಜ ಸವರಿದ ಅಭಿನಂದನ್. ಕಣ್ಣಂಚಿನ ನೀರನ್ನು ತೊಡೆದುಕೊಂಡ ಪಂಚಾಕ್ಷರಿ.

ಕ್ಷಣ ಕ್ಷಣಕ್ಕೂ ಅಭಿನಂದನ್ ಅವನ ಅಭಿಮಾನದ ಉದ್ದಗಲಕ್ಕೂ ಬೆಳೆಯುತ್ತಿದ್ದ. ಆ ವ್ಯಕ್ತಿಯನ್ನು ಕಣ್ಣ ತುಂಬ ನೋಡುವುದು ಅವನಿಗೆ ಸಂತೋಷ.

ಮಾತು ಬೇರೆಡೆಗೆ ತಿರುಗಿತು. ಅಷ್ಟು ಬೇಗ ಚೇತರಿಸಿಕೊಂಡು ಗೆಲುವಾದ ಭೂಮಿಕಾ ಬಗ್ಗೆ ಅಚ್ಚರಿ ನಂದಿನಿ, ಲಕ್ಷ್ಮಿ ಮೆಹತಾಗೆ.

ಕೈ ತೊಳೆಯಲು ಎದ್ದ ಲಕ್ಷ್ಮಿ ಮೆಹತಾ ಅಭಿಮಾನದ ಸ್ವರದಲ್ಲಿ ನುಡಿದಳು.

"ಡ್ಯಾಡಿ ಹೇಳುತ್ತಿದ್ದ ಮಾತುಗಳಿಗಿಂತ ನೂರು ಪಟ್ಟು ಹೆಚ್ಚುಗಾರಿಕೆ ನಿಮ್ಮಲ್ಲಿದೆ. ಯೂ ಆರ್ ಗ್ರೇಟ್."

ಒಂದು ಕ್ಷಣ ಮೌನವಾಗಿ ಕೂತುಬಿಟ್ಟಳು ಭೂಮಿಕಾ. ಅಂಥ ಹೆಚ್ಚುಗಾರಿಕೆ ತನ್ನಲ್ಲೇನಿದೆ? ಆ ಪಶ್ನೆಗೆ ಅವಳು ಉತ್ತರ ಹುಡುಕಲು ಸಮರ್ಥಳಾಗಲಿಲ್ಲ. ಏನಿದೆ? ಏನಿದೆ? ಏನೂ ಇಲ್ಲವೆನಿಸಿದಾಗ ಸಂಕೋಚದಿಂದ ಹಿಡಿಯಾದ ಅನುಭವ. ಸಹಜವಾಗಿ ತನ್ನಿಂದ ಮಾತನಾಡುವುದು ಸಾಧ್ಯವಿಲ್ಲವೆಂದುಕೊಂಡೇ ಬಿಗಿದು ಕೂತಿದ್ದ.

ಹೊರಗೆ ಬಂದ ಭೂಮಿಕಾ ತಂಗಾಳಿಗೆ ಮೈಯೊಡ್ಡಿ ನಿಂತಳು. ಇದು ವಾಸದ ಮನೆ ಅಥವಾ ಬಂಗ್ಲೆಯಾಗಿ ಕಾಣಲಿಲ್ಲ. ಸುಂದರ ಕಲಾಕೃತಿಯಾಗಿ ಕಂಡಿತು ಮೇಘವರ್ಷಿಣಿ. ಅದರ ಹಿಂದಿನ ಶ್ರಮ, ಶ್ರದ್ಧೆ ಯೋಚಿಸಿ ಅವಳ ಕಣ್ಣುಗಳು ಹೊಳೆದವು.

"ಭೂಮಿಕಾ....." ಅಭಿನಂದನ್ ಸ್ವರ. ನೋಟ ತಿರುವಿದಳು. ಮೊದಲ ಬಾರಿ ಅವನನ್ನು ಕಂಡಾಗಿನ ವ್ಹಿಸ್ಕಿ ಅಮಲಿನ ಛಾಯೆ ಕಣ್ಣುಗಳಲ್ಲಿ ಸಂಪೂರ್ಣ ಮಾಯ; ಈಗ ಶುಭ್ರ ಬೆಳಕಿನ ನಯನಗಳು ಜ್ಯೋತಿಗಳಂತೆ ಕಂಡವು.

ನೂರು ಮಾತುಗಳನ್ನು ಆಡಬೇಕೆಂಬ ಮನಸ್ಸು ಅಭಿನಂದನ್‌ಗೆ. ಆದರೆ ಸ್ವರ ಹೊರಡದು. ಅರ್ಥಮಾಡಿಕೊಂಡ ಅವಳೆದೆಯಲ್ಲಿ ನೂರು ರಾಗಗಳು ಮಿಡಿದವು.

"ವಂಡರ್ ಫುಲ್..... ಮೇಘವರ್ಷಿಣಿ" ಅತ್ತಿತ್ತ ಕಣ್ಣು ಹಾಯಿಸುತ್ತ ಹೇಳಿದಾಗ ಮುಗುಳ್ನಕ್ಕ. "ಇಂದು ಮಾತ್ರ ಅದ್ರ ಸೌಂದರ್ಯ ಮೂರು ಪಟ್ಟೇಕೆ, ನೂರು ಪಟ್ಟು ಹೆಚ್ಚಿದೆ." ಮೈಮರೆತು ನುಡಿದಾಗ ಹಿಂದಿನಿಂದ ಬಂದ ಜಯಸಿಂಹ ಅವನ ಭುಜದ ಮೇಲೆ ಕೈ ಹಾಕಿದರು.

"ನೋ...ನೋ.... ಈ ಮೇಘವರ್ಷಿಣಿಗಿಂತ ಅದ್ರ ಒಡೆತನದ ತೂಕವೇ ಹೆಚ್ಚು!" ಎಂದು ಮೃದುವಾಗಿ ತಟ್ಟಿದರು. ಅವರತ್ತ ತಿರುಗಿದ. ಅಲ್ಪ ಸಮಯದಲ್ಲೇ ಹತ್ತು ವರ್ಷ ಮುಗಿಸಿದವರಂತೆ ಅವರ ಮುಖದ ಸುಕ್ಕುಗಳು ಆಳವಾಗಿದ್ದನ್ನು ಕಂಡ.

"ಅಂಕಲ್, ಪ್ರಮೋದ್ ಕೆಲ್ಸದ ಬಗ್ಗೆ ಏನಾಯ್ತು? ಅದಕ್ಕಾಗಿ ಅಷ್ಟು ತಲೆಕೆಡ್ಸಿಕೊಳ್ಳೋದೇನ್ಬೇಡ. ಮೆಹತಾ ಎಲ್ಲಾ ಏರ್ಪಾಟು ಮಾಡಿದ್ದಾರೆ. ಅಥ್ವಾ ಇಲ್ಲೇ ನನ್ನೊಡತೆಯಲ್ಲಿ ಇರ್ಲಿ. ನಂಗೆ ಇನ್ನ ಪ್ರಮೋದ್ ಅಂಥವ್ರ ಮಾರ್ಗದರ್ಶನ

ಬೇಕು." ಮಾತು ಕೇಳಿ ಜಯಸಿಂಹ ತುಟಿಯಂಚಿನಲ್ಲಿ ವಿಷಣ್ಣತೆಯ ನಗು ಮಿನುಗಿ ಮರೆಯಾಯಿತು.

"ಓ.ಕೆ., ಅಂಥ ಯೋಚ್ನೆಯೇನೂ ಇಲ್ಲ. ಇನ್ನ ಅಂಥ ಚಿಂತೆಗಳು ಬೇಡಾಂತ್ಲೇ... ಅಮೇರಿಕಾದಿಂದ ಬಂದಿದ್ದು. ಇಲ್ಲೂ ಹಚ್ಕೊಂಡ್ರೆ.... ಅದೊಂದು ರೀತಿಯ ದುರಂತ!" ಶೂನ್ಯದಲ್ಲಿ ದೃಷ್ಟಿ ನೆಟ್ಟು ಹೇಳಿದರು.

'ದುರಂತ' ಶಬ್ದ ಕೇಳಿ ಭೂಮಿಕಾ ಬೇರೆಡೆ ನೋಡಿದಳು. ಅವರಿಬ್ಬರನ್ನು ಮಾತಿಗೆ ಬಿಟ್ಟು, ತನಗಾಗಿ, ಸಿದ್ಧಪಡಿಸಿದ್ದ ಕೋಣೆಗೆ ಹೋಗಿ ಮಲಗಿಬಿಟ್ಟಳು.

"ಭೂಮಿಕಾ....." ಕೋಣೆಯ ದೊಡ್ಡ ದೀಪ ಹೊತ್ತಿಸಿ, ನಿಂತಿದ್ದ ಪ್ರಮೋದ್ ಒಂದು ತರಹ ನೋಡಿದ. "ಗುಡ್‌ನೈಟ್..." ಕಿರುನಗುವಿನೊಂದಿಗೆ ಹೇಳಿ ಕಣ್ಮುಚ್ಚಿದಳು. ಸದ್ಯಕ್ಕೆ ಅವನ ಮಾತುಗಳು ಅವಳಿಗೆ ಬೇಡ. ರೋಷದಿಂದ ಹಲ್ಮುಡಿ ಕಚ್ಚಿದ ಪ್ರಮೋದ್.

"ಇಲ್ಲಿ ಆಗಿದ್ದು ಸತ್ಯದ ದರ್ಶನ!" ರೋಷದಿಂದ ಹೇಳಿದ. ಮೆಲ್ಲಗೆ ಕಣ್ತೆರೆದಳು. ರೆಪ್ಪೆಗಳು ಪಟ ಪಟನೆ ಬಡಿದುಕೊಂಡವು.

"ಥ್ಯಾಂಕ್ಯೂ..... ಇನ್ನಾದ್ರೂ ಈ ತರಹದ ಮಾತುಗಳನ್ನು ನಿಲ್ಸಿಬಿಡು" ಎಂದು ಪಕ್ಕಕ್ಕೆ ತಿರುಗಿ ಮಲಗಿದಳು.

ಲೈಟ್ ಸ್ವಿಚ್ ಅದುಮಿ ಒರಟಾಗಿ ಬಾಗಿಲನ್ನು ದೂಡಿ ಪ್ರಮೋದ್ ಹೊರಗೆ ಹೋದ. ಅವಳ ಕಣ್ಣಂಚಿನಿಂದ ಜಾರಿದ ಕಂಬನಿ ದಿಂಬಿನಲ್ಲಿ ಹುದುಗಿ ಹೋಯಿತು.

ಎದ್ದು ಬಾಗಿಲು ಕೀ ತಿರುಗಾಡಿಸಿದಳು, ಲಾಕ್ ಆಯಿತು. ಬಂದು ಮಲಗಿಬಿಟ್ಟಳು. ಕೆಲವು ದಿನದಿಂದ ತೀವ್ರತರದ ಚಿತ್ತಕ್ಷೋಭೆಗೆ ಗುರಿಪಡಿಸಿದ್ದ ಪ್ರಮೋದ್. ಆದರೆ ಒಂದಿಂಚು ಕೂಡ ಅವಳನ್ನು ನಿಸ್ತೇಜಗೊಳಿಸಲು ಶಕ್ತನಾಗಲಿಲ್ಲ.

ಒಂದು ದಿನ ಕಡ್ಡಾಯವಾಗಿ ಅವಳ ಮುಂದೆ ಕೂತುಬಿಟ್ಟ.

"ನಂಗೆ ಹೇಳ್ಲೇ... ಬೇಕು!" ಅವನ ಸ್ವರದಲ್ಲಿ ಅಲಗಿನ ಚೂಪಿತ್ತು. ಹಗುರವಾಗಿ ನಕ್ಕುಬಿಟ್ಟಳು, "ತೀರಾ ಇನ್ನೋಸೆಂಟ್ ಹಂಗೆ ಆಡ್ಬೇಡ. ನಡೆದಿಲ್ಲದ ವಿಷ್ಯನ ಏನ್ಹೇಳ್ಲಿ?" ಆಗ ಹರಿದಾಡಿತು ಅವನ ನೋಟದಲ್ಲಿ ಬೆಂಕಿ. ಅವನೆದೆಯಲ್ಲಿ ಕುದಿಯುತ್ತಿದ್ದ ಲಾವಾರಸ ತಣ್ಣಗಾಗಬಹುದು. ಇಲ್ಲದಿದ್ದರೆ ಈ ನಿರಂತರ ಕುದಿಯುವಿಕೆಯಲ್ಲಿ ಅವನೇ ಇಲ್ಲವಾಗಿ ಬಿಡಬಹುದು.

"ಆದಿನ ಏನು ನೀಡೀತು?" ಮತ್ತೆ ಅದೇ ಪ್ರಶ್ನೆ. ಕರುಣೆಯಿಂದ ಅವನತ್ತ ನೋಡಿದಳು ಭೂಮಿಕಾ. ಅವನ ಆ ಬಿಗಿದ ಮುಖ ಒಂದು ಕ್ಷಣ ಅವಳೆದೆಯಲ್ಲಿ ಸುಂಟರಗಾಳಿಯನ್ನು ಎಬ್ಬಿಸಿತು.

"ಪ್ರಮೋದ್ ನಿನ್ಯಾಕೆ ಅರ್ಥಮಾಡಿಕೋಳ್ಳೊಲ್ಲ! ಖಂಡಿತಾ ಏನೂ ನಡೆದಿಲ್ಲ. ಅಭಿನಂದನ್ ಕೂತು ರೂಮಿನಲ್ಲಿ ಕುಡಿದರೂ ಸಂಯಮಿ. ಒರಟುತನ, ಕಾಮುಕತನ ಇರುವಂಥವನ ಬಳಿ ಖಂಡಿತ ಸುಳಿಯಬಾರ್ದು."

ಪ್ರಮೋದ್ ಚಪ್ಪಾಳೆ ತಟ್ಟಿ ಜೋರಾಗಿ ನಕ್ಕುಬಿಟ್ಟಿದ್ದ. ಅವನು ಖಂಡಿತ ನಂಬಲಾರ. ಭೂಮಿಕಾಳಂಥ ಸುಂದರಿ, ಯೌವನಭರಿತ ಹೆಣ್ಣನ್ನು ಬಿಟ್ಟುಬಿಡಬಲ್ಲಂಥ ತಣ್ಣಗಿನ ರಕ್ತವೇ, ಅಭಿನಂದನನದು? ಸಾಧ್ಯವೇ ಇಲ್ಲ! ಹಾಗಂತ ನಂಬಿಬಿಡೋದು ಮೂರ್ಖತನ!

"ನಾನು ನಂಬೋಲ್ಲ!" ಒರಟಾಗಿ ಕೂಗಿದಾಗ ಸುತ್ತಲಿನ ಭಾರೀ ಮರಗಿಡಗಳ ಮಧ್ಯೆ, ಪ್ರತಿಧ್ವನಿಸಿದಂತಾಯಿತು. "ನಿಜ ಹೇಳು! ಖಂಡಿತ ನಾನು ಕ್ಷಮಿಸಿಬಿಡಬಲ್ಲೆ. ಆದರೆ ನೀನು ಅಭಿನಂದನ್ ಬಗ್ಗೆ ವಕಾಲತ್ತು ವಹಿಸೋದು ನಂಗಿಷ್ಟವಿಲ್ಲ!" ಸಹನೆ ಕಳೆದುಕೊಂಡ.

ತಣ್ಣಗೆ ಮರಕ್ಕೆ ಒರಗಿ ನಿಂತಳು ಭೂಮಿಕಾ. ಅವಳ ಕಣ್ಮುಂದೆ ಶಾಂತ ಮಂಜು ಹರಿದಾಡಿತು. ಎರಡು ಕುಟುಂಬಗಳ ಸ್ನೇಹ, ಆತ್ಮೀಯತೆ ಬಹಳ ವರ್ಷಗಳದ್ದು. ಈಗ ಒಮ್ಮೆಲೇ ತುಂಡಾದರೆ ಹಿರಿಯ ಜೀವಿಗಳಿಗೆ ನೋವು. ಅದು ಅವಳಿಗಿಷ್ಟವಿಲ್ಲ.

ಮೃದುವಾಗಿ ಪ್ರಮೋದ್‌ನ ಕೈಯನ್ನು ಹಿಡಿದ ಭೂಮಿಕಾ ಅವನ ಕಣ್ಣಲ್ಲಿ ನೋಟ ನೆಟ್ಟು ಹೇಳಿದಳು.

"ಪ್ರಮೋದ್, ನೀನು ಮನದಲ್ಲಿ ನೆಟ್ಟುಕೊಂಡಿರೋದು ವಿಷವೃಕ್ಷ, ಅದ್ರಿಂದ ನಿಂಗೆ ಮಾತ್ರವಲ್ಲ ಹಿಂಸೆ. ಅದ್ರ ಗಾಳಿ ಸೋಕಿದ ಸುತ್ತಮುತ್ತಲಿನ ಜನ ಕೂಡ ನಾಶವಾಗಿ ಹೋಗ್ತಾರೆ! ಅದ್ನ ಕಿತ್ತು ಎಸೆದು ನಿರ್ಮಲವಾದ ಮನದಿಂದ ಯೋಚ್ಸು. ಅಂಕಲ್, ಆಂಟೀನ ನೋಡು" ಥಟ್ಟನೆ ಒರಟಾಗಿ ಕೈ ಎಳೆದುಕೊಂಡ. ಅವನ ತುಟಿಗಳು ಉದ್ವೇಗದಿಂದ ಕಂಪಿಸಿದವು.

"ಸ್ವಚ್ಛಂದವಾದ ಅಮೇರಿಕ ವಾತಾವರಣದಲ್ಲಿ ಬೆಳೆದಿದ್ದ, ನೀನು ಅದ್ನ ಅರ್ಥ ಮಾಡ್ಕೋ. ಅಭಿನಂದನ್‌ನಂಥ ಕಸುವುಳ್ಳ ದೃಢ ಶರೀರದಲ್ಲಿ ಕರಗೋಕೆ ಯಾವ ಹೆಣ್ಣು ಕೂಡ ಹಿಂಜರಿಯಲಾರಳು. ಅದೇ ನಿನ್ನ ಬಂಗ್ಲೆಯಲ್ಲಿ ಉಳ್ಸಿಕೊಳ್ಳೋಕೆ ಕಾರಣ!" ಬಡಬಡಿಸಿ ಆಮೇಲೆ ನಾಲಿಗೆ ಕಚ್ಚಿಕೊಂಡ. ಸತ್ತ ವಿವೇಕವನ್ನು ನಿಂದಿಸಿದ.

ಒಂದು ಕ್ಷಣ ಭೂಮಿಕಾಳ ತಲೆ 'ಧಿಂ' ಎಂದಿತು. ಮರುಕ್ಷಣವೇ ಶಾಂತಳಾದಳು.

"ಥ್ಯಾಂಕ್ಯೂ, ಸ್ನೇಹ – ವಿಶ್ವಾಸಕ್ಕೂ ಒಂದು ಮಿತಿ ಇರುತ್ತೆ. ಸಭ್ಯ ವ್ಯಕ್ತಿ ಅದ್ರ ಮರೆಯಲ್ಲೇ ಇರ್ತಾನೆ. ಇನ್ನು ನಿನ್ನಲ್ಲಿ ಅದೇ ಸಭ್ಯತೆಯನ್ನು ನಿರೀಕ್ಷಿಸ್ತೀನಿ, ಮಿಸ್ಟರ್ ಪ್ರಮೋದ್ ಕುಮಾರ್. ನನ್ನ ಬಗ್ಗೆ ಇನ್ನೊಂದ್ಮಾತು ಕೂಡ ಬೇಡ. ಅಭಿನಂದನ್ ನನ್ನ ಇಂಡಿವಿಜ್ಯುಯಲ್ ಲೈಕಿಂಗ್. ಆ ಸಂಬಂಧಗಳು ಕೂಡ ನಮ್ಗೆ ಸಂಬಂಧಪಟ್ಟವು. ನಿಮ್ಮ ಮಾತಿನಿಂದ್ಲೇ ಯಾವ್ದೇ ಬಲತ್ಕಾರ ನನ್ಮೇಲೆ ನಡೆದಿರೋಕೆ ಸಾಧ್ಯವಿಲ್ವಲ್ಲ. ಕೊಟ್ಟ ಎರಡರಷ್ಟೇ ಅಭಿನಂದನ್‌ನಿಂದ ಸಿಕ್ಕಿರುತ್ತೆ. ಆ ದಿನದ ಬಗ್ಗೆ ನಿಮ್ಮ ಅನಾಲಿಸಿಸ್ ನಿಲ್ಸಿ." ಮಾತಿನಲ್ಲಿ ತೀಕ್ಷ್ಣತೆ ಇದ್ದರೂ ಅತ್ಯಂತ ನವಿರಾಗಿಯೇ ಹೇಳಿ ಅಲ್ಲಿಂದ ಹೊರಟುಬಿಟ್ಟಳು.

ಒಂದು ಕಡೆ ಕೂತು ಸಾಮಾನ್ಯ ಹೆಣ್ಣಿನಂತೆ ಅತ್ತುಬಿಟ್ಟಿದ್ದಳು. ಇಂಥ ಅಪವಾದದ ಬಗ್ಗೆ ಯೋಚಿಸಿದಾಗ ಅಭಿನಂದನ್ ತೀರಾ ಎತ್ತರವಾಗಿ ಬೆಳೆದ ವ್ಯಕ್ತಿಯೆನಿಸಿತು. ಅವಳೆದೆಯ ಪ್ರೀತಿಯ ಚೌಕಟ್ಟಿಗೆ ಶ್ರೀಗಂಧದ ಕಳಸವಿಟ್ಟಂತಾಯಿತು.

ಆದರೆ ಮರುದಿನ ಬಂದ ಪತ್ರ ಅವಳನ್ನು ಚಿಂತೆಗೀಡುಮಾಡಿತು.

ಅವಳ ತಂದೆ ಸದ್ಯಕ್ಕೆ ಕೆಲವು ದಿನ ಭಾರತದಲ್ಲೇ ಇದ್ದು ಹೋದ ಉದ್ದೇಶ ಪೂರ್ತಿ ಮಾಡುವಂತೆ ಬರೆದಿದ್ದು ಮಾತ್ರವಲ್ಲ, ಅದು ಜಯಸಿಂಹ ಅವರ ಇಷ್ಟವೂ ಕೂಡ ಎಂದು ತಿಳಿಸಿದ್ದರು ಮತ್ತು ಮೊದಲ ಬಾರಿ ಡೈರೆಕ್ಟಾಗಿ ಪ್ರಮೋದ್ ಮತ್ತು ಅವಳ ಮದುವೆಯ ಬಗ್ಗೆ ಪ್ರಸ್ತಾಪಿಸಿದ್ದರು. ಅವಳ ಮುಂದೆ ದೊಡ್ಡ ಮಂಜಿನ ಪರ್ವತವೇ ಹುಟ್ಟಿಕೊಂಡ ಅನುಭವವಾಗಿತ್ತು.

ಪತ್ರ ಮಡಚುವ ವೇಳೆಗೆ ಜಯಸಿಂಹ ಬಂದಿದ್ದರು. ಅವರ ಮುಖವನ್ನು ದಿಟ್ಟಿಸುವುದು ಅವಳಿಂದಾಗಲಿಲ್ಲ.

"ಏನು ಬರೆದಿದ್ದಾರೆ?" ಪ್ರಶ್ನಿಸಿದಾಗ ಸಣ್ಣಗೆ ನಕ್ಕಿದ್ದಳು. "ಅವ್ರು ಏನು ಬರೆದಿದ್ದಾರೆ ಅನ್ನೋದಕ್ಕಿಂತ ಈಗ ನಾನೇನು ಬರೀಬೇಕು ಅನ್ನೋದೇ ಮುಖ್ಯ. ಅವ್ರ ಪ್ರಕಾರ ಇನ್ನಷ್ಟು ದಿನ ಇಲ್ಲಿ ಉಳಿಯೋ ಮನಸ್ಸಿಲ್ಲ. ಸದ್ಯಕ್ಕೆ ಹೊರಡೋ ತಯಾರಿ ಅಷ್ಟೇ. ಹೇಗೂ ನಂದಿನಿಯ ಮದ್ವೆ ಮುಗ್ಸಿಕೊಂಡು ಮುಂಬಯಿನಿಂದ್ಲೇ ಪ್ಲೈಟ್ ಹತ್ತುತ್ತೀನಿ" ಅಂದಾಗ ಜಯಸಿಂಹ ಮುಖ ಹಿಂಡಿದ್ದರು. ಅವರಿಗೆ ಮಗನ ಮೇಲೆ ಹಿಡಿಸಲಾರದಷ್ಟು ಕೋಪ, ಆದರೆ ಅದನ್ನು ರೋಹಿಣಿಯವರು ಒಪ್ಪಲಾರರು.

"ಅವ್ನು ಸರ್‍ಯಾದ ರೀತಿಯಲ್ಲೇ ಯೋಚಿಸ್ತಾ ಇದ್ದಾನೆ. ಅಭಿನಂದನ್ ಒಳ್ಳೆ ಹುಡ್ಗನೇ ಇರ್ಬಹ್ದು. ಆದರೆ.... ಸಮಯದಲ್ಲಿ..." ತಲೆಯ ಮೇಲೆ ಕೈಹೊತ್ತು ಕೂತಿದ್ದರು ಜಯಸಿಂಹ. ಆ ಜಾಡುವಿನಲ್ಲಿ ಯೋಚಿಸಲೇ ಅವರಿಗಿಷ್ಟವಾಗುತ್ತಿರಲಿಲ್ಲ.

ಬರೀ ನೆನಪುಗಳೇ ಮಗ್ಗುಲಾಗಿ ಮಲಗಿದಳು ಭೂಮಿಕಾ. ಅವಳ ತಾಯಿ – ತಂದೆ ವಿದ್ಯಾವಂತ, ವಿಚಾರವಂತ ಜನ, ಯಾವುದಕ್ಕೂ ಅವಳನ್ನು ಬಲವಂತಪಡಿಸಲಾರರು. ಆದರೆ ಅವಳು ಯೋಚಿಸುತ್ತಿದ್ದುದು ಜಯಸಿಂಹ ಮತ್ತು ರೋಹಿಣಿಯವರ ಬಗ್ಗೆ. ಇದೆಲ್ಲಿ ನೋವಾಗಿ ಅವನ ನೆಮ್ಮದಿ ಕದಡಿ ಬಿಡುತ್ತದೆಯೋ!

ಸಾಮಾನು ಪ್ಯಾಕ್ ಮಾಡುವಾಗಲೇ ಹೇಳಿದ್ದಳು.

"ಅಂಕಲ್, ನಾನು ಮುಂಬಯಿನಿಂದ್ಲೇ ಪ್ಲೈಟ್ ಹತ್ತುತ್ತೀನಿ. ಮತ್ತೆ ವೀಸಾಗಾಗಿ ಪರದಾಡುವ ಕೆಲ್ಸವಿಲ್ಲ. ಸಾಕಷ್ಟು ಹಸಿರು, ಗುಡ್ಡ, ಕಾಡಿನಲ್ಲಿ ಓಡಾಡಿದ್ದೀನಿ. ಮತ್ತೆ ಉಳಿಯೋ ಇಚ್ಛೆ ಮಾತ್ರ ಇಲ್ಲ. ದಯವಿಟ್ಟು ಬಲವಂತ ಮಾಡ್ಬೇಡಿ."

ಆದರೆ. ಜಯಸಿಂಹ ಮೌನವಹಿಸಿದರೂ ರೋಹಿಣಿ ಬೇಸರ ವ್ಯಕ್ತಪಡಿಸಿದರು. ಆದರೆ ಅವಳ ನಿರ್ಧಾರ ಅಚಲವಾಗಿತ್ತು.

ಬೆಳಿಗ್ಗೆ ಎಂದಿಗಿಂತ ತಡವಾಗಿಯೇ ಅವಳಿಗೆ ಎಚ್ಚರವಾಗಿದ್ದು. ಸ್ನಾನಮುಗಿಸಿ ಕನ್ನಡಿಯ ಮುಂದೆ ಬಂದು ಕೂತಾಗ ಮುಖದ ಬಳಲಿಕೆ ಅವಳಿಗೆ ಗಾಬರಿಯನ್ನುಂಟು ಮಾಡಿತು.

ಫೋನ್ ಸದ್ದು ಮಾಡಿತು. ಎತ್ತಿಕೊಂಡಳು. ಅತ್ತಲಿಂದ ಹರಿದು ಬಂದಿದ್ದು ಅಭಿನಂದನ್ ಸ್ವರ.

"ಗುಡ್ ಮಾರ್ನಿಂಗ್ ಮೇಡಮ್" ಅಭಿನಂದನ್ ಮುಖ ಕಣ್ಮುಂದೆ ಸುಳಿಯಿತು. ಮಂದಹಾಸ ಅವಳ ತುಟಿಗಳ ಮೇಲೆ ಮಿನುಗಿತು. "ಗುಡ್ ಮಾರ್ನಿಂಗ್, ಸರ್."

"ಸಾರಿ....." ಅಂದ. "ನಾನು ಬೇಗ ಹೊರಡ್ಬೇಕಾಯ್ತು. ನಿಮ್ಮ ಸಿಹಿ ನಿದ್ದೆ ಕೆಡಿಸೋಕೆ ಇಷ್ಟವಾಗ್ಲಿಲ್ಲ. ನೀವು ಬ್ರೇಕ್‌ಫಾಸ್ಟ್ ತಗೊಳ್ಳೋ ಹೊತ್ಗೇ ಬಂದು ಕಂಪನಿ ಕೊಡ್ತೀನಿ. ಬೈ ದಿ ಬೈ... ಬೇಸರ ಬೇಡ" ತೇಲಿಬಂದ ಅಭಿನಂದನ್ ಸ್ವರದಲ್ಲಿ ಆತ್ಮೀಯತೆ ತಂತು ಇಣುಕುತ್ತಿತ್ತು.

"ಓ.ಕೆ.... ಸಾರ್" ಫೋನ್ ಕೆಳಗಿಟ್ಟಳು.

ಕೂದಲಿಗೆ ಬಾಚಣಿಗೆಯಾಡಿಸಿ ಮುಖದ ಮೇಕಪ್ ತಿದ್ದಿ ಹೊರಗೆ ಬಂದಳು. ನಿರ್ಮಲ ನಗು ಮುಖದಿಂದ ಅವ್ಳನ್ನು ಎದುರುಗೊಂಡರು.

"ನಾನೇ ನಿಂಗೆ ಡಿಸ್ಟರ್ಬ್ ಮಾಡ್ಬಾರ್ದೂಂತ ಹೇಳಿದ್ದೆ. ಈಗ ಹೇಗಿದ್ದೀ?" ಅವಳ ಕೈಯನ್ನು ತಮ್ಮ ಕೈಯೊಳಗೆ ತಗೊಂಡರು. ನಲಿವು ಅವಳ ಮುಖದ ಮೇಲೆ ಹರಿದಾಡಿತು.

"ಏನಿಲ್ಲ! ಆರಾಮಾದ ನಿದ್ದೆ!" ಭಾರವಾದ ಕಣ್ಣು ರೆಪ್ಪೆಗಳನ್ನು ಬಡಿಯುತ್ತ ಹೇಳಿದಾಗ ಆಕೆ ಒಪ್ಪಲಿಲ್ಲ. ಯೂ ನೀಡ್ ರೆಸ್ಟ್, ಬ್ರೇಕ್‌ಫಾಸ್ಟ್ ಕೂಡ ಕೋಣೆಗೆ ಕಳ್ಸಿಕೊಡ್ತೀನಿ. ಮುಗ್ಸಿ ಆರಾಮಾಗಿ ಮಲ್ಗಿಬಿಡು. ಸಲಿಗೆಯಿಂದ ಹೇಳಿದರು. ನಗುನಗುತ್ತಲೇ ನಿರಾಕರಿಸಿದಳು ಭೂಮಿಕಾ.

"ಬೇಡ. ನಾನು ನಂದಿನಿ, ಲಕ್ಷ್ಮಿ ಮೆಹತಾ ಅವ್ರ ಜೊತೆ ಮಾತಾಡ್ತೀನಿ. ಬ್ರೇಕ್‌ಫಾಸ್ಟ್ ಡೈನಿಂಗ್ ಹಾಲ್‌ನಲ್ಲಿ" ನಿರ್ಮಲ ಅವಳ ಕೈ ಹಿಡಿದೇ ಕರೆದೊಯ್ದರು.

ಡೈನಿಂಗ್ ಹಾಲ್‌ನಲ್ಲಿ ನಗುವಿನ ಸಂಭ್ರಮ. ಹಿಂದಿನ ಮಾತುಗಳಿಗೆ ಈಗಿನ ಬೆಡಗು. ಜಯಸಿಂಹ, ರಘುನಂದನ್ ನಗುವಿನೊಂದಿಗೆ ಮಾತನಾಡುತ್ತಿದ್ದರು.

"ಗುಡ್ ಮಾರ್ನಿಂಗ್ ಟು ಎವ್ವೆರಿಬಡಿ" ಎಂದ ಕೂಡಲೇ ಎಲ್ಲರ ನೋಟ ಇತ್ತ ಹರಿಯಿತು. ನಂದಿನಿ ಅವಳ ಕೈ ಹಿಡಿದು ಕರೆದೊಯ್ದಳು. ಪ್ರಮೋದ್ ಕಣ್ಣಿನಲ್ಲಿ ಇರಿದ. ಇಬ್ಬನಿಯಲ್ಲಿ ಮಿಂದ ಸುಂದರ ಹೂವಿನಂತೆ ಕಂಡಳು ಲಕ್ಷ್ಮಿ ಮೆಹತಾಗೆ. "ಯೂ ಲುಕ್ ಬ್ಯೂಟಿಫುಲ್" ಅವಳ ಸ್ವರದಲ್ಲಿ ಮೆಚ್ಚಿಗೆಯ ಉದ್ಗಾರವಿತ್ತು. ಗಂಟಲಿನಲ್ಲಿ ಏನೋ ಸಿಕ್ಕಿಕೊಂಡಂತೆ ಚಡಪಡಿಸಿದ ಪ್ರಮೋದ್.

ಅವಳ ನೋಟ ಅಭಿನಂದನ್‌ಗಾಗಿ ಕಾಯುವಂತೆ ಕಂಡರೂ, ಥಟ್ಟನೆ ಪಂಚಾಕ್ಷರಿ ನೆನಪಿಗೆ ಬಂದ.

"ಅಂಕಲ್, ಪಂಚಾಕ್ಷರಿ ಎಲ್ಲಿ?" ಕೇಳಿ ಜಯಸಿಂಹ ಬಾಯಿ ತುಂಬ ನಕ್ಕರು. "ಅವ್ನು ಅಭಿನಂದನ್ ಜೊತೆಯಲ್ಲಿ ಹೋದ. ದೊಡ್ಡ ನಿಧಿಯನ್ನು ಪಡೆದಷ್ಟು ಹಿಗ್ಗು ಅವನಿಗೆ. ತನ್ನಿಂದ ಎಲ್ಲಿ ತಪ್ಪಿಸಿಕೊಂಡುಬಿಡ್ತಾನೋ, ಅನ್ನೋ ಭಯ!"

"ಇದು ತೀರಾ ಅತಿಯಾಯ್ತು!" ರೇಗಿಕೊಂಡ ಪ್ರಮೋದ್. "ಅವನಿಗೆ ನೀವಾದ್ರೂ ಸ್ವಲ್ಪ ಬುದ್ಧಿ ಹೇಳ್ಬೇಕಿತ್ತು. ಕರೆತಂದಿದ್ದೇ ಮೊದಲ್ನೇ ತಪ್ಪು!" ಸಿಡಿಮಿಡಿಗುಟ್ಟಿದ.

"ಪರ್ವಾಗಿಲ್ಲ, ಬದಿಗೆ ಅಂಥ ವ್ಯಕ್ತಿಗಳ ಅಗತ್ಯವಿದೆ. ನಮ್ಮ ಅಭಿನಂದನ್‌ಗೆ ಅಂಥ ತಾರತಮ್ಯ ಮನೋಭಾವವಿಲ್ಲ. ಅವ್ನು ಇರೋ ಹಾಗಿದ್ರೆ..... ಇಲ್ಲೇ ಇರಲಿ." ರಘುನಂದನ್ ಸಮಾಧಾನದಿಂದ ನುಡಿದರು.

ಈ ಮಾತುಗಳು ಯಾವುವೂ ತನ್ನ ಕಿವಿಗೆ ಬೀಳಲೇ ಇಲ್ಲವೆನ್ನುವಂತೆ ವರ್ತಿಸಿದಳು ಭೂಮಿಕಾ.

"ಎಕ್ಸ್‌ಕ್ಯೂಜ್ ಮೀ" ಒಳಗೆ ಬಂದ ಅಭಿನಂದನ್ ಹೇಳಿದ. ಅದನ್ನು ಒತ್ತಿ ಪ್ರತ್ಯೇಕವಾಗಿ ಭೂಮಿಕಾಗೆ ಹೇಳಿದಂತಿತ್ತು. ಪ್ರಮೋದ್ ಕಣ್ಣಲ್ಲಿ ಬೆಂಕಿ ಇಣುಕಿದರೆ ಜಯಸಿಂಹ, ರಘುನಂದನ್ ಮೆಚ್ಚಿಕೊಂಡರು. ಅವನ ಹದಗೆಟ್ಟ ಬದುಕಿಗೊಂದು ತಿರುವು ಕೊಟ್ಟು ಆ ವ್ಯಕ್ತಿಯ ಮೇಲೆ ಅಭಿಮಾನ, ಗೌರವ, ಪ್ರೀತಿ, ಆತ್ಮೀಯತೆ ಇರುವುದು ಸಹಜ.

"ಹುಡುಗ್ರು...ತಮಾಷೆಯಾಗಿ ತಗೊಳ್ಳಿ" ಜಯಸಿಂಹ ಮೇಲೆದ್ದಾಗ ರಘುನಂದನ್ ನಸುನಗುತ್ತ ಎದ್ದರು. "ನಿಮ್ಮ ಮಕ್ಳು ನಿಜ್ವಾಗಿ ಅದೃಷ್ಟವಂತ್ರು. ತಾಯ್ತಂದೆಯರ ಪರಿಪೂರ್ಣವಾದ ಪ್ರೀತಿ, ಮಮತೆಗಳು ಎಷ್ಟೋ ಜನಕ್ಕೆ ಸಿಕ್ಕೋಲ್ಲ" ಎಂದಾಗ ವಾರೆಗಣ್ಣಿಂದ ಅಭಿನಂದನ್ ತಂದೆಯ ಕಡೆ ನೋಡಿದ. ಅವರೆದೆಯಲ್ಲಿ ಪಶ್ಚಾತ್ತಾಪದ ಬೆಂಕಿಯ ಹೊಂಡವೇ ಇದೆಯೆನಿಸಿತು.

ಯಾಕೋ ಏನೂ ತಿನ್ನಲು ಭೂಮಿಕಾಳಿಂದಾಗಲಿಲ್ಲ. ಬರೀ ಎರಡು ಲೋಟ ನೀರಿನ ಜೊತೆ ಒಂದು ಪೂರಿ ಅಷ್ಟೆ, ಪ್ರಮೋದ್ ಇದನ್ನು ಗಮನಿಸಿದರೂ ಗಮನಿಸದಂತಿದ್ದ. ಆದರೆ ಅಭಿನಂದನ್ ಸುಮ್ಮನಿರಲಿಲ್ಲ.

"ಯಾಕೆ ಏನೂ ತಿನ್ಲಿಲ್ಲ? ತಿಂಡಿ ಸರಿಹೋಗ್ಲಿಲ್ವಾ?" ತಣ್ಣಗೆ ನಕ್ಕು ಮೇಲೆದ್ದಳು. "ಸ್ವಲ್ಪ ಹೊರ್ಗಡೆ ಕೂತು ಚಾ ಕುಡೀತೀನಿ." ನಂದಿನಿಯನ್ನು ಭುಜ ತಟ್ಟಿ ಎಬ್ಬಿಸಿದಳು. ಲಕ್ಷ್ಮಿ ಮೆಹತಾ ಅವಳ ಕೈ ಹಿಡಿದಳು.

"ನೀವು ಏನೂ ತಿನ್ಲೇ ಇಲ್ಲ!" ಅವಳ ಸ್ವರದಲ್ಲಿ ಕಳಕಳಿ ಇತ್ತು. ಅರ್ಥವಾದವಳಂತೆ ನಕ್ಕಳು ಭೂಮಿಕಾ "ಒಂದ್ನಿಮ್ಷ...ಬನ್ನಿ...ಹೇಳ್ತೀನಿ" ಎಬ್ಬಿಸಿಕೊಂಡು ಹೋದರು. ಡೈನಿಂಗ್ ಟೇಬಲ್ ಮುಂದೆ ಕೂತವರು ಅಭಿನಂದನ್. ಪ್ರಮೋದ್ ಮಾತ್ರ.

"ಮುಂದೇನ್ಮಾಡ್ಬೇಕೂಂತ ತೀರ್ಮಾನ ಮಾಡಿದ್ದೀಯ?" ಟೀಯನ್ನ ಕಪ್ಪಿಗೆ ಬಗ್ಗಿಸುತ್ತ ಗಂಭೀರವಾಗಿ ಪ್ರಶ್ನಿಸಿದ. ಅಭಿನಂದನ್ ಕೈಯಲ್ಲಿದ್ದ ಕಪ್‌ನ ಕೆಳಗಿಳಿಸಿದ ಪ್ರಮೋದ್, "ಯಾವ್ದೇ ನಿರ್ಧಾರಕ್ಕೆ ಬಂದಿಲ್ಲ. ಬಹುಶಃ ಕೆಲ್ಸ ಸಿಕ್ಕೋ ಆಪರ್ಚುನಿಟಿ ಇದೆ. ಯಾರ್ದೇ ಪ್ರಭಾವ ಬಳಸಿಕೊಳ್ಳೋಕೆ ನಂಗಿಷ್ಟವಿಲ್ಲ" ಟೇಬಲ್ ಮೇಲೆ ಕೈಯೂರಿ ಸೀಲಿಂಗ್‌ನತ್ತ ನೋಡಿದ. ಅರ್ಥಮಾಡಿಕೊಳ್ಳಲು ಕಷ್ಟವಾಗಿ ಕಪ್ ಕೆಳಗಿಟ್ಟು ಮೇಲೆದ್ದ.

"ನಂಗೆ ನಿನ್ನ ಅಭಿಪ್ರಾಯ ಅರ್ಥವಾಗ್ಲಿಲ್ಲ. ಮೆಹತಾ ಅಂಕಲ್ ಪ್ರಯತ್ನ ಕೂಡ..." ಅರ್ಧದಲ್ಲೇ ನಿಲ್ಲಿಸಿದ. ಉದಾಸ ನಗೆ ನಕ್ಕ ಪ್ರಮೋದ್. ಆ ನಗುವಿನಲ್ಲಿ ಏನಿತ್ತೋ ಅರ್ಥಮಾಡಿಕೊಳ್ಳುವ ಪ್ರಯತ್ನ ಅಭಿನಂದನ್ ಮಾಡಲಿಲ್ಲ. "ವಿಷ್ ಯೂ ಬೆಸ್ಟ್ ಆಫ್ ಲಕ್. ಸದ್ಯಕ್ಕೆ ನಾವೆಲ್ಲ ಅಷ್ಟು ಮಾತ್ರ ಮಾಡಬಹುದೇನೋ!"

ಅಭಿನಂದನ್ ಮನದ ಗೆಲುವು ಅರ್ಧ ತಗ್ಗಿಹೋಗಿತ್ತು. ಎಲ್ಲೋ ಎರಗಬೇಕಾಗಿದ್ದ ವಿಪತ್ತು ಜಯಸಿಂಹ ಅವರ ಶಾಂತ ಕುಟೀರದ ಮೇಲೆ ಎರಗಿದ್ದು ಮಾತ್ರ ಅವನಿಗೆ ನೋವು.

ಪೋರ್ಟಿಕೋ ದಾಟಿದಾಗ ಗುಲಾಬಿ ಗಿಡಗಳ ಮಧ್ಯೆ ಸುಂದರ ಹೂಗಳಂತೆ ಕಂಡರು ಮೂವರು. ಮೆಚ್ಚುಗೆ ವ್ಯಕ್ತಪಡಿಸಿತು ಅವನ ಕಣ್ಣುಗಳು.

ಎರೆಡ್ಹೆಜ್ಜೆ ಮುಂದಕ್ಕೆ ಬಂದ ಭೂಮಿಕಾ ಅವನನ್ನು ಸರಿಯಾಗಿ ನೋಡಿದಳು. ಅಂದಿನ ವ್ಹಿಸ್ಕಿಯ ಅಮಲು ಸಂಪೂರ್ಣವಾಗಿ ಆಳಸಿಹೋಗಿದ್ದರೂ ಎಲ್ಲೋ, ಏನೋ ಕೊರತೆಯಿದೆಯನಿಸಿತು. ಅದು ಮುಚ್ಚಿಟ್ಟ ಬೆಂಕಿಯಂತೆ ಒಳಗೆ ಕುದಿಯುತ್ತಿದೆಯೇನೋ ಅನಿಸಿತು. ಒಂದು ಕ್ಷಣ ಗಾಬರಿಯಿಂದ ಅವಳ ಮನ ಹೊಯ್ದಾಡಿತು.

"ಅಭಿನಂದನ್, ಪಂಚಾಕ್ಷರಿ ಎಲ್ಲಿ?" ದುಂಡು ಕೈನ ಮಣಿಕಟ್ಟಿಗೆ ಕಟ್ಟಿದ್ದ ವಾಚ್‌ನತ್ತ ನೋಡುತ್ತ. ಸುಂದರ ನಗೆ ಅರಳಿತು ಅಭಿನಂದನ್ ತುಟಿಗಳ ಮೇಲೆ. "ಕಾರಿನಿಂದ ಇಳಿಯಲೇ ಇಲ್ಲ. ಒಂದೇ ದಿನದಲ್ಲಿ ಇಡೀ ಮುಂಬಯಿನ ಅರಿತು ಬಿಡೋ ತವಕ ಅವನಿಗೆ. ಸದ್ಯಕ್ಕೆ ಅವ್ನ ಇಲ್ಲೇ ಉಳ್ಸಿಕೊಳ್ಳೋ ಯೋಚ್ನೆ. ಆ ವಿಷ್ಯದಲ್ಲಿ ಅಂಕಲ್ ಸಲಹೆ ಅಗತ್ಯ" ಎಂದು ಹೇಳಿ ಅವಳತ್ತ ನಾಲ್ಕು ಹೆಜ್ಜೆ ನಡೆದು ಬಂದ.

ದೂರದಲ್ಲಿ ನಿಂತ ನಂದಿನಿ, ಲಕ್ಷ್ಮಿ ಮೆಹತಾಗೆ ಸುಂದರ ಜೋಡಿಯೆನಿಸಿತು. "ಮೇಡ್ ಫಾರ್ ಈಚ್ ಅದರ್" ಮನ ಒತ್ತಿ ಹೇಳಿದರೂ ನಂದಿನಿಯ ಸ್ವರ ಹೊರ ಹಾಕಲು ಇಷ್ಟಪಡಲಿಲ್ಲ.

"ಯಾಕೋ ಪ್ರಮೋದ್ ಮನಸ್ಸು ಸರಿಯಿಲ್ಲ! ಇಲ್ಲಿನ ಜೀವ್ನ ಅವನಿಗೆ ನಿರಾಶೆಯನ್ನುಂಟುಮಾಡಿರಬಹುದು" ಹಣೆಯುಜ್ಜಿ ಮೆಲ್ಲನೆಯ ದನಿಯಲ್ಲಿ ಹೇಳಿದ.

ಭೂಮಿಕಾ ಮುಖ ಗಂಭೀರವಾಯಿತು. ಪ್ರಮೋದ್ ಒಂದು ದೊಡ್ಡ ತಲೆನೋವಾಗಿದ್ದ. ಜಯಸಿಂಹ, ರೋಹಿಣಿಯವರಿಗಾಗಿ ಅವನ ಮೊನಚು ಮಾತುಗಳನ್ನು ಸಹಿಸಿದ್ದಳು. ಇನ್ನು ಅವಮಾನ ನುಂಗಲು ಭೂಮಿಕಾ ಸಿದ್ಧವಿಲ್ಲ.

"ಅದು ಅವನದ್ದೇ ಸಮಸ್ಯೆ. ತಾನೇ ಪರಿಹರಿಸಿಕೊಂಡಾನು. ಬೇರೆಯವ್ರು ಕೈ ಹಾಕಿದ್ರೆ ಮತ್ತಷ್ಟು ಸಿಕ್ಕು ಆಗುತ್ತೆ!" ಭೂಮಿಕಾಳ ಸ್ವರದಲ್ಲಿ ನಿರ್ಲಿಪ್ತತೆ ಹರಿದಾಡಿದಾಗ ಗಾಬರಿಯಾದ.

ಅಷ್ಟರಲ್ಲಿ ನಂದಿನಿ, ಲಕ್ಷ್ಮಿ ಬಂದು ಅವರನ್ನು ಕೂಡಿಕೊಂಡಿದ್ದರಿಂದ ಆ ವಿಷಯ ಅಲ್ಲಿಗೆ ಸತ್ತಿತ್ತು.

ಎರಡು ದಿನ ಇಡೀ ಮುಂಬಯಿಯನ್ನೆಲ್ಲ ಓಡಿಯಾಡಿಸಿದ ಅಭಿನಂದನ್. ಪಂಚಾಕ್ಷರಿ, ನಂದಿನಿ, ಲಕ್ಷ್ಮಿ ಮೆಹತಾ ಜೊತೆಯಾಗಿದ್ದರು ಭೂಮಿಕಾಗೆ. ಪ್ರಮೋದ್ ಮಧ್ಯೆ ಇದ್ದರೂ ಬೇರೆಯಾಗಿಯೇ ನಿಲ್ಲುತ್ತಿದ್ದ. ಇದು ದೊಡ್ಡ ಸಮಸ್ಯೆಯೆನಿಸಿತು ಅಭಿನಂದನ್‌ಗೆ.

ಮೆಹತಾ ಬಂದಾಗ ಇಡೀ ವಾತಾವರಣವೇ ಬದಲಾಯಿತು. ಈ ಸಲ ಹಿರಿಯರಾದ ಸುನಿಲ್ ಮೆಹತಾ ಅವರು ಬಂದಿದ್ದರಿಂದ ಸಡಗರಕ್ಕೊಂದು ಗಂಭೀರವಾದ ಚೌಕಟ್ಟು ಬಂದಿತು.

"ಭೂಮಿಕಾ, ಅವ್ನ ಮಾತುಗಳ್ಗಿಂತ ಒಂದು ತೂಕ ಹೆಚ್ಚಾಗಿಯೇ ಇದ್ದೀಯಾ!" ಸುನಿಲ್ ಮೆಹತಾ ಹತ್ತಿರ ಅವರು ಕೂಡಿಸಿಕೊಂಡು ಮೆಚ್ಚುಗೆಯಾಡಿದಾಗ ಒಂದು ತರಹ ಆಯಿತು ಅವಳ ಮುಖ.

"ದಾದಾ, ನೀವು ಈ ಮಾತು ಹೇಳಿದ್ರೆ.... ನಂಗೆ ತುಂಬ ಸಂಕೋಚವಾಗುತ್ತೆ. ನನ್ನಿಂದ ಏನಾಗಿದೆ ಅಂಥದ್ದು? ಅಭಿನಂದನ್ ಅಂತ ದೃಢ ಮನಸ್ಕ, ಸ್ನೇಹಮಯಿ ವ್ಯಕ್ತಿಯಿಂದ ನಾನು ಕಲಿತಿದ್ದೇ ಬಹಳ" ಭೂಮಿಕಾಳ ಸೌಜನ್ಯದ ನುಡಿಗಳು ಹಿಂದಿನಿಂದ ಬಂದ ಅಭಿನಂದನ್‌ನ ಒಂದು ಕ್ಷಣ ಹಿಡಿದು ನಿಲ್ಲಿಸಿದವು.

ನಿಧಾನವಾಗಿ ಅವನ ಕೈಗಳು ಪ್ಯಾಂಟ್‌ನ ಜೇಬಿನೊಳಕ್ಕೆ ಹಿಂದಿರುಗಿದಾಗ ಸುನಿಲ್ ಮೆಹತಾ ಅವರ ಸ್ವರಹಿಡಿದು ನಿಲ್ಲಿಸಿತು.

"ಯಾಕೆ ಹೊರಟೆ? ಸಂತೋಷವಾಯ್ತಾ? ಐ ಆ್ಯಮ್ ಪ್ರೌಡ್ ಆಫ್ ಯೂ. ನೀನು ನೂರರಲ್ಲಿ ಒಬ್ಬ. ಅಂಥ ರಘುನಂದನ್ ಮಗನೇ, ನೀನು" ಮೆಚ್ಚಿಕೆಯ ಮಹಾಪೂರವೇ ಅವರ ಸ್ವರದಲ್ಲಿ ಹರಿದು ಬಂತು.

ತಲೆ ತಗ್ಗಿಸಿ ನಿಂತ ಅಭಿನಂದನ್. ಬಹುಶಃ ಸುನೀಲ್ ಮೆಹತಾ ಮುಂದೆ ರಘುನಂದನ್ ನಿಲ್ಲುವುದು ಕೂಡ ಹಾಗೆಯೇ. ಅಂದಿಗೂ, ಇಂದಿಗೂ ಯಾವುದೇ ಮಾರ್ಪಾಟಿಲ್ಲ.

"ಇಲ್ಲ ದಾದಾ" ಎಂದು ಹೊರಗೆ ನಡೆದ. ಮೇಘವರ್ಷಿಣಿ ಕಟ್ಟಿಸಿದ ಮೇಲೆ ಪ್ರಥಮ ಬಾರಿ ಅವರು ಇಲ್ಲಿಗೆ ಬಂದಿರುವುದು. ನಿರ್ಮಲ ಅಂತೂ ಅವರ ಮುಂದೆ ಪೂರ್ತಿ ಸೆರಗುಹೊದ್ದೇ ನಿಲ್ಲುವುದು.

ಉತ್ಸಾಹ, ಉಲ್ಲಾಸ ಎಲ್ಲವನ್ನೂ ಬಿಡಿಸಿಕೊಂಡು ಬಂದ ಭೂಮಿಕಾ ಗುಲಾಬಿ ಗಿಡಗಳ ಮಧ್ಯೆ ನಡೆದು ಮರೆಯಾದಳು. ಅವಳಿಗೆ ಏಕಾಂತ ಬೇಕೆನಿಸಿತು.

ಸುಂದರವಾಗಿ, ಅಚ್ಚುಕಟ್ಟಾಗಿ ಬೆಳೆಸಿದ್ದ ಲಾನ್ ಮೇಲೆ ಹೋಗಿ ಕೂತಳು. ಸುಂದರ ಸಂಜೆ. ಹಾಯಾಗಿ ಮಲಗಿಬಿಡಬೇಕೆನಿಸಿ, ಕಾಲು ಚಾಚಿ ಮಲಗಿದ್ದಳು.

"ಹೇಗೆ ಅನ್ನಿಸ್ತು ಜೋಡಿ?", ಬಂದ ಕೂಡಲೇ ಮೆಹತಾ ಅವ್ಳನ್ನು ಪ್ರಶ್ನಿಸಿ, "ಒಳ್ಳೆ ಕಾಂಬಿನೇಷನ್" ಎಂದರು. ಅದನ್ನು ಕೇಳಿ ಕಣ್ಣರಳಿಸಿದ್ದಳು. ಅವರಿಗಂತೂ ತುಂಬ ಖುಷಿ. ಭುಜ ಕುಣಿಸಿ ನಕ್ಕಿದ್ದರು.

ಲಕ್ಷ್ಮಿ ಮೆಹತಾ ಸೌಮ್ಯ ಸ್ವಭಾವದ ಹೆಣ್ಣು. ಒಳ್ಳೆಯತನಕ್ಕೆ ಮುಕುಟವಿಟ್ಟಂಥ ಜೋಡಿ. ಮೆಹತಾ ಅಂಥ ಅಪರೂಪದ ಹಿತೈಷಿಗಳ ಬಂಧುತ್ವ ಯಾರಿಗಾದರೂ ಒಳ್ಳೆಯದೇ.

ಮತ್ತೊಂದು ಮಾತು ಹೇಳಿದ್ದರು.

"ಇನ್ನಷ್ಟು ದಿನ ಇದ್ದುಬಿಡು. ಅಭಿನಂದನ್ ಮದ್ವೆ ಮುಗಿಸಿಕೊಂಡೇ ಹೋಗಬಹುದು!"

ಮೌನವಾಗಿ ತಲೆಯಾಡಿಸಿದ್ದಳು. ಸದ್ಯದ ಸ್ಥಿತಿಯಲ್ಲಿ ಅವಳು ಹಿಂದಿರುಗುವುದೇ ಸರಿಯೆಂದು ಅವಳ ಅಭಿಪ್ರಾಯ.

"ಇಲ್ಲ ಅಂಕಲ್, ಇನ್ನೊಮ್ಮೆ.... ಬರ್ತೀನಿ. ನಂಗಂತೂ ಯಾವಾಗ ಹೋಗಿ ಮಮ್ಮಿ ತೊಡೆಯ ಮೇಲೆ ತಲೆ ಇಟ್ಟು ಮಲ್ಗಲಿ ಅನ್ನಿಸಿ ಬಿಟ್ಟಿದೆ. ಮತ್ತೆ ನಾನು ತೆಗೆದ ಕೆಲವು ಚಿತ್ರಗಳನ್ನು ರಾಯಲ್ ಫೋಟೋಗ್ರಾಫಿಕ್ ಸೊಸೈಟಿಗೆ ಕಳುಹಿಸಿಕೊಡ್ತೀನಿ. ಪೂರ್ಣ ಗಮನ ಫೋಟೋಗ್ರಫಿ ಕೊಡಬೇಕನ್ನೋ...ನಿಶ್ಚಯ" ಕೇಳಿ ಹುಬ್ಬೇರಿಸಿ ನಕ್ಕಿದ್ದರು ಮೆಹತಾ. ಪ್ರಮೋದ್‌ನತ್ತ ನೋಡಿ ಕಣ್ಣಲ್ಲೇ ಛೇಡಿಸಿದ್ದರು.

"ಭೂಮಿಕಾ..." ಕರೆದಾಗ ಬೆಚ್ಚಿಬಿದ್ದು ಎದ್ದು ಕೂತಳು. ಸಣ್ಣ ಚೌಕಳಿಯ ಅರ್ಧ ತೋಳಿನ ಷರಟು ಧರಿಸಿ ಇನ್‌ಷರಟು ಮಾಡಿದ್ದ ಅಭಿನಂದನ್ ಬಹಳ ಚಿಕ್ಕವನಾಗಿ ಕಂಡ. "ಮೈ ಗಾಡ್! ಒಂಟಿಯಾಗಿ... ಇಲ್ಬಂದಿದ್ದೀಯಾ" ಸನಿಹದಲ್ಲೇ ಕೂತ. ಯಾಕೋ ಸಹಜವಾಗಿ ತಲೆಯೆತ್ತುವುದು ಅವಳಿಂದಾಗಲಿಲ್ಲ.

"ಈ ಪರಿಸರದಲ್ಲಿ ಪ್ರತಿಯೊಂದು ಜೀವ ತುಂಬಿಕೊಂಡಿದೆ. ಖಂಡಿತ ಒಂಟಿತನ ಕಾಡೋಲ್ಲ!" ಎಂದಾಗ ಕೈಗೆ ಸಿಕ್ಕ ಗಿಡದ ರೆಂಬೆಯನ್ನೆಳೆದು ಸವರಿದಳು.

"ಒಂದ್ಮಾತು....." ಎಂದಾಗ, ತಲೆಯೆತ್ತಿ ಅವನತ್ತ ನೋಡಿದಳು. ಯಾವುದೋ ಹಿನ್ನೆಲೆ ಇದೆಯೆನಿಸಿತು. ಅವಳ ಕಣ್ಣುಗಳಲ್ಲಿ ತೀಕ್ಷ್ಣತೆ ಮಿನುಗಿತು. "ಯಾಕೆ ಸಂಕೋಚ, ಅಭಿನಂದನ್?"

"ಹೊರಡೋ ನಿಶ್ಚಯ ಯಾಕೆ?"

"ಅರೆ ಇದೆಂಥ ಪ್ರಶ್ನೆ! ನಾನು ಇಲ್ಲೇ ಉಳಿಯೋ ಉದ್ದೇಶ ಇಟ್ಕೊಂಡು ಬಂದಿದ್ದಿಲ್ಲ! ಬರೀ ಒಂದಾರು ತಿಂಗಳು ಪ್ರವಾಸ ಮಾತ್ರ!" ಗಂಭೀರವಾಗಿ ಹೇಳಿದಳು. ತುಟಿಯವರೆಗೂ ಬಂದ ಮಾತುಗಳನ್ನು ನುಂಗಿದ ಅಭಿನಂದನ್.

ಇಬ್ಬರ ನಡುವೆ ನೀರವತೆ ಕಾಡಿದಾಗ ಎದುರು ಬದುರು ತುಟಿ ಬಿಗಿದು ಕೂರುವುದು ಕಷ್ಟವೆನಿಸಿತು. ಮತ್ತೆ ಅವನೇ ತುಟಿ ತೆರೆದ.

"ಬಂದ ಉದ್ದೇಶವೇ ನೆರವೇರಿಲ್ವಲ್ಲ! ನೀನು ಹೊರಟ್ರೆ... ನಾಲ್ಕಾರು ಮಂದಿಗೆ ಬೇಜಾರು. ಪ್ರಮೋದ್‌ನ ಮುಖದ ಬಿಗಿತಕ್ಕೂ ಅದೇ ಕಾರಣವಿರಬಹುದು!" ಕೂತಿದ್ದವನು ಹುಲ್ಲನ್ನು ಮೃದುವಾಗಿ ಸವರುತ್ತಿದ್ದ ಅವನ ಕೈ ಹಿಂದಕ್ಕೆ ಬಂತು. ಹಗುರವಾಗಿ ಒಂದೇ ಮಾತಿನಲ್ಲಿ ಹೇಳಿದಳು.

"ಅಂಥದ್ದೇನಿಲ್ಲ... ಏನಿಲ್ಲ!"

ಸೀರೆಯ ಅಂಚನ್ನು ಕೊಡವುತ್ತ ಮೇಲಕ್ಕೆದ್ದಳು. ವೀಸಾ ಮುಂದುವರಿಸುವ ಪೂರ್ಣ ಜವಾಬ್ದಾರಿ ಮೆಹತಾ ಹೊತ್ತಿದ್ದರು. ಆದರೆ ಭೂಮಿಕಾಗೆ ಉಳಿಯಲು ಇಷ್ಟವಿಲ್ಲ.

ಇಬ್ಬರೂ ಜೊತೆಯಾಗಿಯೇ ಬಂದಾಗ ಹೊರಗೆ ನಿಂತಿದ್ದ ಮೆಹತಾ ಕಣ್ಣಲ್ಲಿ ಕೋಟಿ ನಕ್ಷತ್ರಗಳು ಮಿನುಗಿದವು 'ಎಂಥ ಸುಂದರ ಜೋಡಿ' ಅವರ ಮನ ಗೆಲುವಿನಿಂದ ಉದ್ಗರಿಸಿತು. ಆದರೆ ಪ್ರಮೋದ್‌ಗೆ ನಿರ್ಣಯವಾದ ಹೆಣ್ಣನ್ನು ಕಿತ್ತುಕೊಳ್ಳಲು ಸುತಾರಂ ಅವನ ಮನ ಒಪ್ಪದು.

"ಗುಡ್ಡ, ಬಂಗ್ಲೆಗಿಂತ ನಮ್ಮ ಮೇಘವರ್ಷಿಣಿ ಸುಂದರವಾಗಿದೆ!" ಬಾಯಿ ತುಂಬಾ ನಗುತ್ತ ಹೇಳಿದರು ಮೆಹತಾ. "ಷೂರ್... ಅಂಕಲ್!" ಅರೆಮನಸ್ಸಿನಿಂದ ಹೇಳಿದಂತಿತ್ತು. "ಒನ್ ಮಿನಿಟ್...." ಎಂದವರೆ ಕಾರಿನತ್ತ ನಡೆದಾಗ, ಅಭಿನಂದನ್ ಜೊತೆ ಒಳಗೆ, ಭೂಮಿಕಾ ಬಂದಳು.

ಸಂಭ್ರಮವಿದ್ದರೂ ಒಳಗೆ ಮಂಕುತನ ಅವಳನ್ನು ಕವಿದುಕೊಂಡೇ ಇತ್ತು. ಪಂಚಾಕ್ಷರಿ ಕೂಡ ಕೈಗೆ ಸಿಕ್ಕುತ್ತಿರಲಿಲ್ಲ.

ನಿರ್ಮಲ ಬಂದು ಪ್ರೀತಿಯಿಂದ ಆಕ್ಷೇಪಿಸಿದರು.

"ನಿನ್ನ ಬಹಳ ಹುಡ್ಕಿಬಿಟ್ಟೆ. ಈಗ ತಾನೇ ನಂದಿನಿ, ಲಕ್ಷ್ಮಿ ಹೊರ್ಗೆ ಹೋದ್ರು. ಪ್ಲೀಸ್ ಭೂಮಿಕಾ, ನನ್ನ ಜೊತೆನೇ ಇರು" ಎಂದು ಅವರ ಕೈಗಳನ್ನು ಹಿಡಿದುಕೊಂಡರು.

"ಹಲೋ...." ರೇಖಾಳ ಸ್ವರ ಹರಿದು ಬಂತು. ನಿರ್ಮಲ ಕಣ್ಣುಗಳಲ್ಲಿ ಕೆಂಡಗಳು ಉರುಳಿದವು. "ಇವಳು ಯಾಕೆ ಬಂದ್ಲು?" ಅವಳ ಮನ ಪ್ರಶ್ನಿಸಿತು. ದೀರ್ಘವಾಗಿ ಅತ್ಯಂತ ಆಳವಾಗಿ, ಗಂಭೀರವಾಗಿ ನೋಡಿದಳು. ಮೆಹತಾ ಹೇಳಿದ ವಡಿವೇಲು ಮಗಳು ರೇಖಾನ.

"ಹಲೋ..." ಎಂದ ಎತ್ತಲೋ ನೋಡುತ್ತ ಅಭಿನಂದನ್. ಮೌನವಾಗಿ ಕಣ್ಣೀರು ಸುರಿಸುವ ಅವನೆದೆಯಾಳದ ಭಾವನೆಗಳು ಇಡೀ ಅವನ ಚೇತನವನ್ನು ನಿಷ್ಕ್ರಿಯಗೊಳಿಸುವಂತೆ ತೋರಿತು.

"ಈಗ್ಬಂದೆ, ಮಾತಾಡ್ತಾ ಇರು" ಎಂದ ಅಭಿನಂದನ್ ಒಳಗೆ ನಡೆದ. ರೇಖಾಳೊಳಗಿನ ಬೆಂಕಿ ಹೊತ್ತಿಕೊಂಡು ಉರಿದಂತಾಯಿತು. ಸೊಟ್ಟಗೆ ನಕ್ಕಳು. "ನಮ್ಮಂಥವರ ಕಂಪನಿ ಇನ್ನ ಅಭಿನಂದನ್‌ಗೆ ಬೇಕಿಲ್ಲ!" ಕಾಲುಗಳನ್ನು ಅಪ್ಪಳಿಸಿ ಹೊರಗೆ ನಡೆದಳು.

ಅಕಾಶವೇ ಕಳಚಿ ಬಿದ್ದಂತೆ ನಿರ್ಮಲ ನಿಂತುಬಿಟ್ಟರು. ಅವ್ಯಕ್ತ ಭಯ ಅವರನ್ನು ಕಾಡುತ್ತಿತ್ತು. ಪಕ್ಕಕ್ಕೆ ಮುಖ ತಿರುಗಿಸಿ ದುಃಖಿಸಿದರು.

ಅವರು ಕೂಡ ಅಲ್ಲಿಂದ ಕಾಲ್ತೆಗೆದಾಗ ಭೂಮಿಕಾ ಒಂಟಿಯಾದಳು. ಸಂತೋಷ, ಸಂಭ್ರಮಗಳಿಂದ ನಲಿಯುವ ಈ ಮೇಘವರ್ಷಿಣಿಯ ಮೇಲೆ ಯಾವ ಕಾರ್ಮೋಡಗಳೂ ಹಾದು ಹೋಗದಿರಲೆಂದು ಹಾರೈಸಿದಳು.

* * * *

ಮದುವೆ ಮುಗಿದಾಗ ಸಂಭ್ರಮ ಕರಗಿ ಹೋದರೂ ಅಭಿನಂದನ್ ಅಂತೂ ತೀರಾ ಕಂಗೆಟ್ಟು ಹೋಗಿದ್ದ. ಆದರೆ ಶಿವಪ್ರಸಾದ್ ಅವನಿಗೆ ಮೆಚ್ಚಿಗೆಯಾಗಿದ್ದ.

"ಎಂದು ಬರ್ತೀರಾ, ಬೆಂಗಳೂರಿಗೆ?" ಹೋಗುವ ಮುನ್ನ ಪ್ರಶ್ನಿಸಿದಾಗ ಹಗುರವಾಗಿ ಮುಗುಳ್ನಗು ಬೀರಿದ್ದ. "ಅಡ್ವಾನ್ಸ್ ಪ್ರೋಗ್ರಾಂ ಫಿಕ್ಸ್ ಮಾಡಿಬರಬೇಕೂಂತೇನೂ ಇಲ್ಲ. ನಂದಿನಿನ ನೋಡ್ಬೇಕೆನಿಸಿದಾಗ ಓಡಿ ಬರ್ತೀನಿ" ಎಂದಿದ್ದ.

ಅವನೆದೆಯ ಮೇಲೆ ತಲೆಯಿಟ್ಟು ನಂದಿನಿ ಬಿಕ್ಕಿದ್ದಳು. ಮೂಕವಾಗಿ ರೋದಿಸಿದ್ದವು ಅಂತಃಕರಣಗಳು. ಕಳೆದುಹೋದ ಆ ದಿನಗಳು ಅನುಭವಿಸಲು ಮುಂದೆ ಬಾರದು.

ದೊಡ್ಡ ಹೊರೆ ಇಳಿಸಿಕೊಂಡಷ್ಟು ಹಗುರವಾಗಿದ್ದರು ನಿರ್ಮಲ, ರಘುನಂದನ್. ಮೆಹತಾಗಂತೂ ಖುಷಿಯೋ, ಖುಷಿ. ಆದರೆ ಒಂದು ರೀತಿಯ ಭಯ ಅವರನ್ನು ಆವರಿಸಿಕೊಂಡೇ ಇತ್ತು.

"ನಿರ್ಮಲ, ಅಭಿನಂದನ್ ಮದ್ವೆ ಬಗ್ಗೆ ನಿನ್ನ ಅಭಿಪ್ರಾಯವೇನು?" ಮೆಹತಾ ಪ್ರಶ್ನಿಸಿದಾಗ ಆಕೆ ನಿರಾಳವಾಗಿ ಉತ್ತರವನ್ನಿತ್ತರು. "ಅವ್ನು ಯಾರ ಕೊರಳಿಗೆ ತಾಳಿ ಬಿಗಿದು ಇವ್ಳೇ ನಿಮ್ಮ ಸೊಸೆ ಅಂದ್ರೆ ನಾನು ಸಂತೋಷದಿಂದ ಮೇಘವರ್ಷಿಣಿಗೆ ತುಂಬ್ಸಿಕೊಳ್ಳಬಲ್ಲೆ."

ಮೆಹತಾ ಜೋರಾಗಿ ಚಪ್ಪಾಳೆ ತಟ್ಟಿ ನಕ್ಕರು. ತಕ್ಷಣ ಅವರ ಮುಖ ಗಂಭೀರವಾಯಿತು. ಮದುವೆಗೆ ವಡಿವೇಲು ದೊಡ್ಡ ಸಿಬ್ಬಂದಿಯೊಂದಿಗೆ ಬಂದಿದ್ದರು. ಆ ಹೆಣ್ಣು ಕೂಡ ಅಭಿನಂದನ್ ಹಿಂದೆ ಹಿಂದೆ ಓಡಾಡಿದ್ದಳು. ಇದು ಒಳ್ಳೆಯ ಲಕ್ಷಣವಾಗಿ ಕಂಡಿರಲಿಲ್ಲ ಅವರಿಗೆ.

"ತುಂಬ ದಿನ ಅವನನ್ನು ಒಂಟಿಯಾಗಿ ಬಿಡೋದು ಅಪಾಯ" ಸ್ವರ ತಗ್ಗಿಸಿ ಹೇಳಿದಾಗ ಪಕ್ಕ ಕೂತ ಜಯಸಿಂಹ ಹೌದೆಂದರು. "ಇನ್ಯಾಕೆ ತಡ! ಎರ್ಡು ಮದ್ವೆ ಒಟ್ಟಿಗೆ ಅಂತ್ಲೇ ನಾವು ತಿಳಿದಿದ್ದು! ಆದಷ್ಟು ಬೇಗ ಮುಗ್ಸಿಬಿಡಿ."

"ಅದೆಲ್ಲ ಮೆಹತಾಗೆ ಸೇರಿದ್ದು. ಅಲ್ಲಿ ನನ್ನ ಪ್ರಸಕ್ತಿಯೇ ಇಲ್ಲ!" ಕೈ ಕೊಡವಿಕೊಂಡರು ರಘುನಂದನ್.

ಮೆಹತಾ ಪೂರ್ತಿ ಹಿಂದಕ್ಕೆ ಒರಗಿ ಹಣ್ಣಿನ ರಸದ ಗ್ಲಾಸ್ ಎತ್ತಿಕೊಂಡರು. ಕಸಿವಿಸಿಯಿಂದ ಕೂತಿದ್ದ ರೋಹಿಣಿ ಬಾಯಿ ತೆರೆದರು.

"ನಿರ್ಧಾರಗಳು ಬೇಗ ಆಗೋದೇ ಉತ್ತಮ. ಯಾವ ಗಳಿಗೆಯಲ್ಲಾದ್ರೂ ಹುಡುಗ್ರು ಮನಸ್ಸು ಬದಲಾಯ್ಸಬಹ್ದು. ನಮ್ಗೇ ಭೂಮಿಕಾನ ಹಿಂದಕ್ಕೆ ಕಳ್ಸೋ ಇಚ್ಛೇನೇ ಇರ್ಲಿಲ್ಲ. ಆದ್ರೆ.... ಈಗ ನೋಡಿ..."

ಅವರ ಸ್ವರದಲ್ಲಿನ ಅಸಮಾಧಾನ ಎಲ್ಲರೂ ಗುರುತಿಸಿದ್ದರು. ಆದರೂ ಯಾವುದೇ ವಿಷಯದಲ್ಲಿ ಭೂಮಿಕಾಳ ಬಗ್ಗೆ ಮುಜುಗರ ವ್ಯಕ್ತಪಡಿಸಲು ಯಾರಿಗೂ ಇಷ್ಟವಿಲ್ಲ.

"ಆ ಹುಡ್ಗೀದು ಯಾವಾಗ್ಲೂ ಗಟ್ಟಿ ನಿರ್ಧಾರವೇ!" ಮೆಚ್ಚಿಗೆ ಸೂಸಿತು ಮೆಹತಾ ಅವರ ಕಣ್ಣುಗಳು. "ಹೌದೌದು...." ಜಯಸಿಂಹ ತಲೆಯಾಡಿಸಿದರು.

ನಿಂತ ಕಾರಿನಿಂದ ಇಳಿದ ಅಭಿನಂದನ್ ಒಳಗೆ ಹೋದ. ಬೆಳಗಿನಿಂದ ಒಂದೇ ಸಮನೆ ತಲೆ ಸಿಡಿತ. ಒಂದೆರಡು ಮಾತ್ರೆ ನುಂಗಿದ್ದ. ಏನೇನೂ ಕಡಿಮೆಯಾಗಿರಲಿಲ್ಲ. ಹೋದವನೇ ಮಲಗಿಬಿಟ್ಟ. ಒಂಟಿತನ ಬಹಳವಾಗಿ ಬಾಧಿಸಿತು.

ಪ್ರಮೋದ್ ಹಿಂದಿನ ರಾತ್ರಿ ಕೇಳಿದ ಪ್ರಶ್ನೆಗಳು ಅವನನ್ನು ಚಿತ್ರವಧೆ ಮಾಡಿತ್ತು.

"ಅಭಿನಂದನ್ ಸ್ವಲ್ಪ ನೆನಪು ಮಾಡ್ಕೊಳ್ಳಿ, ಆ ದಿನಾನ" ಎಂದಾಗ ಅಭಿನಂದನ್ ಜೋರಾಗಿ ನಕ್ಕಿದ್ದ. ಆದರೆ ಪ್ರಮೋದ್ ಮುಖ ಬಿಗಿದುಕೊಂಡಿತು.

"ಸ್ವಲ್ಪ ನನ್ನ ಪ್ರಶ್ನೆಗೆ ಉತ್ತರ ಕೊಡಿ" ತಾಳ್ಮೆ ಕಳೆದುಕೊಂಡು ಗರ್ಜಿಸಿದ್ದ ಪ್ರಮೋದ್. ಆ ಕ್ಷಣ ಅಭಿನಂದನ್‌ನ ಸಹನೆ ಕೂಡ ಕೈ ಬಿಟ್ಟಿತ್ತು.

"ಮಿಸ್ಟರ್ ಪ್ರಮೋದ್, ಇಂಥ ನಡತೆ ನಿಮ್ಮಿಂದ ನಿರೀಕ್ಷಿಸಿಲ್ಲ. ಯಾವ ಘಟನೆ? ಎಂಥ ಪ್ರಶ್ನೆ? ಸ್ವಲ್ಪ ಕೇರ್‌ಫುಲ್ ಆಗಿ ಮಾತಾಡಿ" ಅರಿವಾಗದಂತೆ ಅಭಿನಂದನ್ ಮಾತಾಡಿದ ವೈಖರಿ ಏರಿತ್ತು.

ತಿರಸ್ಕಾರದಿಂದ ನೋಡಿದ ಪ್ರಮೋದ್. ಇದರಿಂದ ಅಭಿನಂದನ್ ಧಮನಿಯ ರಕ್ತ ಬಿಸಿಯಾಯಿತು. ತುಟಿ ಕಟ್ಟಿ ಮುಷ್ಟಿ ಬಿಗಿದ.

"ಆ ದಿನ ಭೂಮಿಕಾನ ಹಾಳು ಮಾಡಿದ್ರಿ!" ಮಾತು ಬಂದ ಕೂಡಲೇ ಪ್ರಮೋದ್‌ನ ಕಾಲರ್‌ಗೆ ಕೈ ಹಾಕಿ ಬಿಗಿಯಾಗಿ ಹಿಡಿದ. "ಬ್ಲಡಿ ಬಾಸ್ಟರ್ಡ್... ಇನ್ನೊಂದ್ಸಲ ಈ ಮಾತು ಆಡಿದ್ರೆ.... ಸಮುದ್ರದ ಮರಳು ದ್ವಂಡೆಯಲ್ಲಿ ಹೂತು ಹಾಕಿಬಿಡ್ತೀನಿ. ಛೀ..." ಅಷ್ಟು ದೂರಕ್ಕೆ ತಳ್ಳಿದ.

ಅಭಿನಂದನ್‌ನ ಅವನ ವಿದ್ಯೆ, ಸಂಸ್ಕಾರ, ವಿವೇಕವೆಲ್ಲ ಸುಡುಗಾಡು ಸೇರಿ ಪ್ರಮೋದ್‌ನ ಬರೀ ಭೂತ ಎದುರು ನಿಂತಂತಾಯಿತು.

"ಈ ಮಾತುಗಳು ನಿನ್ನಲ್ಲೇ ಹುದುಗಿ ಹೋಗ್ಲಿ. ಮತ್ತೆ ಪ್ರಸ್ತಾಪಕ್ಕೆ ಬಂದರೆ... ನಾನು ಜಯಸಿಂಹ ಅವ್ರ ಮಗ ಅನ್ನೋದು ಪೂರ್ತಿಯಾಗಿ ಮರ್ರುಬಿಡ್ತೀನಿ" ಎಚ್ಚರಿಸಿ ಕಾರಿನ ಕೀಯನ್ನ ಅವನ ಕಾಲಡಿಯಲ್ಲೇ ಎಸೆದು ಬಂದಿದ್ದ. ಭೂಮಿಕಾಳ ಭವಿಷ್ಯ ಜೀವನದ ಸುಂದರ ಕನಸುಗಳೆಲ್ಲ ಅವನ ಮುಂದೆನೇ ಸುಟ್ಟುಹೋದಂತಾಯಿತು. ರಾತ್ರಿ ನಿದ್ರಿಸದೆ ಇಡೀ ದಿನ ಹೊರಗೆ ಕಳೆದೇ ಮನೆಗೆ ಬಂದಿದ್ದ.

ಹಾಸಿಗೆಯ ಮೇಲೆ ಬಿದ್ದುಕೊಂಡು ಯೋಚಿಸಿದ. ಇಂಥ ಪ್ರಮೋದ್ - ಭೂಮಿಕಾಳ ದಾಂಪತ್ಯ ಜೀವನ ಹೇಗಾಗಬಹುದು? ಥಟ್ಟನೆ ಎದ್ದು ಕೂತ. ಏರ್ ಕಡೀಷನರ್ ಅಳವಡಿಸಿದ್ದ ಕೋಣೆಯಲ್ಲಿ ಕೂಡ ಬೆವತುಹೋದ.

ಆ ದಿನದ ನೆನಪಾಯಿತು. ಸೌಮ್ಯ ಭೂಮಿಕಾ ಭದ್ರಕಾಳಿಯಂತೆ ಬಾಟಲುಗಳನ್ನು ಚೆಲ್ಲಾಡಿದ್ದಳು. ಆ ಒಂದೊಂದು ಚೂರು ಕೂಡ ಬೇರೆ ಬೇರೆಯಾಗಿ ನೋಯಿಸಿದಂತಾಯಿತು.

"ಪ್ರಮೋದ್..." ಹಣೆ ಎಂದು ಬಿಗಿ ಹಿಡಿದುಕೊಂಡ.

ಅಭಿನಂದನ್ ಪ್ರತಿಯೊಂದು ಅವಯವಗಳು ಸಿಡಿಯುತ್ತಿದ್ದವು. ಮಿದುಳಿನಲ್ಲಿ ಭಯಂಕರ ಘರ್ಷಣೆ. ಮನದಲ್ಲಿ ಅತಿರೇಕದ ಭಯಂಕರ ಅಲೆಗಳು. ಇಡಿಯಾಗಿ ಬಾಳಿನ ಬುಡವನ್ನೇ ಅಲುಗಾಡಿಸುವಂತಿತ್ತು.

ಮುಷ್ಟಿ ಬಿಗಿ ಹಿಡಿದು ಗೋಡೆಗೆ ಗುದ್ದಿದ. 'ನಂಗೆ ನೆಮ್ಮದಿ ಬೇಕು' ಅವನ ಕಣ್ಮುಂದೆ ಹಾದು ಕೈ ಬೀಸಿ ಸನ್ನೆ ಮಾಡಿದ್ದು ಬಾಟಲುಗಳು. ನಿಧಾನವಾಗಿ ಎದ್ದ. ಅವನಿಗೆ ಈ ಜಗತ್ತು. ಜನ ಎಲ್ಲವನ್ನು ಮರೆತುಬಿಡಬೇಕಿತ್ತು.

ಡ್ರಾಯರ್‌ನಲ್ಲಿದ್ದ ನೋಟುಗಳನ್ನು ಜೇಬಿಗೆ ತುರುಕಿಕೊಂಡು ಕೋಣೆಯಿಂದ ಹೊರಗೆ ಬಂದ. ಅಸ್ತವ್ಯಸ್ತವಾದ ಕ್ರಾಪ್, ಮನದ ಹೊಯ್ದಾಟದ ಛಾಪು ಮುಖದ ಮೇಲೆ ಹಿಂದಿನ ಒರಟು, ಉದಾಸೀನ ಕಣ್ಣುಗಳಲ್ಲಿ ನೋಡಿ ನಿರ್ಮಲ, ಗಾಬರಿಯಾದರು.

"ಅಭಿನಂದನ್, ಮೈಗೆ ಹುಷಾರಿಲ್ವಾ?" ಆಕೆಯ ಸ್ವರ ಕಂಪಿಸಿತು. ಹಲ್ಲು ಬಿಗಿಯಾಗಿ ಕಚ್ಚಿ ಹೊರಗೆ ನಡೆದ, ಹೊರಗೆ ಗುಡುಗು, ಸಿಡಿಲು ಸಮೇತ ಸುರಿಯುತ್ತಿದ್ದ ಮಳೆ.

"ನಿಂತು ನೋಟ ನೋಡಿದ. ಈ ಜಗತ್ತಿನ ಮೇಲೆ ಅವನಿಗೆ ರೋಷ. ಕಣ್ಣುಗಳಲ್ಲಿ ಕೆಂಡಗಳೇ ಹೊರಳಾಡಿದವು. ಮುಷ್ಟಿ ಬಿಗಿ ಹಿಡಿದು ಗಾಳಿಯಲ್ಲಿ ಗುದ್ದಿದ."

'ಈ ಜನ ಯಾರು?' ಅವನಿಗೆ ಜೋರಾಗಿ ನಗಬೇಕೆನಿಸಿತು.

ಹಿಂದಿನಿಂದ ಬಂದ ನಿರ್ಮಲ ಗಾಬರಿಯಿಂದ ನಿಂತರು. ಅವರೆದೆಯ ಬಡಿತ ನೂರುಪಟ್ಟು ಹೆಚ್ಚಿತ್ತು. ಯಾವ ಕ್ಷಣದಲ್ಲಿಯಾದರೂ ಮೇಘವರ್ಷಿಣಿ ಕುಸಿದುಹೋಗಬಹುದೆಂಬ ಭಯ ಆವರಿಸಿತು.

"ಎಲ್ಲಿಗೆ ಹೊರಟಿದ್ದೀಯ?" ಭಯ ಅದುಮಿ ಉಗುಳು ನುಂಗುತ್ತ ಪ್ರಶ್ನಿಸಿದರು ಆಗ. ಸುರಿಯುವ ಮಳೆಯನ್ನು ನೋಡುತ್ತಿದ್ದ ಅಭಿನಂದನ್ ಅವರತ್ತ ನೋಟಹರಿಸಲಿಲ್ಲ.

ವಿಷಯ ತಿಳಿದು ಮೆಹತಾ, ರಘುನಂದನ್ ಬಂದಾಗ, ಹಾಗೆಯೇ ನಿಂತಿದ್ದ ಅಭಿನಂದನ್. ಅವನ ಮುಖದಲ್ಲಿ ತುಂಬು ಕಠೋರತೆ, ಕೋಪ. ಜೋರಾಗಿ ನಕ್ಕ ಪ್ರಮೋದ್.

ಥಟ್ಟನೆ ಹೋಗಿ ಕಾರಿನಲ್ಲಿ ಕೂತ ಅಭಿನಂದನ್. ಮಳೆಯಲ್ಲಿಯೇ ವೇಗವಾಗಿ ಹೊರಟ ಕಾರು ಕಂಪೌಂಡ್ ದಾಟಿತು.

"ಯಾಕೆ ನಕ್ಕಿದ್ದು?" ಎಂದು ಜಯಸಿಂಹ ಮಗನ ಮೇಲೇರಿ ಹೋದರು. ಅವನಿಗೆ ತನ್ನ ಸೇಡು ತೀರಿ ಹೋಯಿತೆನ್ನುವಂಥ ಖುಷಿ. "ಕುಡಿತದ ಅಮಲಿನ ಜನರ ಸಂಗತಿಯೇ ಇಷ್ಟು! ಅವ್ರಲ್ಲಿ ವಿಶ್ವಾಸವಿಡುವುದೇ ಮೂರ್ಖತನ!"

ಜಯಸಿಂಹ ಮಗನ ಕುತ್ತಿಗೆಯ ಪಟ್ಟಿ ಹಿಡಿದರು. ರಘುನಂದನ್ ತಾವೇ ಬಿಡಿಸಿ ಸಮಾಧಾನ ಹೇಳಿದರು.

"ಯಾಕೆ ಇಂಥ ಉದ್ವೇಗ? ಪ್ರಮೋದ್, ಅವ್ನು ಕುಡಿತ ಬಿಟ್ಟ ವಿಷ್ಯ ಗೊತ್ತಿರಲಾರ್ದು. ನೋಡ್ದ ಅನುಭವ ಈ ಮಾತುಗಳನ್ನು ಆಡಿಸಿರಬಹುದು.

ಎಲ್ಲಿಗೆ ಹೋಗಿರಬಹುದು ಅಭಿನಂದನ್? ತಕ್ಷಣ ಅವರಿಗೆ ನೆನ್ಪಾದದ್ದು ವಡಿವೇಲು ಮನೆ. ಆದರೆ... ಇಡೀ ಶಕ್ತಿಯೇ ನೆಲದಲ್ಲಿ ಹರಿದು ಹೋಗಿದೆಯೆನಿಸಿ ರಘುನಂದನ್ ಮರುಕ್ಷಣದಲ್ಲಿಯೇ ನಿಶ್ಶಕ್ತರಾದರು.

"ಬರ್ತಾನೆ ಬನ್ನಿ. ಮಳೆ ಇದ್ದ ಮಾತ್ರಕ್ಕೆ ವಾಹನಗಳು ಓಡಾಡಲಾರವೇ?" ಮೆಹತಾ ತಮ್ಮ ಸಹಜ ಸ್ವಭಾವವೆನ್ನುವಂತೆ ನುಡಿದರು.

"ನಂಗೆ ಭಯ!" ನಿರ್ಮಲ ಬಾಯಿಗೆ ಸೆರಗು ಹಚ್ಚಿ ಅತ್ತೇಬಿಟ್ಟರು. ಲಕ್ಷ್ಮಿ ಮೆಹತಾ ನಿಂತಲ್ಲಿಯೇ ಗೊಂಬೆಯಾದಳು. ಮೆಹತಾ ತಮಾಷೆ ಮಾಡಿದರು.

"ಇಷ್ಟೊಂದು ಸೆಂಟಿಮೆಂಟಲ್ ಆದ್ರೆ ಹೇಗೆ? ಅವನೇನು ಚಿಕ್ಕ ಹುಡ್ಗನಾ? ಬರ್ತಾನೆ...." ಆರಾಮಾಗಿ, ಸೋಫಾ ಮೇಲೆ ಕೂತು ಬೇರೇನೋ ವಿಷಯ ಮಾತನಾಡತೊಡಗಿದರು ಅವರು.

ಒಳಗೆ ಕುದಿತವಿದ್ದರೂ ಭೂಮಿಕಾ ಮೇಲ್ನೋಟಕ್ಕೆ ಪ್ರಶಾಂತವಾಗಿದ್ದಳು. ಅವನೆದೆಯ ಉದ್ವೇಗಕ್ಕೆ ಕಾರಣವೇನು? ಪ್ರಮೋದ್‌ನತ್ತ ಜುಗುಪ್ಸೆಯ ನೋಟ ಬೀರಿ ಮುಖ ತಿರುಗಿಸಿಕೊಂಡಳು. ತೀರಾ ತುಚ್ಛ ವ್ಯಕ್ತಿಯಾಗಿ ಕಂಡ ಪ್ರಮೋದ ಭೂಮಿಕಾಳಿಗೆ.

ನಿರ್ಮಲ ಅವರ ಭುಜದ ಮೇಲೆ ಕೈ ಹಾಕಿದಳು.

"ಯಾಕೆ ಅಳ್ತೀರಾ? ಪರಿಪೂರ್ಣತೆಯ ಎರಕ ಅಭಿನಂದನ್. ಅವ್ನ ದೃಢ ಚಿತ್ತದ ಮುಂದೆ ಮಿಕ್ಕೆಲ್ಲ ಧೂಳೀಪಟ. ಖಂಡಿತ ಅಭಿನಂದನ್ ಕುಡ್ಯೊಲ್ಲ. ನಾನು ಭರವಸೆ ಕೊಡ್ತೀನಿ" ಮಾತು ಕೇಳಿ ಕೊನೆಯಲ್ಲಿ ಅವಳ ತುಟಿಗಳು ಕಂಪಿಸಿದವು. ಹಾಗೇನಾದರೂ ಅಭಿನಂದನ್ ಏನೇನಾದರೂ ಕುಡಿದು ಬಂದರೆ? ಯೋಚಿಸಿ ಅವಳ ಹೃದಯ ಛಿದ್ರ ಛಿದ್ರವಾದಂತಾಯಿತು.

ನಿರ್ಮಲ ಕಣ್ತುಂಬಿ ಭೂಮಿಕಾಳತ್ತ ನೋಡಿದರು. ಭಯದಿಂದ ಕಂಪಿಸುವ ಅಂತಃಕರಣವನ್ನು ಸಂತೈಸಲಾರದೆ ಹೋಗಿದ್ದರು. "ಭೂಮಿಕಾ, ನೂರು ಸುಳ್ಳು ಸುದ್ದಿ ಹಬ್ಬಿಸಿಬಿಟ್ಟಿದ್ದರು. ಪ್ರತಿಯೊಬ್ರೂ ಅಭಿನಂದನ್ ಕುಡ್ದು ಸತ್ತಿದ್ದಾನೆ ಆ್ಯಕ್ಸಿಡೆಂಟ್‌ನಲ್ಲಿ ಅನ್ನೋ ಅಭಿಪ್ರಾಯಕ್ಕೆ ಬಂದಿದ್ರು. ಇಂಥ ಸಾಕಷ್ಟು ನೋವು ಅನುಭವಿಸಿದ್ದೀವಿ!" ಆಕೆ ತೋಡಿಕೊಂಡ ಪ್ರತಿಯೊಂದು ನೋವಿನ ಅಣುವೂ ಅವಳ ಸಂಯಮ, ದೃಢತೆಯನ್ನು ಚೂರು ಚೂರು ಮಾಡಿದಂತಾಯಿತು.

ತನ್ನ ಕೋಣೆಗೆ ಹೋದ ಭೂಮಿಕಾ ದಿಂಬಿನಲ್ಲಿ ಮುಖ ಹುದುಗಿಸಿ ಬಿಕ್ಕಿದಳು. ಅವನ ಸ್ನೇಹ, ಒರಟು ನುಡಿಗಳು, ಆತ್ಮೀಯತೆ ಎಲ್ಲಾ ನೆನಸಿಕೊಂಡು ದುಃಖಿಸಿದಳು. 'ಅಭಿನಂದನ್ ಕುಡ್ದು ಆಕ್ಸಿಡೆಂಟ್‌ನಲ್ಲಿ ಸತ್ತ' ಎಲ್ಲೆಡೆ ಅದೇ ಮಾತು ಅವಳಿಗೆ ಪ್ರತಿಧ್ವನಿಸಿದಂತಾಯಿತು. ಎರಡೂ ಕಿವಿಗಳನ್ನು ಕೈಗಳಿಂದ ಮುಚ್ಚಿಕೊಂಡಳು. ಎಷ್ಟೋ ಹೊತ್ತು ಅದೇ ಸ್ಥಿತಿಯಲ್ಲಿದ್ದಳು.

ಮೆಲ್ಲಗೆ ಬಾಗಿಲು ಬಡಿದ ಸದ್ದು. ಎದ್ದು ಹೋಗಿ ಮುಖ ತೊಳೆದು ಬಂದಳು. ಮತ್ತದೆ ಸದ್ದು. ಹೋಗಿ ತೆರೆದಳು ಪಂಚಾಕ್ಷರಿ ನಿಂತಿದ್ದ.

"ಅಮ್ಮ, ಊಟಕ್ಕೆ ಬನ್ನಿ." ಅವನ ಮುಖದ ಮೇಲೆ ರಕ್ತದ ಛಾಯೆಯೇ ಇರಲಿಲ್ಲ. ದೀರ್ಘವಾಗಿ ನೋಡಿದಳು. ಈ ವಾತಾವರಣಕ್ಕೆ ಬೇಗ ಹೊಂದಿಕೊಂಡು ಬಿಟ್ಟಿದ್ದ ಎಲ್ಲಾ ಮರೆತವನಂತೆ ಅಭಿನಂದನ್ ಹಿಂದೆ ಮುಂದೆ ಓಡಾಡುತ್ತಿದ್ದ.

"ನಾನಿನ್ನ ಇಲ್ಲೇ ಇರೋ ಮನುಷ್ಯ!" ಹೆಗಲ ಮೇಲಿನ ಟವೆಲನ್ನು ಎರಡೆರಡು ಬಾರಿ ಕೊಡವಿ ಹೇಳುತ್ತಿದ್ದ.

"ಅಭಿನಂದನ್ ಬಂದ್ರಾ?" ಹೆಗಲ ಮೇಲಿನ ಟವೆಲು ತೆಗೆದು ಕಣ್ಣೊತ್ತಿಕೊಂಡ. "ಈ ಕಾಗ್ದದ ಹುಲಿನ ಕರ್ಕೊಂಡ್ಬಂದಿದ್ದೇ ತಪ್ಪಾಯ್ತು!" ಅವಳ ಕಣ್ಣುಗಳು ಕಿರಿದಾದವು. ಪಂಚಾಕ್ಷರಿ ಏನು ಹೇಳುತ್ತಿರುವುದು?

"ಯಾವ ಕಾಗ್ದದ ಹುಲಿ? ಏನ್ಸಮಾಚಾರ?" ಬಲವಂತದ ನಗೆ ಚೆಮ್ಮಿ ಪ್ರಶ್ನಿಸಿದಳು. ಅವನ ಕಣ್ಣುಗಳಲ್ಲಿ ಭಯ, ಸಂಕೋಚ ಮಿನುಗಿದರೂ ದಿಟ್ಟವಾಗಿ ಉತ್ತರಿಸಿದ. "ಇನ್ಯಾರು! ಆ ಮನುಷ್ಯ ಪ್ರಮೋದ್. ಸುಮ್ನೆ ತಲೆ ತಿಂತಾನೆ. ನೆನ್ನೆ ಸಂಜೆ ಕರ್ಕೊಂಡ್ಹೋದಾಗ್ಲೇ ನಂಗೆ ಅನುಮಾನ."

ನಿಂತಲ್ಲಿಯೇ ಶಿಲೆಯಾದಳು ಭೂಮಿಕಾ. ಅದೇ ಅರ್ಥವಿಲ್ಲದ ಪ್ರಶ್ನೆ! ಹಣೆಯೊತ್ತಿಕೊಂಡಳು. ಸುತ್ತಲೂ ಮಂಜು ಹರಿದಾಡಿದಂತಾಯಿತು. ಆದರೂ ಚೇತರಿಸಿಕೊಂಡಳು.

"ಕಾಗ್ದದ ಹುಲಿಗೆ ನಿಜ್ವಾದ ಹುಲಿ ಹೆದರುತ್ತಾ? ಅದು ಕಾಗ್ದದ ಹುಲಿ ಅಂತ ಗೊತ್ತಾಗೋವರ್ಗೂ...... ಆಂದೋಳನ ಅಷ್ಟೇ." ಅವನನ್ನ ಸವರಿಕೊಂಡೇ ಹೊರಗೆ ಬಂದಳು.

ಇಡೀ ಮೇಘವರ್ಷಿಣಿ ಚೈತನ್ಯ ಕಳೆದುಕೊಂಡಂತೆ ಕಂಡರೂ ಡ್ರಾಯಿಂಗ್ ರೂಮಿನಲ್ಲಿ ಮಾತ್ರ ಬಲವಂತದ ಉಸಿರಾಟ ನಡೆದಿತ್ತು. ಆಳು ಕಾಳನ್ನು ಬಿಟ್ಟು ಮಿಕ್ಕವರೆಲ್ಲ ಅಲ್ಲಿಯೇ ಇದ್ದರು.

ರಘುನಂದನ್ ಕೈಯಲ್ಲಿ ಫೋನ್ ಹಿಡಿದೇ ಕೂತಿದ್ದರು. ಅಭಿನಂದನ್‌ನ ಸ್ನೇಹಿತರು, ಪರಿಚಯದವರಿಗೆಲ್ಲ ಫೋನ್ ಮಾಡಿ ವಿಚಾರಿಸುತ್ತಿದ್ದರು. ಹಿಂದೆ ಅವನು ಹೋಗುತ್ತಿದ್ದ ಬಾರ್‌ಗಳಿಗೆ ಕೂಡ ಫೋನ್ ಹಚ್ಚಿದರು. ಅಲ್ಲೂ ಅವನ ಸುಳಿವಿಲ್ಲ. ಅಷ್ಟೊತ್ತಿಗೆ ಅವರು ಅರೆಜೀವವಾಗಿದ್ದರು.

"ವಡಿವೇಲು ಮನೆಗೆ ಫೋನ್ ಮಾಡ್ಲಾ?" ಎಂದು ಕೇಳಿದಾಗ ಮೆಹತಾ ಫೋನ್ ಕಿತ್ತು ಕೊಂಡು ರೇಗಿದರು, "ನಿಂಗೆ ತಲೆ ಕೆಟ್ಟಿಲ್ಲ ತಾನೆ! ಅವ್ನ ಮೊದ್ಲೇ ಕತ್ತಿ ಮಸೆಯೋ, ಮನುಷ್ಯ! ಒಂದೆಡೆ ಒಡಕಿದೇಂತ ಗೊತ್ತಾದ್ರೆ... ರಂಧ್ರ ಕೊರೆದುಬಿಡ್ತಾನೆ! ಬಿ ಕೇರ್ ಫುಲ್."

ಊಟವನ್ನೇ ಮರೆತರು. ಹೊರಗೆ ಸುರಿಯುವ ಮಳೆ ಒಳಗೆ ಕುದಿಯುವ ಮನಗಳು. ಬೆಳಗಿನ ಜಾವದ ಮೇಲೆ ಮಳೆ ಸ್ವಲ್ಪ ಕಡಿಮೆಯಾಯಿತು. ಕಾರಿನಿಂದ ಅಭಿನಂದನ್ ಇಳಿದು ಬಂದ. ಮುಖ ಕಂಗೆಟ್ಟಿದ್ದರೂ ಕುಡಿದ ಲಕ್ಷಣಗಳು ಕಾಣಲಿಲ್ಲ. ಮೌನವಾಗಿ ತನ್ನ ಕೋಣೆಗೆ ಹೋಗಿಬಿಟ್ಟ. ಇಂಥ ಸಮಯದಲ್ಲಿ ಸಮಾಧಾನಿಸುವ ಆಪ್ತ ಹೃದಯ ಬೇಕಾಗಿತ್ತು. ತಾಯ್ತಂದೆಯರಿಂದ ಆ ಕೆಲಸ ಸಾಧ್ಯವಿಲ್ಲವೆಂದುಕೊಂಡಾಗ ಕೈ ಹಿಡಿದು ಮನ ತುಂಬಿದ ಹೆಣ್ಣೇ ಬೇಕು. ಮೆಹತಾ ಒಂದು ದೃಢ ನಿರ್ಧಾರಕ್ಕೆ ಬಂದರು.

"ನಾನು ಅಭಿನಂದನ್ ಹತ್ರ ಮಾತಾಡ್ತೀನಿ. ಹಾಗೇ ಬಿಟ್ಟರೆ ಇಂಥ ಒಂಟಿತನ ಅವ್ನನ್ನ ತಿಂದುಬಿಡುತ್ತೆ!"

ತಮ್ಮ ತಮ್ಮ ಕೋಣೆಗಳಿಗೆ ಹೋಗಿ ಮಲಗಿದರು. ಈ ಹತ್ತೆರ ಫ್ಲೈಟಿಗೆ ಅವರು ಹೋಗಲೇಬೇಕಿತ್ತು ಅಷ್ಟರೊಳಗೆ ವಿಷಯ ಇತ್ಯರ್ಥವಾಗಿ ಬಿಡಬೇಕೆಂಬ ನಿರ್ಧಾರ.

ರೋಹಿಣಿ ಕೋಣೆಗೆ ಬಂದ ಕೂಡಲೇ ತಮ್ಮ ಸಾಮಾನು ಪ್ಯಾಕ್ ಮಾಡಿದ್ದರು. ಈ ಸುಳಿಯಲ್ಲಿ ಸಿಕ್ಕಿಕೊಂಡು ಸ್ವಂತ ಮಗ ಎಲ್ಲಿ ಇನ್ನೂ ದೂರವಾಗುವನೋ ಎನ್ನುವ ಭಯ.

"ನಾನಂತೂ ಹೊರಡೋ ತೀರ್ಮಾನ ಮಾಡಿದ್ದೀನಿ" ಗಂಡನ ಮುಂದೆ ಹೇಳಿದಾಗ, ಜಯಸಿಂಹ ಕೂಡ ಒಪ್ಪಿಗೆ ಸೂಚಿಸಿದ್ದರು. "ಬಂದ್ಕೆಲ್ಸ ಮುಗಿದ್ಮೇಲೆ ಇಲ್ಲೇನು ಕೆಲ್ಸ! ಭೂಮಿಕಾನ ಫ್ಲೈಟ್ ಹತ್ತಿಸಿ ನಾವು ಹೊರಡೋಣ" ಆಕೆ ಕಣ್ಣೀರು ತೊಡೆದುಕೊಂಡರು. ಪ್ರಮೋದ್, ಭೂಮಿಕಾಳ ನಡುವಿನ ಆತ್ಮೀಯತೆ ಕುಸಿದಿದೆಯೆಂದು ಆಕೆಗೆ ಗೊತ್ತು. ಇದಕ್ಕೆ ಕಾರಣನಾದ ಅಭಿನಂದನ್ ಮೇಲೆ ಆಕೆಗೆ ಸಿಟ್ಟು.

ಮೆಹತಾ ಹೊರಡುವವರಿದ್ದರಿಂದ ಎಲ್ಲ ಬೇಗ ಎದ್ದು ಡೈನಿಂಗ್ ಹಾಲ್‌ನ ಸೇರಿಬಿಟ್ಟಿದ್ದರು. ಇಂತಹ ಕ್ಷಣಗಳು ಅಪರೂಪವೆಂದು ಅವನಿಗೆ ಗೊತ್ತು.

"ಜಯಸಿಂಹ ಎಂದು ದೆಹಲಿಗೆ ಬರೋದು?" ಕಪ್‌ಗೆ ತುಟಿ ಹಚ್ಚುತ್ತ ಮೆಹತಾ ಪ್ರಶ್ನಿಸಿದಾಗ, ಜಯಸಿಂಹ ತುಟಿಯಂಚಿನಲ್ಲಿ ಕಿರುನಗೆ ಬೀರಿದರು. "ನಿನ್ ಮಗ್ಳ ಮದ್ವೆಗೆ..." ಮೆಹತಾ ಕೈಯಲ್ಲಿನ ಕಪ್ ಕೆಳಗಿಳಿಯಿತು. ಜೋರಾಗಿಯೇ ನಕ್ಕುಬಿಟ್ಟರು.

"ಅಂತೂ ಅದ್ವರ್ಗೂ ಬರೋ ಮನಸ್ಸಿಲ್ಲ ದಟ್ಸಾಲ್..... ಹಾಗಾದ್ರೆ ಬೇಗ್ನೇ ಮದ್ವೆ ಮುಗಿಸೋಣ" ಎಂದವರು ಪ್ರಮೋದ್‌ನತ್ತ ತಿರುಗಿದರು. ಜಹಾಂಗೀರ್ ಕಚ್ಚುತ್ತಿದ್ದವನು ಮುಖದಲ್ಲಿ ಸುಕ್ಕುಗಾಳು ಆಳವಾದವು. "ಸಿಹಿ ತಿನ್ನೋವಾಗ ಸಿಹಿ ಸಿಹಿ ಆಲೋಚನೆಗಳನ್ನು ಮಾಡು" ತಮಾಷೆಯಾಗಿ ಹೇಳಿದರು.

ಪ್ರಮೋದ್ ಮುಖದ ಬಿಗಿತ ಸಡಿಲವಾಗಲಿಲ್ಲ.

"ಈಗೇನ್ಮಾಡ್ತೀಯ?" ಚುಟುಕಾಗಿ ಪ್ರಶ್ನಿಸಿದರು.

"ವಾಪ್ಸು ಹೋಗ್ತೀನಿ. ಇಲ್ಗೆ ಬಂದ್ಮೇಲೆ ನನ್ನ ಮನಸ್ಸಿನ ಶಾಂತಿನೇ ಹಾಳಾಯ್ತು!" ತುಸು ಒರಟಾಗಿ ಹೇಳಿದ. ಅವನ ಮನದ ನಿರಾಶೆ ಚೆಲ್ಲಾಡಿತು. ತುಟಿ ಕಚ್ಚಿದರು ಮೆಹತಾ.

"ಹಾಗೇ ಮಾಡು" ಹಗುರವಾಗಿ ಹೇಳಿ ಮೇಲಕ್ಕೆದ್ದರು ಮೆಹತಾ. ಥಟ್ಟನೆ ಅಭಿನಂದನ್‌ಗೆ ಹೇಳಿದರು. "ರಿಸರ್ವೇಷನ್ ವಿಚಾರ್ಸು. ಇಂಥ ನಿರಾಶೆಯಲ್ಲಿ ಪ್ರಮೋದ್‌ನ ಬಹಳ ದಿನ ನಿಲ್ಸಿಕೊಳ್ಳೋದು ಸರಿಯಲ್ಲ!" ಕಡ್ಡಿ ಒಂದೇ ಸಾರಿಗೆ ಎರಡು ತುಂಡು ಮಾಡಿದಂತಿತ್ತು. ಅವರ ಮಾತಿನಲ್ಲಿ. ಮೆಹತಾಗೆ ಬೇಸರವಾಗಿದೆಯೆಂದು ಎಲ್ಲರೂ ಅರಿತುಕೊಂಡರು.

ಭೂಮಿಕಾ ಸದ್ದಿಲ್ಲದೇ ಕೂತಳು. ನಾಲ್ಕು ಹೆಜ್ಜೆ ಹೊರಟವರು ಅವಳತ್ತ ತಿರುಗಿದರು. ಏನನ್ನಿಸಿತೋ ಮತ್ತೆ ಹೊರಟು ಬಿಟ್ಟರು.

ಮತ್ತೆ ಬಂದು ಹೆಗಲ ಮೇಲೆ ಕೈ ಹಾಕಿ ಅಭಿನಂದನ್‌ನ ಕರೆದೊಯ್ದರು. ಅವನ ಮುಖ ಕಂಗೆಟ್ಟಿದ್ದರೂ ಕಣ್ಣಿನ ನೋಟ ಉಜ್ವಲವಾಗಿಯೇ ಇತ್ತು.

"ನಿನ್ನೆ ಇಡೀ ದಿನ ನಿನ್ನ ಮನಸ್ಸು ಸರಿ ಇರ್ಲಿಲ್ಲ. ಹುಟ್ಟು ಸಾವಿನಲ್ಲಿ ಮನುಷ್ಯ ಒಂಟಿ ಇರ್ಬಹ್ದು. ಆದ್ರೆ ನಡುವಿನ ಬದ್ಕಿನಲ್ಲಿ ಪ್ರೀತಿ, ಪ್ರೇಮ, ಕಷ್ಟ – ಸುಖ ಹಂಚಿಕೊಳ್ಳುವಂಥ ಸಂಗಾತಿ ಬೇಕು. ಸದ್ಯಕ್ಕೆ ಆ ಕೊರತೇನ ನಿನ್ನಲ್ಲಿ ತುಂಬಬೇಕು."

ಅರ್ಥಗರ್ಭಿತವಾಗಿ ಹೇಳಿದಾಗ ಅವನ ತುಟಿಯಂಚಿನಲ್ಲಿ ಮಿನುಗಿದ್ದು ವಿಷಣ್ಣತೆಯ ನಗು.

"ಲಕ್ಷ್ಮಿ ಬಗ್ಗೆ ನಿನ್ನ ಅಭಿಪ್ರಾಯವೇನು?" ಎಂದ ಕೂಡಲೇ ಅವನ ಮುಖ ಬೆವರಿಟ್ಟಿತು. ಇದು ಎಂದೂ ಅವನು ನಿರೀಕ್ಷಿಸದ್ದು. ಆದರೆ... ಹೇಳಲಾಗದೆ ಉಗುಳು ನುಂಗಿದ.

"ಯಾಕೆ ಅಂಕಲ್ ಈ ಪ್ರಶ್ನೆ? ಮೆಹತಾ ಅವ್ರಂತೆ ಅವ್ರ ಮಗ್ಳು ಕೂಡ ಎಲ್ಲರ ಬದ್ಕಿಗೂ ಹಿತವೇ" ಎಂದ ಕೂಡಲೇ ಮೆಹತಾ ಅವರು ಉತ್ತೇಜಿತರಾಗಿ ತಮ್ಮ ಮನದ ಆಸೆಯನ್ನು ಅವನ ಮುಂದಿಟ್ಟರು.

"ಈ ಮದ್ವೆಗೆ ಎಲ್ಲರ ಒಪ್ಪಿಗೇನು ಇದೆ. ನಿನ್ನ ಅಪ್ಪಣೆ ಸಿಕ್ಕ ಕೂಡ್ಲೇ ಮತ್ತೊಮ್ಮೆ ಮೇಘವರ್ಷಿಣಿ ಅಲಂಕೃತಳಾಗ್ತಾಳೆ!"

ಮುಖ ಹಿಂಡಿದ ಅಭಿನಂದನ್. ಮಿದುಳಿನಲ್ಲಿ ಮೊದಲಿನದೇ ಘರ್ಷಣೆ. ಮೆಹತಾ ಅವರ ಮಾತಿಗೆ, ಪ್ರತಿ ಮಾತಿಗೆ ನಿಶ್ಶಕ್ತತೆ ಅವನನ್ನು ಕಾಡಿತು. ತಲೆ 'ಧಿಂ' ಎಂದಿತು.

ಬಹಳ ಹೊತ್ತಿನ ಮೇಲೆ ಚೇತರಿಸಿ ತಲೆಯೆತ್ತಿದ. ಮೆಹತಾ ಅವರ ಕಣ್ಣುಗಳಲ್ಲಿ ಕುತೂಹಲ. ಅದಕ್ಕೆ ಮೀರಿದ ಶಾಂತತೆ. ಅಭಿನಂದನ್ ತುಟಿಯವರೆಗೂ ಬಂದ ಮಾತುಗಳನ್ನು ನುಂಗಿಕೊಂಡ.

"ಅಂಕಲ್....." ಎಂದು ನೋಡಿದ. ಚಡಪಡಿಸುವಂತೆ ಕಂಡ, ಮೆಹತಾ ಅಭಿನಂದನ್ ನೋಡಿ ಸುಲಭವಾಗಿ ಅರ್ಥಮಾಡಿಕೊಂಡರು. "ಸದ್ಯಕ್ಕೆ ನನ್ನ ಪ್ರಯಾಣನ ಎರ್ಡು ದಿನದಷ್ಟು ಮುಂದಕ್ಕೆ ತಳ್ಳುತ್ತೀನಿ. ನೀನು ಯೋಚ್ಸಿ ಹೇಳು. ನಿನ್ನ ಬಗ್ಗೆ ನಂಗೆ ಕಾನ್ಫಿಡೆನ್ಸ್ ಇದೆ. ಕಾಂಪ್ಲೆಕ್ಸ್‌ಗೆ ಗುರಿಯಾಗ್ಬೇಡ" ಭುಜತಟ್ಟಿ ಹೊರಗೆ ಬಂದರು.

ಆ ಕ್ಷಣದಲ್ಲಿ ಹೃದಯ, ಮನಸ್ಸು ಯಾರನ್ನೋ ಅಗಲಿದ, ಮಡುಗಟ್ಟಿದ ಯಾತನೆ ಅನುಭವಿಸಿದಂತಾಯಿತು. "ಮಧು ಕುಡ್ಯೋಲ್ಲ ಅಂತ ತಾನೇ ಪ್ರಾಮಿಸ್ ಮಾಡಿರೋದು. ವಿಷ ಕುಡ್ಯೋಕೆ ಯಾವ್ದೇ ಅಭ್ಯಂತರವಿಲ್ಲ. ಈ ತೊಳಲಾಟಕ್ಕಿಂತ ತಾನು ಸತ್ತುಹೋಗುವುದೇ ಒಳ್ಳೆಯದು" ಮನ ಕೆಟ್ಟದಾಗಿ ಯೋಚಿಸತೊಡಗಿತು.

ಎದುರಾದ ಭೂಮಿಕಾ ನಸುನಕ್ಕಳು. ಅಭಿನಂದನ್ ಸಂಕಷ್ಟಕ್ಕೆ ಸಿಲುಕಿದ ನೋವಿನಿಂದ ನೋಡಿದ. ಇದು ಅವಳಿಗೆ ಹೊಸದು. ಮೆಹತಾ – ಅಭಿನಂದನ್ ಮಧ್ಯೆ ನಡೆದ ಸಂವಾದ ತಿಳಿದಿರಲಿಲ್ಲ.

"ಒಂದು ವಿಷ್ಯ!" ಎಂದಾಗ, ನೋವಿನ ನಗೆ ನಕ್ಕ. "ಇವ್ನು ದಿನಾ ಸಾಯ್ತ ಬದ್ಕ ಬೇಕೆನ್ನೋ ಇಷ್ಟಾನಾ, ನಿಮ್ಗೆ, ಎಕ್ಸ್‌ಕ್ಯೂಜ್ ಮಿ ಮೇಡಮ್. ಎಲ್ಲಾ ನಿಮ್ಮ ಪ್ರಕಾರನೇ ನಡ್ದು ಬಿಡೋಲ್ಲ!" ಒರಟಾಗಿ ಹೇಳಿದ. ಭೂಮಿಕಾ ಏನೊಂದೂ ತಿಳಿಯದೆ ಚಿಂತಿಸತೊಡಗಿದಳು.

ಅಂದೇ ಏರ್ ಟಿಕೆಟ್ ಕಳುಹಿಸಿ ಅವಳ ತಂದೆ ಕೂಡಲೇ ಹೊರಟು ಬರುವಂತೆ ಕೇಬಲ್ ಕಳುಹಿಸಿದ್ದರು. ಒಂದು ರೀತಿಯ ನಿಶ್ಚಿಂತೆ ಅವಳಿಗೆ.

ಲಗೇಜ್ ಪ್ಯಾಕ್ ಆದ ಕೂಡಲೇ ಹೊರಗೆ ಬಂದಳು. ಕೂತ ಮೆಹತಾ ಬಹಳ ಗಂಭೀರವಾಗಿದ್ದರು. ಅವಳ ಹಣೆಯಲ್ಲಿ ಗೆರೆಗಳು ಮತ್ತಷ್ಟು ಮೂಡಿದವು.

"ಯಾಕೆ ಒಂದು ತರಹ ಇದ್ದೀರಿ. ಅಂಕಲ್?" ಅವಳ ಸ್ವರಕ್ಕೆ, ಕತ್ತೆತ್ತಿ ಅವಳ ಕಣ್ಣಲ್ಲಿ ದೃಷ್ಟಿ ನೆಟ್ಟರು. ಮನದ ಗೊಂದಲ ಒಂದು ಹಂತಕ್ಕೆ ಬರಬೇಕಿತ್ತು. "ಪ್ರಮೋದ್ ಬಗ್ಗೆ ಯೋಚ್ಸಲಿಲ್ವಾ?" ಎಂದಾಗ ಅಲ್ಲೇ ಮೌನ ತಾಳಿ ಕೂತಳು. ಎಲ್ಲರೂ ಪ್ರಮೋದ್ ಬಗ್ಗೆ ಅವಳನ್ನು ಪ್ರಶ್ನಿಸುವುದು ಅವಳಿಗಿಷ್ಟವಿರಲಿಲ್ಲ.

"ಏನಿದೆ ಅಂಕಲ್ ಯೋಚ್ಸೋಕೆ? ಅವ್ನ ತೀರ್ಮಾನದ ಮೇಲೇನೇ ಅವ್ನ ಬದ್ಕು! ನಾನು ಭಾರತಕ್ಕೆ ಬಂದಿದ್ದಕ್ಕೂ ಪ್ರಮೋದ್‌ಗೂ ಯಾವ್ದೇ ಸಂಬಂಧವಿಲ್ಲ. ನಾನು ಬರೀ ಪ್ರವಾಸಿಯಾಗೇ ಇಲ್ಲಿಗೆ ಬಂದಿದ್ದು" ಮನದ ತೀರ್ಮಾನ ಅವಳ ಸ್ವರದಲ್ಲೊಡೆದು ಕಾಣುತ್ತಿತ್ತು. ಹುಬ್ಬೇರಿಸಿ ಮೆಹತಾ ತೆಳುವಾಗಿ ನಕ್ಕರು.

"ರೋಹಿಣಿಯವ್ರಿಗೆ ತುಂಬ ನಿರಾಶೆಯಾಗಿದೆ!" ಥಟ್ಟನೆ ಎದ್ದಳು. ಈ ಸಮಸ್ಯೆಗಳ ಅಂದೋಳನದ ಪರಿಸ್ಥಿತಿಯಿಂದ ಶಾಂತವಾಗಲು ಕೆಲವು ಕ್ಷಣಗಳು ಬೇಕಾಯಿತು.

"ನಿರಾಶೆ ಕೆಲವು ದಿನ ಮಾತ್ರ. ಆದ್ರೆ ನೋವು ನಿರಂತರವಾಗುತ್ತೆ. ಅದ್ರಿಂದ ತಪ್ಪಿಸಿಕೊಳ್ಳೋಕೆ ಒಂದೇ ದಾರಿ. ನಿಶ್ಚಿಂತತೆ ಬೆಳೆಸಿಕೊಳ್ಳೋದು ಒಳ್ಳೇದು."

"ಗುಡ್..." ತುಟಿಯಂಚಿನಲ್ಲಿ ನಕ್ಕರು ಮೆಹತಾ. "ಇದು ಅವರೊಬ್ಬರಿಗೆ ಮಾತ್ರವಲ್ಲ. ಎಲ್ಲರಿಗೂ ಅನ್ವಯಿಸುವಂಥ ಮಾತುಗಳು."

ಅಷ್ಟರಲ್ಲಿ ಲಕ್ಷ್ಮಿ ಮೆಹತಾ ಬಂದಿದ್ದರಿಂದ ಮಾತು ನಿಲ್ಲಿಸಿ ಮೇಲಕ್ಕೆದ್ದು ಅವಳ ಭುಜ ತಟ್ಟಿದರು.

"ಇನ್ನೊಮ್ಮೆ ಭಾರತಕ್ಕೆ ಬಂದಾಗ ಕೆಲವು ದಿನವಾದ್ರೂ ನಮ್ಮ ಮನೆಯ ಅತಿಥಿ..." ಪ್ರೀತಿಯ ಮಾತಿನಿಂದ ಅವರ ಸ್ವರ ಒದ್ದೆಯಾಯಿತು.

ಲಕ್ಷ್ಮಿ ಕರೆದೊಯ್ದಾಗ ಮೆಹತಾ ಎದ್ದು ಅಭಿನಂದನ್ ಕೋಣೆಯತ್ತ ನಡೆದರು. ಎಲ್ಲಾ ಪರದೆಗಳು ಕಿಟಕಿಗಳನ್ನು ಆವರಿಸಿದ್ದರಿಂದ ಮಬ್ಬು ಬೆಳಕಿತ್ತು ಕೋಣೆಯಲ್ಲಿ. ಮೆಲ್ಲಗೆ ಬಾಗಿಲು ಮುಚ್ಚಿ ಅಲ್ಲಿದ್ದ ಸೋಫಾ ಮೇಲೆ ಕೂತರು.

ಕಣ್ಮುಚ್ಚಿ ಮಲಗಿದ್ದ ಅಭಿನಂದನ್ ಮುಖದಲ್ಲಿ ಪ್ರಶಾಂತತೆ ಇರಲಿಲ್ಲ. ಪದೇ ಪದೇ ಭಾವನೆಗಳು ಬದಲಾಗುದ್ದವು.

"ನೋ...ನೋ....ಐ ವಿಲ್ ನೆವರ್ ಮ್ಯಾರಿ" ಮುಖ ಸಿಂಡರಿಸಿ ಬೀರಿದ. ಗದ್ದಕ್ಕೆ ಕೈಯೂರಿದ ಮೆಹತಾ ಉಸಿರನ್ನು ಬಿಗಿ ಹಿಡಿದು ಕೂತರು.

ಎದ್ದು ಕೂತ ಅಭಿನಂದನ್ ತೀರಾ ಉದ್ವೇಗಗೊಂಡಂತೆ ಕಂಡ. ಬೀರು ಬಾಗಿಲು ತೆಗೆದು ಅದರಲ್ಲಿನ ಫ್ರೇಮ್‌ಅನ್ನು ಮುಖದ ಮುಂದೆ ಹಿಡಿದ.

"ಭೂಮಿಕಾ, ಯೂ ಆರ್ ದಿ ಫಸ್ಟ್ ಅಂಡ್ ಲಾಸ್ಟ್ ಗರ್ಲ್ ಇನ್ ಮೈ ಲೈಫ್. ಬೇರೆ ಯಾರ್ಗೂ ನನ್ನ ಜೀವನದಲ್ಲಿ ಸ್ಥಾನವಿಲ್ಲ...ಸ್ಥಾನವಿಲ್ಲ..." ಘಟ್ಟಿಸಿ ಹೇಳಿದವನು ಫೋಟೋ ಫ್ರೇಮ್‌ನ್ನು ಬೀರುವಿನೊಳಕ್ಕೆ ಎಸೆದು ಬಂದು ಮಂಚದ ಮೇಲೆ ಬಿದ್ದುಕೊಂಡ. ಜೀವನದ ಪುಟಗಳು ಅವನ ಒಂದೇ ಮಾತಿನಿಂದ ಮೆಹತಾರ ಮುಂದೆ ತೆರೆದು ಬಿದ್ದಿದ್ದವು. ಖಂಡಿತ ನಿರಾಸಕ್ತಿಯಿರಲಿಲ್ಲ. ಆಸಕ್ತಿಯಿಂದ ತಿಳಿದರು. ಒಂದು ಸುಂದರ ಕಾದಂಬರಿಗೆ ಮುನ್ನುಡಿ ಬರೆಯಬೇಕಾದವರು ತಾವೇ. ಆದರೂ.... ಅಲ್ಲೂ ಕೂಡ ನಿರಾಸೆ ಕಾಡಿತು.

ಎದ್ದು ಹೊರಗೆ ಬಂದರು. ಭೂಮಿಕಾ, ಲಕ್ಷ್ಮಿಗೆ ಕ್ಯಾಮೆರಾ ಬಗ್ಗೆ ಹೇಳುತ್ತಿದ್ದವಳು ಇವರತ್ತ ತಿರುಗಿ ನಕ್ಕಳು.

"ಅಂಕಲ್, ನಾನು ಈಗ್ಲೇ ಮದ್ವೆ ಪ್ರೆಸೆಂಟೇಷನ್ ಕೊಟ್ಟುಬಿಟ್ಟಿದ್ದೀನಿ. ಆ ಸಮಯದಲ್ಲಿ ನಂಗೆ ಬರೋದಿಕ್ಕೆ ಆಗುತ್ತೋ ಇಲ್ವೋ?"

ಮೆಹತಾ ಅವಳ ಪ್ರಶಾಂತ ಕಣ್ಣುಗಳನ್ನೇ ದಿಟ್ಟಿಸಿದರು. ಭೂಮಿಕಾಳ ಸ್ನೇಹಮಯ ವ್ಯಕ್ತಿತ್ವವನ್ನು ತಿಳಿದರು. ಅಭಿನಂದನ್? ಕ್ಷಣ ಚಿಂತೆಗೀಡಾದರು.

"ಖಂಡಿತ ಬರಲೇಬೇಕು!" ಅಲ್ಲೇ ಕೂತರು.

ಬಂದ ರಘುನಂದನ್ ಅಚ್ಚರಿಗೊಂಡರು. ಪ್ರವಾಸ ರದ್ದು ಮಾಡಿ ತೀರಾ ಹೀಗೆ ಮನೆಗೆ ಅಂಟಿಕೊಳ್ಳುವ ಸ್ವಭಾವ ಮೆಹತಾದು ಅಲ್ಲ. ಹಾಗೆಂದುಕೊಂಡರೂ ಸಾಧ್ಯವಿರಲಿಲ್ಲ. ಪ್ರಯಾಣ ನಿಲ್ಲಿಸಿದಾಗಲೇ ಅವರಿಗೆ ಗಾಬರಿಯಾಗಿತ್ತು. ಆದರೂ ಅದೊಂದು ಸಮಾಧಾನಕರ ವಿಷಯ.

ಅಭಿನಂದನ್ ಸ್ವಭಾವ ನಿಮ್ಮ ನಿಮಿಷಕ್ಕೂ ಬದಲಾಗುತ್ತಿತ್ತು. ಪ್ರಶಾಂತವಾಗುತ್ತಿದ್ದ ಕಣ್ಣುಗಳು ತಕ್ಷಣ ಕೆಂಪಾಗುತ್ತಿತ್ತು. ಮೃದುವಾಗಿ ಮಾತನಾಡುತ್ತಿದ್ದವನು ತಕ್ಷಣ ಒರಟಾಗಿ ಸಿಡಿಯುತ್ತಿದ್ದ. ಅವನು ಅನುಭವಿಸುತ್ತಿದ್ದ ಮಾನಸಿಕ ಕ್ಷೋಭೆಯನ್ನು ಸರಿಯಾಗಿ ಅರ್ಥಮಾಡಿಕೊಂಡವರು ಮೆಹತಾ ಒಬ್ಬರೇ.

ಹೊರಗೆ ಹೋಗಿದ್ದ ಅಭಿನಂದನ್ ತಿರುಗಿ ಬಂದಾಗ ತುಂಬ ಶಾಂತವಾಗಿದ್ದ. ಆದರೆ ಆ ಮುಖದಲ್ಲಿ ವಯಸ್ಸಿಗೆ ಹೆಚ್ಚೆನಿಸುವ ಗಾಂಭೀರ್ಯ ಮೆಹತಾಗೆ ಇಷ್ಟವಾಗಲಿಲ್ಲ.

"ನಂಗೆ ಇನ್ನು ಒಂದು ದಿನ ಅವಕಾಶ ಬೇಕು, ಅಂಕಲ್" ಎಂದ ಅವರ ಮುಂದೆ ಕೂತು. ಸಣ್ಣಗೆ ನಕ್ಕರು ಮೆಹತಾ. "ಓ.ಕೆ. ಮೈ ಬಾಯ್!!" ಕಣ್ಮುಚ್ಚಿ ತೆರೆದರು. "ಎಲ್ಲಾ ಸೆಟ್ಲ್ ಆಗೋವರ್ಗೂ ಇಲ್ಲೇ ಇರ್ತೀನಿ. ಒಂದು ರೀತಿ ವಿಶ್ರಾಂತಿ ಕೂಡ" ಅವರ ಮಾತುಗಳಿಗೆ ಬೆಚ್ಚಿದ. ಇದು ಮೆಹತಾ ಆಡುವಂಥ ಮಾತುಗಳಾಗಿರಲಿಲ್ಲ ಅಂದುಕೊಂಡ.

'ಅಂಕಲ್, ನನ್ನ ಭವಿಷ್ಯದ ಬಗ್ಗೆ ಇಷ್ಟೊಂದು ಕಾಳಜಿ ವಹಿಸುವ ನಿಮ್ಗೆ ಹೇಗೆ ನಿರಾಶೆ ಮಾಡ್ಲಿ. ನಿಮ್ಮ ಪ್ರೀತಿಯ ಮಗ್ಳಿಗೆ ಈ ಮೇಘವರ್ಷಿಣಿ ಬಿಟ್ಟುಕೊಡ್ಬಹ್ದು. ಆದ್ರೆ ಈ ಹೃದಯದ ಪ್ರೀತಿ ಎಂದೂ ಸಿಕ್ಕೋಲ್ಲ' ನನ್ ಬದ್ಕು ಕೂಡ ಎಂದೂ ನೆಮ್ಮದಿಯ ಚೈತನ್ಯ ಪಡ್ದುಕೊಳ್ಳಲ್ಲ. ಹಿಂದೆ ಕಳೆದ ದಿನಗಳಿಗೆ ಯಾವ್ದೇ ಅರ್ಥವಿಲ್ಲ. ಮುಂದೆ ಕೂಡ ಅದ್ಕಿಂತ ಮಿಗಿಲಾದದ್ದು ನನ್ನ ಪಾಲಿಗೆ ಸಿಕ್ಕೋಲ್ಲ!" ಮನ ಹೊಯ್ದಾಡಿದರೂ ಮುಂದೆ ಏನೂ ಹೇಳಲಿಲ್ಲ.

ಡ್ರೈವರ್ ಟೀಪಾಯಿ ಮೇಲೆ ತಂದಿಟ್ಟ ಪ್ಯಾಕೆಟ್ ಕೈಗೆತ್ತಿಕೊಂಡ. ಸುಂದರ ನೆನಪುಗಳು ಅರಳಿ ನಿಂತವು. ಆ ನೆನಪುಗಳಲ್ಲಿಯೇ ಜೀವನವನ್ನು ಹಚ್ಚ ಹಸುರನ್ನಾಗಿ ಮಾಡಿಕೋಬೇಕು.

ಎದ್ದು ಮೆಟ್ಟಿಲು ಹತ್ತಿ ಮೇಲೆ ಹೋದ. ಪಂಚಾಕ್ಷರಿ ಭೂಮಿಕಾ ಮುಂದೆ ಸಪ್ಪೆ ಮುಖ ಹಾಕಿಕೊಂಡು ಕೂತಿದ್ದ.

"ಇದಿಷ್ಟು ನೀನು ಇಟ್ಕೋ. ನಾನು ಅಂಕಲ್‌ಗೆ ಹೇಳ್ತೀನಿ! ಅವ್ರು ನೀನು ಇಲ್ಲಿರೋಕೆ ಖಂಡಿತ ಒಪ್ಕೋತಾರೆ." ಹೇಳುತ್ತಿದ್ದ ಭೂಮಿಕಾ, ಅಭಿನಂದನ್ ಬಂದ ಕೂಡಲೇ ನಿಲ್ಲಿಸಿದಳು. ಅವಳ ಕಣ್ಣುಗಳಲ್ಲಿ ನೆಮ್ಮದಿಯ ಮಿಂಚು ಹರಿದಾಡಿತು.

"ಅಭಿನಂದನ್, ಪಂಚಾಕ್ಷರಿ ಇಲ್ಲೇ ಉಳಿಸ್ಕೋ" ಎಂದಾಗ ನಸುನಕ್ಕು ಕಿಟಕಿಯ ಬಳಿ ಹೋಗಿ ನಿಂತ. ಕಿಟಕಿಯ ತೆಳ್ಳನೆಯ ಪರದೆ ಅವನ ಮುಖಕ್ಕೆ ಮುತ್ತಿಕ್ಕುತ್ತಿತ್ತು...

ವಿ.ಐ.ಪಿ. ಸೂಟ್‌ಕೇಸ್ ಓಪನ್ ಮಾಡಿದಳು. ಬರುವಾಗ ಮೂರು ಕ್ಯಾಮೆರಾಗಳನ್ನು ಹೊತ್ತು ಬಂದಿದ್ದಳು. ಒಂದು ಈಗಾಗಲೇ ಲಕ್ಷ್ಮಿ ಮೆಹತಾಗೆ ಕೊಟ್ಟಿದ್ದಳು. ಇನ್ನೊಂದು ಹೊರಗೆ ತೆಗೆದಳು.

ಥಟ್ಟನೆ ಹಿಂದಿರುಗಿದ ಅವನ ದೃಷ್ಟಿ ನೀಳವಾದ ಕೊರಳ ಕಡೆ ನೆಟ್ಟವು. ಎಂದಿನ ಸರವಿರದೆ ಇಂದು ಮುತ್ತಿನ ಸರ ಹಾಕಿಕೊಂಡಿದ್ದಳು. ಅವಳ ಅಂದದ ಕೊರಳಿಗೆ ಚೆನ್ನಾಗಿ ಒಪ್ಪುತ್ತಿತ್ತು.

ಉಪಯೋಗವಿಲ್ಲದವ್ರ ಬಳಿ ಯಾವ್ದೇ ಬೆಲೆ ಬಾಳುವ ಸಾಮಾನಿಗಾದ್ರೂ ಗೆದ್ದಲು ಹತ್ತುತ್ತೆ. ದಯವಿಟ್ಟು, ಆ ಕ್ಯಾಮೆರಾ ನಿನ್ನ ಬಳಿಯೇ ಇರಲಿ ಎಂದ ಕೂಡಲೇ, ಕೊಡಲು ಹೋದ ಅವಳ ಮುಖದ ಮೇಲಿನ ಗೆಲುವು ಅರ್ಧಕ್ಕರ್ಧ ಕಮ್ಮಿಯಾಯಿತು.

ಕೂತು ಅಭಿನಂದನ್ ಪಂಚಾಕ್ಷರಿಯ ಕಡೆ ನೋಡಿ ಹೇಳಿದ.

"ಒಂದಿಷ್ಟು ಹಾಲು ತಗೊಂಡ್ಬರೋ ಕ್ಷೀಳು."

ಪಂಚಾಕ್ಷರಿ ಎದ್ದು ಹೋದಾಗ ತಾನು ತಂದ ಬಾಕ್ಸ್‌ಅನ್ನು ಭೂಮಿಕಾಗೆ ಕೊಟ್ಟ ಅವನೆದೆ ಭಾರವಾಗಿ ಸ್ವರ ಹೊರಡದಂತಾಗಿತ್ತು.

"ನಂಗೆ ಪ್ರೆಸೆಂಟೇಷನ್!" ಬಿಚ್ಚಿ ನೋಡಿದಳು. ಬೆಲೆ ಬಾಳುವ 'ನಿಕಾನ್ ಕ್ಯಾಮೆರಾ' ಅವಳೆದೆ ತುಂಬಿ ಬಂತು. ಮುಖವೆತ್ತಿ ನೋಡಿದಳು. "ತುಂಬ ಥ್ಯಾಂಕ್ಸ್ ಅಭಿನಂದನ್" ಮೃದುವಾಗಿ ಅವಳ ಕೈ ಬೆರಳುಗಳು ಕ್ಯಾಮೆರಾ ಮೇಲಾಡಿದವು.

"ನಾನು ಈಗ ಅಗಾಧವಾದದ್ದನ್ನು ಸಾಧಿಸಬೇಕು. ರಾಯಲ್ ಫೋಟೋಗ್ರಾಫಿಕ್ ಸೊಸೈಟಿಯ ಅತ್ಯುನ್ನತ ಗೌರವ ನಾನು ಪಡೆಯಲೇಬೇಕು. ಇದ್ರಿಂದ್ಲೇ ಅಂಥ ಸಾಧನೆ ಮಾಡ್ತೀನಿ" ಅತ್ಯಂತ ಆತ್ಮೀಯತೆಯಿಂದ ಹೇಳಿದಳು.

ಅವನೆದೆ ತುಂಬಿ ಕಣ್ಣುಗಳು ಮಂಜಾದವು. ಪ್ರೀತಿ, ಪ್ರೇಮ, ಆರಾಧನಾ ಭಾವದಿಂದ ನೋಡಿದ. ಹೃದಯಕ್ಕೆ ತಮ್ಮದೇ ಆದ ಭಾಷೆ ಅಲ್ಲಿ ಮೂಡಿತ್ತು.

"ತುಂಬ ಥ್ಯಾಂಕ್ಸ್ ಭೂಮಿಕಾ" ಅವನ ಸ್ವರ ಗದ್ಗದವಾಗಿತ್ತು. ನೂರು ಮಾತುಗಳು ಹೇಳಬೇಕೆಂಬ ಬಯಕೆ. ಹೃದಯದ ನಿವೇದನೆಗೂ ಕಟ್ಟುಪಾಡು.

"ಈ ಅಭಿನಂದನ್‌ನ ನೆನಪು ಮಂದಾಗಿಯಾದರೂ... ಇರಲಿ" ಕೇಳಿ ಅಭಿನಂದನ್ ಮುಖಕ್ಕೆ ಕೈ ಅಡ್ಡ ಹಿಡಿದ. ಹೃದಯ ಕಿತ್ತು ಬಾಯಿಗೆ ಬಂದಂತಾಯಿತು ಭೂಮಿಕಾಗೆ. ವಿವೇಕ ಮೌನತಾಳಿತು, 'ಭೂಮಿ ಬಾಯಿ ತೆರೆದು ನುಂಗಿಬಿಡಬಾರದೇ' ಎಂದು ಹಂಬಲಿಸಿದಳು. ಥಟ್ಟನೆ ಅಭಿನಂದನ್ ಹೊರಗೆ ಹೋದ.

ಎಷ್ಟೋ ಹೊತ್ತು ಹಾಗೆಯೇ ಸಮಾಧಿ ಸ್ಥಿತಿಯಲ್ಲಿದ್ದಳು. ಕ್ಯಾಮೆರಾ ಒಳಗೆ ಸೇರಿಸಿ ಹೊರಗೆ ಬಂದಳು. ಮಂಕು ಬಡಿದಂತಾಗಿತ್ತು ಮೇಘವರ್ಷಿಣಿಗೆ.

ರೋಹಿಣಿ ನೋಡಿದರೂ ನೋಡದಂತೆ ಮುಖ ಪಕ್ಕಕ್ಕೆ ತಿರುಗಿಸಿಕೊಂಡರು. ಕಣ್ಣಲ್ಲಿಯೇ ಗದರಿಸಿದರು ಜಯಸಿಂಹ. ಅಲ್ಲೇ ಕೂತಳು.

"ನಾವು ಕೂಡ ಅಮೇರಿಕಾಗೆ ಹಿಂದಿರುಗೋ ಯೋಚ್ನೆ ಮಾಡಿದ್ದೀವಿ." ಜಯಸಿಂಹ ಹೇಳಿದಾಗ ಅವಳಿಗೆ ಗಾಬರಿಯಾಯಿತು. ಯಾಕೆ ಈ ನಿಶ್ಚಯಕ್ಕೆ ಬಂದಿದ್ದು? ಪ್ರಮೋದ್‌ನ ಮೊಂಡಾಟವೇ? ಅರ್ಥ ಮಾಡಿಕೊಳ್ಳುವುದು ಅವಳಿಗೆ ಕಷ್ಟವಾಯಿತು.

"ಮೆಹತಾ ಜೀವನ ನಮಗೆ ಪಾಠ. ಅವನಷ್ಟು ಎತ್ತರಕ್ಕೇರಲು ಸಾಧ್ಯವೇ? ಅಂಥ ಧಾರಾಳ ಮನಸ್ಸು ಈ ಹೃದಯಗಳಿಗೆ ಇದ್ಯಾ? ಇಲ್ಲಿದ್ದರೂ ಒಂದೇ! ಇಲ್ಲಿದ್ದು ಅಲ್ಲಿನ ಬದ್ಕಿಗಾಗಿ ಹಂಬಲಿಸೋದೇಕೆ? ರೋಹಿಣಿ ಸುಮ್ಮನೆ ಕೊರಗುವುದರ ಬದ್ಲು ಮಕ್ಕು, ಸೊಸೆಯರ ಜೊತೆಯಲ್ಲೇ ಇರ್ಲಿ" ವಿವೇಚನೆಯಿಂದ ವಸ್ತುಸ್ಥಿತಿಯನ್ನು ಸೂಕ್ಷ್ಮವಾಗಿ ವಿಮರ್ಶಿಸಿ ಹೇಳಿದಂತಿತ್ತು ಅವರ ಮಾತುಗಳು.

ಆ ಸಮಯದಲ್ಲಿ ಭೂಮಿಕಾಗೆ ಮಾತನಾಡಲು ಏನೂ ತೋರಲಿಲ್ಲ. ರೋಹಿಣಿಯವರ ಹಂಬಲ, ಪ್ರಮೋದ್‌ನ ಮೊಂಡಾಟ ಎಲ್ಲಾ ಅವಳಿಗೆ ತಿಳಿದಿದ್ದೇ. ಆ ಸುಂದರ ಪ್ರಕೃತಿ ಸೌಂದರ್ಯದ ಮಡಿಲಿನಲ್ಲೂ ಅವರ ಒಣಕಾಡ್ಗಿಚ್ಚು ಸೋಕಿದವರಿಗೆ ಹೊತ್ತಿ ಉರಿಯಬೇಕು. ಅವರ ನಿರ್ಧಾರ ಅವಳಿಗೆ ಸರಿಯೆನಿಸಿತು.

"ಈ ತಿಂಗ್ಳ ಕೊನೆಯ ಹೊತ್ಗೆ ಅಮೇರಿಕಾದಲ್ಲಿ ಇರ್ತೀವಿ" ಮತ್ತೊಮ್ಮೆ ಒತ್ತಿ ಹೇಳಿದಾಗ ಕೂರಲಾರದೆ ಎದ್ದು ನಿರ್ಮಲ ಅವರನ್ನರಸಿಕೊಂಡು ಹೋದಳು. ಎಲ್ಲ ಕಡೆ ಬಣಬಣಗುಟ್ಟುತ್ತಿತ್ತು. ನೇರವಾಗಿ ಕೋಣೆಗೆ ಬಂದು ಮಲಗಿಬಿಟ್ಟಳು.

ಇನ್ನೊಮ್ಮೆ ಮೇಘವರ್ಷಿಣಿಯನ್ನು ಪರಿಪೂರ್ಣವಾಗಿ ನೋಡಬೇಕೆನಿಸಿತು. ಹೊರಗೆ ಹೋದವಳು ಪುನಃ ಒಳಗೆ ಬಂದು ಕ್ಯಾಮೆರಾದಲ್ಲಿ ರೀಲುಗಳನ್ನು ತುಂಬಿ ಹೊರಗೆ ಕೊಂಡೊಯ್ದಳು.

ಪ್ರತಿಯೊಂದು ಭಾಗ, ಪಾರ್ಶ್ವ, ಪೈಂಟಿಗ್ಸ್, ಎಲ್ಲಾವನ್ನ ತನ್ನ ಕ್ಯಾಮೆರಾದಲ್ಲಿ ಸೆರೆಹಿಡಿದಳು. ಥಟ್ಟನೆ ನೆನಪಿಸಿಕೊಂಡು ಅಭಿನಂದನ್ ಕೋಣೆಗೆ ಬಂದಳು. ಹೊರಗೆ ದಬ್ಬುವಂತಹ ನೀರವತೆ.

ಗೋಡೆಯ ಮೇಲೆ ಬಿಡಿಸಿಟ್ಟ ರಾಧಾಳ ಪ್ರೇಮ ನಿವೇದನೆ ಚಿತ್ರ, ಸನಿಹದಲ್ಲಿ ಹೋಗಿ ನಿಂತಳು. ಪ್ರೇಮ ತುಂಬಿಕೊಂಡ ಕಣ್ಣುಗಳಿಗೆ ಅತ್ಯಂತ ಚೇತೋಹಾರಿಯಾಗಿದ್ದವು.

"ರಾಧ, ನೀನು ಪ್ರೇಮಮೂರ್ತಿಯಾದ ಕೃಷ್ಣನನ್ನು ಪಡೆದು ಧನ್ಯಳಾದೆ" ಆದರೆ ಅವಳ ಮನ ಮೆಲುವಾಗಿ ಉಸುರಿ ಅದರ ಮೇಲೆ ಕೈಯಾಡಿಸಿದಳು.

ನಾಲ್ಕಾರು ಫೋಟೋಗಳನ್ನ ತೆಗೆದುಕೊಂಡು ಬಾಗಿಲ ಬಳಿಗೆ ಬಂದ ವೇಳೆಗೆ ಅಭಿನಂದನ್ ಎದುರಾದ. ಮುಖ ಮಂಕಾಗಿದ್ದರೂ ಗೆಲುವಿನಿಂದ ನಕ್ಕ.

"ಯಾವ ಕಳ್ಳತನಕ್ಕಾಗಿ. ಬಂದಿದ್ರಿ? ನೀವು ಬೇಕೂಂದ್ರೆ ಈ ಮೇಘವರ್ಷಿಣಿನೇ ನಿಮ್ಮದಾಗಿಸಿಕೊಳ್ಳಬಹುದು" ಅವನ ಸ್ವರದಲ್ಲಿ ಹಾಸ್ಯ ಮಿನುಗಿದಾಗ ಸುಂದರವಾಗಿ ನಕ್ಕಳು.

ಇದೇ ಮಾತನ್ನ ಮೆಹತಾ ಕೂಡ ಹೇಳಿದ್ದರು. ಆ ತಾಯಿ ತಂದೆಯರಿಗೆ ಅಕ್ಕರೆಯಿಂದ ಲಕ್ಷಾಂತರ ಸುರಿದು ಕಟ್ಟಿಸಿದ ಮೇಘವರ್ಷಿಣಿಗಿಂತ ಮಗನೇ ಹೆಚ್ಚು. ಇದು ಸಹಜ ಕೂಡ.

"ಸದ್ಯಕ್ಕೆ ಅದ್ನ ಛಕ್ಷ್ಮಿ ಮೆಹತಾಗೆ ಪ್ರೆಸೆಂಟ್ ಆಗಿಹೋಗಿದೆ. ನಂಗೂ ಅತ್ಯಂತ ಸಂತೋಷದ ವಿಷಯವೇ, ಇಲ್ಬನ್ನಿ..." ರೆಟ್ಟೆ ಹಿಡಿದು ಆ ಚಿತ್ರದ ಬಳಿ ನಿಲ್ಲಿಸಿದಳು "ಬೇಡ....." ಎಂದು ಮೊದಲು ಕೊಸರಿಕೊಂಡರೂ ಗಂಭೀರವಾಗಿ ನಿಂತ.

"ಓ ಮೈ ಗಾಡ್! ಹೀಗೆ ನಿಂತ್ರೆ.... ಹೇಗೆ! ಸ್ವಲ್ಪ ನಗೀ" ಹಿಂದಕ್ಕೆ ಬಂದಳು. ಎದೆಯ ಮೇಲೆ ಬಿಗಿಯಾಗಿ ಕೈಕಟ್ಟಿದ "ಸಾರಿ ನಿಮ್ಗೆ ಮೂಡಿಲ್ಲ. ಬಿಡಿ" ಹೊರಗೆ ಹೋದಳು.

ಅಭಿನಂದನ್‌ಸ ಮನಸ್ಸು ಅರ್ಥವಾಗಿದ್ದರೂ ಗೋಜಲು ಗೋಜಲು ಬದುಕು ಅವನಿಗೆ ಬೇಡವೆಂಬುದೇ ಅವಳ ಅಭಿಪ್ರಾಯ.

ಲಗೇಜ್‌ನೆಲ್ಲ ಕಾರಿನ ಡಿಕ್ಕಿಯಲ್ಲಿ ತುಂಬಿದಾಗ ನಿರ್ಮಲ ಅವಳ ಹಣೆಗೆ ಕುಂಕುಮ ಹಚ್ಚಿ ದೊಡ್ಡ ಸೀರೆಯ ಪ್ಯಾಕೆಟನ್ನೇ ಕೊಟ್ಟರು.

"ಇದೆಲ್ಲ ಜಾಸ್ತಿ ಆಯ್ತು!" ಅವಳ ಸ್ವರದಲ್ಲಿ ಸಂಕೋಚವಿತ್ತು. ಮೆಹತಾ ನಕ್ಕುಬಿಟ್ಟರು. "ಖಂಡಿತಾ ಸಾಲ್ದು!" ಎಂದವರೇ ಒಂದು ಕವರನ್ನು ಅವಳ ಮುಂದೆಹಿಡಿದರು. ಅವಳ ಕಣ್ಣುಗಳಲ್ಲಿ ವಿಸ್ಮಯ ಇಣುಕಿತು.

"ಇದೇನು ಅಂಕಲ್?" ಅತ್ತಿತ್ತ ಕವರನ್ನು ತಿರುಗಿಸಿ ನೋಡಿದಳು. ಅವಳ ಕೈಯನ್ನ ತಡೆದರು, "ಇದ್ನ ಅತ್ಯಂತ ಪ್ರೀತಿಯಿಂದ ನಾವುಗಳು ಕೊಟ್ಟ ಉಡುಗೊರೆ. ಅದ್ನ ನೀನು ಇಟ್ಟುಕೊಳ್ಳಲೇಬೇಕೂಂತ ನಮ್ಮೆಲ್ಲರ ಅಭಿಲಾಷೆ. ಆದರೆ ಹಿಂದಕ್ಕೆ ಪಡೆಯಬೇಕಾದವ್ನು ಅಭಿನಂದನ್ ಮಾತ್ರ. ಅಲ್ಲೇ ನೋಡಿ. ಭೂಮಿಕಾ ಬೇಕಿದ್ರೆ ಇಟ್ಟುಕೊಂಡು, ಬೇಡದಿದ್ರೆ ಹಿಂದಿರುಗಿಸಿಬಿಡು."

ಮ್ಲಾನವದನಳಾದವಳು. ಚೆಕ್, ಡ್ರಾಫ್ಟ್ ಅಥವಾ ನಗದು ಹಣ! ಅವಳ ಮೈ ಮೇಲೆ ಮುಳ್ಳುಗಳು ಎದ್ದಂತಾಯಿತು.

"ಅಂಕಲ್...." ಎಂದ್ಹೇಳಿ ಉಗುಳು ನುಂಗಿದಳು.

"ಇನ್ನೊಂದ್ಮಾತು ಬೇಡ ಭೂಮಿಕಾ, ಬಹಳ ಪ್ರೀತಿಯಿಂದ ನಾನು ಕೊಟ್ಟ ಉಡುಗೊರೆ ನಿರಾಕರಿಸೋಲ್ಲ ಅನ್ನೋ ನಂಬ್ಕೆ ಇದೆ. ಆದ್ರೆ... ನಿನ್ನ ಮನ ಒಪ್ಪದಿದ್ರೆ ಅಭಿನಂದನ್‌ಗೆ ಹಿಂದಿರುಗಿಸಿಬಿಡು. ಯಾವ್ದೇ ಆಕ್ಷೇಪಣೆ ಇಲ್ಲ" ಪ್ರೀತಿಯ ನೋಟ ಬೀರುತ್ತ ಅವಳ ಭುಜ ತಟ್ಟಿದರು.

ತುಟಿಕಚ್ಚಿ ಕವರ್ ಹಿಡಿದು ಅಭಿನಂದನ್ ಕೋಣೆಗೆ ಬಂದಳು. ಥಟ್ಟನೆ ಕೂತಿದ್ದವನು ಎದ್ದ.

"ಪ್ಲೀಸ್, ಅಭಿನಂದನ್ ಇದ್ನ ವಾಪ್ಸು ತಗೊಂಡ್ಬಿಡಿ." ಕವರ್ ಅವನ ಮುಂದಿಟ್ಟಳು. ಕೈಯಲ್ಲೆತ್ತಿಕೊಂಡು ನೋಡಿದ; ಏನಿರಬಹುದು?

"ಏನಿದು?" ಕವರ್ ಟೀಪಾಯಿ ಮೇಲಾಕಿದ. ಗೊತ್ತಿಲ್ಲವೆನ್ನುವಂತೆ ತಲೆಯಾಡಿಸಿದಳು. ನಾಲಿಗೆಯಿಂದ ತುಟಿ ಸವರಿದ ಅಭಿನಂದನ್, "ಬೇಡ ಅನ್ನೋಕೆ ಕಾರಣ?" ಸವಾಲ್ ಎಸೆದಂತೆ ಕಂಡ. ಸೋತ ಅನುಭವವಾಯಿತು ಭೂಮಿಕಾಗೆ.

"ನೋಡ್ದೇ ಬೇಡ ಅನ್ನೋಕೆ ಕಾರಣ ಕೊಡೋದು ಕಷ್ಟ!" ಕವರ್ ಓಪನ್ ಮಾಡಿದಳು. ಒಳಗಿದ್ದ ಸ್ಟಾಂಪ್ ಪೇಪರ್ ಹೊರಗೆ ಬಂತು. ವಿಸ್ಮಿತಳಾದಳು.

ಬಿಡಿಸಿದಳು, ಅಭಿನಂದನ್ ಫೋಟೋ ಪಿನ್ ಮಾಡಿದ ಪತ್ರ. ಮೇಘವರ್ಷಿಣಿಯನ್ನು ಅವಳ ಹೆಸರಿಗೆ ಬರೆದ ಪತ್ರ ಮತ್ತು 'ಭಾವಿ ಒಡೆಯನ ಮೇಲಿನ ಹಕ್ಕು ಕೂಡ ನಿನ್ನದೇ' ಸ್ವತಃ ಮೆಹತಾ ಬರೆದು ಸಹಿ ಹಾಕಿದ್ದರು. ಅವಳ ತುಟಿಗಳು ಕಂಪಿಸಿದವು. ಮೈನ ರಕ್ತವೆಲ್ಲ ಮುಖಕ್ಕೆ ನುಗ್ಗಿ ಕೆಂಪೇರಿತು.

ಗಾಬರಿಯಾದ ಅಭಿನಂದನ್ ಆ ಪತ್ರ ತೆಗೆದುಕೊಂಡ, ಭೂಮಿಕಾಳ ತಲೆ ತಗ್ಗಿತು. ಇಲ್ಲಿ ಹೃದಯದ್ದೇ ಮೇಲುಗೈ. ಮಿಕ್ಕೆಲ್ಲ ನಗಣ್ಯ.

"ಭೂಮಿಕಾ..." ಅವನ ಜೇನಿನ ದನಿಗೆ. ಅವಳೆದೆಯಲ್ಲಿ ನೂರು ವೀಣೆಗಳ ಝೇಂಕಾರ ಕೇಳಿಸಿತು. ಅವಳ ತುಂಬುಮುಖವನ್ನು ಬೊಗಸೆಯಲ್ಲಿಹಿಡಿದಾಗ ರೆಪ್ಪೆಗಳು ಪಟಪಟ ಹೊಡೆದುಕೊಂಡು ಅವನನ್ನೇ ಆನಂದದಲ್ಲಿ ವೀಕ್ಷಿಸಿ ಮಲಗಿದವು.

"ಭೂಮಿಕಾ....." ಹೃದಯ ತುಂಬಿ ಕರೆದಾಗ, ಕಣ್ಣು ಆನಂದದಿಂದ ತೆರೆದುಕೊಂಡು ಅವನ ತೋಳಲ್ಲಿ ಸೇರಿಹೋದಳು. ಹೊರಗೆ ಮೆಹತಾ ವಿಜಯದ ನಗೆ ನಕ್ಕರು. ಸುಂದರ ಮೇಘವರ್ಷಿಣಿ ಕಾವ್ಯಮಯವಾಗಿ ಶುಭ ಹಾರೈಸಿತು.